രാധാകൃഷ്ണൻ പട്ടാന്നൂർ

കണ്ണൂർ ജില്ലയിൽ പട്ടാന്നൂർ വില്ലേജിലെ നിടുകുളത്ത് കെ.പി. നാരായണൻ-കല്ല്യാണി ദമ്പതിമാരുടെ മകനായി ജനിച്ചു. രാഷ്ട്രീയ പ്രവർത്തകനായിരിക്കെ പത്രപ്രവർത്തനരംഗത്തെത്തി. ഡി.വൈ.എഫ്.ഐ. കണ്ണൂർ ജില്ലാ കമ്മിറ്റിയംഗം, സി.പി.എം. കണ്ണൂർ ദേശാഭിമാനി ലോക്കൽ സെക്രട്ടറി. കേരള പത്രപ്രവർത്തക യൂണിയൻ സംസ്ഥാന നിർവാഹക സമിതിയംഗം, വയനാട് പ്രസ്ക്ലബ്ബ് സെക്രട്ടറി എന്നീ നിലകളിൽ പ്രവർത്തിച്ചു. മികച്ച അന്വേഷണാത്മക റിപ്പോർട്ടിനുള്ള വാടപ്പുറം ബാവ ഫൗണ്ടേഷൻ അവാർഡ്(2002), ഫാ. കൊളംബിയർ അവാർഡ്(2002), സുരേന്ദ്രൻ നീലേശ്വരം അവാർഡ്(2006), ഫാം ജേർണലിസം അവാർഡ്(2006) എന്നിവ ലഭിച്ചു. 'പോർനിലങ്ങളിൽ ഇടവേളകളില്ലാതെ'(2002). എഡിറ്റേഴ്സ് ഡസ്ക്'(2004) 'വർഗീയത: പ്രത്യയശാസ്ത്രം, പ്രയോഗം, പ്രതിരോധം'(പ്രൊഫ: എം.എൻ. വിജയന്റെ പ്രഭാഷണങ്ങളുടെ സമാഹാരം-2003), 'മറ്റുള്ളവർക്കായി ഒരു ജീവിതം' (2006), നേർരേഖകൾ(2008), ന്യൂസ് ഫ്ളാഷ്(2011), ടി. പി. ചന്ദ്രശേഖരൻ: ജീവിതം രാഷ്ട്രീയം രക്തസാക്ഷിത്വം(2014), 'ഒളിയിടം' (കഥകൾ) എന്നീ പുസ്തകങ്ങൾ രചിച്ചു. ബർലിൻ കുഞ്ഞനന്തൻനായരുടെ ആത്മകഥ 'പൊളിച്ചെഴുത്ത്' 'ഒളിക്യാമറകൾ പറയാത്തത്' എന്നീ പുസ്തകങ്ങൾ തയ്യാറാക്കി. നാലു വർഷം പാരലൽ കോളേജ് അധ്യാപകനായി ജോലിചെയ്തു. 1993 മുതൽ 2008 വരെ ദേശാഭിമാനി പത്രാധിപസമിതിയംഗം. ചീഫ് സബ് എഡിറ്ററായിരിക്കെ 2008 ജനുവരിയിൽ 'ദേശാഭിമാനി' യിൽ നിന്ന് രാജിവെച്ചു. 2008 ഫെബ്രുവരി ഒന്നുമുതൽ മാതൃഭൂമി സീനിയർ സബ് എഡിറ്റർ. ദേശാഭിമാനിയുടെയും മാതൃഭൂമിയുടെയും ഡൽഹി ലേഖകനായും പ്രവർത്തിച്ചു. ഭാര്യ: പ്രീത. മക്കൾ: വരുൺ, വർഷ.

വിലാസം: പ്രതിഭ, പെരുമ്പുള്ളിക്കരി, പി.ഒ കുറ്റ്യാട്ടൂർ.

ഫോൺ: 9496705444, Email: rpattanur@gmail.com

Malayalam Language
Desantharam
(Novel)
by
Radhakrishnan Pattanoor

♦

Published in February 2017
by Kairali Books Private Limited
Thalikkavu Road, Kannur.
Ph : 0497-2761200
E-Mail : Kairalibooksknr@gmail.com

♦

Cover Design
Rajeevan Kotta

♦

82/16-17/Sl.No.886/500/NS 15.4
ISBN.978-93-86197-60-3

ദേശാന്തരം

രാധാകൃഷ്ണൻ പട്ടാന്നൂർ

കൈരളി ബുക്സ്

ആദ്യകാല പ്രവാസജീവിതത്തിന്റെ
തീയും പുകയും ഏറ്റുവാങ്ങി, ഒരുപാട്
പ്രതിസന്ധികൾക്കും പരിമിതികൾക്കും ഇടയിലും
ജീവിതം ആഘോഷിച്ചുതീർത്ത കുറ്റ്യാട്ടൂരിലെ
സി.പി. ഭരതേട്ടന്.

ആമുഖം

എന്റെ ആദ്യ നോവലായ 'ദേശാന്തര'ത്തിന്റെ രണ്ടാം പതിപ്പ് വായനക്കാരുടെ കൈകളിലെത്തുകയാണ്. ആദ്യ പതിപ്പ് പുറത്തിറങ്ങിയിട്ട് ഒരു വർഷം കഴിഞ്ഞു. ഈ നോവലിന് വായനക്കാരിൽ നിന്ന് ലഭിച്ച സ്വീകരണം എന്റെ പ്രതീക്ഷകൾക്കും എത്രയോ അപ്പുറമായിരുന്നു.കണ്ണൂരിൽ നടന്ന പ്രകാശനച്ചടങ്ങ് തന്നെ അവിസ്മരണീയം.നാഞ്ഞൂറോളം പേർ പങ്കെടുത്ത ചടങ്ങിൽ പുസ്തകത്തിന്റെ മുന്നൂറോളം കോപ്പികൾ വിറ്റുപോയി. ഒരു മാസം കൊണ്ടുതന്നെ ആദ്യ പതിപ്പ് വിറ്റു തീർന്നു. എന്നാൽ ചില പ്രയാസങ്ങൾ കാരണം ഉടൻ രണ്ടാം പതിപ്പിറക്കാൻ പ്രസാധകർക്ക് സാധിച്ചില്ല.അതിനാൽ കണ്ണൂരിലെ കൈരളി ബുക്സാണ് രണ്ടാം പതിപ്പ് പുറത്തിറക്കുന്നത്.

എന്റെ കഥാ സമാഹാരമായ ഒളിയിടം ഉൾപ്പെടെ മറ്റു രണ്ടു പുസ്തകങ്ങൾ കൈരളി മുമ്പ് പ്രസിദ്ധീകരിച്ചിട്ടുണ്ട്.

അടിയന്തരാവസ്ഥ മുതൽ രാജീവ് ഗാന്ധി വധം വരെ,ഒന്നരപ്പതിറ്റാണ്ടാണ് ഈ നോവലിൽ വിവരിക്കുന്ന സംഭവങ്ങളുടെ കാലയളവ്. തൊഴിൽ തേടി മലയാളികളുടെ ഗൾഫിലേക്കുള്ള കുടിയേറ്റം ശക്തമായതും ഇക്കാലത്താണ്.രാഷ്ട്രീയ രംഗത്താണെങ്കിൽ, ഇന്ത്യയുടെ രണ്ടു പ്രധാന മന്ത്രിമാർ രാജ്യത്തിനായി അവരുടെ ജീവൻ കൊടുത്തു.

ഗൾഫ് പണം പ്രതീക്ഷയായും പ്രലോഭനമായും വ്യാമോഹമായും അഹന്തയായും ഗ്രാമങ്ങളിൽപ്പോലും രൂപാന്തരപ്പെട്ടു. ഗൾഫിൽ പോയി പലരും പലതും നേടി.പലർക്കും പലതും നഷ്ടപ്പെടുകയും ചെയ്തു.

എന്റെ ബാല്യവും യൗവ്വനവും ചെലവഴിച്ചതും ഇപ്പോൾ ജീവിക്കുന്നതുമായ രണ്ട് അയൽ ഗ്രാമങ്ങളിലെ സാധാരണ മനുഷ്യരും ഈ സവിശേഷമായ കാലത്തിന്റെ ചൂരും ചൂടും അനുഭവിച്ചു. അങ്ങനെയുള്ള മനുഷ്യരുടെ ഞാൻ കണ്ടറിഞ്ഞ ജീവിതമാണ് ഈ നോവലിൽ ആവിഷ്കരിക്കാൻ ശ്രമിച്ചിട്ടുള്ളത്.

ഇതിൽ പരാമർശിക്കുന്ന മിക്കവാറും സംഭവങ്ങൾ യാഥാർഥ്യങ്ങളാണ്.കഥാ പാത്രങ്ങളും.ജീവിച്ചിരിക്കുന്നതും മരിച്ചുപോയവരും അക്കൂട്ടത്തിലുണ്ട്.പലർക്കും യഥാർഥ പേരു തന്നെ നൽകി. ചില കഥാപാത്രങ്ങളെ സൃഷ്ടിച്ചതാകട്ടെ പലരുടെയും യഥാർഥ അനുഭവങ്ങൾ ചേർത്തു

വെച്ച് .ഉദാഹരണത്തിന് നായക കഥാപാത്രമായ പപ്പൻ.

നാലു വർഷമെടുത്തു ഈ നോവൽ മനസ്സിൽ രൂപപ്പെടുത്തിയെടുക്കാൻ. എഴുതി പൂർത്തിയാക്കാൻ ഒരു വർഷവും.

ഈ നോവലിന്റെ രചനയിൽ എനിക്ക് പ്രേരണയും പ്രോൽസാഹനവും ആത്മവിശ്വാസവും നൽകിയത് പ്രശസ്ത എഴുത്തുകാരനും എനിക്ക് സഹോദര തുല്യനുമായ എൻ.ശശിധരനാണ്.എന്റെ ചില കഥകൾ വായിച്ച ശേഷം ശശിയേട്ടൻ പറഞ്ഞു; 'ഇനി നീ ധൈര്യമായി നോവലെഴുതിക്കോളു... അതിനുള്ള ഭാഷയും ആവിഷ്കാര പാടവവും നിനക്കുണ്ട്.'

എനിക്ക് വലിയ ആത്മവിശ്വാസമുണ്ടാക്കിയതായിരുന്നു ഈ വാക്കുകൾ.

ഈ രണ്ടാം പതിപ്പ് പ്രസിദ്ധീകരിക്കാൻ താൽപ്പര്യത്തോടെ സന്നദ്ധനായത് കൈരളി ബുക്സിന്റെ സാരഥി ഒ.അശോക് കുമാറാണ്. ഈ രണ്ടു പേർക്കും കൈരളി ബുക്സിന്റെ പ്രവർത്തകർക്കും ഈ നോവൽ വായിച്ച് നല്ല അഭിപ്രായങ്ങൾ പറഞ്ഞ വായനക്കാർക്കും രചനക്കാവശ്യമായ വിവരങ്ങൾ നൽകി സഹകരിച്ച സുഹൃത്തുക്കൾക്കും നന്ദി.

ഫിക്ഷന്റെ ദേശാന്തര ഗമനങ്ങൾ

എൻ. ശശിധരൻ

നോവൽ ചരിത്രവത്കരണത്തിന്റെ കലയാണ്. ഏറ്റവും വൈയക്തികവും ചരിത്രനിരപേക്ഷവുമായ അനുഭവങ്ങൾ കൈകാര്യം ചെയ്യുമ്പോഴും നോവൽ ആത്യന്തികമായി അടയാളപ്പെടുത്താൻ ശ്രമിക്കുന്നത് ചരിത്രവും കാലവുമായി സംസ്കൃതിക്കും പ്രകൃതിക്കും മനുഷ്യപ്രകൃതിക്കുമുള്ള ഇഴയടുപ്പങ്ങളാണ്. സാഹിത്യത്തിന്റെ ഇതര രൂപങ്ങൾക്കില്ലാത്ത ഈ സവിശേഷതയാണ് കഥയ്ക്കും നോവലിനുമുള്ള എല്ലാ കാലത്തെയും ജനപ്രിയതയ്ക്ക് നിദാനം. ഫിക്ഷൻ ജീവിതത്തിന്റെ പകർപ്പോ പ്രതിബിംബമോ അല്ലാതിരിക്കുകയും സ്വയം നിർണയിക്കുന്ന ജൈവസ്ഥലികളിലേക്ക് പടർന്ന് സ്വത്വം കൈവരിക്കുന്ന സവിശേഷമായൊരു സർഗാത്മക മേഖലയായിത്തീരുകയും ചെയ്യുന്നതാണ് ആധുനികകാലത്തെ നോവലുകളിൽ നാം കണ്ടുകൊണ്ടിരിക്കുന്നത്.

നോവലിലെ ദേശവും കാലവും ജീവിതത്തിന്റെ സ്ഥലകാലങ്ങളുമായി ബന്ധിപ്പിച്ച് വായിക്കാനാണ് എല്ലാ വായനക്കാരും പൊതുവെ ഇഷ്ടപ്പെടുക. എന്നാൽ നോവലിലെ ദേശവും കാലവും സാർവജനനീയമായ ഒരു അനുഭവ മണ്ഡലമായി മാറ്റുക എന്നതാണ് നോവലിസ്റ്റിന്റെ ഏറ്റവും വലിയ വെല്ലുവിളി. രാധാകൃഷ്ണൻ പട്ടാന്നൂരിന്റെ 'ദേശാന്തരം' എന്ന നോവൽ വായിച്ചു തീർന്നപ്പോൾ മനസ്സിലുദിച്ച ചില ചിന്തകളാണ് ഇങ്ങനെയൊക്കെ എഴുതാൻ പ്രേരകമായത്. മാണിയൂർ എന്ന സാങ്കല്പിക ഗ്രാമത്തിലൂടെ 'ദേശാന്തര'ത്തിൽ രാധാകൃഷ്ണൻ അവതരിപ്പിക്കുന്ന കുറ്റ്യാട്ടൂർ ഗ്രാമം എന്റെ ജന്മദേശം കൂടിയാണ്. നോവലിലെ ബഹുഭൂരിപക്ഷം കഥാപാത്രങ്ങളും ജീവിച്ചിരിക്കുന്നവരോ മരിച്ചവരോ ആയ എന്റെ നാട്ടുകാർ.

1975 മുതൽ 1991 വരെ, രാഷ്ട്രീയമായി അടയാളപ്പെടുത്തിയാൽ അടിയന്തരാവസ്ഥ മുതൽ രാജീവ് ഗാന്ധി വധം വരെയുള്ള ചരിത്രഘട്ടമാണ് നോവലിലെ കാലം. ദേശവും കാലവും തമ്മിലുള്ള യഥാർത്ഥ്യബന്ധിയായ സങ്കൽപങ്ങളെ അതിജീവിക്കുന്ന പുതിയൊരു സ്ഥലനിർമിതിയും കാലബോധവും നോവലിലേക്ക് ആവാഹിക്കാൻ കഴിഞ്ഞു എന്ന

താണ് 'ദേശാന്തര' ത്തിന്റെ പ്രഥമ സവിശേഷത.

ഭാഷയിലോ ആഖ്യാനത്തിലോ ഘടനയിലോ വിഗ്രഹഭഞ്ജകമായ കുതിപ്പുകളൊന്നും സാധ്യമാക്കാൻ ശ്രമിക്കാതെ, ഫിക്ഷന്റെ സ്വത സ്സിദ്ധമായ സാധ്യതകളെ ഉപയോഗിച്ച് മനുഷ്യാവസ്ഥയുടെ വൈവി ധ്യങ്ങളും സംഘർഷങ്ങളും ആർജവത്തോടെ വായനക്കാരിലേക്ക് നേരിട്ട് പകരുന്ന സവിശേഷമായൊരു എഴുത്ത് രീതിയാണ് നോവലിസ്റ്റ് ഈ കൃതിയിലുടനീളം പരീക്ഷിച്ച് കാണുന്നത്. സർഗാത്മകമായ ഈ ആർജവം തന്നെയാണ് 'ദേശാന്തര' ത്തിന്റെ രൂപപരവും ആഖ്യാനപര വുമായ ബലിഷ്ഠതക്ക് കാരണം.

ഒരു ഗ്രാമം നോവലിന്റെ ദേശമായി മാറുമ്പോൾ കഥാപാത്രങ്ങളുടെ ബാഹുല്യത്തിലോ അനുഭവങ്ങളുടെ പരപ്പിലോ അല്ല നോവലിസ്റ്റ് സർഗാത്മകതയുടെ വേരുകൾ അന്വേഷിക്കേണ്ടത്. പ്രകൃതിയും മനു ഷ്യനും ഉൾച്ചേരുന്ന ജീവിതത്തിന്റെ നൈരന്തര്യം ആവിഷ്ക്കരിക്കപ്പെ ടണമെങ്കിൽ ചരിത്രവും മനുഷ്യാവസ്ഥയും തമ്മിലുള്ള വൈരുധ്യാത്മ കമായ കൊടുക്കൽ വാങ്ങലുകളെക്കുറിച്ച് എഴുത്തുകാരൻ തിരിച്ചറിവ് നേടേണ്ടതുണ്ട്. കാടും മലയും വയലും തോടും പുഴയും ഉൾപ്പെട്ട പ്രകൃ തിക്കൊപ്പം ആഹാരനീഹാരാദികളും ലൈംഗികതയും മറ്റ് ജീവിതകാ മനകളും ആഭിചാര സ്വഭാവത്തോടെ ആഘോഷിച്ച് പോന്ന ഒരു കുഗ്രാ മത്തിലെ ജനത ചരിത്രത്തോടൊപ്പം വളരുകയും സംക്രമിപ്പിക്കുകയും ചെയ്യുന്ന ഇതിഹാസസമാനമായ ജീവിതസന്ധികൾ നോവലിൽ നാട്യ ലേശമില്ലാതെ ആവിഷ്കരിക്കപ്പെട്ടിട്ടുണ്ട്.

അടിയന്തരാവസ്ഥ മുതൽ ഇങ്ങോട്ട് കേരളത്തിലെ ഏത് നാട്ടിൻപു റത്തും ഉണ്ടായ പരിണാമത്തിന്റെ സൂചകങ്ങൾ മാണിയൂരിലെ ജനങ്ങ ളിലും പലവിതാനങ്ങളിൽ പകർന്നാടുന്നുണ്ട്. ഗൾഫ് കുടിയേറ്റത്തിന്റെ പുതിയ തരംഗങ്ങൾ സൃഷ്ടിച്ച സാമൂഹികവും സാമ്പത്തികവുമായ ഇടപെടലുകളും വൈയക്തിക ജീവിതത്തിൽ അത് ഉത്പാദിപ്പിച്ച ആസ ക്തികളുടെയും പ്രലോഭനങ്ങളുടെയും പുതിയൊരു സംസ്കാരവും നോവലിൽ ആഴത്തിൽ ഇഴപിരിക്കപ്പെടുന്നുണ്ട്.

സ്വാതന്ത്ര്യപൂർവകാലം മുതൽ ഇങ്ങോട്ട് കേരളീയഗ്രാമ ജീവിതത്തെ പരോക്ഷമായി നിർണയിക്കുകയും സ്വാധീനിക്കുകയും ചെയ്ത രാഷ്ട്രീയ മൂല്യങ്ങളുടെ ഭാവുകത്വപരമായ ജീർണതയും ആ ജീർണത വ്യക്തിജീവിതത്തിൽ നടത്തുന്ന ഹിംസാത്മകമായ അധിനിവേശങ്ങളും നോവലിന്റെ ആധാരശിലകളാണ്. വൈകാരികതയുടെ മനുഷ്യോന്മുഖ മായ പുതിയൊരു ജീവിതാവബോധം വായനക്കാരിൽ ഉണർത്താൻ പാക ത്തിൽ കഥാപാത്രങ്ങളെ വിന്യസിപ്പിക്കുവാനാണ് രാധാകൃഷ്ണൻ ശ്രമി ച്ചുകൊണ്ടിരിക്കുന്നത്.

നമ്മുടെ പൊതുജീവിതത്തിൽ നിന്ന് ഏറെക്കുറെ അന്യമായിക്കൊണ്ടിരിക്കുന്ന ഗ്രാമീണവും ഗൃഹാതുരവുമായ അനുഭവങ്ങളുടെയും വസ്തുതകളുടെയും ഓർമകളുടെയും ഒരു ബൃഹദ് സംഘാതമാണ് ഈ നോവൽ. വ്യക്തികൾക്കെന്നപോലെ ഒരു ദേശത്തിനും അതിന്റെ ജീവിതവും ജീവചരിത്രവും ഉണ്ടെന്ന് 'ദേശാന്തരം' നമ്മെ ഓർമ്മിപ്പിച്ചു കൊണ്ടേയിരിക്കും.

'ദേശാന്തരം' എന്ന നോവലിന്റെ ഭാവുകത്വത്തെ നിർണയിക്കുന്ന അടിസ്ഥാന ശിലകൾ പ്രണയവും രതിയുമാണ്. സാക്ഷാൽക്കരിക്കപ്പെടാത്ത പ്രണയത്തിന്റെ ഒരു ദുരന്തകഥയാണ് വലിയൊരളവിൽ നോവലിന്റെ ക്രിയാംശത്തെ സജീവമാക്കുന്നത്. പപ്പനും കാർത്ത്യായനിയും തമ്മിലുള്ള പരാജയപ്പെട്ട പ്രണയം രണ്ട് ജീവിതങ്ങളെയും ആദ്യാവസാനം മാറ്റിത്തീർക്കുകയും അതിന്റെ ബഹുവിധാനത്തിലുള്ള വിക്ഷുബ്ധതകളാൽ നോവലിന്റെ ആകെ വൈകാരികമായ കെട്ടുറപ്പിന് ആക്കം കൂട്ടുകയും ചെയ്യുന്നു. രതി ഏറെക്കുറെ പ്രാകൃതവും വന്യവുമായ ഒരു ജൈവസാന്നിദ്ധ്യമായാണ് നോവലിൽ പ്രത്യക്ഷപ്പെടുന്നത്. പ്രണയത്തിന്റെയും രതിയുടെയും പ്രച്ഛന്നസാന്നിധ്യങ്ങളിലൂടെയാണ് പലപ്പോഴും നോവൽ പ്രമേയപരമായും ആഖ്യാനപരമായും മുന്നേറുന്നത്.

ജീവിതായോധനത്തിന്റെ ബദ്ധപ്പാടുകൾക്കിടയിൽ ജന്മദേശമായ കുറ്റ്യാട്ടൂരിൽ നിന്നും അനേകവർഷക്കാലമായി നാടുകടത്തപ്പെട്ട് ജീവിക്കുന്നയാളാണ് ഞാൻ. രാധാകൃഷ്ണൻ പട്ടാന്നൂരിന്റെ 'ദേശാന്തരം' വായിച്ചു തീർന്നപ്പോൾ വീണ്ടും സ്വന്തം തട്ടകത്തിൽ എത്തപ്പെട്ട സന്തോഷമാണ് എനിക്ക് തോന്നിയത്. അനുഭവാവിഷ്കാരത്തിന്റെ ആർജവം കൊണ്ട് എല്ലാ വായനക്കാരിലും ഈ തോന്നൽ ഉണർത്തുവാൻ ദേശാന്തരത്തിന് കഴിയുമെന്നാണ് എന്റെ പ്രതീക്ഷ. നോവലിന്റെ ഭൂമികയിൽ സർഗാത്മകതയുടെ പുതിയ തുരുത്തുകൾ തേടി രാധാകൃഷ്ണൻ പട്ടാന്നൂർ ഇനിയും നടത്താനിരിക്കുന്ന യാത്രകൾക്ക് ആശംസകളും മംഗളങ്ങളും നേർന്നു കൊള്ളുന്നു.

തീക്കളി

മണിയോട്ടു വയലിന്റെ ആകാശത്ത് ചുവപ്പുരാശി പടർന്നു. വരണ്ട് കിടക്കുന്ന വിശാലമായ വയൽ തീയുടെ വെളിച്ചത്തിൽ പകലെന്നപോലെ തെളിഞ്ഞു. മുച്ചിലോട്ട് കാവിലെ കൂറ്റൻ മാവിൻ മുകളിൽ ചേക്കേറിയിരുന്ന കാക്കകളും മറ്റു പക്ഷികളും കൂടുവിട്ട് പറന്നുയർന്നുകൊണ്ടിരുന്നു. ചില പക്ഷികൾ കരഞ്ഞുകൊണ്ട് വട്ടമിട്ട് പറന്നു. തീറ്റതേടി എത്തിയവാവലുകൾ കൂറ്റൻ ചിറകുകൾ വിടർത്തി ഉയരങ്ങളിലേക്ക് പറന്നു.

'ഓടിവായോ.......... എല്ലാരും ഓടിവായോ........ പപ്പന്റെ പൊരക്ക് തീപ്പിടിച്ചു..... ഓടി വാ.......'

മണിയോട്ടു വയലിന്റെ മധ്യത്തിൽ നിന്നുള്ള പാറക്കണ്ടിരാമന്റെ തുടർച്ചയായ നിലവിളി പരിസരവാസികളെ ഉണർത്തി.

ഉണർന്നവർ കൂക്കിവിളിച്ച് വീട്ടുകാരെയും അയൽവാസികളെയും ഉണർത്തി. വിവരമറിഞ്ഞവരെല്ലാം മണിയോട്ടുവയലിന്റെ കരയിലുള്ള ആലക്കണ്ടി പപ്പന്റെ വീട് ലക്ഷ്യമാക്കി ഓടി. എല്ലാം മറന്നുള്ള ഓട്ടത്തിനിടയിൽ ചിലർ വയലിൽ അവശേഷിക്കുന്ന ഉണങ്ങിയ വെള്ളരിപ്പടർപ്പുകളിൽ തടഞ്ഞ് നെഞ്ചടിച്ചു വീണു. പിടഞ്ഞെഴുന്നേറ്റ് വീണ്ടും ഓടി.

നിലവിളികളും കൂട്ടക്കരച്ചിലും കേട്ട് പത്തുനൂറോളം പേർ ഓടിക്കൂടിയെങ്കിലും ആളിപ്പടരുന്ന തീ അണയ്ക്കാൻ സാധിച്ചില്ല.

ഓലയും പുല്ലുംകൊണ്ട് നിർമിച്ച ഞാലിയും ഓടുമേഞ്ഞ മേൽപ്പുരയും കത്തി, മുച്ചിലോട്ടുകാവിന്റെ മുന്നിലെ കൂറ്റൻ മാവുകളോളം ഉയരത്തിൽ തീപടർന്നുകൊണ്ടിരുന്നു. ചിലർ കിണറ്റിൽ തൊട്ടിയും കയറും താഴ്ത്തിയെങ്കിലും ഒരു തുള്ളി വെള്ളം പോലും അവശേഷിച്ചിരുന്നില്ല. മറ്റുചിലർ മൺപാത്രങ്ങളുമായി മണിയോട്ടുവയലിന്റെ മൂലയിലുള്ള വെള്ളരിക്കുണ്ടിൽ നോക്കിയെങ്കിലും ആ കുണ്ടും വരണ്ടുകിടന്നിരുന്നു.

മുച്ചിലോട്ട് കാവിന്റെ മുറ്റത്തെ മണിക്കിണറും വറ്റിയിരുന്നു. പച്ചിലക്കമ്പുകൾ പൊട്ടിച്ച് തല്ലിയും വയലിൽ നിന്ന് മൺകട്ടകൾ പെറുക്കിയെറിഞ്ഞും ആളിപ്പടരുന്ന തീയോട് പൊരുതാൻ പലരും ശ്രമിച്ചുകൊണ്ടിരുന്നു. എന്നാൽ അത് ഒരു വൃഥാവ്യായാമമായി മാറുകയേ ചെയ്തുള്ളൂ.

മേൽപ്പുരയിൽ പടർന്ന തീയിൽനിന്ന് ഓടുകൾ പൊട്ടിത്തെറിക്കാൻ തുടങ്ങിയതോടെ എല്ലാവരും പിൻവാങ്ങി.

അധികം വൈകാതെ മേൽപ്പുരയും കത്തിയമർന്നു.

'പപ്പേട്ടനും കുട്ടികളും എവിടെ'?. സംഭവമറിഞ്ഞ് ഓടിയെത്തിയ മുരളിമാഷ് തിരക്കി. അപ്പോൾ മാത്രമാണ് പലരും ആ വീട്ടിൽ താമസിച്ചിരുന്നവരെക്കുറിച്ച് ഓർത്തത്.

അവിടെ നേരത്തെ എത്തിയവരോട് മുരളിമാഷ് കാര്യങ്ങൾ ആരാഞ്ഞു. അവർ മുരളിമാഷുടെ ചുറ്റും കൂടി. കണ്ടകാര്യങ്ങൾ വിശദീകരിച്ചു. പക്ഷെ, പുരക്ക് തീപ്പിടിക്കാനുള്ള കാരണങ്ങൾ അവർക്കാർക്കും അറിയില്ല.

'......പിള്ളേർ വിഷുവിന് കൊണ്ടുവന്ന് ബാക്കിയായ പടക്കം കത്തിക്കുമ്പോഴെങ്ങാനും പറ്റിയതാണോ...?.. പലരും സംശയം പ്രകടിപ്പിച്ചു.

'വാ.....നമുക്ക് പപ്പേട്ടനും ഭാര്യയും കുട്ടികളും എവിടെയെന്ന് അന്വേഷിച്ചുവരാം...'-മുരളിമാഷ് കൂടിനിന്നവരോട് പറഞ്ഞു.

അവർ വയൽ മുറിച്ചു നടന്ന് കത്തുന്ന വീടിന്റെ പിന്നിലെത്തിയപ്പോൾ ആൾക്കൂട്ടത്തിനിടയിൽ ആക്രോശങ്ങളും തെറിവിളികളും.

' .....ആ നായിന്റെമോളെ കൊന്ന് ഞാനും ചാകാൻ ഒരുങ്ങിയതാ.... ഓളാരാ എന്നെ ഭരിക്കാൻ.....' -ഒരു കയ്യിൽ കത്തിവാളും മറുകയ്യിൽ വിഷക്കുപ്പിയും പിടിച്ച് പപ്പൻ മുച്ചിലോട്ട് കാവിലെ കോമരത്തെപ്പോലെ ഉറഞ്ഞു തുള്ളുകയാണ്. ഇതിനിടയിൽ വിഷം വായിലേക്കൊഴിക്കാൻ ശ്രമിക്കുന്നുമുണ്ട്.

'....എടാ....പപ്പാ....നീ കത്തിയാള് താഴെയിട്. അല്ലെങ്കില് നിന്നെ ഞാൻ എറിഞ്ഞ് വീഴ്ത്തും....' -കയ്യിൽ വലിയൊരു ഉരുളൻകല്ലെടുത്ത് ഓങ്ങിക്കൊണ്ട് കപ്പള്ളിമാധവൻ പപ്പന് മുന്നറിയിപ്പു നൽകിക്കൊണ്ടിരുന്നു. പക്ഷേ, പപ്പൻ അതൊന്നും ഗൗനിക്കുന്നില്ല.

'....എറിഞ്ഞുകൊല്ലെടാ ആ നായിന്റെ മോനെ....ഓളോട് ദേഷ്യം തീർക്കാൻ സൊന്തം പൊരക്ക് തീവെച്ച ഓനെ എറിഞ്ഞ് കൊല്ല്...കുറ്റം ഏറ്റെട്ത്ത് ഞാൻ പോകാ ജയിലില്....'

നിലവിളിച്ച് നാട്ടുകാരെ മുഴുവൻ വിളിച്ചുവരുത്തിയതിന്റെ ക്ഷീണത്തിൽ, അതുവരെ ഒരു തെങ്ങിൻ ചുവട്ടിൽ ചാരി നിശ്ശബ്ദനായി ഇരുന്ന

പാറക്കണ്ടിരാമൻ ആക്രോശത്തോടെ പപ്പനുനേരെ ചാടിവീണു.

സംഭവം എങ്ങനെയാണെന്ന് അട്ടഹസിക്കുന്നതുപോലെ രാമൻ വിളിച്ചുപറഞ്ഞു. '.. ഓൻ തന്ന്യാ പൊരക്ക് തീവെച്ചത്. ഓന്റെ ഓളോടുള്ള ദേഷ്യം തീർക്കാൻ....നട്ടപ്പാതിരക്ക് ആ മലമ്മലെ ചെട്ടിച്ചീന്റെ പൊരക്ക്ന്ന് റാക്കും കുടിച്ച് വന്നിറ്റ് ചെയ്ത പണിയാ....... ഞാൻ പാഞ്ഞ് വന്നില്ലേങ്കില് ഓന്റെ ഓളും രണ്ട് പിള്ളറും പൊരേന്റൊപ്പരം കത്തണ്ടതാ... ഈ മനുഷ്യന്റെ കൂടെ എനി ജീവിക്കാൻ കയീല്ലാന്ന് പറഞ്ഞ് രണ്ട് പിള്ളറേം കൂട്ടിപ്പിടിച്ച് കമല കത്ത്ന്ന പൊരേല് ചുരുണ്ട് കെടക്കാരുന്നു...

കുട്ട്യള് കരഞ്ഞ് നിലവിളിച്ചിറ്റും ഓള് വിട്ടില്ല. ഞാനാ മൂന്നെണ്ണത്തിനീം ബലിച്ച് പൊറത്ത്ട്ടത്...ഈ മാണിയൂർ ദേശത്തില് ഒർത്തനും ഇങ്ങനത്തെ പണി എട്ത്തതായി കേട്ടിറ്റില്ല....'–

പാറക്കണ്ടിരാമന്റെ വെളിപ്പെടുത്തൽ അവിടെ കൂടിയവരെ അമ്പരപ്പിച്ചു. ഭാര്യയോടുള്ള ദേഷ്യം തീർക്കാൻ പപ്പൻ സ്വന്തം വീടിന് തീവെക്കുകയായിരുന്നുവെന്ന് വിശ്വസിക്കാൻ പലർക്കും സാധിച്ചില്ല.

'....ഞാൻ വെഷം കുടിക്കുന്നില്ല....നിങ്ങളന്നെ കൊന്നോ' എന്ന് പറഞ്ഞ് പപ്പൻ വിഷക്കുപ്പി ദൂരെ എറിഞ്ഞു. നിലത്തുവീണ കുപ്പിയിൽ നിന്നും പുറത്തേക്കൊഴുകിയ കീടനാശിനിയിൽ നിന്നുള്ള രൂക്ഷഗന്ധം അന്തരീക്ഷത്തിൽ പടർന്നു. പലരും മൂക്കുപൊത്തി.

ദീർഘനേരത്തെ പരാക്രമങ്ങൾ പപ്പനെ ക്ഷീണിതനാക്കി. എന്നിട്ടും വലതുകൈയിൽ ഉയർത്തിപ്പിടിച്ച കത്തിവാൾ ഉപേക്ഷിച്ചില്ല. കത്തിവാൾ ഇടയ്ക്കിടെ വീശുന്നത് കാരണം ആരും അടുത്തുപോകാൻ ധൈര്യപ്പെട്ടില്ല. പുരകത്തുന്ന വെളിച്ചത്തിൽ ഒരു കലാപരിപാടിയെന്നപോലെ ജനക്കൂട്ടം പപ്പന്റെ വിക്രിയകൾ നോക്കിക്കാണുകയാണ്.

ഇതിനിടയിൽ, ആൾക്കൂട്ടത്തെ വകഞ്ഞുമാറ്റിക്കൊണ്ട് മുരളിമാഷ് മുന്നോട്ടുവന്നു. കൂടെ വിജയനും.

'....പപ്പേട്ടാ നിങ്ങളീ കാണിക്കുന്നത് പിരാന്താണ്. കേട്ടത് ശരിയാണെങ്കിൽ മനുഷ്യനായി പിറന്ന ആരും ചെയ്യാത്ത കാര്യം...വെട്ടുന്നെങ്കിൽ ഇതാ എന്നെ വെട്ട്...'

മുരളിമാഷ് ഒറ്റക്കുതിപ്പിന് പപ്പന്റെ കയ്യിൽ കയറിപ്പിടിച്ചു. പിന്നാലെയെത്തിയ കപ്പള്ളി മാധവൻ പപ്പനെ കയറിപ്പിടിച്ച് കീഴ്പ്പെടുത്തി.

പെട്ടെന്ന് ശക്തിയെല്ലാം ചോർന്നപോലെ പപ്പൻ മാധവന്റെ കൈവലയത്തിൽ കുഴഞ്ഞു വീണു. പിന്നെ നിലത്തേക്കും.

'മാഷെ...കൊറച്ച് വെള്ളം...വെള്ളം.....' –പപ്പൻ അർധബോധാവസ്ഥയിൽ പുലമ്പി.

'ഓന്റെ വായില് ആരെങ്കിലും മൂത്രൊായിച്ച് കൊട്ക്ക്. ഒര് ഗ്ലാസ് വെള്ളം ഇണ്ടെങ്കില് കത്തുന്ന പൊരക്കൊായിക്കൂലേ.......'-കലിയടങ്ങാതെ പാറക്കണ്ടിരാമൻ ആക്രോശിച്ചു.

പപ്പൻ ഒരു അജ്ഞാത ജഡം പോലെ തെങ്ങിൻചോട്ടിൽ കിടക്കുകയാണ്. കശുമാങ്ങച്ചാരായത്തിന്റെ രൂക്ഷഗന്ധം പപ്പന്റെ ശ്വാസോച്ഛ്വാസത്തിൽ നിന്നും പടർന്നു.

സ്വയം വരുത്തിവെച്ച വിനയ്ക്ക് തുണ നൽകേണ്ട കാര്യമില്ലെന്ന് കരുതി പലരും സ്ഥലത്തുനിന്ന് പിരിഞ്ഞുപോയ്ക്കഴിഞ്ഞിരുന്നു.

കരിഞ്ഞ നാല് ചുവരുകൾ മാത്രമായി അവശേഷിച്ച പപ്പന്റെ പുരയിൽ നിന്ന് അപ്പോഴും തീയും പുകയും ഉയർന്നുകൊണ്ടിരുന്നു.

കമലയും കുട്ടികളും എവിടെയാണെന്ന് മുരളിമാഷ് വീണ്ടും അന്വേഷിച്ചു. അയൽവീടുകളിലെ പെണ്ണുങ്ങൾ വന്ന് അവരെ പാറക്കണ്ടിരാമന്റെ വീട്ടിലേക്ക് കൂട്ടിക്കൊണ്ടുപോയിരുന്നു.

മുരളിമാഷ് വിജയനെയും കൂട്ടി പാറക്കണ്ടിരാമന്റെ വീട്ടിലേക്ക് പോയി. ചിലർ അവരെ അനുഗമിച്ചു. പാറക്കണ്ടിരാമന്റെ ഉമ്മറത്തെ മൂലയിൽ രണ്ട് മക്കളെയും മടിയിൽക്കിടത്തി തേങ്ങിക്കരയുകയാണ് കമല.

ഏഴിൽ പഠിക്കുന്ന ബൈജുവിന്റെയും അഞ്ചിൽ പഠിക്കുന്ന സുചിത്രയുടെയും അധ്യാപകൻ കൂടിയായ മുരളിമാഷെ കണ്ടപ്പോൾ ദുഃഖവും അപമാനഭാരവുംകൊണ്ട് കമല തേങ്ങിക്കരഞ്ഞു.

രാമന്റെ ഭാര്യ യശോദ ഒരു സ്റ്റൂളെടുത്ത് മുന്നിലിട്ട് മാഷോട് ഇരിക്കാൻ പറഞ്ഞു.

'സംഭവിച്ചതെല്ലാം സംഭവിച്ചു. നമുക്ക് എല്ലാറ്റിനും പരിഹാരമുണ്ടാക്കാം. വീട് നാട്ടുകാർ കെട്ടിത്തരും. നിങ്ങൾ കുറച്ചുദിവസം നിങ്ങളുടെ വീട്ടിൽ പോയി താമസിക്കുന്നതാണ് നല്ലതെന്ന് തോന്നുന്നു. അല്ലേ യശോദേടത്തീ........'-മാഷ് തന്റെ അഭിപ്രായത്തിന് സാധൂകരണം തേടി.

'മാഷേ..... മക്കളെ പുസ്തകോം തുണീം എല്ലാം കത്തീല്ലേ....ഒന്ന് മാറ്റാനുള്ള തുണിപോലും എനക്ക് ഇല്ല....'-കമല നിയന്ത്രണംവിട്ട് പൊട്ടിക്കരഞ്ഞു.

'..സാരോംല്ല....എനി സ്കൂള് തൊറക്കുമ്പല്ലേ പുസ്തകം വേണ്ടൂ.. അവരിനി പുതിയ പുസ്തകല്ലേ പഠിക്കേണ്ടത്. പഴയപുസ്തകം പോകട്ടെ. ..'-മുരളി മാഷ് കമലയെ സാന്ത്വനിപ്പിച്ചു.

കമലയുടെ മടിയിൽ തലചായ്ച്ച് കിടക്കുകയായിരുന്ന കുട്ടികളെ മുരളിമാഷ് പേര് ചൊല്ലി വിളിച്ചു. അവർ മയങ്ങിക്കഴിഞ്ഞിരുന്നു.

'എന്താണ് സത്യത്തിൽ സംഭവിച്ചത്. കേൾക്കുന്നത് ശരിയാണോ..?'.

-മുരളിമാഷ് കമലയോട് തിരക്കി.

സംഭവം വിശദമായി കേൾക്കാൻ അയൽപക്കക്കാരായ പെണ്ണുങ്ങളും ചുറ്റുംനിന്ന് കാതോർത്തു.

കമല വിശദീകരിച്ചു;

“സ്കൂള് പൂട്ടിയപ്പോ ഞാൻ കുട്ട്യേളേം കൂട്ടി കണ്ടക്കയീല് എന്റെ പൊരക്ക് പോയിന്. കൊറച്ച് ദെവസെങ്കിലും സൊയിര്യായി നിക്കാലോന്ന് വിചാരിച്ചു. വിഷ്ണൂനും ഇങ്ങോട്ട് ബെരണ്ടാന്ന് കരുതിയതാ. അച്ഛനും അമ്മയും നിർബന്ധിച്ചോണ്ടാ വന്നത്. പ്രായം ഉള്ളവര് പറേന്നത് കേക്കണ്ടെ..ഞാൻ പോവുമ്പം വിത്തിന് വെച്ചതിന് പൊറമെ വേറീം രണ്ട് ചാക്ക് നെല്ല്ണ്ടേനും. വന്ന് നോക്കുമ്പം ഒരു മണി നെല്ല് ബാക്കിയില്ല. വിത്തിന് വെച്ചത് പോലും തീർന്നിന്. വയലില് വിത്ത്ടണ്ടെ സമയായില്ലേ. അത് ഞാൻ ചോയിച്ചപ്പം തൊടങ്ങിയ്താ കൊയപ്പം. ഞാൻ പോയ ശേഷം മൂന്നാല് ആൾക്കാർ ഈടത്തന്നെ കൂടി രാവും പകലും കള്ളുകുടിയാപോലും. ഈ യശോദേച്ചിക്ക് എല്ലാം അറിയാ.....നെല്ല് ദെവസോം കൊണ്ടുപോയി മില്ലിന്ന് കുത്തിക്കൊണ്ട്വന്ന് എല്ലാരും തിന്ന് തീർത്തു......

‘.....ഒരുത്തിയുണ്ടല്ലോ തീർഥാട്ട്മലേന്ന് റാക്ക് കാച്ച്ന്ന്....ഓറ്ക്ക് ഇപ്പം ഓളേ വേണ്ടൂ....’ കമല ഉടുത്ത ലുങ്കിയുടെ അറ്റം ചേർത്ത് പിടിച്ച് മൂക്ക് പിഴിഞ്ഞു.

‘അതിനെന്തിനാ വീട്ടിന് തീവെച്ചേ....?.-സംശയം ചോദിച്ചത് വിജയനാണ്.

‘...അതിപ്പം ഓറ്ക്കേ അറിയൂ....നട്ടപ്പാതിരക്കാ റാക്കും കുടിച്ച് കേറി വന്നേ...ജാതിച്ചപ്പില് കെട്ട്യെ കൊറേ ചീഞ്ഞ മത്തീംണ്ടായ്രുന്നു. വൈക്ന്നേരം ഉണ്ടമാപ്പളേന്റെട്ക്കന്ന് വാങ്ങിയ മത്തിയാ...ഇതിപ്പം കൂട്ടാൻവെച്ച് തരണംന്ന് പറഞ്ഞു. ചോറ് വെക്കാൻ ഒരു മണി അരിയില്ലാന്ന് നിങ്ങക്ക് അറീല്ലേ...ചോറില്ലാണ്ട് എന്തിനാ കൂട്ടാൻ എന്ന് ഞാൻ ചോദിച്ചു. യശോദേച്ചീന്റെട്ക്കേന്നാ ചോറ് വെക്കാന്ള്ള കാസേറ് അരി കടംവാങ്ങിയത്. ഞാൻ പറഞ്ഞേനപ്പറ്റിയാ പിന്നെത്തെ കൊയപ്പം.... എല്ലാരേം കൊന്ന് പൊരക്ക് ഞാൻ തീവെക്കുംന്ന് പറഞ്ഞ് തീപ്പെട്ടി എട്ക്ക്ന്ന്ണ്ട്....നെല്ലിന് അടിക്കാൻ കൊണ്ടുവെച്ച വെഷോം ഒരു ചൂട്ടേം എട്ത്തിറ്റ്ണ്ട് പായ്ന്ന്. പിള്ളറ് കെടന്നൊറങ്ങ്വലേനും. പിന്നെ കണ്ടത് ഞാലി കത്ത്ന്നതാ... ഞാൻ നെലവിളിക്കുന്നത് കേട്ടാ രാമാട്ടൻ ഓടിവന്നത്. ഇനി ഈ കാലന്റെ കൂടെ ജീവിക്കാൻ കയീല്ലാന്ന് കർതി ഞാൻ കത്ത്ന്ന പൊരേല്ത്തന്നെ നിന്നു. ഞാൻ ചത്താപ്പിന്നെ പിള്ളറ് എങ്ങന്യാ ജീവിക്ക്വാന്ന് വിചാരിച്ച് അ

വരേം പറ്റിപ്പിടിച്ച് കെടന്നു...രാമാട്ടനാ ഞങ്ങള് മൂന്നാളേം ബലിച്ച് പൊറത്ത്ട്ടത്...'

' നിങ്ങളെ കണ്ടക്കയ്യിലെ വീട്ടില് ആരൊക്കെയാ ഇപ്പം താമസം..?'-മുരളിമാഷ് അന്വേഷിച്ചു.

'ആടയിപ്പം അച്ഛനും അമ്മേം മാത്രേഉള്ളൂ. ആങ്ങള ഗൾഫിലാ. കുവൈത്തില്. ഓന് ഇപ്പം നല്ല പണിയാ. ഓനാ എനക്കും കുട്ട്യക്കും തുണിയും പുസ്തകോംവാങ്ങാനുള്ള പൈശ അയച്ച് തെര്ന്ന്....എന്നോട് വീട്ടിൽപോയി നിക്കാൻ കൊറേനാളായി ആങ്ങള പറീന്ന്...'

'.....വീടും വീട്ടുകാരേംനോക്കാണ്ട് കുടിച്ച് നടക്കുന്നവരെ ഒറ്റക്കാക്കാവേണ്ടത്...മക്കളെ ഇണ്ടാക്ക്യാ പോരാ....പോറ്റാനും അറിയണം... മുച്ചിലോട്ട് കാവ് കുത്തിത്തുറന്ന് ഭഗവതീന്റെ വാളും ചെലമ്പും എട്ത്ത് നട്ടപ്പാതിരക്ക് ജാതവിളിച്ച് നടന്നോനല്ലേ. ഓൻ പിന്നെ എങ്ങനെയാ നന്നാവ്വാ....-യശോദ രോഷത്തോടെ പറഞ്ഞു.

പപ്പന്റെ മൂത്ത സഹോദരൻ ഗോപാലനും മകൻ മുകുന്ദനും വിവരമറിഞ്ഞ് അവിടെയെത്തി. ഗോപാലനെ കണ്ടപ്പോൾ മുരളിമാഷ് സ്റ്റൂളിൽ നിന്ന് എഴുന്നേറ്റ് അവിടെ ഇരിക്കാൻ ക്ഷണിച്ചു. ഇടത്തരം കൃഷിക്കാരനാണ് ഗോപാലൻ. മകൻ മുകുന്ദൻ കല്ലുവെട്ട് തൊഴിലാളിയും. ഗോപാലനെയും മുകുന്ദനെയും കണ്ടപ്പോൾ കമല വീണ്ടും വിങ്ങിപ്പൊട്ടി.

'....കമലേ നീ കുട്ട്യളേം കൂട്ടി വീട്ടില്വാ...നിന്റെ ഏടത്തി പ്രത്യേകം പറഞ്ഞിന്.....ഒര്ത്തൻ ഇങ്ങിനെയായിപ്പോയി...എന്ത് ചെയ്യാനാ. ഓനെ കൊല്ലാൻ കയീല്ലല്ലോ...നമ്മളെ തറവാട്ടില് വേറൊര്ത്തൻ ഇങ്ങിനെയില്ല. ..'-ഗോപാലൻ കമലയെ ആശ്വസിപ്പിക്കാൻ ശ്രമിച്ചു.

'അതെന്ന്യാ കമലേ നല്ലത്. നീ കുട്ട്യളേം കൂട്ടി ഗോപാലേട്ടന്റെ കൂടെ പോയ്ക്കോ. മുകുന്ദനും ഉണ്ടല്ലോ....'- യശോദ ഉപദേശിച്ചു.

'എന്നാപ്പിന്നെ വേറ്യൊന്നും ആലോചിക്കാനില്ല'- മുരളിമാഷും ആ അഭിപ്രായത്തെ ശരിവെച്ചു.

ഉറങ്ങുന്ന കുട്ടികളെ വിളിച്ചുണർത്തി. സുചിത്ര എല്ലാവരെയും നോക്കി തലമാന്തി.

യശോദ കത്തിച്ചുകൊടുത്ത വലിയ ചൂട്ടിന്റെ വെളിച്ചത്തിൽ അരക്കിലോമീറ്റർ അകലെയുള്ള ഗോപാലന്റെ വീട് ലക്ഷ്യമാക്കി അവർ നടന്നു തുടങ്ങി. മുന്നിൽ ഗോപാലൻ. തൊട്ടുപിന്നിൽ ബൈജു. പിന്നെ കമല. പിന്നാലെ സുചിത്രയുടെ കയ്യും പിടിച്ച് മുകുന്ദൻ.

അവർ നടന്നു തുടങ്ങിയപ്പോൾ എല്ലാവരെയും ഓർമിപ്പിക്കാൻ മുരളിമാഷ് പറഞ്ഞു. 'പുരക്ക് അടുപ്പിൽ നിന്നും തീപ്പിടിച്ചതാണെന്ന് പറ

ഞ്ഞാൽ മതി. അടിയന്തരാവസ്ഥക്കാലാ... വീട്ടിന് തീവെച്ചതാണെന്ന് പറഞ്ഞാൽ പപ്പേട്ടൻ അകത്താവും. പിന്നെ ഇറക്കിക്കൊണ്ടുവരാൻ ബുദ്ധിമുട്ടാവും...'

പത്തുകൊല്ലത്തിലേറെ അന്തിയുറങ്ങിയ വീട് കത്തിയമർന്ന് നിലം പൊത്തിയത് കമല കണ്ണീരോടെ നോക്കി. ശവമടക്കുകാർ പിരിഞ്ഞുപോയ ശ്മശാനത്തിൽ നിന്നെന്നപോലെ പുരയുടെ അവശിഷ്ടങ്ങളിൽ നിന്ന് അപ്പോഴും പുക ഉയരുന്നുണ്ടായിരുന്നു.

വീട്ടുമുറ്റത്ത് സമൃദ്ധിയോടെ വളർന്ന മൂന്ന് തെങ്ങുകളും വാഴക്കൂട്ടവും കരിഞ്ഞുണങ്ങി.

ആലയിലെ പശുവിനെയും കന്നുകുട്ടിയെയും പെട്ടെന്ന് ആരോ മാറ്റിയതുകൊണ്ട് അവ രക്ഷപ്പെട്ടു. തീകണ്ട് ഭയന്നും ചൂടേറ്റും അവ ആലയിൽ കിടന്ന് കരയുകയായിരുന്നു.

തീയും പുകയും അടങ്ങിയതുകൊണ്ടാവാം കൂടുവിട്ടുപോയ കാക്കകളും വാവലുകളും തിരിച്ച് മുച്ചിലോട്ട് കാവിലെ മാവിൻ മുകളിലേക്ക് മടങ്ങിത്തുടങ്ങി. മാവിന്റെ ശിഖരങ്ങളിൽ ചിറകുകളിലെ കൂർത്ത കൊളുത്തുകളിൽ വാവലുകൾ വീണ്ടും തൂങ്ങിയാടിയപ്പോൾ പഴുത്ത മാങ്ങകൾ താഴേക്ക് പതിച്ചു.

മണിയോട്ട് വയലിലെ ആളും ആരവവും അടങ്ങി. മുരളിമാഷും വിജയനും മുച്ചിലോട്ട് കാവിലെത്തി ആൽത്തറയിൽ ഇരുന്നു. ആൽത്തറക്ക് അപ്പോഴും ചൂടുണ്ടായിരുന്നു.

'വിജയാ നീ ഒന്ന് രണ്ട് മാങ്ങ പെറുക്കിയെടുക്ക്...ഭയങ്കര വിശപ്പും ദാഹവും' മുരളിമാഷ് നിർദ്ദേശിച്ചു.

ടോർച്ചുമായി വിജയൻ മാവിന്റെ ചുവട്ടിൽ പരതി. മൂന്ന് നാല് മാങ്ങകളുമായി വന്നു. അതിൽ പകുതി എണ്ണം അണ്ണാന്റെ കടിയേറ്റതും വാവലുകളുടെ നഖക്ഷതമേറ്റതുമായിരുന്നു. പരിക്കൊന്നും പറ്റാത്ത ഒരു മാങ്ങയെടുത്ത് ഉപ്പിലച്ചപ്പ് പൊട്ടിച്ചെടുത്ത് തുടച്ചശേഷം മുരളിമാഷ് തിന്നുതുടങ്ങി.

'ഈ പപ്പേട്ടൻ ഒരു വിചിത്ര കഥാപാത്രം തന്നെയല്ലേ മാഷേ......? - മാങ്ങ കടിച്ചു തിന്നുന്നതിനിടയിൽ വിജയൻ ചോദിച്ചു.

'എന്താ.....അയാളെപ്പറ്റി കഥയെഴുതണമെന്ന് തോന്നുന്നുണ്ടോ?.' മാഷ് തിരിച്ചു ചോദിച്ചു.

'അയാളെപറ്റി നല്ലൊരു നാടകമാണ് എഴുതാൻ പറ്റുക. മാഷെ അടുത്ത നാടകം അതായിക്കോട്ടെ. ആദ്യരംഗം ഇപ്പോൾ നടന്നതു തന്നെ. .കള്ളും കുടിച്ചുവന്ന് ഭാര്യയോടുള്ള ദേഷ്യം തീർക്കാൻ നായകൻ സ്വന്തം

വീടിന് തീക്കൊളുത്തുന്നത്!...യുവരഞ്ജിനി ക്ലബ്ബിന്റെ അടുത്ത വാർഷികത്തിന് കളിക്കാ...'.

മാങ്ങ തിന്നുന്നതിനിടയിൽ രണ്ടുപേരും ചിരിച്ചു.

'എല്ലാ അർത്ഥത്തിലും വിചിത്രമായ സ്വഭാവം തന്നെയാണ് അയാളുടേത്....'-പല്ലിനിടയിൽ കുരുങ്ങിയ മാങ്ങയുടെ നാര് എടുത്തു കളയുന്നതിനിടയിൽ മുരളിമാഷ് പറഞ്ഞു തുടങ്ങി.

'....പപ്പേട്ടനെപ്പോലെ മറ്റുള്ളവരെ സഹായിക്കാൻ സന്നദ്ധതയുള്ള മറ്റാരും നാട്ടിലില്ല. പണംകൊണ്ടായാലും തടികൊണ്ടായാലും. മറ്റുള്ളവർക്ക് അസുഖം വന്നാൽ വീട്ടിൽ അരിവാങ്ങാൻ വെച്ച കാശാണെങ്കിൽ പോലും എടുത്തുകൊടുക്കും. ചെറുപ്പക്കാർക്ക് പെണ്ണുകാണാനും പ്രായമായ പെൺകുട്ടികൾക്ക് ചെറുക്കനെ കണ്ടെത്താനും രോഗികളെ ആസ്പത്രിയിലെത്തിക്കാനും ശവസംസ്കാരത്തിന് നേതൃത്വം കൊടുക്കാനും അയാളെപ്പോലെ സന്നദ്ധനായ ആരാണ് വേറെ നാട്ടിലുള്ളത്. എന്റെ വിവാഹമടക്കം പപ്പേട്ടനല്ലേ മുൻകൈ എടുത്ത് നടത്തിയത്...'.

'പപ്പേട്ടന് മലമ്മലെ കാർത്ത്യായനിയുമായുള്ള ബന്ധമാണ് അവരുടെ കുടുംബ പ്രശ്നങ്ങളുടെ അടിസ്ഥാന കാരണം. അമിത മദ്യപാനവും'-വിജയൻ ഒരു നിഗമനത്തിലെത്തി.

'ആവാം. ഇക്കാര്യത്തിൽ നമുക്കെന്ത് ചെയ്യാൻ കഴിയും. ആ സ്ത്രീയുടെ ഇന്നത്തെ നിലവെച്ചാലോചിക്കുമ്പോൾ അവൾ ഒരു ആൺതുണ ആഗ്രഹിച്ചുപോയാൽ തെറ്റുപറയാൻ കഴിയില്ല. സാഹചര്യങ്ങളാണല്ലോ മനുഷ്യരെ ശരിയിലേക്കും തെറ്റിലേക്കും നയിക്കുന്നത്. ഭാര്യയിൽ നിന്ന് കിട്ടാത്ത പരിഗണന പപ്പേട്ടന് ഒരുപക്ഷെ അവളിൽ നിന്ന് കിട്ടുന്നുണ്ടാവും...'.

'ആ വീട് കേന്ദ്രീകരിച്ച് നടക്കുന്ന കള്ളവാറ്റാണ് പ്രധാന പ്രശ്നം. അതവസാനിപ്പിക്കാൻ നാട്ടുകാരെല്ലാം ഒന്നിച്ചുപോയി പറഞ്ഞാലോ?.'

'കള്ളവാറ്റ് അവസാനിപ്പിക്കണം എന്ന് കള്ളവാറ്റുകാരോട് പറയാൻ അർഹതയുള്ള എത്രപേർ നാട്ടിലുണ്ട്? നാട്ടിൽ മീശമുളയ്ക്കാത്ത പിള്ളേരടക്കം കുടിക്കുന്നില്ലേ? ജീവിക്കാൻ വേറെ മാർഗമില്ലാത്തതുകൊണ്ടാണ് ആളുകൾ ഇത്തരം തൊഴിലുകളിൽ ഏർപ്പെടുന്നത്. കള്ളവാറ്റിന്റെ അനുബന്ധമാണ് വ്യഭിചാരം. ഇത് രണ്ടും ദാരിദ്ര്യത്തിന്റെ ഉൽപ്പന്നങ്ങളാണ് –' മാഷ് വിശദീകരിച്ചു.

'ഉം..അതുപോകട്ടെ....പുരകെട്ടിക്കൊടുക്കുന്ന കാര്യം മാഷ് കമലേടത്തിയോട് പറഞ്ഞില്ലേ...എന്താ ചെയ്യാ?.,

'പുരകെട്ടേണ്ട കാശൊക്കെ പപ്പേട്ടന് സംഘടിപ്പിക്കാനാവും. അയാൾ

തീർത്തും പാപ്പരൊന്നുമല്ലല്ലോ...

ഏതായാലും ഒരു മാസത്തിനുള്ളിൽ പുരകെട്ടണം. മഴ തുടങ്ങാൻ ഇനി അധിക സമയമില്ലല്ലോ....അതിരിക്കട്ടെ. ഞാൻ വേറൊരു ധർമ സങ്കടത്തിലാണ്. ശ്രീകൃഷ്ണലീല നാടകം ഒരിക്കൽ കൂടി നാട്ടിൽ കളിക്കാനുള്ള തീരുമാനത്തിലാണ് നാടകഗുരിക്കൾ. മണിയറച്ചാലിൽ കുഞ്ഞപ്പേട്ടനും ഫർക്ക കുഞ്ഞിരാമേട്ടനും ഇത് സംബന്ധിച്ച ചില ആലോചനകൾ നടത്തി. അയ്യപ്പൻചാലിലെ പറമ്പത്ത് ഷെഡ്ഡ് കെട്ടി റിഹേഴ്സൽ തുടങ്ങാനാണ് ആലോചന. നാടകത്തിന്റെ സാധന സാമഗ്രികളെല്ലാം പപ്പേട്ടന്റെ വീട്ടിൽ സൂക്ഷിക്കാമെന്നായിരുന്നു ധാരണ. ഇക്കാര്യം പപ്പേട്ടനോട് സംസാരിക്കാൻ ഗുരിക്കൾ എന്നെയാണ് ചുമതലപ്പെടുത്തിയത്. ഇനി എന്തുചെയ്യും?-മാഷ് നിരാശ പ്രകടിപ്പിച്ചു.

മണിയോട്ടുവയൽ വിജനമായി. പുരയുടെ അവശിഷ്ടങ്ങളിൽ നിന്ന് തീ അപ്പോഴും എരിഞ്ഞുകൊണ്ടിരുന്നു. അത്യുഷ്ണത്തെ ശമിപ്പിക്കാനെന്നോണം നേർത്ത കാറ്റ് വീശി. മാവിന്റെ ശിഖരങ്ങളിൽ നിന്ന് മാങ്ങകൾ അടർന്ന് വീണു.

'ശരി നമുക്ക് പിരിയാം...സമയം അർധരാത്രി കഴിഞ്ഞു' മുരളിമാഷ് വിജയനെ ഓർമപ്പെടുത്തി.

അവർ നടന്നുനീങ്ങി.

ദുരന്തം

തീർഥാട്ടുമലയുടെ താഴ്‌വാരത്തുള്ള ഓലമേഞ്ഞപുരയുടെ മുറ്റത്തുനിന്ന് കശുമാങ്ങാച്ചാരായം വാറ്റാനുള്ള തയ്യാറെടുപ്പിലാണ് കാർത്ത്യായനി. മൂന്ന് കുടം വെള്ളം ശേഖരിക്കാൻ കഴിയുന്ന വലിയ അലുമിനിപ്പാത്രം, ചെറിയ രണ്ട് പാത്രങ്ങൾ, ഒരു അരിപ്പക്കലം, കുപ്പികൾ എന്നീ സാമഗ്രികളെല്ലാം ഒരുക്കിവെച്ചിട്ടുണ്ട്. ലോറി അപകടത്തിൽ നട്ടെല്ല് തകർന്ന് ആറുവർഷമായി അകത്തെ കട്ടിലിൽ കിടക്കുകയാണ് ഭർത്താവ് വാസു. ഏഴാം ക്ലാസിൽ പഠിക്കുന്ന മകൻ ഷാജി മുറ്റത്ത് പഴയൊരു സൈക്കിൾടയർ ഉരുട്ടിക്കളിക്കുന്നു. അധിക സമയവും കട്ടിലിൽ നിശ്ശബ്ദനായിക്കിടക്കുന്ന വാസു ഇടയ്ക്കുമാത്രം ഞരങ്ങുകയും മുരളുകയും ചെയ്യും. എന്തെങ്കിലും സംസാരിച്ചാൽത്തന്നെ അത് വ്യക്തമാവുകയുമില്ല. മുഖം ഒരുവശത്തേക്ക് കോടിപ്പോയ നിലയിലാണ്. മനസ്സ് ആഗ്രഹിക്കുന്നതരത്തിൽ ശരീരം ചലിപ്പിക്കാൻ കഴിയാത്തതിന്റെ നിരാശയും രോഷവും ചിലപ്പോൾ ഞരക്കത്തിന്റെ രൂപത്തിലാണ് പ്രതിഫലിക്കുക.

വാസുവിന് അത്യാവശ്യം വേണ്ട കുഴമ്പും കഷായവും കാർത്ത്യായനി വാങ്ങുന്നത് ചാരായം വിറ്റുകിട്ടുന്ന കാശുകൊണ്ടാണ്. കശുവണ്ടി സീസൺ തുടങ്ങിയാൽ കാർത്ത്യായനിക്ക് ഇതുകൊണ്ട് ഒരുവിധം ജീവിച്ചുപോകാനാകും. കശുമാങ്ങയുടെ നീര് പിഴിഞ്ഞെടുത്ത് അതിൽ നിന്നും വാറ്റിയെടുക്കുന്ന ചാരായത്തിന് നല്ല വിലകിട്ടും. ഈ മേത്തരം ചാരായം തേടി ദൂരസ്ഥലങ്ങളിൽ നിന്നും ആൾക്കാരെത്തും. സ്‌കൂളുകൾ മധ്യവേനലിന് പൂട്ടിയ സമയമായതിനാൽ കശുമാങ്ങ പിഴിയാൻ ധാരാളം പിള്ളേരെ കിട്ടും. ഒരു മൺപാത്രം കശുമാങ്ങ നീരുകൊണ്ട് മൂന്ന് കുപ്പി ചാരായം ഉണ്ടാക്കാം. അയമോദകം, കരിങ്ങാലി എന്നിവ ചേർത്ത് കൂടുതൽ ഗുണനിലവാരമുള്ള ചാരായം ആവശ്യക്കാർക്ക് ഉണ്ടാക്കിക്കൊടുക്കും. ഇത്തരം ചാരായത്തിന് വിലപേശി കാശ് വാങ്ങും.

സ്കൂൾ തുറക്കുമ്പോൾ വസ്ത്രങ്ങളും കുടയും പുസ്കങ്ങളും വാങ്ങാനുള്ള കാശ് കശുമാങ്ങ പിഴിഞ്ഞ് നീരുണ്ടാക്കി വിറ്റ് സ്വരൂപിക്കുന്ന കുട്ടികൾ ധാരാളമുണ്ട്. വലിയ തോട്ടങ്ങളിൽ കശുവണ്ടിപെറുക്കാൻ പോകുന്ന കുട്ടികൾ മാങ്ങ ഇതിനായി സംഭരിച്ചുവെക്കും. നാട്ടിലെ പിള്ളേർ സ്കൂൾ പൂട്ടാനായി കാത്തുനിൽക്കുന്നതിന്റെ പ്രധാന കാരണങ്ങളിലൊന്ന് ഈ രീതിയിൽ വരുമാനമുണ്ടാക്കാനാണ്.

കാർത്ത്യായനിയും ഭർത്താവ് വാസുവും തമ്മിൽ പതിനഞ്ച് വയസ്സിന്റെ വ്യത്യാസമുണ്ട്. കാസർകോട്ടെ ഒരു ഗ്രാമത്തിൽ ജനിച്ച വാസു ഡ്രൈവറായിരുന്നു. മാണിയൂരിലെ കരിങ്കൽ ക്വാറി ഉടമയും ധനാഢ്യനുമായ ഗോപാലൻ മേസ്ത്രിയുടെ ലോറി ഡ്രൈവർ. നാടുവിട്ട് ജോലി തേടിയെത്തിയതായിരുന്നു വാസു.

ഗോപാലൻ മേസ്ത്രിയുടെ സന്തത സഹചാരികൂടിയായിരുന്നു വാസു. മേസ്ത്രിയുടെ കൂടെ ചാരായം കുടിക്കാൻ പതിവായി പോകുന്ന വാസുവിന് കാർത്ത്യായനിയോട് പ്രണയം തോന്നി. കാർത്ത്യായനിയുടെ അച്ഛൻ അപ്പയും അമ്മ ചിരുതയും ചേർന്നാണ് ചാരായം വാറ്റിയിരുന്നത്. ഏകമകളായ കാർത്ത്യായനി വീടിന് പുറത്തൊന്നും അധികം ഇറങ്ങാതെയും വീട്ടിൽ മദ്യപിക്കാനെത്തുന്നവരുമായി ഇടപഴകാതെയും കഴിഞ്ഞുപോന്നു. എന്നാൽ കോലായിൽ ഇട്ട പുൽപ്പായയിലിരുന്ന് വാതോരാതെ നാട്ടുകാര്യങ്ങൾ പറയുകയും മദ്യപിക്കുകയും ചെയ്യുന്നവരെ ചെറിയ കിളിവാതിൽപോലെയുള്ള ജനാലയിലൂടെ അവൾ കടാക്ഷിക്കും. ആ വീട്ടിൽ മദ്യപിക്കാൻ എത്തുന്നവരുടെ മുഖ്യ ആകർഷണം എള്ളിൻ കറുപ്പ് നിറവും തിളങ്ങുന്ന കണ്ണുകളും ഒത്ത ശരീരവുമുള്ള കാർത്ത്യായനിയാണ്.

മദ്യപിക്കുന്നതിനിടയിൽ ഗോപാലൻ മേസ്ത്രിയും വാസുവും നാട്ടുകാര്യങ്ങൾ വിസ്തരിച്ചുപറയും. വലിയ സിനിമാ പ്രേമിയായ മേസ്ത്രി സിനിമകണ്ടുവന്ന് കഴിഞ്ഞാൽ അതിന്റെ കഥ പറയും. സ്ഥിരമായി സിനിമാപ്പാട്ട് മൂളി നടക്കും. കമ്പിൽ ഗായത്രി ടാക്കീസിൽ നിന്നാണ് മേസ്ത്രിയും വാസുവും അധിക സിനിമകളും കണ്ടത്. ടൗണിൽ കരിങ്കൽ ഇറക്കിവരുമ്പോഴാണ് സിനിമക്ക് കയറുക. ഫസ്റ്റ്ഷോവിന്ന്.

മദ്യപാനത്തിനിടയിൽ പറയുന്ന നാട്ടുകാര്യങ്ങൾ കേൾക്കാൻ ചിരുതയ്ക്കും വലിയ ഉത്സാഹമാണ്. വാതിൽപ്പടിയിൽ ചാരിനിന്ന് അവർ എല്ലാം കേൾക്കും. തന്റേതായ സംഭാവനകൾ നൽകും.

കണ്ടും കേട്ടും അറിഞ്ഞ കാര്യങ്ങൾ മേസ്ത്രിയും വാസുവും വിസ്തരിക്കും. അപ്പയോടും ചിരുതയോടും എന്ന ഭാവത്തിലാണ് കാര്യങ്ങൾ

വിസ്തരിക്കുന്നതെങ്കിലും അകത്ത് ജനാലക്ക് പിന്നിൽ കാതോർത്തിരിക്കുന്ന കാർത്ത്യായനിക്ക് കേൾക്കാനാണ് അവർ പറയുന്നത്.

ഗോപാലൻ മേസ്ത്രി എത്തിയാൽ അദ്ദേഹത്തിന്റെ ശരീരത്തിൽ നിന്ന് കുട്ടിക്യൂറപൗഡറിന്റെ ഹൃദ്യമായ മണം പ്രസരിക്കും. ആ മണം ആസ്വദിക്കാൻ ചിരുതയുടെയും കാർത്ത്യായനിയുടെയും മൂക്ക് വിടരും.

സന്ധ്യാവിളക്ക് വെക്കുന്നത് കാർത്ത്യായനിയാണ്. നാമജപവുമായി ചെറിയ കൈവിളക്കും ഏന്തി പുറത്തുവരുന്ന കാർത്ത്യായനിയെ കാണാൻ പ്രത്യേക അഴകുണ്ട്. വിളക്കുമായി കോലായിൽ കുറച്ചുസമയം നിന്ന് നാമജപം കഴിഞ്ഞേ അവൾ അകത്തേക്ക് മടങ്ങൂ.

ഒരു ദിവസം ചാരായം കഴിച്ച് കുറേസമയം വർത്തമാനം പറഞ്ഞ ശേഷം അപ്പയുടെ വീട്ടിൽ നിന്ന് ഇറങ്ങി ലോറിയിൽ കയറിയപ്പോൾ ഗോപാലൻ മേസ്ത്രി വാസുവിനോട് ചോദിച്ചു: 'എടാ...വാസു സത്യം പറയണം...ഇതുവരേയും നീ കല്യാണം കയിച്ചിട്ടില്ലേ...?.

കുറച്ചുസമയത്തെ നിശ്ശബ്ദതക്കുശേഷം വാസുപറഞ്ഞു. '.....മേസ്ത്രിയോട് ഞാൻ സത്യം പറയാ....കല്യാണം കയിച്ചോന്ന് ചോദിച്ചാ കയിച്ചു...എന്നാ അയിനെക്കൊണ്ടൊരു കാര്യോം ഉണ്ടായിറ്റില്ല. ഒരാഴ്ചയേ ഓളെകൂടെ ഞാൻ പൊറുത്തുള്ളൂ. ഞാൻ കല്യാണം കയിക്കുമ്പോൾ ഓക്ക് വയറ്റിലുണ്ടായിരുന്നു. ഒരാഴ്ച കയിഞ്ഞപ്പം ഓള് സത്യം പറഞ്ഞു. അയലക്കത്തെ ഒരു മിലിട്ടറിക്കാരൻ ചെക്കനാപോലും ആള്....പിറ്റേ ദിവസം ഞാൻ ഓളെ വീട്ടില് വിവരം അറിയിച്ചു. അവര്വന്ന് കൂട്ടിക്കൊണ്ടുപോയി....ഇപ്പം ഞാൻ ഒറ്റത്തടി...'.

' എന്നാപ്പിന്ന നിനക്ക് നമ്മളെ കാർത്ത്യായനീന കല്യാണം കയിക്കാൻ പറ്റ്വോ?.

'പറ്റ്വോന്ന് ചോദിച്ചാ...പറ്റാണ്ടെന്താ?'

മനസ്സിൽ ഏറെ നാളായി താലോലിക്കുന്ന മോഹം മറ്റൊരാളുടെ നിർദ്ദേശമായി വന്നതിലുള്ള ആഹ്ലാദം വാസു മറച്ചുവെച്ചില്ല.

' എന്നാപ്പിന്ന ഞാനത് അപ്പയേട്ടനോട് പറയാ....'

പിറ്റേന്ന് സന്ധ്യക്ക് അപ്പയുടെ വീട്ടിൽ ഒറ്റയ്ക്കാണ് മേസ്ത്രി എത്തിയത്.

കോലായിലിട്ട പുൽപ്പായയിൽ തൂണുംചാരിയിരുന്ന മേസ്ത്രിയുടെ മുന്നിലേക്ക് അരക്കുപ്പിറാക്കും ഒരു ഗ്ലാസും ചിരുത കൊണ്ടുവെച്ചു. അപ്പ ശരീരത്തിൽ കുഴമ്പുതേച്ച് മുറ്റത്ത് ഉലാത്തുകയായിരുന്നു.

മേസ്ത്രി മദ്യക്കുപ്പി എടുത്ത് മണപ്പിച്ച് ഗുണനിലവാരം ഉറപ്പുവരുത്തിയശേഷം ഗ്ലാസിലേക്ക് പകർന്ന് അരഗ്ലാസ് മദ്യം ഒറ്റവലിക്ക് കുടി

ച്ചു. പിന്നെ ശക്തിയായി ഒന്ന് ഊതിയശേഷം ദീർഘമായി ഏമ്പക്കം വിട്ടു. മാങ്ങാച്ചമ്മന്തിയുമായി ചിരുത വീണ്ടുമെത്തി. മേസ്ത്രി ചമ്മന്തി ഒരുനുള്ളെടുത്ത് നാവിൽവെച്ചു. ഇതിനിടയിൽ കാർത്ത്യായനി വിളക്കുവെച്ചു. മേസ്ത്രി വിളക്കിനെ നോക്കി തൊഴുതു. മേസ്ത്രി ഇമവെട്ടാതെ കാർത്ത്യായനിയെ നോക്കിനിന്നു. വിളക്കുമായി അകത്തുപോയ കാർത്ത്യായനിയെ കുറച്ചു കഴിഞ്ഞശേഷം മേസ്ത്രി വിളിച്ചു. കാർത്ത്യായനി വാതിൽപ്പടിയിൽ നിന്ന് കൊണ്ട് ചോദിച്ചു.

'എന്താ ഗോപാലേട്ടാ...?'

'തൊറന്ന് പറയാ...ഞാൻ നിനിക്കൊരു കല്ല്യാണാലോചന കൊണ്ടുവരട്ടെ...?'.

കാർത്ത്യായനി ഒരു കള്ളച്ചിരി ചിരിച്ച് അകത്തേക്കൊരോട്ടം.

മേസ്ത്രിയുടെ ചോദ്യം കേട്ട് മുറ്റത്തെ മൂലയിൽ നിൽക്കുകയായിരുന്ന ചിരുതയുടെ മുഖത്തും മന്ദസ്മിതം വിരിഞ്ഞു.- അങ്ങിനെയൊരു കാര്യം ആലോചിക്കാനുള്ള സമയമായി എന്ന അർത്ഥത്തിൽ.

കുറച്ച് ചമ്മന്തി ആസ്വദിച്ച് നുണഞ്ഞശേഷം ഒരു ഗ്ലാസ് റാക്ക്കൂടി മേസ്ത്രി അകത്താക്കി. തുടർന്ന് ഷർട്ടിന്റെ പോക്കറ്റിൽ നിന്ന് സിസ്സേഴ്സ് സിഗരറ്റ്പെട്ടിയെടുത്ത് അതിൽ നിന്ന് ഒരണ്ണം പുറത്തെടുത്തു. അരയിൽ തിരുകിവെച്ച സിഗർലാമ്പെടുത്ത് കത്തിച്ച് സിഗരറ്റിന് തീക്കൊളുത്തി. കാറ്റിന്റെ ഗതി എതിരായതിനാൽ രണ്ട് മൂന്ന് ശ്രമങ്ങൾക്കുശേഷമേ സിഗരറ്റിന് തീപ്പിടിച്ചുള്ളൂ.

ഒരു പുകയെടുത്തശേഷം പുൽപ്പായയിൽ ഒരുകൈ ഊന്നി ചാരിക്കിടന്നു. കുറേസമയം ഒന്നും പറയാതിരുന്ന മേസ്ത്രി ഒരു സിഗരറ്റെടുത്ത് അപ്പക്ക് നേരെ നീട്ടിയശേഷം പറഞ്ഞു. 'ഇതാ....അപ്പ്യേട്ടാ...ഇത് വലിക്ക്...ഒരുകാര്യം പറയാനുണ്ട്.'

അപ്പ കുളിച്ച് വന്നതിനുശേഷം കോലായിലെ മൂലയിലിട്ട പഴയൊരു ചാരുകസേരയിൽ ഇരിക്കുകയായിരുന്നു. താൻ അർഹിക്കാത്ത ഒരു പാരിതോഷികം സ്വീകരിക്കുന്നതുപോലെയാണ് അപ്പ സിഗരറ്റ് വാങ്ങിയത്. ഗൗരവമുള്ള കാര്യം പങ്കുവെക്കാനുള്ള സന്ദർഭങ്ങളിലേ മേസ്ത്രി മറ്റുള്ളവർക്ക് സിഗരറ്റ് നൽകൂ.

എന്താണ് സംസാരിക്കുന്നതെന്നറിയാൻ ചിരുതയും അവരുടെ അടുത്തേക്ക് നീങ്ങിയിരുന്നു. നേരത്തെ പറഞ്ഞതിന്റെ തുടർച്ചയായിരിക്കും മേസ്ത്രി പറയാൻ തുടങ്ങുന്നത് എന്ന കണക്കുകൂട്ടലിൽ ജനാലക്കരികിൽ കാർത്ത്യായനിയും കാതോർത്തുനിന്നു.

ആകാംക്ഷാഭരിതമായ നിമിഷങ്ങൾ നീങ്ങുന്നതിനിടയിൽ കുപ്പിയിൽ

അവശേഷിക്കുന്ന റാക്ക് മുഴുവൻ മേസ്ത്രി ഗ്ലാസിലേക്കൊഴിച്ചു. കയ്യിൽ എരിയുന്ന സിഗരറ്റിൽ നിന്ന് അവസാനത്തെ പുക ഊറ്റിയെടുത്ത് കുറ്റി മുറ്റത്തേക്കെറിഞ്ഞു. പിന്നെ ഗ്ലാസ് കാലിയാക്കി. മുണ്ടിന്റെ കോന്തല കൊണ്ട് മുഖം തുടച്ചശേഷം ഒരു സിഗരറ്റിന് കൂടി തീക്കൊളുത്തി.

'...അപ്പ്യേട്ടാ...... പറയാനുണ്ട് എന്നു പറഞ്ഞത് നമ്മുടെ കാർത്ത്യായനീന്റെകാര്യം തന്ന്യാ...നിങ്ങക്ക് പ്രായായി വരല്ലേ....കാർത്ത്യായനീം വളർന്ന് വലിയ പെണ്ണായില്ലേ...ഓളെ കല്യാണക്കാര്യം ഒന്ന് ആലോചിക്കണ്ടേ...?.

'...നമ്മക്കെല്ലം നല്ല ആഗ്രഹോണ്ട്. ഇല്ലാഞ്ഞിറ്റല്ല. എന്നാല് അക്കാര്യം ആലോചിക്കുമ്പം നെഞ്ചത്ത്ന്ന് ഒരാളലാ മേശരീ...ഒരു തരിപൊന്നില്ല ഓളെ ദേഹത്ത്. ഒരു പൗണിനിപ്പം പത്ത്നാനൂറ് ഉറുപ്പിയ ഇല്ലേ.... ഒരു മൂന്ന് പൗണെങ്കിലും ഇല്ലാണ്ടെങ്ങന്യാ ഓളെ ഒര്ത്തന്റൊപ്പരം അയക്കാ...' ചിരുത ഒരു ക്ഷേത്രസന്നിധിയിലെന്നപോലെ തൻെറ പരാധീനതകൾ ഗോപാലൻ മേസ്ത്രിയോട് വെളിപ്പെടുത്തി.

മേസ്ത്രി കൊടുത്ത സിഗരറ്റും പിടിച്ച് അപ്പ ഒരേ ഇരിപ്പാണ്. ബാധ്യതകൾ വരുന്ന കാര്യങ്ങൾ പറയുമ്പോൾ അന്തംവിട്ടിരിക്കുന്നതാണ് അപ്പയുടെ രീതി.

'അപ്പ്യേട്ടാ നിങ്ങള് ആ സിഗരറ്റ് വലിക്ക്' എന്ന് പറഞ്ഞ് തന്റെ എരിയുന്ന സിഗരറ്റ് മേസ്ത്രി നീട്ടി. അപ്പ മേസ്ത്രികൊടുത്ത സിഗരറ്റിൽ നിന്ന് തന്റെ സിഗരറ്റിലേക്ക് തീപ്പകർന്ന് ശ്രദ്ധയോടെ വലിച്ചുതുടങ്ങി.

വല്ലപ്പോഴും മേസ്ത്രി സമ്മാനിക്കുന്ന സിഗരറ്റ് മാത്രമേ അപ്പ വലിക്കാറുള്ളൂ. ദിവസം അഞ്ചോ ആറോ സാധുബീഡി വലിക്കും. മദ്യം ഉണ്ടാക്കുമെങ്കിലും കഴിക്കാറില്ല. വാറ്റിയെടുത്ത ചാരായം വിൽക്കുന്നതിന് മുമ്പ് ഒന്ന് രുചിച്ചുനോക്കും. അത്രമാത്രം.

'.....ആരെങ്കിലും മേശരിയോട് ഓളെപ്പറ്റി ചോയിച്ചോ?' -ചിരുത സ്വകാര്യമായി അന്വേഷിച്ചു.

'എന്നോട് ആരും ചോദിച്ചില്ല. ഞാൻ അങ്ങോട്ട് ചോദിച്ചു'.

'ആരാത് മേശരീ...?'-ചോദ്യം അപ്പയുടെതായിരുന്നു.

അവരെ കുറേ സമയം വീണ്ടും ആകാംക്ഷയിൽ നിർത്തിയശേഷം മേസ്ത്രി പറഞ്ഞു. 'ആളെ നിങ്ങക്കറിയും...എന്റെ ഡ്രൈവറ് വാസു'.

കുറച്ചു സമയത്തെ അമ്പരപ്പിന് ശേഷം ചിരുത ചോദിച്ചു. '...ഓന് പത്ത് നാപ്പത് വയസ്സില്ലേ...?. കാർത്തിക്ക് ഈ വൃശ്ചികത്തില് ഇരുപത്തിരണ്ട് തൊടങ്ങീറ്റേ ഉള്ളൂ.

'..ഓന് നാപ്പത് വയസ്സൊന്നും ഇല്ല....ഏറിയാലൊരു മുപ്പത്തഞ്ച്....എന്ന

ക്കാളും ഒന്ന് രണ്ട് വയസ്സ് കൊറവായിരിക്കും. അല്ലേങ്കില് ഇപ്പളത്തെ കാലത്ത് ആണ്ങ്ങക്ക് മുപ്പത്തഞ്ച് വയസ്സെല്ലം ഒരു വയസ്സാ...'

'...കാർത്ത്യായനിക്ക് ഓനെ ഇഷ്ടായാല് കല്യാണച്ചെലവിന്റേം പൊന്നിന്റേം കാര്യൊന്നും നിങ്ങള് ആലോചിക്കണ്ട...'

'....ഓനേതാ ജാതി....? നമ്മളെ കൂട്ടറ് തന്ന്യാ....?'-ചിരുതയ്ക്ക് ഒരു സംശയം.

'അല്ലാണ്ട് ഞാനൊര് ആലോചനകൊണ്ടര്വാ......തീയൻ തന്നെ'-മേസ്ത്രി സംശയനിവാരണം വരുത്തി.

'ഓൻ നല്ല ഒര്ത്തനാ...എന്റെ രണ്ട് ലോറീം ജീപ്പും വിശ്വസിച്ച് ഏൽപ്പിച്ചത് ഓൻ നല്ലോരുത്തനായോണ്ടല്ലേ. അത്യാവശ്യം കുറച്ച് കുടിക്കുന്ന്ള്ളത് ശരിയാ. അല്ലേങ്കില് ഇപ്പം ആരാ കുടിക്കാത്തേ...'

കാർത്ത്യായനിക്കും വാസൂനെ ഇഷ്ടക്കുറവൊന്നും ഉണ്ടായില്ല. വാസു ആദ്യം വിവാഹം കഴിച്ചകാര്യം ആരും വെളിപ്പെടുത്തിയതുമില്ല. അക്കാര്യം വാസുവും ഗോപാലൻ മേസ്ത്രിയും മാത്രമറിയുന്ന രഹസ്യമായി അവശേഷിച്ചു. വാസുവിന് അടുത്ത ബന്ധുക്കൾ ആരും ഉണ്ടായിരുന്നില്ല. അവരുടെ കാര്യങ്ങൾ ആരും ആലോചിച്ചതുമില്ല.

ലളിതമായ ചടങ്ങിലാണ് കാർത്ത്യായനിയും വാസുവും തമ്മിലുള്ള വിവാഹം നടന്നത്. കല്യാണത്തിന് ഇരുകൂട്ടർക്കും ഗോപാലൻ മേസ്ത്രിയുടെ ഗണ്യമായ സഹായങ്ങൾ ലഭിച്ചു.

വിവാഹത്തിന്ശേഷം വാസു വാടകമുറിയിൽ നിന്ന് അപ്പയുടെ വീട്ടിലേക്ക് താമസം മാറ്റി. കുടുംബത്തിന് ഒരു ആൺതുണയുണ്ടായതിൽ അപ്പയും ചിരുതയും ആശ്വാസംകൊണ്ടു. കല്യാണത്തിനു ശേഷം വീട്ടിലെ ചാരായം വാറ്റ് അവസാനിച്ചു. കുടുംബത്തിന്റെ ഭരണം വാസു ഏറ്റെടുത്തു. കൃത്യമായി ജോലിചെയ്യുന്നതിൽ നിന്ന് കിട്ടുന്ന വരുമാനം കൊണ്ട് ആ വീട്ടിലെ കാര്യങ്ങൾ ഭംഗിയായി നിർവഹിച്ചു. വീട്ടിൽ കൂടുതൽ സൗകര്യങ്ങൾ ഒരുക്കി.

ഒരു മുറി കൂട്ടിയെടുത്തു. രണ്ട് മൂന്ന് കസേരകൾ വാങ്ങി. കട്ടിലും കിടക്കയും വാങ്ങി.

ഒരു വർഷം കഴിഞ്ഞപ്പോൾ കാർത്ത്യായനി ആൺകുഞ്ഞിനെ പ്രസവിച്ചു. ഷാജി എന്ന് പേരിട്ടു. കുടുംബത്തിലേക്ക് ഒരംഗം കൂടിവന്നതിൽ എല്ലാവരും അതിരറ്റ് ആഹ്ലാദിച്ചു.

കുഞ്ഞിന്റെ ചോറൂണ് പറശ്ശിനിക്കടവ് മടപ്പുരയിൽ നിന്നായിരുന്നു. ചോറൂണിന് പോകുമ്പോൾ അപ്പയും ചിരുതയും അനുഗമിച്ചു. അപ്പയും ചിരുതയും വർഷങ്ങൾക്ക് ശേഷമാണ് ഇത്തരത്തിൽ ഒരു യാത്രപോകു

ന്നത്. നല്ല വസ്ത്രം ധരിച്ച് ആ കുടുംബം റോഡരികിൽ ബസ്സ് കാത്തു നിൽക്കുന്നത് കണ്ട ചില നാട്ടുകാർ അസൂയകലർന്ന സ്വരത്തിൽ പറഞ്ഞു.

'അപ്പയും ചിരുതയും ആകെ മാറിപ്പോയല്ലോ..അവരെ ഒരു ഭാഗ്യം. .നാടും വീടൊന്നും ഇല്ലാത്തോനാണെങ്കിലും വാസു നല്ലോനാ...സ്നേഹംള്ള ഒരുത്തൻ... '

പറശ്ശിനിക്കടവിൽ നിന്ന് കാർത്ത്യായനി പല്ലുതേക്കുന്ന ബ്രഷും ചുവന്നപെട്ടിയിലുള്ള കോൾഗേറ്റ് ടൂത്ത് പേസ്റ്റും വാങ്ങി. രണ്ട് പാട്ടുപുസ്തകങ്ങളും. ശ്രീമുത്തപ്പൻചരിതവും രാമനഴീക്കോടിന്റെ 'കോരനും നാണിയും'. നാട്ടിലെ നെയ്ത്തുപണിക്കാർ തുണി നെയ്യുമ്പോൾ മഗ്ഗത്തിന്റെ താളത്തിനൊത്ത് കോരേട്ടന്റെയും നാണിയുടെയും പാട്ട് പാടുന്നത് കാർത്ത്യായനി പലപ്പോഴും കേട്ടിട്ടുണ്ട്. ആ പാട്ടിന്റെ കുറേ വരികൾ അവൾക്കറിയാം.

ഈ കുടുംബത്തിന്റെ ആഹ്ലാദം മൂന്ന് വർഷത്തോളമേ നിലനിന്നുള്ളൂ. നാട്ടിലാകെ പടർന്ന കോളറ ബാധിച്ച് അപ്പയും ചിരുതയും ഒരു മാസത്തിനുള്ളിൽ മരിച്ചു. കാർത്ത്യായനിക്ക് ദീർഘനാളത്തെ ചികിത്സ വേണ്ടിവന്നു. കോളറ ബാധിച്ച് മാണിയൂരിലെ എട്ടുപേർ രണ്ട് മാസത്തിനുള്ളിൽ മരിച്ചു.

ജില്ലാ ആസ്പത്രിയിൽ നിന്നും കമ്പൗണ്ടറായി വിരമിച്ച ശങ്കരൻനമ്പ്യാർ മയ്യിൽ ആസ്പത്രിക്ക് സമീപം സ്വന്തമായി ക്ലിനിക്ക് നടത്തിയിരുന്നു. എല്ലാ രോഗികളെയും ശങ്കരൻനമ്പ്യാർ പരിശോധിക്കുകയും മരുന്ന് നൽകുകയും ചെയ്തു. രണ്ട് രൂപയായിരുന്നു ഫീസ്. മയ്യിൽ പ്രാഥമികാരോഗ്യ കേന്ദ്രത്തിലെ ഡോക്ടറേക്കാൾ നാട്ടുകാർക്ക് വിശ്വാസം ശങ്കരൻ കമ്പൗണ്ടറെയായിരുന്നു. കാലവർഷം കനത്ത് നാട്ടിലാകെ പനിപടരുമ്പോൾ ശങ്കരൻ കമ്പൗണ്ടറുടെ ക്ലിനിക്കിന് മുന്നിലെ ക്യൂ നീളും. പനിക്ക് മയ്യിൽ ആസ്പത്രിയിലെ ഭരണിയിൽ നിന്ന് മുക്കി കുപ്പിയിൽ നൽകുന്ന 'മിച്ചറ് വെള്ള'ത്തിന്റെ രുചി പിടിക്കാത്തവരായിരുന്നു ഇവർ.

നാട്ടിൽ കോളറ പടർന്നപ്പോൾ പലരും ചികിത്സ തേടിയത്തിയത് ശങ്കരൻകമ്പൗണ്ടറുടെ ക്ലിനിക്കിൽ. മയ്യിൽ പ്രാഥമികാരോഗ്യകേന്ദ്രത്തിൽ ചികിത്സതേടിയെത്തിയവരെല്ലാം രക്ഷപ്പെട്ടു. അപ്പയും ചിരുതയും എത്തിയത് ശങ്കരൻ കമ്പൗണ്ടറുടെ ക്ലിനിക്കിലായിരുന്നു. ഒരാഴ്ചത്തെ കമ്പൗണ്ടറുടെ ചികിത്സക്ക് ശേഷം ഇരുവരും മരിച്ചു. ഒടുവിൽ മയ്യിൽ പ്രാഥമികാരോഗ്യ കേന്ദ്രത്തിൽ എത്തിയ ഒരു ഡോക്ടർ പരാതി നൽകിയതിനെ

ത്തുടർന്ന് ആരോഗ്യവകുപ്പ് അധികൃതർ എത്തി ശങ്കരൻ കമ്പൗണ്ടറു ടെ ക്ലിനിക്ക് അടച്ചുപൂട്ടി.

അപ്പയും ചിരുതയും മരിച്ച് ആറുമാസം കഴിഞ്ഞപ്പോൾ ലോറിയപ കടത്തിൽ വാസുവിന്റെ നട്ടെല്ലും തകർന്നു. ചോലയിലെ ക്വാറിയിലേക്ക് കരിങ്കല്ല് കയറ്റാൻ ഇറക്കുകയായിരുന്ന ലോറി നിയന്ത്രണംവിട്ട് മറിയു കയായിരുന്നു. ലോറിയിൽ വാസു മാത്രമേ ഉണ്ടായിരുന്നുള്ളൂ. ഗോപാ ലൻ മേസ്ത്രിയുടെ രണ്ട് ലോറികളിൽ പഴയ ഒന്നാണ് മറിഞ്ഞത്. നൂറ് അടിയിലധികം താഴ്ചയുള്ള ക്വാറിയിലേക്ക് മറിഞ്ഞ ലോറി പൂർണ മായും തകർന്നു. ലോറിയിൽ അകപ്പെട്ട വാസുവിനെ ഏറെ പണിപ്പെ ട്ടാണ് പുറത്തെടുത്തത്. ആദ്യം കണ്ണൂർ ജില്ലാ ആസ്പത്രിയിലും പിന്നീട് മണിപ്പാൽ ആസ്പത്രിയിലും കൊണ്ടുപോയി. രണ്ടാഴ്ചയിലധികം മണി പ്പാൽ ആസ്പത്രിയിൽ കിടന്ന വാസുവിന്റെ ജീവൻ നിലനിർത്താൻ സാ ധിച്ചെങ്കിലും ജീവിതംപോയി. അരയ്ക്ക് താഴെ മരവിച്ച വാസു കിടപ്പി ലായി. പൊട്ടിയ നട്ടെല്ല് ശരിയാക്കാൻ ലോകത്തെവിടെയും ചികിത്സയി ല്ലെന്ന് ഡോക്ടർമാർ പറഞ്ഞു.

വളപട്ടണത്തുനിന്ന് മാപ്പിള ഖലാസികളെ കൊണ്ടുവന്നാണ് ക്വാറി യിൽ നിന്നും ലോറി കരയ്ക്കെത്തിച്ചത്. ലോറിയുടെ ബ്രേക്ക് സംവിധാ നം തകരാറായതാണ് അപകടത്തിന് കാരണമെന്ന് വെഹിക്കിൾ ഇൻ സ്പെക്ടർ നടത്തിയ പരിശോധനയിൽ കണ്ടെത്തി.

വാസൂന്റെ ഓളെ തട്ടിയെടുക്കാൻ മേസ്ത്രി തന്നെ ലോറിക്ക് എന്തോ തകരാറാക്കിയതാണെന്ന കിംവദന്തി ചോല കള്ളുഷാപ്പിൽ നിന്ന് പ്രച രിച്ചിരുന്നു. പക്ഷെ അതാരും വിശ്വസിച്ചില്ല. 'വാസു ഇണ്ടായാത്തന്നെ മേസ്ത്രിക്ക് എന്നാ ബുദ്ധിമുട്ട്' എന്ന് ചിലർ ഈ പ്രചാരണത്തിന് മറു പടി പറഞ്ഞു.

വീട്ടിൽ കിടപ്പായതിന് ശേഷം കുറേക്കാലം വാസു കണ്ണാടിപ്പറമ്പിലെ വൈദ്യരുടെ ചികിത്സയിലായിരുന്നു. അതുകൊണ്ടൊന്നും ഗുണം കിട്ടാ ത്തതു കാരണം ആ ചികിത്സയും ഏറെക്കുറെ നിലച്ചു. ചികിത്സാച്ചെല വൊക്കെ ഗോപാലൻ മേസ്ത്രിയാണ് വഹിച്ചിരുന്നത്. വാസുവിന്റെ ആ രോഗ്യകാര്യങ്ങൾ അറിയാൻ മേസ്ത്രി ഇടയ്ക്കിടെ എത്തും.

അടുപ്പിൽ തീ പുകയണമെങ്കിൽ എന്തെങ്കിലും ജോലിചെയ്തേ മതിയാകൂ എന്ന് കാർത്ത്യായനിക്ക് ബോധ്യമായി. വാസുവിന് കുറച്ച് പണം ഇൻഷൂറൻസിൽനിന്ന് കിട്ടിയിരുന്നു. അതെല്ലാം ചികിത്സക്ക് ചെ ലവായി. ബാക്കിയായത് കാർത്ത്യായനിയുടെ കഴുത്തിലെ രണ്ടുപവൻ മാലയും മുക്കാൽ പവന്റെ കമ്മലും ഷാജിയുടെ കഴുത്തിലെ മുക്കാൽ

പവന്റെ ചെയിനും. പിന്നെ കിട്ടൻ നമ്പ്യാർ നടത്തുന്ന 500 ഉറുപ്പികയുടെ ഒരു ചിട്ടിയും.

ഒരു ദിവസം രാത്രി വാസുവിനെ എഴുന്നേൽപ്പിച്ച് ചുവരിൽ ചാരിയിരുത്തി അൽപ്പം കഞ്ഞികൊടുത്ത് വീണ്ടും കട്ടിലിൽ കിടത്തുന്നതിനിടയിൽ മുറ്റത്തെ കാൽപ്പെരുമാറ്റം കേട്ട് കാർത്ത്യായനി നോക്കി. കുട്ടിക്യൂറ പൗഡറിന്റെ നേർത്ത പരിമളം പരന്നു.

മങ്ങിയ വെളിച്ചമുള്ള ടോർച്ച് ഇടയ്ക്കിടെ മിന്നിച്ചുകൊണ്ട് ഗോപാലൻ മേസ്ത്രി മുറ്റത്തുനിൽക്കുകയാണ്. കാർത്ത്യായനിയുടെ ശ്രദ്ധയാകർഷിക്കാനെന്നോണം അയാൾ ചെറുതായൊന്ന് ചുമച്ചു.

വാസുവിനെ കട്ടിലിൽ കിടത്തി പുതപ്പിച്ചശേഷം കാർത്ത്യായനി പുറത്തിറങ്ങിവന്നു. 'കാർത്ത്യായനീ ഞാനാ....ഗോപാലേട്ടൻ'.

'ഗോപാലേട്ടാ കേറി ഇരിക്ക്...എന്താ ഈ നേരത്ത്..കൊറേ ആയല്ലോ കണ്ടിറ്റ്...' കാർത്ത്യായനി സൗഹൃദം പുതുക്കി. കാർത്ത്യായനി അകത്തുപോയി ചിമ്മിനി വിളക്കെടുത്ത് വാതിൽപ്പടിയിൽവെച്ചു. തീർഥാട്ടുമലയെ വലംവെക്കുന്ന കാറ്റിൽ വിളക്കിന്റെ തീനാളങ്ങൾ ഇളകിയാടിക്കൊണ്ടിരുന്നു.

'....വേശാലയിൽ പുതിയ കോറ തൊടങ്ങിയിറ്റ്ണ്ട്...ഇപ്പം അധികവും ആ ഭാഗത്താ. അതാ കാണാത്തത്...നല്ല കല്ലാ...ചോലേലെ കുറേ പണിക്കാരെ അങ്ങോട്ട് കൊണ്ടുപോയി...' -മേസ്ത്രി പുതിയ സംരംഭത്തെക്കുറിച്ച് പറയുന്നതിനിടയിൽ വാസുവിന്റെ ആരോഗ്യകാര്യങ്ങളും തിരക്കി.

'ഒരു മാറ്റോം ഇല്ലാ ഗോപാലേട്ടാ. കഷായം നിർത്തി. ഇപ്പം കൊയമ്പ് പെരട്ടിക്കൊട്ക്ക്ന്ന്ണ്ട്. കെടന്ന കെടപ്പ്ത്തന്ന്യാ...എത്ര നാളാ ഇങ്ങനെ..'കാർത്ത്യായനിയുടെ വാക്കുകളിൽ നിരാശയും ദൈന്യതയും നിഴലിച്ചു.

ഗോപാലൻ മേസ്ത്രി വീടിന്റെ അകത്തുകയറി വാസുവിന്റെ കട്ടിലിൽ ഇരുന്നു. 'വാസൂ...വാസൂ...ഇത് മേസ്ത്രിയാ...'

മയക്കത്തിലായിരുന്ന വാസു കണ്ണുതുറന്നു. നീണ്ട താടിരോമങ്ങൾ മുഖത്തുണ്ട്. മുടിയും താടിയും പറ്റേ നരച്ചിരുന്നു.

'മേസ്ത്രി നമ്മളെയൊക്കെ മറന്നോ...ഒരു സുഖോംല്ല മേസ്ത്രീ...ഇപ്പം നോക്കുമ്പം കല്യാണൊന്നും കയ്ക്കണ്ടായിരുന്നു. എന്തിനാ ഇങ്ങിനെയൊരു ജീവിതം...'.-ജീവിതത്തോടുള്ള നിരാശ വാസുവിന്റെ പതിഞ്ഞ സ്വരത്തിൽ പ്രതിഫലിച്ചു.

'കൊറച്ച് നാള്കൂടി കഷായം കുടിക്ക്...ശരിയാവൂല്ലേങ്കില് കണ്ണൂര് ആസ്പത്രീല് പോയികെടക്കാ...'

മേസ്ത്രി പുറത്തിറങ്ങി കോലായിലെ കസേരയിൽ ഇരുന്നു.

'മോനെവിട്യാ' ഷാജി-മേസ്ത്രി അന്വേഷിച്ചു'

'ഓൻ ഒറങ്ങി '

കുറച്ചു സമയത്തെ നിശ്ശബ്ദതക്ക് ശേഷം മേസ്ത്രി പറഞ്ഞു. 'കാർത്ത്യായനി ഒരു കാര്യം ചെയ്യ്...നീ ചോല കോറേല് പണിക്ക് വാ.. .പണിക്കാർക്ക് കഞ്ഞിയും ചായയും വെച്ചുകൊടുക്കാൻ ഒരാള് വേണം. ഉച്ചക്കേത്തെ കഞ്ഞികൊടുത്തശേഷം ഇങ്ങോട്ടുവരാ...അല്ലാണ്ടെങ്ങ നെയാ ഇനി മുന്നോട്ട്പോകല്..'

'ഞാൻ നോക്കട്ട് ഗോപാലേട്ടാ...'

കുറേസമയം എന്തോ ആലോചിച്ചശേഷം മേസ്ത്രി പോക്കറ്റിൽ നിന്നും പേഴ്സെടുത്ത് അമ്പത്രൂപയുടെ നോട്ടെടുത്ത് കാർത്ത്യായനിക്ക് നേരെ നീട്ടി.

'കാർത്ത്യായനീ ഇത് വാങ്ങ്'

മടിച്ചാണെങ്കിലും കാർത്ത്യായനി അത് വാങ്ങി.

മഷിക്കുപ്പി കൊണ്ടുണ്ടാക്കിയ ചിമ്മിനിവിളക്കിന്റെ മങ്ങിയ പ്രകാശ ത്തിൽ കാർത്ത്യായനിയെ മേസ്ത്രി അടിമുടി നോക്കി.

അവളുടെ ശരീരത്തിന് കുറച്ച് ഉലച്ചിൽ തട്ടിയിട്ടുണ്ടെങ്കിലും സൗന്ദര്യ ത്തിന് ഒരു കുറവും വന്നിട്ടില്ലെന്ന് മേസ്ത്രിയുടെ മനസ്സ് പറഞ്ഞു.

മേസ്ത്രി കസേരയിൽ നിന്ന് പതുക്കെ എഴുന്നേറ്റ് കാർത്ത്യായനി യുടെ ചുമലിൽ കൈവച്ചു.

മേസ്ത്രിയുടെ ഭാഗത്തുനിന്ന് അങ്ങിനെയൊരു പെരുമാറ്റം കാർ ത്ത്യായനിയും പ്രതീക്ഷിച്ചിട്ടുണ്ടാവണം. എങ്കിലും തന്റെ ശരീരത്തിൽ ഒരു അന്യപുരുഷൻ അധികാരം സ്ഥാപിക്കുകയാണെന്ന തിരിച്ചറിവ് കാർ ത്ത്യായനിയെ നടുക്കി.

ചുമലിൽ കനംതൂങ്ങിനിൽക്കുന്ന മേസ്ത്രിയുടെ കൈ പതുക്കെ മാ റിലേക്ക് ഇഴഞ്ഞുനീങ്ങിയപ്പോൾ, അത് തട്ടിമാറ്റാനുള്ള ധൈര്യമോ ആ ത്മവിശ്വാസമോ അവൾക്കുണ്ടായിരുന്നില്ല. താമസിയാതെ മേസ്ത്രിയു ടെ കരവലയത്തിനുള്ളിൽ അവൾ പൂർണമായും അമർന്നുകഴിഞ്ഞിരു ന്നു. അയാളുടെ കനത്ത ശ്വാസോച്ഛ്വാസത്തിന് വാറ്റുചാരായത്തിന്റെ മ ണമുണ്ടായിരുന്നു.

പതിവില്ലാത്തവിധത്തിലുള്ള വാസുവിന്റെ ശക്തമായ ചുമയും മുര ളലും കാർത്ത്യായനിയെ ഞെട്ടിച്ചു. മേസ്ത്രിയുടെ മങ്ങിയ ടോർച്ച്വെ ളിച്ചം അകന്നുപോയി. വാസുവിന്റെ കട്ടിലിന് താഴെ വിരിച്ച പായയിൽ മകനോട് ചേർന്ന് കിടന്നപ്പോൾ കുട്ടിക്യൂറ പൗഡറിന്റെ മണം തന്നെ വ ലയം ചെയ്യുന്നതായി കാർത്ത്യായനിക്ക് തോന്നി.

പുതിയ പ്രത്യാശ

'പപ്പേട്ടാ നിങ്ങള് കാണിച്ചത് ഒട്ടും ശരിയായില്ല...ഓളോട് ദേഷ്യം വന്നാ ആരെങ്കിലും സൊന്തം പൊരക്ക് തീവെക്ക്വോ...ഓക്കും കുട്ട്യക്കും എന്തെങ്കിലും പറ്റീനെങ്കില് എന്തേരുന്നു ചെയ്യാ....?

ചാരായം ഉണ്ടാക്കുന്നതിന് മൺപാത്രത്തിൽ സംഭരിച്ച കശുമാങ്ങയുടെ നീര് വലിയ അലൂമിനിയം പാത്രത്തിൽ ഒഴിക്കുന്നതിനിടയിൽ കാർത്ത്യായനി ശാസനാരൂപത്തിൽ പറഞ്ഞു.

പപ്പൻ ഒന്നും പ്രതികരിക്കാതെ ബീഡി പുകച്ചുകൊണ്ട് ദൂരേക്ക് നോക്കിയിരിക്കുകയാണ്.

തീർഥാട്ടുമലയിലെ പുരാതനമായ ഗുഹകളിലൊന്നിന്റെ കവാടത്തിൽ പപ്പനും കാർത്ത്യായനിയും ചേർന്ന് ചാരായംവാറ്റ് തുടങ്ങിയിരുന്നു. റോഡിൽനിന്നും കുത്തനെ ഒരു കിലോമീറ്റർ കുന്ന് കയറിവേണം അവിടെയെത്താൻ. തീർഥാട്ടുമലയിലെ മൂന്ന് ഏക്കറോളം കശുമാവിൻതോട്ടം പാട്ടത്തിനെടുത്തത് പപ്പനാണ്. കശുവണ്ടി പെറുക്കാൻ കുറേ പിള്ളേരുമുണ്ട്. തോട്ടത്തിൽ നിന്ന് കിട്ടുന്ന കശുമാങ്ങ ചാരായമുണ്ടാക്കുന്നതിനായി ഉപയോഗിക്കും.

ഗോപാലൻ മേസ്ത്രിയുടെ ചോലയിലെ കരിങ്കൽ ക്വാറിയിൽ കഞ്ഞിവെക്കാൻ കാർത്ത്യായനി പോയെങ്കിലും അധികനാൾ അവിടെ തുടർന്നില്ല.

ക്വാറിയിൽ കഞ്ഞിപ്പുരയോട് ചേർന്ന് മേസ്ത്രിക്ക് ഒരു സ്വകാര്യ മുറിയുണ്ട്. കവുങ്ങും മുളയും ഓലയും കൊണ്ടുണ്ടാക്കിയത്. ആ മുറിക്ക് രഹസ്യസ്വഭാവമുണ്ട്. ചെറിയ കയറ്റുകട്ടിലും ഇരുമ്പുകസേരയും മേശയും മുറിയിലുണ്ട്. തൂണിൽ അടിച്ചുകയറ്റിയ ആണിയിൽ ചെറിയൊരു കണ്ണാടിയും തൂക്കിയിട്ടുണ്ട്. മേസ്ത്രിയുടെ ഒരുസെറ്റ് വസ്ത്രവും ലുങ്കിയും തോർത്തുമുണ്ടും അയലിൽ തൂങ്ങിക്കിടക്കും. കുട്ടിക്യൂറാ പൗഡറിന്റെ ഒരു ഡബ്ബിയും മേശപ്പുറത്തുണ്ടാവും.

ഒരു ദിവസം ജോലി കഴിഞ്ഞ് ക്വാറിയിൽ നിന്നും മടങ്ങുമ്പോൾ കൂടെയുള്ള പെണ്ണുങ്ങളോട് തെക്കൻ ശാന്ത ഒരു രഹസ്യം വെളിപ്പെടുത്തി. 'കല്ലുകൊണ്ട് കാലിന് മുറിഞ്ഞത് കെട്ടാൻ കഞ്ഞിപ്പൊരേല് പോയപ്പം കാർത്ത്യായനീന നല്ല കുട്ടിക്കൂറ പൗഡറിന്റെ മണം...മേശരി ആടത്തന്നെ ഉണ്ടായിരുന്നു..'

ശാന്തയുടെ വെളിപ്പെടുത്തൽ കേട്ട് പെണ്ണുങ്ങൾ കുലുങ്ങിച്ചിരിച്ചു. 'ഓള് കഞ്ഞിവെക്കാൻ വന്നേപ്പിന്നെ മേശരി പൊറത്തൊന്നും അധികം പോന്നില്ലല്ലോ...' ശാന്ത കൂട്ടിചേർത്തു.

'അതിനല്ലേ ഓള കൂട്ടിക്കൊണ്ട് വന്നേ...എനക്കെന്താ കഞ്ഞീം കൂട്ടാനും വെക്കാൻ അറിയാഞ്ഞിറ്റാ.'- വടക്കേപ്രത്തെ ലീല രോഷം കൊണ്ടു.

അതുവരെ പണിക്കാർക്ക് കഞ്ഞിവെച്ചിരുന്ന ലീലയെ ഒഴിവാക്കിയാണ് കാർത്ത്യായനിയെ ആ പണി ഏൽപ്പിച്ചത്. അതിനുശേഷം ലീലയ്ക്ക് കല്ലുചുമക്കാൻ നിൽക്കേണ്ടിവന്നു.

'എന്റെ കുട്ടിക്കൂറകാർത്ത്യേ....' ലീലയുടെ നീട്ടിവിളികേട്ട് പെണ്ണുങ്ങൾ കൂട്ടത്തോടെ ചിരിച്ചു.

പാറമ്മൽ കാർത്ത്യായനിക്ക് അങ്ങിനെ കുട്ടിക്കൂറ കാർത്ത്യായനി എന്ന മറുപേര് വീണു.

ഒരു കൂട്ടം പെണ്ണുങ്ങൾ തനിക്കെതിരെ അപവാദങ്ങൾ പ്രചരിപ്പിക്കുന്നതറിഞ്ഞശേഷം കാർത്ത്യായനി ക്വാറിയിൽ കഞ്ഞിവെക്കാൻ പോകുന്നത് നിർത്തി.

കരിങ്കൽ ക്വാറിയിലെ പണി അവസാനിപ്പിച്ചശേഷം ജീവിതം വഴിമുട്ടി നിന്ന കാർത്ത്യായനിക്ക് മുമ്പിൽ ഒരു കൂട്ടുസംരംഭം ആരംഭിക്കാനുള്ള നിർദ്ദേശംവെച്ചത് പപ്പനാണ്. ചാരായം വാറ്റുന്നതിനുള്ള ഉപകരണങ്ങളും സാമഗ്രികളും കാർത്ത്യായനിയുടെ വീട്ടിലുണ്ടായിരുന്നു.

പപ്പന്റെ അമ്മ നാണിയുടെ അമ്മാവനാണ് കാർത്ത്യായനിയുടെ അച്ഛൻ അപ്പ. ആ വഴിയിൽ കാർത്ത്യായനി പപ്പന്റെ മുറപ്പെണ്ണ്. കൗമാരകാലം മുതലേ പപ്പനും കാർത്ത്യായനിയും പ്രണയിതാക്കളായിരുന്നു. ഇരുവീട്ടുകാരും അവർ വിവാഹിതരാവണമെന്ന് ആഗ്രഹിച്ചു. ഒരു ദിവസം അപ്പ ഇരുവരുടെയും ജാതകം ചോലയിലെ കണിയാനെക്കൊണ്ട് നോക്കിച്ചു. ഒരുതരത്തിലും ഈ ജാതകങ്ങൾ ചേരില്ലെന്ന് കണിയാൻ തീർത്തുപറഞ്ഞു. 'ചെക്കന് ഏഴിൽ ചൊവ്വ. ഇവരുടെ വിവാഹം നടന്നാൽ ഭാര്യക്ക് മൃത്യുതന്നെ സംഭവിക്കാം'. കണിയാന്റെ തീർപ്പ്കേട്ട് അപ്പ ഞെട്ടി.

അന്നുരാത്രി കാർത്ത്യായനി ആരും കാണാതെ കുറേ കരഞ്ഞു. ജലപാനം പോലുമുണ്ടായില്ല. അപ്പയും ചിരുതയും ദുഃഖം മനസ്സിലൊതുക്കി. 'ഓൻ എന്തിനും പോരുന്നോനായിരുന്നു. എന്നിറ്റെന്താകാര്യം. ദൈവം മറ്റൊന്ന് വിതിച്ചു..'-ആത്മഗതമെന്നോണം ചിരുത പറഞ്ഞു.

പപ്പന് ചൊവ്വാദോഷമുണ്ടെന്ന് അറിഞ്ഞതോടെ വീട്ടുകാർ അവന് ചേരുന്ന പെണ്ണിനെ അന്വേഷിച്ചുതുടങ്ങി. ഒടുവിൽ ചോലയിലെ നാരായണൻ മണിയാണിയാണ് കമലയെ കാണിച്ചുകൊടുത്തത്.

ഒരു ദിവസം ചോല കള്ളുഷാപ്പിൽ പപ്പനെ നാരായണൻ മണിയാണി കണ്ടു.

'ഏ പപ്പാ...നിനിക്ക് പറ്റിയ ഒരു പെണ്ണിനെ ഞാൻ കണ്ട് പിടിച്ചിറ്റ്ണ്ട്. ഓക്കും ഏഴിൽ ചൊവ്വയാ...കണ്ടക്കയീലാ...അച്ഛനും അമ്മയും രണ്ട് മക്കളും. മൂത്തതാ ഇവള്. എളയ ചെക്കൻ എന്തോ കണ്ണൂര് പഠിക്കലാ....ഓടിട്ട് രണ്ട്നെല വീടും കൊറച്ച് പറമ്പുംണ്ട്. കാണാൻ മോശംല്ല. കോറേ അന്വേഷണം വന്നെങ്കിലും ജാതകം ശരിയാക്ന്നില്ല....ഞാൻ ഒരായ്ചയായിറ്റ് ആടയാ പണി...'

ഒരാഴ്ച കഴിഞ്ഞ് നാരായണൻ മണിയാണി പപ്പനെയുംകൂട്ടി പെണ്ണ്കാണാൻ പോയി. രണ്ട്കൂട്ടർക്കും ഇഷ്ടമായി. പിന്നെ വീട്ടുകാരും പോയി പെണ്ണിനെ കണ്ടു. ഇരുകൂട്ടർക്കും പരസ്പരം ബോധിച്ചു.

രണ്ട് പേരുടേയും ജാതകം ഒത്തുനോക്കിയ കണ്ടക്കൈയ്യിലെ കുഞ്ഞിരാമൻ ജോത്സ്യൻ പറഞ്ഞു. 'ഇതുപോലൊരു പൊരുത്തം ഞാൻ അടുത്തകാലത്ത് നോക്കിയ ജാതകത്തിലൊന്നും കണ്ടിറ്റില്ല. അത്രയും നല്ല ചേർച്ച. ഇവരുടെ കുടുംബ ജീവിതത്തിന് ദൈവം സഹായിച്ച് ഒരു വിഗ്നോം ഉണ്ടാവൂല്ല..',-ജ്യോത്സ്യന്റെ പ്രവചനം ഇരു കുടുംബക്കാരുടെയും മനം കുളിർപ്പിച്ചു.

ഒരു മാസത്തിനുള്ളിൽ പപ്പനും കമലയും വിവാഹിതരായി.

പപ്പന്റെ കല്യാണത്തിന് അപ്പയും ചിരുതയും പോയെങ്കിലും കാർത്ത്യായനി പോയില്ല. അന്നുരാത്രിയും കാർത്ത്യായനി തനിച്ചിരുന്ന് കുറേ കരഞ്ഞു. തന്റെ സ്വപ്നങ്ങൾ തകർത്ത ജാതകം അവൾ അടുപ്പിലിട്ടുകത്തിച്ചു. മകളുടെ സാഹസകൃത്യം നോക്കിനിൽക്കാനേ അപ്പക്കും ചിരുതക്കും സാധിച്ചുള്ളൂ.

രണ്ടു കൊല്ലം കഴിഞ്ഞ് കാർത്ത്യായനിയും വാസുവും തമ്മിലുള്ള വിവാഹക്കാര്യത്തെക്കുറിച്ച് ആലോചിക്കുമ്പോൾ ജാതകത്തിന്റെ കാര്യം ഉയർന്നുവന്നതുമില്ല.

ഗോപാലൻ മേസ്ത്രിയുടെ കരിങ്കൽ ക്വാറിയിലെ പണി കാർത്ത്യാ

യനി ഉപേക്ഷിക്കാനിടയായ കാര്യം പപ്പൻ അറിഞ്ഞിരുന്നു. എല്ലാ കഥകളും ചോലയിലെ കള്ളുഷാപ്പിൽ നിന്നാണ് അറിഞ്ഞത്.

ഒരു ദിവസം രാത്രി ഗോപാലൻ മേസ്ത്രി റോഡരികിൽ ജീപ്പുനിർത്തി മങ്ങിക്കത്തുന്ന ടോർച്ചുമായി കാർത്ത്യായനിയുടെ വീട് ലക്ഷ്യമാക്കി നടക്കുകയായിരുന്നു. മൂക്കറ്റം മദ്യപിച്ചതുകാരണം ആടിക്കുഴഞ്ഞാണ് നടത്തം. പെട്ടെന്ന് പിന്നിൽ നിന്ന് കനത്ത അടി കിട്ടി. അപ്രതീക്ഷിതമായി കഴുത്തിന് പിന്നിലേറ്റ അടിയുടെ ആഘാതത്തിൽ മേസ്ത്രി കമിഴ്ന്നടിച്ചു വീണു. കയ്യിലെ ടോർച്ച് ദൂരേക്ക് തെറിച്ചു. വീണ് കിടക്കുന്ന മേസ്ത്രിക്ക് മൂന്ന് നാല് ചവിട്ടുമേറ്റു. അടി എവിടെ നിന്ന് വന്നു എന്ന് മേസ്ത്രിക്ക് മനസ്സിലായില്ല. മേസ്ത്രി തപ്പിത്തടഞ്ഞ് എഴുന്നേറ്റ് ജീപ്പിൽ ക്കയറി ഒരുവിധം ഓടിച്ചുപോയി.

പപ്പനുമായി ചേർന്നുകൊണ്ടുള്ള ചാരായവാറ്റ് കാർത്ത്യായനിക്കും അനുഗ്രഹമായി. ജീവിക്കാനുള്ള വക അതുകൊണ്ടുണ്ടായി.

പപ്പൻ പതിവായി കാർത്ത്യായനിയുടെ വീട്ടിൽ പോകുന്നത് നാട്ടിൽ പുതിയ ചർച്ചകൾക്ക് വിഷയമായി.

ഒരു ദിവസം ക്വാറിയിലെ പണികഴിഞ്ഞ് മടങ്ങുമ്പോൾ തെക്കൻ ശാന്ത മറ്റ് പെണ്ണുങ്ങളോട് പറഞ്ഞു. 'പപ്പനിപ്പം കാർത്ത്യായനീന്റെ പൊരേല് ത്തന്ന്യാപോലും...ഓക്ക് എപ്പോളും ഒരാള് വേണം..പപ്പൻ ഓളെ മച്ചിനിയൻ തന്നെയല്ലേ...അവര് പണ്ടേ ലോഹ്യത്തിലാപോലും...'.

തെക്കൻ ശാന്തയിൽ നിന്ന് കിട്ടിയ വാർത്ത മറ്റുപെണ്ണുങ്ങൾ നാട്ടിലാകെ പ്രചരിപ്പിച്ചു.

സ്വന്തം വീട് കത്തിച്ചതിന്റെ രണ്ടാംദിവസമാണ് പപ്പൻ തീർഥാട്ടുമലയിലെത്തിയത്. കാർത്ത്യായനിയുടെ ശകാരം കേട്ട് കുറേ സമയം മിണ്ടാതിരുന്ന പപ്പൻ തന്റെ ചെയ്തികളെ ന്യായീകരിച്ചു. '..ഞാനെടുത്ത പൊരക്ക് വേണമെങ്കില് എനിയും തീവെക്കും. പൊരകെട്ടാനുള്ള പൈശ എന്റെട്ക്കയിണ്ട്. പപ്പനെ ആരും മര്യാദ പഠിപ്പിക്കണ്ട...നീയും. ഓളും കുട്ട്യളും ഓളെ വീട്ടില്പ്പോയി...സ്കൂള് തൊറക്കാനാവുമ്പം ഞാൻ പിള്ളറേംകൂട്ടിവരും....ഓള് വെരുന്ന്ണ്ടെങ്കില് വന്നാമതി...ഞാൻ നിന്റട്ക്ക വെർന്നതാ ഓളെ പ്രശ്നം...'.

പപ്പന്റെ കുടുംബബന്ധം തകരുന്നതിൽ താനും ഒരുകാരണമാണെന്ന കുറ്റബോധം കൊണ്ടാവാം കാർത്ത്യായനി പിന്നെയൊന്നും പറഞ്ഞില്ല. പപ്പൻ സംഭവത്തിന്റെ വിശദാംശങ്ങളിലേക്ക് കടന്നു.

'നാലേക്ര പറമ്പും അരയേക്ര നെലോം എനക്ക്ണ്ട്. ആ മണ്ണില് മൂരീനെപ്പോലെ പണിയെട്ക്ക്ന്നോനാ ഞാൻ. ഇങ്ങനെ കഷ്ടപ്പെട്ട് പണി

യെട്ത്തിറ്റ് വീട്ടില് കേറിപ്പോക്മ്പം ഓള് പറയാ, കെടക്കാനാകുമ്പം എന്തിനാ ഇങ്ങ് ബെര്ന്ന്, ഓളെട്ക്കത്തന്നെ കെടന്നാപ്പോരേന്ന്...ഞാനും ഒരാണല്ലേ...ഇമ്മാതിരി വർത്താനം കേക്കുമ്പം ആരാ സഹിക്ക്വാ...എന്നെ ഭരിക്കാനൊന്നും ഓളായിറ്റില്ല...' രോഷത്തോടെ ഇത്രയും പറഞ്ഞശേഷം മടിക്കുത്തിൽ തിരുകിവെച്ച സാധുബീഡിക്കെട്ടിൽ നിന്നും ഒന്നെടുത്ത് കത്തിച്ചു.

വാഷ് നിറച്ച വലിയ അലൂമിനിപ്പാത്രംവെച്ച അടുപ്പിൽ നിന്ന് തീയും പുകയും പൊങ്ങി. തിളച്ച കശുമാങ്ങ നീരിന്റെ മണം അന്തരീക്ഷത്തിലേക്ക് പടർന്നു. പ്രത്യേകം സജ്ജീകരിച്ച കുഴലിലൂടെ ഇറ്റുവീഴുന്ന ചാരായം ശേഖരിക്കുന്നതിന് കാർത്ത്യായനി കുപ്പികൾ നിരത്തി.

'കാർത്ത്യേ ഇന്ന് ഇരിക്കൂർ സ്റ്റേഷനിലെ കുമാരൻ ഏഡ്യൻഷ്യളും എക്സൈസിലെ കരുണേട്ടനും വരും. അവരിക്ക് കൊടുക്കാൻ രണ്ട് കുപ്പി മാറ്റിവെക്കണം.' പപ്പൻ നിർദ്ദേശിച്ചു.

കാർത്ത്യായനി വെള്ളം ശേഖരിക്കാൻ മൺപാത്രവുമായി നീരുറവയുള്ള കുഴിയിലേക്ക് പോയി.

ഹെഡ്കോൺസ്റ്റബിൾ കുമാരനും എക്സൈസ് ഇൻസ്പെക്ടർ കരുണനും ഉച്ചയോടെ തീർഥാട്ടുമലയിലെ വാറ്റുകേന്ദ്രത്തിലെത്തി. കശുമാങ്ങയുടെ ചാരായം കിട്ടുന്ന സമയമായതിനാൽ എല്ലാ ഞാറാഴ്ചയും ഇവർ രണ്ടുപേരും ഇവിടെയെത്തും. വാറ്റുകേന്ദ്രത്തിന് സുരക്ഷ ഉറപ്പാക്കുന്നതിന് ഇവർക്ക് രണ്ട്പേർക്കും സൗജന്യമായി ചാരായം നൽകും.

ചാരായത്തോടൊപ്പം കൂട്ടാൻ വറുത്ത പോത്തിറച്ചിയുമായാണ് ഇവരെത്തിയത്. കൊളോളത്തെ കള്ള്ഷാപ്പിൽ നിന്ന് സൗജന്യമായി സംഘടിപ്പിച്ചതാണ് വറുത്ത പോത്തിറച്ചി.

വെള്ളം ശേഖരിച്ചുവന്നശേഷം വാറ്റുപകരണങ്ങൾ കാർത്ത്യായനി അടുപ്പിൽ നിന്നും മാറ്റിവെച്ചു. വാറ്റിയെടുത്ത ചാരായം ഒരു ചിരട്ടയിലേക്ക് പകർന്ന് അടുപ്പിലേക്കൊഴിച്ചു. പെട്രോൾ ഒഴിച്ചതുപോലെ അത് ആളിക്കത്തി. എല്ലാം ഭംഗിയായി നടന്നതിന് ദൈവത്തിന് നൽകുന്ന നിവേദ്യമാണ് അടുപ്പിലേക്കൊഴിച്ച് കത്തിച്ച ചാരായം. അതൊരു ചടങ്ങാണ്.

പടർന്ന കശുമാവിന്റെ തണൽപറ്റി ഉണങ്ങിയ ഇലകളിൽ ചമ്രംപടിഞ്ഞിരുന്ന് ഹെഡ്കോൺസ്റ്റബിൾ കുമാരനും ഇൻസ്പെക്ടർ കരുണനും പപ്പനും ചാരായം കഴിച്ചുതുടങ്ങി.

പോത്തിറച്ചിക്ക് പുറമെ പപ്പൻ കുറേ മാങ്ങാച്ചമ്മന്തിയും കരുതിയിരുന്നു. ഹെഡ്കോൺസ്റ്റബിൾ കുമാരൻ കുപ്പിയിൽ നിന്ന് ഒരു ഗ്ലാസിൽ

മുക്കാൽ പങ്കോളം ചാരായം പകർന്ന് കണ്ണടച്ചുപിടിച്ച് ഒറ്റവലിക്ക് അകത്താക്കി. ചുണ്ടിൽ നിന്ന് ഗ്ലാസ്സെടുത്തപ്പോൾ തീക്കനൽ വിഴുങ്ങിയ ഭാവമായിരുന്നു മുഖത്ത്. ഗ്ലാസ് നിലത്തുവെച്ചശേഷം കുമാരൻ പറഞ്ഞു. 'പപ്പാ നീ ഒരു കുപ്പി നന്നാറി സർബത്ത് വാങ്ങിവെക്കണം. റാക്കില് ഇത്തിരി സർബത്ത് ചേർത്താ തൊണ്ടക്കുള്ള ഈ കുത്ത് ഒഴിവായിക്കിട്ടും..'

ഇൻസ്പെക്ടർ കരുണനും ഈ നിർദ്ദേശം ശരിവെച്ചു. സിരകളിൽ ചാരായത്തിന്റെ ലഹരി ഒരഗ്നിയായി പടർന്നുകയറിയപ്പോൾ എല്ലാവരും വാചാലരായി.

'പപ്പാ നീ കാണിച്ചത് തനി തോന്ന്യാസാ....ഓളോട് ദേഷ്യം വന്നതിന് ആരെങ്കിലും സ്വന്തം പൊരക്ക് തീവെക്ക്വോ...തീവെച്ചാ ഏതാവകുപ്പെന്ന് അറിയോ നിനക്ക്....ഞാനാട ഇണ്ടായോണ്ട് നീ രക്ഷപ്പെട്ടു. അല്ലേങ്കില് നീ ഇന്ന് അകത്തായിറ്റ്ണ്ടാവും....'-ഹെഡ്കോൺസ്റ്റബിൾ കുമാരൻ പപ്പനെ ശാസിക്കുകയും ഗുണദോഷിക്കുകയും ചെയ്തു.

'....പറ്റിപ്പോയീ ഏഡ്യൻഷളേ......നിങ്ങളന്ന സഹായിച്ചു. നന്നിയുണ്ട്. എല്ലാരിക്കും ഭാര്യ ജീവിതത്തിന് ഒര് തൊണയാ..എനക്ക് ഒരു ബാധ്യതയും....'

പപ്പൻ ഒരു സാധുബീഡിക്ക് കൂടി തീകൊളുത്തി.

ഇൻസ്പെക്ടർ കരുണൻ സംസാരത്തിലൊന്നും അധികം പങ്കുചേരാതെ മദ്യപാനത്തിൽ മാത്രം മുഴുകി.

ഇതിനിടയിൽ കാർത്ത്യായനി വാറ്റുപകരണങ്ങൾ നീർക്കുഴിയിൽ കൊണ്ടുപോയി കഴുകി, ചാരായം നിറച്ച കന്നാസുമായി വീട്ടിലേക്ക് മടങ്ങി.

ശാലീന സൗന്ദര്യമുള്ള ആ നാടൻ പെണ്ണിനെ കൺവെട്ടത്തു നിന്ന് മറയുന്നതുവരെ ഹെഡ്കോൺസ്റ്റബിൾ കുമാരനും ഇൻസ്പെക്ടർ കരുണനും നോക്കി നിന്നു.

'പാവം പെണ്ണ്. ഓന്റെ കാറ്റുപോയാൽ രക്ഷപ്പെടുമായിരുന്നു...എത്ര കാലമായി കെടക്ക്ന്ന്'-കുമാരൻ ഇടതുകൈകൊണ്ട് വായ തുടച്ചശേഷം കൊമ്പൻ മീശ ഒതുക്കി.

കുമാരൻ ഒരു സിഗരറ്റ് കത്തിച്ചശേഷം വേറൊരു വിഷയത്തിലേക്ക് കടന്നു.

'പപ്പാ....പ്രധാനമായി ഒരു കാര്യം ഉണ്ട്. നീ ഇങ്ങനെ നാട്ടില് നിന്നാ ശരിയാവൂല്ല. നീ ഗൾഫിലേക്ക് പോണം. നിന്നപ്പോലെ ആരോഗ്യോം ധൈര്യോം ഉള്ളവരിക്ക് ഗൾഫിലേക്ക് പോകുന്നതാ നല്ലത്. പോയവരെ

ല്ലാം രക്ഷപ്പെട്ടിറ്റ്ണ്ട്. ഇപ്പം എത്രയാ പുതിയ വാർപ്പിന്റെ വീട് നാട്ടില് ഉയർന്ന്....എല്ലാം ഗൾഫ്കാരുടെയല്ലേ..നിന്റെ അളിയന്റെ കാര്യംതന്നെ നോക്ക്...ഓൻ രക്ഷപ്പെട്ടില്ലേ. നീയൊരു പതിനാറായിരം ഉറുപ്പ്യ ഉണ്ടാക്ക്. പാസ്പോർട്ടും എടക്ക്. വിസ ഞാൻ ശര്യാക്കിത്തരാ'

ഹെഡ്കോൺസ്റ്റബിൾ കുമാരൻവെച്ച നിർദ്ദേശം പപ്പനിലും താൽപര്യം വളർത്തി.

'വിസ ആരാ തെരവാ കുമാരേട്ടാ...?.

'...മാട്ടൂലുള്ള ഒരു ഹാജിയാണ് വിസ ശരിയാക്കിക്കൊടക്ക്ന്നത്. അയാളെ ലക്ഷക്കാരനാജീന്നാ നാട്ട്കാര് വിളിക്ക്ന്ന്. അയാൾക്ക് കൊറേ ഏജന്റ്മാരുണ്ട്. അവരിൽ ഒരാളാണ് പാവന്നൂരിലെ ഹസ്സനാജി. പതിനാറായിരം ഉറുപ്പ്യ അയാളെ ഏൽപ്പിച്ചാൽ വിസ ശരിയാക്കും. ആദ്യം ബോംബെയിലെത്തിക്കും. പിന്നെ ടിക്കറ്റ് ശരിയാവുന്ന മുറക്ക് ഗൾഫിലേക്കും. എത്രയോ ആളെ അവരിങ്ങനെ കൊണ്ട്പോക്ന്ന്ണ്ട്.'

'...പറ്റ്വങ്കില് നല്ല കാര്യം തന്ന്യാപപ്പാ...നീ നാട്ടില് നിന്നാ ശരിയാവൂല്ലാന്നാ എനക്കും തോന്ന്ന്ന്....-ഇൻസ്പെക്ടർ കരുണനും അഭിപ്രായപ്പെട്ടു.

'ഇതെല്ലാം തട്ടിപ്പും മറ്റും ആണോ..?-പപ്പൻ സംശയം പ്രകടിപ്പിച്ചു.

'തട്ടിപ്പൊന്നും അല്ല. ഹസ്സനാജി മുഖാന്തരം ഇരിക്കൂറുള്ള അഞ്ചുപത്ത്പേര് കഴിഞ്ഞ ദെവസം സൗദീലേക്ക് വിമാനം കേറി..അവരെല്ലാം എനക്ക് അറീന്നവരാ. അക്കൂട്ടത്തില് മാപ്ളമാരുംണ്ട്. ..നമ്മളെ കൂട്ടറുംണ്ട്. ...'

'പെട്ടെന്ന് പൈശ ശരിയാക്കാൻ പറ്റ്വോ പപ്പന്?'. ഇൻസ്പെക്ടർ കരുണൻ അന്വേഷിച്ചു.

'വേണെങ്കില് ഉണ്ടാക്കാം...ഏതെങ്കിലും സ്വത്ത് വിക്ക്വോ ബേങ്കില് വെക്ക്വോ ചെയ്യണം'.

'ഭാര്യവീട്ട്കാര് സഹായിക്ക്വോ....അളിയൻ ഇപ്പം നല്ല നെലേലല്ലേ..?

'എന്തായാലും ഞാൻ അവരോട് പൈശക്ക് ചോദിക്കൂലാ...എനക്കതിന്റെ ആവശ്യംല്ലാ..'

'എന്നാ നീ ആലോചിച്ചോര് തീരുമാനമെട്ക്ക്'. നമ്മള് എറങ്ങാ. ഇപ്പം പോയാ രണ്ടരേന്റെ കോപ്രേറ്റീവ് ബസ് കിട്ടും-കരുണനും കുമാരനും ഏറെ ബുദ്ധിമുട്ടി എഴുന്നേറ്റ് കുന്നിറങ്ങി . പിന്നാലെ പപ്പനും.

ഗ്ലാസുകളും പിഞ്ഞാണങ്ങളും മറ്റും കോലായിൽവെച്ചശേഷം പപ്പൻ കാർത്ത്യായനിയുടെ വീട്ടിന്റെ കോലായിൽ ഇരുന്നു.

കാർത്ത്യായനി പുറത്തുവന്നു.

'പപ്പേട്ടാ കൊറച്ച് കഞ്ഞി എടുക്കട്ടെ?'

'ഉം എട്ക്ക്...നല്ല വെശപ്പ്ണ്ട്..'

പപ്പൻ മുറ്റത്തിറങ്ങി, മൺകലത്തിൽ വെച്ചിരുന്ന വെള്ളം കോരിയെടുത്ത് വിസ്തരിച്ച് മുഖം കഴുകി. കോലായിലെ പുൽപ്പായിൽ ഇരുന്ന് കഞ്ഞികുടിക്കുന്നതിനിടയിൽ പപ്പൻ പറഞ്ഞു. 'ഞാൻ ഗൾഫിലേക്ക് പോകാൻ നോക്ക്വാ...'

'എന്താ ഇപ്പം പെട്ടെന്ന് ഇങ്ങനെയൊരു ആലോചന'-അമ്പരപ്പോടെ കാർത്ത്യായനി ചോദിച്ചു.

'കുമാരൻ ഏഡ്യ്യൻഷള് വിസ ശരിയാക്കിത്തരാന്ന് പറഞ്ഞു. പക്ഷേങ്കില് പതിനാറായിരം ഉറുപ്പ്യ വേണം.

'ആ പൈശക്കെന്താപ്പാ നിങ്ങളെയൊര് പറമ്പ് പണയം വെച്ചാപ്പോരെ?.

'ശരിയാ...പണയംവെക്വോ ആർക്കെങ്കിലും കൊടുക്ക്വോ ചെയ്യാ.... ഞാനിപ്പം വണ്ടി ഓടിക്കുന്നില്ലേങ്കിലും ഡ്രൈവിങ്ങ് ലൈസൻസുണ്ട്. ഏഴാംക്ലാസിൽ പാസ്സായ സർട്ടിഫിക്കറ്റും.'

കഞ്ഞികുടിക്കുന്നതിനിടയിൽ നാക്ക് കടിച്ചതുപോലെ ഒരു നിമിഷം പപ്പൻ സ്തംഭിച്ചുപോയി.

'എന്താ പപ്പേട്ടാ പെട്ടെന്ന് മിണ്ടാണ്ടായേ?'

പപ്പൻ ഒന്നും മിണ്ടാതെ തരിച്ചിരിക്കുകയാണ്.

പപ്പന്റെ ഭാവപ്പകർച്ചകണ്ട് കാർത്ത്യായനിക്ക് വേവലാതിയായി.

പപ്പൻ മുറ്റത്തിറങ്ങി കൈകഴുകി തിരിച്ചുവന്ന് തൂണുംചാരി തരിച്ചിരുന്നു.

കിടപ്പുമുറിയുടെ കട്ടിലിനടിയിൽവെച്ച മരപ്പെട്ടിയിൽ സൂക്ഷിച്ചിരുന്ന സ്കൂൾ സർട്ടിഫിക്കറ്റും ഡ്രൈവിങ്ങ് ലൈസൻസും ഭൂമിയുടെ രേഖകളുമെല്ലാം പുരയോടൊപ്പം കത്തിപ്പോയെന്ന യാഥാർഥ്യം അപ്പോൾ മാത്രമാണ് പപ്പൻ ഓർത്തത്.

നഷ്ടബോധം

സ്വന്തം ചെയ്തിയിൽ പപ്പൻ ആത്മാർഥമായി പശ്ചാത്തപിക്കുന്നതിപ്പോൾ മാത്രമാണ്. ഇതുവരെ ഭാര്യയോടുള്ള ദേഷ്യവും പുരകത്തിച്ചതിന്റെ കുറ്റബോധവും തുലനം ചെയ്യുമ്പോൾ, ഭാര്യയോടുള്ള രോഷത്തിന് തന്നെയായിരുന്നു മുൻതൂക്കം.

പപ്പൻ ഒരു സാധുബീഡിക്ക് തീക്കൊളുത്തി ഒരേ ഇരിപ്പിൽ യാന്ത്രികമായി വലിച്ചുതീർത്തു. പിന്നെ പുൽപ്പായയിൽ നീണ്ടുനിവർന്നു കിടന്നു. അധികം വൈകാതെ ഉച്ചത്തിലുള്ള കൂർക്കം വലി ഉയർന്നു.

കളികഴിഞ്ഞ് ചെളിപിടിച്ച ട്രൗസറുമായി വന്ന മകനെ കാർത്ത്യായനി ശകാരിക്കുന്നത് കേട്ടാണ് പപ്പൻ ഉണർന്നത്.

ബട്ടൺ നഷ്ടപ്പെട്ടതിനാൽ ഒരു ചരടിൽ അരയിലുറപ്പിച്ച ട്രൗസറുമായി അമ്മയുടെ ശകാരം കേട്ട് കുറ്റബോധത്തോടെ ഷാജി മുറ്റത്ത് തല താഴ്ത്തി നിന്നു.

'....ഓ...ഒന്ന് സ്കൂള് തുറന്നുകിട്ടിയാൽ മതിയായിരുന്നു. പിള്ളേരുടെ കൂടെയുള്ള ഈ മത്തംകെട്ടൽ ഒന്ന് നിന്ന് കിട്ട്വല്ലോ. ആ ടൗസറ് അലക്കിവെളുപ്പിക്കണ്ണെങ്കില് ഒരു കഷ്ണം സോപ്പ് വേണം..... പോയി കുളിച്ച് കുപ്പായം മാറ്റി നാമം ജപിക്കെടാ...' അമ്മയുടെ ശകാരം കേട്ട് ഷാജി അകത്തേക്കോടി.

സന്ധ്യയോടെ പപ്പൻ അവിടെ നിന്നിറങ്ങി. സന്ധ്യക്ക് തന്നെ നല്ല നിലാവുപരന്നിരുന്നു. വരണ്ടുണങ്ങി കിടക്കുന്ന പാടവരമ്പിലൂടെ പപ്പൻ മുച്ചിലോട്ട് കാവ് ലക്ഷ്യമാക്കി നടന്നു.

മഴനീർക്കണത്തിനായി ചുണ്ടുപിളർത്തി നിൽക്കുന്നതുപോലെ വയലുകൾ വിണ്ടുകീറിക്കിടക്കുകയാണ്. രക്തം വാർന്ന ഞരമ്പുകൾ പോലെ ഉണങ്ങിക്കരിഞ്ഞ വെള്ളരിവള്ളികളും.

കൂറ്റൻ മാവുകൾ പന്തലിച്ചു നിൽക്കുന്ന മുച്ചിലോട്ട് കാവിലെത്തിയപ്പോൾ നല്ല നിലാവത്തും ഇരുട്ട് അനുഭവപ്പെട്ടു. വൃക്ഷ ശിഖരങ്ങൾ

ക്കിടയിലൂടെ ചിലയിടങ്ങളിൽ നിലാവെളിച്ചം അരിച്ചിറങ്ങുന്നുണ്ട്. ആൽത്തറയിൽ പപ്പൻ ഇരുന്നു. കരിപിടിച്ച നാലുചുവരുകൾ മാത്രമായി അവശേഷിച്ച തന്റെ വീട് അവിടുന്ന് കാണാം. അങ്ങോട്ടുനടന്നു. നട്ടുനനച്ചുവളർത്തിയ തെങ്ങുകളും വാഴകളും കരിഞ്ഞുണങ്ങിയിരിക്കുന്നു.

വീട്ടിന്റെ മുറ്റത്ത് സമൃദ്ധമായി തേങ്ങകളും കരിക്കും മച്ചിങ്ങയും നിറഞ്ഞുനിന്ന രണ്ട് തെങ്ങുകൾ കണ്ട് പലരും ചോദിച്ചിരുന്നു. 'പപ്പാ...എവിടുന്നാ ഈ തെങ്ങിന്റെ തൈ കൊണ്ടുവന്നത്....എന്തൊക്കെയാ വളം ചേർക്കല്......'

ആ തെങ്ങുകളാണ് കത്തിക്കരിഞ്ഞ് യുദ്ധഭൂമിയിലെന്നപോലെ നിൽക്കുന്നത്. വയലിൽ നിന്ന് മുറ്റത്തേക്കുള്ള കല്ലൊതുക്കുകൾ കയറുമ്പോൾ എന്തോ ഒന്ന് കാലിൽത്തട്ടിത്തെറിച്ചു.

സുചിത്രയുടെ പാവക്കുട്ടിയാണ്. പതുപതുത്ത ആ പാവക്കുട്ടി എല്ലായ്പ്പോഴും അവളുടെ കൈയിലുണ്ടാവും. ഉറങ്ങുമ്പോൾ അരികിൽ കിടത്തും. അവളുടെ മാമൻ ഗൾഫിൽ നിന്നുവരുമ്പോൾ കൊണ്ടുവന്നതാണ്. അവൾ കേടുകൂടാതെ ഇത്രയുംകാലം അത് സൂക്ഷിച്ചു. എല്ലാം ഇട്ടെറിഞ്ഞ് ഓടുമ്പോൾ തീയിൽ നിന്ന് രക്ഷിക്കാൻ അവൾ വലിച്ചെറിഞ്ഞതായിരിക്കണം. പപ്പൻ ആ പാവക്കുട്ടിയെ എടുത്ത് കുറേസമയം തലോടി. പിന്നെ സുരക്ഷിതമായി മാറ്റിവെച്ചു.

കമലയും മക്കളും ഇപ്പോൾ ഉറക്കത്തിലായിരിക്കും. അവരുടെ ശരീരത്തിലുള്ള വസ്ത്രങ്ങൾ മാത്രമേ അവശേഷിച്ചിട്ടുണ്ടാവൂ. പകരം വസ്ത്രങ്ങൾ വാങ്ങിയിട്ടുണ്ടാവുമോ..അവർ ഇനി മടങ്ങിവരുമോ..?.

ഏതായാലും ഒരാഴ്ചക്കുള്ളിൽ പുരകെട്ടണം. മഴ ഏത് സമയത്തും പെയ്യും. മഴ പെയ്താൽ മൺകട്ടകൊണ്ടുള്ള ചുമരുകൾ കുതിർന്ന് ഇടിഞ്ഞുവീഴും. പുരയോടൊപ്പം കത്തിയ ഭൂമിയുടെ ആധാരങ്ങളും റേഷൻ കാർഡും ഡ്രൈവിങ്ങ് ലൈസൻസും സ്കൂൾ സർട്ടിഫിക്കറ്റും ഇനി ഉണ്ടാക്കാൻ വഴിയുണ്ടോ?.

അനേകം ചിന്തകൾ പപ്പന്റെ മനസ്സിൽ നുരകുത്തി. തനിക്ക് തല ചായ്ക്കാൻ ഒരിടമില്ല എന്ന യാഥാർഥ്യം പപ്പനെ അസ്വസ്ഥനാക്കുകയും ചെയ്തു.

വേണമെങ്കിൽ കാർത്ത്യായനിയുടെ വീട്ടിലേക്ക് തിരിച്ചുപോയി കോലായിൽക്കിടക്കാം. പക്ഷെ, അത് ശരിയല്ല. അവൾ ആരെക്കാളും ഇപ്പോഴും തന്നെ സ്നേഹിക്കുന്നുണ്ടെങ്കിലും മറ്റൊരാളുടെ ഭാര്യയാണ്. അവളുടെ ഭർത്താവിന്റെ ശരീരത്തിൽ ഇപ്പോഴും ജീവൻ അവശേഷിക്കുന്നുണ്ട്.

തോളിലിട്ട തോർത്ത് വിരിച്ച് പപ്പൻ ആൽത്തറയിൽക്കിടന്നു. ഇളം കാറ്റിൽ ധാരാളം മാങ്ങകൾ വീഴുന്നുണ്ട്. നേരം വെളുക്കുന്നതിന് മുമ്പു തന്നെ മാങ്ങ പെറുക്കാൻ പെണ്ണുങ്ങളും കുട്ടികളും കൂട്ടത്തോടെ വരും.

പണ്ട് കുട്ടിയായിരുന്നപ്പോൾ മധ്യവേനലിന് സ്കൂൾ പൂട്ടിയാൽ അധികസമയവും മാവിൻചുവട്ടിലായിരിക്കും. മാവിൻചുവട്ടിൽ ഉരുളൻ കല്ലുകൾ കൂട്ടിവെച്ച് മാങ്ങകൾ സൂക്ഷിക്കാൻ പ്രത്യേകം കൂടുണ്ടാക്കും. ഉച്ചക്കാറ്റിന് മാങ്ങകൾ മഴപെയ്യുന്നതുപോലെ കൂട്ടത്തോടെ നിലംപതിക്കും. മാങ്ങകളെടുക്കാൻ കുട്ടികൾ പരക്കംപായും. പായുന്നതിനിടയിൽ ചിലപ്പോൾ പരസ്പരം കൂട്ടിയിടിച്ച് വീഴും. കൂട്ടുകാരെ പറ്റിക്കാൻ കല്ലോ ചീഞ്ഞമാങ്ങയോ എടുത്ത് എറിയും. മാങ്ങ വീണതാണെന്ന് തെറ്റിദ്ധരിച്ച് ശബ്ദം കേട്ട ഭാഗത്തേക്ക് ഓടുമ്പോൾ കൈമുട്ടിച്ചിരിച്ച് അവരെ കളിയാക്കും.

മുച്ചിലോട്ടുകാവും ആൽത്തറയും മധുരിക്കുന്ന ഒരുപാട് ഓർമകൾ പപ്പനിൽ ഉണർത്തി.

മകരത്തിലായിരിക്കും മുച്ചിലോട്ട് കാവിൽ കളിയാട്ടം. കളിയാട്ടം മൂന്ന് ദിവസം നീണ്ടുനിൽക്കും. വളകളും കൺമഷിയും ചാന്തും പൊട്ടും ബലൂണുകളും ഒക്കെയായി വളച്ചെട്ടികൾ എവിടെനിന്നൊക്കെയോ എത്തും. ഓറഞ്ചും വത്തക്കയും ഹൽവയുമായി കച്ചവടക്കാരും. ചായയും ചുക്ക് കാപ്പിയും പ്രഥമനും വിൽക്കുന്ന ചന്തകൾ വേറെ. ഓറഞ്ചിന്റെ മണം അനുഭവപ്പെടുമ്പോൾ ഇപ്പോഴും കളിയാട്ടം ഓർമ്മവരും.

നാട്ടിലെ പെണ്ണുങ്ങൾ വളയിടുന്നതും ചാന്തും കൺമഷിയും വാങ്ങുന്നതും കളിയാട്ടത്തിനായിരിക്കും. കളിയാട്ടത്തിന് സമീപപ്രദേശങ്ങളിൽ നിന്നൊക്കെ വാണിയൻമാർ കൂട്ടത്തോടെ വരും. വാണിയപെണ്ണുങ്ങൾ പ്രായപൂർത്തിയായ പെൺമക്കളെ അണിയിച്ചൊരുക്കിക്കൊണ്ടുവരും. വാണിയ ചെറുപ്പക്കാരുടെ പെണ്ണുകാണൽ നടക്കുന്നത് കളിയാട്ടത്തിനായിരിക്കും. ഇഷ്ടപ്പെട്ട പെണ്ണിനെ കണ്ടാൽ അവരെക്കുറിച്ചുള്ള വിവരങ്ങൾ അവിടുന്ന് തന്നെ ശേഖരിക്കും.

ഒരു കളിയാട്ട ദിവസമാണ് കാർത്ത്യായനിയെ ആദ്യമായി സ്പർശിച്ചത്. അവൾ അന്ന് ചുവന്ന പൂക്കളുള്ള കറുത്തപാവാടയും കറുത്ത ബ്ലൗസുമാണ് ധരിച്ചിരുന്നത്. അവൾക്കന്ന് കരിവളയും ചാന്തും വാങ്ങിക്കൊടുത്തു. ഇടവഴിയിൽ നിന്ന് കവിളിൽ ഒരു മുത്തവും...

ടോർച്ചുലൈറ്റും കാൽപ്പെരുമാറ്റവും അടുത്തെത്തിയപ്പോഴാണ് പപ്പൻ ഓർമകളിൽ നിന്ന് ഉണർന്നത്. താൻ ഇതുവരെ സ്വപ്നം കാണുകയായിരുന്നോ എന്ന് ഒരുവേള പപ്പൻ ഓർത്തു. പപ്പൻ എഴുന്നേറ്റിരുന്നു. താ

ഴ്ന്ന സ്വരത്തിലുള്ള സംസാരത്തിന് കാതോർത്തു.

മുരളിമാഷും വിജയനുമാണ്. മറ്റാരെങ്കിലുമാണെങ്കിൽ അവർ പോയ്ക്കോട്ടെന്ന് കരുതുമായിരുന്നു. ഒരുപാട് പ്രശ്നങ്ങൾ ഇപ്പോൾ തലയിൽ എരിയുന്നുണ്ട്. അത് അറിവുള്ള ആളുമായി പങ്കുവെക്കണം.

തന്റെ സാന്നിധ്യം അറിയിക്കാനെന്നോണം പപ്പൻ പതുക്കെ ഒന്ന് ചുമച്ചു.

ശബ്ദം കേട്ട ഭാഗത്തേക്ക് ടോർച്ച് തെളിഞ്ഞു. 'അതാരാ...'?

'ഞാനാ മാഷേ...പപ്പൻ'

'പപ്പേട്ടനെന്താ ഇവിടെ ഒറ്റയ്ക്കിരിക്കുന്നത്..?'. -മുരളിമാഷും വിജയനും പപ്പന്റെ അടുത്തേക്ക് ചെന്നു.

'ഞാനെങ്ങോട്ടാ മാഷേ പോകണ്ടേ...എനക്ക് ഇനി ആരാ ഉള്ളത്...?'.

പപ്പൻ ഒരിക്കലും ഇങ്ങിനെ നിസ്സഹായനായി സംസാരിക്കുന്നത് മുരളിമാഷ് കേട്ടിട്ടില്ല. തന്റെ എന്ത് ചെയ്തികളെയും ന്യായീകരിക്കുകയും ആരെയും അനുസരിക്കാതിരിക്കുകയും ചെയ്യുന്നതാണ് പപ്പന്റെ രീതി.

'പപ്പേട്ടാ....സംഭവിക്കാനുള്ളത് സംഭവിച്ചു. തെറ്റിൽ നിന്നാണല്ലോ നമ്മൾ പാഠം പഠിക്കുന്നത്. നിങ്ങൾക്കിനിയും തെറ്റു തിരുത്താനുള്ള അവസരമുണ്ട്..'

ആൽത്തറയിൽ പരിക്ഷീണനായി ഇരിക്കുന്ന പപ്പന്റെ തോളിൽ സാന്ത്വനം പോലെ മുരളിമാഷുടെ കൈ സ്പർശിച്ചു.

പപ്പൻ ആ കൈകൾ മുഖത്തോട് ചേർത്തുവെച്ച് കൊച്ചുകുഞ്ഞിനെപ്പോലെ തേങ്ങിക്കരഞ്ഞു.

പപ്പന്റെ അസാധാരണമായ പെരുമാറ്റം മുരളിമാഷെയും വിജയനെയും വികാരാധീനരാക്കി. നിയന്ത്രണംവിട്ട് പെരുമാറിപ്പോയതിലുള്ള ജാള്യം മാറ്റാനെന്നോണം പപ്പൻ പെട്ടെന്ന് വിഷയം മാറ്റാൻ ശ്രമിച്ചു.

'...അല്ല മാഷേ...സമയെത്രയായി ?'

വാച്ചിൽ ടോർച്ചടിച്ചു നോക്കിക്കൊണ്ട് മാഷ് പറഞ്ഞു. 'പന്ത്രണ്ടര'.

'നിങ്ങൾ ഏട്ന്നാ ഈ സമയത്ത് വര്ന്നത്?'- പപ്പൻ ചോദിച്ചു.

'ക്ലബ്ബിന്റെ യോഗം ഉണ്ടായിരുന്നു. പപ്പേട്ടനറീല്ലേ കൃഷ്ണലീല നാടകം വീണ്ടും കളിക്കാൻ ആലോചിക്കുന്നുണ്ട്. അക്കാര്യം ആലോചിക്കാനുള്ള യോഗമായിരുന്നു'.

'നല്ലത്തന്നെ..എന്നക്കൊണ്ടാവുന്ന സഹായം ഞാൻ ചെയ്യാ...'

'ഈ സമയത്ത് നിങ്ങൾ ഇവിടെനിന്ന് എന്ത് ചെയ്യും?.'

'സാരോല്ല മാഷെ...പൊലരാൻ എനി കൊറച്ചല്ലേ ഉള്ളൂ. നല്ല കാറ്റ്. ഒന്ന് കണ്ണ് ചിമ്മുമ്പോളേക്കും നേരം പൊലരും.. ഈ ആൽത്തറേല്

പലതും ആലോചിച്ച് കെടക്കാൻ നല്ല സുഖാ...'

'നിങ്ങൾ ഇവിടെ കെടക്കേണ്ട. നിങ്ങള് വീട്ടിലേക്ക് വാ.. ഇന്ന് വിജയനും കൂടെയുണ്ട്...വീട്ടിലാരും ഇല്ല. ഭാര്യ പ്രസവത്തിന് പോയി'.

പപ്പൻ എതിർപ്പൊന്നും പറഞ്ഞില്ല. അനുസരണയുള്ള കുട്ടി രക്ഷിതാവിന്റെ പിന്നാലെയെന്നപോലെ മുരളിമാഷുടെയും വിജയന്റെയും പിന്നിലായി പപ്പൻ നടന്നു.

മാറിയനാട്

മാണിയൂരിലെ ആലിൻകീൽ ബസ്സ്റ്റോപ്പ് പിന്നിട്ട് പൊയ്യൂർക്കടവിലേക്ക് തിരിയുന്ന റോഡിൽ ഞരക്കത്തോടെ ടാക്സി അമ്പാസിഡർകാർ നിന്നു. റോഡ് നിറയെ കരിങ്കല്ലുകൾ നിരത്തിയിരിക്കുന്നു. റോഡ് പണി നടക്കുന്നതിനാൽ ഈ വഴിയുള്ള ഗതാഗതം നിരോധിച്ചിരിക്കുന്നുവെന്ന ബോർഡുമുണ്ട്.

'സാറെ ഇതിലെ വഴിയില്ലല്ലോ....റോഡ് പണി നടക്വാ...' പിൻ സീറ്റിൽ ഇരുന്ന രമേശനെ ടാക്സി ഡ്രൈവർ അറിയിച്ചു.

'ശ്ശോ...ആകെ കഷ്ടമായല്ലോ....' -നാടിന്റെ കവാടത്തിൽ എത്തിയിട്ടും വീട്ടിലെത്തുന്നതിന് തടസ്സം നേരിട്ടതിലുള്ള നിരാശ രമേശന്റെ വാക്കുകളിൽ പ്രതിഫലിച്ചു.

രമേശൻ പുറത്തിറങ്ങി. കാറിന്റെ ഹെഡ്‌ലൈറ്റിന്റെ വെളിച്ചത്തിൽ നടന്ന് ചെന്ന് റോഡിൽ നോക്കി. ടാറിടുന്നതിന് മുന്നോടിയായി കനമുള്ള കരിങ്കൽ കഷണങ്ങൾ നിരത്തിയിരിക്കുന്നു. വാഹനങ്ങൾക്ക് മാത്രമല്ല, നടന്ന് പോലും പോകാൻ പറ്റാത്ത നിലയിലാണ് റോഡ്.

'സാറിന് ഇനിയും കുറേ പോകാനുണ്ടോ?'-ഡ്രൈവർ ആരാഞ്ഞു.

'ഇല്ല...കഷ്ടിച്ച് മൂന്ന് കിലോമീറ്റർ'

'ഇനി എന്താ ചെയ്യാ?'

'നിങ്ങൾ കാർ തിരിക്ക്. ഞാൻ ബസ്റ്റോപ്പിൽ ഇറങ്ങിക്കോളാം. അവിടുന്ന് എങ്ങിനെയെങ്കിലും നാടുപിടിക്കാം.'

കാർ വന്ന വഴിയിലേക്ക് തിരിഞ്ഞ് അരകിലോമറ്റീർ ഓടി ആലിൻകീൽ ബസ്സ്റ്റോപ്പിൽ നിന്നു.

കാറിന്റെ ഡിക്കിയിൽ ബലമുള്ള പ്ലാസ്റ്റിക്ക് കയർകൊണ്ട് ബന്ധിച്ച കൂറ്റൻ സ്യൂട്ട്കേസ് ഡ്രൈവറും രമേശനും ചേർന്ന് പുറത്തിറക്കി. സ്യൂട്ട്കേസിന്റെ വലുപ്പം കാരണം ഡിക്കി പൂർണമായും അടക്കാൻ സാധിച്ചിരുന്നില്ല. രമേശന്റെ കയ്യിൽ ചെറിയൊരു സ്യൂട്ട്കേസ് വേറെയുമുണ്ട്.

വാടക ഇനത്തിൽ ഡ്രൈവർ ആവശ്യപ്പെട്ട തുകയ്ക്ക് പുറമെ പത്തു രൂപ അധികം കൊടുത്തു. ഒരു പെട്ടി 'ത്രീഫൈവ് സിഗരറ്റും'.

ഡ്രൈവർക്ക് തൃപ്തിയായി. കറുത്ത പുക തുപ്പിക്കൊണ്ട് കാർ പോയി.

രമേശൻ റോഡിൽ ഒറ്റയ്ക്കായി. സമീപത്തെ വീടുകളിൽ ആരെങ്കിലും ഉണർന്നിരിക്കുന്നതിന്റെ സൂചനകളൊന്നുമില്ല. മിക്കവരും കരിങ്കൽ ക്വാറിയിലും കൽപ്പണകളിലും പണിയെടുക്കുന്നവരാണ്. ഒമ്പത് മണിയാകുമ്പോഴേക്കും അത്താഴം കഴിച്ച് കിടക്കും.

പഠിക്കുന്ന കുട്ടികളുള്ള വീടുകളിലേ അൽപ്പം വൈകുന്നതുവരെ മണ്ണെണ്ണവിളക്ക് കത്തൂ. സമയം അർധരാത്രിയോടടുക്കുന്നു. ഒരു ജീപ്പ് കിട്ടുമെങ്കിൽ തുളച്ചകിണർ വഴി നാട്ടിലേക്ക് പോകാമായിരുന്നുവെന്ന് രമേശൻ ആഗ്രഹിച്ചു. കയ്യിൽ കരുതിയ പെൻടോർച്ച് മിന്നിച്ച് റോഡരികിലെ അബ്ദുള്ളയുടെ കടയിൽ കയറി.

രണ്ടുപേർ ബഞ്ചിലും രണ്ടുപേർ നിലത്ത് വിരിച്ച പുൽപ്പായയിലും കിടന്നുറങ്ങുന്നു. ആ മനുഷ്യസാന്നിധ്യത്തിൽ രമേശന് ആശ്വാസം തോന്നി. ഒരു പക്ഷെ പരിചയക്കാർ ഇക്കൂട്ടത്തിൽ ഉണ്ടാവും. മുമ്പ് ഈ വഴി സ്ഥിരമായി വരുന്നതല്ലേ.

അവരുടെ ശ്രദ്ധയാകർഷിക്കാൻ രമേശൻ പതുക്കെ ചുമച്ചു.

'ആരാ...?' -പുൽപ്പായയിൽ കിടന്നുറങ്ങുകയായിരുന്ന ഒരാൾ ഉറക്കച്ചടവോടെ ചോദിച്ചു.

'പൊയ്യൂർക്കടവിൽ പോകണ്ട ആളാ...ഇവിട്ന്ന് ഒരു ജീപ്പ് കിട്ടാൻ വഴിയുണ്ടോ....കുറച്ച് സാധനം എടുക്കാനുണ്ടായിരുന്നു....'

കിടന്നയാൾ എഴുന്നേറ്റ് ചുവരിനോട് ചാരിയിരുന്ന് പായയുടെ മൂലയിൽ സൂക്ഷിച്ചുവെച്ചിരുന്ന ബീഡിയും തീപ്പെട്ടിയുമെടുത്ത് ബീഡിക്ക് തീക്കൊളുത്തി പുകവിട്ടതിന് ശേഷം പറഞ്ഞു. 'ജീപ്പ് കിട്ടാൻ ഇപ്പം വഴിയൊന്നുമില്ല. ബസാറിലെ പി.പി.രാഘവൻ മാഷുടെ വീട്ടിലേ ജീപ്പുള്ളൂ. പോയാൽത്തന്നെ ഡ്രൈവറുണ്ടാവൂല്ല....നിങ്ങളാരാ...മനസ്സിലായില്ലാ.. .'?

'...ഞാൻ പൊയ്യൂർക്കടവിലാ...പറഞ്ഞാ അറിയും...വലിയപുരയിൽ കുഞ്ഞപ്പേട്ടന്റെ മോൻ രമേശൻ'- രമേശൻ സ്വന്തം മുഖത്തേക്ക് ടോർച്ച് തെളിയിച്ചു.

'....ആ...ആ.. ഇപ്പം മനസ്സിലായി..നിങ്ങള് ഗൾഫിലല്ലേ...?'

'അതെ...സൗദീന്ന് വര്വാ....ബോംബെയിൽ നിന്ന് കണ്ണൂർവരെ ബസ്സിന് വന്നു.. അവിട്ന്ന് ടാക്സി പിടിച്ചു. റോഡിന്റെ പണി നടക്കുന്നോണ്ട് കാറ് അങ്ങോട്ട് പോക്ന്നില്ല...വലിയൊരു പെട്ടിയുണ്ട്. അതാ പ്രശ്നം'.

അവിടെ കിടന്നുറങ്ങുന്ന മറ്റുള്ളവർക്കും അപ്പോഴേക്കും ജീവൻവെച്ചു.

അവർ ഓരോരുത്തരായി എണീറ്റ് ബഞ്ചിൽ ഇരുന്നു. സ്വയം പരിചയപ്പെടുത്തി....

..സുകുമാരൻ, ഗംഗാധരൻ, മനോഹരൻ, രാധാകൃഷ്ണൻ...

'....സത്യം പറഞ്ഞാ ഒരു വണ്ടിനിർത്തി ആള് ഇറങ്ങ്ന്നത് ഞാൻ അറിഞ്ഞിരുന്നു...പൊലീസ് ജീപ്പാന്നു വിചാരിച്ചു...പാവന്നൂര് ഒരു കല്യാണം ഉണ്ടായിരുന്നു. നാളെയാണ് കല്യാണം. നമ്മള് ഇന്ന് പോയി. ഈ രണ്ട് വീശിവന്ന് കെടന്നതാ...' ചെറുചിരിയോടെ സുകുമാരൻ പറഞ്ഞു.

'ഈ പെട്ടി വീട്ടിലെത്തിക്കാൻ എന്താവഴി...?'

'വലിയ പെട്ട്യാണോ?'

'ആ കുറച്ച് വലുപ്പംണ്ട്'

സുകുമാരനും ഗംഗാധരനും റോഡരികിൽവെച്ച പെട്ടി പൊക്കിനോക്കി.

'..നല്ല കനംണ്ട്...രണ്ടാൾ പിടിക്കണം...'-ഗംഗാധരൻ പറഞ്ഞു.

കുറച്ച് സമയം നാല് പേരും ചേർന്ന് ആലോചന നടത്തിയശേഷം മനോഹരൻ നിർദ്ദേശം വെച്ചു. 'നമ്മക്കിത് വലിയൊരു തണ്ടിൽകെട്ടി നാലാൾക്കും കൂടി എടുത്ത് നടന്നാലോ?'

എല്ലാവരും സമ്മതം മൂളി.

അര മണിക്കൂറിനുള്ളിൽ അവർ വലിയൊരു തണ്ടും കയറുമായി തിരിച്ചെത്തി. സ്യൂട്ട്കേസ് തണ്ടിൽ കെട്ടിത്തൂക്കി നടന്നു തുടങ്ങി.

ഏറ്റവും പിന്നിൽ രമേശൻ. മുന്നിൽ നടക്കുന്ന രണ്ടുപേർക്ക് ടോർച്ചുണ്ട്.

സൗദി അറേബ്യയിൽ മൂന്ന് വർഷം ജോലി ചെയ്തതിന്റെ എല്ലാ സമ്പാദ്യങ്ങളും അടങ്ങുന്നതാണ് എൺപത് കിലോയോളം തൂക്കം വരുന്ന ആ സ്യൂട്ട്കേസ്. പ്രീഡിഗ്രി തോറ്റ രമേശൻ പന്ന്യങ്കണ്ടിയിലെ മായൻ ഹാജി മുഖേനയാണ് ഗൾഫിലേക്ക് പോയത്. ബിൽലാദൻ ഗ്രൂപ്പ് ഓഫ് കമ്പനീസിൽ 800റിയാൽ ശമ്പളമുള്ള ജോലി. പൊയ്യൂർക്കടവിൽ നിന്ന് ഗൾഫിലേക്ക് പോകുന്ന ആദ്യത്തെ ആൾ എന്ന ബഹുമതി രമേശനാണ്. വലിയപുരയിൽ കുഞ്ഞപ്പയുടെ നാല് മക്കളിൽ മൂന്നാമൻ. നാട്ടിലേക്ക് വരുന്നു എന്നല്ലാതെ എപ്പോൾ നാട്ടിലെത്തുമെന്ന് വീട്ടിലേക്കുള്ള കത്തിലെഴുതിയിരുന്നില്ല. ഫോൺ ചെയ്ത് അറിയിക്കാമെന്ന്വെച്ചാൽ നാട്ടിലെവിടെയും ഫോണില്ല.

നാട്ടിൽ നിന്ന് രണ്ടുപേരേ രമേശന് കത്തയക്കാറുള്ളൂ. അച്ഛനും കൂട്ടുകാരനായ ബാലനും. അച്ഛന്റെ കത്ത് രണ്ടുമാസത്തിൽ ഒന്ന് എന്ന തോതിലും ബാലന്റെ കത്ത് മാസത്തിലും കിട്ടും. എഴുത്താണികൊണ്ട് ഓ

ലയിൽ എഴുതിയതുപോലെ, കടുകുമണി വലിപ്പത്തിലായിരിക്കും അച്ഛന്റെ കത്തിലെ അക്ഷരങ്ങൾ. അച്ഛൻ ഒരു കത്തെഴുതിത്തീർക്കാൻ രണ്ടാഴ്ചയെങ്കിലും എടുക്കുമെന്ന് രമേശനറിയാം. കുടുംബകാര്യങ്ങളെല്ലാം വിസ്തരിച്ചെഴുതുന്ന കത്തിൽ ധാരാളം അക്ഷരത്തെറ്റുകളും വ്യാകരണപ്പിശകുകളും ഉണ്ടാകും. എന്നാലും വായിക്കാൻ രസമാണ്. അടിയന്തരമായും പണം അയക്കേണ്ടതിന്റെ ആവശ്യകത സൂചിപ്പിച്ചുകൊണ്ടായിരിക്കും എല്ലാ കത്തുകളും അവസാനിക്കുക. നാട്ടിൽ വരുന്നെങ്കിൽ തുകലിന്റെ ഒരു അരപ്പട്ട വാങ്ങണമെന്ന് അച്ഛൻ എഴുതിയിരുന്നു. യാത്രപോകുമ്പോൾ അച്ഛൻ സ്ഥിരമായി അരപ്പെട്ട കെട്ടും. അതിന്റെ അസംഖ്യം പോക്കറ്റുകളിലാണ് പണം സൂക്ഷിക്കുക. രമേശന് ഓർമയുള്ള കാലംമുതലേ കെട്ടുന്നത് ഒരു കറുത്ത അരപ്പട്ടയാണ്. തെക്കുംപാട്ടെ തേങ്ങാക്കാരൻ കാദർഹാജി സമ്മാനിച്ചതാണത്രെ പേർഷ്യൻ നിർമിതമായ ആ അരപ്പട്ട. മുമ്പൊക്കെ തേങ്ങ മുഴുവൻ കൊണ്ട് പോകുന്നത് തെക്കുംപാട്ടേക്കാണ്. കുടുംബത്തിന് എല്ലാ ഐശ്വര്യങ്ങളും വന്നത് ആ വിദേശ അരപ്പട്ടയോടൊപ്പമാണ് എന്നാണ് അച്ഛന്റെ വിശ്വാസം. അതിപ്പോൾ പഴഞ്ചനായതിനാൽ ഉപയോഗിക്കാൻ പറ്റാത്തതായി.

പൊയ്യൂർക്കടവ് ഈസ്റ്റ് എൽ.പി.സ്കൂളിലെ അധ്യാപകനും സി.പി.എം. പ്രവർത്തകനുമായ ബാലൻ അയക്കുന്ന വിശദമായ കത്ത് ഒരു വർത്തമാനപ്പത്രത്തിന്റെ ഫലം ചെയ്യും. ബാലൻ അയക്കുന്ന കത്തിനായി മുറിയിലെ മറ്റ് അഞ്ച് അന്തേവാസികളും കാത്തിരിക്കും. ഒരിക്കലും കണ്ടിട്ടില്ലെങ്കിലും അവരും ബാലന്റെ കൂട്ടുകാരാണ്. രാഷ്ട്രീയകാര്യങ്ങളും നാട്ടുകാര്യങ്ങളും വിശദമായി ബാലന്റെ കത്തിലുണ്ടാവും. രമേശന്റെ മുറിയിലെ താമസക്കാരെക്കുറിച്ചുള്ള അന്വേഷണങ്ങളും. രമേശനോടൊപ്പം മുറിയിൽ താമസിക്കുന്നത് രണ്ട് മലപ്പുറത്തുകാരും രണ്ട് മാട്ടൂൽ സ്വദേശികളും മറ്റൊരാൾ ഒറ്റപ്പാലത്തുകാരനും. അഞ്ചുപേരും ബാലന് നൽകാനുള്ള സമ്മാനങ്ങളും രമേശന്റെ കയ്യിൽ കൊടുത്തുവിട്ടിട്ടുണ്ട്. ഒരു ടോർച്ച്, രണ്ട് ടീഷർട്ടുകൾ, ഷർട്ട്പീസ്, പേന, ആഫ്റ്റർ ഷേവ് ലോഷൻ, സ്പ്രേ എന്നിവ...

ഒരിക്കൽ മലപ്പുറത്തുകാരൻ യൂസഫ് പറഞ്ഞു. 'എടാ രമേശാ ബാലൻമാഷുടെ കത്തുവായിക്കുമ്പം നാട്ടിലെത്തിയപോലെ തോന്നും. പുറത്ത് നിക്കുമ്പാ നമ്മക്ക് നാട്ടിനോട് സ്നേഹം തോന്ന്വ. ശരിക്ക് പറഞ്ഞാല് ഞാൻ നാട്ടില് നിന്ന് മട്ത്തിറ്റാ ഇങ്ങോട്ട് വന്നത്. നമ്മള് ലീവിന് നാട്ടിൽ പോകുമ്പം നാട്ട്കാറെടേല് ഒരു വെയ്റ്റ്ണ്ട് എന്നത് സത്യം...പക്ഷേങ്കില് നമ്മക്ക് ഒരു ജീവിതോണ്ടോടാ...'

വലിയ കയറ്റംകയറി വട്ടപ്പറമ്പിലെത്തിയപ്പോൾ സ്യൂട്ട്കേസ് പതുക്കെ താഴ്ത്തിവെച്ച് പുൽമൈതാനിയിൽ എല്ലാവരും ഇരുന്നു. നാലുപേരും നന്നായി ക്ഷീണിച്ചിരുന്നു.

'നിങ്ങളെ കിട്ടിയില്ലെങ്കിൽ ഞാനാകെ ബുദ്ധിമുട്ടുമായിരുന്നു....വീട്ടിലെത്തട്ടെ...ക്ഷീണം മാറ്റാൻ നിങ്ങക്ക് ഒരു സാധനം തരാ... ജോണിവാക്കർ...'-രമേശന്റെ വാഗ്ദാനം അവരുടെ മനം കുളിർപ്പിച്ചു.

'....നിങ്ങള് പോകുമ്പോഴുള്ള പൊയ്യൂർക്കടവല്ല ഇപ്പോൾ. ലോറികളും ആനകളും ആൾക്കൂട്ടവും. നാട്ടിലാകെ തിരക്കാ...' -സുകുമാരൻ നാട്ടിലെ കാര്യങ്ങൾ രമേശനോട്പറഞ്ഞു തുടങ്ങി.

' ഇക്കൊല്ലം പഞ്ചായത്ത് പൂഴി ലേലത്തിന് കൊടുത്തു. ദിവസേന പത്തുമുപ്പത് ലോറികൾ പൂഴിയെടുക്കാൻ വരുന്നുണ്ട്. പൊയ്യൂർക്കടവിലെ പൂഴിക്ക് വലിയ ഡിമാന്റാ. ഇരിക്കൂറിലെ മാപ്പിളമാരാ ചില നാട്ടുകാരെ ബിനാമികളാക്കി പൂഴിലേലത്തിന് പിടിച്ചത്... നാറാത്തെ ആട് അന്ത്രുമാൻ ഹാജി എന്നൊരാൾ കുറേ മരം എടുത്തിറ്റ്ണ്ട്. ഒരു മാസമായി രണ്ട് ആനകൾ മരം വലിക്കുന്നു. ഞാൻ കഴിഞ്ഞ ദിവസം പോയിരുന്നു..'

'...നാട്ടിൽ നിന്ന് ബാലൻ അയച്ച കത്തിലുമുണ്ടായിരുന്നു വിവരങ്ങൾ. ..നമ്മുടെപുഴയും കാടും മരങ്ങളും എല്ലാ തീർന്നാരിക്കും അല്ലേ...?'

നഷ്ടബോധത്തോടെയുള്ള രമേശന്റെ ചോദ്യത്തോട് ആരും പ്രതികരിച്ചില്ല.

'ഈ രാധാകൃഷ്ണനും വിസ ശരിയായിട്ടുണ്ട്. ഓനും വേഗം ഗൾഫിലെത്തും.' -തൊട്ടടുത്തിരിക്കുന്ന രാധാകൃഷ്ണന്റെ പുറത്തുതട്ടി ഗംഗാധരൻ പറഞ്ഞു.

'ഓ...നന്നായി..ശരിയായാൽ അറീക്കണം...'

'രമേശന് ലീവ് കൊറേയുണ്ടോ?' -രാധാകൃഷ്ണനാണ് അന്വേഷിച്ചത്.

'രണ്ട് മാസം'

'ശരി...നമുക്ക് നീങ്ങാം...' സുകുമാരൻ എഴുന്നേറ്റു.

പെട്ടിയും ചുമന്ന് സംഘം യാത്ര തുടർന്നു. ഇടവഴികളും വയൽവരമ്പുകളും കൈത്തോടും കടന്ന് അവർ രമേശന്റെ വീട്ടിലെത്തി.

രമേശൻ വാതിലിന് മുട്ടിവിളിച്ചപ്പോൾ അച്ഛൻ വാതിൽ തുറന്ന് പുറത്തുവന്നു. പിന്നാലെ അമ്മയും സഹോദരി ശോഭനയും. കുടുംബത്തിൽ ആഹ്ലാദം വിരിയുന്നതുപോലെ രണ്ട് മണ്ണെണ്ണവിളക്കുകൾ മിഴിതുറന്നു. ഉറക്കച്ചടവോടെ ശോഭനയുടെ രണ്ട് കുട്ടികളും എഴുന്നേറ്റ് പുറത്തുവന്നു.

'നീ എന്താ മോനേ ഈ നട്ടപ്പാതിരക്ക് വന്നത്'? -കുഞ്ഞപ്പ പരിഭവം

പറഞ്ഞു.

മകൻ ബുദ്ധിമുട്ടില്ലാതെ വീട്ടിലെത്തിയതിൽ കുഞ്ഞപ്പ മുറ്റത്തിറങ്ങി കിഴക്കോട്ട് നോക്കി പ്രാർത്ഥിച്ചു. എല്ലാവരും രമേശനെ കണ്ണുനിറയെ കണ്ടു. കുശലം പറഞ്ഞു.

'ഇവരാണ് ഈ പെട്ടിയും ചുമന്ന് വന്നത്. പെട്ടെന്ന് ചായയോ മറ്റോ ഉണ്ടാക്ക്. ഇവര് ഒരുപാട് കഷ്ടപ്പെട്ടു.'

രമേശൻ എല്ലാവരെയും ക്ഷണിച്ചിരുത്തി.

ശോഭനയും അമ്മയും ചായയുണ്ടാക്കാൻ അകത്തുപോയി. കുട്ടികൾ മടിച്ച് മടിച്ച് മാമനെ തൊട്ടുരുമ്മിനിന്നു. രമേശൻ അവരെ മടിയിലിരുത്തി കുശലം ചോദിച്ചു.

രമേശൻ പെട്ടിതുറന്ന് ഒരു വലിയ ഷർട്ടിന്റെ തുണി വലിച്ചെടുത്തു. പെട്ടിയിൽ പ്രത്യേകമായി സൂക്ഷിച്ചുവെച്ചിരുന്ന മദ്യക്കുപ്പിയും.

ചായയും വറുത്ത നേന്ത്രക്കായയും കഴിക്കുന്നതിനിടയിൽ രമേശൻ ഷർട്ടിന്റെ തുണി സുകുമാരനെ ഏൽപ്പിച്ചശേഷം പറഞ്ഞു. 'ഇത് അഞ്ചാറ് ഷട്ടിനുണ്ടാവും... എല്ലാവർക്കും ഒരു യൂനിഫോമായിക്കോട്ടെ'.

'ഇതൊന്നും വേണ്ടപ്പ....ഇങ്ങനെയുള്ള സഹായം ചെയ്യല് നാട്ടുകാരുടെ ബാധ്യതയല്ലേ..' സുകുമാരൻ ഭംഗിവാക്ക് പറഞ്ഞു.

രഹസ്യസ്വഭാവത്തോടെ കുപ്പിയും സുകുമാരന് കൈമാറി. 'ഇത് നിങ്ങൾ നാട്ടിലെത്തിയശേഷം കഴിച്ചോ..' രമേശൻ പറഞ്ഞു.

നാലുപേരും യാത്രചോദിച്ചിറങ്ങി.

പുതിയ ബന്ധങ്ങൾ

ഗൾഫിൽ നിന്ന് രമേശൻ വന്നത് നാട്ടിലെ പ്രധാന വാർത്തയായി.

'നാലാൾ താങ്ങിപ്പിടിച്ചാപോലും ഓൻ കൊണ്ടന്ന പെട്ടി വീട്ടിലെത്തിച്ചത്'-രാവിലെ പൂഴിപ്പണിക്ക് വന്ന പെണ്ണുങ്ങൾ വിവരങ്ങൾ കൈമാറി.

രമേശൻ പകൽ മുഴുവൻ വീട്ടിലിരുന്നു.അയൽക്കാരും ബന്ധുക്കളും നാട്ടുകാരും വന്നുകൊണ്ടിരുന്നു. തന്നെക്കാണാൻ വന്നവരെ ആരെയും രമേശൻ വെറുംകയ്യോടെ വിട്ടില്ല. ഓരോരുത്തരും അർഹിക്കുന്നതനുസരിച്ച് ഷർട്ട്പീസ്, സ്പ്രേ, ടീഷർട്ട്, സിഗരറ്റ്, സിഗരറ്റ് ലൈറ്റർ, പേന, പെൻസിൽ, ബ്ലേഡ്, ചോക്ലേറ്റ് എന്നിവ സമ്മാനമായി നൽകി.

സന്ധ്യയായപ്പോഴാണ് ബാലൻ എത്തിയത്. സൗഹൃദം പുതുക്കലും ചായകുടിയും കഴിഞ്ഞശേഷം രണ്ടുപേരും പുഴക്കരയിലേക്ക് നടന്നു.

മൂന്ന് വർഷം കൊണ്ട് നാടിന്റെ മുഖച്ഛായതന്നെ മാറിയതായി രമേശന് തോന്നി.

പന്ത് കളിക്കുകയും രാവേറെച്ചെല്ലുവോളം കൂട്ടംകൂടിയിരുന്ന് കഥകൾ പറയുകയും ചെയ്തിരുന്ന വിശാലമായ മണൽപ്പരപ്പുകൾ ഏറെക്കുറേ അപ്രത്യക്ഷമായിക്കഴിഞ്ഞിരിക്കുന്നു. അവിടെയെല്ലാം ഒഴുക്കു നിലച്ച വെള്ളം കെട്ടിനിൽക്കുന്ന വലിയകുഴികൾ. മണൽപ്പരപ്പിൽ മരുപ്പച്ചപോലെ അനുഭവപ്പെട്ട മഞ്ഞമരക്കൂട്ടങ്ങളുമില്ല.

പിറ്റേന്ന് രാവിലെ മണൽ കയറ്റാൻ മുൻഗണന കിട്ടുന്നതിന് നിരനിരയായി നിർത്തിയിട്ടിരിക്കുന്ന ലോറികൾ. പുഴയോരത്തെ മാവിൻചുവട്ടിൽ സംഘം ചേർന്നിരുന്ന് മദ്യപിക്കുന്ന അപരിചിതർ. മുമ്പൊക്കെ പുഴക്കരയിലെ കാറ്റുകൊണ്ടാൽ നല്ല ഉന്മേഷം കിട്ടുമായിരുന്നു. ഇപ്പോൾ വീശുന്ന കാറ്റിന് മനുഷ്യവിസർജ്യത്തിന്റെ ദുർഗന്ധം.

നാട്ടുകാർ ശ്രമദാനമായി നിർമിക്കുകയും പിന്നീട് പഞ്ചായത്ത് ഏറ്റെടുക്കുകയും ചെയ്ത റോഡിൽ ആനകൾ മരം വലിച്ചുകൊണ്ടുപോയ പാടുകളും ആനപ്പിണ്ടങ്ങളും. റോഡ് മുഴുവൻ ഉഴുതുമറിച്ചിട്ടതുപോ

ലെ.

രമേശനും ബാലനും നടന്ന് ആളൊഴിഞ്ഞ മുളംകാടിനരികെ പൂഴിപ്പ രപ്പിൽ ഇരുന്നു.

'ഞാനിവിടെ ഒന്ന് മലർന്ന് കിടക്കട്ടെ. എത്രനാളായി ഇങ്ങനെ കിട ക്കാൻ കൊതിക്കുന്നു. സത്യത്തിൽ നാട്ടിൽ ജീവിക്കുമ്പോൾ നമുക്ക് ഇ വിടുത്തെ ജീവിതം മടുക്കും. നാടുവിട്ടുപോയാലേ നാട്ടിലെ ജീവിതത്തി ന്റെ സുഖമറിയൂ....മൂന്ന് കൊല്ലംകൊണ്ട് നാട് എത്രയാ മാറിപ്പോയത്...'- രമേശന്റെ ഗൃഹാതുരത നിറഞ്ഞ വാക്കുകൾ ബാലൻ കേട്ടുനിന്നതേ യുള്ളൂ.

'...ഇപ്പം നാട്ടില് നാട്ടുകാർ കുറവാ...പുറത്തു നിന്ന് വന്നവരാ കൂടു തല്....പൂഴികേറ്റാൻ വരുന്ന ലോറിയില് കുറേപ്പേർ വരുന്നു. അവർ പീടി കളിലും പുഴക്കരയിലെ ഷെഡ്ഡിലും സുഹൃത്തുക്കളുടെ വീടുകളിലും കിടന്നുറങ്ങുന്നു. നാട്ടിലേക്ക് ഇഷ്ടംപോലെ മദ്യം കൊണ്ടുവരുന്നു. എല്ലാ വരും കുടിക്കുന്നു...എല്ലാവരുടെയും കയ്യില് ഇഷ്ടംപോലെ പൈസ വരു ന്നുണ്ട്...അവർ ജീവിതം പൊടിപൊടിക്കുന്നു...'

'...നാട്ടിലെ പെണ്ണുങ്ങൾ മിക്കവരും പൂഴിപ്പണിക്കാരായി. ഇവരിൽ ചെറു പ്പക്കാരികളായ നാലഞ്ചുപേർ ലോറിക്കാരുടെ കാമുകിമാരായിക്കഴിഞ്ഞു. ചിലർ അവരെ വീട്ടിൽ സ്വീകരിക്കുന്നു. ഒന്നിച്ച് സിനിമക്ക് പോകുന്നു. അവരുടെ ഭർത്താക്കൻമാർക്ക് മദ്യം നൽകി പാട്ടിലാക്കിയാണ് ഇതെ ല്ലാം ചെയ്യുന്നത്. നമ്മളൊക്കെ ഈ പുഴക്കരയിലിരുന്ന് നാടിന്റെ കാര്യ ങ്ങളല്ലേ സംസാരിക്കാറ്. അങ്ങിനെയല്ലേ ഈ റോഡും വായനശാലയും തോടിന് പാലോം വന്നത്...ഇപ്പൊഴത്തെ പിള്ളേർ സെറ്റ്കൂടി കള്ളുകു ടിയാ...മറ്റൊന്നിനും അവർക്ക് താൽപര്യമില്ല...'-നാടിന്റെ വർത്തമാനം ബാലൻ നിസ്സംഗതയോടെ വിവരിച്ചു.

ആകാശത്തേക്ക് കണ്ണയച്ച് നിശ്ശബ്ദം കിടന്ന് രമേശൻ എല്ലാം കേട്ടു.

പുഴയ്ക്ക് സമാന്തരമായി വെള്ളക്കൊറ്റികൾ കൂട്ടം കൂട്ടമായി പറന്ന് കൂടണയാൻ പോകുന്നത് രമേശൻ കൗതുകത്തോടെ നോക്കി.

'...എന്റെ വീട്ടുപറമ്പിലേതടക്കം നാട്ടിലെ വൻമരങ്ങളെല്ലാം ഇതിനകം നിലംപൊത്തിക്കഴിഞ്ഞു. നാറാത്തെ ആട് അന്ത്രുമാൻഹാജി എന്നൊ രാളാണ് മരങ്ങളെല്ലാം വിലയ്ക്കെടുക്കുന്നത്. ഒരു മാസത്തിലേറെയായി രണ്ട് ആനകളും കുറേ മഴുപ്പണിക്കാരും ജോലിചെയ്യുന്നു. നമ്മുടെ കു ട്ടിക്കുന്ന് ഏറെക്കുറേ മൊട്ടക്കുന്നായി. അവിടുത്തെ കൂറ്റൻ മരങ്ങളെല്ലാം പുഴവഴി വളപട്ടണത്തെത്തി.

'ആരാണീ ആട് അന്ത്രുമാൻഹാജി...?.'

'എടാ....നമ്മുടെ അംബികയില്ലേ...?'

നമ്മുടെ അംബിക എന്ന ബാലന്റെ പ്രയോഗം രമേശനെ ചിരിപ്പിച്ചു.

'അംബികയുടെ...അതായത് സുബൈദയുടെ പുയ്യാപ്ല പോക്കറിന്റെ കാരണവരാണ് ഈ ഹാജി'

രമേശനും ബാലനും ഉൾപ്പെടെ, നാട്ടിലെ കൗമാരക്കാരുടെ കാമുകീ സങ്കൽപ്പമായിരുന്നു അടക്കാക്കച്ചവടക്കാരൻ അബുവിന്റെ മകൾ സുബൈദ. നാട്ടിലെ ഏറ്റവും സുന്ദരിയായ പെൺകുട്ടി. അവൾക്ക് സിനിമാനടി അംബികയുടെ ഛായയുണ്ടെന്ന് കണ്ടെത്തിയവരിൽ ഒരാൾ രമേശനാണ്. ക്രമേണ സുബൈദയെ നാട്ടിലെ ചെറുപ്പക്കാർ അംബിക എന്ന് മാത്രം വിളിച്ചുതുടങ്ങി.

പൊയ്യൂർക്കടവ് ഈസ്റ്റ് എൽ.പി.സ്കൂളിൽ നാലാംക്ലാസ് കഴിഞ്ഞതോടെ സുബൈദയുടെ പഠനം നിന്നു.

അടക്കാക്കച്ചവടക്കാരൻ അബുവിന് നാല് മക്കളാണ്. ഏറ്റവും ഇളയവളാണ് സുബൈദ. മൂത്തമകൾ ആമിനയെ കെട്ടിയ ജമാൽ കോയമ്പത്തൂരിൽ ബെയ്ക്കറിപ്പണിക്കാരനാണ്. ഈ ദമ്പതികൾക്ക് കുട്ടികളില്ല. സുബൈറും മൊയ്തീൻകുട്ടിയും മൈസൂരിൽ പച്ചക്കറിക്കച്ചവടക്കാരാണ്. ഇവരെല്ലാം കുടുംബസമേതം ജോലിസ്ഥലങ്ങളിലാണ് താമസം. അപൂർവമായേ നാട്ടിൽ വരാറുള്ളൂ.

പതിനാലാമത്തെ വയസ്സിലായിരുന്നു സുബൈദയുടെ കല്ല്യാണം. ഭർത്താവ് മാണിയൂരിലെ കീറ്റുകണ്ടിപോക്കർ. സുബൈദയുടെ ഇരട്ടി വയസ്സാണ് പോക്കർക്ക്. പക്ഷെ സൗന്ദര്യം അവളുടെ കാൽഭാഗം പോലുമില്ല.

'ആ തങ്കംപോലത്തെ പെണ്ണിനെ ഓനെക്കൊണ്ട് കെട്ടിക്കാൻ അയാക്കെന്താ പിരാന്താ...'-കല്യാണ ദിവസം സുബൈദയുടെ പുയ്യാപ്ലയെ ക്കണ്ട നാട്ടിലെ പെണ്ണുങ്ങൾ പറഞ്ഞു.

തേങ്ങയും അടക്കയും കശുവണ്ടിയും പാട്ടത്തിനെടുത്ത് ബിസിനസ് ചെയ്യുന്ന പോക്കർ സന്ധ്യയോടെ പൊയ്യൂർക്കടവിലെ ഭാര്യാവീട്ടിലെത്തും. നല്ല വസ്ത്രങ്ങൾ ധരിച്ച് അത്തറും പൂശി സന്ധ്യമയങ്ങും നേരം ഭാര്യാവീട്ടിലേക്ക് വരുന്ന പോക്കറെ നാട്ടിലെ ചെറുപ്പക്കാർ അസൂയയോടെ നോക്കിനിൽക്കും.

'..ഓ...ഓന്റെയൊരു ഭാഗ്യം നോക്ക്...ആ പെണ്ണിന് എത്രനല്ല ചെക്കനെ കിട്ടാായിരുന്നു...' ഒരിക്കൽ രമേശൻ അഭിപ്രായപ്പെട്ടത് ബാലന് ഓർമവന്നു.

കനത്ത തുക സ്ത്രീധനം നൽകി വലിയ കുടുംബത്തിലെ ചെറുപ്പ

ക്കാരനെ മകളുടെ ഭർത്താവായി സ്വീകരിക്കാനുള്ള സാമ്പത്തികശേഷി അബുവിന് ഉണ്ടായിരുന്നില്ല.

സുബൈദയുടെ വിവാഹം നടന്ന് മൂന്ന് വർഷം കഴിഞ്ഞപ്പോൾ അബു മരിച്ചു. പിന്നീട് ഉമ്മ കദീസുവും സുബൈദയും പോക്കറും മകൾ സീനത്തും മാത്രമായി വീട്ടിൽ.

കല്യാണം കഴിഞ്ഞ് രണ്ടു വർഷത്തിന് ശേഷമാണ് സുബൈദ സീനത്തിനെ പ്രസവിച്ചത്. പിന്നീട് പോക്കർ ഗൾഫിലേക്ക് പോയി. ആദ്യത്തെ ഒരുകൊല്ലം കൃത്യമായി കത്തുകളും പണവും വന്നിരുന്നു. പിന്നെ പോക്കറെക്കുറിച്ച് യാതൊരു വിവരവുമില്ല. സൗദിയിലെ ഏതോ ജയിലിൽ കഴിയുന്നുണ്ടെന്നും മരിച്ചുപോയി എന്നും പറയപ്പെടുന്നു. കൃത്യമായ വിവരം ആർക്കുമില്ല.

പോക്കറുടെ ഉമ്മ ആയിഷയുടെ സഹോദരനാണ് അന്ത്രുമാൻ ഹാജി. ആദ്യം ആടുകളെ വാങ്ങിവിൽക്കുകയിയുന്നു ഇദ്ദേഹത്തിന്റെ ജോലി. അങ്ങിനെയാണ് ആട് അന്ത്രുമാൻ എന്ന പേര് കിട്ടിയത്. പിന്നീട് മരക്കച്ചവടത്തിലേക്ക് തിരിഞ്ഞു. കാഞ്ഞിരക്കൊല്ലിയിലും മറ്റും കൂപ്പ് ലേലത്തിനെടുത്ത് ബിസിനസ്സ് നടത്തിയതോടെ വൻ പണക്കാരനായി. ഹാജിയായി. ഇപ്പോൾ രണ്ട് ആനകളും മൂന്ന് ലോറികളും രണ്ട് ഭാര്യമാരുമുണ്ട്. ആറ് മക്കളും.

ബാലൻ സ്വകാര്യമായി ഒരു വിവരം കൂടി രമേശനെ അറിയിച്ചു. 'മരക്കച്ചവടത്തിന് ഇവിടെവന്ന് താമസം തുടങ്ങിയ ഹാജി സുബൈദയുടെ സംരക്ഷണം കൂടി ഏറ്റെടുത്തതായാണ് തോന്നുന്നത്...'

'ഇവിടെയായതുകൊണ്ട് എന്തും നടക്കും....നല്ല ചാൻസല്ലേ... ഈ ഹാജിക്ക് എത്ര പ്രായം വരും? -രമേശൻ ചോദിച്ചു.

'അത്രയൊന്നുമില്ല..ഏറിയാൽ ഒരു അമ്പത്തിരണ്ട്... കണ്ടാൽ ആരുമൊന്ന് നോക്കും. നല്ല വെളുത്തനിറം. വെളുത്ത സിൽക്ക് ജുബ്ബയും മുണ്ടും വേഷം. കഷണ്ടികയറിയ തല, സ്വർണ ഫ്രെയിമുള്ള കണ്ണട..'

'എനി ഹാജീന്റെ കാര്യം വിടാം.. നിന്റെ കാര്യം പറ. കല്യാണം ഇപ്പോ ഉണ്ടോ?..' -ബാലൻ വിഷയം മാറ്റി.

'ഇല്ല അടുത്ത വരവിന്'

'വേഗം നടത്തെടാ....നിനക്ക് പെണ്ണന്വേഷിച്ച് നടക്കേണ്ട കാര്യമൊന്നുമില്ലല്ലോ... കാരണവരുടെ മകൾ കണ്ണിലെണ്ണയൊഴിച്ച് കാത്തിരിക്കുന്നില്ലേ....നിന്നെക്കാളും ഒരു വയസ്സ് കുറവാ എനിക്ക്. നാല് മാസം കഴിഞ്ഞാൽ ഞാനൊരച്ഛനാകും...'

'എന്നാൽ അത് ആദ്യം നടക്കട്ടെ...നീ അച്ഛനായശേഷം ഞാൻ ഭർ

ത്താവാകാം...'

അവർ എഴുന്നേറ്റു.

വേലിയേറ്റമാണ്. പുഴ പൂർണവളർച്ചയെത്തി നിൽക്കുന്ന സമയം. കടവിൽ വലിയ മുളംകുറ്റികളിൽ ഉറപ്പിച്ച മണൽക്കടത്തു തോണികൾ ഓളങ്ങളിൽ ആടിയുലഞ്ഞുകൊണ്ടിരുന്നു.

കുറേ കുട്ടികൾ പുഴയിൽ നീന്തിക്കളിക്കുന്നു. വെള്ളക്കൊറ്റികൾ അപ്പോഴും കൂട്ടത്തോടെ കൂടണയാൻപോയ്ക്കൊണ്ടിരുന്നു.

രമേശനും ബാലനും കടവിലെത്തി.

ഹസ്സനിക്കയാണ് കടത്തുകാരൻ. പുഴയുണ്ടായ കാലം മുതലേയുള്ള കടത്തുകാരനാണ് ഹസ്സനിക്കയെന്നാണ് നാട്ടുകാർക്ക് തോന്നാറ്. അത്രയും പൗരാണികമാണ് അദ്ദേഹത്തിന്റെ സാന്നിധ്യം. ആരും പ്രായം തിട്ടപ്പെടുത്തിയിട്ടില്ലെങ്കിലും നാട്ടിലെ ആബാലവൃദ്ധം അദ്ദേഹത്തെ ഹസ്സ നിക്ക എന്നാണ് വിളിക്കുന്നത്. എന്നും നിർവികാരനായി യാത്രക്കാരെ പുഴയുടെ അക്കരേക്കും ഇക്കരേക്കും കടത്തുന്ന ഹസ്സനിക്ക ആരോടും കടത്തുകൂലി ചോദിക്കാറില്ല. കൊടുത്താൽ വാങ്ങും എന്നുമാത്രം. കൊ ടുത്തില്ലെങ്കിലും പരാതിയില്ല.

മഴക്കാലത്ത് വെള്ളം പൊങ്ങി പുഴ രൗദ്രഭാവം കൈക്കൊള്ളുന്ന സമ യത്തും തലയിൽ ഓലക്കുടവെച്ച് ഹസ്സനിക്ക യാത്രക്കാരെ കടത്തും. പുഴയിൽ എത്ര ഒഴുക്കുണ്ടായാലും ഹസ്സനിക്ക ലക്ഷ്യത്തിലേക്ക് തോണി തുഴഞ്ഞെത്തിക്കും. പക്ഷെ, മഴക്കാലത്ത് ഒരു മാസത്തോളം തോണി കരയിൽ കയറ്റിയിട്ട് അറ്റകുറ്റപ്പണി നടത്തും. വനങ്ങളിൽ നിന്ന് ശേഖ രിക്കുന്ന ഒരു പ്രത്യേക മരത്തിന്റെ കറയായ പന്തവും കുമ്മായവും കാവി യും വെളിച്ചെണ്ണയിൽ പ്രത്യേകം അനുപാതത്തിൽ ഉരുക്കിയെടുക്കുന്ന മിശ്രിതം ഉപയോഗിച്ച് തോണിയുടെ വിള്ളലുകളും സുഷിരങ്ങളും അ ടയ്ക്കും. അതിനുശേഷം തോണിമുഴുവൻ മീനെണ്ണ പുരട്ടും.- തോണി യുടെ കർക്കിടക ചികിത്സ.

മണൽ വാരുന്ന തോണികളുടെ അറ്റകുറ്റപ്പണിക്കായി ആശാരിമാർ വരുന്നത് നാറാത്ത് പാമ്പുരുത്തിയിൽ നിന്നാണ്. മണൽ വാരുന്ന തോണി യുടെ പണി കഴിയുന്ന മുറയ്ക്ക് ഹസ്സനിക്കയുടെ കടത്തുതോണിയുടെ പണിയും അവർ നടത്തിക്കൊടുക്കും.

പുഴയോരത്തെ കൊച്ചുകുടിലിൽ ഭാര്യയോടൊപ്പം താമസിക്കുന്ന ഹസ്സനിക്ക സന്ധ്യമയങ്ങും നേരത്ത് മാത്രമേ കുടിലിൽ തിരിച്ചെത്തൂ. പുലർച്ചെ മുതൽ ജോലി തുടങ്ങുകയും ചെയ്യും. ഹസ്സനിക്കക്ക് മക്കളോ മറ്റു ബന്ധുക്കളോ ഇല്ല. പുഴയുടെ പുത്രനാണയാൾ. എല്ലാവരെയും

അറിയുമെങ്കിലും ഹസ്സനിക്ക ആരോടും പരിചയഭാവം കാട്ടുകയോ കുശലാന്വേഷണം നടത്തുകയോ ചെയ്യാറില്ല. ആരോടെങ്കിലും സംസാരിക്കുന്നതും അപൂർവ്വം.-ഒരു തരം നിഷ്കളങ്കമായ നിഗൂഢത അദ്ദേഹത്തിന്റെ സ്വഭാവത്തിലുണ്ട്.

കടത്തുതോണി അക്കരെനിന്നും പുറപ്പെട്ടിരുന്നു. നാലുപേർ തോണിയിലുണ്ട്. ശുഭ്രവസ്ത്രധാരിയായ ഒരാൾ തോണിയിൽ നിന്നിട്ടുണ്ട്. മറ്റുള്ളവർ തോണിപ്പടിയിൽ ഇരിക്കുന്നു.

അസ്തമയ സൂര്യൻ പുഴയിൽ സിന്ദൂരം കലർത്തിയിരിക്കുന്നു. സന്ധ്യാവെളിച്ചത്തിൽ പുഴയുടെ കൊച്ചോളങ്ങളെ മുറിച്ചുവരുന്ന തോണിയും അതിലെ യാത്രക്കാരും ഒരു നിശ്ചലഛായാചിത്രംപോലെ തോന്നിച്ചു.

കുറച്ചു സമയം സൂക്ഷിച്ചുനോക്കിശേഷം തോണിയിലേക്ക് ചൂണ്ടി ബാലൻ പറഞ്ഞു. 'അദ്ദേഹമാണ് അന്ത്രുമാൻ ഹാജി'

തോണിയിൽ നിന്ന് അവസാനം ഇറങ്ങിയത് ഹാജിയാണ് . അദ്ദേഹത്തിന്റെ മുണ്ട് നനയാതിരിക്കാൻ മറ്റുള്ളവർ തോണി കുറേക്കൂടി കരയോട് അടുപ്പിച്ചു.

തോണിയിൽ നിന്നിറങ്ങിയ ഹാജി വെളുത്ത സിൽക്ക് ഷർട്ട് ഉയർത്തി അരയിൽ കെട്ടിയ പച്ചനിറമുള്ള തുകൽ ബെൽട്ടിൽ നിന്നും ഒരു രൂപ നാണയം ഹസ്സനിക്കയുടെ കയ്യിൽകൊടുത്തു.

കടവിൽനിൽക്കുകയായിരുന്ന ബാലനും രമേശനും കുലീനമായ മന്ദസ്മിതം ഹാജി സമ്മാനിച്ചു. അദ്ദേഹം കടന്നുപോയപ്പോൾ വിലകൂടിയ അത്തറിന്റെ സൗരഭ്യം പരന്നു.

'ഇയാളെന്താ സന്ധ്യയാകുമ്പം ഇങ്ങോട്ട്..?' രമേശൻ ചോദിച്ചു

'പലപ്പോഴും അയാൾ രാത്രി തങ്ങുന്നത് നമ്മുടെ അംബികയുടെ വീട്ടിൽ തന്ന്യാ..' ബാലൻ ചെറുതായി ചിരിച്ചു.

'ഇതിനൊന്നും ചോദിക്കാനും പറയാനും നാട്ടിലാരും ഇല്ലേ..? അനന്തിരവന്റെ ഭാര്യ കാരണവർക്ക് സ്വന്തം...' -രമേശന്റെ ധാർമികരോഷം പുറത്തേക്കൊഴുകി.

'ഇതൊക്കെ അവരുടെ സമുദായം നോക്കേണ്ട കാര്യല്ലേ....നാട്ടുകാർക്കെന്താ ചെയ്യാൻ പറ്റ്വാ... നിനക്കിപ്പം അയാളോട് കുശുമ്പായിരിക്കും അല്ലേ..? കുറേ നാട്ടുകാർ അയാളുടെ ശിൽബന്തികളാ ഇപ്പോൾ...'

രണ്ടുപേരും ചിരിച്ചു.

'നമുക്ക് കുന്നുമ്മൽ ഗോവിന്ദേട്ടന്റെ പീടികയിലേക്ക് പോകാം. പൂഴിപ്പണിക്കാരും ആനക്കാരും കൂട്ടത്തോടെ വന്നതിനുശേഷം നമ്മുടെ ഗോ

വിന്ദേട്ടൻ രക്ഷപ്പെട്ടു. ഇപ്പം ഓർക്ക് നിന്ന് തിരിയാൻ നേരമില്ല.. അത്ര തിരക്കാ പീടികേല്...'

പുഴയോരത്തെ പീടികയിലേക്ക് നടന്നപ്പോൾ എതിരെ വരികയായിരുന്നു ചിറമ്മൽകോരൻ. തോളിൽ മത്സ്യം പിടിക്കുന്ന വലയും കയ്യിൽ കാട്ടുവള്ളിയിൽ കോർത്ത കുറച്ച് മീനുമുണ്ട്.

അവരെ അടുത്തുനിന്ന് കുറച്ചുസമയം സൂക്ഷിച്ചുനോക്കിയശേഷം കോരൻ പറഞ്ഞു. 'അല്ലപ്പാ...ഇദാരാ നമ്മളെ രമേശനല്ലേ...നീ ദുബായീന്ന് വന്നൂന്ന് പറയീന്ന കേട്ടു.നീ നമ്മളെയെല്ലാം മറന്നാ..'

'നിങ്ങക്ക് എന്നെ മനസ്സിലായോന്ന് നോക്കാനാ ആദ്യം മിണ്ടാതിരുന്നത്..'രമേശൻ സൗഹാർദ്ദപൂർവ്വം പറഞ്ഞു.

'കൊറച്ച് മീന്ണ്ട് തരട്ടെ....അല്ല. ഞാൻ തന്നെ നിന്റെ വീട്ടില് കൊടുക്കണോ?'..

'...കോരേട്ടൻ തന്നെ കൊടുത്തേക്ക്...ഞാൻ കുറേക്കഴിഞ്ഞേ വീട്ടിലേക്ക് മടങ്ങൂ....പൈസ ഞാൻ തരാ...'

കുറച്ച് നടന്ന ശേഷം കോരൻ വഴിയിൽ എന്തോ ശങ്കിച്ചുനിന്നു. പിന്നെ മടങ്ങിവന്ന് ജാള്യം കലർന്ന ഒരു ചിരി ചിരിച്ചശേഷം ചോദിച്ചു, രമേശാ...നീ ബെരുമ്പം കുപ്പ്യൊന്നും കൊണ്ടന്നിറ്റില്ലേ..'

ബാലനും രമേശനും ചിരിച്ചു

'കോരേട്ടൻ ഇപ്പം പോ...നമ്മക്ക് നാളെ കാണാ....'

കോരൻ കനത്തുവരുന്ന ഇരുട്ടിൽ നടന്നകന്നു.

'ഇയാൾക്ക് സകല സൂക്കേടും ഉണ്ട്. എന്നാലും കള്ളുകുടിക്ക് ഒരു കുറവും ഇല്ല. അയാളുടെ അർശസ്സ് രോഗം മൂർദ്ധന്യത്തിലാണ്. ഇങ്ങിനെ നടക്കുന്നയാൾക്ക് മക്കളില്ലാത്തത് ഭാഗ്യം'-ബാലൻ പറഞ്ഞു.

പുറത്തുകാണുമ്പോൾ ശാന്തപ്രകൃതനാണ് കോരൻ. എന്നാൽ കള്ളുകുടിച്ച് വീട്ടിലെത്തിയാൽ ഭാര്യയോട് കയർത്ത് കോമരത്തെപോല ഉറഞ്ഞുതുള്ളും. മർദ്ദിക്കും. കലഹത്തിനുള്ള കാരണം ചിലപ്പോൾ കല്യാണിതന്നെ തുടങ്ങിവെക്കും. കലഹം മൂർഛരിച്ച് തനിക്കെതിരെ വർധിതവീര്യത്തോടെ ചാടിവരുന്ന കോരനോട് കല്ല്യാണി പറയും. 'നിങ്ങളെന്തിനാ മനുഷ്യാ ഇങ്ങനെ മൂലംപൊറത്താക്ക്ന്ന്... ഒന്ന് അടങ്ങിനിന്നൂടെ..'

കോപാകുലനായി ഉറക്കെ ഭാര്യയെ ചീത്തപറഞ്ഞ് ഉറഞ്ഞുതുള്ളുമ്പോൾ അയാളുടെ ഗുദം വെളിയിലേക്ക് ചാടും. അപ്പോൾ നിക്കപ്പൊറുതിയില്ലാതെ ഓടി പുഴയിൽ പോയിരിക്കും. വെള്ളത്തിൽ കുറേ സമയം ഇരുന്ന് ആശ്വാസം കിട്ടിയാൽ പതുക്കെ വീട്ടിലെത്തി കിടന്നുറങ്ങും.

സാമാന്യം തരക്കേടില്ലാത്ത ഭൂസ്വത്തുള്ള കുടുംബത്തിലെ അംഗ

മാണ് കോരൻ. തെങ്ങും കവുങ്ങും കുരുമുളകുമുള്ള നാലേക്കറോളം ഭൂമിയും ഓടുമേഞ്ഞ വീടും കുടുംബസ്വത്തായി കിട്ടിയിരുന്നു. ഈ സ്വത്തുക്കൾ മുഴുവൻ ചീട്ടുകളിച്ചും കള്ളുകുടിച്ചും നശിപ്പിച്ചു. ചീട്ടുകളിക്ക് പണം തികയാതെ വരുമ്പോൾ പത്തും ഇരുപതും സെന്റുകളായി ഭൂമി ചുളുവിലയ്ക്ക് വിറ്റുതീർത്തു. ഇപ്പോൾ വീടും പത്തുസെന്റ് ഭൂമിയും കല്യാണിയുടെ കാതിലെ കമ്മലും ഗുരുതരമായ അർശസ്സും വയറ്റിൽ അൾസറും അവശേഷിക്കുന്നു. കല്യാണിയുടെ കമ്മലിനായി കോരൻ യുദ്ധം തുടങ്ങിയിട്ട് കുറേക്കാലമായി. അതിൽ ഇപ്പോഴും വിജയിച്ചിട്ടില്ല.

രാവിലെ എഴുന്നേറ്റ ഉടനെ ഒരു ഗ്ലാസ് ചായമാത്രം കുടിച്ച് കോരൻ കുട്ടിക്കുന്നിലെ രഹസ്യകേന്ദ്രത്തിലേക്ക് ചീട്ടുകളിക്കാൻ പോകും. പലഭാഗത്തുനിന്നുള്ള സംഘങ്ങൾ അപ്പോഴേക്കും എത്തിയിരിക്കും. ഭക്ഷണം പോലും കഴിക്കാതെ വൈകുന്നേരംവരെ ചീട്ടുകളിക്കും. പിന്നെ നേരെ ചോല കള്ളുഷാപ്പിലേക്ക്. വീട്ടിൽ തിരിച്ചെത്തുന്നത് ഏറെ വൈകി. കള്ളുകുടിക്കുന്നതിനെയും ചീട്ടുകളിക്കുന്നതിനെയും കല്യാണി ചോദ്യംചെയ്താൽ കോരൻ പറയും.' ഇതെല്ലാം ആണുങ്ങക്ക് പറഞ്ഞതാടീ...'

'ആണാണെന്ന് പറഞ്ഞാപ്പോരാ.....ആണത്തം തെളീക്കണം' -മുഖത്തടിച്ചപോലെയുള്ള കല്യാണിയുടെ മറുപടി കോരന്റെ ചങ്കിൽകൊള്ളും.

മറ്റൊന്നും ഇനി വിൽക്കാനില്ലെന്നതുകൊണ്ടും അർശസ് മൂർഛിച്ച് അധികസമയം ഇരിക്കാൻ കഴിയാത്തതുകൊണ്ടും കോരൻ ചീട്ടു കളി നിർത്തി. നാട്ടിലെ ചില പാർട്ടിപ്രവർത്തകർ കുട്ടിക്കുന്നിലെ ചീട്ടുകളി കേന്ദ്രമായ ഓലഷെഡ്ഡ് കത്തിച്ചതാണ് ചീട്ടുകളി പെട്ടെന്ന് അവസാനിക്കാൻ നിമിത്തമായത്. ചീട്ടുകളിക്കാർ പിന്നീട് നായാട്ടുപാറയിലേക്ക് താവളം മാറ്റിയെങ്കിലും കോരൻ അങ്ങോട്ടുപോയില്ല.

എല്ലാം വിറ്റുതീർന്നപ്പോൾ പുഴയിൽ തോട്ടയിട്ടും വലവീശി മത്സ്യം പിടിച്ചുമാണ് കള്ളുകുടിക്കുള്ള വകയുണ്ടാക്കുന്നത്.

അർശസ്സുമാറാൻ ആമയിറച്ചി കഴിക്കുന്നത് നല്ലതാണെന്ന് ആരോ ഉപദേശിച്ചതുകാരണം ഒഴിവുസമയങ്ങളിൽ തോട്ടിലും കുളങ്ങളിലും ചതുപ്പു സ്ഥലങ്ങളിലും ആമകളെ അന്വേഷിച്ചു നടക്കും.

തോട്ടയിട്ട് മീൻപിടിക്കാനുള്ള കോരന്റെ വൈദഗ്ധ്യം ഒന്നു വേറെയാണ്. പുഴയിൽ അരയോളം വെള്ളമുള്ള സ്ഥലത്ത് നാട്ടിയ കമ്പുകൾ കെട്ടിയ കവുങ്ങിൻ തൂണിൽ കയറിനിന്ന് മണിക്കൂറുകളോളം മീനുകളെ നിരീക്ഷിക്കും. വലിയ ട്രൗസറിന്റെ പോക്കറ്റിൽ വരിഞ്ഞുകെട്ടിയ തോട്ടയുണ്ടാകും. കയ്യിൽ കത്തിയെരിയുന്ന തീപിടിപ്പിച്ച ചൂടിക്കയറും.

വേലിയേറ്റം കഴിഞ്ഞ് നിശ്ചലമായിക്കിടക്കുന്ന പുഴയിലൂടെ കൂട്ടമായിപ്പോകുന്ന മീനുകളെ ജലപ്പരപ്പിലെ ചെറുചലനങ്ങൾ നോക്കി കോരൻ തിരിച്ചറിയും. തിരുതമത്സ്യത്തിന്റെ കുഞ്ഞുങ്ങളായ കയ്യൻ പരലുകളാവും ലക്ഷ്യം. പരലുകളെ കാണേണ്ട താമസം ട്രൗസറിന്റെ പോക്കറ്റിൽ നിന്ന് തോട്ടയെടുത്ത് എരിയുന്ന ചൂടിക്കയറിൽ നിന്ന് തീപ്പിടിപ്പിച്ച് ലക്ഷ്യം തെറ്റാതെ എറിയും. തോട്ടപൊട്ടിയാൽ കോരൻ വെള്ളത്തിലേക്ക് ചാടും. കയ്യൻ പരലുകൾ വെള്ളിനാണയങ്ങൾ പോലെ പുഴയുടെഅടിത്തട്ടിൽ ചത്തുമലർന്ന് കിടക്കുന്നുണ്ടാവും.

ശ്രീകൃഷ്ണലീല

'**ഏ**തായാലും ഡപ്പ്യൻ ഗോപാലൻ തന്നെ പൂതനയാകട്ടെ. പൂതനേന്റെ ഭാഗം കളിക്കാൻ ഓനെപ്പോലെ ആരിക്കും ആകൂലാ...'

'ശ്രീകൃഷ്ണലീല' നാടകത്തിലെ കഥാപാത്രങ്ങൾക്ക് പറ്റിയ നടൻമാരെ തിരഞ്ഞെടുക്കുന്നതിന് സ്വന്തം വീട്ടിൽ വിളിച്ചുചേർത്ത യോഗത്തിൽ നാടകഗുരിക്കൾ അഭിപ്രായപ്പെട്ടു.

ഗുരിക്കളുടെ നിർദ്ദേശം അവിടെ എത്തിയ എല്ലാവരും ഏകകണ്ഠമായി കയ്യടിച്ച് അംഗീകരിച്ചു. ഡപ്പ്യൻ ഗോപാലന്റെ അഭിനയമികവിനുള്ള അംഗീകാരമായിരുന്നു ആ നീണ്ട കയ്യടി. നാടിന്റെ പല ഭാഗങ്ങളിൽ നിന്നെത്തിയ പത്തിരുപത് പേർ ഗുരിക്കൾ വിളിച്ചുചേർത്ത യോഗത്തിലെത്തിയിരുന്നു. പലരും മുമ്പ് നാടകത്തിൽ അഭിനയിച്ചിട്ടുള്ളവർ.

വിദ്വാൻ പി.കേളുനായരുടെ ശിഷ്യരുടെ ശിഷ്യനാണ് നാടകഗുരിക്കൾ എന്ന കുഞ്ഞമ്പുനായർ. പറശ്ശിനിക്കടവിൽ കേളുനായർ സ്ഥാപിച്ച നാടകക്കളരിയിൽ പരിശീലനം നേടിയ കുഞ്ഞമ്പുനായർ, കേളുനായർ രചിച്ച 'ശ്രീകൃഷ്ണ ലീല' എന്ന നൃത്ത-സംഗീത നാടകം പഠിപ്പിച്ച് നാട്ടിൽ പല സ്ഥലങ്ങളിലും അവതരിപ്പിച്ചിരുന്നു.

മാണിയൂരിൽ ആദ്യമായി നാടകം കളിപ്പിച്ചത് കുഞ്ഞമ്പുനായരാണ്.അതിന് മുമ്പ് നാട്ടിലാരും നാടകം കണ്ടിട്ടില്ല. കേളുനായരുടെ രചനയിൽ പല കൂട്ടിച്ചേർക്കലുകളും നടത്തിയാണ് അമ്പതുകളിൽ കുഞ്ഞമ്പുനായർ 'ശ്രീകൃഷ്ണലീല' അവതരിപ്പിച്ചത്.

അർധരാത്രിയോടെ അരങ്ങേറുന്ന നാടകം നേരം വെളുക്കുവോളം തുടരും. അവസാനത്തെ രംഗമായ 'കംസവധം' കഴിയുമ്പോഴേക്കും പുലർന്ന് നല്ല വെളിച്ചം വന്നിട്ടുണ്ടാവും. ഇടവേളകളിൽ ചില ഹാസ്യവേഷങ്ങളും അരങ്ങിലെത്തും. 'കുറവനും കുറത്തി'യുമാണ് കുഞ്ഞമ്പുനായർ ചിട്ടപ്പെടുത്തിയ നാടകത്തിന്റെ ഇടവേളകളിൽ അവതരിപ്പിച്ചത്. അതിനായി കുറത്തിപ്പാട്ട് പ്രത്യേകമായി ചിട്ടപ്പെടുത്തിയിരുന്നു.

ത്തറ നല്ലൊരു പൊന്നിന്റെ മോതിരം
എവിടുന്ന കിട്ടിയെടീ...കുറത്തി
എവിടുന്ന് കിട്ടിയെടി ?

കുറത്തി: കോഴിക്കോട്ടങ്ങാടീല് കൈനോക്കാൻ പോയപ്പം
സമ്മാനം കിട്ടിയെടാ
കുറവാ സമ്മാനം കിട്ടിയെടാ...

കുറവൻ: ഇത്തറ നല്ലൊരു പട്ടിന്റെ റൗക്ക
എങ്ങിനെ കീറിയെടീ...കുറത്തി എങ്ങിനെ
കീറിയെടീ...?

കുറത്തി: കൂമുള്ളിൻ മാമ്പഴം കുമ്പിട്ടെടുക്കുമ്പം
മുള്ളാലെ കീറിയെടാ...
കുറവാ മുള്ളാലെ കീറിയെടാ..

കുറവൻ: എന്താടിനിന്റെ പള്ള പൊന്തിക്കിടക്ക്ന്ന്
പിള്ളയുണ്ടോ അതിൽ ചൊല്ലു പെണ്ണേ...

കുറത്തി: അങ്ങട്ടെ വീട്ടില് ഊണിന് പോയപ്പം
ഊണാലെ പൊന്തിയതാ
കുറവാ ഊണാലേ പൊന്തിയതാ.....
എന്റെ അച്ഛനാണെ കുട്ടിച്ചാത്തനാണെ തൊട്ടില്ല ഞാൻ ആരെയും

കുറവൻ: സ്വീകരിച്ചു ഞാൻ പെണ്ണെ
നേര് കേൾക്കയാൽ, ഊട്ടിക്ക്പോകാൻ കാലമായെടി പെണ്ണേ....

കുറത്തിയുടെ സത്യപ്രസ്താവനയോടെ കുറവന്റെ മനസ്സിലെ സംശയത്തിന്റെ കാർമേഘങ്ങൾ നീങ്ങി. ഇരുവരും ഒന്നാവുന്നതോടെ സദസ്സിൽ നിന്ന് ഹർഷാരവങ്ങൾ ഉയരും.

ശ്രീകൃഷ്ണലീലയിൽ പൂതനയുടെ വേഷമിട്ടത് ആദ്യംമുതലേ ഡപ്പ്യൻ ഗോപാലനായിരുന്നു. പൂതനയായി ഡപ്പ്യന്റെ പ്രകടനം കാണികളെ വിസ്മയിപ്പിച്ചിരുന്നു.

പൂതനയുടെ ഓരോ പ്രകടനം കാണുമ്പോഴും സദസ്സിൽ നിന്ന് 'വൺസ്മോർ' വിളികൾ ഉയരും. അപ്പോൾ ആ ഭാഗം വീണ്ടും അഭിനയിക്കും. വീണ്ടും 'പ്ലീസ് വൺസ്മോർ' വിളിക്കും. പിന്നീട് ഒരിക്കൽക്കൂടി അഭിനയിക്കും.

കാണികൾ ആവശ്യപ്പെട്ടാൽ പ്രസ്തുത രംഗം രണ്ടുതവണവരെ ആവർത്തിക്കണമെന്നാണ് ചട്ടം. അഭിനയ മികവിൽ ആവേശം കൊണ്ട കാണികൾ സ്റ്റേജിലേക്ക് നാണയത്തുട്ടുകൾ എറിയും. അഭിനയിക്കുന്ന തിനിടയിൽ നടൻ നാണയത്തുട്ടുകൾ പെറുക്കിയെടുക്കും.

ശ്രീകൃഷ്ണനായി വേഷമിട്ടത് കെ.പി.നാരായണനും പൊടിക്കള ത്തിലെ ഗോപാലനും ചമ്പാടൻകണ്ടി ചെറിയ കുഞ്ഞിരാമനുമായിരുന്നു. നാടകത്തിൽ ശ്രീകൃഷ്ണന്റെ കുട്ടിക്കാലമാണ് കെ.പി.നാരായണൻ അവ തരിപ്പിച്ചത്. മുതിർന്ന കൃഷ്ണനായി മറ്റ് രണ്ടുപേരും.

'...യശോദയായി സുന്ദരൻകുമാരനും മല്ലൻമാരായി കൊല്ലൻ നാരാ യണനും അച്യുതനും നിൽക്കട്ടെ. ബന്ദപ്പാലൻ ഗോപാലൻ നമ്പ്യാർക്ക് സ്ത്രീവേഷമാണ് നല്ലത്. ദിവാകരനും രാജനും ചെറിയ വേഷങ്ങൾ ത രാം....പുതിയൊരു അവതരണ ഗാനം വിജയനെഴുതട്ടെ...' -ഗുരിക്കൾ നിർദ്ദേശിച്ചു.

രണ്ട് മണിക്കൂറോളം നീണ്ട ചർച്ചകൾക്കു ശേഷം കഥാപാത്രങ്ങൾക്ക് ചേർന്ന നടന്മാരെ കണ്ടെത്തി.

'നാടകത്തിൽ അഭിനയിക്കുന്നവർ മാത്രമല്ല, സംഘടിപ്പിക്കുന്നവരാണ് യഥാർത്ഥ നാടക പ്രവർത്തകർ. പാട്ടുപാടാനും കർട്ടൻ വലിക്കാനും സ്റ്റേജ് കെട്ടാനും കുഴപ്പങ്ങളില്ലാതെ നോക്കാനും ആളുകൾ വേണം... അയ്യപ്പൻചാലിലെ പറമ്പത്ത് ഓലപ്പന്തൽകെട്ടണം...' -ഗുരിക്കൾ തു ടർന്നു.

ഫർക്ക കുഞ്ഞിരാമനും മണിയറച്ചാലിൽ കുഞ്ഞപ്പക്കും റിഹേഴ്സ ലിന്റെ ചുമതല നൽകി. നാടക റിഹേഴ്സലിനുള്ള ചെലവ് പിരിച്ചെടു ത്തുണ്ടാക്കുവാനും നിശ്ചയിച്ചു.

എല്ലാവരും പരിഞ്ഞുപോകാൻ നേരത്ത് ചില പ്രധാന കാര്യങ്ങൾ കൂടി ഗുരിക്കൾ കൂട്ടിച്ചേർത്തു. "മുമ്പ് നമ്മള് പെട്രോമാക്സും റാന്തലും കത്തിച്ചാ നാടകം കളിച്ചത്. കാലംമാറി. എനിയുള്ള കളിക്ക് മൈക്ക് സെറ്റും ലൈറ്റും വേണം. അതിന് എത്ര പൈശയായാലും പിരിച്ചുണ്ടാ ക്കണം. ഇക്കാര്യങ്ങള് മുരളിമാഷ് നോക്കണം. നാടകം തൊടങ്ങുന്നതിന് മുമ്പ് കൊറച്ച് കാര്യം പ്രസംഗിക്കേം വേണം... അതും മാഷ് ചെയ്യണം. സ്റ്റേജിമ്മല് കേറി വൃത്തീല് നാല് വർത്തമാനം പറയാൻ പറ്റ്ന്നവര് ന മ്മളെ കൂട്ടത്തില് മറ്റാരാ ഉള്ളത്...'

എല്ലാവരും ഓലച്ചൂട്ടും കത്തിച്ച് ഓരോ വഴിക്ക് പരിഞ്ഞുപോയി. ഫർക്ക കുഞ്ഞിരാമനും മണിയറച്ചാലിൽ കുഞ്ഞപ്പയും മുരളിമാഷും വിജയനും ബാക്കിയായി. ഫർക്ക കുഞ്ഞിരാമൻ അൽപ്പം ലഹരിയിലാ

യതിനാൽ നല്ല ഉൻമേഷത്തിലായിരുന്നു. 'ശ്രീകൃഷ്ണലീല' മുമ്പ് അവതരിപ്പിച്ച കഥയിലേക്ക് കടന്നു.

'എടപ്പിലത്ത് ഇല്ലത്ത് മുമ്പ് കൃഷ്ണലീല കളിക്കാൻ പോയത് ഓർമയുണ്ടോ കുരിക്കക്ക്?' -ഫർക്ക ഗുരിക്കളെ പഴയ ഓർമയിലേക്ക് കൊണ്ടുപോയി.

'ഓർമയുണ്ടോന്നാ...മരിച്ചാ മറക്വാ അതെല്ലാം...ജാതി വ്യത്യാസോം തീണ്ടലും ഒക്കെ നാടകത്തിന്റെ മുമ്പില് തോറ്റ്പോയില്ലേ...അതാ നാടകത്തിന്റെ ഒരു ഗുണം.'

ഗുരിക്കളുടെ മനസ്സും ഓർമയിലേക്ക് സഞ്ചരിച്ചു.

'.....എന്തായിരുന്നു സംഭവം...പറയ് കേൾക്കട്ടെ'-മുരളിമാഷും വിജയനും കഥകേൾക്കാനായി കാതുകൂർപ്പിച്ചു.

'കുറേ മുമ്പാ...അമ്പത്തേഴില് ഇ.എം.എസ്. സർക്കാർ വെർന്നതിന് കൊറച്ച് മുമ്പ്...

കൃഷ്ണലീല നാടകം പലസ്ഥലത്തും കളിക്കുന്നതറിഞ്ഞ് എടപ്പിലത്തില്ലത്തെ നമ്പൂതിരിക്കും ഒരു മോഹം. തന്റെ ഇല്ലത്തും നാടകം കളിപ്പിക്കണമെന്ന്. കഥകളി മാത്രമേ അതുവരെ ഇല്ലത്ത് കളിച്ചിട്ടുള്ളൂ.

ഇല്ലത്തെ വളപ്പിൽ നാടകം കളിക്കാൻ പറ്റുമോ എന്നറിയാൻ കാര്യസ്ഥൻ കുണ്ടൻമാരാരെ നമ്പൂതിരി നാടകഗുരിക്കളുടെ അടുത്തേക്കയച്ചു. നമ്പൂതിരിയുടെ ക്ഷണം ഗുരിക്കൾ സന്തോഷപൂർവ്വം സ്വീകരിക്കുകയും ചെയ്തു. നാടകം കളിക്കേണ്ട സ്ഥലം കാണാൻ ഫർക്ക കുഞ്ഞിരാമനും സംഘവും ഇല്ലത്തെത്തി. തീയൻമാർ ഉൾപ്പെടെയുള്ള താഴ്ന്ന ജാതിക്കാർക്ക് ഇല്ലത്തെ മുറ്റത്ത് ചവിട്ടാൻ അനുമതിയില്ല. മുറ്റത്തെ മതിലിന് വെളിയിൽ നിന്നാണ് ഫർക്കയും കൂട്ടരും നമ്പൂതിരിയോട് സംസാരിച്ചത്.

ഉമ്മറത്തെ ചാരുകസേരയിലിരുന്ന് മുറുക്കുകയായിരുന്ന നമ്പൂതിരി എല്ലാം കേട്ടശേഷം പറഞ്ഞു. 'ഇല്ലത്തെ മുറ്റത്ത് കളി പറ്റൂല്ലാ..... ഇവിടെ ചില ചിട്ടവട്ടങ്ങളൊക്കെയുണ്ട്...നിങ്ങളെ കൂട്ടത്തില് തീയൻമാരും മറ്റ് ഹീന ജാതിക്കാരും അല്ലേ കൂടുതല്.... എന്ന് വെച്ചാ.....തോട്ടത്തില് അരങ്ങ് കെട്ട്യേ കളി പറ്റൂന്നർഥം'.

'തിരുമേനീ തോട്ടത്തില് അരങ്ങ് കെട്ടിയാൽ പറ്റൂല്ല...തോട്ടത്തില് നെറയേ തെങ്ങും കവുങ്ങും അല്ലേ... ഇല്ലത്തെ മുറ്റത്ത് സ്റ്റേജ് കെട്ടിയാലേ ശരിയാവൂ......'-ഫർക്ക വിനയപുർവ്വം അറിയിച്ചു.

'....മുറ്റത്ത് അരങ്ങ് കെട്ട്യാ ബുദ്ധിമുട്ടാവൂലോ.... ഇവിടെ സ്ത്രീകളൊക്കെ ഉള്ളതല്ലേ...'

'മുറ്റത്ത് സ്റ്റേജ് കെട്ടാൻ പറ്റൂല്ലേങ്കില് നമ്മള് പോയിക്കോളാ തിരുമേനി...'

വായിൽ നിറഞ്ഞു കവിയുന്ന മുറുക്കാൻചാർ നമ്പൂതിരി കോളാമ്പിയിൽ തുപ്പി. ബാക്കിവന്ന അവശിഷ്ടങ്ങൾ നാക്കുകൊണ്ട് പരതിയെടുത്ത് വീണ്ടും തുപ്പിയശേഷം കസേരയിൽ നിന്നെഴുന്നേറ്റ് അകത്തേക്ക് പോയി.

കുറച്ചുസമയം കഴിഞ്ഞ് മടങ്ങിവന്ന് നമ്പൂതിരി പറഞ്ഞു. '...എന്നാല് അരങ്ങ് മുറ്റത്തെ ആ മൂലക്കോട്ട് കെട്ടിക്കോളൂ...'

കളി നിശ്ചയിച്ചതിന്റെ തലേദിവസം ഫർക്ക കുഞ്ഞിരാമൻ, മണിയറച്ചാലിൽ കുഞ്ഞപ്പ, ഡപ്പ്യൻ ഗോപാലൻ എന്നിവരുടെ നേതൃത്വത്തിലുള്ള സംഘം എടപ്പിലത്ത് ഇല്ലത്തെ വിശാലമായ മുറ്റത്തിന്റെ മൂലയിൽ കവുങ്ങിൻ തടിയും മരപ്പലകയും കൊണ്ട് സ്റ്റേജൊരുക്കി. ആവശ്യമായ കവുങ്ങ് ഇല്ലത്തെ പറമ്പിൽ നിന്നുതന്നെ മുറിച്ചെടുത്തു. ഇല്ലത്തെ സ്ത്രീകൾ നാടകം കാണാതിരിക്കാനും സ്ത്രീകളെ നാട്ടുകാർ കാണാതിരിക്കാനും അടുക്കള ഭാഗത്ത് മെടഞ്ഞ തെങ്ങോലകൊണ്ട് കനത്ത മറയുണ്ടാക്കി.

സന്ധ്യകഴിഞ്ഞതോടെ, മുന്നിൽ തൂക്കിയിട്ട രണ്ട് പെട്രോ മാക്സിന്റെ വെളിച്ചത്തിൽ കൃഷ്ണലീല അരങ്ങേറി. നമ്പൂതിരിമാരും നമ്പ്യാമ്മാരും സ്റ്റേജിന്റെ മുന്നിൽ മുറ്റത്ത് ചമ്രംപടിഞ്ഞിരുന്ന് നാടകം കണ്ടു. തീയൻമാരും മറ്റ് താണജാതിക്കാരും ദൂരെ പറമ്പിൽ നിന്നും.

വേഷഭൂഷാദികളോടെ ശ്രീകൃഷ്ണൻ രംഗത്തെത്തുമ്പോഴേക്കും സദസ്സ് ഇളകി മറിഞ്ഞു. കയ്യടിയും ആർപ്പുവിളികളും ഉയർന്നു. ദൂരെമാറിനിന്ന താണജാതിക്കാർ പരിസരം മറന്ന് ഓടിയടുത്ത് നമ്പൂതിരിമാരുടെയും നമ്പ്യാൻമാരുടെയും പിന്നിൽ ഇരിപ്പായി. ഇല്ലത്തെ ജനാലകൾക്കുള്ളിൽ കൂടിയും മറ്റും രഹസ്യമായി നാടകം കണ്ടിരുന്ന അന്തർജനങ്ങൾ ഓലമറ ഭേദിച്ച് കൂട്ടത്തോടെ പുറത്തുവന്ന് സ്റ്റേജിന് മുന്നിലിരുന്നു. ആർക്കും അവരെ തടയാൻ കഴിഞ്ഞില്ല.

കസംൻ രംഗത്തുവന്നതോടെ ആർപ്പുവിളികൾ പതിൻമടങ്ങായി. 'വൺസ്മോർ വിളികളും' 'പ്ലീസ് വൺസ്മോർ' വിളികളും തുടരെത്തുടരെ ഉയർന്നു. നാണയത്തുട്ടുകൾ ആലിപ്പഴവർഷം പോലെ സ്റ്റേജിൽ ചിതറി. അഭിനയിക്കുന്നതിനിടയിൽ നാണയങ്ങൾ പെറുക്കി ശേഖരിച്ചതുകാരണം കംസന്റെ ഉടയാടകൾക്ക് ഭാരം താങ്ങാൻ കഴിയാതെയായി.

'....അന്നൊക്കെ ജാതീന്ന് പറഞ്ഞാ ഭയങ്കരാ...' നമ്പൂരിമാര് പോകട്ടെ

നമ്പ്യാന്മാര് വരുമ്പം പോലും തീയന്മാര് മാറിനിക്കണം...' ഫർക്ക മറ്റൊരു കഥയിലേക്ക് കടന്നു.

'...ഒര് ദെവസം ഞാൻ തട്ടാന്റെ കൈക്കോറത്ത്ന്ന് വരലേർന്നു. കാലിപ്പാലത്തിന്റെ അടുത്ത് എത്തിയപ്പോ മേനച്ചേരിലെ കല്ല്യാണി *മൂത്തമ്മേക്കൻ വെര്ന്ന്... മൂത്തമ്മേക്കൻ പാലത്തിന്റെ അപ്പുറം ചവിട്ടിയപ്പം ഞാൻ ഇപ്പുറം ചവിട്ടിപ്പോയി. പെണ്ണ്ങ്ങള് ദേഷ്യംവന്ന് വെറച്ചു.....

അറിയാണ്ട് പറ്റിപ്പോയതാന്ന്...ക്ഷമിക്കണം എന്ന് ഞാൻ പറഞ്ഞു. പിന്നെ ഞാൻ ദൂരെ മാറിനിന്നു. പിന്ന്യൊന്നും പറയാണ്ട് പെണ്ണ്ങ്ങ്ള് പോയി.

..കൊറേക്കയിഞ്ഞ് ഒരു ചിങ്ങമാസം...തോട്ടില് നല്ല ഒഴ്ക്ക്ണ്ട്. ഞാൻ വയലില് പണികയിഞ്ഞ് തോട്ടരികിലൂടെ വെരലേനും. ഇതേ കല്ല്യാണി മൂത്തമ്മേക്കൻ തോട്ട്ന്ന് കുളിക്ക്ന്ന്. കൈതക്കാടിന് മറഞ്ഞ് നിന്നാ കുളി. ഒറ്റക്കേ ഉള്ളൂ. തോർത്തേ ഉട്ത്തിറ്റുള്ളൂ. ഞാൻ ദൂരേന്ന് ഇതെല്ലാം കാണ്ന്ന്ണ്ട് . മൂത്തമ്മേക്കൻ അലക്ക്ന്ന കല്ല്മ്മല്ക്കേരിനിന്ന് താളിതേക്ക്ന്നതിനിടേല് കാല്തെറ്റി തോട്ടില് വീണു. നെലവിളികേട്ട് ഞാൻ പാഞ്ഞുചെന്ന് തോട്ടിലേക്ക് ഒരു ചാട്ടം. ഒലിച്ച്പോക്ന്ന മൂത്തമ്മേക്കനെ കേറിപ്പിടിച്ചു. ഓറ് ഉടുത്ത തോർത്ത് ഒലിച്ചുപോയിന്. ഞാൻ മൂത്തമ്മേക്കനീം പിടിച്ച് കൊറേസമയം വെള്ളത്തില് നിന്നു. ആരും കാണാനില്ല. ശെരിക്ക് മൊതലാക്കി. തോട്ടിന്റെ കരേല് അയിച്ച്വെച്ച തുണി ഞാൻ എട്ത്ത്കൊണ്ട്ക്കൊടുത്തു. അതുവരെ മൂത്തമ്മേക്കൻ ജനിച്ചപടി തോട്ടില് നിന്നു..... അന്നേരം ജാതിയൂല്ല...മതോംല്ല...തൊട്ടുകൂടാണ്ടൂല്ല... ഓറീക്കാര്യം ആരോടും പറഞ്ഞില്ല....ഞാനും...' പിന്നീം ഞാൻ മൂത്തമ്മേക്കനെ കണ്ടു. അങ്ങനെയൊരു സംഭവം നടന്നതായേ ഭാവിച്ചിറ്റില്ല...' -ഫർക്കയുടെ കഥാകഥനം കേട്ട് എല്ലാവരും പൊട്ടിച്ചിരിച്ചു. ഓർത്തോർത്ത് ചിരിച്ചു.

'...നമ്മള് നാടകത്തിന് പോകുമ്പം ഈ മണിയറച്ചാലിൽ കുഞ്ഞപ്പേട്ടനെ മുമ്പില് നിർത്തും. മൂപ്പര് മുമ്പില് ഇണ്ടായാല് നമ്മക്കൊരു ധൈര്യാ.. ചീത്തക്ക് ചീത്ത. അടിക്ക് അടി. അതാ മൂപ്പറെ മട്ട്...'

ഫർക്ക നല്ല രസത്തിലായിരുന്നു. അദ്ദേഹം വേറൊരു കഥയിലേക്ക് കടന്നു.

'മുമ്പൊക്കെ കുറ്റിക്കര കൂട്ടറാ തെയ്യത്തിനും ഉത്സവത്തിനും സ്ഥിരായി കൊയപ്പം ഉണ്ടാക്കാ. കുഞ്ഞപ്പേട്ടൻ ഇണ്ടെങ്കില് അവര് മിണ്ടൂലാ...കുഞ്ഞപ്പേട്ടന് ഓർമയ്ണ്ടാ ആ ദാറൂട്ടിശിപായീന തൂക്കിയെട്ത്ത്

*നായർ സ്ത്രീകളെ പ്രാദേശികമായി ബഹുമാന പുരസരം വിളിക്കുന്ന പേര്.

കൊളത്തില് എറിഞ്ഞത്...?.

ഫർക്കയുടെ കഥകേട്ട് രസംപിടിച്ചിരിക്കുകയായിരുന്നു കുഞ്ഞപ്പ. കഥാകഥനത്തിനിടയിൽ ഒരിടവേളയെന്നോണം ഫർക്ക മടിക്കുത്തിൽ നിന്ന് ഒരു ബീഡിയെടുത്ത് കത്തിച്ച് പുകവിട്ടു.

'...അന്ന് അപ്പൂട്ടി മൂസോറാ കോവൂര് കള്ള്ഷാപ്പ് നടത്ത്ന്ന്. ദാറൂട്ടി ശിപായി കോവൂര് കള്ള്ഷാപ്പിന്ന് കള്ളും കുടിച്ച് ചോല വഴി നടന്ന് തീർഥാട്ടുമലേന്റെ താഴെയെത്തി. മാണിയൂര് അംശം അധികാരീന്റെ കീഴിലെ ശിപായിയാ ദാറൂട്ടി. കൈയിലെ കെട്ടില് പറമ്പിന്റെ ആധാരങ്ങളും ഇരിക്കൂർ റജിസ്ട്രാപ്പീസില് എത്തിക്കണ്ട രേഖകളും...കള്ളിന്റെ ലഹരീല് കൊടുങ്ങല്ലൂരെ ഭരണിപ്പാട്ടും പാടീറ്റാ ശിപായീന്റെ വരവ്. കുഞ്ഞപ്പേട്ടനും ഞാനും ഓാറെ വീട്ടിലിര്ന്ന് വർത്താനം പറയലേനും. നല്ല നിലാവ്ണ്ട്. കുഞ്ഞപ്പേട്ടൻ ചെവിയോർമിച്ച് നിന്നിറ്റ് ചോയിച്ചു. 'ആരാടാ ഈ തെറിപ്പാട്ട് പാട്ന്ന്' അനക്കും ആളെ പിടികിട്ടീല്ല. ഞാനും കുഞ്ഞപ്പേട്ടനും അങ്ങോട്ടുപോയി. നോക്കുമ്പം ദാറൂട്ടിശിപായി. 'നീ എന്ത് പാട്ടാപാട്ന്ന് നായിന്റെ മോനെ....പൊരേല് കുട്ട്യളും പെണ്ണുങ്ങളും കേക്ക്ന്നില്ലേന്ന് പറഞ്ഞ് ശിപായീന്റെ പൊറത്ത് ഒരടി. ശിപായി മലർന്നടിച്ച് വീണു. 'കുഞ്ഞപ്പേട്ടാ തല്ലല്ല ഞാൻ പാടിപ്പോയതാന്ന്' പറഞ്ഞ് ശിപായി കരയാൻ തുടങ്ങി. ദേഷ്യം അടങ്ങാത്ത കുഞ്ഞപ്പേട്ടൻ ശിപായീന പൂതക്കുണ്ടിലേക്ക് തള്ളിയിട്ടു. ഞാൻ അയാളെപ്പിടിച്ച് കരക്കാക്കി. പക്ഷേങ്കില് ആധാരക്കെട്ട് മുഴുവൻ നനഞ്ഞു.'– ബീഡിയുടെ അവസാനപുകയും ഊറ്റിയെടുത്ത് ബീഡിക്കുറ്റി ദൂരെയെറിഞ്ഞശേഷം ഫർക്ക തുടർന്നു:

'ദാറൂട്ടിശിപായി നമ്മളോട് എങ്ങനെയെങ്കിലും പകരം വീട്ടണംന്ന് വിചാരിച്ചുകൊണ്ടിരിക്കുമ്പൊഴാ മൊടോൻ അമ്പു തൂങ്ങിച്ചത്തത്. ഇപ്പം കരിമ്പൻകാദറ് വീടെട്ത്ത് നിക്ക്ന്ന സ്ഥലത്ത് മുമ്പൊരു പീടികയുണ്ടായിരുന്നു. ആട്യാ അമ്പു തൂങ്ങിയത്. പോസ്റ്റ്മോർട്ടം നടത്താൻ അന്ന് കണ്ണൂരാസ്പത്രീല് കൊണ്ട് പോണം. റോഡും വാഹനോംല്ല. തണ്ട്മ്മല് പഞ്ചാരചാക്ക് തുന്നിക്കെട്ടി അതില് ശവം എട്ത്ത് കണ്ണൂര്വരെ നടന്ന് കൊണ്ട്പോണം. അങ്ങോട്ടും ഇങ്ങോട്ടും കൂടി രണ്ട് ദെവസത്തെ മെനക്കേടാ. ശവംകൊണ്ടു പോയാല് ഒരു കാസ് പോലും ആരും തെരുവോം ഇല്ല.'–ഫർക്ക ദുരിതം വിവരിച്ചു.

ഇരിക്കൂർസ്റ്റേഷനിൽ നിന്ന് പൊലീസുകാർ വന്ന് ശവം ഇറക്കി ഇൻക്വസ്റ്റ് നടത്തി. പോസ്റ്റ്മോർട്ടത്തിന് കണ്ണൂർ ആസ്പത്രിയിലേക്ക് ശവം കെട്ടാൻ രണ്ടാൾവേണമെന്ന് പൊലീസുകാർ ആവശ്യപ്പെട്ടു. എല്ലാവ

രും ഒഴിഞ്ഞുമാറി. ശവം കിടത്തിയ സ്ഥലത്ത് പിന്നെ പൊലീസുകാരും ദാറൂട്ടിശിപായിയും അമ്പുവിന്റെ ഏതാനും ബന്ധുക്കളും മാത്രം ബാക്കിയായി. ഫർക്ക കുഞ്ഞിരാമനെയും മണിയറച്ചാലിൽ കുഞ്ഞപ്പയെയും കൊണ്ട് ശവംകെട്ടിക്കാൻ ദാറൂട്ടിശിപായി പൊലീസുകാരുമായി ശട്ടം കെട്ടി.

ശിപായിയും പൊലീസുകാരും രണ്ടുപേരെയും അന്വേഷിച്ചു നടന്നു. കാര്യം മറ്റുള്ളവരിൽ നിന്നും മനസ്സിലാക്കിയ ഫർക്കയും കുഞ്ഞപ്പയും തീർഥാട്ടുമലയിൽ ചെന്നൊളിച്ചു. ശവം കെട്ടാൻ ആളെ കിട്ടാതെ വന്നപ്പോൾ അധികാരിയോട് അനുവാദം വാങ്ങി അമ്പുവിന്റെ വീട്ടുവളപ്പിൽ തന്നെ മൃതദേഹം സംസ്കരിക്കാൻ ഏർപ്പാടാക്കി. പോസ്റ്റ്മോർട്ടമൊന്നും നടത്തിയില്ല.

ഫർക്ക ഒരു ബീഡികൂടി ഇതിനിടയിൽ വലിച്ചുതീർത്തു:

'അല്ലാ സമയം കൊറേയായില്ലേ...പോകണ്ടേ..? കഥ പറഞ്ഞ് രാത്രി നീണ്ടുപോയ കാര്യം മുരളിമാഷാണ് ഓർമിപ്പിച്ചത്.

ഗുരിക്കളുടെ വീട്ടിൽ നിന്ന് കുറേ ഓലച്ചൂട്ടുകൾ പലവഴിക്കായി പ്രകാശം പരത്തിനീങ്ങി.

അയ്യപ്പൻചാലിലെ പറമ്പിൽ കെട്ടിയ ഓലഷെഡ്ഡിൽ 'ശ്രീകൃഷ്ണലീല'യുടെ റിഹേഴ്സൽ രണ്ടുമാസത്തിലേറെ നീണ്ടു. രാത്രി ഒമ്പത് മണിയോടെ തുടങ്ങുന്ന റിഹേഴ്സൽ അർധരാത്രിവരെ തുടരും. റിഹേഴ്സൽ കഴിയുമ്പോൾ നടൻമാർക്ക് അവലും കട്ടൻകാപ്പിയും കിട്ടും. റിഹേഴ്സൽ കാണാൻ നാടിന്റെ പലഭാഗങ്ങളിൽ നിന്നും ചൂട്ടുകത്തിച്ച് ആൾക്കാർ വരും. ഇവരിൽ സ്ത്രീകളും കുട്ടികളുമുണ്ടാവും. നാടകത്തിലെ പാട്ടുകൾ പലരും ഹൃദിസ്ഥമാക്കി . അവർ അത് മൂളിയും പാടിയും നടന്നു. ഒരു ദിവസം നാടക റിഹേഴ്സൽ കഴിഞ്ഞ് എല്ലാവരും പിരിഞ്ഞുപോകാൻ നേരത്ത് മുരളിമാഷ് ഒരു നിർദ്ദേശംവെച്ചു.

നാടകത്തോടനുബന്ധിച്ച് കുഞ്ഞമ്പുനായരെ ആദരിക്കുന്ന ഒരു ചടങ്ങുകൂടി സംഘടിപ്പിക്കണമെന്ന്. 'വാസ്തവത്തിൽ കുഞ്ഞമ്പുനായർ ആരാണെന്നോ നാടകരംഗത്ത് അദ്ദേഹം നൽകിയ സംഭാവനയെന്താണെന്നോ നാട്ടുകാർക്ക് അറിയില്ല. 'മുറ്റത്തെ മുല്ലക്ക് മണമില്ല' എന്ന് പറഞ്ഞതുപോലെയാണ് അദ്ദേഹത്തിന്റെ കാര്യവും..'

' അത് വേണ്ടത് തന്നെയാ മാഷെ...' വിജയൻ നിർദ്ദേശത്തെ പിന്താങ്ങി.

നിർദ്ദേശം എല്ലാവരും അംഗീകരിച്ചു.

'...ഗുരിക്കൾക്ക് ഒരു മംഗളപത്രം കൊടുക്കണം. നമുക്ക് അക്കാര്യം

സുകുമാരനെ ഏൽപ്പിക്കാം.'-മുരളിമാഷ് ഒരു നിർദ്ദേശം കൂടിവെച്ചു.

'ഞാൻ പ്രസ്സിൽ കൊടുത്ത് അച്ചടിച്ചുകൊണ്ടുവരാ മാഷെ... മാഷോ വിജയനോ അത് എഴുതിത്തരണം..നല്ല ഭാഷയിൽ എഴുതേണ്ടതല്ലേ..' -സുകുമാരൻ പറഞ്ഞു.

'സുകുമാരൻ തന്നെ ഒന്ന് എഴുതിനോക്ക്..നിന്റെ ഭാഷ അത്രമോശാവൂല്ല. ഞാൻ നോക്കി ശരിയാക്കാം..'

'ശരി നോക്കാം മാഷെ..'-സുകുമാരൻ സമ്മതിച്ചു.

ആശയും നിരാശയും

'സുകുമാരാ.....രാധാകൃഷ്ണനന് ദുബായിലേക്ക് പോകണ്ട കടലാസെല്ലം ശരിയായിറ്റ്ണ്ട്. മയ്യിലെ ഒരാളെ കയ്യിലാ ദിവാകരൻ വിസ കൊടുത്തയച്ചത്. ഇന്ന് രാവിലെ വിസ പൊരക്ക് കൊണ്ട്ത്തന്നു...' -ഇരിക്കൂർ പോസ്റ്റാപ്പീസിലെ പോസ്റ്റൽ അസിസ്റ്റന്റായ സുകുമാരന്റെ വീട്ടിൽ അതിരാവിലെ എത്തിയ കണിയാൻകണ്ടി നാരായണൻനായർ അറിയിച്ചു.

'....അടുത്ത ശനിയാഴ്ച ബോംബക്ക് പോണം. സുകുമാരൻകൂടെപ്പോണം. ഓനിന്നുവരെ കണ്ണൂരിനപ്പുറം പോയിറ്റില്ല. ഇത്രയും ദൂരം ഓന ഒറ്റക്കയക്കാൻ ധൈര്യംല്ല...'

'വൈകുന്നേരം ഞാൻ അങ്ങോട്ടുവരാ. ഞാൻ പോകാനുള്ള തിരക്കിലാ. വർത്താനം പറഞ്ഞ് നിന്നാ എന്റെ ബസ്സ്പോകും...' സുകുമാരൻ നാരായണൻ നായരെ ഒരുവിധം യാത്രയാക്കി ധൃതിയിൽ റോഡിലേക്ക് നടന്നു.

ആലിൻകീൽ യുവരഞ്ജിനി ക്ലബ്ബിന്റെ പ്രവർത്തകനായ രാധാകൃഷ്ണനന് ഗൾഫിലേക്കുള്ള വിസ ശരിയാകുന്ന കാര്യം സുകുമാരൻ നേരത്തേ അറിഞ്ഞിരുന്നു. രാധാകൃഷ്ണന്റെ അച്ഛൻ നാരായണൻ നായരുടെ സഹോദരൻ കുഞ്ഞിരാമൻമാഷുടെ മകൻ ദിവാകരനാണ് വിസ ശരിയാക്കിയത്. ദുബായിൽ സർക്കാർ സർവീസിലാണ് ദിവാകരന് ജോലി. ഹോട്ടലിൽ ഹെൽപ്പറായാണ് രാധാകൃഷ്ണൻ പോകുന്നത്. പ്രീഡിഗ്രി തോറ്റ രാധാകൃഷ്ണൻ നാട്ടിൽ പ്രത്യേകിച്ച് ജോലിയൊന്നുമില്ലാതെ ക്ലബ്ബിന്റെ പ്രവർത്തനവും വീട്ടിലെ കൃഷികാര്യങ്ങളും നോക്കി കഴിയുകയായിരുന്നു.

വിസയ്ക്ക് വേണ്ട പണം സംഘടിപ്പിക്കാൻ രാധാകൃഷ്ണൻ നടത്തിയ സാഹസം ക്ലബ്ബിലെ സഹപ്രവർത്തകർക്കെല്ലാം അറിയാം. വിസയ്ക്ക് വേണ്ടിവന്ന ഇരുപത്തയ്യായിരം രൂപയിൽ ചെറിയൊരു ഭാഗം

മാത്രമാണ് വീട്ടിൽ നിന്ന് കിട്ടിയത്. ചിട്ടിവിളിച്ചും സുഹൃത്തുക്കളിൽ നിന്ന് കടംവാങ്ങിയുമാണ് ബാക്കിസംഖ്യ രാധാകൃഷ്ണൻ ഒപ്പിച്ചത്. അമ്മയുടെ ആഭരണവും പണയപ്പെടുത്തി.

വിസ ശരിയായാൽ ബോംബെവരെ കൂടെവരാമെന്ന് സുകുമാരൻ രാധാകൃഷ്ണന് ഉറപ്പുനൽകിയിരുന്നു. സുകുമാരന്റെ സഹോദരി ഇന്ദിരയും ഭർത്താവ് രവിയും രണ്ട് കുട്ടികളും ബോംബെയിലാണ്. ചെമ്പൂരിൽ 'സുവർണ പ്രൊസസേർസ്' എന്ന ടെക്സ്റ്റയിൽ കമ്പനിയിൽ ഡിസൈനറാണ് രവി. വാശി സെക്ടർ–ലോണ് രവിയുടെ ഫ്ളാറ്റ്. വിക്ടോറിയ ടെർമിനസ്സിൽ ട്രെയിനിറങ്ങി മുക്കാൽ മണിക്കൂർ ബസ്സിൽ യാത്രചെയ്താൽ വാശി സെക്ടർ-6ൽ എത്താം. ദുബായിലേക്കുള്ള ടിക്കറ്റ് ശരിയാവുന്നത്വരെ ബോംബെയിൽ തങ്ങേണ്ടിവരും. അത്രയും ദിവസം അളിയന്റെ വീട്ടിൽ താമസിക്കാൻ ഏർപ്പാടുചെയ്യാം എന്നും സുകുമാരൻ രാധാകൃഷ്ണന് വാഗ്ദാനം നൽകി.

പത്തു ദിവസത്തെ അവധിക്ക് സുകുമാരൻ അന്നുതന്നെ പോസ്റ്റൽ സൂപ്രണ്ടിന് അപേക്ഷ നൽകി.

രാധാകൃഷ്ണൻ യാത്രക്കുള്ള തയ്യാറെടുപ്പുകൾ ആരംഭിച്ചു. ഒരു ജോഡി പാന്റും ഷർട്ടും തയ്പിച്ചു.

യുവരഞ്ജിനി ക്ലബ്ബിന്റെ പ്രധാന പ്രവർത്തകനാണ് രാധാകൃഷ്ണൻ. ക്ലബ്ബിന്റെ അംഗങ്ങളിൽ ആദ്യമായി വിദേശത്ത് പോകുന്നത് രാധാകൃഷ്ണനാണ്. ക്ലബ്ബിലെ മിക്ക അംഗങ്ങളും തൊഴിൽരഹിതരാണ് . രണ്ട് സർക്കാർ ജോലിക്കാരേ ഉള്ളൂ. സുകുമാരന് പുറമെ അധ്യാപകനായ ഗംഗാധരനും. അറിയപ്പെടുന്ന വോളിബോൾ കളിക്കാരൻ കൂടിയാണ് ഗംഗാധരൻ. ഗംഗാധരന്റെ നേതൃത്വത്തിലുള്ള യുവരഞ്ജിനി ക്ലബ്ബിന്റെ വോളിബോൾ ടീം ജില്ലയുടെ വിവിധ ഭാഗങ്ങളിൽ നടക്കുന്ന ടൂർണമെന്റുകളിൽ പങ്കെടുത്ത് ട്രോഫികൾ വാരിക്കൂട്ടിക്കൊണ്ടിരുന്നു. മിക്ക ദിവസങ്ങളിലും ടൂർണമെന്റുകൾ ഉണ്ടാവും. കളിക്കാർക്ക് പുറമെ പ്രവർത്തകരും കൂടെപ്പോകും.

യാത്രതിരിക്കുന്നതിന്റെ തലേദിവസം രാധാകൃഷ്ണന് ക്ലബ്ബിലെ സഹപ്രവർത്തകർ ഹൃദ്യമായ യാത്രയയപ്പ് നൽകി. കോഴിയിറച്ചിയും പൊറോട്ടയും മദ്യവുമുണ്ടായിരുന്നു. പട്ടച്ചാരായത്തിന് പുറമെ രണ്ടുകുപ്പി വിദേശ മദ്യവും സംഘടിപ്പിച്ചു.

മുച്ചിലോട്ട് കാവിലെ മാവിൻ ചുവട്ടിൽ രാത്രിയായിരുന്നു യാത്രയയപ്പ്. നല്ല നിലാവുള്ള സമയമായതിനാൽ വെളിച്ചമൊന്നും കരുതിയില്ല. തൊട്ടടുത്ത തെങ്ങിൻതോട്ടത്തിൽ നിന്ന് ഓലകൾ വലിച്ചുകൊണ്ടുവന്ന്

ഇരിപ്പിടമുണ്ടാക്കി. ആദ്യം മദ്യപാനമായിരുന്നു. പിന്നീടാണ് ആശംസാപ്രസംഗങ്ങൾ. മദ്യപിച്ച് നാക്കുകുഴഞ്ഞതിനാൽ അധികമാർക്കും സംസാരിക്കാൻ കഴിഞ്ഞില്ല. മദ്യപിക്കാത്ത പി.എം. ദിവാകരനേ കൂടുതൽ സംസാരിച്ചുള്ളൂ. മറുപടി പറയാൻ തുടങ്ങിയ രാധാകൃഷ്ണൻ ഒന്നും പറയാൻ കഴിയാതെ വിതുമ്പിക്കരഞ്ഞുപോയി.

നാടും സുഹൃത്തുക്കളെയും വിട്ടു പോകുന്നതിലുള്ള ദുഃഖവും പുതിയ ജീവിതത്തെക്കുറിച്ചുള്ള പ്രതീക്ഷകളുമാണ് ആ വിതുമ്പിക്കരച്ചിലിലൂടെ പുറത്തുവന്നത്.

രാധാകൃഷ്ണനും സുകുമാരനും ബോംബെയിലേക്ക് യാത്രപുറപ്പെട്ടു. രാധാകൃഷ്ണൻ ആദ്യമായാണ് ട്രെയിനിൽ കയറുന്നതെങ്കിലും സുകുമാരൻ ഡൽഹിവരെ യാത്രചെയ്തിട്ടുണ്ട്. നാടും നഗരങ്ങളും കുന്നുംമലയും താണ്ടി തീവണ്ടി കുതിച്ചുപായുമ്പോൾ 'ഇതൊരു പുതിയ ജീവിതത്തിലേക്കുള്ള കുതിപ്പാണെന്ന് രാധാകൃഷ്ണന് തോന്നി. ഒരു സ്വപ്നലോകത്തേക്കുള്ള സഞ്ചാരം. ഗൾഫിനെക്കുറിച്ച് കേട്ടിട്ടേയുള്ളൂ. അവിടെപ്പോയി ഒന്നോ രണ്ടോ കൊല്ലങ്ങൾ കൊണ്ടുതന്നെ ലക്ഷാധിപതികളായി മാറിയവരുടെ കഥകൾ ധാരാളം കേട്ടിട്ടുണ്ട്. എവിടെയും എത്താത്തവരും എല്ലാം നഷ്ടപ്പെട്ടവരുമുണ്ട്. ഞാൻ ഭാവിയിൽ ഏത് കൂട്ടത്തിലാവും? മനസ്സിൽ നൂറായിരം ചിന്തകൾ ഉറപൊട്ടുന്നത് കാരണം പുറം കാഴ്ചകളിലൊന്നും രാധാകൃഷ്ണന്റെ ദൃഷ്ടി പതിഞ്ഞില്ല.

രാത്രികഴിക്കാനുള്ള ഭക്ഷണം കരുതിയിരുന്നു. ഇതിനുപുറമെ, പീരങ്കിയുണ്ടയുടെ വലുപ്പമുള്ള അഞ്ചാറ് അരിയുണ്ടകളും വാട്ടിയ വാഴയിലയിൽപ്പൊതിഞ്ഞ് അമ്മ നാരായണി രാധാകൃഷ്ണനെ ഏൽപ്പിച്ചിരുന്നു.

മൂന്നാംദിവസം ഉച്ചതിരിഞ്ഞ് വണ്ടി ബോംബെ വിക്ടോറിയ ടെർമിനസ്സിൽ എത്തി. അതിവിശാലമായ റെയിൽവെ പ്ലാറ്റ്ഫോമിൽ നൂറുകണക്കിന് യാത്രക്കാർ ഇരമ്പുന്നു. വേവലാതിയോടെ, കയറേണ്ട കമ്പാർട്ടുമെന്റ് തിരയുന്നവർ, കൂറ്റൻ ലഗേജുമായി വണ്ടിയിൽ കയറാൻ ക്ലേശിക്കുന്നവർ, തിരക്കിനിടയിൽ കുട്ടികളും ലഗേജും ഒരുമിച്ച് കൊണ്ടുപോകാൻ ബുദ്ധിമുട്ടുന്നവർ, വൈകിയെത്തുന്ന വണ്ടികളെയും കാത്ത് പത്ര-മാസികകളിൽ മുഖം പൂഴ്ത്തിയിരിക്കുന്നവർ, കാഴ്ചയിൽ അറപ്പുളവാക്കുന്ന ഭിക്ഷാടകർ, ഉന്തുവണ്ടികളിൽ ഭക്ഷണസാധനങ്ങൾ വിൽക്കുന്നവർ, നാടകങ്ങളിൽ പുരുഷൻ സ്ത്രീവേഷം കെട്ടിയതുപോലെ തോന്നിക്കുന്ന ഹിജഡകൾ...

സമാന്തരമായിക്കിടക്കുന്ന പാളങ്ങളിൽ സിഗ്നലുകൾ കാത്തിരിക്കു

ന്ന ട്രെയിനുകൾ...... ആദ്യമായി കടൽകാണാനെത്തിയ കുട്ടിയെപ്പോലെ, എല്ലാം കണ്ട് രാധാകൃഷ്ണൻ വിസ്മയം കൊണ്ടു.

ആനന്ദിന്റെ 'ആൾക്കൂട്ടം' എന്ന നോവലിലെ ആദ്യത്തെ അധ്യായമാണ് സുകുമാരന്റെ മനസ്സിൽ തെളിഞ്ഞത്. ആ നോവൽ വായിച്ചതുകൊണ്ട് ഒരിക്കലും മുമ്പ് കാണാത്ത വിക്ടോറിയ ടെർമിനസ്സും ബോംബെ നഗരവും തനിക്ക് സുപരിചിതമായ നഗരമായാണ് സുകുമാരന് തോന്നിയത്. മണ്ണെണ്ണ വിളക്കിന്റെ മങ്ങിയ പ്രകാശത്തിൽ രാവേറെച്ചെല്ലുന്നതുവരെ വായിച്ചു തീർത്തതാണ് 'ആൾക്കൂട്ടം'.

തിരക്കിനിടയിൽ കൈവിട്ടുപോയാൽ പിന്നെ പരസ്പരം കണ്ടുമുട്ടുക പ്രയാസമാണെന്ന് കരുതിയതിനാൽ സുകുമാരൻ രാധാകൃഷ്ണന്റെ കൈ മുറുകെപ്പിടിച്ചു കൊണ്ടാണ് ജനക്കൂട്ടത്തിനിടയിൽക്കൂടി നൂഴ്ന്ന് പ്ലാറ്റ്ഫോമിന് പുറത്തേക്ക് നടന്നത്. പതിനെട്ടാംപടി ചവിട്ടാനെത്തിയ കന്നി അയ്യപ്പനെപ്പോലെ, ചുമടുമായി രാധാകൃഷ്ണൻ അനുസരണയോടെ സുകുമാരന്റെ പിറകെ നടന്നു.

'വാശി സെക്ടർ 6 ലേക്ക് പോകുന്ന ബസ്സിൽക്കയറി 'വാശിഗാവ്' സ്റ്റോപ്പിൽ ഇറങ്ങുക. അവിടെ റോഡരികിൽ ഒരു ബിയർകമ്പനിയുടെ കൂറ്റൻ ബോഡുണ്ട്'- എത്തേണ്ട സ്ഥലവും മാർഗവും കൃത്യമായി രേഖപ്പെടുത്തിയ അളിയൻ രവിയുടെ കത്ത് സുകുമാരൻ ഒന്നുകൂടി വായിച്ചു.

നഗരത്തിന്റെ പ്രാന്തങ്ങളിലേക്ക് യാത്രക്കാരെ വഹിച്ചുകൊണ്ടുപോകുന്ന ബസ്സുകളിൽ തിരക്കോട് തിരക്ക്. ഇരുവരും ബസ്സിൽക്കയറി. വൃത്തികെട്ട ഗലികളും നാൽക്കാലികൾ അലക്ഷ്യമായി മേഞ്ഞുനടക്കുന്ന വെളിമ്പ്രദേശങ്ങളും മനുഷ്യവിസർജ്യത്തിന്റെ ദുർഗന്ധം വമിക്കുന്നതും കോലംകെട്ടപിള്ളേർ കളിച്ചുനടക്കുന്നതുമായ ചേരികളും പിന്നിട്ട് ബസ്സ് വാശിഗാവ് സ്റ്റോപ്പിലെത്തി. വിക്ടോറിയ ടെർമിനസ്സിൽ നിന്ന് വാശിഗാവിലെത്താൻ ഒരുമണിക്കൂറെടുത്തു.

നാല് നിലകളുള്ള കെട്ടിട സമുച്ചയത്തിൽ ഏറ്റവും മുകളിലാണ് രവിയുടെ ഫ്ളാറ്റ്. ഒരു കിടപ്പുമുറിയും കൊച്ചുസ്വീകരണ മുറിയും അടുക്കളയും കുളിമുറിയും കക്കൂസും മാത്രമുള്ള കൊച്ചുഫ്ളാറ്റ്.

രവിയും കുടുംബവും ഇവിടെ താമസം തുടങ്ങിയിട്ട് നാല് വർഷമായെങ്കിലും നാട്ടിൽ നിന്ന് ബന്ധുക്കളാരും ഇതുവരെ വന്നിരുന്നില്ല. അതുകൊണ്ടുതന്നെ ഊഷ്മളമായ സ്വീകരണമാണ് സുകുമാരനും രാധാകൃഷ്ണനും ലഭിച്ചത്.

'സ്റ്റാർ ഓഫ് ഏഷ്യ' എന്ന ട്രാവൽ ഏജൻസിയാണ് ദുബായിലേക്കു

ള്ള വിമാനടിക്കറ്റ് ശരിയാക്കേണ്ടത്. അവരുടെ ബോംബെയിലെ ഓഫീസ് വിക്ടോറിയ ടെർമിനസ്സിൽ നിന്നും അഞ്ചുകിലോമീറ്റർ അകലെ ബിണ്ടി ബസാറിലാണ്.

'രാത്രി പുരുഷുവും ഹരിയും എത്തും. അവർ നാളെ നിങ്ങളുടെ കൂടെ 'സ്റ്റാർ ഓഫ് ഏഷ്യ'യുടെ ഓഫീസിൽ വരും. രണ്ടുപേരും കണ്ണൂർക്കാരാ...' –രവി അറിയിച്ചു.

പുരുഷു എന്ന പുരുഷോത്തമൻ ദാദറിലെ ചെരിപ്പുകടയിൽ സെയിൽസ്മാനാണ്. ഹരി കുഴൽക്കിണർ കമ്പനിയിലെ ഓപ്പറേറ്ററും. വർഷങ്ങൾക്ക് മുമ്പ് നാട്ടിൽ നിന്നും തൊഴിൽതേടി ബോംബെയിലെത്തിയതാണ് ഇരുവരും. അവർക്ക് താമസിക്കാൻ സ്ഥിരമായ ഇടമില്ല. ഏതെങ്കിലും സുഹൃത്തുക്കളുടെ ഫ്ളാറ്റിലോ മുറിയിലോ മാറിമാറിതാമസിക്കും. കുറേക്കാലമായി രവിയുടെ ഫ്ളാറ്റിന്റെ മുകളിലെ തുറസ്സായ സ്ഥലത്താണ് ഇവരുടെ താമസം. മഴക്കാലം തുടങ്ങിയാലേ അവർക്ക് മറ്റൊരിടം അന്വേഷിക്കേണ്ടതുള്ളൂ.

കെട്ടിടത്തിന്റെ ഏറ്റവും മുകളിലെ നിലയിൽ ഫ്ളാറ്റുകിട്ടുന്നവർക്ക് ചൂട് കൂടുതൽ സഹിക്കേണ്ടിവരുമെങ്കിലും ചില സൗകര്യങ്ങളുമുണ്ട്. കെട്ടിടത്തിന്റെ മുകളിൽ വസ്ത്രങ്ങളും ധാന്യങ്ങളും ഉണക്കാനിടാം. വേനൽക്കാലത്ത് കാറ്റുകൊണ്ട് കിടക്കാം. .കള്ള്കുടിക്കാം....

ഫ്ളാറ്റിലെ കക്കൂസും കുളിമുറിയും ഹരിയും പുരുഷുവും ഉപയോഗിക്കും. പകരമായി രവിക്ക് മറ്റുസഹായങ്ങൾ അവർ ചെയ്തുകൊടുക്കും. വീട്ടിലേക്ക് വേണ്ട സാധനങ്ങൾ വാങ്ങിക്കൊണ്ടുവരിക, ഓഫീസ് ആവശ്യങ്ങൾക്ക് എവിടെയെങ്കിലും പോവുക എന്നിങ്ങനെ.

അളിയനെയും കൂട്ടുകാരനെയും സൽക്കരിക്കുന്നതിന് നല്ല ഭക്ഷണത്തോടൊപ്പം മദ്യവും രവി കരുതിയിരുന്നു.

സന്ധ്യയായപ്പോൾ ഹരിയും പുരുഷുവും എത്തി. ഫ്ളാറ്റിന്റെ മുകളിൽ വിരിച്ച പുൽപ്പായയിൽ അഞ്ചുപേരും ഇരുന്ന് മദ്യപിക്കുകയും നാട്ടുകാര്യങ്ങൾ വിശദമായി പങ്കുവെക്കുകയും ചെയ്തു. മദ്യം അവരുടെ മനസ്സിനെ ലാഘവമാക്കി. അവർ ചിരകാല സുഹൃത്തുക്കളെപ്പോലെ മനസ്സുതുറന്നു.

അന്യമതക്കാരിയായ പെൺകുട്ടിയുമായുള്ള പ്രണയമാണ് പുരുഷുവിനെ ബോംബെയിൽ എത്തിച്ചത്. ഹരിയെ രണ്ടാനമ്മയുടെ ക്രൂരതയും.

പുരുഷു പ്രീഡിഗ്രിക്ക് പഠിക്കുമ്പോഴാണ് നാട്ടിലുള്ള മുസ്ലിംപെൺകുട്ടിയുമായി പ്രണയത്തിലാവുന്നത്. ഓട്ടോ ഡ്രൈവറായിരുന്നു പുരു

ഷു. സാമ്പത്തികമായി ഉയർന്ന കുടുംബത്തിലെ അംഗമാണ് പെൺകുട്ടി. അവളുടെ വാപ്പ ഗൾഫിലാണ്. ഉമ്മയും രണ്ട് ഇളയസഹോദരൻമാരുമാണ് അവളുടെ കൂടെ താമസം. വീട്ടിലേക്ക് സാധനങ്ങൾ കൊണ്ടുവരാനും യാത്രപോകാനും പുരുഷുവിന്റെ ഓട്ടോറിക്ഷയാണ് സ്ഥിരമായി വിളിച്ചിരുന്നത്. അങ്ങിനെയാണ് ഇവർ തമ്മിൽ അടുത്തത്. സംഗതി നാട്ടുകാരറിഞ്ഞു, ചർച്ചയായി.

പക്ഷേ, നാട്ടുകാരുടെ സംശയം വേറെയായിരുന്നു. പെൺകുട്ടിയുടെ ഉമ്മയുമായാണ് പുരുഷുവിന് ബന്ധം എന്നാണവർ ധരിച്ചത്. വിവരം ഇരു കുടുംബങ്ങളും അറിഞ്ഞു.

ഒരു ദിവസം രാത്രി അപരിചിതരായ മൂന്നുപേർ പുരുഷുവിന്റെ ഓട്ടോ പിടിച്ചു. ആസ്പത്രിയിൽ പോകണമെന്നാണ് അവർ പറഞ്ഞത്. ഓട്ടോ വിജനമായ സ്ഥലത്തെത്തിയപ്പോൾ മൂത്രമൊഴിക്കാൻ നിർത്തണമെന്ന് ഒരാൾ ആവശ്യപ്പെട്ടു.

ഓട്ടോ നിർത്തിയപ്പോൾ മൂന്നുപേരും ചേർന്ന് പുരുഷുവിനെ വലിച്ച് പുറത്തിട്ട് ഭീകരമായി മർദ്ദിച്ചു. മർദ്ദനമേറ്റുവീണ പുരുഷുവിന്റെ നേരെ കഠാര ഉയർത്തിപ്പിടിച്ച് കനത്ത സ്വരത്തിൽ ഒരാൾ മുന്നറിയിപ്പുനൽകി. 'നായിന്റെ മോനെ ഇനി നമ്മളെ പെണ്ണുങ്ങളെ പിന്നാലെ വന്നാലുണ്ടല്ലോ ബിസ്മീം ചൊല്ലി നിന്റെ സുന്നത്ത് നടത്തിത്തരും...അതിന്റെ അറ്റംല്ല... മുയുമനും മുറിക്കും. എനി നിന്നെ ഈനാട്ടില് കണ്ട്പോറ്....'

അന്ന് രാത്രി ഓട്ടോറിക്ഷ വീട്ടിൽ കൊണ്ടുവെച്ച് ആരും അറിയാതെ പുരുഷു നാടുവിട്ടു. ബോംബെയിലെത്തി കുറേനാൾ ഹോട്ടലുകളിൽ ജോലിചെയ്തു. പിന്നെയാണ് ചെരിപ്പുകടയിൽ ജോലി തുടങ്ങിയത്.

നാട്ടിലേക്ക് മടങ്ങാൻ ആഗ്രഹമില്ലേ എന്ന സുകുമാരന്റെ ചോദ്യത്തിന് പുരുഷു ഉത്തരമൊന്നും പറഞ്ഞില്ല. അക്കാര്യത്തെക്കുറിച്ച് അവൻ ഇതുവരെ ആലോചിച്ചിട്ടില്ലെന്ന് സുകുമാരന് തോന്നി.

ഹരി നാലാംക്ളാസിൽ പഠിക്കുമ്പോൾ അമ്മ മരിച്ചു. സൈനികനായ അച്ഛൻ ഒരു വർഷത്തിനിടയിൽ രണ്ടാംവിവാഹം ചെയ്തു. ആ ബന്ധത്തിൽ മൂന്ന് കുട്ടികൾ. ആർത്തിപിടിച്ച സ്ത്രീയായിരുന്നു ഹരിയുടെ രണ്ടാനമ്മ. കുറേ കൃഷിയും കന്നുകാലികളുമുള്ള വീട്. പഠിക്കാൻ പോലും അനുവദിക്കാതെ ഹരിയെ ആ സ്ത്രീ രാപ്പകൽ ജോലിചെയ്യിച്ചു. വീട്ടിലെ വേലക്കാരനെപ്പോലെയാണ് പരിഗണിച്ചത്. പത്താംക്ലാസ് തരക്കേടില്ലാത്ത മാർക്കോടെ പാസ്സായപ്പോൾ പ്രീഡിഗ്രിക്ക് ചേരാൻ ഹരിക്ക് മോഹമായി.

രണ്ടാനമ്മ പറഞ്ഞതിനപ്പുറം അച്ഛന് അഭിപ്രായമുണ്ടായിരുന്നില്ല. 'ഓൻ കോളേജില്പ്പോയാല് പശുക്കളെ നോക്കാനും ചാണകം വാരാനും പിന്നെ ആരാ...കുട്ട്യക്ക് പഠിക്കണ്ടേ?...'

രണ്ടാനമ്മയുടെ ചോദ്യം അച്ഛനും ശരിവെച്ചു. കോളേജിൽ നിന്ന് വന്ന ഇന്റർവ്യൂ കാർഡ് കാണിച്ചിട്ടും അച്ഛന് മനംമാറ്റമുണ്ടായില്ല. 'ഓൻ എട്ക്ക്ന്ന പണിക്ക് ഇത്രവരെ പഠിച്ചത് തന്നെ അധികം...'-രണ്ടാനമ്മ തീർത്തുപറഞ്ഞു.

ഒരു ദിവസം സ്വന്തം വസ്ത്രങ്ങൾക്ക് പുറമെ രണ്ടാനമ്മയുടെ അഞ്ചുപവനോളം ആഭരണങ്ങളുമായി ഹരി വീടുവിട്ടിറങ്ങി. രഹസ്യമായി ബോംബെയിലേക്ക് വണ്ടികയറി. മോഷണം നടത്തിയത് പണത്തിന് വേണ്ടി മാത്രമായിരുന്നില്ല. രണ്ടാനമ്മയോടുള്ള പ്രതികാരത്തിനുമായിരുന്നു.

'ഹരി ബോംബെയിലുണ്ടെന്ന് അച്ഛനോ വീട്ടുകാരോ അറിയോ?...'-നീണ്ട ജീവിതകഥ കേട്ടശേഷം സുകുമാരൻ ചോദിച്ചു.

'എനിക്കറിയില്ല'-ഹരിയുടെ നിസ്സംഗമായ മറുപടി അങ്ങിനെയായിരുന്നു.

തീക്ഷ്ണാനുഭവങ്ങളുടെ ഒരു മഹാ ശ്മശാനമാണ് ബോംബെ നഗരമെന്ന് സുകുമാരന് തോന്നി. ബോംബെ മാത്രമല്ല, എല്ലാ നഗരങ്ങളും അങ്ങിനെതന്നെ. ജാതിയുടെയും മതത്തിന്റെയും കുലത്തിന്റെയും രാഷ്ട്രീയത്തിന്റെയും അതിർവരമ്പുകളൊന്നുമില്ലാതെ സർവരേയും ഉൾക്കൊള്ളുന്ന ഈ മഹാനഗരത്തിൽ എത്രപേരുടെ അനുഭവങ്ങളും ഓർമകളുമാണ് പുകയുന്നത്. നാട്ടിൽ നിന്ന് പലായനം ചെയ്യുന്നവർക്കെല്ലാം ഇതുപോലെ എത്രയെത്ര കഥകൾ പറയാനുണ്ടാവും. എല്ലാവരും സ്വന്തം നാട്ടിൽ ജീവിച്ച് മരിക്കാൻ തന്നെയാവും ആഗ്രഹിക്കുക. എന്നാൽ സാഹചര്യങ്ങൾ അവരെ മറുനാട്ടുകാരും പ്രവാസികളുമാക്കുന്നു. രാധാകൃഷ്ണന്റെ തന്നെ കാര്യമെടുക്കാം. അവന് നാട്ടിൽ ജോലിചെയ്ത് മാന്യമായി ജീവിക്കാനുള്ള സാഹചര്യമുണ്ടായിരുന്നെങ്കിൽ ഒരിക്കലും ഗൾഫിലേക്ക് പോകാൻ ആഗ്രഹിക്കില്ല.

'അല്ലപ്പാ...കഥപറഞ്ഞിരുന്നാ മതിയോ...നിങ്ങക്ക് ഭക്ഷണമൊന്നും വേണ്ടേ...പിള്ളേളരെല്ലാം ഒറങ്ങി...സമയം പതിനൊന്നരയായില്ലേ...'-ഇന്ദിരയുടെ ഓർമ്മപ്പെടുത്തൽ കേട്ടപ്പോഴാണ് സമയം ഒരുപാട് വൈകിയകാര്യം എല്ലാവരും ഓർക്കുന്നത്. രവിയും രാധാകൃഷ്ണനും പുൽപ്പായിൽക്കിടന്ന് മയക്കത്തിലായിരുന്നു. സുകുമാരൻ അവരെ വിളിച്ചുണർത്തി.

ഭക്ഷണം കഴിക്കാനായി എല്ലാവരും വേച്ച്വേച്ച് നടന്ന് താഴേക്കിറങ്ങി.

തിരിച്ചുകിട്ടിയ ജീവിതം

രാധാകൃഷ്ണനും സുകുമാരനും പുരുഷുവും രാവിലെ ബിണ്ടിബസാറിലേക്ക് പുറപ്പെട്ടു.

ഒരു സ്ഥിരജോലിക്കുവേണ്ടിയുള്ള ദീർഘമായ അലച്ചിൽ ബോംബെ നഗരത്തെ പുരുഷുവിന് സുപരിചിതമാക്കിയിരുന്നു. കൈവെള്ളയിലെ രേഖകൾ പോലെ എല്ലാ റോഡുകളും സുപരിചിതം. ഹിന്ദിയും മറാഠിയും മലയാളവും ഒരുപോലെ പുരുഷുവിന് വഴങ്ങി.

പരിചയക്കാരോടും മറ്റും നല്ല ഒഴുക്കോടെ പുരുഷു ഹിന്ദിയും മറാട്ടിയും പറയുന്നത് കേട്ട് സുകുമാരൻ ആശ്ചര്യപ്പെട്ടു.

'സുകുവേട്ടാ നമ്മക്ക് ജീവിക്കാൻ ആവശ്യമാണെങ്കില് ഏത് ഭാഷയും പഠിക്കും. വേണമെങ്കില് ഫ്രഞ്ചും ചൈനീസും അറബിയും...എന്റെ ഭാഷാ അധ്യാപകർ ഈ തെരുവിലെ കൂലിപ്പണിക്കാരും ടാക്സിക്കാരും സാധാരണക്കാരുമാണ്...'-ഒരു തത്വചിന്തകനെപ്പോലെ പുരുഷു പറഞ്ഞു.

മുക്കാൽ മണിക്കൂർ നേരത്തെ ബസ്യാത്രക്ക് ശേഷം മൂവരും ബിണ്ടിബസാറിലെ 'സ്റ്റാർ ഓഫ് ഏഷ്യ'യുടെ ഓഫീസിലെത്തി. അവിടുത്തെ ജീവനക്കാരിൽ അധികവും മലയാളികളാണ്.

രാധാകൃഷ്ണൻ ബാഗിൽ നിന്ന് എസ്.എസ്.എൽ.സി. ബുക്കും പാസ്പോർട്ടും വിസയും ടിക്കറ്റിന്റെ പണവും അവരെ ഏൽപ്പിച്ചു.

ടിക്കറ്റിന്റെ പണവും പാസ്പോർട്ടും വാങ്ങിവെച്ചശേഷം എസ്.എസ്.എൽ.സി.ബുക്കും വിസയും രാധാകൃഷ്ണനെ തിരിച്ചേൽപ്പിച്ചു. 'കുഞ്ഞിരാമൻ മാസ്റ്റർ, മാണിയൂർ' എന്ന വിലാസമെഴുതിയ കവറിലായിരുന്നു വിസ. കുഞ്ഞിരാമൻ മാസ്റ്ററുടെ മകൻ ദിവാകരൻ മറ്റൊരാൾവശം കൊടുത്തുവിട്ട അതേ കവറിൽ.

'ടിക്കറ്റ് ഒ.കെ.യാവാൻ ചിലപ്പോൾ മൂന്നോ നാലോ ദിവസം പിടി

ക്കും. നിങ്ങളെ വിളിച്ചാൽക്കിട്ടുന്ന ഫോൺ നമ്പർ തരികയോ ദിവസ വും ഇവിടെ വന്ന് അന്വേഷിക്കുകയോ വേണം. പാസ്പോർട്ട് നിങ്ങൾ പോകുമ്പോൾ തരാം'-സ്റ്റാർ ഓഫ് ഏഷ്യയിലെ ജീവനക്കാരൻ പറഞ്ഞു.

'സ്റ്റാർ ഓഫ് ഏഷ്യ'യുടെ ഓഫീസിൽ നിന്നിറങ്ങുമ്പോൾ ഒരു മല യാളി അടുത്തുവന്ന് വെറുതെ ഒന്ന് പരിചയപ്പെട്ടു. സുകുമാരൻ അയാ ളോട് നാട്ടിലെ സ്ഥലവും അവിടെ എത്തിയ ആവശ്യവും പറഞ്ഞു.

വാശി സെക്ടറിലേക്ക് തിരിച്ചുപോകുന്നതിന് ബസ്സ്റ്റോപ്പിൽ എ ത്തിയപ്പോൾ, തൊട്ടുമുമ്പ് പരിചയപ്പെട്ട മലയാളിയും പിന്നാലെയെത്തി.

ബസ്സ്റ്റോപ്പിൽ നല്ല തിരക്ക്.

വാശി സെക്ടറിലേക്കുള്ള ബസ് വന്നപ്പോൾ അതിൽ കയറിപ്പറ്റാൻ ചിലർ തിടുക്കം കാട്ടുന്നുണ്ടായിരുന്നു.

തിരക്കിനിടയിൽ ആ ബസ്സിൽ കയറാൻ ശ്രമിക്കുന്ന സുകുമാരനെ യും രാധാകൃഷ്ണനെയും പുരുഷു വിലക്കി. പെട്ടെന്ന് എന്തോ സംഭ വിച്ചതു പോലെ പുരുഷു വിളിച്ചു പറഞ്ഞു. 'സുകുവേട്ടാ...ഇറങ്ങ്...ഇറ ങ്ങ്...'

'എന്താ പറ്റിയത്' -സുകുമാരൻ ചോദിച്ചു.

'ബസ്സിൽക്കയറാൻ തിരക്കുകൂട്ടുന്നവരെ ശ്രദ്ധിച്ചോ. അവർ ഇവിടു ത്തെ പ്രധാന പോക്കറ്റടിക്കാരാണ്. അവിടുന്ന് പരിചയപ്പെട്ട മലയാളി യെയും എനിക്ക് സംശയമുണ്ട്. അയാളും നമ്മളെ പിന്തുടരുന്നുണ്ട്. വി മാനടിക്കറ്റ് എടുക്കാൻ വന്നവരായതുകൊണ്ട് നമ്മുടെ കയ്യിൽ പണമു ണ്ടാകും എന്നവർക്കറിയാം.'

അപ്പോഴേക്കും ബസ്സ് പുറപ്പെട്ടിരുന്നു.

തിടുക്കം കാട്ടിയ സംഘത്തിലെ ആരും ആ ബസ്സിൽ കയറിയില്ല.

'ഈ സ്ഥലം അത്ര ശരിയല്ല. നമുക്ക് അടുത്ത സ്റ്റോപ്പിലേക്ക് പോ കാം. അവരുടെ നീക്കത്തിൽ സംശയമുണ്ട്. രാധാകൃഷ്ണാ ബാഗ് ഭദ്ര മായി സൂക്ഷിക്കണം'-മുന്നറിയിപ്പുപോലെ പുരുഷു പറഞ്ഞു.

മൂന്നുപേരും അടുത്ത സ്റ്റോപ്പ് ലക്ഷ്യമാക്കി നടന്നു.

സ്റ്റോപ്പിലെത്തി കുറച്ച് കഴിഞ്ഞപ്പോൾ ആ സംഘത്തിലെ രണ്ടു പേർ അവിടെയുമെത്തി.

വാശി സെക്ടറിലേക്കുള്ള ബസ്സും എത്തിക്കഴിഞ്ഞിരുന്നു. ബാഗ് ഭ ദ്രമായി പിടിച്ചുകൊണ്ട് രാധാകൃഷ്ണൻ അതിൽ കയറി.

രാധാകൃഷ്ണന് സുരക്ഷാവലയം തീർത്ത് സുകുമാരനും പുരു ഷുവും.

ബസ്സിൽ നല്ല തിക്കും തിരക്കും ഉണ്ടായിരുന്നു.

കണ്ടക്ടർ യാത്രക്കാരെ ഓരോ ഭാഗത്തേക്ക് തള്ളിമാറ്റിക്കൊണ്ടിരുന്നു. പെട്ടെന്ന് ബസ്സിൽ ഇരച്ചുകയറിയത് അതുവരെ സ്റ്റോപ്പിൽ ഇല്ലാത്ത കുറേപ്പേർ, അവർ പെട്ടെന്ന് ഇറങ്ങിപ്പോവുകയും ചെയ്തു.

ബസ് നീങ്ങിത്തുടങ്ങിയപ്പോൾ രാധാകൃഷ്ണന്റെ നിലവിളി. 'സുകുവേട്ടാ എന്റെ ബേഗ്'....

പുരുഷു ബസ്സിൽ നിന്ന് ബഹളംവെച്ചു. ഡ്രൈവറോട് ബസ് നിർത്താൻ ആവശ്യപ്പെട്ടു.

കുറച്ചുകൂടി മുന്നോട്ടുപോയേ ബസ് നിന്നുള്ളൂ. സ്റ്റോപ്പിൽ നിന്നും ഏകദേശം അരക്കിലോമീറ്റർ അകലെ.

മൂന്നുപേരും ബസ്സിൽനിന്ന് ചാടിയിറങ്ങി സ്റ്റോപ്പിലേക്ക് തിരിച്ചോടി. ധൃതിയിൽ അവിടെയിറങ്ങിയവരെ പിടികൂടുകയായിരുന്നു ലക്ഷ്യം. ഓടിക്കിതച്ച് അവിടെ എത്തുമ്പോഴേക്കും ആരും ഉണ്ടായിരുന്നില്ല.

'എന്റെ ജീവിതം പോയല്ലോ..' നിലവിളിച്ച് കരഞ്ഞുകൊണ്ട് രാധാകൃഷ്ണൻ ബസ്സ്റ്റോപ്പിലെ സിമന്റ് ബഞ്ചിൽ കുഴഞ്ഞിരുന്നു. എന്തു ചെയ്യണമെന്നറിയാതെ സുകുമാരനും പുരുഷുവും പരസ്പരം നോക്കി .

രാധാകൃഷ്ണൻ ഏങ്ങലടിച്ചു കരയുകയാണ്. വിസക്കും എസ്.എസ്.എൽ.സി.ബുക്കിനും പുറമെ, പതിനായിരത്തിൽപ്പരം രൂപയും ബാഗിലുണ്ടായിരുന്നു.

'...ബാഗ് മുറുക്കിപ്പിടിക്കണമെന്ന് ഞാൻ പലവട്ടം പറഞ്ഞതല്ലേ...'- സുകുമാരൻ രാധാകൃഷ്ണനെ കുറ്റപ്പെടുത്തി.

'ഞാൻ ബാഗിന്റെ വള്ളി കൈയിൽ ചുറ്റിപ്പിടിച്ചതാ. മുറിച്ചെടുത്താ കൊണ്ടുപോയത്...' ബാഗിന്റെ ബൽറ്റ് രാധാകൃഷ്ണന്റെ കൈയിൽ ഉണ്ടായിരുന്നു.

കരച്ചിലിനിടയിൽ അത് സുകുമാരനെ കാണിച്ചുകൊടുത്തു.

'...നോക്കാം.. വഴിയുണ്ടാക്കാം... പോക്കറ്റടിക്കാർ ബാഗിലെ പണമേ എടുക്കൂ. രേഖകൾ വിലാസക്കാർക്ക് എത്തിച്ചുകൊടുക്കും. ആ ബസ്സിലെ ജീവനക്കാരും പോക്കറ്റടിക്കാരുമായി ബന്ധമുള്ളവരായിരിക്കണം... ബാഗിൽ എന്തെങ്കിലും അഡ്രസ്സുണ്ടോ'? -പുരുഷു ചോദിച്ചു.

'കുഞ്ഞിരാമൻ മാസ്റ്റർ, മാണിയൂർ, എന്ന് മലയാളത്തിൽ എഴുതിയ കവറിലാണ് വിസയുള്ളത്. പിന്നെ എസ്.എസ്.എൽ.സി.ബുക്കുണ്ട്. വേറെ അഡ്രസ്സൊന്നുമില്ല...'

'അവർ നമ്മളെ പിന്തുടർന്നത് 'സ്റ്റാർ ഓഫ് ഏഷ്യ' ഓഫീസ് പരിസരത്തുനിന്നാണ്. പണം എടുത്തശേഷം രേഖകൾ അവിടെ ഉപേക്ഷിച്ചിരിക്കാൻ സാധ്യതയുണ്ട്. നമുക്ക് അങ്ങോട്ടുപോകാം.-പുരുഷു നിർദ്ദേശിച്ചു.

സ്റ്റാർ ഓഫ് ഏഷ്യയുടെ ഓഫീസിലേക്ക് അവർ നടന്നു.

'ഛെ..നിങ്ങളെന്തൊരു വിഡ്ഢിത്തമാണ് കാണിച്ചത്. ഇത് ബോംബെയാണെന്ന് അറിഞ്ഞുകൂടേ.'-സ്റ്റാർ ഓഫ് ഏഷ്യയിലെ ജീവനക്കാർ ശകാരിച്ചു.

സംഭവങ്ങളെല്ലാം കണ്ടുനിന്ന ടാക്സിക്കാരൻ പുരുഷുവിനെ സമീപിച്ച് കാര്യം തിരക്കി. പേര് ഷക്കീൽ. ബോംബെക്കാരൻ തന്നെയാണ് അദ്ദേഹം.

പോക്കറ്റടിച്ചത് ഇതേ സ്ഥലത്തുള്ള സംഘം തന്നെയായിരിക്കുമെന്നും സംഘത്തിന്റെ തലവൻ തൊട്ടടുത്ത ഗലിയിലാണ് താമസിക്കുന്നതെന്നും വെളിപ്പെടുത്തിയ ടാക്സിഡ്രൈവർ, അയാളെ കണ്ട് അപേക്ഷിച്ചാൽ പണമൊഴികെയുള്ള സാധനങ്ങൾ തിരിച്ചു തന്നേക്കുമെന്നും അറിയിച്ചു. ഇക്കാര്യത്തിൽ സഹായവാഗ്ദാനവും അയാൾ നൽകി.

ടാക്സിഡ്രൈവർ സഹാനുഭൂതിയുള്ള ആളാണെന്ന് അവർക്ക് തോന്നി. 'വിസയും എസ്.എസ്.എൽ.സി.ബുക്കും കിട്ടിയാൽ മതി. പണം എങ്ങിനെയെങ്കിലും ഉണ്ടാക്കാം..' -രാധാകൃഷ്ണൻ ആശ കൈവിടാതെ പറഞ്ഞു.

'ഏതായാലും ഇപ്പോൾ നമുക്ക് ഫ്ളാറ്റിലേക്ക് പോകാം . നാളെ വന്ന് അന്വേഷണം തുടരാം'-പുരുഷു നിർദ്ദേശിച്ചു.

മൂന്നുപേരും ഫ്ളാറ്റിലേക്ക് യാത്ര തിരിച്ചു.

സന്ധ്യയോടെ തിരിച്ചെത്തിയ രവിയും വിവരമറിഞ്ഞ് നിരാശനായി.

'ഏതായാലും പൊലീസിൽ പരാതി കൊടുക്കാം. ഒരു രേഖ വേണ്ടെ?'-സുകുമാരൻ അഭിപ്രായപ്പെട്ടു.

'നിങ്ങൾക്ക് ബോംബെയിലെ പൊലീസിനെപറ്റി അറിയാത്തതുകൊണ്ട് പറയുന്നതാ. കേസ് റജിസ്റ്റർ ചെയ്യണമെങ്കിൽ തന്നെ അവർക്ക് കൈക്കൂലി കൊടുക്കണം. പിന്നെ രേഖകൾ പോക്കറ്റടിക്കാരിൽ നിന്ന് തിരിച്ചുവാങ്ങിത്തരാൻ വേറെയും. പോക്കറ്റടിക്കുമ്പോൾ കിട്ടുന്ന രേഖകളും മറ്റും ഏതെങ്കിലും പോസ്റ്റോഫീസിൽ കൊണ്ടുപോയി ഇടുന്നതാണ് ഇവിടുത്തെ രീതി. അതുകൊണ്ട് ഇവിടുത്തെ പോസ്റ്റോഫീസുകൾ കേന്ദ്രീകരിച്ച് അന്വേഷിക്കുന്നതാണ് നല്ലത്'-രവി നിർദ്ദേശിച്ചു.

വിസയും എസ്.എസ്.എൽ.സി. ബുക്കും തിരിച്ചു കിട്ടാനുള്ള നേരിയ സാധ്യതകൾ തുറന്നുകിട്ടിയെങ്കിലും രാധാകൃഷ്ണൻ ആകെ പരിക്ഷീണനായിരുന്നു.

ഗൾഫിലേക്ക് പോകാൻ സാധിച്ചില്ലെങ്കിൽ കടം വാങ്ങിയ പണം എങ്ങിനെ തിരിച്ചുകൊടുക്കും?. നാട്ടുകാരോട് യാത്രപറയുകയും ക്ലബ്ബിന്റെ യാത്രയയപ്പ് സ്വീകരിക്കുകയും ചെയ്തശേഷം മടങ്ങിപ്പോകുന്നതിന്റെ ജാള്യം വേറെ.

രാധാകൃഷ്ണൻ എന്തെങ്കിലും കടുംകൈ കാണിച്ചേക്കുമോ എന്ന ആശങ്ക സുകുമാരനുണ്ട്. അത്രയും നിരാശനാണ് അവൻ. മനക്കരുത്ത് തീരേ ഇല്ലാത്തവനും. ഫ്ളാറ്റ് സമുച്ചയത്തിന്റെ മുകളിൽ തുറസ്സായ സ്ഥലത്താണ് രാത്രി കിടന്നുറങ്ങുന്നത്. എന്തെങ്കിലും അവിവേകം കാണിച്ചാൽ...?

കാര്യം നാട്ടിൽ ആരെയും അറിയിക്കാൻ കഴിഞ്ഞിട്ടില്ല. ബോംബെയിലെത്തി നാല് ദിവസം കഴിഞ്ഞു. വിവരമൊന്നും അറിയാത്തതിനാൽ വീട്ടുകാർ ഉൽകണ്ഠപ്പെടുന്നുണ്ടാവും. രാധാകൃഷ്ണൻ വിമാനം കയറിയാൽ കമ്പിയടിക്കും എന്നാണ് അറിയിച്ചിരുന്നത്.

നാട്ടിൽ എവിടെയും ഫോണില്ല. അതിനാൽ, ടിക്കറ്റ് ശരിയാവാൻ ഒരാഴ്ചകൂടി കഴിയും എന്നുകാണിച്ച് നാരായണൻ നായർക്ക് സുകുമാരൻ കത്തെഴുതി. ലീവ് അഞ്ചുദിവസം കൂടി നീട്ടിക്കിട്ടാൻ പോസ്റ്റൽ സൂപ്രണ്ടിന് അപേക്ഷയും.

ഫ്ളാറ്റിന്റെ മുകളിൽ നിന്ന് അന്ന് രാത്രിയും അവർ മദ്യപിച്ചു. ആദ്യദിവസത്തെ മദ്യപാനം ആഹ്ലാദം പങ്കിടാനായിരുന്നുവെങ്കിൽ ഇപ്പോഴത് മനസ്സിനെ ശാന്തമാക്കാനാണ്. ദുഃഖവും ആഹ്ലാദവും പങ്കിടാനുള്ള മാധ്യമം മദ്യം തന്നെ.

ആകാശത്ത് കണ്ണുതുറന്ന അനേകായിരം നക്ഷത്രങ്ങളെപ്പോലെ, വൈദ്യുതി ദീപങ്ങളുടെ പ്രഭയിൽ കുളിച്ചുനിൽക്കുന്ന ബോംബെനഗരത്തിന്റെ മായക്കാഴ്ച അവിടുന്ന് കാണാം.

രാത്രിയുടെ നിശ്ശബ്ദതയെ ഭേദിച്ചുകൊണ്ട്, തൊട്ടടുത്ത സഹർ അന്താരാഷ്ട്ര വിമാനത്താവളത്തിൽ നിന്ന് വിമാനങ്ങൾ ഇടയ്ക്കിടെ പറന്നുയരുകയും ഇറങ്ങുകയും ചെയ്തുകൊണ്ടിരുന്നു.

ആ വിമാനങ്ങളിലെല്ലാം ആരെല്ലാമായിരിക്കും യാത്രചെയ്യുന്നുണ്ടാവുക?-പുൽപ്പായയിൽ മലർന്നുകിടന്നുകൊണ്ട് രാധാകൃഷ്ണൻ ആലോചിച്ചു. അവരെല്ലാം വലിയ പണക്കാരായിരിക്കാം. ഗൾഫിൽപോയി കുറേ

പണം സമ്പാദിച്ച് ഭാര്യയെയും മക്കളെയും കൂട്ടി വിമാനത്തിൽ യാത്ര ചെയ്യുന്നത് മുമ്പ് സ്വപ്നം കണ്ടിരുന്നു.

വലിയ പെട്ടി നിറയെ വസ്ത്രങ്ങളും സുഗന്ധ വസ്തുക്കളും കളി ക്കോപ്പുകളും മറ്റുമായി നാട്ടിലേക്ക് മടങ്ങുന്നതും ബന്ധുക്കളും നാട്ടു കാരും കാണാൻ വരുന്നതും അവർക്കെല്ലാം സമ്മാനങ്ങൾ നൽകുന്നതും ആ സ്വപ്നത്തിലുണ്ടായിരുന്നു. എല്ലാ സ്വപ്നങ്ങളും എത്രപെട്ടന്നാണ് തകർന്നുപോയത്.

പടിഞ്ഞാറ് ലക്ഷ്യമാക്കി ഒരു വിമാനം കൂടി പറന്നുയർന്നു. കൗതു കത്തോടെയും ജിജ്ഞാസയോടെയും ആ വിമാനം കാഴ്ചയിൽ നിന്ന് മറയുന്നതുവരെ രാധാകൃഷ്ണൻ നോക്കിനിന്നു.

'സുകുവേട്ടാ.....ഇപ്പോൾപ്പോയ വിമാനത്തിലായിരിക്കുമോ എനിക്ക് പോകേണ്ടിയിരുന്നത്...?

വിഷാദംമുറ്റിയ ആ ചോദ്യത്തിന് സുകുമാരൻ ഉത്തരമൊന്നും പറ ഞ്ഞില്ല. അവന്റെ സമനില തെറ്റിപ്പോയോ എന്നുപോലും സുകുമാരൻ ആശങ്കപ്പെട്ടു.

വിമാനങ്ങൾ ഇത്രയും അടുത്തുകൂടി പറന്നുപോകുന്നത് ആദ്യമാ യി കാണുകയാണ്. മുമ്പ് എൽ.പി.സ്കൂളിൽ പഠിക്കുമ്പോൾ നോട്ടുപു സ്തകത്തിലെ കടലാസ് പറിച്ചെടുത്ത് വിമാനങ്ങളുണ്ടാക്കി പറപ്പിച്ച് കളിച്ച നാളുകൾ രാധാകൃഷ്ണന്റെ ഓർമയിൽ തെളിഞ്ഞു. മുഷിയാ ത്ത കടലാസുകൊണ്ട് വിമാനമുണ്ടാക്കിപ്പറപ്പിക്കുന്നതിൽ ചമതമോഹ നനായിരുന്നു ഏറ്റവും മിടുക്ക്. അവൻ ഉണ്ടാക്കിപ്പറപ്പിക്കുന്ന വിമാനം കൂടുതൽ ഉയരത്തിൽ പറന്ന് തോട്ടത്തിലെ കവുങ്ങിന്റെ മുകളിലും മ റ്റും ചെന്ന് തങ്ങും. കല്ലെടുത്ത് എറിഞ്ഞ് അവയെ അവൻ വീഴ്ത്തും. വിമാനങ്ങളുണ്ടാക്കി നോട്ടിലെ കടലാസ് തീരുന്നതറിയില്ല.

റബ്ബർ തോട്ടങ്ങളിൽ മരുന്ന് തളിക്കാൻ ഹെലികോപ്റ്ററുകൾ പോ കുന്നത് കണ്ടിട്ടുണ്ട്. തെങ്ങിന്റെ അത്ര ഉയരത്തിൽ താഴ്ന്ന് പറന്നാണ് അവ പോകുന്നത്. ഹെലികോപ്റ്ററിന്റെയോ വിമാനത്തിന്റെയോ ശബ്ദം കേട്ടാൽ കുട്ടികൾ മുറ്റത്തേക്കോടി ആകാശത്തേക്ക് നോക്കും. ശാസി ക്കുന്ന അധ്യാപകരും ആ കാഴ്ച നോക്കി നിൽക്കും.

രാത്രി ഉറങ്ങാൻ കിടന്നപ്പോൾ രാധാകൃഷ്ണനെക്കുറിച്ചുള്ള സുകു മാരന്റെ ഉൽക്കണ്ഠ കൂടുതലായി. അവൻ രാത്രി എഴുന്നേറ്റ് കെട്ടിടത്തി ന്റെ മുകളിൽ നിന്നും താഴേക്ക് ചാടിക്കളയുമോ എന്നാണ് ആശങ്ക. അ തിനാൽ കിടന്നപ്പോൾ അവൻ ധരിച്ച ലുങ്കിയുടെ ഒരറ്റം തന്റെ ലുങ്കിയു

ടെ അറ്റത്തോട് ബന്ധിച്ചു.

രാവിലെ ബിണ്ടിബസാറിലേക്ക് പുറപ്പെടുമ്പോൾ രവിയും അനുഗമിച്ചു. സ്റ്റാർ ഓഫ് ഏഷ്യയുടെ ജീവനക്കാരുടെ സഹായത്തോടെ ടാക്സി ഡ്രൈവർ ഷക്കീലിനെ കണ്ടെത്തി.

ഷക്കീൽ നാലുപേരെയും കൂട്ടി വൃത്തിഹീനമായ ഗലിയിലൂടെ കുറേ നടന്നു.

കുറേ മനുഷ്യരും നായ്ക്കളും കന്നുകാലികളും അവയുടെയെല്ലാം വിസർജ്യങ്ങളും നിറഞ്ഞ് ദുർഗന്ധം വമിക്കുന്ന ഗലിയിലൂടെ കുറേ ദൂരം നടന്നപ്പോൾ ഏറെ പഴക്കമുള്ള ഒരു കെട്ടിടത്തിലെത്തി. ആ കെട്ടിടത്തിന്റെ കോലായിൽ കിടന്നിരുന്ന രണ്ട് ചാവാലിപ്പട്ടികൾ കുരച്ചുകൊണ്ട് എണീറ്റുപോയി. അവിടെയുള്ളവരുടെ ശ്രദ്ധയാകർഷിക്കാനെന്നോണം ഷക്കീൽ ഒന്നുരണ്ട് തവണ ചുമച്ചു. പിന്നെ കെട്ടിടത്തിന്റെ ഉള്ളിലേക്ക് കടന്നു. പിന്നാലെ മറ്റുള്ളവരും.

നല്ല പ്രായം തോന്നിക്കുന്ന ഭീമാകാരമുള്ള ഒരു മനുഷ്യൻ പഴയ ചാരുകസേരയിൽ ഇരുന്ന് ഒറ്റയ്ക്ക് മദ്യപിക്കുന്നു. പകുതി തീർന്ന മദ്യക്കുപ്പിയും ഗ്ലാസും വെള്ളം നിറച്ച മുരുടയും ഒരു പായ്ക്കറ്റിൽ മിക്ചറും മുന്നിലുണ്ട്. മൊട്ടത്തല, ചുവന്ന ഉണ്ടക്കണ്ണുകൾ, മുഖമാകെ വസൂരിക്കല, ചാരനിറമുള്ള പൈജാമയും കുർത്തയും ധരിച്ചിട്ടുണ്ട്.

വന്നവരെ ക്രുദ്ധനായി നോക്കിയശേഷം, എന്തിനാണ് വന്നത് എന്ന അർഥത്തിൽ ആംഗ്യം കാണിച്ചു. പുരുഷുവും ഷക്കീലും മറാഠിയിൽ കാര്യം വിശദീകരിച്ചു. പ്രത്യേകിച്ച് യാതൊരു ഭാവവ്യത്യാസവും കൂടാതെ അയാൾ രണ്ട് പെഗ്ഗ് കൂടി കഴിച്ചു.

അയാളുടെ പ്രതികരണമറിയാൻ സുകുമാരനും രാധാകൃഷ്ണനും ആകാംക്ഷയോടെ കാത്തുനിന്നു.

എന്തോ അയാൾ ഒറ്റവാക്കിൽ പറഞ്ഞശേഷം എല്ലാവരോടും പോകാൻ ആംഗ്യം കാണിച്ചു.

'പിള്ളേരോട് ചോദിക്കട്ടെ' എന്ന് മാത്രമാണ് അയാൾ പറഞ്ഞതെന്ന് പുരുഷു രാധാകൃഷ്ണനോട് പറഞ്ഞു.

വ്യക്തമായ വിലാസമില്ലാത്ത തപാൽ ഉരുപ്പടികൾ 'റീഡയറക്ടഡ് ലെറ്റർ ഓഫീസി'ലാണ് ഉണ്ടാവുകയെന്ന് സുകുമാരന് അറിയാം. ആർ. എൽ.ഒ. എന്നാണ് ഈ ഓഫീസിന്റെ ചുരുക്കപ്പേര്. ഒരു പോസ്റ്റൽ സർക്കിളിൽ ഒരു ആർ.എൽ.ഒ. ഉണ്ടാവും. ഇക്കാര്യത്തെക്കുറിച്ചറിയാൻ ദാദർ പോസ്റ്റോഫീസിൽ ചെന്നു.

തപാൽ വകുപ്പിലെ ഏതെങ്കിലും യൂണിയൻ നേതാക്കളെക്കണ്ട് സഹായം തേടുന്നതാണ് നല്ലതെന്ന് സുകുമാരന് തോന്നി.

തമിഴ്നാട്ടുകാരനായ പളനി എൻ.എഫ്.പി.ടി.ഇ. നേതാവാണെന്നും അദ്ദേഹം മൂന്നാംനിലയിലാണ് ജോലിചെയ്യുന്നതെന്നും ദാദർ പോസ്റ്റോഫീസിലെ ജീവനക്കാരൻ പറഞ്ഞു. മറ്റുള്ളവരെ താഴെനിർത്തി സുകുമാരൻ മൂന്നാംനിലയിൽചെന്ന് പളനിയെ കണ്ട് കാര്യങ്ങൾ പറഞ്ഞു. താൻ കണ്ണൂരിൽ തപാൽ ജീവനക്കാരനാണെന്ന് പരിചയപ്പെടുത്തിയപ്പോൾ, അതിന് എന്താണ് തെളിവ് എന്ന് പളനി ചോദിച്ചു.

ടെലഗ്രാഫ് അയക്കുന്നതിന്റെ കോഡ് അറിയാമെന്നും കണ്ണൂർ പോസ്റ്റൽ സൂപ്രണ്ട് എം.ജി.നായരെ അറിയാമെന്നും പറഞ്ഞപ്പോൾ പളനിക്ക് വിശ്വാസമായി. എം.ജി.നായരെ അയാൾക്കും അടുത്തറിയാം. അദ്ദേഹം ആർ.എൽ ഓഫീസിലെ സൂപ്രണ്ടിന് കത്ത്കൊടുത്തുവിട്ടു.

നാലുപേരും ബോംബെ ആർ.എൽ.ഓഫീസിലെത്തി. പളനിയുടെ കത്ത് സൂപ്രണ്ടിന് കൈമാറി. അദ്ദേഹം ഉടൻ കഴിഞ്ഞ മൂന്ന് ദിവസങ്ങൾക്കുള്ളിൽ അവിടെ എത്തിയ ഉരുപ്പടികൾ പരിശോധിക്കാൻ ഒരു ജീവനക്കാരനെ ചുമതലപ്പെടുത്തി. വ്യക്തമായ വിലാസമില്ലാത്ത മൂന്നൂറിലധികം തപാൽ ഉരുപ്പടികൾ മൂന്നുദിവസം കൊണ്ട് അവിടെ എത്തിയിരുന്നു.

'മലാളത്തിൽ വിലാസമെഴുതിയ ഉരുപ്പടികൾ എടുത്തുവെക്കാം. നിങ്ങൾ നാളെ വന്നാൽ മതി'-ജീവനക്കാരൻ പറഞ്ഞു.

ചെറിയൊരു പ്രതീക്ഷയോടെ അവർ ഫ്ളാറ്റിലേക്ക് മടങ്ങി.

പിറ്റേന്ന് രാവിലെ നാലുപേർ വീണ്ടും ആർ.എൽ. ഓഫീസിലെത്തി. മലയാളത്തിൽ വിലാസമുള്ള ഏതാനും കവറുകൾ ജീവനക്കാരൻ മാറ്റിവെച്ചിരുന്നു. എല്ലാവരും ആകാംക്ഷയോടെ കവർ ചികയുന്നതിനിടയിൽ അതാ കിടക്കുന്നു 'കുഞ്ഞിരാമൻമാസ്റ്റർ, മാണിയൂർ' എന്നെഴുതിയ കവർ!

'സുകുവേട്ടാ നമ്മുടെ കവർ'-രാധാകൃഷ്ണൻ അട്ടഹസിക്കുന്നതുപോലെ പറഞ്ഞു. ഭദ്രമായി ഒട്ടിച്ച കവർ തുറന്നുനോക്കുമ്പോൾ വിസയും എസ്.എസ്.എൽ.സി.ബുക്കും അതിൽ ഭദ്രം.

രാധാകൃഷ്ണൻ ഭ്രാന്ത് പിടിച്ചവനെപ്പോലെ ഓടിച്ചെന്ന് സൂപ്രണ്ടിനെയും കത്ത് തിരയാൻ സഹായിച്ച ജീവനക്കാരനെയും കെട്ടിപ്പിടിച്ച് കൊച്ചുകുഞ്ഞിനെപ്പോലെ കരഞ്ഞു.

'എന്റെ ജീവിതം തിരിച്ചുകിട്ടീ സുകുവേട്ടാ....'

അണപൊട്ടിയ ആഹ്ലാദവുമായി രാധാകൃഷ്ണൻ സുകുമാരന്റെ മാറോട് ചേർന്നുനിന്ന് കരഞ്ഞു. യാത്രപറയാൻ നേരത്ത് 250 രൂപ ആ ജീവനക്കാരന് സമ്മാനമായി നൽകി.

മൂന്ന് ദിവസംകൂടി കഴിഞ്ഞപ്പോൾ രാധാകൃഷ്ണന്റെ ടിക്കറ്റ് ശരിയായതായി 'സ്റ്റാർ ഓഫ് ഏഷ്യ'യിൽ നിന്നും അറിയിപ്പുവന്നു.

ആവശ്യമായ പണം രവിയാണ് വായ്പയായി നൽകിയത്.

വൈകുന്നേരം അഞ്ചുമണിക്ക് രാധാകൃഷ്ണനെയും വഹിച്ചുകൊണ്ടുള്ള എയർ ഇന്ത്യാ വിമാനം പറന്നുയർന്നു. അറബിക്കടൽ മുറിച്ചുകടക്കാൻ പോകുന്ന കൂട്ടുകാരന്റെ ആ സ്വപ്ന സഞ്ചാരത്തിന് സഹർ അന്താരാഷ്ട്ര വിമാനത്താവളത്തിൽ നിന്ന് സുകുമാരനും രവിയും പുരുഷുവും കൈവീശി ആശീർവാദം നേർന്നു.

വീണ്ടുവിചാരം

ഇടിമിന്നലിന്റെ അകമ്പടിയോടെ കന്നിമഴ കനത്തുപെയ്തു. മേഘാവൃതമായ ആകാശത്തെ മിന്നൽപ്പിണരുകൾ തലങ്ങും വിലങ്ങും കീറിമുറിച്ചു. ഉണങ്ങി ആയുസ്സ് തീർന്ന തെങ്ങോലകളും മരക്കമ്പുകളും ശക്തിയായ കാറ്റിൽ നിലംപതിച്ചുകൊണ്ടിരുന്നു. സമയം സന്ധ്യയായി.

വീണ്ടും കെട്ടിമേഞ്ഞ പുരയിൽ ഒറ്റയ്ക്കിരിക്കുകയാണ് പപ്പൻ. കുപ്പിയിൽ പകുതിയോളം മദ്യവും വേവിച്ച കപ്പയും മുളകിട്ട്വെച്ച മത്തിക്കറിയും മുന്നിലുണ്ട്.

രണ്ടുദിവസം മുമ്പാണ് വീട് കെട്ടിമേഞ്ഞത്. ബന്ദപ്പാലൻ ഗോപാലൻ നമ്പ്യാരും മുള്ളൻഗോവിന്ദനും രയരോത്ത് രാമൻ നായരുമാണ് പണിയെടുത്തത്. വാരിയും മെടഞ്ഞ ഓലയും പുല്ലും ഉപയോഗിച്ചാണ് വീട് കെട്ടിമേഞ്ഞത്.

സ്കൂൾ തുറക്കാൻ മൂന്ന് ദിവസമേയുള്ളൂ. കമലയും കുട്ടികളും കണ്ടക്കയ്യിലാണുള്ളത്. പിന്നെ അങ്ങോട്ട് പോയിട്ടില്ല. മാണിയൂർ യു.പി. സ്കൂളിൽ നിന്ന് ടി.സി.വാങ്ങി ബൈജുവിനെ നായാട്ടുപാറ സ്കൂളിൽ എട്ടാംക്ലാസിൽ ചേർക്കാൻ പോയത് ജ്യേഷ്ഠന്റെ മകൻ മുകുന്ദനാണ്.

ഗൾഫിലേക്കുള്ള വിസ പെട്ടെന്ന് ശരിയാക്കിത്തരാമെന്ന് പാവന്നൂരിലെ ഹസ്സൻ ഹാജി ഇരിക്കൂർ പൊലീസ് സ്റ്റേഷനിലെ ഹെഡ്കോൺസ്റ്റബിൾ കുമാരൻ മുഖേന ഉറപ്പു നൽകിയിട്ടുണ്ട്. കത്തിപ്പോയ ഡ്രൈവിങ് ലൈസൻസിന് പകരം പുതിയതിന് അപേക്ഷ നൽകി. ഭൂമിയുടെ രേഖകൾക്കും. അതെല്ലാം ശരിയാക്കാൻ വേണ്ടുന്ന കാര്യങ്ങൾ ചെയ്യുന്നത് മുരളിമാഷാണ്. മാഷ് കുറേ സ്ഥലത്ത് ഇതിനായി പോയി. അതൊന്നും എളുപ്പമുള്ള കാര്യമല്ല.

രണ്ടാഴ്ചയ്ക്കുള്ളിൽ വയൽ ഞാറുനടാൻ പാകമാകും. ഇത്തവണ ഞാറിന് വിത്തിട്ടിട്ടില്ല. ഞാറ് ആരോടെങ്കിലും വാങ്ങണം. മുമ്പൊക്കെ ഞാറ് ആവശ്യം കഴിഞ്ഞ് ബാക്കി മറ്റാർക്കെങ്കിലും കൊടുക്കാനുണ്ടാവും.

ഇത്തവണ എല്ലാം തകിടംമറിഞ്ഞു.

വീട് കത്തിയതിന് ശേഷം അഭയാർഥിയെപ്പോലെ പലയിടത്തും കഴിഞ്ഞു. ഭക്ഷണം മിക്കദിവസവും കാർത്ത്യായനിയുടെ വീട്ടിൽ നിന്നാണ്.

മഴ തിമർത്തുപെയ്യുകയാണ്.

നാളെ കണ്ടക്കയ്യിൽ പോയി കമലയെയും കുട്ടികളെയും കൂട്ടിക്കൊണ്ടുവരണം-പപ്പൻ ഉറപ്പിച്ചു.

അവൾ എങ്ങിനെ പ്രതികരിക്കും എന്നറിയില്ല. ചെയ്ത കുറ്റം മുഴുവൻ അവളോട് ഏറ്റുപറയാം. അവൾ ഏതായാലും എന്റെ രണ്ട് മക്കളെ പ്രസവിച്ചവളല്ലേ.

കശുവണ്ടി സീസൺ കഴിഞ്ഞു. ചാരായവാറ്റും അവസാനിച്ചു. മദ്യപാനം കുറച്ചുകൊണ്ടുവരണം. പ്രശ്നങ്ങളെല്ലാം ഉണ്ടാക്കുന്നത് അമിത മദ്യപാനമാണ്. രണ്ടുമാസത്തിനുള്ളിൽ വിസ ശരിയാവും. അകന്നു നിൽക്കുന്നതാണ് അവളുമായുള്ള ബന്ധം മെച്ചപ്പെടാൻ നല്ലത്. നാടു വിടുന്നതിനുമുമ്പ് ജീവിതത്തിന് ഒരു ക്രമം ഉണ്ടാക്കണം.

നേരം വെളുത്തപ്പോൾ മഴയൊന്ന് ശമിച്ചു. വയലിൽ ചെരിപ്പടിമുങ്ങാൻ വെള്ളമുണ്ട്. വയൽ വരമ്പുകൾ മുഴുവൻ ചെളിയാണ്. പപ്പൻ കണ്ടക്കയ്യിലേക്ക് യാത്ര തിരിച്ചു. പത്തരമണിയുടെ കോ.ഓപ്പറേറ്റീവ് ബസ്സാണ് ലക്ഷ്യം.

മയ്യിലിൽ ബസ്സിറങ്ങി വേളം അമ്പലത്തിന് മുന്നിലൂടെ നടന്നു. കുടയില്ലാത്തതിനാൽ മഴയുടെ ഇടവേള നോക്കിയാണ് യാത്ര. ഒരു കിലോ നേന്ത്രപ്പഴവും ഒരു പാക്കറ്റ് കടലമിഠായിയും കയ്യിൽ കരുതി. സുചിത്രക്ക് ഏറ്റവും ഇഷ്ടം കടലമിഠായിയാണ്.

കമലയുടെ അച്ഛൻ ഗോവിന്ദൻ കോലായിലെ ചാരുകസേരയിൽ ഇരിക്കുന്നുണ്ട്. ബൈജുവും സുചിത്രയയും കോലായിലുണ്ട്. പപ്പൻ കോലായിയിലേക്ക് കയറി ഇരുത്തിയിൽ ഇരുന്നു. ബൈജുവും സുചിത്രയും മടിച്ച് മടിച്ച് പപ്പന്റെ അടുത്തേക്ക് വന്നു. കമലയുടെ അച്ഛൻ ഇങ്ങിനെയൊരാൾ വന്നതായി ഗൗനിച്ചതേയില്ല.

ഞാൻ നിങ്ങളെ കൂട്ടാനാ വന്നത്...മറ്റന്നാൾ സ്കൂൾ തുറക്കലല്ലേ..? - സുചിത്രയുടെ കൈയിൽ പഴവും മിഠായിയും നൽകിയശേഷം പപ്പൻ പറഞ്ഞു.

'നിങ്ങളെ അമ്മ ഏട്ത്തു..'? ബൈജുവിനോട് ചോദിച്ചു.

'അമ്മ അടുക്കളേലാ'

'അച്ഛൻ വിളിക്കുന്നൂന്ന് പറ'

ബൈജു അടുക്കളയിലേക്ക് പോയി.

കുറച്ചു സമയം കഴിഞ്ഞ് തിരിച്ചുവന്നിട്ട് പറഞ്ഞു. 'അമ്മ വരുന്നില്ല. ..കരയാ...'

'നീ ഓള എനീം കരീക്കാനാ വന്നത്...' -ഗോവിന്ദന്‍ ഇടപെട്ടു.

'ഞാന്‍ ആരേം കരീക്കാന്‍ വന്നതല്ല. അവരെ കൂട്ടിക്കൊണ്ട് പോകാന്‍ വന്നതാ... കുറച്ചു പരുഷമായിത്തന്നെയുള്ള പപ്പന്റെ മറുപടി.

'കൂട്ടിക്കൊണ്ട് പോകാന്‍ അവരെ ആരും ഈടത്തേക്ക് കൂട്ടിക്കൊണ്ടാക്കീറ്റില്ലല്ലോ... ഓള് കുട്ട്യളീം കൂട്ടി ജീവനുംകൊണ്ട് ഓടി വന്നതല്ലേ...?'- ഗോവിന്ദന്‍ തന്റെ അമര്‍ഷം മറച്ചുവെച്ചില്ല.

'എനക്കെന്റെ മോനോട് കത്തെഴുതി ചോയിക്കണം. നിന്റെ പെങ്ങളെ അങ്ങോട്ട് വിടണോ വേണ്ട്യോന്ന്' -വാതിലിന്റെ പിറകില്‍ നിന്ന് കമലയുടെ അമ്മ നാരായണിയുടെ ഇടപെടല്‍.

'ആണുങ്ങള് സംസാരിക്കുമ്പം പെണ്ണ്ങ്ങള് ഇടപെടണ്ടാ...ഓള് ആങ്ങളയോട് ചോയിച്ചിറ്റല്ലല്ലോ എന്റെ രണ്ട് കുട്ട്യളെ പെറ്റത്..?'

'പൊരേലെക്കാര്യം പറയുമ്പം പെണ്ണുങ്ങളും അപിപ്രായം പറയും. .നീ ഇണ്ടാക്കിയ പിള്ളറ നോക്ക്ന്നത് ഇപ്പം ഞാനാ...ചെലവിന് പൈശ അയക്ക്ന്നത് എന്റെ മോനും. ഉടുത്ത തുണിവരെ മാറ്റാണ്ടല്ലേ എന്റെ മോളും പിള്ളറും ഓടിവന്നത്....ഇപ്പം ഈട വന്ന് നീ ഞായം പറയലാ.' .. -നാരായണി തോറ്റുകൊടുത്തില്ല.

'ഞാന്‍ പെണ്ണ്ങ്ങളോട് അധികം വര്‍ത്താനത്തിനില്ല. കമല എന്റെ ഭാര്യയാ....ഇവര് എന്റെ കുട്ട്യളും. എന്റെ കൂടെ വര്ന്ന്ണ്ടെങ്കില് ഇപ്പം വരണം...ഇല്ലാന്ന് പറഞ്ഞാ ഞാന്‍ പോകും..പക്ഷേങ്കില് ഞാന്‍ കുട്ട്യള കൂട്ടും. അവരിക്ക് സ്കൂളില് പോണം...'

'ഇസ്കൂള് ഇടീംണ്ട്' -ഗോവിന്ദന്റെ പ്രതികരണം.

'ഈടത്തെ സ്കൂളിലല്ലല്ലോ അവരെ ചേര്‍ത്തത്. സ്കൂളെന്താ ചായപ്പീട്യാ...ഇഷ്ടം ഉള്ളവരിക്ക് പോയി ഇരിക്കാന്‍...' -പപ്പന്റെ മറുപടി.

അകത്തുനിന്ന് കമലയുടെ തേങ്ങിക്കരച്ചില്‍ പുറത്തു കേള്‍ക്കാമായിരുന്നു. അമ്മയുടെ കരച്ചില്‍ കേട്ടപ്പോള്‍ കുട്ടികളുടെ മുഖത്തും വിഷാദം പടര്‍ന്നു.

'മക്കളേ നിങ്ങള് എന്റെകൂടെ വെര്ന്നില്ലേ..?'

'നമ്മള് വന്നാല് ഏട്യാ നിക്ക്വാ..അച്ഛന്‍ വീട് കത്തിച്ചില്ലേ -സുചിത്ര ചോദിച്ചു.'

'പുതിയ വീട് കെട്ടി'

'എനി അച്ഛന്‍ വീട് കത്തിക്ക്വോ..?'

മകളുടെ ചോദ്യത്തിന് ഉത്തരം പറയാന്‍ പപ്പന് സാധിച്ചില്ല. പപ്പന്‍

അവളെ ചേർത്തുപിടിച്ചു. അയാളുടെ കണ്ണിൽനിന്ന് രണ്ടുതുള്ളി കണ്ണീർ അടർന്ന് മകളുടെ ശിരസ്സിൽ വീണു.

പെട്ടെന്ന് കമല ഓടിവന്ന് രണ്ട് കുട്ടികളെയും വലിച്ചിഴച്ച് അകത്തേക്ക് കൊണ്ടുപോയി.

പപ്പൻ ഒരുവേള സ്തംഭിച്ചു. എന്താണ് ഭാര്യയുടെ നീക്കമെന്ന് മനസ്സിലാകാതെ പകച്ചു. അകത്തുനിന്ന് അടിയുടെ ശബ്ദവും സുചിത്രയുടെ കരച്ചിലും കേട്ടു.

കുറച്ചു സമയം കഴിഞ്ഞപ്പോൾ, എങ്ങിനെയൊക്കെയോ ഒരു പഴയ സാരി വാരിച്ചുചുറ്റി, തലമുടിപോലും ചീകാതെ, കുറേ വസ്ത്രങ്ങൾ കുത്തിനിറച്ച സഞ്ചിയുമായി കമല രണ്ടുകുട്ടികളെയും വലിച്ചിഴച്ച് മുറ്റത്തേക്കിറങ്ങി.

ചാറൽ മഴയത്ത് ഒരു തോർത്തുമുണ്ട്പോലും തലയിൽ ഇടാതെ രണ്ട് കുട്ടികളേയും വലിച്ചിഴച്ച് പോകുന്ന കമലയെ നോക്കിനിൽക്കാനേ അച്ഛനും അമ്മയ്ക്കും സാധിച്ചുള്ളൂ.

'എനി എന്നീം പിള്ളറ്യേം ചുട്ടുകൊന്നൂന്ന് ആരെങ്കിലും പറഞ്ഞ് കേട്ടാപ്പോലും നിങ്ങള് വന്ന് നോക്കണ്ട.. - രോഷവും സങ്കടവും അടക്കിപ്പിടിച്ച് കമല വിളിച്ചുപറഞ്ഞു.

ഒന്നും പറയാതെ പപ്പനും പിന്നാലെ ഇറങ്ങി.

'ചായക്ക് വെള്ളം വെച്ചിറ്റ്ണ്ട്. കുടിച്ചിറ്റ്പോകാ...'

വീട്ടിലെത്തിയ മകളുടെ ഭർത്താവിനെ വേണ്ട വിധത്തിൽ പരിഗണിച്ചില്ല എന്ന് നാരായണിക്ക് തോന്നി.

'ചായ നാട്ടിലും കിട്ടും'–പപ്പൻ നടന്നകന്നു.

ഒരു തുള്ളി മദ്യപിക്കാതെയാണ് അന്ന് രാത്രി പപ്പൻ വീട്ടിലെത്തിയത്. തനിക്ക് സംഭവിച്ച തെറ്റുകൾ ഭാര്യയോടും മക്കളോടും ഏറ്റുപറഞ്ഞു. ഇനി ഇത്തരം പെരുമാറ്റം ആവർത്തിക്കില്ലെന്ന് ഉറപ്പു നൽകി. കമലയ്ക്കും കുട്ടികൾക്കും വേണ്ട ഉടുപ്പുകളും കുടയും വീട്ടിലേക്ക് വേണ്ട ഭക്ഷണ സാധനങ്ങളും മയ്യിൽനിന്ന് വാങ്ങിയിരുന്നു.

ഗൾഫിലേക്ക് പോകുന്നതോടെ ജീവിതത്തിന് മാറ്റമുണ്ടാകുമെന്ന് പപ്പൻ അവരെ ധരിപ്പിച്ചു. അന്നു രാത്രി പപ്പനും ഭാര്യയും മക്കളും ഒരു മുറിയിൽ കിടന്നുറങ്ങി. അവർ പുതിയ ജീവിതത്തെക്കുറിച്ച് കിനാവു കണ്ടു..

ഉണരുന്ന ജീവിതം

പുതിയ ഉടുപ്പുകൾ ധരിച്ച് തുണിക്കുടയും എടുത്ത് ഉത്സാഹത്തോടെയാണ് ബൈജുവും സുചിത്രയും സ്കൂളിലേക്ക് പോയത്.

ബൈജു നായാട്ടുപാറ സ്കൂളിൽ എട്ടാംക്ലാസിലായി. സുചിത്ര മാണിയൂർ യു.പി.സ്കൂളിൽ ആറാം ക്ലാസിലും. നായാട്ടുപാറ ഹൈസ്കൂളിൽ പോകാൻ നാട്ടിൽ നിന്ന് അഞ്ചാറ് പേരുണ്ട്. അവരെല്ലാം പുതുതായി ചേർന്നവർ.

പപ്പൻ രാവിലെ വയലിലേക്ക് പോകാനിറങ്ങി.

'വയല് നല്ലോണം ഉറന്നിറ്റ്ണ്ട്. ഇഷ്ടംപോലെ വെള്ളമായി. നാളെത്തന്നെ കാലിപൂട്ടാൻ കുഞ്ഞമ്പുഏട്ടനെ ഏൽപ്പിക്കണം. പിന്നെ തെരക്കാവും. പണിക്ക് പെണ്ണ്ങ്ങളെക്കിട്ടാൻ വെഷമിക്കും. നീ ഇന്ന് തന്നെ പോയി കണിയാട്ടി ജാനകീനേം മറ്റ് പെണ്ണ്ങ്ങളേം ഏൽപ്പിക്കണം' -പപ്പൻ കമലയ്ക്ക് നിർദ്ദേശം നൽകി.

'അവര് കുഞ്ഞിരാമേട്ടന്റെ നാട്ടിപ്പണി ഏറ്റുപോയീന്നാ തോന്ന്ന്. ഓറ് രാവിലെ അങ്ങോട്ട്പോക്ന്നത് കണ്ടിന്...'

'ഇല്ല. കുഞ്ഞിരാമേട്ടന്റെ പണി തൊടങ്ങാനായിറ്റില്ല.'

കമല നാട്ടിപ്പണിക്ക് പെണ്ണുങ്ങളെ ഏൽപ്പിക്കാനിറങ്ങി.

നാട്ടിപ്പണി തുടങ്ങിയതോടെ വയലുകൾ ശബ്ദമുഖരിതമായി. ഞാറു നടുന്നവരും വളം കൊണ്ടിടുന്നവരും കാലിപൂട്ടുന്നവരും വയലുകളിൽ നിരന്നു. വെള്ളം നിറഞ്ഞ വയലുകളിൽ തവളകളുടെ ഉന്മാദം. വയലിൽ വിതറിയ ആലവളത്തിലെ പുഴുക്കളെത്തേടി വെള്ളക്കൊറ്റികളും കാക്കകളും കൂട്ടത്തോടെയെത്തി. കാലിപൂട്ടുമ്പോൾ മണ്ണടരുകളിൽ നിന്ന് പുറത്തുവരുന്ന മണ്ണട്ടകളെ കൊത്തിയെടുക്കാൻ കൊറ്റികളും കാക്കകളും മത്സരിച്ചു.

പപ്പന്റെ വയലിൽ കണിയാട്ടിജാനകിയുടെ നേതൃത്വത്തിൽ പെണ്ണു

ങ്ങൾ ഞാറു നട്ടു തുടങ്ങി. ജാനകിയുടെ ഈണത്തിലുള്ള നാട്ടിപ്പാട്ട് സഹപ്രവർത്തകരെ ഉത്സാഹികളാക്കി. തച്ചോളി ഒതേനന്റെ വീരകഥ കളാണ് ജാനകി ഈണത്തിൽ വർണ്ണിക്കുന്നത്.

തച്ചോളി ഓമന കുഞ്ഞൊതേനൻ
ആചാരത്തോടെ അടക്കത്തോടെ
ചിത്തിരത്തൂണ് ഒളിമറഞ്ഞ്
മോതിരക്കയ്യാലെ വായും പൊത്തി
ഏട്ടനോടല്ലേ പറയുന്നത്
ഒലവന്നൂർ കാവിൽ ഭഗവതിക്ക്
കാവൂട്ടും വേല അടുത്തുപോയി
കിഴക്കെ നട നൽത്തിരുമുമ്പീല്
പന്തൽപണിമുറ്റം തീരവേണം
ഏട്ടനന്നേരം പറയുന്നല്ലോ
ആ പണി നീപോയി എടുപ്പിക്കേണം...

വടക്കൻ പാട്ടിന്റെ ഈരടികൾ മറ്റുപെണ്ണുങ്ങളും ശരിയായും തെറ്റായും ഏറ്റുപാടി.

'ജാനകിയേച്ചി ഈ പാട്ടെല്ലാം ഏട്ന്നാ പടിച്ചേ..?'

നാട്ടിപ്പണിക്കാർക്ക് ഉച്ച ഭക്ഷണവുമായി എത്തിയ കമല ചോദിച്ചു.

'ഇതെല്ലാം ഞാൻ കുട്ടീലേ കയരളത്ത്ന്ന് പടിച്ചതാ മോളേ..'

ഏറെ നേരം കുനിഞ്ഞ് നിന്ന് ഞാറ് നടുകയായിരുന്ന ജാനകി കുറച്ചു സമയം നടുനിവർത്തി നിന്നുകൊണ്ട് പറഞ്ഞു.

'നമ്മളെ നാട്ടില് നാട്ടിപ്പാട്ട് അറീന്നവര് കൊറവാ..തട്ടാത്തിമാധവിക്കും മൊണ്ടനാരായണിക്കും കൊറച്ചറിയാ....കയരളത്ത് എത്രയോ പാട്ട്കാറ്ണ്ട്. മടപ്പുര കല്ല്യാണി, എടത്തിപ്പാറു, എടത്തികല്യാണി, പീറ്റക്കണ്ടി മാണിക്കം, തേറമ്പേത്ത് ചെമ്മരത്തി..അങ്ങനെ കൊറേ ആൾക്കാറ്...കല്യാണിയേടത്തീം പാറു ഏടത്തീം പാടാൻ തൊടങ്ങ്യാല് പണി തീർന്നത് അറീല്ല. വെശപ്പും അറീല്ല...'

-ജാനകി ഞാറിന്റെ കെട്ടഴിച്ച് വീണ്ടും നട്ടുതുടങ്ങി.

'എന്നാല് നിങ്ങള് കഞ്ഞികുടിച്ചോ...ഞാൻ വെളമ്പിവെക്കാ..' - കമല പണിക്കാരെ കഞ്ഞികുടിക്കാൻ വിളിച്ചു.

മഴയുടെ ഇടവേളയിൽ വയൽക്കരയിലെ കവുങ്ങിൻതോട്ടത്തിൽ നാട്ടിപ്പണിക്കാർ വട്ടമിട്ടിരുന്നു. അവരുടെ മുന്നിൽ നിരത്തിയ അലൂമിനി പ്ലേറ്റുകളിൽ കമല ചൂടുള്ള കഞ്ഞി പകർന്നു. വാഴയില ചീന്തുകളിൽ കപ്പയും ചമ്മന്തിയും. കോട്ടിയ പ്ലാവില കൊണ്ട് എല്ലാവരും സ്വാദോടെ

കഞ്ഞി കോരിക്കുടിക്കാൻ തുടങ്ങി.

'കയരളം കൈവയലില് നാട്ടിപ്പണി തൊടങ്ങ്യാല് ഉത്സവം പോലെയാ...എത്രയാ പണിക്കാറും കാലികളും. എട്ത്താലും എട്ത്താലും തീരാത്ത പണിയായിരിക്കും. വയലില്...പണ്ട് രാവിലെ മുതല് സന്ധ്യവരെ പണിയെടുത്താ കൊങ്ങായിനെല്ലാ കൂലികിട്ട്വാ.... ഉച്ചക്ക് ഒരു പാത്രത്തില് കൊറച്ച് വറ്റും കൊറേ വെള്ളോം..... അതാ കഞ്ഞി. നാട്ടിപ്പണിക്ക് പോയാ കിട്ട്ന്ന നെല്ല് കൊണ്ടാ ഒരു കൊല്ലം കഞ്ഞികുടിക്ക്വ.' – കഞ്ഞികുടിക്കുന്നതിനിടയിൽ ജാനകി പഴയ ഓർമകൾ പങ്കിട്ടു.

പണി കയറി കുളിച്ച് ചോല കള്ളുഷാപ്പിൽപ്പോയി സന്ധ്യ കഴിഞ്ഞാണ് പപ്പൻ വീട്ടിൽ തിരിച്ചെത്തിയത്.

'കൊറച്ച് മുമ്പ് പോസ്റ്റ്മാൻ വന്നിരുന്നു. നിങ്ങക്ക് എന്തോ ഒരു റജിസ്റ്ററ് വന്നിറ്റ്ണ്ട്പോലും. നാളെ രാവിലെ പോസ്റ്റാപ്പീസിൽ പോകാൻ പറഞ്ഞു.' – കമല അറിയിച്ചു.

'പാസ്പോർട്ടായിരിക്കും.' –പപ്പന്റെ മുഖത്ത് തെളിച്ചം വന്നു.

പാസ്പോർട്ട് കിട്ടിയാൽ വന്ന് കാണണമെന്ന് പാവന്നൂരെ ഹസ്സനാജി പപ്പനെ അറിയിച്ചിരുന്നു.

'എനിയിപ്പം വിസേന്റെ പൈശ ഇണ്ടാക്കണ്ടെ. എന്താ ചെയ്യാ –കമല ചോദിച്ചു.

'സ്കൂളിന് താഴെയുള്ള ചെറ ആരിക്കെങ്കിലും കൊട്ക്കാ.ചമ്പാടൻ മാഷോട് ഞാൻ ചോദിച്ചിരുന്നു. മാഷ് വിചാരിച്ചാ വേഗം പൈശ ശരിയാക്കാൻ കഴിയും.'

'അങ്ങോട്ട് ചോയിച്ചാ നല്ല വെല കിട്ട്വോ.?'

'ആ സ്ഥലത്തിന് സെന്റിന് ആയിരം ഉറുപ്പ്യ ഏത് കണ്ണ്പൊട്ടനും തരും. നല്ല പനപോലത്തെ തെങ്ങല്ലേ. നല്ല തേങ്ങപിടിക്ക്ന്ന തെങ്ങാ...

ഞാനേതായാലും മാഷെപ്പോയി കാണാ...പതിനാറായിരം ഉറുപ്പ്യ എണ്ണിക്കൊട്ത്താലേ വിസ കിട്ടൂ.'

'നിങ്ങള് ഒറ്റക്ക് പോണ്ട. മുരളിമാഷേം കൂട്ടിക്കോ. എല്ലേനും ഒരു സാക്ഷി വേണ്ടേ. മാഷല്ലെ എല്ലാം ശരിയാക്കിത്തന്നേ.'

'ശരി, മാഷേം കൂട്ടി വൈക്ന്നേരം പോകാ'

പപ്പൻ പുറത്തേക്കിറങ്ങി.

രാത്രി പപ്പനും മുരളിമാഷും ചാമ്പാടൻകണ്ടി കുഞ്ഞിരാമൻ മാഷെ കാണാൻ പോയി. സ്ഥല വില്ല്പനയെപ്പറ്റി സംസാരിച്ചു. കാര്യങ്ങൾ കേട്ടശേഷം മാഷ് പറഞ്ഞു. 'പപ്പാ കാര്യങ്ങളെല്ലാം ശരിയാ. എനക്കി

പ്പം സ്ഥലം വേണന്നില്ല. ഉള്ള സ്ഥലത്ത് തന്നെ പണിയെടുക്കാൻ പറ്റു ന്നില്ല. ഏതായാലും നല്ല കാര്യത്തിന് നീ ഇറങ്ങുമ്പം ഞാൻ തടസ്സം നി ക്ക്ന്നില്ല. സെന്റിന് എഴുന്നൂറ്റിഅമ്പത് ഉറുപ്പ്യവെച്ച് ഇരുപത് സെന്റ് ഞാൻ എട്ക്കാ. കൂടുതല് പൈശയൊന്നും പറയറ്...'

'....മാഷെ സെന്റിന് ആയിരം ഉറുപ്പ്യവെച്ച് തെരണം. ആ പറമ്പ ത്തെ തേങ്ങ പറച്ച് വിറ്റാത്തന്നെ അഞ്ചുകൊല്ലം കൊണ്ട് ആ പൈശ കിട്ടും. എനക്ക് ആ സ്ഥലം കൊട്ക്കാൻ മനസ്സ് വെർന്നില്ല. പെട്ടെന്ന് പ തിനാറായിരം ഉറുപ്പ്യ ഉണ്ടാക്കാൻ വേറെ വഴിയില്ലാത്തോണ്ട് കൊട്ക്ക് ന്നതാ..'

മാഷ് അകത്തുപോയി ഭാര്യയോടും മക്കളോടും ആലോചിച്ചശേഷം പറഞ്ഞു.... 'എന്നാല് പപ്പാ സെന്റിന് എണ്ണൂറ് ഉറുപ്പ്യവെച്ച് കൂട്ടിക്കോ'

'..മാഷേ....പപ്പേട്ടന്റെ ബുദ്ധിമുട്ട് കൊണ്ടല്ലേ. ഒരു തൊള്ളായിരം ക ണക്കാക്ക്. ഒര് നല്ല കാര്യത്തിനല്ലേ.." -മുരളിമാഷ് ഇടപെട്ടു. കുറച്ചു സമയം ആലോചിച്ചതിന് ശേഷം മാഷ് പറഞ്ഞു.

'ശരി..എന്നാല് എണ്ണൂറ്റി അമ്പത് കണക്കാക്കാ...എനിപ്പിന്ന വാക്കി ല്ല. നാളെ ഉച്ചകയിഞ്ഞ് വന്നാ ആയിരം ഉറുപ്പ്യ അഡ്വാൻസ് തരാ. ബാ ക്കി പൈസ റജിസ്റ്ററ് ചെയ്യുമ്പം തെരും.'

കച്ചവടം ഉറപ്പിച്ചശേഷം പപ്പനും മുരളിമാഷും ഇറങ്ങി. പിരിയാൻ നേരത്ത് പപ്പൻ പറഞ്ഞു. 'മാഷ് നാളെ വൈകുന്നേരം പാവന്നൂർവരെ ഒന്ന് വരണം. ഹസ്സനാജിക്ക് വിസേന്റെ അഡ്വാൻസും പാസ്പോർട്ടും കൊടുക്കണം. മാഷ് തരുന്ന പൈശ അഡ്വാൻസായി കൊടുക്കാം. ഒര് എടപാട് നടത്തുമ്പം സാക്ഷിവേണ്ടേ..'

മുരളിമാഷ് സമ്മതിച്ചു. ഇരുവരും പിരിഞ്ഞു.

പോന്താറമ്പ് വഴി പാവന്നൂരിലെത്തുമ്പോഴേക്കും സന്ധ്യമയങ്ങിയി രുന്നു. പാവന്നൂരിലെ കോൺക്രീറ്റ് ചെയ്ത ഒരേയൊരു വീട് ഹസ്സൻ ഹാജിയുടെതാണ്. ഒറ്റനില വീട്. ചാരുകസേരയിൽ ഇരുന്ന ഹാജിയു ടെ മടിയിൽ റേഡിയോ ഉണ്ട്. മുറ്റത്ത് നിന്ന രണ്ടുപേരെയും ഹാജി ക്ഷ ണിച്ചിരുത്തി. റേഡിയോ ഓഫ് ചെയ്ത് അദ്ദേഹം പറഞ്ഞു.

'കമ്പോളം കേക്കാൻ റേഡിയം തൊറന്നതാ. അടക്കേന്റേം മൊള കിന്റേം മാർക്കറ്റ് വളരെമോശം..

-ഹാജി സൗഹൃദ സംഭാഷണത്തിന് തുടക്കമിട്ടു.

'കുമാരൻ ഏഡ്യൻഷ്യള് മുഖേന പറഞ്ഞ കാര്യത്തിന് വന്നതാ. ഇത് മുരളിമാഷ്...' പപ്പൻ മുരളിമാഷെ ഹാജിക്ക് പരിചയപ്പെടുത്തി.

'മനസ്സിലായി. നിങ്ങക്ക് പാസ്പോർട്ട് കിട്ട്യാ..?'

'ഇന്ന് കിട്ടി.'

'....എന്നാല് നിങ്ങള് ഒര്കാര്യം ചെയ്യ്. അന്ന് പറഞ്ഞ പൈശ ബേഗം ശരിയാക്ക്. അട്ത്ത ആയ്ച സൗദിക്ക് കൊറേയാളെ കേറ്റിവിട്ന്ന്ണ്ട്. ആ കൂട്ടത്തില് പോകാൻ പറ്റ്വോന്നോക്ക. നിങ്ങള് ആദ്യം ബോംബെക്ക് പോകും. കടലാസെല്ലം ശരിയാകുന്ന മൊറക്ക് ഓരോ ആളെ കേറ്റിവിടും. ഇപ്പം യെമനിലേക്കാ ആളക്കേറ്റ്ന്ന്. സർക്കാർ ജോലിയാ. നിനിക്ക് ഡ്രൈവറെ വിസ ശരിയാക്കിത്തരാൻ പറ്റുംന്നാ തോന്ന്ന്ന്'

'അടുത്ത ചൊവ്വാഴ്ച പൈസിംകൊണ്ട് വരാ. ആയിരം ഉറുപ്പ്യ അഡ്വാൻസ് ഇപ്പം തരാ. പാസ്പോർട്ടും'

'ഉം ശെരി'

'ഒന്ന് രണ്ട് പേന്റും കുപ്പായോം തുന്നിക്കണം. മുണ്ട് ഉടുത്തിറ്റ്പോയാ പ്ലെയിനില് കേറ്റൂല്ല' -ഹാജി ഒരു തമാശയും പറഞ്ഞു.

'ബോംബേല് കൊറേ ദെവസം വേണ്ടിവര്വോ?'

'കൂടിവന്നാ ഒരായ്ച. ബോംബെയില് തങ്ങാൻ കമ്പനിവക മുറിയ്ണ്ട്. ചെലവിന്റെ പൈശ നിങ്ങള് വേറെ കാണണം...

പാസ്പോർട്ടും ആയിരം ഉറുപ്പിക അഡ്വാൻസും കൊടുത്തശേഷം പപ്പനും മുരളിമാഷും ഇറങ്ങി.

'മാഷേ, ഇയാള് പറയ്ന്നത് വിശ്വസിക്കാൻ പറ്റൂല്ലേ...പറ്റിക്ക്വോ?'- പപ്പൻ ആശങ്ക മറച്ചുവെച്ചില്ല.

'അവരെ വിശ്വസിക്കാതിരിക്ക്വൊന്നും വേണ്ട. ഇങ്ങിനെയുള്ള ഏജന്റുമാർ മുഖേനയല്ലേ എല്ലാരും പോകുന്നത്. ഇയാൾ വെറും കമ്മീഷൻ ഏജന്റ് മാത്രമായിരിക്കും. നമ്മള് കൊടുക്കുന്ന പൈസേന്ന് ഒരു വിഹിതം അയാൾക്കും കിട്ടും. എല്ലാം ഒരു ഭാഗ്യപരീക്ഷണാ.... ഏതായാലും പോകാൻ തയ്യാറായ സ്ഥിതിക്ക് വേറെയൊന്നും ഇനി ആലോചിക്കണ്ട..'

രണ്ടുപേരും പാവന്നൂർവയൽ മുറിച്ച് കടന്ന് കുന്ന് കയറി പോന്താറമ്പിൽ എത്തുമ്പോഴേക്കും നന്നായി ഇരുട്ട് പരന്നിരുന്നു.

പപ്പൻ അരയിൽ തിരുകിവെച്ച രണ്ട് ബാറ്ററി ഇടുന്ന ടോർച്ചെടുത്തു. ടോർച്ച് വെളിച്ചത്തിൽ രണ്ടുപേരും കുന്നിറങ്ങി.

നാടകരാത്രി

ശ്രീകൃഷ്ണലീല നാടകത്തിന്റെ അവസാനവട്ടം റിഹേഴ്സൽ അയ്യപ്പൻചാലിലെ ക്യാമ്പിൽ തുടങ്ങുകയാണ്. രണ്ട് പെട്രോമാക്സിന്റെ വെളിച്ചത്തിലാണ് റിഹേഴ്സൽ. റിഹേഴ്സൽ ക്യാമ്പും പരിസരവും നാട്ടുകാരെക്കൊണ്ട് നിറഞ്ഞു. പലഭാഗത്തുനിന്നും ചൂട്ടുംകത്തിച്ച് സ്ത്രീകളും കുട്ടികളും വന്നുകൊണ്ടിരുന്നു.

റിഹേഴ്സൽ തുടങ്ങുന്നതിന് മുമ്പ് കുഞ്ഞമ്പുഗുരിക്കൾ ആമുഖമായി കുറച്ചുകാര്യങ്ങൾ സംസാരിച്ചു. കൂടുതൽ സംസാരിക്കാൻ ഗുരിക്കൾ മുരളിമാഷെ ക്ഷണിച്ചു. മുരളിമാഷ് എഴുന്നേറ്റ് നിന്ന് സംസാരിച്ചു തുടങ്ങി... '...പത്തിരുപത് കൊല്ലം മുമ്പ് ഈ നാട്ടിലും പരിസരങ്ങളിലും കളിച്ച നാടകമാണ് നമ്മൾ ഇവിടെ വീണ്ടും അരങ്ങിലെത്തിക്കുന്നത്. മാസങ്ങൾ നീണ്ട പരിശീലനം ഇതിന് വേണ്ടിവന്നു എന്ന കാര്യം നമുക്കെല്ലാം അറിയാം. മറ്റന്നാളാണ് നാടകം അരങ്ങേറുന്നത്. മുമ്പത്തേതിനേക്കാൾ കൂടുതൽ സൗകര്യം നമുക്കിന്നുണ്ട് . മൈക്കും ലൈറ്റും കൊണ്ടുവരുന്നുണ്ട്. മുമ്പ് ഇതൊന്നും ഇല്ലായിരുന്നു...

...പുരാണ നാടകങ്ങളായാലും അതിൽ നിന്ന് നമുക്ക് പഠിക്കാൻ കുറേയുണ്ട്. നമ്മുടെ ദൈവങ്ങളെ മനുഷ്യരായാണ് രംഗത്ത് അവതരിപ്പിക്കുന്നത്. ദൈവങ്ങളുടെ ജീവിതവും സാധാരണ മനുഷ്യരുടെ ജീവിതവും വിചാരങ്ങളും ഒരു പോലെയാണെന്ന് കാണാം. ഇന്ന് സമൂഹത്തിൽ കാണുന്ന അഴിമതിയും, തട്ടിപ്പും, അമിതാധികാരവും, ദുരിതവും, കഷ്ടപ്പാടും, അനുകമ്പയും, സഹജീവിസ്നേഹവും, പുരാണകഥകളിലുമുണ്ട്. അതുകൊണ്ടാണ് പുരാണകഥകൾ കേൾക്കാൻ ആളുകൾക്ക് താൽപര്യം...ഞാൻ മുഖസ്തുതി പറയലല്ല, നമ്മുടെ ഈ കുഞ്ഞമ്പുഗുരിക്കൾ നാടകരംഗത്തിന് നൽകിയ സംഭാവന വളരെ വലുതാണ്. വിദ്വാൻ പി.കേളുനായർ എന്ന മഹാനായ മനുഷ്യന്റെ ശിഷ്യരുടെ ശിഷ്യനാണ്

ഇദ്ദേഹം... നമ്മുടെ നാട്ടുകാർക്ക് ഇപ്പോൾ കലാപരിപാടികൾ കാണാനുള്ള അവസരങ്ങൾ വളരെ കുറവാണ്. അഞ്ചാറുകൊല്ലം മുമ്പുവരെ നായാട്ടുപാറയിൽ സിനിമാടാക്കീസുണ്ടായിരുന്നു. അഞ്ചാറുകൊല്ലം അത് നിലനിന്നു. നമ്മളെല്ലാം ആദ്യമായി സിനിമ കണ്ടത് അവിടുന്നാണ്.. .. പുതിയ കലാസമിതികൾ നാട്ടിൽ ഉയർന്നുവരണം. പുതിയ നാടകങ്ങൾ ഉണ്ടാവണം. കലാകാരന്മാരും....'

-മുരളിമാഷ് സംസാരിച്ചു നിർത്തി.

നാലുമണിക്കൂറോളം നീണ്ടുനിന്ന റിഹേഴ്സൽ വീർപ്പടക്കിയാണ് നാട്ടുകാർ കണ്ടത്. ഓരോ രംഗം തീരുമ്പോഴും നീണ്ട കയ്യടിയുയർന്നു.

റിഹേഴ്സൽ കഴിഞ്ഞ് വീട്ടിലേക്ക് മടങ്ങുമ്പോൾ വിജയൻ ചോദിച്ചു. 'മാഷെ...നിങ്ങള് ഇപ്പം പറഞ്ഞില്ലേ നായാട്ടുപാറയിലെ സിനിമാടാക്കീസിനെ പറ്റി. ആ ടാക്കീസ് പോയത് ഒരു നഷ്ടം തന്ന്യാ.... ശബരിമല ശ്രീഅയ്യപ്പൻ എന്ന സിനിമ കണ്ടത് അവിടുന്നാ . ഇങ്ങിനെയൊരു നാട്ടിൻപുറത്ത് സിനിമാടാക്കീസ് തുടങ്ങാനുള്ള ധൈര്യം സമ്മതിക്കണം... ആരാണത് തൊടങ്ങിയത്...?'

'...കുന്നോത്തെ കുഞ്ഞിക്കണ്ണൻ നമ്പ്യാർ 1964ലാണ് ഭാരത് ടാക്കീസ് തുടങ്ങിയത്. നായാട്ടുപാറേലെ കെ.പി.സി.ഹൈസ്കൂളും തുടങ്ങിയത് അതേ കൊല്ലാ.. അമേരിക്കയിൽ മർച്ചന്റ് നേവി ഉദ്യോഗസ്ഥനായിരുന്നു അദ്ദേഹം. അതിനാൽ കുഞ്ഞിക്കണ്ണൻ നമ്പ്യാരെ അമേരിക്കാന്ന് നാട്ടുകാർ വിളിച്ചു....അക്കാലത്ത് വലിയ ടൗണുകളിൽ മാത്രമേ സിനിമാ ടാക്കീസുകൾ ഉണ്ടായിരുന്നുള്ളൂ... കണ്ണൂരിൽ എൻ.എസ്., നാഷണൽ, ഉമയാൾ.... എന്നിങ്ങനെ...'

'നാട്ടുകാർക്ക് നാട്ടിൽനിന്ന് തന്നെ സിനിമ കാണാൻ അവസരം ഉണ്ടാക്കിയ അദ്ദേഹത്തെ നമിക്കണം. അല്ലേ മാഷേ....'

തീർച്ചയായും. മുമ്പ് ഞാൻ പാട്ടുകേൾക്കാൻ മാത്രമായി നായാട്ടുപാറയില് പോകും. മൂന്ന് മണിക്ക് മാറ്റിനി തുടങ്ങുന്നതിന് ഒരു മണിക്കൂർ മുമ്പേ പാട്ടുവെക്കും. അന്നൊന്നും റേഡിയോ നാട്ടിലില്ലല്ലോ.. ഓലമേഞ്ഞ ടാക്കീസിന്റെ മുകളിൽ കെട്ടിയ മൈക്ക്സെറ്റിലൂടെയാണ് പാട്ട് കേൾക്കുക... ശരണം ശ്രീ ഗുരുവായൂരപ്പാ...എന്നതായിരിക്കും എപ്പോഴും ആദ്യത്തെ പാട്ട് . പിന്നെ കുരുത്തോലപെരുന്നാളിന് പള്ളിയിൽ പോയിവരും കുഞ്ഞാറ്റകുരുവികളെ.... എന്ന പാട്ടും. കുട്ടിക്കാലത്തേ പാട്ടെനിക്ക് വലിയ ഇഷ്ടമായിരുന്നു. പ്രത്യേകിച്ചും യേശുദാസിന്റെ. അതുകൊണ്ട് എനിക്ക് കിട്ടിയ ആദ്യ ശമ്പളത്തിൽ നിന്ന് തന്നെ ഫിലിപ്സി

ന്റെ ഒരു റേഡിയോ വാങ്ങി.'

സിനിമയുടെ കഥപറഞ്ഞ് രണ്ടുപേരും മുച്ചിലോട്ട് കാവിലെ അരയാൽത്തറയിലെത്തി. ആ പതിവ് താവളത്തിലിരുന്ന് കുറച്ചുസമയം കൂടി സംസാരിച്ച ശേഷം വിജയൻ പറഞ്ഞു. 'മാഷേ..., നമുക്ക് പിരിയാം... നാളെ രാവിലെ മുതൽ സ്റ്റേജിന്റെ പണി തുടങ്ങുന്നതല്ലേ...രാവിലെ എണീറ്റ് എല്ലാവരെയും സംഘടിപ്പിക്കണം.'

-അവർ വീട്ടിലേക്ക് നടന്നു.

അതിരാവിലെ പപ്പനാണ് മുരളിമാഷെ വീട്ടിൽ ചെന്ന് വിളിച്ചുണർത്തിയത്. അടുത്ത ബുധനാഴ്ച ബോംബെയിലേക്ക് പുറപ്പെടാൻ ഹസ്സൻ ഹാജി വിവരം അറിയിച്ചതായി മുരളിമാഷെ അറിയിച്ചു. കണ്ണൂരിലെ മദീന ട്രാവൽസിൽ നിന്നാണ് ബോംബേക്ക് ടിക്കറ്റ് എടുക്കേണ്ടത്. സ്റ്റാർ ഓഫ് ഏഷ്യയുടെ ബസ്സിലാണ് ബോംബെവരെയുള്ള യാത്ര. കണ്ണൂരിൽ നിന്ന് ബോംബെയിലേക്ക് ബസ്സ്ടിക്കറ്റിന് 180 രൂപ.

'സന്തോഷം...നിങ്ങള് പോയി ഇന്നുതന്നെ ടിക്കറ്റെടുക്ക്. പുതിയ ഡ്രസ്സും വാങ്ങേണ്ടേ..' -മുരളിമാഷ് പറഞ്ഞു.

പപ്പൻ കണ്ണൂരിലേക്ക് പുറപ്പെട്ടു. ബസ്സ്റ്റാന്റിനടുത്ത മദീന ട്രാവൽസിന്റെ ഓഫീസിലെത്തി. 'ടിക്കറ്റിന് കൊറച്ച് ടൈറ്റാണല്ലോ. ബുധനാഴ്ചത്തേക്ക് ഏതായാലും ഫുള്ളായി. ബേക്കിലെ ഒന്നോ രണ്ടോ സീറ്റൊഴിവുണ്ട്...അതുമതിയോ...?. ആരെങ്കിലും ക്യാൻസൽ ചെയ്യുകയാണെങ്കിൽ സീറ്റുകിട്ടും.'- ജീവനക്കാരൻ പറഞ്ഞു.

'ബേക്കിലെ സീറ്റാണെങ്കില് അത്. ദിവസം മാറ്റാൻ പറ്റൂല്ലല്ലോ' -പപ്പൻ ടിക്കറ്റ് വാങ്ങി..

'...ബുധനാഴ്ച രാവിലെ ഒമ്പത് മണിക്ക് ട്രെയിനിങ്ങ്സ്കൂളിന്റെ മുമ്പ്ന്ന് ബസ്സ് പൊറപ്പെടും. കൊറച്ച് നേരത്തെ എത്ത്ന്നതാ നല്ലത്. വൈകിപ്പോയാ ബസ് കിട്ടൂല്ല...' -ജീവനക്കാരൻ അറിയിച്ചു.

ബുധനാഴ്ച രാവിലെ പുറപ്പെട്ടാ ബോംബേല് എപ്പൊഴാഎത്ത്വാ?.

'വ്യാഴാഴ്ച രാവിലെ പതിന്നൊരമണി കഴിയും'

കണ്ണൂരിലെ വി.കുഞ്ഞമ്പു ആന്റ് സൺസിൽ നിന്ന് രണ്ട് പേന്റിനും ഷർട്ടിനും തുണിയെടുത്ത് കമ്പിൽ അത് തയ്പ്പിക്കാൻ കൊടുത്തതിന്ശേഷമാണ് പപ്പൻ വീട്ടിൽ തിരിച്ചെത്തിയത്.

'അച്ഛൻ ഗൾഫില് പോകുന്നേല് മോക്ക് സങ്കടംണ്ടോ?'

സന്ധ്യക്ക് പഠിക്കാനിരുന്ന സുചിത്രയെ മടിയിലിരുത്തി പപ്പൻ ചോദിച്ചു.

'സങ്കട്ണ്ട്...എന്നാലും അച്ഛൻ ദുബായിലാന്ന് കുട്ട്യളോട് പറയാലോ.. നമ്മളെ ക്ലാസിലെ മുജീബിന്റെ ഉപ്പ ഗൾഫിലാ...'

'നിനക്കോ?' -അടുത്ത ചോദ്യം ബൈജുവിനോടാണ്.

എനക്ക് ഒരു സങ്കടോം ഇല്ല. അച്ഛൻ നമ്മക്ക് വേണ്ട പൈശ അയച്ച് തരണം. നല്ല വാർപ്പിന്റെ വീടെടുക്കണം.'

'ഓ....ഓന്റെയൊരു മോഹം...' -എല്ലാം കേട്ടിരുന്ന കമലയുടെ പ്രതികരണം.

'നമ്മളും വാർപ്പിന്റെ വീട്ടില് താമസിക്കുന്ന ഒരു കാലം ഉണ്ടാവും...' -ഒരു ചിരകാല മോഹംപോലെ പപ്പൻ പ്രതിവചിച്ചു.

'നിങ്ങള് പോവുന്നതിന് മുമ്പ് നമ്മക്ക് ഒന്ന് പറശ്ശിനിക്കടവിൽപോയി ഒരു വെള്ളാട്ടം കയിപ്പിക്കണം. ഞാൻ നേർച്ച കൂട്ടിയതാ....' -കമല പറഞ്ഞു.

'...എന്നാല് ശനിയാഴ്ച പോകാ....പിള്ളർക്ക് ലീവല്ലേ. പിന്നെ തെരക്കാകും. ഞായറാഴ്ച നാടകോം ആയില്ലേ..'

'നിങ്ങള് പോക്മ്പം എട്ക്കാൻ എന്നാ ഉണ്ടാക്കണ്ടേ...?'

'...കൊറച്ച് അരിയുണ്ട ഉണ്ടാക്കിക്കോ'

'നാട്ട്ന്ന് ആരെങ്കിലും നിങ്ങളെ കൂടെയിണ്ടാ..?'

'നമ്മളെ ശിപായി കുഞ്ഞിരാമേട്ടന്റെ മോൻ വാസു. പിന്നെ മയ്യിലെ ഒരു മോഹനനും. നമ്മള് ഒരേ ബസ്സിലാണ് പോക്ന്ന്.'

കമലയും പപ്പനും സംസാരിക്കുന്നതിനിടയിൽ സുചിത്ര പറഞ്ഞു.

'അച്ഛാ...എന്തോ വിളിച്ചു പറയീന്നാ...'

മെഗഫോണിലൂടെയുള്ള ശബ്ദത്തിന് എല്ലാവരും കാതോർത്തു. ...'പാർട്ടിക്കാരായിരിക്കും' -കമല ഊഹിച്ചു.

ശബ്ദം വ്യക്തമായി കേട്ടുതുടങ്ങി.

'...പ്രിയപ്പെട്ട നാട്ടുകാരേ...പുണ്യപുരാണ നാടകം ശ്രീകൃഷ്ണലീല വരുന്ന ഞായറാഴ്ച രാത്രി ഏഴുമണിക്ക് മണിയോട്ട് വയലിൽ പ്രത്യേകം സജ്ജമാക്കിയ സ്റ്റേജിൽ അരങ്ങേറുന്നു. നാടകം കാണാൻ നിങ്ങളെ ഓരോരുത്തരെയും മണിയോട്ടുവയലിലേക്ക് ക്ഷണിക്കുന്നു....സ്വാഗതം ചെയ്യുന്നു...'

'...ഓ നാടകത്തിന്റെ വിളിച്ചു പറയലാ...' -കമല പറഞ്ഞു.

എല്ലാവരും മുറ്റത്തിറങ്ങി അനൗൺസ്മെന്റ് ശ്രദ്ധിച്ചു.

'പുത്തലത്ത് മുകുന്ദനാ....'

വിളിച്ചുപറയുന്ന ആളെ പപ്പൻ തിരിച്ചറിഞ്ഞു. മെഗഫോണിന്റെ ശബ്ദം അകന്നകന്നുപോയി.

കൊയ്ത്തു കഴിഞ്ഞ മണിയോട്ടു വയലിൽ അരയാൾ പൊക്കത്തിൽ സ്റ്റേജ് ഒരുങ്ങുന്നു. ഉത്സാഹികളായ ചെറുപ്പക്കാർ പലഭാഗത്തുനിന്നും വെട്ടിക്കൊണ്ടുവന്ന കവുങ്ങിൻതടികൊണ്ടാണ് സ്റ്റേജ് നിർമിക്കുന്നത്. തെങ്ങിൻതടികൊണ്ടുള്ള ബലമുള്ള തൂണുകളിൽ കവുങ്ങിൻതടി നിരത്തിയിട്ട് അതിന് മുകളിൽ മരപ്പലക പാകി.

പത്തിരുപത് ചെറുപ്പക്കാർ ആവേശപൂർവം ജോലിചെയ്യുന്നുണ്ട്. വളണ്ടിയർമാർക്കായി കഞ്ഞിയും ചെറുപയറ്പുഴുക്കും തയ്യാറാവുന്നു.

ഡപ്പ്യൻഗോപാലൻ സ്റ്റേജിൽക്കയറി പലഭാഗത്ത് നിന്നും ഉറപ്പുപരിശോധിച്ചശേഷം പറഞ്ഞു.

'ഇനി ഇതിമ്മല് ആന കേറ്യാലും അനങ്ങൂല' .

ഉച്ചയോടെ രാജേന്ദ്രചാലോടിന്റെ മൈക്ക്സെറ്റും ട്യൂബ് ലൈറ്റും എത്തി.

നാട്ടിൽ ആദ്യമായാണ് ട്യൂബ്ലൈറ്റ് കൊണ്ടുവരുന്നത്. ആലിൻകീൽ ബസ്സ്റ്റോപ്പിൽ ജീപ്പിൽ കൊണ്ടുവന്ന ജനറേറ്ററും മൈക്ക്സെറ്റും ട്യൂബ് ലൈറ്റുകളും നാട്ടുകാർ ഘോഷയാത്രപോലെ തലച്ചുമടായി എത്തിച്ചു.

സ്റ്റേജിന് മുന്നിൽ, വയലിന്റെ ഒത്തനടുവിൽ സ്ഥാപിച്ച ഉയരമുള്ള കവുങ്ങിൻ തടിയിൽ മൈക്കിന്റെ ഹോൺ ഇരുവശത്തുമായി കെട്ടി. സ്റ്റേജിന് മുന്നിൽ നാനാഭാഗത്തും ട്യൂബ് ലൈറ്റുകൾ സ്ഥാപിച്ചു.

മൈക്ക് സെറ്റിൽ പാട്ട്കേട്ടു തുടങ്ങിയതോടെ പെണ്ണുങ്ങൾക്കും കുട്ടികൾക്കും വീട്ടിൽ ഇരിക്കപ്പൊറുതിയില്ലാതായി. ഓടിക്കിതച്ചെത്തിയ കുട്ടികൾ കത്തുന്ന 'കാമ്പ് ലൈറ്റ്' നോക്കി അൽഭുതം കൂറി. ചീർമ്പക്കാവിലെ താലപ്പൊലിക്കേ അവർ ഇതിന് മുമ്പ് 'കാമ്പ് ലൈറ്റ്' കണ്ടിട്ടുള്ളൂ.

കത്തുന്ന ട്യൂബ് ലൈറ്റിൽ മഴപ്പാറ്റകളും പ്രാണികളും വണ്ടുകളും പൊതിഞ്ഞു.

സ്റ്റേജിന് കുറച്ചകലെയായി പുള്ളിച്ചിരാജന്റെ കാപ്പിച്ചന്തയുണ്ട്. ചായയും ചുക്ക് കാപ്പിയും റൊട്ടിയും ബന്നും പലബിസ്കറ്റും നാണക്കട്ടയും ബട്ടയും വിൽപനയ്ക്കുണ്ട്. കൂടാതെ ചെറുപയർ പ്രഥമനും. ഒരു ഗ്ലാസ് പ്രഥമന് 50 പൈസ.

ക്രമസമാധാന പരിപാലനത്തിനായി ഇരിക്കൂർ സ്റ്റേഷനിൽ നിന്ന് ഒരു ഹെഡ്കോൺസ്റ്റബിളും പോലീസുകാരനും എത്തും എന്ന് അറിയിച്ചിരുന്നു. അവർക്ക് വേണ്ട ഭക്ഷണം ഒരുക്കിയത് പപ്പന്റെ വീട്ടിലാണ്. പൊലീസുകാരെ സൽക്കരിക്കാൻ കോഴിയിറച്ചിയും മദ്യവും പ്രത്യേകം കരുതി.

റൈറ്റർ കുഞ്ഞിരാമനാണ് പൊലീസ് സ്റ്റേഷനിൽ മൈക്ക് പെർമി

ഷൻ വാങ്ങാൻ പോയത്. പൊലീസുകാരെ കൂട്ടിവന്ന് അവർക്ക് വേണ്ടുന്ന കാര്യങ്ങൾ ചെയ്തുകൊടുക്കുന്നതിനും കുഞ്ഞിരാമനെത്തന്നെയാണ് ചുമതലപ്പെടുത്തിയത്.

സന്ധ്യയോടെ ഹെഡ്കോൺസ്റ്റബിൾ കുമാരനും കോൺസ്റ്റബിൾ ഗോവിന്ദനും സ്ഥലത്തെത്തി. സംഘാടകർ പൊലീസുകാരെ സ്വീകരിച്ചിരുത്തി. ഹെഡ്കോൺസ്റ്റബിൾ മുരളിമാഷെ വിളിച്ചുവരുത്തി.

'...മാഷേ ഇവിടെ കുഴപ്പമൊന്നുമുണ്ടാവില്ലല്ലോ...നിങ്ങക്കറിയില്ലേ.. .അടിയന്തരാവസ്ഥയാ...ഇത്തരം പരിപാടികൾക്കൊന്നും പെർമിഷൻ കൊടുക്കണ്ടാന്നാ എസ്.പീ.ന്റെ ഓഡറ്.'

'നാടകത്തില് രാഷ്ട്രീയൊന്നും ഇല്ലല്ലോ...ചില നാടകത്തിന്റെ പേര് പുരാണാണെങ്കിലും ഉള്ളില് രാഷ്ട്രീയായിരിക്കും... ഭക്തി നാടകാന്ന് പ്രത്യേകം പറഞ്ഞാ പെർമിഷൻ തന്നത്...'

'ഇല്ല സാർ....ഇത് തീർത്തും പുണ്യപുരാണ നാടകമാണ്....രാഷ്ട്രീയൊന്നും ഇല്ല.... -മുരളിമാഷ് ബോധിപ്പിച്ചു.

'...ആ ശരി. ആരെങ്കിലും കള്ള് കുടിച്ച് കൊഴപ്പം ഉണ്ടാക്കീനെങ്കില് പിടിച്ച് അകത്തിടും...'

-മുന്നറിയിപ്പെന്നോണം ഹെഡ്കോൺസ്റ്റബിൾ പറഞ്ഞു.

ഹെഡ്കോൺസ്റ്റബിളും പൊലീസുകാരനും എഴുന്നേറ്റു.

ചുറ്റും കൂടിയിരുന്ന കുട്ടികൾ അൽപ്പമൊന്ന് മാറിനിന്നു.

'സാർ...തൊട്ടടുത്ത വീട്ടിൽ ചായക്ക് ഏർപ്പാടാക്കീറ്റ്ണ്ട്. അങ്ങോട്ടു പോകാ...' റൈറ്റർ കുഞ്ഞിരാമൻ അറിയിച്ചു.

'ശരി'

പൊലീസുകാരെയും കൂട്ടി റൈറ്റർ കുഞ്ഞിരാമൻ പപ്പന്റെ വീട്ടിലേക്ക് നടന്നു.

പൊലീസുകാരെ പപ്പൻ സ്വീകരിച്ചു. ഹെഡ്കോൺസ്റ്റബിൾ കുമാരനുമായി അടുത്ത ബന്ധമുണ്ടായതുകൊണ്ട് അദ്ദേഹത്തെ വീട്ടിൽ സ്വീകരിക്കാൻ പപ്പന് അതിയായ ഉത്സാഹമായിരുന്നു.

'സാറെ ഇത്രയൊക്കെയേ സൗകര്യമുള്ളൂ. ഉള്ള സ്ഥലത്ത് ഇരിക്ക്.... പപ്പൻ അവരെ സ്വീകരിച്ചിരുത്തിയശേഷം ഭാര്യയെയും മക്കളെയും വിളിച്ച് പരിചയപ്പെടുത്തി.

കമലയും കുട്ടികളും നാടകത്തിന് പോകാനുള്ള ഒരുക്കത്തിലായിരുന്നു.

'പുരയൊക്കെ നീ വേഗം വീണ്ടും കെട്ടി അല്ലേ...?.'

വീട്ടിലാകെ കണ്ണോടിച്ചുകൊണ്ട് ഹെഡ്കോൺസ്റ്റബിൾ കുമാരൻ

പറഞ്ഞു.

'പണിയെല്ലം വേഗം തീർത്തു ഏഡ്യൻഷളെ.'

'പപ്പന്ന് അതിനൊന്നും ഒരു പ്രയാസോംല്ല. ഓൻ വിളിച്ചാ നാട്ടില് ആരും വരും-' റൈറ്റർ കുഞ്ഞിരാമൻ പപ്പന്റെ ജനപിന്തുണ ബോധിപ്പിച്ചു.

'നിനക്കെപ്പാ പോകണ്ടെ?' -ഹെഡ്കോൺസ്റ്റബിൾ ചോദിച്ചു.

'അടുത്ത ബുധനാഴ്ച'

'എങ്ങോട്ടാ.... സൗദിക്കാ...?'

'അല്ല...യെമനില്ന്നാ ഹാജി പറഞ്ഞേ...സൗദിന്റെ തൊട്ടടുത്ത രാജ്യാണ് പോലും'

സംസാരം തുടരുന്നതിനിടയിൽ പപ്പനെ ഭാര്യ അകത്തേക്ക് വിളിച്ചു. 'നിങ്ങള് നാടകത്തിന്റേട്ക്ക വരാൻ സമയാകൂലേ...എല്ലാം ഞാൻ എടുത്ത് മേശപ്പൊറത്ത് വെച്ചിറ്റ്ണ്ട്. എട്ത്ത് തിന്നോ...ഞാനും പിള്ളറും നാടകത്തിന് പോവ്വാ...പ്രസംഗം തീർന്നു....നാടകം തൊടങ്ങാനായീന്നാ തോന്ന്ന്...'

'ആ നിങ്ങള് പോയ്കോ..നമ്മള് പിന്നെ വന്നോളാ... -പപ്പൻ അനുമതി നൽകി.

ചൂട്ടും കത്തിച്ച് കമലയും കുട്ടികളും നാടകം കാണാനിറങ്ങി.

'സാറെ നമ്മക്ക് അകത്തിരിക്കാ...ഇതിലെ ഇനി ആൾക്കാറ് പോയിക്കൊണ്ടിരിക്കും...'

കോലായിലിട്ട കസേരകൾ പപ്പൻ അകത്തേക്ക് മാറ്റി.

പപ്പൻ പൊലീസുകാരെ അകത്ത് കയറ്റിയിരുത്തി.

അടുക്കളയുടെ മൂലയിൽ സൂക്ഷിച്ചിരുന്നു മദ്യക്കുപ്പി പപ്പൻ പുറത്തെടുത്തു. ഭക്ഷണ സാധനങ്ങളും.

ഹെഡ് കോൺസ്റ്റബിൾ കുമാരൻ ഒരിറക്ക് ഉമിനീർ അകത്താക്കി.

'പപ്പാ കശുമാങ്ങചാരായമൊന്നും സ്റ്റോക്കില്ലേ' - ഹെഡ്കോൺസ്റ്റബിൾ അന്വേഷിച്ചു.

'ഇല്ലാ ഏഡ്യൻഷളെ. എല്ലാം തീർന്നു. രണ്ട് കുപ്പി തെങ്ങിന്റെ ചുവട്ടില് കുഴിച്ചിട്ടിരുന്നു. അതെല്ലാം ഞാൻ തന്നെ തീർത്തു.

നാലുപേരും മദ്യപാനവും തീറ്റയും തുടങ്ങി. മദ്യം നിറച്ച ഗ്ലാസുകൾ വേഗം കാലിയായിക്കൊണ്ടിരുന്നു.

'ഈ ബ്രാണ്ടിക്കൊന്നും പട്ടച്ചാരായത്തിന്റെ രുചി കിട്ടൂല. പട്ടച്ചാരായത്തില് ഇത്തിരി സോഡേം ചേർത്ത് ഒരു പുഴുങ്ങിയ കോഴിമുട്ട്യേം

കൂട്ടി കുടിച്ചാ അതിന്റെ സുഖമൊന്ന് വേറെത്തന്ന്യാ...

-ഇറച്ചിയുടെ വലിയ കഷണം കടിച്ചെടുക്കുന്നതിനിടയിൽ ഹെഡ് കോൺസ്റ്റബിൾ കുമാരൻ അഭിപ്രാപ്പെട്ടു.

'ഒരു കുപ്പി മാങ്ങാചാരായം കൊടുത്താല് രാഘവൻമാഷ് ഒരു കുപ്പി ബ്രാണ്ടി തരും. മാഷ് കുടിക്കുന്ന കാര്യം ഭാര്യ കൗസല്യടീച്ചറും ഞാനും മാത്രേ അറിയൂ. ഇപ്പം നിങ്ങളും. എന്നിറ്റ് പുള്ളിക്കാരൻ മദ്യത്തിനെതിരെ പ്രസംഗിക്കാൻ പോകും.' -പപ്പൻ വലിയൊരു രഹസ്യം വെളിപ്പെടുത്തി.

ഒരു സിസ്സേർസ് സിഗരറ്റെടുത്ത് കത്തിച്ച് പുകവിട്ടശേഷം കുമാരൻ പറഞ്ഞു. '...പപ്പാ....ഞാനൊരുകാര്യം പറഞ്ഞാല് നീ ദേഷ്യപ്പെടറ്..നീ ഗൾഫില്പോയാല് കാർത്ത്യായനീന്റെ പൊരക്ക്ന്ന് നെരങ്ങ്ന്നത് ആ ഗോപാലൻ മേസ്ത്രിയായിരിക്കും. നീ ഒളെട്ക്ക ഇപ്പൊന്നും പോയിറ്റില്ലേ....?

ഓനിങ്ങനെ ഇസ്തിരിയിട്ട കുപ്പായോംഇട്ട് പൗഡറും പൂശി കണ്ട പെണ്ണ്ങ്ങളെത്തേടി നടക്കലാ...ഒനിപ്പം വേശാലേല് വേറെ കോറ തൊടങ്ങീറ്റ്ണ്ടല്ലോ. അവിടത്തെ ഒര് പണിക്കാരത്തി പെണ്ണാ ഇപ്പം കൂട്ട്. പെണ്ണിന്റെ അച്ഛൻ വീട്ട്ന്ന് ചാരായം കാച്ച്ന്ന്ണ്ട്. ...ഓനെ ഞാൻ ഒരു ദെവസം പൊക്കും...'

പപ്പൻ ഒന്നും പ്രതികരിച്ചില്ല.

'കുഞ്ഞിരാമേട്ടന് സിസ്സറ് വേണാ.?..' -ഹെഡ്കോൺസ്റ്റബിൾ ചോദിച്ചു.

'വേണ്ട..എന്റെ കയ്യില് ബെർക്കിലിയുണ്ട്'

'കുഞ്ഞിരാമേട്ടൻ ബർക്കിലിയേ വലിക്കൂ'

പപ്പൻ വിഷയം മാറ്റണമെന്ന് കൂടി ആഗ്രഹിച്ച് പറഞ്ഞു.

ഹെഡ്കോൺസ്റ്റബിൾ ആകെ കുഴഞ്ഞിരുന്നു. അദ്ദേഹം പരിസരബോധം നഷ്ടപ്പെട്ടതുപോലെ പുലമ്പിക്കൊണ്ടിരുന്നു.

'...ആ കിളിപോലത്തെ പെണ്ണിനെ പപ്പന് കിട്ടണ്ടതായിരുന്നു...എടാ പപ്പാ ...നിനക്കറിയാ എങ്ങനയാ ഗോപാലൻ മേസ്ത്രി പൈശക്കാരനായേന്ന്...ഓന് ഒരേയൊരു പെങ്ങളുണ്ടായിരുന്നു . സരസ്വതി...കല്യാണം കയിച്ച് ആറുമാസം കയിഞ്ഞപ്പോ ഭർത്താവ് ഉപേക്ഷിച്ചുപോയി. നമ്മളെ ശങ്കരൻനമ്പ്യാവായിറ്റ് ഓക്ക് ലോഹ്യായിരുന്നു. ശങ്കരൻ നമ്പ്യാര് നല്ല പൈശക്കാരനല്ലേ. സരസ്വതി പരമാവധി അയാളെ പിഴിഞ്ഞു. ഒരു ദെവസം വളപട്ടണത്ത് കുരുമുളകും വിറ്റ് കീശനിറയെ പൈശീംകൊണ്ട് വരുമ്പം അയാള് രാത്രി സരസ്വതീനെ കാണാൻ പോയി. പൊറ

ത്തെ മുറീലാ ഈ ഗോപാലൻ ഒറങ്ങല്. ശങ്കരൻ നമ്പ്യാറ് വെരുന്നകാര്യല്ലാം ഓനറിയും. ഓനന്ന് മേസ്ത്രിയൊന്നും അല്ല. തെണ്ടി നടക്ക്ന്ന ചെക്കൻ. ശങ്കരൻ നമ്പ്യാറ് തുണിയെല്ലാം പൊറത്ത് അഴിച്ചുവെച്ച് അകത്ത് കേറി. കൊറേക്കഴിഞ്ഞ് ശങ്കരൻനമ്പ്യാറ് പുറത്തുവന്നു. വീട്ടിലെത്തി ട്രൗസറിന്റെ കീശേല് നോക്കുമ്പം ഒറ്റപൈശയില്ല. തഞ്ചംനോക്കി ഗോപാലൻ അടിച്ച്മാറ്റി. നാണക്കേട്കൊണ്ട് നമ്പ്യാർക്കിത് പൊറത്ത് പറയാനും പറ്റൂല. ആ പൈശ്യോണ്ട് ബിസിനസ്സ് നടത്തിയാ ഗോപാലൻ പൈശക്കാരനും മേസ്ത്രിയുമായത്.... ചെറ്റ..'

ലഹരിയുടെ ഉന്മാദത്തിൽ എല്ലാവരും കുഴഞ്ഞ് ചിരിച്ചതല്ലാതെ ആരും ഒന്നും പറഞ്ഞില്ല. പപ്പനും റൈറ്റർ കുഞ്ഞിരാമനും ആ കഥ നേരത്തെ അറിയാം.

നിറഞ്ഞ സദസ്സിന്റെ മനംകവർന്ന് ശ്രീകൃഷ്ണലീല അപ്പോഴും തുടരുകയായിരുന്നു. ആവേശംകൊണ്ട കാണികൾ നാണയത്തുട്ടുകൾ സ്റ്റേജിലേക്ക് എറിഞ്ഞുകൊണ്ടിരുന്നു. കാണികളുടെ ആവശ്യമനുസരിച്ച് ചില രംഗങ്ങൾ രണ്ടും മൂന്നും വട്ടം ആവർത്തിക്കേണ്ടിവന്നു. അങ്ങിനെ നാടകം നീണ്ടുപോയി.

അവസാനത്തെ രംഗമായ കംസവധം കഴിയുമ്പോഴേക്കും നേരം നന്നായി വെളുത്തു.

പപ്പന്റെ വീട്ടിൽ കിടന്നുറങ്ങിയ ഹെഡ്കോൺസ്റ്റബിൾ കുമാരനെയും കോൺസ്റ്റബിൾ ഗോവിന്ദനെയും രാവിലെ ജീപ്പിൽ ഇരിക്കൂർ സ്റ്റേഷനിൽ കൊണ്ടുവിട്ടു. പോകാൻ നേരത്ത് ഹെഡ്കോൺസ്റ്റബിളിന് അമ്പത് ഉറുപ്പികയും കോൺസ്റ്റബിളിന് ഇരുപത്തിയഞ്ച് ഉറുപ്പികയും പപ്പൻ നൽകി. നാടക സംഘാടകർ അത് പപ്പനെ ഏൽപ്പിച്ചതാണ്.

കൃഷ്ണലീലയിലെ പാട്ടുകൾ നാട്ടുകാർ ഏറ്റെടുത്തു. വണ്ണാൻ കണ്ണന്റെ നെയ്ത്തുശാലയിൽ തുണിനെയ്യുന്നവർ മഗ്ഗത്തിന്റെ താളത്തിനൊത്ത് ആ പാട്ടുകൾ പാടി.

രഹസ്യബന്ധങ്ങൾ

'**രാ**കവാ.... ആ ഇടിഞ്ഞുപോയ ചായ്പ് പൊളിച്ചുമാറ്റി ആടെയൊരു മുറി കൂടി എട്ക്കണം....നല്ലൊരു കെടപ്പ് മുറി....പിന്നെ കോലായിയൊന്ന് സിമന്റിടണം....നിസ്കരിക്കുന്ന തറയും...'

രാവിലെ വീട്ടിലേക്ക് ആളെവിട്ട് വിളിച്ചുവരുത്തിയ കാര്യാടത്ത് രാഘവനോട് അന്ത്രുമാൻ ഹാജി പറഞ്ഞു.

'നമ്മക്കീട സൗകര്യം കൊറവാ' -ചാരുകസേരയിൽ ഇരുന്ന് നിസ്കാരത്തറയിൽ കാൽകയറ്റിവെച്ച് കണക്ക് എഴുതുന്ന നോട്ട് പുസ്തകത്തിൽ കണ്ണും നട്ടിരിക്കുകയായിരുന്ന ഹാജി കൂട്ടിച്ചേർത്തു.

അനന്തിരവൻ പോക്കറുടെ ഭാര്യവീട്ടിൽ സ്ഥിരതാമസമാക്കാനുള്ള ഹാജിയുടെ നീക്കത്തിന്റെ ഭാഗമാണ് വീട് മോടികൂട്ടാനുള്ള പുറപ്പാടെന്ന് രാഘവൻ ഊഹിച്ചു.

രണ്ട് ഭാര്യമാരും അവരിൽ ആറ് മക്കളുമുള്ള ഹാജി, ഇപ്പോൾ മിക്ക ദിവസവും ഇവിടെത്തന്നെയാണ്. അന്ത്രുമാൻഹാജി താമസം തുടങ്ങിയതോടെ ഇറച്ചിയുടെയും നെയ്പത്തിരിയുടെയും മണം നിരന്തരമായി ആ വീട്ടിന്റെ അടുക്കളയിൽ നിന്നും അന്തരീക്ഷത്തിലേക്ക് പടർന്നു.

ഗൾഫിലേക്ക് പോയി വർഷങ്ങൾ കഴിഞ്ഞിട്ടും യാതൊരു വിവരവുമില്ലാത്ത അനന്തിരവന്റെ ഭാര്യവീട്ടിൽ സ്ഥിരതാമസമാക്കിയ ഹാജിയെപ്പറ്റിയുള്ള ചർച്ചകൾ നാട്ടിൽ ഏറെക്കുറെ കെട്ടടങ്ങിയിരുന്നു. പൂഴിപ്പണിയെടുക്കുന്ന പെണ്ണുങ്ങൾ മാത്രമേ ഇപ്പോൾ ആ വിഷയം ഇടയ്ക്കിടെ സംസാരിക്കാറുള്ളൂ.

അന്ത്രുമാൻ ഹാജിയുടെ പൊയ്യൂർക്കടവിലെ വിശ്വസ്തനാണ് കാര്യാടത്ത് രാഘവൻ. നാട്ടിൽ നിന്ന് ഹാജി വിലയ്ക്കെടുക്കുന്ന മരത്തിന്റെ വിറക് മൊത്തത്തിലെടുത്ത് ആവശ്യക്കാർക്ക് എത്തിച്ചുകൊടുക്കുന്നത് രാഘവനാണ്.

തടിവലിക്കാനായി ഹാജി കൊണ്ടുവന്ന ആനക്കാർക്കും മറ്റു പണിക്കാർക്കും വേണ്ട സൗകര്യങ്ങളെല്ലാം ചെയ്തുകൊടുത്തതും രാഘവന്റെ മേൽനോട്ടത്തിലായിരുന്നു. ഹാജിയുമായി ചേർന്നുള്ള വിറക് കച്ചവടത്തിൽ രാഘവന് നല്ല സാമ്പത്തിക നേട്ടമുണ്ട്. അതുകൊണ്ട് നാട്ടുകാരിൽ നിന്ന് ഹാജിക്ക് നേരെ ഉയർന്നുവരുന്ന ആക്ഷേപങ്ങൾക്കെല്ലാം അപ്പപ്പോൾ മറുപടി പറയുന്നത് രാഘവനാണ്. '...പോറ്റാൻ കയ്യുമെങ്കില് മൂന്ന് പെണ്ണിനെവരെ കെട്ടാൻ ഓറ്ക്ക് മതം സമ്മതംകൊട്ത്തിറ്റ്ണ്ട്. .അയിന് നീങ്ങക്കെന്താ നഷ്ടം...? ഗൾഫിൽപോയി കാണാതായ ഓനീം കാത്ത് നിന്നാ ഓള് അനാതായിപ്പോവൂലേ....അവരെ വീട്ട്കാർക്ക് പ്രശ്നോല്ല...പിന്ന നിങ്ങക്കെന്നാ...' -രാഘവൻ പരസ്യമായിത്തന്നെ ഹാജിയെ പ്രതിരോധിച്ചു.

'...ആജീക്കാ ഏതായാലും രണ്ട് ലോഡ് കല്ല് എറക്ക്. ഞാൻ ചോലേലുള്ള മണിയാണിമാരെ പണിക്ക് ഏൽപ്പിക്കാ...' -രാഘവൻ പറഞ്ഞു.

'...ഞാൻ പൈശ തെരാ രാകവാ....കല്ലിനും നീ തന്നെ ഏൽപ്പിക്കണം. നീയാവുമ്പം വെലയും കൊറഞ്ഞ് കിട്ടുല്ലോ.' -തോളത്തിട്ട നേരിയ വെളുത്ത തോർത്ത് മുണ്ടെടുത്ത് മുഖം തുടച്ചുകൊണ്ട് ഹാജി പറഞ്ഞു.

'രാകവാ....രണ്ട് കൂട്ടം ജനലും ഒര് കട്ടിളയും കൂട്ടിക്കണം. ജാതീന്റെ നല്ല ഒരു കഷണം ഈടയ്ണ്ട്. അത് പാവന്നൂര് കൊണ്ട്പോയി ഈർന്ന് കൊണ്ടരണം. നീ ആ കാര്യോം ചെയ്ത് തെരണം...'

'..ആജീക്കാ നിങ്ങള് ആ പഴയ മരം തന്നെ എട്ക്ക്, നല്ല ഒന്നാംതരം പ്ലാവിന്റെ ഉരുപ്പടിയാ. ആ മരത്തിന്റെ ഗുണോന്നും പുതിയ മരത്തിന് കിട്ടൂല...ആ ജനലിന്റേം വാതിലിന്റേം കൊത്ത്പണിതന്നെ കണ്ടാമതിയല്ലോ...ആജീക്കക്ക് അറിയാഞ്ഞിറ്റാ...അബൂക്കാന്റെ ഉപ്പ കലന്തനാജി എട്ത്ത വീടാ ഇത്. ...ആ സമയത്ത് നാട്ടിലെ ഏറ്റവും വലിയ വീട് ഇതാ...ജനലിന്റേം വാതിലിന്റേം കൊത്തുപണി കാണാൻ തന്നെ ഒരുപാട് ആള്കള് അന്നേരം വരാറ്ണ്ട് പോലും...അച്ഛൻ പറേന്നത് കേട്ടതാ... രണ്ട് കൊല്ലം മുമ്പത്തെ വെള്ളപ്പൊക്കത്തിനാ ആ ചായ്പ് വീണത്. 1974 ജൂലായിലാ വെള്ളപ്പൊക്കം. അക്കൊല്ലാ അച്ഛൻ മരിച്ചത്.' -രാഘവൻ വെള്ളപ്പൊക്കത്തിന്റെ കഥയിലേക്ക് കടന്നു.

'...നാട്ടില് എത്ര പൊരയാ അക്കൊല്ലം മലവെള്ളത്തില് വീണത്. മരം എത്രയാ പൊഴേലേ ഒഴുകിപ്പോയത്... അന്റെ ഓർമേല് ഇങ്ങനെയൊര് വെള്ളപ്പൊക്കം ഉണ്ടായിറ്റില്ല.'

'...അനക്കെല്ലം ഓർമയുണ്ടപ്പാ..കാട്ടാമ്പള്ളിപ്പൊഴേന്ന് വെള്ളം കേ

റി നാറാത്ത് വയല് മുയുമൻ മുങ്ങീന്...ആക്കൊല്ലം ആരിക്കും ഒരു മണി നെല്ല് കിട്ടീറ്റില്ല...'

-വെള്ളപ്പൊക്കത്തിന്റെ അനുഭവം പങ്കിടാൻ ഹാജിയും ചേർന്നു.

..സുബൈദാ...നീ പോയി രണ്ട് കട്ടൻ ചായയെടുക്ക്... -ഹാജി ഉത്തരവിട്ടു.

'അല്ല...ആജിക്കാ...നമ്മളെ പോക്കറെപ്പറ്റി വിവരൊന്നും ഇല്ലേ....സുബൈദാന്റെ പുയ്യാപ്ലേന്റെ...'

രാഘവന്റെ അനവസരത്തിലുള്ള ആ ചോദ്യം ഹാജിക്ക് അത്രരസിച്ചില്ല.

'എന്ത് ബിവരം...ഓനിപ്പം ജീവിച്ചിരിക്ക്ന്ണ്ടോന്ന് പടച്ചോനറിയ.. സൗദീല് പോയ എത്ര ആളാ മരുഭൂമീല് വെള്ളം കിട്ടാണ്ട് ചത്തുപോയത്. മരുഭൂമീന്ന് മെയ്യത്തായാല് ആര് കാണാനാ...നമ്മളെ നാട്ടിലാവുമ്പം രണ്ട് മൂന്ന് ദെവസം കഴീമ്പം ചീഞ്ഞ് നാറും. മരുഭൂമീല് ചത്താ ഒണങ്ങി കൊണ്ടാട്ടംപോല്യാവും...പിന്നെ പൊടിഞ്ഞ് വെണ്ണീർ പോല്യാകും. ഞാൻ കണ്ട സ്തലല്ലേ...സൗദീലേ മരുഭൂമീന്ന് പറഞ്ഞാ കടല് പോലെ കെടക്കലല്ലേ...അറ്റം കാണൂല്ല... എല്ലാം പടച്ചോന്റെ കളി..' -ഹാജി തോർത്ത്മുണ്ട് കൊണ്ട് വീണ്ടും മുഖം തുടച്ചു.

'...ദാ....കട്ടൻ -ഒരു വസ്സിയിൽ നിരത്തിയ രണ്ട് ഗ്ലാസിൽ കട്ടൻ ചായയുമായി സുബൈദ വാതിൽപടിയിൽ വന്നു.

'നീ ഈട ബെക്ക് സുബൈദാ..' -ഹാജി സ്നേഹസ്വരത്തിൽ നിർദ്ദേശിച്ചു.

സുബൈദ ഗ്ലാസുകൾ ബെഞ്ചിന്റെ മൂലയിൽവെച്ചു. രാഘവൻ ഒളികണ്ണോടെ സുബൈദയെ നോക്കി. ഭർത്താവിന്റെ വേർപാട് മൂലം ദുഃഖിക്കുന്ന സ്ത്രീയാണെന്ന് അവളെ കണ്ടാൽ ആരും പറയില്ലെന്ന് രാഘവന് തോന്നി..ഗോതമ്പിന്റെ നിറമുള്ള സുബൈദയുടെ മുഖത്ത് ഇപ്പോഴും യൗവനത്തിന്റെ തുടിപ്പും പ്രസരിപ്പുമുണ്ട്.

സുബൈദ അടുക്കളയിലേക്ക് പോയപ്പോൾ അത്തറിന്റെ നേരിയ പരിമളം പരന്നു. ഹാജീക്കയിൽ നിന്നും പ്രസരിക്കുന്ന അതേ മണം.

'രാകവാ...കുടിക്ക്..' -ഹാജി ഗ്ലാസെടുത്ത് രാഘവന് നേരെ നീട്ടി.

കോലായിൽ തൂണും ചാരിയിരുന്ന രാഘവൻ കട്ടൻ ചായ കൈനീട്ടി വാങ്ങി.

'രാവിലെ ഇണ്ടാക്കിയ പഴംപൊരിയ്ണ്ട് എട്ക്കട്ടെ?' -വാതിൽക്കൽ നിന്ന് വീണ്ടും സുബൈദയുടെ ശബ്ദം.

'എനക്ക് കടിയൊന്നും വേണ്ട -രാഘവൻ കട്ടൻചായ മോന്തുന്ന

തിനിടയിൽ പറഞ്ഞു.

സുബൈദ ഒരു പ്ലേറ്റിൽ നാല് പഴംപൊരിയുമായി വന്ന് ബെഞ്ചിൽ വെച്ചുപോയി.

തണുത്ത പഴംപൊരിയുടെ കഷണം കടിച്ചെടുത്തശേഷം ഹാജി തുടർന്നു. 'എനക്ക് സുബൈദേനീം മോളേം വിചാരിക്കുമ്പാസങ്കടം. ഒരാണ്ങ്ങള് ഇല്ലാതെ ഇവരെ ഒറ്റക്കാക്കീറ്റ് പോകാൻ മനസ് ബർന്നില്ല. ഇപ്പളത്തെ കാലല്ലേ...ഇവളെ ആങ്ങളമാരാരും ഇങ്ങോട്ട് ബന്ന് താമസിക്കുന്നൂംല്ല..ഇവളെ ഉമ്മക്കാണെങ്കില് ഒന്നും കയ്യീല്ല....എപ്പോം കെടത്തം തന്നെ. സുബൈദാന്റെ മോള് സീനത്ത് ഇക്കൊല്ലം യെശ്ശെശെൽസിയല്ലേ...'

കള്ള സുബറേ നീ മരുമകന്റെ സുന്ദരിയായ പെണ്ണിനേംകൂടെ പൊറുപ്പിച്ച് സുഖിക്ക് എന്നാണ് മനസ്സിൽ തോന്നിയതെങ്കിലും രാഘവൻ പറഞ്ഞത് ഇങ്ങിനെ:-

'...ആജീക്കക്ക് ഇങ്ങിനെ നല്ലൊരു മനസ്സ്ണ്ടായത് തന്നെ അതിശല്ലേ..ഇപ്പം ആരാ സൊന്തം ഓളേം മക്കളേം അല്ലാതെ മരുമോന്റെ ഓളേം മോളേം നോക്കാ....'

രാഘവന്റെ സ്തുതി ഹാജിക്ക് ഇഷ്ടമായി.

രാഘവൻ ഗ്ലാസിൽ അവശേഷിക്കുന്ന കട്ടൻചായ കുടിച്ച് തീർത്ത ശേഷം ചായപ്പൊടികലർന്ന ബാക്കി ഭാഗം മുറ്റത്തേക്ക് നീട്ടിയൊഴിച്ചു. പിന്നെ വേറൊരു വിഷയത്തിലേക്ക് കടന്നു.

'മുള്ളൻകണ്ടിലേം മാര്യാൻവളപ്പിലേം മരംമുറി എപ്പൊഴാ തൊടങ്ങ്വാ...?'

'എന്തായാലും ഒരായ്ച കഴീം. ആനീം പണിക്കാറും ഊരത്തൂറ് ഭാഗത്താ. ആട ഒരായ്ചത്തെ പണികൂടിയിണ്ട്.'

'ആ പറമ്പത്തെ മരം മുറിച്ചാല് വെറക് വേറെയാരിക്കും കൊട്ക്കറ്. കമ്പ്ന്ന് ആരോ ആജീക്കാനെ കാണാൻ വന്നൂന്ന് കേട്ടു.'

'അത് ഓട്ടുകമ്പിനീല് മരം എറക്കുന്ന മൂസാൻ കുട്ടിയാ...മുമ്പെല്ലാം ഓനാ ഞാൻ വെറക് കൊടുക്കല്...'

'..അവര് പറയ്ന്ന് വെല ഞാൻ തെരാ. വെറക് എനക്കെന്നെ വേണം'

ഹാജി സമ്മതംമൂളി.

രാഘവൻ യാത്രപറഞ്ഞ് പുഴക്കരയിലേക്ക് നടന്നു.

ഹാജി അതേ ഇരിപ്പ് തുടർന്നു.

കുറച്ചു കഴിഞ്ഞപ്പോൾ ചെറുമയക്കത്തിലേക്ക് വഴുതി വീണു.

'രാഘവേട്ടനിപ്പം ആജീന്റെ ശരിക്കും ശിങ്കിടിയായല്ലോ - ജോലിയുടെ ഇടവേളയിൽ, പുഴയോരത്ത് പടർന്ന് പന്തലിച്ച മുളംകൂട്ടത്തിന്റെ കുളിർമയിൽ വിശ്രമിക്കുകയായിരുന്ന കളത്തിലെ ശോഭന പറഞ്ഞു.

'ആജീന പറ്റിക്കൂടീറ്റ് ഓറ്ക്ക് നല്ല കാര്യംണ്ടാവും' -രാഘവന്റെ അയൽക്കാരിയായ ശാരദ കൂട്ടിച്ചേർത്തു. പൂഴിപ്പണിക്കാരായ മറ്റു പെണ്ണുങ്ങളും നിശ്ശബ്ദം ശാരദയുടെ അഭിപ്രായത്തെ ശരിവെച്ചു.

'കാര്യം കിട്ട്വെങ്കില് ഓറ് എന്ത് പണിയും എടുക്കും... ആജീന ആര് കുറ്റം പറഞ്ഞാലും ഓറ് അയാളെ സൈഡ് കൂടും...' - ശോഭന തുടർന്നു.

'എടീ...നീയെങ്ങാനും ഇപ്പം സുബൈദാന കണ്ടിനാ...പുയ്യാപ്ലേന കാണാണ്ടായ സങ്കടംണ്ട്ന്ന് ആരും പറീല്ല.. തടിച്ചിറ്റ് പെറ്റെണീറ്റ പോല് ണ്ട്....കഴിഞ്ഞ ദെവസം ഞാൻ ഓള കണ്ടിന്....' -കാപ്പുമ്മലെ തങ്കത്തിന്റെ കുശുമ്പ്.

'ഓക്കിപ്പം നല്ല സുഖല്ലേ. ദെവസോം കോയിറച്ചീം പത്തിരീം ഇണ്ടാക്കി തിന്നലല്ലേ..പൊറത്ത് കീയാണ്ട് ഇങ്ങനെ നെയ്യുള്ള സാധനം തിന്നാല് ആരാ തടിക്കാണ്ടിരിക്ക്വാ...' തങ്കത്തിന്റെ അഭിപ്രായത്തെ ശോഭന പിന്തുണച്ചു.

'എനിയിപ്പം ഓളെ പുയ്യാപ്ല വന്നാലാ പ്രശ്നം' -ശോഭനയുടെ അഭിപ്രയം കേട്ട് എല്ലാവരും ചിരിച്ചു.

'ആജീക്കക്ക് വേണെങ്കില് ഓന കണ്ടുപിടിക്കാൻ കയ്യാഞ്ഞിറ്റാ... ഓൻ വന്നാല് അയാളെ ഊട്ത്തെ സീറ്റ് പോകൂലേ...പാവം...ആ പുയ്യാപ്ല ഒരു പാവായിരുന്നു. കാണാൻ ബങ്ങിയില്ലേങ്കിലും നല്ല സൊബാവായിരുന്നു...പാവം ആ കുട്ടി സീനത്ത്. ഉമ്മേനപ്പോലെത്തന്ന്യല്ലേ കാണാൻ സീനത്തും. എന്താ ബങ്ങി. നായാട്ടുപാറ സ്കൂളില് പത്താം ക്ലാസില് പടിക്ക്ന്ന കുട്ട്യളെ കൂട്ടത്തില് ഓക്കാപോലും നല്ല പടിപ്പ്.... ആ കുട്ടിക്ക് ആജീന കണ്ണെടുത്താ കണ്ടൂടാ...' -ശോഭ വിശദീകരിച്ചു.

'....ന്നാലും ആ ആജീന്റെ ഒരു കാര്യം.. രണ്ട് കെട്ട്യോള് ഇണ്ടായിറ്റും സ്വന്തം മരുമോന്റെ ഓളകൂടെ പൊറുക്ക്വാ...' -അതുവരെ മിണ്ടാതിരുന്ന പയപുരയിലെ കല്ല്യാണി പറഞ്ഞു.

അകലെനിന്ന് ലോറിയുടെ ഇരമ്പം കേട്ടപ്പോൾ ശരീരത്തിലും വസ്ത്രത്തിലും പറ്റിയ പൂഴി തട്ടിക്കുടഞ്ഞ് പെണ്ണുങ്ങളെല്ലാം എഴുന്നേറ്റ് ജോലിക്ക് തയ്യാറായി. കരയിൽ കൂട്ടിയ മണൽക്കൂനക്കടുത്തേക്ക് അവർ നീങ്ങി.

വെളുത്ത അമ്പാസിഡർകാറും പിന്നാലെ ലോറിയും എത്തി. മു

ന്തിയ പാന്റും ഷർട്ടും കറുത്ത കണ്ണടയും ധരിച്ച ചെറുപ്പക്കാരനും മധ്യ വയസ്കനും കാറിൽ നിന്നിറങ്ങി. അവിടെയാകെ സുഗന്ധം പരന്നു. പിന്നാലെ ബ്രോക്കറായ കാരായി ഗോപാലനും. ചെറുപ്പക്കാരൻ അടുത്തിടെ ഗൾഫിൽ നിന്ന് വന്നതാണെന്ന് ഒറ്റ നോട്ടത്തിൽ വ്യക്തം.

'...ദാ...സാറ് നോക്ക് ഒന്നാം തരം പൂയിയാ..വാർപ്പിന് പറ്റിയ പൂയി. ഒരു തരി കല്ല്പോലും ഇല്ല. പഞ്ചാരപോലെത്തെ പൂയി....' -കൂട്ടിയ പൂഴിക്കൂനയിൽ നിന്ന് ഒരുപിടി വാരി കാരായി ഗോപാലൻ പൂഴിയുടെ ഗുണഗണങ്ങൾ വിവരിച്ചുകൊടുത്തു.

'ഇവിടെ പുഴ വെള്ളത്തിന് ഉപ്പുണ്ടോ?'

ചെറുപ്പക്കാരൻ പുഴയിലേക്ക് നോക്കി ചോദിച്ചു.

'പൂഴിക്ക് ഉപ്പുണ്ടെങ്കില് കോൺക്രീറ്റ് വേഗം പോകും...'

'ഉപ്പോ?' -കാരായി ഗോപാലൻ അതിശയത്തോടെ തിരിച്ചുചോദിച്ചു.

'സാറ് കൊറച്ച് വെള്ളം കോരി വായീലൊയിക്ക്... നല്ല ഏറ്റത്തിന് പാവന്നൂർ കടവ്വരെ ഉപ്പ്ണ്ടാവും. ഇങ്ങോട്ട് ഒരിക്കീം എത്തൂലാ...അത് കൊണ്ടല്ലേ ഈട്ത്തെ പൂയിക്ക് ഇത്ര ഡിമാന്റ്....പൊയ്യൂർക്കടവിലെ പൂയീന്ന് പറഞ്ഞാല് ആരിക്കും സംശംഉണ്ടാവൂലാ...' -കാരായി പുഴിയെക്കുറിച്ചുള്ള വർണനകൾ തുടർന്നു.

'...നല്ല ലോഡായി കിട്ടണം' -ചെറുപ്പക്കാരൻ ആവശ്യപ്പെട്ടു.

'സാറിന് എത്രലോഡ് വേണം?'

'പത്ത് മുപ്പത് ലോഡ് വേണം...വേഗത്തില്....പിന്നെ തേപ്പിന് വേറെ വേണ്ടിവരും..രണ്ട് മാസത്തെ ലീവേയുള്ളൂ...അതിന് മുമ്പ് വീട് വാർക്കണം.'

'എറക്കേണ്ട സ്ഥലം ഏട്യാ?'

'വാരം ടാക്കീസിനടത്ത്'

'ഒരാഴ്ചക്കുള്ളില് ഞാൻ മുപ്പത് ലോഡ് നല്ല തടിച്ച പൂയി എറക്കിത്തരാ...' തൊഴിലാളികൾ ലോറിയിൽ പൂഴി നിറച്ചു തുടങ്ങി.

കാരായി ഗോപാലനും രണ്ട് പേരും മാറി നിന്ന് സംസാരിക്കുകയും കൈവിരൽ കൊണ്ട് കണക്ക് കൂട്ടുകയും കിഴിക്കുകയും ചെയ്തുകൊണ്ടിരുന്നു.

ലോറിയും കാറും പോയശേഷം ശോഭന പറഞ്ഞു.

'കോളടിച്ചെല്ലോ ഗോപാലേട്ടാ'

'എന്ത് കോളാ?'

'കമ്മീഷൻ'

'...ഞാൻ നാക്കിട്ടടിച്ച് ഇങ്ങനെ ആളെക്കൂട്ടിക്കൊണ്ടർന്നത് കൊണ്ടാ

നിന്റെ പെരേലെ അടുപ്പില് തീപൊകേന്ന്. എന്നിറ്റ് ഇങ്ങനെത്തെ വർത്താനം തന്നെ പറയണം...' -കാരായി ചൂടായി.

'....ഞാൻ തമാശക്ക് പറഞ്ഞതല്ലേ ഗോപാലേട്ടാ...' -ശോഭന കാരായിയെ തണുപ്പിക്കാൻ ശ്രമിച്ചു

പഞ്ചായത്തിൽ നിന്ന് പൂഴി ലേലത്തിന് പിടിച്ചവർ പൂഴിക്ക് ഓഡർ പിടിക്കാൻ കമ്മീഷൻ അടിസ്ഥാനത്തിൽ ആളുകളെ നിയമിച്ചിരുന്നു. അതിലൊരാളാണ് കാരായി ഗോപാലൻ. പുതുതായി ആരെങ്കിലും വീടോ കെട്ടിടങ്ങളോ കെട്ടുന്നതറിഞ്ഞാൽ കാരായി അതിൻെറ ഉടമസ്ഥരെക്കണ്ട് പൂഴിക്ക് ഓഡർ ശേഖരിക്കും. ഒരു ലോഡ് പൂഴിക്ക് നിശ്ചിത ശതമാനം കമ്മീഷൻ കാരായിക്ക് കിട്ടും.

ഭീതിയുടെ നിഴൽ

സംഭ്രമജനകമായ വാർത്ത കേട്ടാണ് പൊയ്യൂർക്കടവ് ദേശം ഉണർന്നത്. പുഴക്കരയിലെ പുഞ്ചാക്കിൽ മൂന്നേക്കറോളം വരുന്ന കവുങ്ങിൻ തോട്ടത്തിലെ മുഴുവൻ അടക്കകളും അർധരാത്രി പറിച്ചെടുത്തുകൊണ്ടുപോയി എന്നും മൂപ്പെത്താത്ത അടക്ക മുഴുവൻ അറുത്തിട്ട് നശിപ്പിച്ചുവെന്നുമാണ് വാർത്ത. കവുങ്ങിൻ തോട്ടത്തിന് കാവൽ നിന്ന നാലുപേരെ മർദ്ദിച്ച് അവശരാക്കി പിടിച്ചുകെട്ടിയശേഷമായിരുന്നു ഈ അതിക്രമങ്ങൾ നടന്നത്. പുറവൂരിലെ പുത്തൻപുര കുഞ്ഞപ്പയുടെ മക്കളായ നാരായണൻ, കുഞ്ഞിരാമൻ, ഗോവിന്ദൻ എന്നിവരെയും സഹായി മരം കയറ്റക്കാരൻ രാഘവനെയുമാണ് മർദ്ദിച്ച് അവശരാക്കിയത്. സാരമായി പരിക്കേറ്റ ഇവരെ നാലുപേരെയും രാത്രി തന്നെ കണ്ണൂർ ജില്ലാ ഗവ.ആസ്പത്രിയിൽ പ്രവേശിപ്പിച്ചു. അവരുടെ തോണിയും കാണാതായി. കമ്പിലെ പോക്കർ ഹാജിയുടെതാണ് കവുങ്ങിൻതോട്ടം. കുഞ്ഞപ്പയുടെ മക്കളാണ് തോട്ടം പാട്ടത്തിനെടുത്തത്.

രാവിലെ പത്തുമണിയോടെ മട്ടന്നൂർ എസ്.ഐ. സുബൈറിന്റെ നേതൃത്വത്തിൽ ഒരു ജീപ്പുനിറയെ പൊലീസുകാർ പൊയ്യൂർക്കടവിലെത്തി. ആദ്യം പൊലീസുകാർ ചെന്നത് കുന്നുമ്മൽ ഗോവിന്ദന്റെ ചായക്കടയിലേക്കാണ്. സാധാരണ ആ സമയത്ത് പീടികയിൽ നല്ല തിരക്കുണ്ടാവും. എന്നാൽ പൊലീസുകാർ എത്തുമ്പോൾ ഗോവിന്ദൻ മാത്രമേ പീടികയിൽ ഉണ്ടായിരുന്നുള്ളൂ.

പീടികയിലേക്ക് കടന്നുവരുന്ന പൊലീസുകാരെ കണ്ട് ഗോവിന്ദൻ പകച്ചുപോയി. നാട്ടിൽ ഇതുവരെ ഇത്രയധികം പോലീസുകാർ ഒന്നിച്ചു വന്നിട്ടില്ല.

'എവിടെപ്പോയെടോ ഈ നാട്ടിലെ ആൾക്കാരൊക്കെ...മൂന്നാലാളുകളെ കൊല്ലാക്കൊല ചെയ്ത് എവിടെപ്പോയി ഒളിച്ചു എല്ലാരും...? -എസ്.ഐ.സുബൈറിന്റെ കനത്ത ചോദ്യം കേട്ട് ഗോവിന്ദൻ പരുങ്ങി.

'...രാവിലെ എല്ലാരും ചായ കുടിച്ചുപോയി സാർ. ഈ സമയത്ത് ആരും പീടേല് ഇണ്ടാവൂല...'

'പൂഴികയറ്റുന്ന ലോറിയൊന്നും വന്നിട്ടില്ലേ ഇന്ന്?'

'രാവിലെ രണ്ട് മൂന്നെണ്ണം വന്നുസാർ.'

'പണിക്കാരൊക്കെ എവിടെ? അവരാണോ ഇത്ര വലിയ തല്ലുകാർ?'

'കൊറേപ്പേർ ലോറിയിൽ കയറി എങ്ങോട്ടോ പോയി സാർ'

'ഇന്നലെ രാത്രി കുഴപ്പത്തിന് പോയവര് ആരൊക്കെയാ..?'

'ഒന്നും ഞാനറിഞ്ഞിട്ടില്ല സാർ...രാവിലെയാ സംഭവം ഞാനറിഞ്ഞത്.'

'കുഴപ്പം നടന്ന സ്ഥലം കാണണം. സ്ഥലം അറിയുന്ന ആളാരാ ഉള്ളത്?'

'ഈട അട്ത്താണ് സാർ...ഈ പൊഴക്കരേലെത്തന്നെ നടന്നാ എത്തും.'

'തെമ്മാടിത്തം കാണിച്ച ഒന്നിനേം ഞാൻ വിടില്ല...എല്ലാറ്റിനേം കാണിച്ച് തരാം....' -ആക്രോശിച്ചുകൊണ്ട് എസ്.ഐ.നടന്നു. പിന്നാലെ പൊലീസുകാരും.

കാട്ടാന കയറിയ കരിമ്പിൻതോട്ടം പോലെയായിരുന്നു പുഞ്ചാക്കിലെ പോക്കർ ഹാജിയുടെ കവുങ്ങിൻ തോട്ടം. കൃത്യമായ വളപ്രയോഗവും ജലസേചനവും കാരണം കവുങ്ങുകൾ തഴച്ചു വളർന്നിരുന്നു. തോട്ടം മുഴുവൻ മൂപ്പെത്താത്ത അടക്കകൾ ചിതറിക്കിടന്നിരുന്നു. പഴുത്ത അടക്കകൾ അക്രമികൾ കടത്തിക്കൊണ്ടുപോയിരിക്കണം. കുറേ കവുങ്ങിൻതൈകൾ വെട്ടി വീഴ്ത്തിയിട്ടുമുണ്ട്.

കവുങ്ങിൻ തടികൊണ്ടുള്ള കാവൽപന്തൽ തകർക്കപ്പെട്ട നിലയിലാണ്. അവിടെ ചോരവീണ വസ്ത്രങ്ങളും കുറേ മുട്ടൻവടികളും രണ്ട് വെട്ടുകത്തികളും ഒരു ടോർച്ചും വീണുകിടപ്പുണ്ട്.

ഒറ്റരാത്രി കൊണ്ട് ഇത്രയും നാശനഷ്ടം വരുത്തണമെങ്കിൽ അക്രമിസംഘത്തിൽ പത്തമ്പത് പേരെങ്കിലുമുണ്ടാവണം.

എസ്.ഐ.യും സംഘവും തോട്ടം മുഴുവൻ നടന്നുകണ്ടു. ചോരപുരണ്ട വസ്ത്രങ്ങളും മുട്ടൻ വടികളും ടോർച്ചും കസ്റ്റഡിയിലെടുത്തു.

പൊയ്യൂർക്കടവിലെ ഒറ്റവീട്ടിലും പുരുഷന്മാർ ഉണ്ടായിരുന്നില്ല. പൊലീസുകാർ വന്ന വിവരമറിഞ്ഞ് ആൺകുട്ടികൾ പോലും എവിടെയൊക്കെയോ ഒളിച്ചു. അധികാരസ്ഥാനങ്ങളിൽ പിടിപാടുള്ള ആരും പൊയ്യൂർക്കടവിലുണ്ടായിരുന്നില്ല. രണ്ട് കുടുംബങ്ങൾ ഒഴിച്ച് മറ്റെല്ലാവരും മാർക്സിസ്റ്റു കാരാണ്. അടിയന്തരാവസ്ഥയായതിനാൽ പാർട്ടി നേതാക്കൾക്ക് പൊലീസിലൊന്നും യാതൊരു പിടിപാടും ഉണ്ടായിരുന്നില്ല.

സംഭവം നടന്നതിന് ശേഷം പുലർച്ചെ പുഴകടന്ന് ചൂളിയാട് ഭാഗത്തേക്ക് രക്ഷപ്പെട്ട കാര്യാടത്ത് രാഘവൻ പഴയ കച്ചവട ബന്ധം വെച്ച് ചേടിച്ചേരിയിലെ പ്രാദേശിക കോൺഗ്രസ് നേതാവ് എറമുവിനെക്കണ്ടു. പൊലീസ് സ്റ്റേഷനിലും മറ്റും നല്ല സ്വാധീനമുള്ള ആളാണ് എറമു. ചൂളിയാട്ടെ കോൺഗ്രസ് പ്രവർത്തകനായ തൈക്കണ്ടിദാമുവിനൊപ്പമാണ് രാഘവൻ എറമുവിനെ കാണാൻ പോയത്. നേരം സന്ധ്യകഴിഞ്ഞിരുന്നു. വീട്ടിൽ നിന്ന് പുറത്തിറങ്ങി മുറ്റത്തെ മൂലയിൽ നിന്നാണ് രാഘവനുമായി എറമു സംസാരിച്ചത്.

കഴിഞ്ഞ ദിവസം പൊയ്യൂർക്കടവിൽ നടന്ന സംഭവത്തെക്കുറിച്ച് എറമു അറിഞ്ഞിരുന്നു. അക്രമത്തിനിരയായ പുത്തൻപുരകുഞ്ഞപ്പയുടെ മക്കളെല്ലാം കോൺഗ്രസ് അനുഭാവികളാണ്. അവരെ അക്രമിച്ചവരെന്ന് സംശയിക്കുന്നവർ മാർക്സിസ്റ്റുകാരും. രാഷ്ട്രീയ സംഘട്ടനമല്ലെങ്കിലും അതിന് രാഷ്ട്രീയനിറം അങ്ങിനെ കൈവന്നു.

പൊയ്യൂർക്കടവിലെ മുള്ളൻകോട്ട് നാരായണന്റെയും കൂളിപ്പൊയിൽ കുഞ്ഞമ്പുവിന്റെയും തോട്ടത്തിലെ അടക്കകൾ കഴിഞ്ഞദിവസം രാത്രി കളവുപോയിരുന്നു. അതിന് മുമ്പും കാര്യാടത്ത് രാഘവന്റേതുൾപ്പെടെ പലരുടെയും തോട്ടത്തിലെ അടക്കകൾ മോഷണംപോയി. ഇതിന് പിന്നിൽ കുഞ്ഞപ്പയുടെ മക്കളാണെന്ന ബലമായ സംശയമാണ് ഈ സംഭവത്തിന് കാരണമായത്.

മുള്ളൻകോട്ട് നാരായണന്റെയും കൂളിപ്പൊയിൽ കുഞ്ഞമ്പുവിന്റെയും തോട്ടത്തിൽ നിന്ന് അടക്ക മോഷണം പോയ പിറ്റേ ദിവസം പുലർച്ചെ കുഞ്ഞപ്പയുടെ തോണിയിൽ അടക്ക കയറ്റി ഇരിക്കൂർ ഭാഗത്തേക്ക് കൊണ്ടുപോകുന്നത് ആരോ കണ്ടുവത്രെ. തിരിച്ചടിയെന്നോണം പുഞ്ചൊക്കിലെ തോട്ടത്തിലെ പഴുത്ത അടക്കകൾ പറിച്ചെടുക്കാൻ ചിലർ ചേർന്ന് രഹസ്യമായി തീരുമാനിച്ചു. എന്നാൽ വിവരം ചോർന്ന് പലരും എത്തി. കിട്ടുന്നവരെല്ലാം അടക്കപറിച്ചെടുക്കലായി.

കാര്യങ്ങൾ രാഘവനിൽ നിന്ന് വിസ്തരിച്ച് കേട്ടശേഷം എറമു പറഞ്ഞു. '...രാഘവാ..ഇക്കാര്യത്തില് എനക്ക് ഇടപെടാൻ ബുദ്ധിമുട്ടുണ്ട്. ഇപ്പം പൊലീസ് വിചാരിക്കുന്നത് പോലെയാ കാര്യങ്ങള്. ഞാൻ ഡി.സീ.സീല് പോയി പറഞ്ഞാത്തന്നെ അവര് കേക്കണംന്നില്ല. പ്രതികള് മാർക്സിസ്റ്റ്കാരല്ലേ...നിനക്കെന്താ കാര്യംന്ന് ചോദിക്കും...'

'എന്നാപ്പിന്ന എന്താ ചെയ്യാ...? എറമൂക്ക തന്നെ ഒരു വഴി പറഞ്ഞ് താ...ആണുങ്ങളാരും നാട്ടിലില്ല. എല്ലാരും പേടിച്ച് സ്ഥലംവിട്ട് പോയിരിക്കാ...' -രാഘവൻ നിസ്സഹായത പ്രകടിപ്പിച്ചു.

'കേസില് പത്തറപത് പ്രതികള്ണ്ട്ന്ന് കേട്ടു. ചെലപ്പോ നിങ്ങളും അക്കൂട്ടത്തിലിണ്ടാവും. കൊറച്ച് പൈശ എസ്.ഐ.ക്ക് കൊട്ത്താ തല്ല് കിട്ട്ന്നത് ഒഴിവായികിട്ടും..'

'കൊറച്ച് പൈശാന്ന് വെച്ചാല് എത്ര വേണ്ടിവരും'?

'തല്‍ക്കാലം ഒരഞ്ഞൂറ് ഉറുപ്പ്യ...പിന്നെ ചെലവിന് ഒരു നൂറ് ഉറുപ്പീം. ..അങ്ങനെ ഒരു അറന്നൂറ് ഉറുപ്പ്യ തന്നാ തല്ല് കിട്ടുന്നതില്‍ നിന്ന് ഞാന്‍ ഒയിവാക്കിത്തരാ...'

'..എന്നാല്...പൊന്നോ മറ്റോ പണയം വെച്ചിറ്റ് നാളേക്ക് ഞാന്‍ ആ പൈശ ഒപ്പിച്ച് തരാ...'

'എന്നാലും പ്രശ്നം തീര്ന്നില്ല' -എറമു വിശദീകരിച്ചു.

'...മാര്‍ക്കിസ്റ്റ്കാര്‍ക്ക് വേണ്ടി ഞാന്‍ പൊലീസ് സ്റ്റേഷനില് കയറി ഇറങ്ങ്ന്ന്ന് പരാതി വരും. അത് എനക്ക് പാര്‍ട്ടീല് പ്രശ്നം ഇണ്ടാക്കും. മാത്രല്ല, അടികിട്ടി ആസ്പത്രീല് കെടക്ക്ന്നവര് നമ്മളെ പാര്‍ട്ടിക്കാറല്ലേ. ഡി.സീസീന്ന് ആരൊക്കെയോ പോയി അവരെ കാണ്വേം ചെയ്തു...'

'ഞാനിപ്പം എന്താചെയ്യാ...?' രാഘവന് ആധിയായി

'ഞാനൊരു സൂത്രം പറയാ...' -എറമു ആ സൂത്രം വിശദീകരിച്ചു.

'നിങ്ങളെല്ലാം കുടുംബ സമേതം മാര്‍ക്കിസ്റ്റ് പാര്‍ട്ടീന്ന് രാജിവെച്ച് കോണ്‍ഗ്രസ്സില് ചേര്‍ന്നതായി നോട്ടീസടിക്കവ. എന്നാപ്പിന്ന അടിച്ചവരും അടികിട്ട്യവരും ഒരു പാര്‍ട്ടിക്കാരായി. അങ്ങനെ വരുമ്പം കേസ് മധ്യസ്തം പറഞ്ഞ് തീര്‍ക്കാനും കയ്യും...അടികിട്ടിയവരിക്ക് എന്തെങ്കിലും നഷ്ടപരിഹാരം കൊടുത്താമതി...'

'അതിപ്പം...' -എന്തുപറയും എന്ന് അറിയാതെ രാഘവന്‍ കുഴങ്ങി.

'...നിങ്ങക്കതിന് വെഷമം ഇണ്ടാവൂംന്ന് എനക്കറിയാ...അതിലും വെഷമല്ലേ കേസ് വന്നാല്...ജാമ്യം കിട്ടാത്ത വകുപ്പ് പ്രകാരല്ലേ കേസെടുത്തത്. എല്ലാരും അകത്താവും. അകത്തായാല് അകത്തായത് തന്നെ. അടിയന്തരാവസ്ഥക്കാലല്ലേ...'

'എനക്കിപ്പം ഒറ്റക്കൊരു തീരുമാനം പറയാന്‍ പറ്റൂല്ല എറമൂക്കാ.' -രാഘവന്‍ ആകെ ആശയക്കുഴപ്പത്തിലായി.

'എന്നാ രാഘവന്റെ കാര്യം രാഘവന്‍ തീരുമാനിക്ക്. മറ്റുള്ളവരെ കാര്യം അവര് പിന്നെത്തീരുമാനിക്കട്ടെ. നാളേക്കൊണ്ട് തീരുമാനം ആക്കണം. മറ്റന്നാള് ഞാന്‍ ഡിസീസീല് പോക്ന്ന്ണ്ട്.'

കുറേ നേരത്തെ ആലോചനക്ക് ശേഷം രാഘവന്‍ പറഞ്ഞു.

'ഞാന്‍ നാളെ ഈ സമയത്ത് വരാ. അതിനിടേല് ആരേയം പൊലീ

സ്കാര് പിടിക്കറ്'

'അക്കാര്യത്തില് എനക്ക് ഒര് ഒറപ്പ് തരാൻ പറ്റൂല. നിങ്ങളാരും പിടി കൊട്ക്കറ്...ഇപ്പൊളെത്തെ മട്ടന്നൂര് എസ്.ഐ. ഒര്തരം പിരാന്തനാ. കയ്യില് കിട്ട്യാല് അയാള് എന്താചെയ്യാന്നൊന്നും പറയാൻ പറ്റൂല്ല. ഞാൻ കയിഞ്ഞ ദെവസം സ്റ്റേഷനില്പോയപ്പം ലോക്കപ്പിലിട്ട് ഒര്ത്തനെ തല്ല്ന്നത് കണ്ടിറ്റ് എന്റെ കണ്ണ്ന്ന് വെള്ളം വന്ന്പോയി. പാമ്പിനെ തല്ല്മ്പോലയാ ഓനെത്തല്ല്യത്...ഏട്ത്തേതോ ഒരു മാർക്കിസ്റ്റ്കാരനാ...കോൺഗ്രസ്സിന്റെ കൊടി പറിച്ച കേസിലെ പ്രതിയാ...'

കാര്യാടത്ത് രാഘവന്റെ നെഞ്ച് ശക്തിയായി ഇടിക്കാൻ തുടങ്ങി.

രാഘവനും ദാമുവും എറമുവിന്റെ വീട്ടിൽ നിന്നിറങ്ങി. ടോർച്ചിന്റെ വെളിച്ചത്തിൽ നടക്കുമ്പോൾ ദാമു ഉപദേശിച്ചു. 'രാഘവേട്ടാ പാർട്ടി മാറുന്നതാ നല്ലത്. വെറുതേ എന്തിനാ തല്ല് കൊണ്ട് തടി കളേന്ന്. ജയിലിലും കെടക്കണം. എത്ര മാർക്കിസ്റ്റ്കാറിപ്പം രാജിവെച്ച് കോൺഗ്രസ്സില് വന്നു..'

രാഘവൻ ഒന്നും മറുപടി പറഞ്ഞില്ല. ദാമുവിന്റെ പിന്നാലെ നിശ്ശബ്ദം നടക്കുക മാത്രം ചെയ്തു.

രണ്ട് ദിവസം കഴിഞ്ഞപ്പോൾ പൊയ്യൂർക്കടവിലെ കുന്നുമ്മൽ ഗോവിന്ദന്റെ പീടികച്ചുവരിലും തെങ്ങുകളിലും വീടുകളുടെ ചുവരിലും അച്ചടിച്ച നോട്ടീസുകൾ പ്രത്യക്ഷപ്പെട്ടു.

ഞങ്ങൾ മാർക്സിസ്റ്റുപാർട്ടിയിൽ നിന്നും രാജിവെക്കുന്നു എന്ന തലക്കെട്ടിലുള്ള നോട്ടീസ് ഇങ്ങിനെ വിശദീകരിച്ചു.

'മാർക്സിസ്റ്റുപാർട്ടിയുടെ തെറ്റായ നയത്തിൽ പ്രതിഷേധിച്ച് താഴെ പേരെഴുതിയിരിക്കുന്ന ഞങ്ങൾ 64 പേർ ആ പാർട്ടിയിൽ നിന്നും രാജിവെച്ച് ഇന്ത്യൻ നാഷണൽ കോൺഗ്രസ്സിൽ ചേരാൻ തീരുമാനിച്ചിരിക്കുന്നു. രാജ്യത്തിന്റെ ഐക്യവും അഖണ്ഡതയും വെല്ലുവിളി നേരിടുന്ന ഇന്നത്തെ സാഹചര്യത്തിൽ പ്രധാനമന്ത്രി ശ്രീമതി ഇന്ദിരാഗാന്ധിയുടെ കരങ്ങൾക്ക് ശക്തിപകരുകയാണ് വേണ്ടതെന്ന് ഞങ്ങൾക്ക് ബോധ്യമായിരിക്കുന്നു. സാമൂഹ്യ വിരുദ്ധ ശക്തികളേയും കള്ളക്കടത്തുകാരെയും കരിഞ്ചന്തക്കാരെയും നിയമത്തിന് മുന്നിൽ കൊണ്ടുവരാനും തുറങ്കിലടക്കാനുമാണ് അടിയന്തരാവസ്ഥ എന്ന് ഞങ്ങൾക്ക് ബോധ്യപ്പെട്ടിരിക്കുന്നു...'

'ഇന്ദിരാഗാന്ധി സിന്ദാബാദ്
ഇന്ത്യൻ നാഷണൽ കോൺഗ്രസ് സിന്ദാബാദ്
അടിയന്തരാവസ്ഥ സിന്ദാബാദ്.'

മരവിച്ച പ്രതീക്ഷകൾ

ബോംബെ വിക്ടോറിയ ടെർമിനസ്സിന് പുറത്തെ ടാക്സിസ്റ്റാന്റിന് സമീപത്തുള്ള ധാബയിൽ നിന്ന് ചായകുടിക്കുകയാണ് പപ്പനും സൈനുദ്ദീനും. ഗൾഫിലേക്ക് കടക്കാൻ ഏജന്റുമാർ മുഖേന എത്തിയവർ ബോംബെ നഗരത്തിന്റെ പലഭാഗങ്ങളിലായി തങ്ങുകയാണ്. മലപ്പുറം താനൂർ സ്വദേശിയാണ് സൈനുദ്ദീൻ. പല സംസ്ഥാനങ്ങളിൽ നിന്ന് എത്തിയവർ ഇവരുടെ കൂട്ടത്തിലുണ്ട്. സാധാരണ ബിരുദധാരികളും സാങ്കേതിക ബിരുദമുള്ളവരും പ്രാഥമിക വിദ്യാഭ്യാസം മാത്രമുള്ളവരും ഇവരിലുണ്ട്. പല മതക്കാരും ഭാഷക്കാരും. മെച്ചപ്പെട്ട ജീവിത സാഹചര്യങ്ങൾക്ക് വേണ്ടിയുള്ള അന്വേഷണവും ജീവിതയാഥാർത്ഥ്യങ്ങളും ഇവരെയെല്ലാം ഒരുമിച്ചു നിർത്തുന്നു.

ഒരാഴ്ചക്കുള്ളിൽ ഗൾഫിലേക്ക് പറക്കാമെന്ന ഉറപ്പിൽ എത്തിയ പപ്പനും കൂട്ടരും അഞ്ചുമാസമായി ബോംബെയിൽ കഴിയുന്നു. കയ്യിൽ കരുതിയ പണമെല്ലാം തീർന്നു. ഭക്ഷണത്തിനുപോലും വകയില്ലാതായി. ഹോട്ടലുകളിൽ പണിയെടുത്തും മറ്റു കൂലിപ്പണിചെയ്തുമാണ് ഇവർ ദിവസം കഴിച്ചുകൂട്ടുന്നത്. നാട്ടിൽ നിന്ന് പണം വീണ്ടും കിട്ടാൻ സാധ്യതകൾ അടഞ്ഞവരാണ് എല്ലാവരും. കിട്ടാവുന്ന മാർഗങ്ങളിൽ നിന്നെല്ലാം കടം വാങ്ങിയും ഭാര്യയുടെയും ബന്ധുക്കളുടെയും ആഭരണങ്ങൾ പണയപ്പെടുത്തിയുമാണ് ഇവരെല്ലാം ബോംബെവരെ എത്തിയത്. ഡ്രൈവിങ്ങ് ലൈസൻസുള്ള പപ്പനും സൈനുദ്ദീനും വാടകയ്ക്ക് ടാക്സിയെടുത്ത് ഓടിച്ചാണ് നിത്യവൃത്തി നടത്തുന്നത്.

ബോംബെയിലെ 'ഷാജഹാൻ ട്രാവൽസ്' മുഖേനയാണ് പപ്പന്റെയും സൈനുദ്ദീന്റെയും മറ്റും യാത്രക്കാര്യങ്ങൾ ശരിയാക്കേണ്ടത്. വിസ ശരിയാകാൻ കുറച്ചുദിവസംകൂടി എടുക്കും എന്ന പതിവു മറുപടിയാണ് ഷാജഹാൻട്രാവൽസ് അധികൃതർ പറയുന്നത്.

വിക്ടോറിയ ടെർമിനസ്സിൽ നിന്നും കുറച്ചകലെ ഡോങ്ക്രിയിലുള്ള പഴയ ഇരുനില കെട്ടിടത്തിന്റെ മുകളിലത്തെ ചെറിയ ഏതാനും മുറികളിലാണ് പപ്പനും സൈനുദ്ദീനും മറ്റുള്ളവരും കഴിഞ്ഞുകൂടുന്നത്. പൊട്ടിപ്പൊളിഞ്ഞ തറയും വൃത്തിയില്ലാത്ത കക്കൂസും കുളിമുറിയും കൊതുകിന്റെ ശല്യവും ആവശ്യത്തിന് വെള്ളം കിട്ടാത്തതും ഇവരുടെ ജീവിതം ദുസ്സഹമാക്കി. പപ്പന് പുറമെ കണ്ണൂരിൽ നിന്നെത്തിയ പതിനൊന്ന് പേരും ഒരുകുടുസ്സുമുറിയിലാണ് അഞ്ചുമാസമായി കഴിഞ്ഞുകൂടുന്നത്. ഇവരുടെ കൂട്ടത്തിൽ സൈനുദ്ദീനുമെത്തി. താമസിക്കാൻ ഇടമില്ലാതെ ബുദ്ധിമുട്ടുന്ന സൈനുദ്ദീന് പപ്പനാണ് അഭയം നൽകിയത്. തൊട്ടടുത്ത കെട്ടിടങ്ങളിലും ഇങ്ങിനെ കുറെപ്പേർ കഴിഞ്ഞുകൂടുന്നു. പ്രാചീനമായ ഈ തെരുവുകളിൽ മുസ്ലീങ്ങളാണ് കൂടുതൽ. വേശ്യാത്തെരുവുകളായ കാമാട്ടിപുര കുറച്ചുമാത്രം അകലെ.

പപ്പനും കൂട്ടരും താമസിക്കുന്ന കെട്ടിടത്തിന്റെ താഴത്തെനില വ്യഭിചാര കേന്ദ്രമാണ്. പൊലീസുകാരും ടാക്സി ഡ്രൈവർമാരും കൂലിപ്പണിക്കാരും നാടോടികളും ലൈംഗികാനന്ദം തേടിയെത്തുന്ന സ്ഥലം. നേപ്പാളികളായ നാലഞ്ച് പെൺകുട്ടികളാണ് അവിടുത്തെ ഉപഭോഗവസ്തുക്കൾ. കേന്ദ്രം നടത്തുന്നത് കറുത്ത് തടിച്ച ഒരു മധ്യവയസ്ക. അവിടുത്തേക്ക് കമ്മീഷൻ അടിസ്ഥാനത്തിൽ ആളുകളെ എത്തിക്കാൻ ഏജന്റുമാരുമുണ്ട്. ചുണ്ടിൽ ചായം പൂശി, മുട്ടുമറയാത്ത ഫ്രോക്ക് ധരിച്ച പെൺകുട്ടികൾ ജനാലക്കരികിൽ നിന്ന് അതുവഴി കടന്നുപോകുന്ന യാത്രക്കാരെ വശീകരിക്കും. അവരെ കാണുമ്പോൾ പപ്പന് സർക്കസുകാരെ ഓർമവരും. വെളുത്ത് ഉയരം കുറഞ്ഞ മഞ്ഞ നിറമുള്ള നേപ്പാളി പെൺകുട്ടികളെ സർക്കസ്സുകളിലാണ് അധികം കണ്ടിട്ടുള്ളത്.

കെട്ടിടത്തിന് മുകളിലെ താമസസ്ഥലത്തേക്ക് കയറിപ്പോകുന്നവരെ കാമാതുരമായ കണ്ണുകളോടെ പെൺകുട്ടികൾ ക്ഷണിക്കും. അവരുടെ നോട്ടവും രൂപവും പലരെയും പ്രലോഭിപ്പിച്ചെങ്കിലും ആർക്കും അങ്ങോട്ട് കടന്നുചെല്ലാൻ ധൈര്യം കിട്ടിയിട്ടില്ല.

'അവിടെക്കേറിച്ചെന്ന് വല്ല സൂക്കേടും കൊണ്ടുവരണ്ട കെട്ടാ..' - പപ്പന്റെ ഉപദേശം അവർ ശിരസ്സാവഹിച്ചു. എങ്കിലും താമസസ്ഥലത്ത് കയറിച്ചെല്ലുമ്പോഴും ഇറങ്ങിവരുമ്പോഴും അവരുടെ കണ്ണുകൾ അങ്ങോട്ട് പായും. സ്ഥിരമായി കാണുന്നതിനാൽ അവിടുത്തെ അന്തേവാസികളെ എല്ലാവർക്കും പരിചയവുമായി.

'പപ്പേട്ടാ.... വിസക്ക് കൊടുത്ത പൈശ വെറുതെയായോ? അവര് നമ്മളെ പറ്റിക്കലാണോ?'- സൈനുദ്ദീൻ പപ്പനുമായി ആശങ്ക പങ്കുവെ

ച്ചു.

'എന്നെ പറ്റിച്ചാൽ ഞാൻ ഓന്റെ കൊടല്മാല എട്ക്കും...'-പപ്പൻ രോഷം കൊണ്ട് വലിച്ചുതീർന്ന സിഗരറ്റ് നിലത്തിട്ട് ചവിട്ടി അരച്ചു.

'...നമ്മള് ടാക്സി ഓടിച്ചും ഹോട്ടലില് പണിയെടുത്തും നാട്ടിലേക്ക് പൈശ അയ്ക്ക്ന്ണ്ട്. പലരേം വിചാരം നമ്മള് അക്കരെ കടന്നൂന്നാ..'-സൈനുദ്ദീൻ പറഞ്ഞു. 'ഞാൻ താനൂര് ചെറിയ ഒരു ഹോട്ടല് നടത്തി ഒരുവിധം ജീവിച്ച് വര്ന്നതായിരുന്നു. അതിനെടേലാ ഗൾഫില് പോകാനുള്ള പൂതിവന്നത്. ഭാര്യേന്റെ രണ്ട് അനിയത്തിമാരെ കെട്ട്യത് ഗൾഫ്കാരാ. അവര് വലിയ വീട് കെട്ടി പത്രാസില് ജീവിക്കുമ്പം ഭാര്യക്ക് തോന്നി എന്റെ പുയ്യാപ്ലേന മാത്രം ഒന്നിനും കൊള്ളൂലാന്ന്. ഓളത് എന്നോട് തൊറന്ന് പറയേം ചെയ്തു. അങ്ങനയാ ഞാൻ ഒരേജന്റിന് വിസക്ക് പൈശ കൊടുത്തത്. ഭാര്യേന്റെ അനുജത്തിമാരുടെ പുയ്യാപ്ല മാരോട് ചോദിച്ചാ പൈശ തെരുവായിരുന്നു. എന്നാലും ഞാൻ ചോദിച്ചില്ല. അഭിമാനല്ലേ നമ്മക്ക് വലുത്. ഭാര്യേന്റെ പണ്ടം മുയുമൻ എട്ത്ത് ബേങ്കില്വെച്ചു. അങ്ങന്യാ വിസേന്റെ പൈശ ഇണ്ടാക്കിയേ...'

-സൈനുദ്ദീൻ നെടുവീർപ്പിട്ടു.

'നിന്റെ കൂട്ടത്തില് മലപ്പുറത്ത് നിന്ന് എത്രയാള്ണ്ട്'?

'മലപ്പുറക്കാര് കൊറേയ്ണ്ട്. അവരൊക്കെ എവിടൊക്കെയോ കഴിഞ്ഞ് കൂട്ന്ന്'.

വിസ ഇന്ന് കിട്ടും നാളെക്കിട്ടും എന്ന് പ്രതീക്ഷിച്ച് രണ്ട് മാസത്തോളം ആരും ഒരുപണിയും എടുക്കാതെ മുറിയില് ചീട്ടുകളിച്ചും വർത്തമാനം പറഞ്ഞും സമയം കളഞ്ഞു. കയ്യിലെ പൈസ തീർന്നപ്പോളാ ഓരോരുത്തര് ഓരോ പണിക്ക് പോയിത്തുടങ്ങിയത്.'

'നമ്മക്ക് നാട് വിട്ടാ എന്ത് പണിയും എട്ക്കാ. ഗൾഫില് പോയിറ്റ് എന്തെല്ലാം പണിയെട്ത്തിറ്റാ ആൾക്കാര് നാട്ടില് പൈശ അയ്ക്ക്ന്ന്..'

ഷാജഹാൻട്രാവൻൽസുകാരാണോ നമ്മളെ പറ്റിക്ക്ന്ന്? '..-സൈനുദ്ദീൻ ചോദിച്ചു.

'വിസ ശരിയായാൽ ടിക്കറ്റ് ശരിയാക്കേണ്ട പണിയേ അവർക്കുണ്ടാവൂ. ശരിയായ ഏജന്റ് മാട്ടൂലെ ലക്ഷക്കാരൻ ഹാജി തന്നെയാ...നിങ്ങളെ ഏജന്റ് ആരാന്നറീല്ല....' പപ്പൻ തുടർന്നു... 'സൈനൂ, വിസ ശരിയായില്ലേങ്കില് ഞാൻ ബോംബേത്തന്നെ നിക്കും..ഈടത്തന്നെ ജീവിക്കും. നീയാരോടും പറീല്ലേങ്കില് ഒരു സൊകാര്യം ഞാൻ പറയാ....നാട്ട്ന്ന് രണ്ട് പെണ്ണ്ങ്ങള് കഴിഞ്ഞമാസം ബോംബേല് വന്നിറ്റ്ണ്ട്. ആമിനേം മറിയോം. ..പവൻ മാർക്ക് സാധനങ്ങളാ രണ്ടും. ഏട്ടത്തിയും അനിയത്തിയും. എ

നക്കവരെ നേരത്തേ പരിചയംണ്ട്. വീട്ട് പണിക്കുള്ള വിസേല് ഗൾഫില് പോകാൻ ഒരേജന്റ് മുഖേനയാ അവര് വന്നത്. വിസേന്റെ മുഴുവൻ പൈ ശ കൊട്ക്കാൻ അവരെ കൈവശം ഇല്ല. ബാക്കി പൈശ ബോംബേന്ന് ഉണ്ടാക്കണം. ഇരിക്കൂർക്കാരൻ ഒരു മുസ്തഫയ്ണ്ട്. ഓന്റെ കേറോഫി ലാ അവര് ഇവിടെ താമസിക്ക്ന്ന്. അവരെ ഓരോ ദെവസം ഓരോ മൊ തലാളിന്റെട്ക്ക എത്തിക്ക്ന്നത് മുസ്തഫയാ. ഞാൻ വിളിച്ചാ അവര് എ ന്റ കൂടെ നിക്കും. മുസ്തഫേന ഒഴിവാക്കും. മുസ്തഫ അവരിക്ക് കിട്ട് ന്ന പൈശ മുഴുവൻ പറ്റിച്ചെട്ക്കലാ പോലും...അവര് വേണങ്കില് എ ന്നീം ഗൾഫില് കൊണ്ട് പോകും. ഒരു മഹാരാഷ്ട്ര പാസ്പോട്ട് എട്ത്താ മതി. അഞ്ഞൂറ് ഉറുപ്പ്യകൊടുത്താ ഒരാഴ്ചകൊണ്ട് ഇവിടുത്തെ പാസ് പോർട്ട് കിട്ടും.'

വിവരം കേട്ട് സൈനുദ്ദീൻ വീണ്ടും നെടുവീർപ്പിട്ടു.

'വേണ്ട...പപ്പേട്ടാ പടച്ചോന് നെരക്കാത്ത കാര്യൊന്നും ചെയ്യണ്ടാ... പലരും പലതരത്തില് പൈശ ഉണ്ടാക്ക്ന്ന്ണ്ട്...ഞാൻ പൊരേന്ന് എറ ങ്ങ്മ്പം കെട്ട്യോക്ക് കൊട്ത്ത ഒരു വാക്ക്ണ്ട്.... ആ വാക്ക് ഞാൻ പാലി ക്കും. ഓള് എനക്കും വാക്ക് തന്നിറ്റ്ണ്ട്.'

'എടാ സൈനൂ...ഞാൻ ഇങ്ങനത്തെ കാര്യത്തില് നിന്നെപ്പോലെയ ല്ല..ജീവിതത്തില് പെണ്ണ്ങ്ങള് വരും പോകും. നമ്മള് ഈ ബോംബേല് ജീവിക്കുമ്പം വീട്ടിലെ ഭക്ഷണം തന്നെ കയിക്കാൻ പറ്റ്വോ. വീട്ടില് നി ക്കുമ്പം വീട്ടിലെ ഭക്ഷണം...ബോംബേല് നിക്ക്മ്പം ബോംബേലെ ഭക്ഷ ണം....ഗൾഫില്പോയാ അവിടുത്തെ ഭക്ഷണം. . പെണ്ണ്ങ്ങളെ കാര്യോം അങ്ങനയാ...നമ്മള് ഒരു പെണ്ണിനീം ബലാൽക്കാരം ചെയ്യറ്...പറഞ്ഞ് പ റ്റിക്ക്വോം ചെയ്യറ്..അങ്ങോട്ടും ഇങ്ങോട്ടും ഇഷ്ടപ്പെട്ടാപ്പിന്നെ എന്താ..?'- പപ്പൻ തന്റെ നിലപാട് വ്യക്തമാക്കി.

'നമ്മക്ക് കാറിൽ പോയിരിക്ക...ഇവിടെ നല്ല വെയില്...' സൈനുദ്ദീൻ നിർദ്ദേശിച്ചു.

ചായയുടെ കാശ് കൊടുത്തതിനുശേഷം ഇരുവരും പപ്പൻ ഓടിക്കുന്ന ടാക്സിയിൽ പോയി ഇരുന്നു.

ആമിനയും മറിയവും ബോംബെയിലെത്തിയ കഥ പപ്പൻ വിസ്തരി ച്ചു പറഞ്ഞു.

മാണിയൂരിനടുത്ത മായൻമുക്ക് ബസ്സ്റ്റോപ്പിനടുത്താണ് ആമിനയു ടെയും മറിയത്തിന്റെയും വീട്. ഇവർ സഹോദരിമാരാണ്.

മായൻ കാലിക്കച്ചവടക്കാരനായിരുന്നു. വീരാജ്പേട്ടയിൽ പോയി കാ ലികളെ കൊണ്ടുവന്ന് നാട്ടിൽ ആവശ്യക്കാർക്ക് വിൽക്കും. കാളകളെ

ആവശ്യമുള്ളവർ മായനെ പണം നൽകി ഏൽപ്പിക്കും. കൂട്ടുപുഴപ്പാലത്തിനടുത്ത് മായനും മറ്റ് കാലിക്കച്ചവടക്കാർക്കും ഒരിടത്താവളമുണ്ട്. യാത്രക്കാർക്ക് ഭക്ഷണവും താമസിക്കാൻ സൗകര്യവും ചെയ്തുകൊടുക്കുന്ന ഒരുകുടുംബം. പേട്ടയിൽ നിന്ന് കന്നുകാലികളുമായി തിരിച്ചു വരുന്ന വഴി മായൻ രാത്രി തങ്ങുന്നത് അവിടെയാണ്. കുടുംബനാഥന്റെ ഭാര്യയുടെ സഹോദരിയാണ് ആമിന. കാണാൻ സുന്ദരി. ഒരു ദിവസം മായൻ പേട്ടക്ക്പോയി തിരിച്ചുവരുമ്പോൾ കൂടെ കാളകളുണ്ടായിരുന്നില്ല. ഉണ്ടായിരുന്നത് ആമിനയായിരുന്നു. മായന്റെ മകളാവേണ്ട പ്രായമേ ആമിനക്കുള്ളൂ. മായന് സ്വന്തമായി വീടില്ല. ബസ്മുതലാളിയും ധനികനുമായ കൃഷ്ണൻ നമ്പ്യാരുടെ പീടികയുടെ ഒരു മുറി വാടകയ്ക്ക് വാങ്ങി മായനും ആമിനയും താമസം തുടങ്ങി. കൃഷ്ണൻ നമ്പ്യാർ തേങ്ങയും കുരുമുളകുമൊക്കെ സൂക്ഷിക്കുന്നത് ആ പീടികയിലായിരുന്നു.

ഒരു മുറിക്കു പുറമെ പീടികയുടെ ഒരു ചായ്പും കൃഷ്ണൻ നമ്പ്യാർ മായന് വിട്ടുകൊടുത്തു.

കറുത്ത് മെലിഞ്ഞ് ഉയരം കുറഞ്ഞ മനുഷ്യനാണ് മായൻ. ഈ കോലത്തിലുള്ള ഒരാളെങ്ങിനയാ ഇത്ര സുന്ദരിയായ പെണ്ണിനെ അടിച്ചെടുത്തത് എന്നത് നാട്ടിൽ നിലയ്ക്കാത്ത ചർച്ചയായി.

മായൻ കാലിക്കച്ചവടത്തിന് പോയാൽ കൃഷ്ണൻ നമ്പ്യാർ അവിടുന്ന് ചുറ്റിത്തിരിയും. ഒരു വർഷത്തിനുള്ളിൽ ആമിന ഒരാൺകുട്ടിയെ പ്രസവിച്ചു. കുഞ്ഞിന് കൃഷ്ണൻ നമ്പ്യാരുടെ മുഖഛായയാണ് എന്ന വാർത്ത നാട്ടിൽ പ്രചരിച്ചു. കുഞ്ഞിനെ കണ്ട അയൽപക്കത്തെ സ്ത്രീകൾ വാർത്ത സത്യമാണെന്ന് സ്ഥിരീകരിച്ചു. ചേച്ചിയെ ശുശ്രൂഷിക്കാൻ സഹോദരി മറിയം എത്തി. മറിയം ആമിനയെക്കാൾ സുന്ദരി. ഏറെ വൈകാതെ മറിയവും കൃഷ്ണൻ നമ്പ്യാരുടെ സ്വന്തമായി. കുഞ്ഞിന് മൂന്ന് വയസ്സായപ്പോൾ മായൻ പാമ്പുകടിയേറ്റ് മരിച്ചു. ജീവിതം വഴിമുട്ടിയ സഹോദരിമാർ ആവശ്യക്കാരെ സ്വീകരിച്ചുതുടങ്ങി. അങ്ങിനെയാണ് പപ്പൻ ഇവരുമായി പരിചയപ്പെടുന്നത്.

തന്റെ വരുതിയിൽ നിൽക്കാതായതുകൊണ്ടും വീട്ടുകാരുടെ സമ്മർദ്ദം കാരണവും കൃഷ്ണൻ നമ്പ്യാർ ഇവരെ പീടികമുറിയിൽ നിന്നും ഒഴിപ്പിച്ചു. പിന്നീട് കണ്ണൂർ നഗരത്തിനടുത്ത് മെച്ചപ്പെട്ട വാടകവീട്ടിൽ താമസിക്കുന്നതിന് ഇവർക്ക് ബുദ്ധിമുട്ടുണ്ടായില്ല.

പിന്നീട് വൻ പണക്കാരും ബിസിനസ്സുകാരും വലിയ ഉദ്യോഗസ്ഥരും മാത്രമായി ഇവരുടെ ഇടപാടുകാർ. സാധാരണക്കാർക്ക് അപ്രാപ്യ

മായ നിലയിൽ വിപണിമൂല്യം ഉയർന്നു. കാര്യസാധ്യത്തിന് ഉന്നതൻ മാർക്ക് ഇവരെ കാഴ്ചവെച്ചു. സിനിമാതാരങ്ങളെ വെല്ലുന്ന മോടിയിലും ആർഭാടത്തിലും ആമിനയും മറിയവും ജീവിച്ചു. പിന്നീടാണ് ഗൾഫിലെ വൻ സാധ്യത മുന്നിൽ തെളിയുന്നത്....

വിമാനത്താവളത്തിലേക്ക് ഓട്ടം കിട്ടിയതോടെ പപ്പൻ കഥ പറയൽ അവസാനിപ്പിച്ചു.

സൈനുദ്ദീൻ ഓട്ടം കാത്ത് സ്റ്റാന്റിൽ ഇരിപ്പ് തുടർന്നു.

കോഴിക്കോട്ടുകാരൻ അബൂബക്കറിന്റെ ടാക്സിയാണ് പപ്പനും സൈനുദ്ദീനും ഓടിക്കുന്നത്. ഡോങ്ക്രിയിൽ ടയർകട നടത്തുന്ന അബൂബക്കറിന് നാല് ടാക്സിക്കാറുകളുണ്ട്. മറ്റ് രണ്ട് ടാക്സികൾ ഓടിക്കുന്നത് ബോംബെക്കാർ. കാർവാടക ഇനത്തിൽ അമ്പത് രൂപ ദിവസവും അബൂബക്കറിന് കൊടുക്കണം. ശരാശരി 100-125രൂപയുടെ ഓട്ടം ദിവസേന കിട്ടും. അബൂബക്കറിന് പലിശക്ക് പണം കൊടുക്കുന്ന ഏർപ്പാടുമുണ്ട്. ആയിരം ഉറുപ്പികവരെ പലിശക്ക് നൽകും. നിശ്ചിത സമയത്ത് പണം തിരിച്ചുകൊടുത്തില്ലെങ്കിൽ ഗുണ്ടാസംഘം ചെന്ന് ഭീഷണിപ്പെടുത്തും. ബോംബെക്കാരായ രണ്ട് ഡ്രൈവർമാരെയാണ് പലപ്പോഴും ഇതിനായി ഉപയോഗിക്കുക. അധികം വൈകാതെ പപ്പനും ഈ സംഘത്തിൽപ്പെട്ടു. പപ്പന്റെ തടിമിടുക്കും ധൈര്യവുമാണ് അബൂബക്കറെ ആകർഷിച്ചത്. അബൂബക്കർ മുപ്പത് വർഷത്തിലധികമായി ഡോങ്ക്രിയിൽ ബിസിനസ് നടത്തുന്നു. തരക്കേടില്ലാത്ത കാശുകാരനായ അയാൾക്ക് പൊലീസിലും പ്രാദേശിക രാഷ്ട്രീയത്തിലും നല്ല പിടിപാടുണ്ട്.

രാത്രി പത്തുമണിയോടെ അന്തേവാസികളെല്ലാം മുറിയിലെത്തി. ഭക്ഷണം കഴിക്കാതെ എത്തിയവർ മണ്ണെണ്ണ സ്റ്റൗ കത്തിച്ച് ചപ്പാത്തിയും ഉരുളക്കിഴങ്ങ് കറിയുമുണ്ടാക്കി. പപ്പനും സൈനുദ്ദീനും ഭക്ഷണം കഴിച്ചാണ് എത്തിയത്.

ആറുമീറ്റർ നീളവും അഞ്ചുമീറ്റർ വീതിയുമുള്ള മുറിയിൽ വിരിച്ച പുൽപ്പായയിൽ കുറച്ചുപേർ കിടന്നുറങ്ങുന്നു. മറ്റുള്ളവർ വട്ടമിട്ടിരുന്ന് ചീട്ടുകളിക്കുയാണ്. മുറിയിൽ നിന്ന് ബീഡിയുടെയും സിഗരറ്റിന്റെയും പുകച്ചുരുളുകൾ ഉയർന്നു. പഴകി തുരുമ്പെടുത്തു തുടങ്ങിയ ഒരു ഫാനിന്റെ ദുർബലമായ കാറ്റിൽ പുക മുറിക്കുള്ളിൽ പടർന്നു. മരത്തിന്റെ ചെറിയൊരു മേശയൊഴിച്ച് വേറെ ഫർണിച്ചറുകളൊന്നും ഇല്ലാത്ത മുറിയിലെ പായയിൽ കിടക്കുകയോ ഇരിക്കുകയോ മാത്രമേ മാർഗമുള്ളൂ.

കെട്ടിടത്തിന്റെ മുകളിലേക്ക് കയറിപ്പോകാൻ ഒരു കോണിപ്പടിയുണ്ട്. രാത്രി കെട്ടിടത്തിന്റെ മുകളിൽക്കയറിയാൽ നല്ല കാറ്റ് കിട്ടും. ജോ

ലി കഴിഞ്ഞുവരുമ്പോൾ ആരെങ്കിലും മദ്യം കൊണ്ടുവരും. പലപ്പോഴും എല്ലാവരും ചേർന്നാണ് മദ്യം വാങ്ങുക. സൈനുദ്ദീൻ ഒഴികെ മറ്റെല്ലാവരും മദ്യപിക്കുന്നവരാണ്. കെട്ടിടത്തിന്റെ മുകളിലെ തുറസ്സിൽ നിന്നായിരിക്കും പലപ്പോഴും മദ്യപാനം.

കെട്ടിടത്തിന്റെ മുകളിലെ ഒരു മൂലയിൽ ഒഴിഞ്ഞ മദ്യക്കുപ്പികളുടെ വലിയകൂനയുണ്ട്. പഴയ കുറേ ടയറുകളും തുരുമ്പെടുത്ത കമ്പികളും ഉറകുത്തിത്തുടങ്ങിയ മരസാധനങ്ങളും അവിടെ അലക്ഷ്യമായി കിടക്കുന്നുണ്ട്. ഇതൊക്കെയാണ് മദ്യപിക്കുമ്പോൾ ഇരിപ്പിടമായി ഉപയോഗിക്കുന്നത്.

ജോലി കഴിഞ്ഞ് വരുമ്പോൾ പപ്പൻ നന്നായി മദ്യപിച്ചിരുന്നു.

പപ്പൻ പൊതുവിൽ ചീട്ടുകളിക്കാറില്ല. ക്ഷമയോടെ ഇരുന്ന് ചെയ്യേണ്ട കാര്യങ്ങളിലൊന്നും പപ്പന് താൽപര്യമില്ല. സൈനുദ്ദീനും ചീട്ടുകളിക്കാറില്ല. നിസ്കാരം ഉൾപ്പെടെ മതചിട്ടകൾ കൃത്യമായി സൈനുദ്ദീൻ പാലിക്കുന്നു. മുറിയിൽ എല്ലാവരും ചീട്ടുകളിക്കുമ്പോൾ പപ്പനും സൈനുദ്ദീനും മുറിവിട്ട് കെട്ടിടത്തിന്റെ മുകളിൽ കയറി സംസാരിച്ചിരിക്കും.

എല്ലാവരും ചീട്ടുകളിക്കുകയായതിനാൽ സൈനുദ്ദീൻ മുറിയുടെ വാതിൽപ്പടിയിൽ കയറി ഇരുന്ന് റേഡിയോയിൽ നിന്ന് ഹിന്ദിപ്പാട്ടുകൾ കേൾക്കുകയായിരുന്നു. ബോംബെയിൽ നിന്ന് വാങ്ങിയതാണ് റേഡിയോ.

'എടാ, സൈനു നീ ഭക്ഷണം കഴിച്ചോ'?- പപ്പൻ അന്വേഷിച്ചു

'കഴിച്ചു.-നിങ്ങളോ'

'ഞാൻ തട്ടുകടയിൽ നിന്ന് ദോശയും ബീഫും തിന്നു.. എന്നാ വാ നമ്മക്ക് മുകളിൽ പോയിരുന്നു പാട്ട് കേക്കാ'

സൈനുദ്ദീനും പപ്പനും കെട്ടിടത്തിന്റെ മുകളിലേക്ക് കയറി.

രാത്രി വൈകിയും കോൺക്രീറ്റിന് നല്ല ചൂടുണ്ടായിരുന്നു. രണ്ട് പഴയ ടയറുകൾ നിരത്തിയിട്ട് അതിൻമേൽ മരപ്പലകവെച്ച് രണ്ടുപേരും ഇരുന്നു.

വൈദ്യുതി വെളിച്ചത്തിൽ കുളിച്ചുനിൽക്കുന്ന നഗരത്തിന്റെ ദൃശ്യം നോക്കി അവർ കുറേ ഇരുന്നു. അകലെ വിമാനത്താവളത്തിൽ നിന്നും ഒരു വിമാനം പറന്നുയർന്ന് അവരുടെ തലയ്ക്ക് മുകളിലൂടെ പോയി.

കുറേ ആലോചിച്ചശേഷം സൈനുദ്ദീൻ പറഞ്ഞു. 'പപ്പേട്ടാ നാട്ടിലേക്ക് തിരിച്ചുപോയാലോ എന്നാണ് ഞാൻ ആലോചിക്കുന്നത്. വെറുതെ എന്തിനാ ഇവിടന്ന് കഷ്ടപ്പെട്ടന്നത്. നാട്ടിൽ പോയി ഹോട്ടൽ തുറക്കാ. നാട്ടിലാകുമ്പം കുടുംബത്തോടൊപ്പം ജീവിക്കാലോ.. ഗൾഫിലേക്ക്പോണംന്നുള്ള മോഹം ദൈവസേന കുറഞ്ഞ് വരലാ...'

'ഇങ്ങനെ കൊറേ കഷ്ടപ്പെട്ടാ പലരും ഗൾഫിലെത്തിയത്.. നമ്മക്ക് കുറച്ച്കൂടി കാത്തിരുന്ന് നോക്കാ...നാട്ടില് പോയാല് പാവന്നൂരിലെ ഹസ്സനാജീനെ ഞാൻ ശരിയാക്കും...ആളെപ്പറ്റിച്ച് ഓനൊന്നും ജീവിക്കണ്ട. ..'-പപ്പൻ രോഷം കൊണ്ടു.

'ഇത്രയും നാളായിറ്റ് ഓള് ഒരു കത്തുപോലും അയച്ചിറ്റില്ല...ഓക്ക് കത്തെഴുതാൻ അറീല്ല. മൂന്നാം ക്ലാസുവരെയേ പഠിച്ചിറ്റുള്ളൂ. കഷ്ടിച്ച് വായിക്കും. ആരെക്കൊണ്ടെങ്കിലും എഴുതിപ്പിക്കാനുള്ള മടികൊണ്ടായിരിക്കും .....ഞാൻ രണ്ട് കത്ത് അയച്ചിരുന്നു...മറുപടിയില്ല'-...സൈനുദ്ദീൻ സ്വകാര്യ ദുഃഖങ്ങൾ നിരത്തി.

'മോക്ക് അഞ്ചുവയസ്സായി. ഇക്കൊല്ലം സ്കൂളിന് ചേർത്തു. എന്റെ മോളേം ഓളേം ഒന്ന് പോയി കണ്ട് വന്നാലോ....' പോയി മൂന്നാല് ദെവസം കഴിഞ്ഞ് തിരിച്ച് വരാലോ....' -സൈനുദ്ദീന്റെ വാക്കുകളിൽ വിഷാദം പടർന്നു.

'നീ ഇങ്ങിനെ ഓരോന്ന് ആലോചിച്ച് വെഷമിക്കേണ്ട. ഗൾഫില് പോയാലും ഇത് തന്നെയല്ലേ സ്ഥിതിയുണ്ടാവ്വാ...ഓരോരുത്തറ് ഗൾഫില് പോയിറ്റ് എത്രകൊല്ലം കയിഞ്ഞാ തിരിച്ച്വര്ന്ന്...'-പപ്പൻ സൈനുദ്ദീനെ സാന്ത്വനിപ്പിക്കാൻ ശ്രമിച്ചു

'ഗൾഫിലെത്തിയെങ്കില് ആ ഒരു സമാധാനമെങ്കിലും ഇണ്ടാവൂലേ.. .പുയ്യാപ്ല ഗൾഫിലാണെന്ന് ഓക്ക് നാട്ട്കാറോട് പറയെങ്കിലും ചെയ്തൂടെ.... ഇതിപ്പം ഗൾഫിലേക്ക്ന്ന് പറഞ്ഞ് പൊറപ്പെടുകയും ചെയ്തു. അങ്ങ് എത്തീറ്റും ഇല്ല...'

'കഴിഞ്ഞ ദിവസം വീട്ട്ന്ന് കത്തുവന്നിരുന്നു. മോനാ എഴുതിയത്. അച്ഛനെനീം ഗൾഫില് പോയില്ലേന്ന് എല്ലാരും ചോദിക്ക്ന്ന്നാ ഓൻ എഴുതിയേ...അവരിക്കും ആളോട് പറയാൻ കൊറച്ചില്ണ്ടാവും...വീട്ടില് അവരിക്ക് ജീവിക്കാൻ ബുദ്ധിമുട്ടൊന്നും ഇല്ല. ചോറ് വെക്കാനുള്ള നെല്ലുണ്ട്. അത്യാവശ്യത്തിനുള്ള പൈശ ഓളെ ആങ്ങള അയച്ചുകൊടുക്കും. ..ഞാനും മണിയോഡറായി പൈശ അയക്ക്ന്ന്ണ്ട്...നമ്മളെ കൂടെ താമസിക്കുന്നവരെ സ്ഥിതി നമ്മളെക്കാളും മോശാ...പലരേം വീട്ടില് പട്ടിണിയാ....അവരെ കാര്യം നോക്കുമ്പം നമ്മളാ മെച്ചം...'- പപ്പൻ പറഞ്ഞു.

'എന്റെ ഭാര്യേന്റെ കാർന്നോരുടെ മോനുണ്ടായിരുന്നു. കാസ്മി....'- സൈനുദ്ദീൻ ഒരു സംഭവത്തിലേക്ക് കടന്നു. 'ഓന് നാട്ടില് മരക്കച്ചോടായിരുന്നു. ബിസിനസ്സ് നടത്തി നല്ല പൈശീം ഇണ്ടാക്കി. മൂന്നുകൊല്ലായി സൗദീല് പോയിറ്റ്. ഇത്വരെ വന്നില്ല. രണ്ട് കൊല്ലം കയിഞ്ഞപ്പം ഓന്റെ ഭാര്യ ഒരു തീയച്ചെക്കന്റെ കൂടെ ഒളിച്ചോടിപ്പോയി. ചെക്കൻ ബസ്സി

ലെ ക്ലീനറായിരുന്നു. പെണ്ണ് പത്താം ക്ലാസ് പാസ്സായിന്. ടൗണില് ടൈപ്പ് പഠിക്കാൻ പോകുമ്പം പരിചയപ്പെട്ടതാ ക്ലീനറ് ചെക്കനെ. അവരിപ്പം എവിടെയോ ജീവിക്ക്ന്ന്. പിന്നെ ആരും ഓളെ അന്വേഷിച്ച് പോയിറ്റില്ല. '

'അനക്കുംണ്ട് ഇതുപോലൊരു അനുഭവം.'-പപ്പൻ ഒരു സിഗരറ്റിന് തീകൊളുത്തിയശേഷം സംഭവം വിവരിച്ചു.

സംഭവമിങ്ങനെ: പപ്പൻ മുമ്പ് കള്ളുഷാപ്പിൽ വിൽപനക്കാരനായി ജോലി ചെയ്തിരുന്നു. കയരളത്തെ വയലിൽക്കണ്ടി ദാമുവിന്റേതാണ് ഷാപ്പ്. കള്ളുഷാപ്പിന് തൊട്ടടുത്ത് പൊളിഞ്ഞുവീഴാറായ കൊച്ചുകൂരയിൽ ഉമ്മയും ഇരുപത് വയസ്സുള്ള സുന്ദരിയായ മകളും താമസിച്ചിരുന്നു. ഉമ്മക്ക് നാൽപത്തിഅഞ്ച് വയസ്സോളം പ്രായം. മകളുടെ പേര് റഷീദ. ഉമ്മ പലയിടത്തും പോയി വീട്ടുവേല ചെയ്ത് ജീവിച്ചുപോന്നു. സുന്ദരികളായ ഉമ്മയെയും മകളെയും അവരുടെ ദാരിദ്ര്യം ചൂഷണം ചെയ്ത് പലരും വശത്താക്കിത്തുടങ്ങി. അവരെ പ്രാപിച്ചവർ കള്ളിന്റെ ലഹരിയിൽ ഷാപ്പിൽ നിന്ന് പരസ്യമായി വിളിച്ചുപറയാൻ തുടങ്ങി. ഇത് പലരേയും പ്രലോഭിപ്പിച്ചു.

നിത്യവും രാവിലെ മത്സ്യം വാങ്ങാൻ റഷീദ കള്ളുഷാപ്പിനടുത്തെത്തും. ആ സമയത്ത് ഷാപ്പിൽ ആരും ഉണ്ടാവില്ല. കള്ള് വരാൻ പത്തരയാവും. ഒരുദിവസം മീനും വാങ്ങിപ്പോകുന്ന റഷീദയെ പപ്പൻ ഷാപ്പിനരികിലേക്ക് വിളിച്ച് പത്തുരൂപ നൽകിയശേഷം ഒരു സ്വകാര്യം പറഞ്ഞു. ഒന്ന് കുലുങ്ങിച്ചിരിച്ചശേഷം അവൾ പറഞ്ഞു. 'നാളെ രാവിലെ വരാ...'. പോകുന്ന പോക്കിൽ അവൾ തലവെട്ടിച്ച് പപ്പനെ നോക്കി വീണ്ടും ചിരിച്ചു.

പിറ്റേന്ന് പപ്പൻ പതിവിലും നേരത്തെ ഷാപ്പിലെത്തി . അവളെ കാത്തിരുന്നു. എന്നാൽ അവൾ വന്നില്ല. പതിവ് സമയത്ത് മീൻ വാങ്ങാനും വന്നില്ല. ഉച്ചയോടെ ഒരു വാർത്ത ഷാപ്പിലെത്തി. 'റഷീദ ഗോവിന്ദൻ ഡ്രൈവറുടെ കൂടെ രാത്രി ഒളിച്ചോടിപ്പോയെന്ന്'- രാത്രി ലോറിയിലാണ് റഷീദയെയും കൂട്ടി ഗോവിന്ദൻ ഡ്രൈവർ സ്ഥലം വിട്ടത്. ഗോവിന്ദൻ ഡ്രൈവർക്ക് ഭാര്യയും കുട്ടിയുമുണ്ട്.

അവരെപ്പറ്റി പിന്നെ യാതൊരു വിവരവും ഇല്ല. വർഷങ്ങൾക്ക് ശേഷമാണ് നാട്ടുകാർ വിവരമറിഞ്ഞത്. ഗോവിന്ദൻ ഡ്രൈവറും റഷീദയും തലപ്പാടിയിൽ താമസം തുടങ്ങിയെന്നും ഗോവിന്ദൻ ഡ്രൈവർ മതംമാറി മുസ്തഫ ആയെന്നും. പഞ്ചായത്താപ്പീസിൽ പാർട്ട്ടൈം സ്വീപ്പറായി ജോലിചെയ്ത റഷീദ സർവ്വീസിൽ സ്ഥിരപ്പെട്ടു. അങ്ങനെ സർക്കാർ

ജീവനക്കാരിയായി . അവൾ രണ്ട് പ്രസവിക്കുകയും ചെയ്തു.

കഥതീർന്നപ്പോൾ സമയം അർദ്ധരാത്രിയോടടുത്തു. രണ്ടുപേരും മുറിയിലേക്ക് തിരിച്ചെത്തുമ്പോഴേക്കും മറ്റുള്ളവരെല്ലാം ഉറങ്ങിയിരുന്നു.

പിറ്റേന്ന് വൈകിയാണ് പപ്പൻ ഉണർന്നത്. ടാക്സി സ്റ്റാന്റിൽ എത്തിയപ്പോഴാണ് അടിയന്തരാവസ്ഥ പിൻവലിച്ച വാർത്ത അറിയുന്നത്.

വൈകുന്നേരം ബോംബെ ആസാദ് മൈതാനിയിൽ സോഷ്യലിസ്റ്റ്പാർട്ടിയുടെ നേതൃത്വത്തിൽ വൻറാലി നടക്കുന്നുണ്ടെന്ന വിവരവും അറിഞ്ഞു. ഉച്ചമുതൽ വൻജനക്കൂട്ടം മുദ്രാവാക്യങ്ങളുമായി ആസാദ് മൈതാനിയിലേക്കൊഴുകിക്കൊണ്ടിരുന്നു. അണപൊട്ടിയൊഴുകുന്നതുപോലെ ജനം പ്രവഹിച്ചു. പപ്പനും ആൾക്കൂട്ടത്തിൽ അലിഞ്ഞുചേർന്നു.

കടൽ കടന്ന പ്രതീക്ഷ

പപ്പനും സൈനുദ്ദീനും ഉൾപ്പെടെ പതിനാറുപേരുടെ വിസ ശരിയായതായി ഷാജഹാൻട്രാവൽസിലെ ജീവനക്കാരൻ താമസസ്ഥലത്തെത്തി അറിയിച്ചു. "അടുത്ത വെള്ളിയാഴ്ച രാവിലെ ഒമ്പത് മണിക്ക് പ്രത്യേക ഫ്ളൈറ്റിന് പുറപ്പെടാൻ തയ്യാറാവണം. ഇന്ത്യയിൽ നിന്നുള്ള തൊഴിലാളികളെ കൊണ്ടുപോകാൻ ദക്ഷിണയെമൻ സർക്കാർ ഏർപ്പെടുത്തിയതാണ് വിമാനം.- 'അലിംത'. ഇവിടുന്ന് ആറരമണിക്കൂർ കൊണ്ട് എത്താം. ഷാർജയിൽ ഇറങ്ങിയശേഷമാണ് പോകുക'.-ജീവനക്കാരൻ പറഞ്ഞു.

ഗൾഫിലേക്ക് പോകാനുള്ള സാധ്യതക്ക് മങ്ങലേറ്റു എന്ന് കരുതിയവരിൽ ഈ വിവരം കുളിർമഴയായി അനുഭവപ്പെട്ടു.

യെമൻ എന്ന രാജ്യത്തെക്കുറിച്ച് ആർക്കും വലിയ അറിവില്ല. ഇങ്ങിനെയൊരു രാജ്യത്തെക്കുറിച്ച് പലരും കേൾക്കുന്നത്തന്നെ ആദ്യം.

'ഈ യെമൻ എന്ന രാജ്യം ഗൾഫിൽ തന്ന്യാണോ'? -കോഴിക്കോട്ടുകാരൻ നജീബ് ആ ജീവനക്കാരനോട് ചോദിച്ചു.

'അതെ ചെറിയ രാജ്യമാ...സൗദീന്റെ തൊട്ടടുത്ത്'

'അപ്പോ ചെറിയ രാജ്യ്യാവുമ്പം ശമ്പളോം കൊറവായിരിക്കൂലേ...?'

-നജീബിന്റെ സംശയം തീരുന്നില്ല. ഇത് എല്ലാവരെയും അലട്ടുന്ന സംശയമായിരുന്നു.

'ചെറിയ രാജ്യമായതുകൊണ്ടെന്താ...കുവൈത്തും ചെറിയ രാജ്യല്ലേ. ...സൗദി കമ്പനിതന്ന്യാ അവിടെ നിങ്ങളെ കൊണ്ടുപോകുന്നത്. സൗദീന്ന് കിട്ടുന്ന ശമ്പളം അവിടേം കിട്ടും...'

'ബാക്കിയുള്ളവർക്ക് എപ്പൊഴാ ടിക്കറ്റ് ശരിയാവ്വാ...?'-പപ്പൻ ചോദിച്ചു.

'ഈ ബാച്ചില് 141 പേരുണ്ട്. എല്ലാ നാട്ട്ന്നും ഉള്ളവര്. മറ്റുള്ളവർക്ക് രണ്ടാഴ്ചക്കുള്ളിൽ കടക്കാം...'

എല്ലാവരും നല്ല ഉത്സാഹത്തിലാണ് ആ രാത്രി മുറിയിൽ തിരിച്ചെത്തിയത്. അന്ന് ആഘോഷരാത്രിയായിരുന്നു. തിന്നും കുടിച്ചും ആ രാത്രി അവർ ആഘോഷിച്ചു.

പപ്പൻ നാട്ടിൽ നിന്ന് പുറപ്പെട്ട് ഏഴുമാസം കഴിഞ്ഞു. അതിലധികം കാലം ബോംബെയിൽ തങ്ങിയവരുണ്ട്. അന്ന് രാത്രി എല്ലാവരും നാട്ടിലേക്ക് കത്തെഴുതി. ഫോൺ വഴി വിവരം അറിയിക്കാനുള്ള സൗകര്യം ആർക്കുമുണ്ടായിരുന്നില്ല.

ജീവിതത്തെക്കുറിച്ചുള്ള പ്രത്യാശയോടൊപ്പം ആശങ്കകളും അവരുടെ മനസ്സിൽ മുളപൊട്ടി. വിമാനയാത്രയെക്കുറിച്ചും പുതിയ ജോലിയെക്കുറിച്ചും അവിടുത്തെ കാലാവസ്ഥയെക്കുറിച്ചും ഭക്ഷണത്തെക്കുറിച്ചുമെല്ലാം.

'പ്ലെയിനില് കേറുമ്പം തലകറങ്ങ്വോന്നാ എന്റെ പേടി...എനക്ക് പാലത്ത്ന്ന് താഴേക്ക് നോക്കുമ്പം തന്നെ തലകറങ്ങും...' -സൈനുദ്ദീൻ തന്റെ ആകാംക്ഷ മറച്ചുവെച്ചില്ല.

'തല കറങ്ങ്യാത്തന്നെ താഴെ വീഴൂലല്ലോ...കണ്ണുംപൂട്ടി ഇര്ന്നാമതി'- പപ്പന്റെ അഭിപ്രായം കേട്ട് എല്ലാവരും ചിരിച്ചു.

കാലത്ത് ആറുമണിക്ക് ഷാജഹാൻട്രാവൽസുകാർ ഏർപ്പെടുത്തിയ മിനിബസ്സിൽ എല്ലാവരും കയറി. പല താമസസ്ഥലങ്ങളിൽ നിന്നും ഇങ്ങനെ വാഹനം ഏർപ്പെടുത്തിയിരുന്നു. മിനിബസ്സ് വിമാനത്താവളത്തിലേക്ക് കുതിച്ചു. പപ്പനും സൈനുദ്ദീനും നിത്യവും കാറോടിക്കുന്ന വഴിയിലൂടെയാണ് ബസ്സ് പോകുന്നതെങ്കിലും ഈ യാത്ര അവർക്ക് പുതുമ തോന്നിച്ചു. സ്ഥലങ്ങളെല്ലാം ആദ്യമായി കാണുന്നതുപോലെ.

വിദേശത്തുനിന്ന് വരുന്നവരുടെയും തിരിച്ചുപോകുന്നവരുടെയും മുഖഭാവങ്ങൾ പപ്പൻ ശ്രദ്ധിക്കാറുണ്ട്. നാട്ടിലേക്ക് വരുന്നവർ ആഹ്ലാദഭരിതരും എങ്ങിനെയെങ്കിലും നാട്ടിലെത്താൻ തിടുക്കം കാട്ടുന്നവരുമായിരിക്കും. വിമാനത്താവളത്തിൽ നിന്ന് നാട്ടിലേക്ക് ബസ്സ് കയറേണ്ട സ്ഥലംവരെയുള്ള യാത്രയിൽപ്പോലും അവർ ആകാംക്ഷയും ധൃതിയും കാണിക്കും. തിരിച്ചുപോകുന്നവർ മ്ലാനവദനരും. എന്നാൽ തന്റെയും കൂട്ടരുടെയും കാര്യം മറിച്ചാണെന്ന് പപ്പന് തോന്നി.അനിശ്ചിതത്വത്തിന്റെ ദീർഘനാളുകൾ അവസാനിച്ച് സുനിശ്ചിതമായി യാത്ര തുടങ്ങിയിരിക്കുന്നു.

വിമാനത്താവളത്തിൽ യാത്രാസംബന്ധമായ കാര്യങ്ങളെല്ലാം ശരിയാക്കാൻ ഷാജഹാൻട്രാവൽസിലെ ജീവനക്കാരുണ്ടായിരുന്നു. പ്രത്യേക വിമാനമായതുകൊണ്ട് യാത്രാരേഖകൾ പരിശോധിക്കുന്നത് പ്രത്യേ

കം ഉദ്യോഗസ്ഥരാണ്.

രേഖകളുടെ പരിശോധന പൂർത്തിയായ ശേഷം ബസ്സിൽക്കയറ്റി എല്ലാവരെയും വിമാനത്തിനടുത്തേക്ക് കൊണ്ടുപോയി. ഏണിപ്പടിയിലൂടെ വിമാനത്തിനുള്ളിൽ കയറി നിശ്ചിത സീറ്റിൽ ഇരുന്നപ്പോൾ ഏതോ സ്വപ്നലോകത്ത് എത്തിപ്പെട്ടതായി പപ്പന് തോന്നി. മിക്കവരും ആദ്യമായാണ് വിമാനം സ്പർശിക്കുന്നത് . ആകാശത്തിന്റെ അനന്തതയിലേക്ക് പറന്നുപോകുന്ന വിമാനങ്ങളെ അൽഭുതത്തോടെയും കൗതുകത്തോടെയും കണ്ട അനുഭവമേ എല്ലാവർക്കുമുള്ളൂ.

വിമാനത്തിലെ നേർത്ത കുളിരിൽ ആകാംക്ഷകൾ അടക്കിവെച്ച് എല്ലാവരും ഇരുന്നു. ഹിന്ദിയിലും ഇംഗ്ലീഷിലുമായി അറിയിപ്പുകൾ വന്നുകൊണ്ടിരുന്നു. മിക്കവർക്കും അതെന്താണെന്ന് മനസ്സിലായില്ല. വിമാനം ഉടൻ ഉയർന്നുപൊങ്ങും എന്ന അറിയിപ്പായിരിക്കും എന്ന് അവർ ഊഹിച്ചു.

ഇതിനിടെ, സുന്ദരികളായ എയർഹോസ്റ്റസ്സുകൾ വന്ന് സീറ്റ് ബെൽറ്റ് ധരിക്കാൻ ആവശ്യപ്പെട്ടു. പലരെയും അതിനായി അവർ സഹായിച്ചു. വിമാനം പതുക്കെ ഇഴഞ്ഞു നീങ്ങിത്തുടങ്ങി. പിന്നെ ചലനം വേഗത്തിലായി. പതുക്കെ ഉയർന്നുതുടങ്ങി. കൊച്ചുകിളിവാതിലിലൂടെ താഴേക്ക് നോക്കുമ്പോൾ കൂറ്റൻ കെട്ടിടങ്ങളെല്ലാം വെറും തീപ്പെട്ടിയുടെ മാത്രം വലുപ്പംതോന്നിച്ചു. പച്ചപ്പിന്റെ ദൃശ്യം വിദൂരമായി. ക്രമത്തിൽ ഭൂമിയുടെ കാഴ്ചകൾ അദൃശ്യമായി. മേഘപാളികൾക്കിടയിലൂടെ വിമാനം കുതിച്ചുപറന്നു. കൊച്ചു ജനാലകളിൽ വെള്ളിമേഘങ്ങൾ ഉമ്മവെച്ചു. പഞ്ഞിക്കെട്ടുകൾ പോലെ അവ വാരിയെടുക്കാൻ പാകത്തിൽ അടുത്തായി. സ്വപ്നത്തിൽപോലും കാണാത്ത കാഴ്ചകൾ!

പപ്പനും പഴയങ്ങാടിക്കാരൻ അബ്ദുൾഷുക്കൂറും അടുത്തടുത്ത സീറ്റുകളിലാണ്. ഷുക്കൂറിന്റെയും ആദ്യത്തെ വിമാനയാത്ര. അടുത്തിരുന്നപ്പോൾ പരിചയപ്പെട്ടതാണ്. പപ്പനെപ്പോലെ ഷുക്കൂറും ആറുമാസത്തിലേറെയായി ബോംബെയിൽ തങ്ങുന്നു.

ട്രോളി ഉരുട്ടിവന്ന സുന്ദരികളായ എയർഹോസ്റ്റസ്സുകൾ ശീതള പാനീയങ്ങളും ലഘുഭക്ഷണവും വിതരണം ചെയ്തു തുടങ്ങി. എല്ലാവരും സീറ്റ്ബെൽറ്റുകളിൽ നിന്ന് മോചിതരായിക്കഴിഞ്ഞിരുന്നു.

മാംഗോജ്യൂസാണ് കിട്ടിയത്. മാമ്പഴച്ചാർ രുചിച്ചപ്പോൾ പപ്പന് വീണ്ടും നാടിനെക്കുറിച്ചുള്ള ഓർമ വന്നു. കശുമാങ്ങയ്ക്കും മാങ്ങയ്ക്കും ഓറഞ്ചിനുമൊക്കെ നാട്ടിന്റെ മണമാണ്. ഓറഞ്ചിന് മുച്ചിലോട്ട് കാവിലെ കളിയാട്ടത്തിന്റെ മണം. മാങ്ങയ്ക്ക് കുട്ടിക്കാലത്തിന്റെയും കശുമാങ്ങയ്ക്ക് ലഹരിയിൽ മുങ്ങിനടന്ന യൗവനത്തിന്റെയും മണം.

മനസ്സു നിറയെ മോഹങ്ങളുമായി ഞാൻ ഗൾഫ് എന്ന സ്വപ്നഭൂമിയിലേക്ക് പറക്കുകയാണെന്ന് കമലയും മക്കളും അറിയുന്നുണ്ടാവുമോ...?

വീട്ടിലേക്ക് അയച്ച കത്തിൽ വിമാനത്തിൽ കയറേണ്ട സമയവും മറ്റും വിശദമായി എഴുതിയിരുന്നു. കത്ത് കിട്ടിയെങ്കിൽ അവർ ഇപ്പോൾ അങ്ങനെ ഊഹിക്കുന്നുണ്ടാവും. അച്ഛൻ ഗൾഫിലാണെന്ന് കുട്ടികൾക്കും ഭർത്താവ് ഗൾഫിലാണെന്ന് കമലയ്ക്കും ഇനി പറയാം. കമലയുടെ അച്ഛനും അമ്മയും ഇക്കാര്യമറിയുമ്പോൾ രഹസ്യമായി അഭിമാനിക്കുന്നുണ്ടാവും. യാത്ര തിരിക്കുമ്പോൾ അവരെ അറിയിച്ചിട്ടില്ല. കമല പോലും അതിനാവശ്യപ്പെട്ടിട്ടുമില്ല.

ഗൾഫുകാർക്ക് കിട്ടുന്ന പരിഗണന ഇപ്പോൾ നാട്ടിൽ മറ്റാർക്കുമില്ല. മുമ്പ് പട്ടാളക്കാർക്കായിരുന്നു. നാട്ടിൽ നിന്ന് പുറത്തുപോയി ജോലി ചെയ്യുന്നവർ മുമ്പ് പട്ടാളക്കാർ മാത്രമായിരുന്നു. നാട്ടിലേക്ക് ലീവിൽ വന്നാൽ അവർക്ക് ഒരുപാട് കാര്യങ്ങൾ പറയാനുണ്ടാവും. പലതും ഊതിവീർപ്പിച്ച സാഹസിക കഥകൾ. അവരുടെ വിശേഷങ്ങൾ കേൾക്കാൻ ആളുകൾ അടുത്തുകൂടും.

യാത്രക്കാർ പലരും മയക്കത്തിലായിരുന്നു. സൈനുദ്ദീനും മറ്റും ഏറ്റവും പിന്നിലാണ്. പപ്പന് മൂത്രമൊഴിക്കണമെന്നുണ്ടായിരുന്നു. കോക്ക്പിറ്റിന് എതിർവശമുള്ള ടോയ്‌ലറ്റിലേക്ക് പലരും പോകുന്നുണ്ട്. പക്ഷെ എന്തോ ഒരുമടി. മനസ്സിൽ നിന്ന് പരിഭ്രമം മാറാത്തതുപോലെ.

എയർഹോസ്റ്റസ്സുകൾ ഭക്ഷണ സാധനങ്ങൾ നിറച്ച ട്രോളിയുരുട്ടി വീണ്ടുമെത്തി. ശീതള പാനീയത്തിന് പുറമെ ആവശ്യക്കാർക്ക് മദ്യവും നൽകുന്നുണ്ട്. നല്ല ഓമനത്തമുള്ള ചെറിയ കുപ്പിയിലാണ് മദ്യം നൽകുന്നത്. പലരും ശീതളപാനീയം മാത്രമേ വാങ്ങിയുള്ളൂ. രാവിലെ യാത്ര പുറപ്പെടുന്ന സമയത്ത്, തലേന്ന് ബാക്കിയായ രണ്ട് പെഗ്ഗ് മദ്യം പപ്പൻ കഴിച്ചിരുന്നു. വിമാനയാത്രയിലുള്ള പരിഭ്രമം ഒഴിവാക്കാൻ.

'നിങ്ങൾ കഴിക്കാറുണ്ടോ?'-അടുത്തിരുന്ന അബ്ദുൾ ഷുക്കൂറിനോട് പപ്പൻ ചോദിച്ചു.

'കുറച്ച് കഴിക്കും'

കൂട്ടിന് ഒരാളെക്കിട്ടിയതിൽ പപ്പന് സന്തോഷമായി. രണ്ടുപേരും മദ്യം വാങ്ങി. ഒരു പെഗ്ഗ്മാത്രം കൊള്ളുന്ന ബ്ളാക്ക്ലേബൽ വിസ്കിയുടെ കുഞ്ഞുബോട്ടിൽ. പപ്പൻ ഒരു ബോട്ടിലിന് കൂടി ആവശ്യപ്പെട്ടപ്പോൾ എയർഹോസ്റ്റസ്സ് ചിരിച്ചുകൊണ്ട് വിലക്കി.

'ഈ പൊടിക്കുപ്പിയിലെ മദ്യം കഴിച്ചതുകൊണ്ട് എനിക്കൊന്നുമാവില്ല. ഇത് കണ്ണിലിറ്റിക്കാൻപോലുമില്ലല്ലോ'-പപ്പന്റെ തമാശ കേട്ട് ഷുക്കൂർ ചിരിച്ചു.

ബ്ലാക്ക് ലേബൽ വിസ്കിയുടെ സാമ്പിൾ ബോട്ടിൽ പപ്പൻ കൗതുക ത്തോടെ തിരിച്ചുംമറിച്ചും നോക്കി. പിന്നീടതിന്റെ മൂടിതുറന്ന് നേരിട്ട് വായിലേക്കൊഴിച്ചശേഷം തണുത്ത വെള്ളം കുടിച്ചു.

'...എനിക്ക് നാടൻ കള്ളാ ഇഷ്ടം....ചെത്തി എടുത്ത ഉടനെയുള്ള നാ ടൻ കള്ള്. നാട്ടിൽ ചെത്തുകാരായ കുറെ സുഹൃത്തുക്കളുണ്ട്. അവർ വെള്ളം ചേർക്കാത്ത കള്ള് എത്തിച്ചുതരും..'-ഷുക്കൂർ മദ്യം കഴിക്കുന്ന തിനിടയിൽ പറഞ്ഞു.

'നീ പറഞ്ഞത് ശരിയാ...മുലപ്പാലിന് പകരം കൊലപ്പാല്ന്നാ പ്രമാണം. ശുദ്ധമായ കള്ളിനേക്കാൾ നല്ല പാനീയം വേറെയില്ല...ഞാൻ അഞ്ചുവ യസ്സുമുതൽ കള്ള് കുടിക്കാൻ തൊടങ്ങി. അച്ഛൻ കുറേക്കാലം കള്ള് ചെത്തിയിരുന്നു. വീട്ടിന്റെ മുമ്പിലെ തോട്ടത്തിൽ നിന്നാണ് കള്ള് ചെ ത്തിയിരുന്നത്. വൈകുന്നേരം അച്ഛൻ കള്ള് ചെത്തി തെങ്ങിൽ നിന്ന് താഴെ ഇറങ്ങുമ്പോഴേക്കും ഞാൻ ഗ്ലാസുമായി എത്തും. അച്ഛൻ ചിരപ്പ യിൽ നിന്ന് ഗ്ലാസിൽ നല്ല മധുരമുള്ള കള്ള് ഒഴിച്ചുതരും....'- പപ്പൻ കു ട്ടിക്കാലത്തെ ഓർത്തെടുത്തു.

'മാട്ടൂലും പഴയങ്ങാടീലും പാപ്പിനിശ്ശേരീലും മുസ്ലീങ്ങളുടെ തെങ്ങിൻ തോട്ടങ്ങളിൽ നിന്നാണ് കള്ള് ചെത്തിയിരുന്നത്. കള്ള് ചെത്താൻ തെങ്ങ് കൊടുക്കുന്നതിനെതിരെ ചിലർ രംഗത്തുവന്നിരുന്നു. പള്ളീന്നാ ഈ തീ രുമാനം വന്നത്. പക്ഷെ, അതൊന്നും നടന്നില്ല. തെങ്ങ് ചെത്താൻ കൊ ടുക്കുന്നതാ കൂടുതൽ ലാഭം. ലാഭം കുറഞ്ഞ പണിക്ക് പള്ളീന്ന് പറ ഞ്ഞാലും ആരെയാ കിട്ട്വാ....'-ചിരിച്ചുകൊണ്ട് അബ്ദുൾഷുക്കൂർ പറഞ്ഞു.

'ഗൾഫ്ന്ന് വന്ന ഒരാൾ ഈ ചെറിയ കുപ്പിയിലെ മദ്യം ഭാര്യയെ കു ടിപ്പിച്ച ഒരു കഥയ്ണ്ട്...കഥയല്ല സംഭവ കഥ...'-ഷുക്കൂർ ആ കഥ പപ്പ നോട് വിവരിച്ചു.

മാട്ടൂൽ പോസ്റ്റാപ്പീസിനടുത്ത് അഴീക്കോട്ടുകാരൻ മാധവൻ ഫാർമ സി നടത്തിയിരുന്നു. ഒരു ദിവസം ഒരു പയ്യൻ ചെറിയ മദ്യക്കുപ്പിയുമാ യി ഫാർമസിയിൽ ചെന്ന് പറഞ്ഞു. 'ഈ മര്ന്ന് വേണം'.

അതൊരു ജോണിവാക്കറിന്റെ സാമ്പിൾ ബോട്ടിലായിരുന്നു. കു പ്പി വാങ്ങിയശേഷം മാധവേട്ടൻ ചോദിച്ചു. 'ഇതാരാ തന്നയച്ചത്'?

'അമ്മായി'...

'ഈ മരുന്ന് ഇവിടെയില്ലാന്ന് അമ്മായിയോട് പറ'-മാധവേട്ടൻ കുട്ടി യെ തിരിച്ചയച്ചു.

പിന്നീട് സ്വകാര്യമായി കാര്യങ്ങൾ അന്വേഷിച്ചപ്പോൾ മാധവേട്ടൻ അറിഞ്ഞത് രസമുള്ള കാര്യമായിരുന്നു.

ഗൾഫിൽ നിന്ന് വരുമ്പോൾ യുവാവ് കൊണ്ടുവന്ന ചെറിയ ബോ

ട്ടിൽ മദ്യം ഉത്തേജക മരുന്നാണെന്ന് തെറ്റിദ്ധരിപ്പിച്ച് രാത്രി ഭാര്യക്ക് ജ്യൂസിൽ ചേർത്ത് കൊടുത്തു. മറ്റൊന്ന് അയാളും കഴിച്ചു. നേർത്ത ലഹരി അവരുടെ മധുരതരങ്ങളായ സമയത്തെ ദീർഘിപ്പിച്ചു. ഭർത്താവ് പതിവായി ഇത്തരം 'മരുന്ന്' ഭാര്യക്ക് നൽകാൻ തുടങ്ങി. ഭർത്താവ് തിരിച്ചുപോയതിന് ശേഷവും അവർക്ക് ആ 'മരുന്ന്' വേണമെന്നായി. അങ്ങിനെയാണ് പയ്യനെ ഫാർമസിയിലേക്ക് രഹസ്യമായി അയച്ചത്.

അബ്ദുൾ ഷുക്കൂറിന്റെ കഥകേട്ട് പപ്പൻ പൊട്ടിച്ചിരിച്ചു.

വിമാനം വെള്ള മേഘങ്ങളിലൂടെ ഊളിയിട്ട് പറക്കുകയായിരുന്നു. ഇടയ്ക്കിടെ ചെറിയ കുലുക്കവും അനുഭവപ്പെട്ടു.

'ഇതെന്താ ഒരു കുലുക്കം'?-പപ്പൻ ചോദിച്ചു.

'വിമാനം മേഘങ്ങളിൽ തട്ടുമ്പോൾ കുലുക്കം ഉണ്ടാവും'-ഷുക്കൂർ പറഞ്ഞു.

'വിമാനം ഇപ്പം എവ്ടെ എത്തീറ്റ്ണ്ടാവും?'

കടലിന് മുകളിലായിരിക്കും. ബോംബേന്ന് നേരെ അറബിക്കടല് കടന്നാ ഗൾഫായില്ലേ'-പപ്പന്റെ രണ്ടാമത്തെ സംശയത്തിനും ഷുക്കൂർ നിവാരണം വരുത്തി.

ബോംബെ വിമാനത്താവളത്തിൽ നിന്ന് വിമാനം പുറപ്പെട്ട് മൂന്ന് മണിക്കൂർ പിന്നിട്ടിരുന്നു.

പപ്പന്റെ കണ്ണുകൾ കനംവെച്ചു. കുറച്ചുമയങ്ങിയപ്പോൾ എയർ ഹോസ്റ്റസ്സുകൾ ഭക്ഷണവുമായി വീണ്ടും ട്രോളി ഉരുട്ടിവന്നു. വെള്ളിനിറമുള്ള കടലാസ്സുപേക്കറ്റിൽ ഒരു പിടിയോളം പച്ചരിച്ചോറും മൂന്ന് തരം കറികളും ചെറിയ കുപ്പിയിൽ വെള്ളവും എല്ലാവർക്കും നൽകി.

വിമാനത്തിലെ നേർത്ത സംഗീതം നിലച്ചു. ഇംഗ്ലീഷിലും ഹിന്ദിയിലുമുള്ള അറിയിപ്പുവന്നു. എല്ലാവരും സീറ്റ് ബെൽറ്റ് ധരിക്കണമെന്നും വിമാനം ഷാർജ അന്താരാഷ്ട്ര വിമാനത്താവളത്തിൽ ഇറങ്ങാൻ പോവുകയാണെന്നുമുള്ളതാണ് അറിയിപ്പ്.

വിമാനം ഇറങ്ങാൻപോവുകയാണെന്ന അറിയിപ്പു വന്നപ്പോൾ പലരും നെടുവീർപ്പിട്ടു.

വിമാനം താഴ്ന്ന് പറന്നുതുടങ്ങി പിന്നീടത് ആകാശത്തിൽ വട്ടം ചുറ്റി. വലിയ കെട്ടിടങ്ങൾ കൺമുന്നിൽ മിന്നിമറിഞ്ഞു. വയറ്റിൽ നിന്ന് എന്തൊക്കെയോ അട്ടിമറിയുന്നതുപോലെ പപ്പന് അനുഭവപ്പെട്ടു. വിമാനം ഭൂമിയിൽ തൊട്ടു....കുറച്ചുദൂരം മുന്നോട്ട് പോയി പതുക്കെ നിന്നു.

പരസ്യമായ രഹസ്യം

സുബൈദ ഗർഭിണിയായെന്ന വിവരം നാട്ടിൽ ആദ്യം അറിഞ്ഞത് കളത്തിലെ ശോഭയാണ്. നാട്ടുകാരിൽ വൻ ചർച്ചക്ക് തിരികൊളുത്തിയ വിവരം ശോഭയെ അറിയിച്ചത് ഇരിക്കൂർ നഴ്സിങ്ങ് ഹോമിലെ നഴ്സായ ശ്രീമതി. ശോഭയുടെ സഹോദരന്റെ ഭാര്യയാണ് ശ്രീമതി. സുബൈദ മകൾ സീനത്തിനെയും കൂട്ടി ഇരിക്കൂർ നഴ്സിങ്ങ് ഹോമിൽ പോയിരുന്നു. സുബൈദയുടെ മൂത്രം പരിശോധിച്ച റിസൾട്ട് ആദ്യം കിട്ടിയത് ശ്രീമതിയുടെ കൈയിലാണ്. പൂഴിപ്പണിക്കാരായ പെണ്ണുങ്ങൾ മുഖേന വിവരം നാട്ടിലാകെ അറിഞ്ഞു.

സുബൈദ ഗർഭിണിയായെന്ന അറിവ് അന്ത്രുമാൻ ഹാജിയിലും ആശങ്കയുളവാക്കാതിരുന്നില്ല. എങ്കിലും പരിഭ്രാന്തനായില്ല. എന്നാൽ ഉമ്മയുടെ വിശേഷം അറിഞ്ഞപ്പോൾ സീനത്ത് പൊട്ടിത്തെറിച്ചു. ഉമ്മയെയും ഹാജിയെയും അവൾ തെറിവാക്കുകൾ കൊണ്ട് അഭിഷേകം ചെയ്തു. ശപിച്ചു.

മകളുടെ തെറിവാക്കുകൾ അക്ഷോഭ്യയായി കേട്ടുനിന്ന സുബൈദ ഒന്നും പ്രതികരിക്കാതെ കണ്ണീർ പൊഴിക്കുക മാത്രം ചെയ്തു.

'എന്റെ ഉപ്പക്ക് പകരം അയാളെ കാണാൻ എനിക്ക് കഴിയൂല്ല..അയാളുടെ നോട്ടം കാണുമ്പം തന്നെ ഉള്ളിലിരിപ്പ് മനസ്സിലാകും. തഞ്ചം കിട്ടിയാൽ അനാവശ്യമായി ദേഹത്ത് മുട്ടലും...നോട്ടോം....എനിക്ക് അയാളെ സൂക്കേട് മനസ്സിലാകും.' -സീനത്ത് പൊട്ടിത്തെറിച്ചു.

'...എന്റെ പടച്ചോനേ....ഞാനെന്തായീ കേക്ക്ന്നത്...' -സുബൈദ ഏങ്ങലടിച്ച് കരഞ്ഞു.

'...അയാളെ ഇവിട്ന്ന് പറഞ്ഞ് വിടണം...നിങ്ങക്ക് പറ്റൂല്ലേങ്കില് ഞാൻ പറയാ. അയാളെ ഇവിടത്തന്നെ പൊറുപ്പിക്കയാണെങ്കില് ഞാൻ നിങ്ങളെകൂടെ നിക്കൂലാ...ഞാൻ ആമിനവലിയുമ്മയുടെ വീട്ടില്പ്പോകും....അ

ടുത്ത ആഴ്ച പ്രീഡിഗ്രീന്റെ റിസൽട്ട് വരും. പിന്നെ ഒരു നിമിഷം ഞാനിവിടെ നിക്കൂലാ....ഞാൻ ആമിനവലിയുമ്മക്ക് കത്തെഴുതീറ്റ്ണ്ട്...' - സീനത്ത് തറപ്പിച്ചു പറഞ്ഞു.

മകളുടെ അസാധാരണ പെരുമാറ്റവും നിശ്ചയദാർഢ്യവും കണ്ടു സുബൈദ ഭയന്നുപോയി. മകളോട് സംസാരിക്കാനുള്ള ആത്മവിശ്വാസംപോലും സുബൈദക്ക് നഷ്ടമായി. അവർ ഒരു കുറ്റവാളിയെപ്പോലെ അടുക്കള വാതിൽപ്പടിയിൽ തലകുനിച്ചിരുന്നു. കുറേക്കഴിഞ്ഞപ്പോൾ ധൈര്യം സംഭരിച്ച് മകളോട് പറഞ്ഞു. '..എനിയിപ്പം എനക്ക് ഓറെ പറഞ്ഞയക്കാൻ കയീല. എന്റെ വയറ്റില് വളര്ന്നത് ഓറെ ചോരയാ. എനക്ക് ഒരാളെ സഹായം വേണം. ഒരാണ്ങ്ങളെ തുണ. നിന്റെ ഉപ്പ എനി വരൂലാ...നിനക്ക് ഈട ജീവിക്കാൻ കയീല്ലേങ്കില് നീ ആമിനവലിയുമ്മേന്റെ വീട്ടില് പോയ്ക്കോ...അവര് നിന്നെ പൊന്നുപോലെ നോക്കും. എന്റെ ജീവിതം ഇങ്ങിനെ നശിച്ചു...നീയെങ്കിലും രക്ഷപ്പെട്...'

ഈ വാക്കുകൾ സുബൈദയുടെ തീരുമാനമായിരുന്നു. ഒരമ്മയുടെ ദൃഢമായ തീരുമാനം. പ്രായപൂർത്തിയെത്തിയ മകളെ സഹോദരിയുടെ കോയമ്പത്തൂരിലെ വീട്ടിൽ താമസിപ്പിക്കുന്നതാണ് സുരക്ഷിതം എന്ന് സുബൈദക്ക് തോന്നിയിരിക്കണം.

സീനത്ത് പിന്നെയൊന്നും പറഞ്ഞില്ല.

രാവിലെ ചായകുടിച്ചുകൊണ്ടിരുന്ന ഹാജിയുടെ അടുത്തുവന്ന് സുബൈദ തൂണും ചാരി നിന്നു. ആ നിൽപ്പ് പതിവില്ലാത്തതാണ്.

ചായയും പലഹാരങ്ങളും ഹാജിയുടെ മുന്നിൽവെച്ചശേഷം പെട്ടെന്ന് അടുക്കളയിലേക്ക് പോവുകയാണ് സുബൈദയുടെ പതിവ്. ഹാജിയുടെ മുന്നിൽ ഒരിക്കലും അവൾ അങ്ങനെ നിൽക്കാറില്ല.

ഭക്ഷണം കഴിച്ചശേഷം കോലായിൽവെച്ച വലിയ അലുമിനിക്കിണ്ടിയിൽ നിന്ന് വെള്ളമെടുത്ത് കയ്യുംവായും കഴുകിയശേഷം ഹാജി അത്യുച്ചത്തിൽ കാർക്കിച്ചുതുപ്പും. കാർക്കിച്ചു തുപ്പുന്ന ശബ്ദം കേൾക്കുമ്പോഴാണ് സുബൈദ പാത്രങ്ങൾ എടുക്കാൻ പുറത്തുവരിക.

പതിവിന് വിപരീതമായി സുബൈദ തന്റെ അരികിൽ ചുറ്റിപ്പറ്റി നിൽകുന്നത് കണ്ട് ഹാജി ചോദിച്ചു. 'എന്താ സുബൈദാ...നിനക്ക് എന്തോ പറയാനുള്ളതുപോലെ?'

'നമ്മളെ വിശേഷം നിങ്ങള് അറിഞ്ഞിറ്റെന്താ ഒന്നും പറയാത്തെ?' - സൗമ്യമായി സുബൈദ ചോദിച്ചു.

കുറച്ചുസമയം എന്തോ ആലോചിച്ചതിന് ശേഷം ഒരു കഷ്ണം പത്തിരിയെടുത്ത് കടലക്കറിയിൽ മുക്കി വായിൽവെച്ച് ചവച്ചശേഷം ഹാജി

പറഞ്ഞു.

'നിനക്കെന്താ എന്നെ സംശയംണ്ടാ...ഞാനെന്താ പറയണ്ടെ...?'

'..അതിന് ശേഷം സീനത്ത് വലിയ ദേഷ്യത്തിലാ...ഓള് ഈട നിക്കൂലാന്നാ പറയ്ന്ന്...ആമിനവലിയുമ്മേന്റെട്ത്തേക്ക് പോവുംന്ന്... എനിയിപ്പം ഞാനെന്റെ ആങ്ങളമാർടെ മൊകത്തെങ്ങനയാ നോക്കാ...'

'നീ എന്റെ മരുമോൻ കെട്ടിയ പെണ്ണാ...ഓന പടച്ചോൻ കൊണ്ടുപോയി...നിനിക്കൊരു ജീവിതം ഞാൻ തെരും. ഒന്നുകൊണ്ടും ബേജാറാവണ്ട..എനക്ക് വേറെ രണ്ട് കെട്ട്യോളും അതില് കുട്ട്യളും ഉള്ളത് ശരിയാ..എന്നാലും നിന്നീംകൂടി കൊണ്ട് നടക്കാനുള്ള ആരോഗ്യോം ചുറ്റുപാടും പടച്ചോൻ സഹായിച്ച്റ്റ് ഞമ്മക്ക്ണ്ട്. പിന്നെ നിനക്കെന്നാ ബേജാറ്..?'

'...നിങ്ങള് എന്ന ഒയിവാക്കൂലാന്ന് ഒറപ്പാ...?'

-സുബൈദയുടെ വാക്കുകളിൽ ആശങ്ക നിഴലിച്ചിരുന്നു.

'കൂടെ പൊറുത്ത പെണ്ണിനെ ഒയിവാക്കുന്നോനല്ല ഈ അന്ത്രുമാൻ ഹാജി. അങ്ങനെയാണെങ്കില് ഞാനാദ്യം കെട്ടിയ കുൽസൂനെ ഒയിവാക്കേണ്ടെ? ഓക്ക് ബ്ലീഡിങ്ങിന്റെ സൂക്കേട് വന്നിറ്റ് എത്ര കാലായി...? ഞാൻ ഓക്ക് വേണ്ടി എത്ര പൈശ തൊലച്ചൂ...?'

തന്റെ മുന്നിൽ വെച്ച പ്ലേറ്റിലെ ആറ് പത്തിരികളിൽ നാലെണ്ണം ഹാജി ഇതിനകം തിന്നുതീർത്തിരുന്നു.

'...ന്നാല് നിങ്ങള് എനി പൊറത്ത് കെടന്നിറ്റ് പാതിരക്കെണീറ്റ് വാതിലിന് മുട്ടി വിളിച്ച് അറേല് ബെരണ്ട...അറേത്തന്നെ കെടന്നോളീ...'

സുബൈദയുടെ പരിഭവവും നാണവും കലർന്ന ക്ഷണം കേട്ട് ഹാജി കോരിത്തരിച്ചു. പിന്നെ പൊട്ടിച്ചിരിച്ചു. പത്തിരി ചവച്ചിറക്കുന്നതിനിടയിൽ പൊട്ടിച്ചിരിച്ചതുകാരണം ഹാജിക്ക് ചുമവന്നു. ചുമച്ച് ചുമച്ച് മുഖം ചുവന്നു. മുന്നിലെ ഗ്ലാസിൽ വെച്ച ചൂടുവെള്ളം കുടിച്ചതോടെ ചുമ കെട്ടടങ്ങി.

'...എന്റെ ശൊങ്കത്തിമോളേ നീ ആള് മോശംല്ലല്ലോ....?' -ഹാജിയുടെ വാക്ക് കേട്ട് സുബൈദ കുലുങ്ങി ചിരിച്ചുകൊണ്ട് അകത്തേക്കോടി.

ഹാജി പിന്നെയും ചിരിച്ചു. വയറുവേദനിക്കുവോളം. ചുമച്ചും ചിരിച്ചും ഹാജിയുടെ കണ്ണ് നിറഞ്ഞിരുന്നു.

ഹാജി ചിരിയടക്കാൻ പാടുപെടുന്നതിനിടയിൽ കാൽപെരുമാറ്റം കേട്ട് മുറ്റത്തേക്ക് നോക്കി. കാര്യാടത്ത് രാഘവനാണ്.

'...രാകവാ...വാ ഇരിക്ക്...നിന്നെ കാണണംന്ന് ബിചാരിച്ചിരിക്ക്യായിരുന്നു.' -ഹാജി തൊട്ടടുത്ത സ്റ്റൂൾ നീട്ടിവെച്ചുകൊടുത്തു.

'ചൂള്യാട്ന്ന് കൊറച്ച് വെറക് കച്ചോടാക്കിയിരുന്നു. ഒരാഴ്ചയായി അതിന്റെ പണിയാ. അതാ ഇങ്ങോട്ടൊന്നും വരാൻ സമയം കിട്ടാതിര്ന്നേ..' -രാഘവൻ പറഞ്ഞു.

'ഞാൻ കാണണംന്ന് ബിചാരിച്ചത് ഒരാവശ്യത്തിനാ. പൊയക്കരക്ക് കൂട്ടിയ മരം വളോടത്ത് എത്തിക്കണം. ആയിപ്പൊഴേലെ പാണ്ടിക്കാരൻ അവൂളയോട് നീ ഒന്നുപോയി പറയണം...പാണ്ടികെട്ടാൻ രണ്ട് മൂന്ന് ദെവസം പിടിക്കും...അടുത്ത വെള്ളിയാഴ്ചക്കുള്ളില് മരം വളോടത്ത് എത്തിക്കണം.പൈശക്ക് കൊറച്ച് മുട്ട്ണ്ട്...'

'...ആജിക്കാ ഏതായാലും എനി പുതിയോത്ര കഴിയട്ട്. ഇന്ന് മകരം പതിനഞ്ചായി...ഇരുപതിനാ പുതിയോത്ര. ഇന്ന് സംഗത്തിന്റെ യോഗം ഇണ്ട്. നിങ്ങള് ഒരാളയാക്കീറ്റ് പൊയക്കരക്കിട്ട മരത്തിന് പേരും നമ്പരും കൊത്തിക്ക്.'

'എന്നാ നീയൊര് കാര്യം ചെയ്യ് രാകവാ. നീ മരത്തിന് പേരും നമ്പറും കൊത്ത്.... ആ പണിക്ക് നിയാ നല്ലത്.'

'എന്നാ ശരി ആജീക്ക...ഞാൻ നാളെ നമ്പറ് കൊത്താ...എത്ര കഷ്ണം മരംണ്ട്?.'

'..എല്ലാം കൂടി അറപത്തിനാല് കഷണം. എല്ലാം കാട്ട്മരങ്ങളാ...'

'ഞാനെന്നാല് നാളെ ആയിപ്പൊഴേല് പോയിറ്റ് പാണ്ടിക്കാരൻ അവുള്ളാക്കാന കാണാ...' -രാഘവൻ സമ്മതിച്ചു.

ഹാജി വേറൊരു വിഷയത്തിലേക്ക് കടന്നു.

'...രാകവാ...വേറൊര് കാര്യം ചോയിച്ചോട്ടെ....അടിയന്തരാവസ്ത കയിഞ്ഞസ്തിതിക്ക് നിങ്ങള് കോങ്ക്രസ്സില് തന്നെ നിക്ക്വാ.....മാർക്കിസ്റ്റ് പാർട്ടീല് തിരിച്ച് പോക്ന്നില്ലേ..?'

അതിന് മറുപടിയെന്നോണം രാഘവൻ ഒരു വിസ്ഥിച്ചിരി ചിരിച്ചു. പിന്നീട് കീശയിൽ നിന്ന് തീപ്പെട്ടിയെടുത്ത് ബീഡി കത്തിച്ചു വലിച്ചു തുടങ്ങി. ബീഡി പകുതി തീരുന്നതുവരെ അതിൽ മാത്രം ശ്രദ്ധിച്ച രാഘവൻ തുടർന്നു... 'പാർട്ടീന്ന് രാജിവെച്ചത് ശെരിയന്നെ ആജീക്ക...എന്നാല് നമ്മള് പാർട്ടി വിടൂല...അന്ന് രാജിവെച്ചോണ്ട് കേസ്ന്ന് ഒയിവായിക്കിട്ടി. അല്ലേങ്കില് ജയിലില് കെടക്കേണ്ടിവരുവായിരുന്നു...'

'അപ്പം നിങ്ങള് കോങ്ക്രസ്സുകാരെ പറ്റിച്ചു അല്ലേ?' കുസൃതിച്ചിരിയോടെ ഹാജി ചോദിച്ചു.

രാഘവൻ ചിരിക്കുക മാത്രം ചെയ്തു.

ഹാജി സുബൈദയെ വിളിച്ച് രണ്ട് കട്ടൻ ചായക്ക് ഓഡർ ചെയ്തു.

'...എന്താപ്പാ ഞാൻ പറയാൻ ബിചാരിച്ചത്...?' ഹാജി പറയാൻ ഉദ്ദേ

ശിച്ച വിഷയം ഏതാണെന്ന് ഓർത്തെടുക്കാൻ ശ്രമിച്ചു.

'....ആ...അത്തന്നെ....' -ഹാജിക്ക് വിഷയം പിടികിട്ടി.

'....രാകവാ....നീ കുയിലൂറെ പയശ്ശി അണക്കെട്ട് കണ്ടിനാ....?'

'...ഇല്ല. കണ്ടിറ്റില്ല...അണക്കെട്ടിന്റെ പണി തീരാനായിപോലും..'

'...എനക്ക് സംശയം.....അണക്കെട്ടിന്റെ പണി തീർന്നാല്....പൊയേന്റെ താഴെ ഭാഗത്ത് വെള്ളം ബറ്റിപ്പോകുംന്നാ...' -ഹാജി ആശങ്ക രാഘവനുമായി പങ്കുവെച്ചു.

അങ്ങിനെയൊരു സാധ്യതയെക്കുറിച്ച് താൻ ഇതുവരെ ഓർത്തിട്ടില്ലെന്ന് രാഘവൻ ആലോചിച്ചു. കുറേസമയം ചിന്തിച്ച ശേഷം രാഘവൻ പറഞ്ഞു. ...അങ്ങനെ വെള്ളം മുയ്മനും വറ്റിപ്പോകാൻ ഇടയില്ല. വെള്ളം കൊറഞ്ഞേക്കും...പൊയേല് ഒറവുണ്ടാവൂലോ....'

മുയുമനും ബറ്റിപ്പോകുന്നാ എനെക്ക് തോന്ന്ന്ന്... അങ്ങ് മലക്ക്ന്ന് ബരുന്ന വെള്ളം മുയുമൻ കെട്ടിനിർത്ത്യാപ്പിന്നെ താഴെ ഭാഗത്തെങ്ങന്യാ വെള്ളം ഇണ്ടാവ്വാ?...

ഹാജിയുടെ യുക്തിപരമായ സംശയത്തെ ദുരീകരിക്കാൻ രാഘവന് സാധിച്ചില്ല. എങ്കിലും പഴശ്ശി അണക്കെട്ടിന് താഴെയുള്ള പുഴ വറ്റില്ല എന്നുതന്നെ രാഘവൻ വിശ്വസിച്ചു.

ഇതിനിടയിൽ സുബൈദ രണ്ട് ഗ്ലാസുകളിൽ കട്ടൻചായയുമായി എത്തി.

ചായയുമായി വരുന്ന സുബൈദയെ രാഘവൻ ഒളികണ്ണാലെ നോക്കി. നാട്ടിലെ പെണ്ണുങ്ങൾ പ്രചരിപ്പിക്കുന്നതിൽ സത്യമുണ്ടോ എന്നായിരുന്നു രാഘവന് അറിയേണ്ടത്. സുബൈദയുടെ വയറ് വീർത്തുവന്നതായൊന്നും രാഘവന് തോന്നിയില്ല.

പുഴയിലെ വെള്ളം വറ്റിപ്പോയാൽ മരങ്ങൾ എങ്ങിനെ പാണ്ടികെട്ടി വളപട്ടണത്ത് എത്തിക്കും എന്നതിലായിരുന്നു ഹാജിയുടെ ആശങ്ക.

പഴശ്ശി അണക്കെട്ട് എങ്ങിനെ തങ്ങളെ ബാധിക്കുമെന്ന ആശങ്ക മനസ്സിൽ നിലനിർത്തി രാഘവൻ അവിടെ നിന്നും ഇറങ്ങി.

പുതിയോത്ര

വല വീശിപ്പിടിച്ച മീൻ വിറ്റുകിട്ടിയ കാശുമായി ചോല കള്ളുഷാപ്പിലേക്ക് പോയ ചിറമ്മൽകോരൻ തിരിച്ചെത്തിയത് സന്ധ്യ കഴിഞ്ഞതിന് ശേഷമാണ്. നാലുമണിക്കുള്ളിൽ പോയാൽ മാത്രമേ ചോല ഷാപ്പിൽ നിന്ന് നല്ല കള്ള്കിട്ടൂ എന്ന് കോരനറിയാം. നാലുമണി കഴിയുമ്പോഴേക്കും ചോല ക്വാറിയിലെ പണിക്കാർ കൂട്ടത്തോടെ കള്ളുഷാപ്പിലെത്തും. അവരിൽ പകുതിയിലേറെ തമിഴൻമാരാണ്. കള്ള് തീരുന്ന മുറയ്ക്ക് ചോലത്തോടിനരികിൽ കള്ളുഷാപ്പിനോട് ചേർന്നുള്ള കൊച്ചു കിണറിൽ നിന്ന് നേരത്തെ ശേഖരിച്ചുവെച്ച വെള്ളം കള്ളിൽ ചേർക്കും. ഷാപ്പിൽ കള്ള് സൂക്ഷിക്കുന്ന മുറി ഇരുട്ട് നിറഞ്ഞതാണ്. എപ്പോഴും ഒരു നിഗൂഢത ഈ ഇരുട്ട് മുറിക്കുണ്ട്. പോരാത്തതിന് വാതിൽക്കൽ അഴുക്ക് പുരണ്ട നീല നിറത്തിലുള്ള ഒരു കർട്ടൻ വലിച്ചുകെട്ടിയിട്ടുമുണ്ട്. നിരപ്പലകകൊണ്ട് അടയ്ക്കുന്നതാണ് ആ മുറി. നാല് നിരപ്പലകകൾ മാത്രമേ തുറന്നുവെക്കൂ.

പല വലുപ്പത്തിലുള്ള മൂന്ന് മൺഭരണികൾ മുറിയിലുണ്ട്. കറുത്ത നിറമുള്ള വലിയ ഭരണിയിലെ കള്ളാണ് തമിഴൻമാർക്കും സാധാരണക്കാർക്കും നൽകുക. വെള്ളത്തിന്റെ അംശം ഈ കള്ളിലാണ് കൂടുതലുണ്ടാവുക. അതിലും കുറഞ്ഞ വലിപ്പമുള്ള ഭരണിയിലെ കള്ള് പതിവുപറ്റുകാർക്ക്. ഏറ്റവും ചെറിയ ഭരണിയിലെ കള്ള് വി.ഐ.പി.കൾക്കുള്ളതാണ്. ഇത്തരക്കാർ ഷാപ്പിൽ വന്ന് കള്ള് കുടിക്കാറില്ല. കുറച്ചകലെ തെങ്ങിൻതോട്ടത്തിലോ മറ്റോ ഇരുന്നാണ് കള്ള് കുടിക്കുക. ഇവർക്ക് വിൽപ്പനക്കാരനായ രാഘവൻ കള്ള് എത്തിച്ചുകൊടുക്കും. കള്ള് വിതരണത്തിലെ ഈ വിവേചനം കാലാകാലങ്ങളായി നിലനിൽക്കുന്നതാണ്.

രാത്രി ഏഴുമണിക്ക് കള്ളുഷാപ്പ് പൂട്ടുന്നതുവരെ ചിറമ്മൽകോരൻ

ഷാപ്പിലും പരിസരത്തും ഉണ്ടാകും. ഷാപ്പ് പൂട്ടിയാൽ ചോലവയലിലൂടെ നടന്ന് വീട്ടിലെത്തും. പിന്നെ പുഴയിൽ പോയി മുങ്ങിക്കുളിക്കും. രാത്രി എത്ര വൈകിയാലും ഇരുട്ടത്തേ കോരൻ സഞ്ചരിക്കൂ.

പുഴയിൽപ്പോയി കുളിച്ചുവന്ന് കല്യാണിയുമായി വഴക്കിടേണ്ട വിഷയം ആലോചിക്കുമ്പോഴാണ് പെട്രോമാക്സും കത്തിച്ച് നാലുപേർ കവുങ്ങിൻതോട്ടത്തിലൂടെ വീട് ലക്ഷ്യമാക്കി വരുന്നത് കോരൻ കണ്ടത്. പെട്ടെന്നു തന്നെ കാര്യം ഗ്രഹിച്ച കോരൻ വീടിന്റെ പിന്നാമ്പുറത്തുകൂടി അപ്രത്യക്ഷനായി. പുതിയോത്ര സംഘം നടത്തുന്ന കുറി രണ്ട് മാസമായി വെച്ചിട്ടില്ലെന്ന് അപ്പോഴാണ് കോരൻ ഓർത്തത്. എല്ലാ മലയാളമാസവും പതിനഞ്ചിനാണ് കുറി. രണ്ടുമാസത്തെ കുടിശ്ശിക വരുത്തിയവരുടെ വീടുകളിലേക്ക് സംഘത്തിനെത്തിയ മുഴുവൻപേരും കുടിശ്ശിക പിരിച്ചെടുക്കാൻ പോകണമെന്നാണ് പുതിയോത്ര സംഘത്തിന്റെ അലിഖിത നിയമം.

ചേർന്ന മാസം തന്നെ കുറി വിളിച്ചെടുക്കുകയും പിന്നീട് പ്രതിമാസ നറുക്കിന്റെ പൈസ അടയ്ക്കാതിരിക്കുകയും ചെയ്യുന്നവരിൽ പ്രധാനിയാണ് കോരൻ. സംഘത്തിന്റെ കരിമ്പട്ടികയിൽപ്പെട്ട ആൾ. പുതിയോത്ര സംഘം തീയ സമുദായക്കാരുടെതാണ്. സംഘത്തിന്റെ ചട്ടങ്ങളും വ്യവസ്ഥകളും എല്ലാവരും കൃത്യമായി പാലിച്ചുപോന്നു.

കുറിയുടെ കുടിശ്ശിക പിരിക്കാൻ സംഘാംഗങ്ങൾ രാത്രി പെട്രോമാക്സും കത്തിച്ച് വീട്ടിലേക്ക് വരുന്നത് അപമാനകരമായി നാട്ടുകാർ കരുതി. അതിനാൽ ആത്മാഭിമാനമുള്ള ആരും ഒരുമാസത്തിൽ കൂടുതൽ കുടിശ്ശിക വരുത്താറില്ല.

കെ.ടി. രാഘവന്റെ നേതൃത്വത്തിലുള്ള സംഘം കോരന്റെ വീട്ടിലെത്തി. മുറ്റത്ത് പെട്രോമാക്സിന്റെ വെളിച്ചം പരക്കുകയും കുറേപ്പേരുടെ കാൽപ്പെരുമാറ്റം കേൾക്കുകയും ചെയ്തപ്പോൾ കല്ല്യാണി പുറത്തേക്ക് വന്നു.

'കോരേട്ടൻ ഏടപ്പോയി?' -പെട്രോമാക്സ് മുറ്റത്തുവെച്ചശേഷം കെ.ടി.രാഘവൻ ചോദിച്ചു.

'ഇപ്പം ഈട കണ്ടിനല്ലോ...ചോലക്കന്ന് വന്ന് കുളിക്കാൻ പോയിറ്റ് ഇപ്പം വന്ന് കേറ്ന്നത് കണ്ടിന്.... ഇത്രവേഗം ഏടപ്പോയപ്പാ....'-കല്യാണി അതിശയം പ്രകടിപ്പിച്ചു.

'നമ്മള് വരുന്നത് കണ്ടിറ്റ് ഓറ് മുങ്ങീറ്റ്ണ്ടാവും. ഓാറെ സ്ഥിരം പരിപാടിയാ ഇത്. കുറിക്ക് ചേർന്നാ ആദ്യത്തെ നറുക്ക് തന്നെ വിളിക്കും. പിന്നെ കുറിവെക്കൂലാ...രണ്ടുമാസത്തെ നറുക്ക് വെക്കാന്ണ്ട്. എന്താ

ചെയ്യാ...? -രാഘവൻ കാര്യം വ്യക്തമാക്കി.

'ഞാനാ മന്ഷ്യനെക്കൊണ്ട് തോറ്റു.....ഇങ്ങനെയ്ണ്ടാ നാണോം മാനോം ഇല്ലാത്ത ഒര് മന്ഷ്യൻ...' -അപമാനഭാരം കാരണം കല്ല്യാണി കരച്ചിലോളം എത്തി.

'ഈ മാസത്തേതടക്കം രണ്ട് നറുക്കിന്റെ നൂറ് ഉറുപ്പ്യ കോരേട്ടൻ അടക്കാന്ണ്ട്...ആ പൈശ കിട്ട്യാലേ നമ്മള് പോകൂ...' -കെ.ടി.രാഘവൻ കർശന സ്വരത്തിൽ പറഞ്ഞു.

'ഈ കാതിലിട്ടതല്ലാതെ തട്ടാൻ തൊട്ട മൊതല് അന്റെ ദേഹത്തില്ല. ..നിങ്ങള് ഈ കാതില് എട്ത്തോ...' -പൊട്ടിക്കരഞ്ഞുകൊണ്ട് കല്ല്യാണി ഒരു കമ്മൽ ഊരി രാഘവന് നേരെ നീട്ടി.

എന്താണ് ചെയ്യേണ്ടത് എന്ന് തീരുമാനിക്കാനാവാതെ രാഘവൻ കൂടെയെത്തിയവരെ നോക്കി. ആരും ഒന്നും പറയുന്നില്ല.

'ഇതാ രാഘവാ വാങ്ങിക്കോ....ഇത് നിങ്ങളെ കാര്യം അല്ലല്ലോ..സംഗത്തിന്റെ കാര്യല്ലേ....അതിന്റെ നെയമം എല്ലാരും അനുസരിക്കണ്ടേ...' -കല്ല്യാണി കമ്മൽ രാഘവന്റെ കയ്യിൽ കൊടുത്തു.

'നമ്മള് ഇപ്പം എട്ക്ക്ന്ന്.. പുതിയോത്രക്ക് മുമ്പില് നൂറ് ഉറുപ്പ്യതന്നാ ഇത് തിരിച്ചുതരും' -രാഘവൻ പറഞ്ഞു.

സംഘാംഗങ്ങൾ പെട്രോമാക്സുമായി നീങ്ങി. കല്യാണിയുടെ തേങ്ങൽ അപ്പോഴും കേൾക്കാമായിരുന്നു.

ആശയറ്റ ജീവിതം

പ്രീഡിഗ്രിയുടെ ഫലം വന്നു. ഒന്നാംഗ്രൂപ്പെടുത്ത് പഠിച്ച സീനത്ത് 85 ശതമാനം മാർക്കോടെ പാസ്സായി. മട്ടന്നൂർ കോളേജിലെ ഫസ്റ്റ് ഗ്രൂപ്പ് പ്രീഡിഗ്രി ബാച്ചിൽ ഏറ്റവും ഉയർന്ന മാർക്ക് നേടിയ മൂന്ന് കുട്ടികളിൽ ഒരാൾ സീനത്താണ്.

സീനത്തിന്റെ ഏറ്റവും അടുത്ത കൂട്ടുകാരിയാണ് ബിന്ദു. സീനത്തിന്റെ അതേ ക്ലാസുകാരി ബിന്ദുവിന് 77ശതമാനം മാർക്കുണ്ട്.

പരീക്ഷാഫലം അറിയാൻ കോളേജിലേക്കുപോയ സീനത്തും ബിന്ദുവും ഒരുമിച്ചാണ് നാട്ടിലേക്ക് മടങ്ങിയത്.

കോളേജിന്റെ കുന്നിറങ്ങി ടൗണിലേക്ക് നടക്കുന്നതിനിടയിൽ സീനത്ത് പറഞ്ഞു... 'ഇന്ന് ഞാൻ ഏറ്റവും ആഹ്ലാദിക്കേണ്ട ദിവസമാണ്.. പക്ഷെ എനിക്ക് യാതൊരു സന്തോഷവും തോന്നുന്നില്ല..'

'എടീ നിനക്ക് സന്തോഷം തോന്നുന്നില്ലെങ്കിലും നിന്റെ ഉമ്മയും ഉമ്മയുടെ കാരണവര് പുയ്യാപ്ലയും നന്നായി സന്തോഷിക്കും...' -ബിന്ദു പതിവു ശൈലിയിൽ തുറന്നടിച്ചു.

'എടീ നിനക്കിതൊക്കെ കളിയായിരിക്കും. എന്നാല് എന്റെ സ്ഥാനത്ത് നിന്നെ സങ്കൽപ്പിച്ചുനോക്ക് അപ്പോഴറിയാം.'

'അയാളെ അടിച്ചോടിക്കാതെ എന്തിനാ ഇപ്പോഴും നിങ്ങള് വീട്ടില് വെച്ചു പൊറുപ്പിക്ക്ന്ന്...?.'

'എനിക്കയാളെ ഒന്നും ചെയ്യാനാവില്ല. ഉമ്മക്കും അങ്ങനെയൊരു തീരുമാനമെടുക്കാൻ എനി ആവില്ല. അയാളുടെ കെടപ്പ് തന്നെ ഉമ്മയുടെ അറയിലാക്കി. അയാളെ ചെലവിലാ ഇപ്പം നമ്മള് കഴിഞ്ഞ് കൂടുന്നത്. ഞാനവിടം വിട്ട് പോകുക മാത്രമേ പരിഹാരമുള്ളൂ...'

'നിങ്ങളെ നാട്ടില് പാർട്ടിക്കാരും സമുദായ നേതാക്കൻമാരുമൊന്നുമില്ലേ... ഇത്രയും ചെറ്റത്തരം ഒരാള് കാണിക്കുമ്പം....?' -ബിന്ദു ചൊടിച്ചുകൊണ്ട് ചോദിച്ചു.

'ഇത് കുടുംബകാര്യമായതുകൊണ്ട് നാട്ടുകാരാരും ഇടപെടൂല്ല. നമ്മളെ സമുദായത്തിലേ ഇതെല്ലാം നടക്കൂ...പാർട്ടിക്കാർ ഇടപെടണമെങ്കില് ആരെങ്കിലും പരാതി കൊടുക്കണ്ടേ...പാർട്ടിക്കാർക്ക് ചോദിച്ച പൈസ അയാൾ സംഭാവന കൊടുക്കും. അത്കൊണ്ട് പാർട്ടിക്കാർക്കും അയാളെപ്പറ്റി നല്ല അഭിപ്രായാ....'

'എന്താണ് നിന്റെ ഉദ്ദേശ്യം...തുറന്ന് പറ?' -ബിന്ദു കൃത്യമായി കാര്യങ്ങളറിയുന്നതിനായി ചോദിച്ചു.

'എന്റെ ആമിനവലിയുമ്മയും ജമാൽവലിയുപ്പയും കോയമ്പത്തൂരിലാണ്. ജമാൽ വലിയുപ്പ ആദ്യം ബേക്കറിപ്പണിക്കാരനായിരുന്നു. ഇപ്പോൾ വലിയൊരു ബേക്കറി നടത്തുന്നുണ്ട്. സ്വന്തം ഫ്ളാറ്റിലാണ് താമസിക്കുന്നത്. അവർക്ക് കുട്ടികളില്ല. അതുകൊണ്ടുതന്നെയായിരിക്കണം എന്നെ അവര് സ്വന്തം മോളെപ്പോലെ സ്നേഹിക്കുന്നു. പൈസയും അയച്ചുതരും. കൂടെ താമസിച്ച് പഠിക്കാൻ അവര് എന്നെ കുറേക്കാലമായി വിളിക്കുന്നു. ഞാൻ എനി അങ്ങോട്ടുപോകും. വലിയുമ്മക്ക് കത്തെഴുതിയിട്ടുണ്ട്. അവരെന്നെ കൂട്ടിക്കൊണ്ടുപോകാൻ വരും.....ഉമ്മയെ തനിച്ചാക്കി പോകാൻ മടിയായിരുന്നു...എനിയിപ്പോൾ ആറുമാസം കഴിഞ്ഞാൽ ഉമ്മ പ്രസവിക്കും...'

'-എടീ....അയാൾ അതും ഒപ്പിച്ചോ...?

"ആരും അറിയാത്ത കാര്യത്തിന് ഉമ്മമാരുടെ കെറ്പ്പം പോലെ എന്നൊരു ചൊല്ല് നാട്ടിലുണ്ട്. അതുപോലെത്തന്ന്യാണോ നിന്റെ ഉമ്മയുടെ കാര്യവും...ആരും അറിയാതെ ....?" -ബിന്ദു പൊട്ടിച്ചിരിച്ചു.

'...ഇനി അയാളെ തല്ലിയോടിക്കാൻ കഴിയില്ല... ഞാൻ വീട് വിട്ടുപോയില്ലെങ്കിൽ ചിലപ്പോൾ എനിക്ക് അയാളെ തല്ലേണ്ടിവരും. അത്തരത്തിലാ അയാളുടെ സ്വഭാവം....എന്നെയും അയാള് നോക്കുന്നത് വേറൊരു കണ്ണോടെയാണെന്ന് തോന്നുന്നു.'

'അങ്ങിനെയാണെങ്കിൽ നീ വേഗം രക്ഷപ്പെടുന്നതാണ് നല്ലത്...നിന്റെ ഉമ്മ ഗർഭിണിയായ കാര്യം നിന്റെ കാരണവന്മാർ അറിഞ്ഞോ?.'

'ചിലപ്പോൾ അറിഞ്ഞുകാണും. അവരൊന്നും നമ്മുടെ കുടുംബകാര്യത്തിൽ ഇടപെടാറില്ല. അവര് അവരുടെ കാര്യം മാത്രം നോക്കുന്നു... ബിന്ദൂ...എന്റെ ഒരവസ്ഥ നീ ആലോചിച്ച് നോക്ക്. എന്റെ ഉപ്പ ഇപ്പോൾ ജീവിച്ചിരിക്കുന്നോ എന്ന് അറിയില്ല.... ഉപ്പ ഉണ്ടെങ്കില് എന്റെ റിസൽട്ട് അറിയുമ്പം എത്ര സന്തോഷിക്കുമായിരുന്നു. എവിടെയെങ്കിലും ജീവിച്ചിരിക്കുന്നുണ്ടെങ്കില് അതിന്റെ തെളിവ് കിട്ട്യാ മതിയായിരുന്നു...മരിച്ചുപോയെങ്കിൽ അതിനും...' -സീനത്ത് വിങ്ങിപ്പൊട്ടി.

'...ഉപ്പയെക്കുറിച്ച് നല്ല ഓർമയാ എനിക്കിപ്പോഴും. അടുത്ത് വരുമ്പം നല്ല അത്തറിന്റെ മണംണ്ടാവും. സന്ധ്യക്ക് വീട്ടില് വരുമ്പം എപ്പോഴും കടലമിട്ടായി ഉണ്ടാവും കയ്യില്...പീടികേല് കടലമുട്ടായി കാണുമ്പം എനിക്ക് ഉപ്പയെ ഓർമവരും...' -സീനത്ത് വിങ്ങിക്കരഞ്ഞു.

'....എടീ നീ ഇങ്ങനെ കരയല്ലേ...ആള്കള് ശ്രദ്ധിക്കും.... അവര് വിചാരിക്കും പരീക്ഷേല് തോറ്റിട്ടാണെന്ന്.....' -ബിന്ദു സീനത്തിനെ സാന്ത്വനപ്പെടുത്താൻ ശ്രമിച്ചു.

മട്ടന്നൂർ ബസ്സ്റ്റാന്റിന്റെ ഒരു മൂലയിൽനിന്ന് അവർ ഭാവികാര്യങ്ങളെക്കുറിച്ച് ചർച്ച ചെയ്തു.

ബി.എസ്.സി. കഴിഞ്ഞ് ബി.എഡിന് പോകാനാണ് താൽപര്യമെന്ന് ബിന്ദു പറഞ്ഞു. എഞ്ചിനീയറിങ്ങിന് പോകാനാണ് ഉദ്ദേശിക്കുന്നതെന്ന് സീനത്തും.

അവർ നാട്ടിലേക്കുള്ള ബസ്സ് കയറി.

മകൾ ഉയർന്ന മാർക്കോടെ പ്രീഡിഗ്രി പാസ്സായതറിഞ്ഞ് സുബൈദയുടെ കണ്ണിൽ നിന്ന് ആനന്ദാശ്രുക്കൾ ഉതിർന്നു. അന്ത്രുമാൻ ഹാജി വീട്ടിൽ ഇല്ലായിരുന്നു.

'അയാൾ എങ്ങോട്ടാ പോയേ?' ...സീനത്തിന്റെ അന്വേഷണത്തിൽ ഹാജിയോടുള്ള രോഷവും പുച്ഛവും പ്രകടമായി.

'ഓറ് നാറാത്തെ വീട്ടില്പോയി'

'..ഓ...ഉമ്മാന്റെ വയറ് വീർത്തുവരുന്നോണ്ട് എനി മറ്റേ ഓള് മത്യായിരിക്കും.'

മകളുടെ രോഷപ്രകടനത്തോട് സുബൈദ പ്രതികരിച്ചില്ല. ഹാജിയോട് മകൾ കാണിക്കുന്ന രോഷം സുബൈദയെ ആശങ്കപ്പെടുത്തിക്കൊണ്ടിരുന്നു. സീനത്തിനെ ഹാജി സ്വന്തം മകളെപ്പോലെത്തന്നെയാണ് കാണുന്നതെന്ന് വിശ്വസിക്കാൻ സുബൈദ ശ്രമിക്കുകയാണ്. സീനത്ത് ആരോപിക്കുന്നതുപോലെ മറ്റൊരുതരത്തിൽ അദ്ദേഹം പെരുമാറുന്നത് ഇതുവരെ കണ്ടിട്ടില്ല. ഹാജിയും സീനത്തും മാത്രമായി ഒരിക്കലും വീട്ടിൽ ഉണ്ടായിട്ടുമില്ല. എന്നിട്ടും അദ്ദേഹത്തെ മകൾ സംശയിക്കാൻ കാരണമെന്താണെന്ന് എത്ര ആലോചിച്ചിട്ടും സുബൈദക്ക് പിടികിട്ടിയില്ല. അന്നുരാത്രി സീനത്ത് ആമിനവലിയുമ്മക്ക് വിശദമായ കത്തെഴുതി.

തളിരിടുന്ന ജീവിതം

വാസുവിന്റെ മരണം കാർത്ത്യായനിക്ക് ഒരനുഗ്രഹമാവുകയായിരുന്നു. പൊളിഞ്ഞ ശീലക്കുടപോലെ, എല്ലും തൊലിയുമായി കട്ടിലിൽ ചുരുണ്ടുകൂടിക്കിടന്നിരുന്ന ശരീരത്തിൽ ജീവൻ അവശേഷിക്കുന്നു എന്നതിന് ഏക തെളിവ് ഇടയ്ക്കിടെയുള്ള ദുർബലമായ ചുമ മാത്രമായിരുന്നു. അവസാനത്തെ ഒരാഴ്ച വെറും വെള്ളം മാത്രമായിരുന്നു ആഹാരം. രാവിലെ ഉപ്പിട്ട കഞ്ഞിവെള്ളംകൊടുത്ത്, പശുവിന് പുല്ലരിയാൻ പോയ കാർത്ത്യായനി തിരിച്ചുവരുമ്പോഴേക്കും വാസു അന്ത്യശ്വാസം വലിച്ചിരുന്നു.

ഭർത്താവിന്റെ നിശ്ചേതനമായ മൃതദേഹം കണ്ടപ്പോൾ ഔപചാരികമായിപ്പോലും കാർത്ത്യായനി കരഞ്ഞില്ല. മരവിപ്പോടെ, ആ മൃതദേഹം കുറേസമയം നോക്കിനിന്നു. ആരെയും കാത്തുനിൽക്കാനില്ലാത്തതുകൊണ്ട് മൃതദേഹം ഉച്ചതിരിഞ്ഞ് പൊതുശ്മശാനത്തിൽ സംസ്കരിച്ചു.

മരണവാർത്ത അറിഞ്ഞെത്തിയവർ ശവസംസ്കാരത്തിന്ശേഷം പിരിഞ്ഞുപോയി. കാർത്ത്യായനിയെ സാന്ത്വനിപ്പിക്കാൻ ആരും നിന്നില്ല.

അന്ന് വൈകുന്നേരം തന്നെ വാസു കിടന്ന പായും, വിരിപ്പും ധരിച്ചിരുന്ന വസ്ത്രങ്ങളും കൊണ്ട്പോയി കാട്ടിൽ ഉപേക്ഷിച്ചു.

വീട്ടിൽ കാർത്ത്യായനിയും ഷാജിയും മാത്രമായി. സന്ധ്യക്ക് കോലായിലെ മൂലയിൽ കാർത്ത്യായനി തൂണുംചാരി ഇരുന്ന് കുറേ കരഞ്ഞു. വാസുവിന്റെ വേർപാട് സൃഷ്ടിച്ച സങ്കടമായിരുന്നില്ല, തന്റെ ദുർവിധി ഓർത്തായിരിക്കണം ആ കരച്ചിൽ. ഏകാന്തമായ ഒരു തുരുത്തിൽ അകപ്പെട്ടുപോയതുപോലെ ഒരു ജീവിതം.

എന്തിനും പോരുന്ന ഒരു മകനുണ്ട് എന്ന ആത്മവിശ്വാസം കാർത്ത്യായനിക്കുണ്ട്. പക്ഷെ, ആ തുണയാകേണ്ട മകൻ തന്നെ അംഗീക

രിക്കുന്നില്ലെന്ന തോന്നൽ കാർത്ത്യായനിയെ വല്ലാതെ തളർത്തുന്നു. അന്നത്തെ ആ സംഭവം...സ്വന്തം മകന്റെ മുന്നിൽ കുറ്റവാളിയെപ്പോലെ നിൽക്കേണ്ടിവരുന്ന ഒരമ്മയുടെ ദുർഗതി....

ഏഴാംക്ലാസ് പാസ്സായശേഷം ഷാജിയെ നായാട്ടുപാറ ഹൈസ്കൂളിൽ എട്ടാംക്ലാസിൽ ചേർത്തെങ്കിലും പഠനം പാതിവഴിയിൽ അവസാനിപ്പിച്ചു. ഇംഗ്ലീഷ് പഠിപ്പിച്ചിരുന്ന രവിമാഷുടെ അടി സഹിക്കാൻ കഴിയാതെ വന്നപ്പോൾ ഒരു ദിവസം അവൻ ക്ലാസിൽ നിന്നും ഇറങ്ങിയോടി. പിന്നീട് അങ്ങോട്ടുപോയില്ല. . പിന്നെ ചോലയിലെ ക്വാറിയിൽ കല്ലുടയ്ക്കാൻ പോയി.

എട്ടാംക്ലാസിൽ ചേർന്നപ്പോൾ തടിമിടുക്ക് കൊണ്ട് ഷാജി സ്കൂളിന്റെ ശ്രദ്ധാകേന്ദ്രമായിരുന്നു. പഠനത്തിൽ ഏറെ പിന്നോക്കമായിരുന്നെങ്കിലും കായിക മത്സരങ്ങളിൽ ഷാജി ഒന്നാമനായിരുന്നു. ഓട്ടം, ചാട്ടം, ഹൈജംപ്, ലോങ്ങ്ജംപ് എന്നീ ഇനങ്ങളിൽ ഷാജിയെ വെല്ലാൻ സ്കൂളിൽ ആരുമില്ലായിരുന്നു. ഗാന്ധിജയന്തിദിനത്തോടനുബന്ധിച്ച് സ്കൂളിൽ ആചരിച്ച സേവനവാരം തന്റെ മിടുക്ക് പ്രകടിപ്പിക്കാനുള്ള അവസരമായിരുന്നു ഷാജിക്ക്. സ്കൂളിന്റെ പൊളിഞ്ഞ ഓട് മാറ്റാനും സ്കൂളിലേക്ക് ചാഞ്ഞ മരത്തിന്റെ കമ്പുകൾ വെട്ടിമാറ്റാനും മൈതാനത്തിന് ചുറ്റും കിടന്ന കൂറ്റൻ കല്ലുകൾ നീക്കംചെയ്യാനും ഷാജി നടത്തിയ പ്രവർത്തനങ്ങളെ അധ്യാപകർ അഭിനന്ദിച്ചു.

ഷാജി തങ്ങൾക്ക് മുതൽ കൂട്ടാവുമെന്ന് കണ്ട് എസ്എഫ്ഐ നേതാക്കൾ അവനെ സംഘടനയിൽ അംഗമാക്കി. മാണിയൂരിൽ നിന്ന് പി. മുകുന്ദൻ സ്കൂളിൽ എത്തിയാണ് ഷാജിയെ എസ്.എഫ്.ഐ. നേതാവാക്കിയത്. എസ്.എഫ്.ഐ. പ്രവർത്തകർക്ക് ഷാജിയുടെ സാന്നിധ്യം സുരക്ഷിത ബോധം നൽകി. ഏത് പ്രശ്നത്തിനും ഷാജി മുന്നിലുണ്ടാവും.

സമരങ്ങൾ ഷാജിക്ക് ഇഷ്ടമായിരുന്നു. ക്ലാസിൽ ഇരിക്കുന്നത് ഒഴിവാകാനുള്ള ഏക വഴി സമരമാണ്. സമരാഹ്വാനങ്ങളുണ്ടാവാൻ മറ്റുകുട്ടികളെപ്പോലെ ഷാജിയും കാത്തിരുന്നു.

എൽ.പി. സ്കൂളിൽ പഠിക്കുന്ന കാലം മുതലേ ഷാജി പരോപകാരിയാണ്. ക്ലാസിലിരിക്കാനുള്ള മടികാരണം സ്കൂളിൽ ഉപ്പുമാവ് പാചകം ചെയ്യുന്ന ലീലയുടെ സഹായിയായി സ്വയംമാറി. ദൂരെയുള്ള കിണറ്റിൽ നിന്ന് വെള്ളം ചുമന്നുകൊണ്ടുവരാനും പാചകത്തിനുള്ള വിറക് ശേഖരിക്കാനും അടുപ്പിൽ കത്തിക്കാനും വിളമ്പാനുമൊക്കെ ഷാജി ലീലയെ സഹായിക്കും. ഇത്തരത്തിലുള്ള സഹായങ്ങൾക്ക് പ്രതിഫലമായി കാ

ച്ചിയ തരിയും ഉപ്പുമാവും ഷാജിക്ക് കൂടുതൽ കൊടുക്കും. കൂടുതൽ കിട്ടിയ ഉപ്പുമാവ് വീട്ടിലേക്ക് കൊണ്ടുപോകും.

കാച്ചിയ തരിയും ഗോതമ്പിന്റെ ഉപ്പുമാവും ഒന്നിച്ച് ചേർത്ത് കഴിക്കുന്നതിന്റെ സ്വാദ് വേറെതന്നെയാണ്. 'കെയർ' പദ്ധതി പ്രകാരം അമേരിക്കയിൽ നിന്ന് വരുന്ന ഗോതമ്പുതരിയിൽ നിറയെ പുഴുക്കളായിരിക്കും. അരയടിയോളം നീളത്തിൽ പുഴുമാലയുണ്ടാവും. എത്ര പെറുക്കിക്കളഞ്ഞാലും തരിയിലും ഗോതമ്പിലും പുഴുക്കൾ അവശേഷിക്കും. തരി വെന്തുകഴിഞ്ഞാൽ അരഇഞ്ചോളം നീളമുള്ളതും തലകറുത്തതുമായ പുഴുക്കൾ ചത്തുപൊങ്ങിക്കിടക്കും. അവയെ നീക്കം ചെയ്താണ് തരി കുടിക്കുക. എങ്കിലും അതിന്റെ സ്വാദ് അപാരം.

ഷാജിയുടെ സേവനസന്നദ്ധത മാണിയൂർ സ്കൂളിലെ അധ്യാപകരും പരമാവധി മുതലാക്കി. രാവിലെയും വൈകുന്നേരവും തൊട്ടടുത്ത കുഞ്ഞിമൊയ്തീന്റെ പീടികയിൽ നിന്ന് അധ്യാപകർക്ക് ചായവാങ്ങിക്കൊണ്ടുവരേണ്ടതും ഓരോ പിരിയേഡ് കഴിയുമ്പോഴും ബെല്ലടിക്കുന്ന ജോലിയും ഷാജി ഏറ്റെടുത്തു. അലൂമിനിയത്തിന്റെ തൂക്കുപാത്രത്തിലാണ് അധ്യാപകർക്കുള്ള ചായ കൊണ്ടുവരിക. വൈകുന്നേരം ചായവാങ്ങാൻ പോയാൽ കടക്കാരൻ കുഞ്ഞിമൊയ്തീൻ ഒരു ചായ ഷാജിക്ക് കൊടുക്കും. സ്കൂളിലേക്ക് കൊണ്ടുപോകേണ്ട നാല് ചായകൾ ഒന്നിച്ചുണ്ടാക്കുമ്പോൾ മിച്ചംവെച്ചാണ് ചായ ഷാജിക്ക് നൽകുക. കുഞ്ഞിമൊയ്തീന് ഷാജിയോട് അത്രയും വാത്സ്യലമാണ്.

മൂന്നാംക്ലാസിലെ ചെറിയാണ്ടി കരുണാകരൻ മാഷ് ക്ലാസിൽവെച്ചുതന്നെയാണ് വെറ്റിലമുറുക്കുക. ധാരാളം സമയമെടുത്ത് വിസ്തരിച്ചാണ് കരുണാകരൻ മാഷുടെ വെറ്റിലമുറുക്ക്. പഴക്കംചെന്ന ഒരു ടിന്നിന്റെ കൊച്ചുപെട്ടിയാണ് മാഷുടെ മുറുക്കാൻ ചെല്ലം. അതിൽ നല്ല തളിർ വെറ്റിലയും പഴുക്കടക്കയും ഒരു ചെറിയ ഡബ്ബയിൽ വാസനച്ചുണ്ണാമ്പും നുറുക്കിയ പുകയിലയും ഉണ്ടാകും.

രാവിലെ പതിനൊന്ന് മണിക്കും വൈകുന്നേരം മൂന്ന് മണിക്കുമാണ് മാഷുടെ മുറുക്ക്. മാഷ് മുറുക്കാനുള്ള ഒരുക്കങ്ങൾ ആരംഭിക്കുമ്പോൾ കുട്ടികൾ മേശക്ക് ചുറ്റും കൂടും. ഇളം റോസ് നിറത്തിലുള്ള വാസനച്ചുണ്ണാമ്പിന്റെ മണം ആസ്വദിക്കാനാണിത്. ഇങ്ങിനെ നിറവും മണവുമുള്ള ചുണ്ണാമ്പ് അവർ വേറെ എവിടെയും കണ്ടിട്ടില്ല. കരുണാകരൻ മാഷ്ക്ക് വേണ്ട പഴുക്കടക്ക എത്തിച്ചുകൊടുക്കുന്നതും ഷാജിയാണ്. സ്കൂൾ വിട്ടുപോകുമ്പോൾ കവുങ്ങിൻതോട്ടത്തിലൂടെ നടന്നാൽ മതി. അടക്ക വീണുകിടക്കുന്നുണ്ടാവും.

നല്ല തടിമിടുക്കും കഴിവുകളുമുള്ള ഷാജിക്ക് സ്കൂളിൽ ധാരാളം ആരാധകരുണ്ട്. അപൂർവം അസൂയാലുക്കളും. കളികളിൽ പലപ്പോഴും ഷാജിയോട് ഒപ്പത്തിനൊപ്പം നിൽക്കുകയും പതിവായി അവനോട് തോറ്റുപോവുകയും ചെയ്യുന്ന മനോഹരനാണ് ഏറ്റവും വലിയ എതിരാളി. ഷാജിയെ 'കുട്ടിക്കൂറ' എന്നാണ് മനോഹരൻ രഹസ്യമായി വിളിച്ചിരുന്നത്. ഒരിക്കൽ മനോഹരൻ കുട്ടികളുടെ മുന്നിൽവെച്ച് പരസ്യമായി കുട്ടിക്കൂറഷാജിയെന്ന് വിളിച്ച് ആക്ഷേപിച്ചു. ഇത് കേൾക്കേണ്ട താമസം, ഷാജി മനോഹരനെ പിടിച്ചുനിർത്തി കരണക്കുറ്റിക്ക് ആഞ്ഞൊരടിയും ഒരു തള്ളും കൊടുത്തു. മനോഹരൻ മലർന്നടിച്ച് വീണു. സംഭവം കണ്ട കുട്ടികൾ പേടിച്ചുവിറച്ചുപോയി. വീണുകിടക്കുന്ന മനോഹരന്റെ നെഞ്ചിൽ ചവിട്ടിനിന്ന് ഷാജി മുന്നറിയിപ്പ് നൽകി. 'ഇനി എന്നെ പേര് മാറ്റി വിളിക്ക്വോ, ഇതാരോടെങ്കിലും പറയോ ചെയ്താല് നിന്നെ കൊന്ന് കളയും...' പിന്നെ ഒരിക്കലും അവൻ ഷാജിയെ പേരുമാറ്റി വിളിച്ചില്ല. ഷാജി തല്ലിയ കാര്യം മനോഹരൻ ആരോടും പറഞ്ഞതുമില്ല.

മാണിയൂർ യു.പി.സ്കൂളിൽ പഠിക്കുമ്പോൾ ഷാജിയും ബൈജുവും സുചിത്രയും അടുത്ത കൂട്ടുകാരായി. പലപ്പോഴും അവർ ഒന്നിച്ചാണ് സ്കൂളിലേക്ക് പോകുന്നതും തിരിച്ചുവരുന്നതും. രാവിലെ ബൈജുവിനെയും സുചിത്രയെയും ഷാജി വഴിയിൽ കാത്തിരിക്കും. മക്കൾ ഷാജിയോട് കൂട്ടുകൂടുന്നത് കമലയ്ക്ക് ഇഷ്ടമല്ലെങ്കിലും പരസ്യമായി പ്രകടിപ്പിച്ചില്ല.

കാർത്ത്യായനിക്ക് മകനെക്കുറിച്ച് എപ്പോഴും ആധിയാണ്. ചിലകാര്യങ്ങളിൽ അവന്റെ കഴിവിനെക്കുറിച്ച് അഭിമാനവും. അച്ഛനെ ശുശ്രൂഷിക്കുന്ന കാര്യത്തിൽ ഷാജി അതിശ്രദ്ധാലുവായിരുന്നു. വാസുവിനെ എഴുന്നേൽപ്പിച്ച് ചുവരിൽ ചാരിയിരുത്തി കഞ്ഞിയും ചായയും നൽകും. പല്ലുതേപ്പിച്ച് കൊടുക്കും.

കശുവണ്ടി പെറുക്കിയ കൂലിയിനത്തിലും ചാരായം വിറ്റുകിട്ടിയ വകയിലും കുറച്ചുപണം കാർത്ത്യായനി മിച്ചംവെച്ചിരുന്നു. ആ പണം കൊണ്ട് ഒരു കറവപ്പശുവിനെ വാങ്ങി. ദിവസേന ഏഴ് ലിറ്ററോളം പാൽ ചുരത്തുന്ന പശു. കുറച്ചുകോഴികളെയും വാങ്ങി. വീടിന്റെ പിന്നാമ്പുറത്ത് ചെറിയൊരു ഷെഡ്ഡുണ്ടാക്കി പശുവിനെ അതിൽ പാർപ്പിച്ചു. പശുവിന് പുല്ലരിയലും കുളിപ്പിക്കലും കറക്കലും കന്നുകുട്ടിയെ പരിചരിക്കലും ഒക്കെയായി കാർത്ത്യായനിക്ക് നടുനിവർത്താൻ സമയമില്ലാതായി.

ഒരു ദിവസം സന്ധ്യ കഴിഞ്ഞപ്പോൾ മുറ്റത്തുനിന്നുള്ള ചുമകേട്ട് കാർത്ത്യായനിപുറത്തുവന്നു. ഷാജി അകത്ത് ചിമ്മിണി വിളക്കിന്റെ മുന്നി

ലിരുന്ന് പുസ്തകം മറിച്ചുനോക്കുന്നു.

അത് ഗോപാലൻ മേസ്ത്രിയായിരുന്നു.

'ഇതാര്.....ഗോപാലേട്ടനോ...ഇങ്ങോട്ടുള്ള വഴിയെല്ലം മറന്നോ...?'-കാർത്ത്യായനി സൗഹൃദം പുതുക്കി. ഗോപാലൻ മേസ്ത്രി ഇറയത്ത് കയറി ബെഞ്ചിൽ ഇരുന്നു. നാടൻ റാക്കിന്റെയും കുട്ടികൃൂറപൗഡറിന്റെയും സമ്മിശ്ര ഗന്ധം പരന്നു.

'...ഞാനിപ്പം വേശാലേല് കോറ തൊടങ്ങീറ്റ്ണ്ട്...അതുകൊണ്ടാ ഇങ്ങോട്ടൊന്നും വെരാൻ നേരം കിട്ടാത്തെ...വൈകുന്നേരം അധികവും ടൗണിലായിരിക്കും.....എങ്ങനെ വാസൂന്റെ സൂക്കേട്...?'

'എങ്ങിനെ? അങ്ങനെതന്നെ..അതെനി മാറാനാ...ഒന്ന് തീർന്നാമതിയായിരുന്നു.. ദുരിതംകണ്ട് മടുത്തു..'

'നിന്റെ ചെക്കൻ ഇപ്പം ഏത് ക്ലാസിലാ?.'

'എട്ടില്'

'...ഞാനിപ്പം വന്നത്..ചോലക്ക് ഞാൻ വേറൊരു സ്ഥലം വാങ്ങീറ്റ്ണ്ട്. അവിടെ പുതിയ കോറ തൊടങ്ങണം...കാർത്ത്യായനിക്ക് പണിക്ക് വരാൻ പറ്റ്വോ?....പഴയ പണിക്കാറ് ആരുംല്ല. പാവന്നൂരുള്ള കൊറച്ച് പെണ്ണ്ങ്ങളേ ഉള്ളൂ...ആണുങ്ങളെല്ലാം അണ്ണാച്ചിമാരാ...'

'ഇല്ല ഗോപാലേട്ടാ കോറപ്പണിയൊന്നും ഇനി ശരിയാവൂല....ഒരു പശുവിനെ വാങ്ങീറ്റ്ണ്ട് അതിനെ നോക്കണം. കറന്ന് പാല് കൊണ്ടുപോണം. ഒന്നിനും നേരംല്ല..'

സംസാരം കേട്ട് ഷാജി പുറത്തുവന്ന് നോക്കി തിരിച്ചുപോയി.

ഷാജിയെ ഗോപാലൻ മേസ്ത്രി കണ്ടില്ല.

'...ഗോപാലേട്ടാ ഞാനൊരു ചായയെട്ത്തിറ്റ് വരാ...പാല്ണ്ട്.....'

'ചായയൊന്നും വേണ്ട...ഞാൻ കുടിച്ചിറ്റാവര്ന്ന്'

ഗോപാലൻ മേസ്ത്രി ബഞ്ചിൽ നിന്നും എഴുന്നേറ്റു. എന്നാൽ പോകാതെ അവിടെത്തന്നെ തഞ്ചിനിന്നു. അയാൾ കാർത്ത്യായനിയുടെ അടുത്തുചെന്ന് അവളുടെ തോളിൽ കൈവെച്ചു.

'വേണ്ട ഗോപാലേട്ടാ.....മോൻ കാണും...വിട്...' -കാർത്ത്യായനി കുതറിമാറി.

'ഞാൻ കൊറേക്കഴിഞ്ഞ് വരും..ചെക്കൻ ഒറങ്ങീറ്റാമ്പം...'

കാർത്ത്യായനി ഒന്നും പറഞ്ഞില്ല.

ഗോപാലൻ മേസ്ത്രി ഇറങ്ങിപ്പോയി.

കാർത്ത്യായനിയുടെ നെഞ്ച് ശക്തിയായി ഇടിച്ചു തുടങ്ങി.

ഒഴിഞ്ഞുപോയി എന്ന് കരുതിയ ബാധ വീണ്ടും വരികയാണ്. എനി

ഭയക്കാൻ മകനുണ്ട്. അവൻ പ്രായപൂർത്തിയായി വരികയാണ്. പപ്പേട്ടനെ ഭയന്നായിരിക്കണം അയാൾ ഇതുവരെ വരാതിരുന്നിട്ടുണ്ടാവുക. കാർത്ത്യായനി അസ്വസ്ഥയായി.

ഭക്ഷണം കഴിച്ച് ഷാജി ഉറങ്ങി. കാർത്ത്യായനിയും നെഞ്ചിടിപ്പോടെ കിടന്നു. മുറ്റത്തെ കാൽപ്പെരുമാറ്റത്തിന് കാതോർത്ത്....

പിറ്റേന്ന് രാവിലെ ഷാജി പതിവിന് വിപരീതമായി ക്ഷുഭിതനായാണ് കാണപ്പെട്ടത്. സാധാരണ അവൻ എഴുന്നേറ്റ ഉടനെ തൊഴുത്തിൽ പോയി കന്നുകുട്ടിയെ താലോലിക്കും. ഇളംപുല്ല് പറിച്ചുകൊടുക്കും. കിണറിൽ നിന്ന് വെള്ളം കോരി പാത്രങ്ങളിൽ സംഭരിച്ചുവെക്കും. കൂട്ടിൽ നിന്ന് കോഴികളെ തുറന്നുവിടും. മുട്ടകൾ എടുത്ത് ഉമിനിറച്ച കലത്തിൽ സൂക്ഷിച്ചുവെക്കും.

ഈ പതിവുകളെല്ലാം തെറ്റിയുള്ള മകന്റെ അപരിചിതമായ പെരുമാറ്റം കാർത്ത്യായനിയെ ആശങ്കയിലാക്കി.

'മോനെ, ഷാജി നിനക്ക് ചായയൊന്നും വേണ്ടേ. വേഗം പല്ലുതേച്ച് ചായ കുടിക്ക്...'

ഷാജി ഒന്നുംമിണ്ടാതെ ഇറയത്തെ മൂലയിലിരുന്ന് കാർത്ത്യായനിയെ ക്രുദ്ധനായി നോക്കിക്കൊണ്ട് പറഞ്ഞു.'- അയാളെന്തിനാ..ഇന്നലെ രാത്രി രണ്ടാമതും വന്നത്...?'

മകന്റെ ചോദ്യംകേട്ട് കാർത്ത്യായനി നടുങ്ങിപ്പോയി. എന്നാൽ നടുക്കം പുറത്തുകാണിക്കാതെ കാർത്ത്യായനി പറഞ്ഞു. '...മോനെ നിനക്ക് അങ്ങനെ തോന്നിപ്പോയതായിരിക്കും....ഓറ് എന്നെ കോറേല് പണിക്ക് വിളിക്കാൻ വന്നതാ...വേഗം പോകുകയും ചെയ്തു...നീ കണ്ടിറ്റില്ലേ...?'

പോയ അയാളെന്തിനാ പിന്നേം വന്നത്ന്നാ ഞാൻ ചോയിച്ചത്. ഞാൻ രാത്രി മൂത്രം ഒഴിക്കാൻ എണീറ്റപ്പം അയാള് എറങ്ങിപ്പോക്ന്നത് കണ്ടതല്ലേ...?

കാർത്ത്യായനി വിയർത്തുപോയി.

മകന്റെ ചോദ്യത്തിന് മുന്നിൽ കൃത്യമായ ഉത്തരം നൽകാൻ അവൾ വാക്കുകൾ തിരഞ്ഞു.

'...മോനെ നീ ഇങ്ങനെ വേണ്ടാത്ത ഓരോന്ന് ആലോചിക്കല്ലേ...അയാള് പിന്നെ വന്നിറ്റില്ല...നിനിക്ക് തോന്നിയതാകും..'

ഷാജി മുറ്റത്തിറങ്ങി. കയ്യും മുഖവും കഴുകാൻ മുറ്റത്തെ മൂലയിൽ പഴയ അലുമിനി പാത്രത്തിൽ വെച്ച വെള്ളം തട്ടിത്തെറിപ്പിച്ചശേഷം ഇറങ്ങിപ്പോയി.

മകൻ തന്റെ വഴിപിഴച്ച പോക്ക് കയ്യോടെ പിടികൂടിയിരിക്കുന്നുഎന്ന യാഥാർത്ഥ്യം കാർത്ത്യായനിയെ പരിഭ്രാന്തയാക്കി.

അർദ്ധരാത്രിയിലെ ആ സംഗമത്തിന് മേസ്ത്രിയിൽ നിന്നും പ്രതിഫലമായിക്കിട്ടിയ അമ്പത് രൂപാനോട്ട് അവളുടെ ബ്ലൗസിനുള്ളിലെ വിയർപ്പും ചൂടും അപ്പോഴും ആഗിരണം ചെയ്തുകൊണ്ടിരുന്നു.

കരിങ്കൽ ക്വാറിയിലെ ജോലികഴിഞ്ഞ് സാധാരണ സന്ധ്യയോടെ എത്തുന്ന ഷാജി അന്ന് വൈകിയാണ് എത്തിയത്. ഒന്നും സംസാരിക്കാതെ പലകയെടുത്തിട്ട് പതിവുസ്ഥലത്ത് ചോറിനായി ഇരുന്നു. ചോറുവിളമ്പി ഷാജിയുടെ മുന്നിൽവെക്കുമ്പോൾ കാർത്ത്യായനിക്ക് കള്ളിന്റെ മണം അനുഭവപ്പെട്ടു. പക്ഷെ, 'നീ കള്ളുകുടിച്ചോ എന്ന് മകനോട് ചോദിക്കാനുള്ള ധൈര്യം കാർത്ത്യായനിക്കില്ലായിരുന്നു. ഒരു ജോലി പൂർത്തിയാക്കുന്നതുപോലെ, ഭക്ഷണം വേഗത്തിൽ വാരിത്തിന്നുന്ന മകനെ കുറച്ചുസമയം നോക്കി നെടുവീർപ്പിട്ടശേഷം കാർത്ത്യായനി പതുക്കെ പറഞ്ഞു. 'മോനേ എനക്ക് നീയേയുള്ളൂ....തോന്ന്യവാസം ഉള്ളവരുമായി നീ കൂട്ടുകൂടററ്...നീ ആരെക്കൊണ്ടും മോശം പറീക്കരുത്...എന്റെ വിധി മറ്റൊന്നായിപ്പോയി...'

അവൻ ഒന്നും പ്രതികരിക്കാതെ ഭക്ഷണം കഴിച്ച് എഴുന്നേറ്റ് പോയി.

മകനെ ഗുണദോഷിക്കണമെന്ന് കാർത്ത്യായനിക്ക് തോന്നാറുണ്ടെങ്കിലും തനിക്ക് അതിനുള്ള അർഹതയില്ലെന്ന തോന്നൽ അതിൽ നിന്ന് വിലക്കി.

മുമ്പ് അനുഭവിച്ചതുപോലെയുള്ള സാമ്പത്തിക ബുദ്ധിമുട്ട് കാർത്ത്യായനിക്ക് ഇപ്പോഴില്ല. അധികം ചെലവുകളൊന്നുമില്ല. പാൽ വിറ്റുകിട്ടുന്ന പണംകൊണ്ട് സുഖമായി ജീവിക്കാം.

നല്ലൊരു കോഴിക്കൂട് ഉണ്ടാക്കിയതിന് ശേഷം കോഴിമുട്ടകൾ വിൽക്കാതെ അവയെയെല്ലാം അടവെച്ച് വിരിയിച്ചു. രണ്ടും മൂന്നും മാസം മൂപ്പെത്തിയ കോഴിക്കുഞ്ഞുങ്ങൾക്ക് നല്ല വില കിട്ടും. ഇരിക്കൂറിലെ കാശ്മിമാപ്പിള കോഴികളെ അന്വേഷിച്ച് സ്ഥിരമായി എത്തും. പല നാടുകളിലും പോയി വാങ്ങുന്ന കോഴികളെ കാശ്മി ഇരിക്കൂറിലെ സമ്പന്നൻമാരായ മാപ്പിളമാരുടെ വീടുകളിൽ കൊണ്ടുപോയി വിൽക്കും. പുയ്യാപ്ലമാർക്ക് ബിരിയാണിയും സൂപ്പും വെച്ചുകൊടുക്കാനാണ് ഈ ഇളം കോഴികൾ.

വിവാഹം കഴിഞ്ഞാൽ ആദ്യത്തെ പത്തുനാൽപ്പത് ദിവസം പെൺവീട്ടുകാർ പുയ്യാപ്ലമാരെ ഗംഭീരമായി സൽക്കരിക്കും. നല്ല വസ്ത്രങ്ങൾ ധരിച്ച് അത്തറും പൂശി സന്ധ്യയോടെ മണിയറ പുൽകാൻ വരുന്ന പു

യ്യാപ്ലമാർക്ക് ഇഷ്ടവിഭവങ്ങൾ ഉണ്ടാക്കിക്കൊടുക്കാൻ പെണ്ണിന്റെ വീട്ടുകാർ മത്സരിക്കും. പുതുതായി കല്ല്യാണം നടന്ന വീടുകൾ കാശ്മി കണ്ടെത്തും. അവിടുത്തേക്ക് വേണ്ടുന്ന കോഴികളെ കാശ്മി എത്തിച്ചുകൊടുക്കും. കോഴികളും കോഴിമുട്ടകളും മാത്രമല്ല, പഴയ കടലാസും കരുമുളകും കൊട്ടടക്കയും കാശ്മി നാടുനീളെ നടന്ന് കച്ചവടം ചെയ്യും. കാലുകൾ ബന്ധിച്ച് തലതൂക്കിയിട്ട പത്തും ഇരുപതും കോഴികളെ ഒരു കയ്യിൽ തൂക്കിയാണ് കാശ്മി നടക്കുക. പഴയ കടലാസും കുരുമുളകും മഞ്ഞളും കൊട്ടടക്കയും നിറച്ച വലിയ ചാക്ക് തലയിലുമുണ്ടാകും.

വിദൂര ഗ്രാമങ്ങളിൽ നിന്ന് കച്ചവടം കഴിഞ്ഞ് വൈകുന്നേരമാവുമ്പോൾ കാശ്മി ഇരിക്കൂറിലേക്കുള്ള ബസ്സിൽ കയറും. ബസ് ജീവനക്കാരുടെയും യാത്രക്കാരുടെയും ശകാരങ്ങൾക്കിരയാകാതെ കാശ്മിയുടെ യാത്ര ഒരിക്കലും അവസാനിച്ചിട്ടില്ല. കാലുകൾ ബന്ധിച്ച കോഴികളെ ബസ്സിന്റെ മൂലയിലിടും. ഉടനെ അവ കൂട്ടത്തോടെ ചിറകിട്ടടിച്ച് കരയും. വിസർജിക്കും. വിസർജ്യം യാത്രക്കാരുടെ ശരീരത്തിലും വസ്ത്രത്തിലുമാവും. അതോടെ യാത്രക്കാർ ക്ഷുഭിതരാവും. യാത്രക്കാരുടെയും ബസ് ജീവനക്കാരുടെയും ഭാഗത്തുനിന്ന് എത്ര പ്രകോപനമുണ്ടായാലും കാശ്മി അക്ഷോഭ്യനായി നേരിടും.

എല്ലാ അമുസ്ലീങ്ങളും കാശ്മിക്ക് നമ്പ്യാരാണ്. അമുസ്ലീങ്ങളായ എല്ലാ മുതിർന്നവരെയും 'നമ്പ്യാർ' എന്നേ അദ്ദേഹം വിളിക്കൂ. അത് ബഹുമാന സൂചകമായ വിശേഷണമായാണ് കാശ്മി കരുതുന്നത്.

കോഴികളുമായി ബസ്സിൽ കയറുന്നതിന് ആരെങ്കിലും ശകാരിക്കുമ്പോൾ കാശ്മി പറയും 'ദേഷ്യം ബെരല്ല നമ്പ്യാരെ..'

ഒരിക്കൽ പൊയ്യൂർക്കടവിലെ ഗോവിന്ദൻ വൈദ്യരുടെ വീട്ടിൽ കച്ചവടത്തിനായി കാശ്മി എത്തി. മുറ്റത്തുനിന്ന് നീട്ടിവിളിച്ചുചോദിച്ചു.

'കോയി ഇണ്ടാ നമ്പ്യാരെ?'

'ഇല്ല' –ചാരുകസേരയിൽ ഇരുന്ന ഗോവിന്ദൻ വൈദ്യർ മറുപടി പറഞ്ഞു.

'കുരുമുളക് ഇണ്ടാ നമ്പ്യാരെ?'

'ഇല്ലാ'

'പൊള്ളോ?'

'നോട്ടുപുസ്തകോ, പെയിപ്പറോ ഇണ്ടാ?'

'ഒന്നും ഇല്ലാന്ന് പറഞ്ഞില്ലേ മാപ്പളേ'

'എന്നാ മഞ്ഞളിണ്ടാ നമ്പ്യാറെ?'

നിങ്ങളെന്താമാപ്ലെ എല്ലാരീം നമ്പ്യാര്ന്ന് വിളിക്ക്ന്ന്...ഞാനെന്തൊ

നമ്പ്യാറാ...?

പൊതുവെ മുൻ കോപിയായ ഗോവിന്ദൻ വൈദ്യർ ക്ഷുഭിതമായി.

'.....ഏ്വ....ദേഷ്യം ബെരല്ലാ നമ്പ്യാരെ.'

കാൾമിയുടെ മറുപടി കേട്ട് വൈദ്യരും ചിരിച്ചുപോയി.

കാൾമി നാട്ടിലെത്തിയാൽ കാർത്ത്യായനിയുടെ വീട്ടിൽ പോകാതിരിക്കില്ല. കോഴിയോ മുട്ടയോ പശുവിൻ നെയ്യോ എന്തെങ്കിലും അവിടുന്ന് കിട്ടാതിരിക്കില്ല.

കരിങ്കൽ ക്വാറിയിലെ പണിക്കാർക്ക് ശനിയാഴ്ചയാണ് കൂലി കിട്ടുക. കൂലി കിട്ടിയാൽ ചെറിയൊരു തുക ഷാജി അമ്മക്ക് നൽകും. ഒന്നും പറയാതെ കാർത്ത്യായനിയുടെ മുമ്പിൽ പണം ഇട്ടുകൊടുക്കും. ഷാജി ആഴ്ചതോറും നൽകുന്ന ആ തുകകൊണ്ടാണ് കാർത്ത്യായനി പുതുതായി ചേർന്ന ചിട്ടിവെക്കുന്നത്.

വീടിനോട് ചേർന്ന് കക്കൂസുണ്ടാക്കുകയും വീടിന്റെ ചുമർ തേയ്ക്കുകയുമാണ് കാർത്ത്യായനിയുടെ അടുത്ത ലക്ഷ്യം. അതിനുവേണ്ടിയാണ് പണം സ്വരൂപിക്കുന്നത്.

സന്ധ്യക്ക് പശുവിന് പുല്ലിട്ടുകൊടുത്ത് കന്നുകുട്ടിയെ മാറ്റിക്കെട്ടിയ ശേഷം കോലായിലിരുന്നു വിശ്രമിക്കുകയായിരുന്നു കാർത്ത്യായനി. തൊട്ടടുത്ത പ്ലാസ്റ്റിക് കസേരയിൽ ഷാജി ഇരുന്നിട്ടുണ്ട്. സന്ധ്യക്ക് തന്നെ നല്ല നിലാവു പരന്നിരുന്നു. അകലെ നിന്ന് ഉച്ചത്തിൽ എന്തോ വിളിച്ചു പറയുന്നുണ്ട്. കാർത്ത്യായനി കാതോർത്തു.

'....ഷാജീ എന്താമോനെ വിളിച്ചുപറീന്ന്.....'

കുറച്ചു സമയം അവനും അത് ശ്രദ്ധിച്ചശേഷം പറഞ്ഞു.

'നാളെ കരിപ്പറമ്പിലെ എ.കെ.ജി.മന്ദിരം ഉദ്ഘാടനം ചെയ്യുന്നത് വിളിച്ചുപറയുകയാ...' -ഷാജി പറഞ്ഞു. അവൻ അപൂർവ്വമായേ അമ്മയുടെ ചോദ്യങ്ങൾക്ക് കൃത്യമായ മറുപടി പറയാറുള്ളൂ.

'കുഞ്ഞാളപ്പിലെ മുകുന്ദനാ വിളിച്ച് പറീന്ന്.' -കാർത്ത്യായനിക്ക് കാര്യം മനസ്സിലായി.

'സഖാക്കളേ, നാട്ടുകാരെ...നാളെ വൈകുന്നേരം കൃത്യം അഞ്ചുമണിക്ക് കരിപ്പറമ്പിൽ നിർമിച്ച എ.കെ.ജി.മന്ദിരം സഖാവ് എം.വി.ആർ ഉദ്ഘാടനം ചെയ്യുന്നു. ഇ.പി.കൃഷ്ണനൻ നമ്പ്യാർ, സി.ബാലൻ, കെ.കെ. കുഞ്ഞനന്തൻനമ്പ്യാർ എന്നീ നേതാക്കളും പ്രസംഗിക്കുന്നു. ബഹുജന റാലിയിലും പൊതുയോഗത്തിലും പങ്കെടുക്കാൻ മുഴുവൻ നാട്ടുകാരോടും അഭ്യർത്ഥിക്കുന്നു....'

മെഗഫോണിന്റെ ശബ്ദം അടുത്തെത്തി.

ഷാജി അകത്തുപോയി ഷർട്ടെടുത്തിട്ട് അവരോടൊപ്പം ചേരാൻ ഇറങ്ങിപ്പോയി.

കരിപ്പറമ്പിൽ നിർമിച്ച പാർട്ടി ആപ്പീസ് കെട്ടിടത്തിന് എ.കെ.ജി.ജീവിച്ചിരിക്കുമ്പോൾ തന്നെ എ.കെ.ജി.മന്ദിരം എന്ന് പേരിടാൻ തീരുമാനിച്ചിരുന്നു. എ.കെ.ജി.അസുഖബാധിതനായ സമയമായിരുന്നു അത്. അടിയന്തരാവസ്ഥക്കാലത്താണ് കെട്ടിടത്തിന്റെ പണി നടന്നത്.

അടിയന്തരാവസ്ഥക്കാലത്ത് വിറങ്ങലിച്ചുനിന്ന ഗ്രാമങ്ങളിലൊന്നാണ് മാണിയൂർ. മാർക്സിസ്റ്റ് പാർട്ടി പ്രവർത്തകർ വ്യാപകമായി വേട്ടയാടപ്പെട്ടു. മാണിയൂർ ബസാറിലെ നെയ്ത്ത് ശാല കേന്ദ്രീകരിച്ചാണ് കോൺഗ്രസ് പ്രവർത്തനം. കോൺഗ്രസ്സിന്റെ മണ്ഡലം പ്രസിഡന്റ് സി.എൻ.നമ്പ്യാർക്ക് പൊലീസ് സ്റ്റേഷനിലും മറ്റും വലിയ പിടിപാടായിരുന്നു. മാർക്സിസ്റ്റ് പാർട്ടി പ്രവർത്തകരെ കള്ളക്കേസിൽ കുടുക്കലാണ് നമ്പ്യാരുടെ പ്രധാന വിനോദം.

സ്ഥലത്തെ കോൺഗ്രസ് റൗഡി സംഘത്തെ നയിച്ചിരുന്നത് നെയ്ത്തുതൊഴിലാളിയായ ജമാലായിരുന്നു. വൈകുന്നേരം കള്ള് കുടിച്ച് മാണിയൂർ ബസാറിലെത്തി മാർക്സിസ്റ്റ് പാർട്ടിയെയും നേതാക്കൻമാരെയും ജമാൽ തെറിവിളിക്കും. രാത്രി വീടുകളിൽ കയറിച്ചെന്ന് സ്ത്രീകളോട് കൂടെപോരാൻ ആവശ്യപ്പെടും. രാത്രി പല വീടുകളിലും ചെന്ന് വാതിലിന് മുട്ടും. ജമാൽ നാട്ടുകാർക്ക് ശല്യവും പേടിസ്വപ്നവുമായി. പ്രത്യേകിച്ചും സ്ത്രീകൾക്ക്.

ഒരു ദിവസം രാത്രി, മാർക്സിസ്റ്റ് പാർട്ടി അനുഭാവിയായ മാമ്പള്ളി നാരായണന്റെ വീട്ടിൽ ചെന്ന് മകളെ കൂടെവിടാൻ ജമാൽ ആവശ്യപ്പെട്ടു. കൂലിപ്പണിക്കാരനായ നാരായണൻ ഭയന്നുപോയി. വീട്ടിൽ നിലവിളിയായി. അയൽപക്കക്കാർ ഓടിയെത്തിയപ്പോൾ ജമാൽ പോയി. നാരായണൻ പൊലീസിൽ പരാതി നൽകിയെങ്കിലും യാതൊരു നടപടിയുമുണ്ടായില്ല.

പൊറുതിമുട്ടിയപ്പോൾ എന്തു വിലകൊടുത്തും ജമാലിനെ കൈകാര്യം ചെയ്യാൻ മാർക്സിസ്റ്റു പാർട്ടി തീരുമാനിച്ചു. അതിനായി അഞ്ചാറുപേരെ നിശ്ചയിക്കുകയും ചെയ്തു.

ഒരു ദിവസം വൈകുന്നേരം നെയ്ത്തു കമ്പനിയിൽ നിന്ന് ജോലി കഴിഞ്ഞു വരികയായിരുന്ന ജമാലിനെ ബസാറിൽ വെച്ച് അഞ്ചാറുപേർ വളഞ്ഞു പിടിച്ച് ഭീകരമായി മർദ്ദിച്ചു. ഇരുമ്പുവടികളും സൈക്കിൾ ചങ്ങലയുംകൊണ്ടുള്ള അടിയേറ്റ് കയ്യും കാലും തകർന്ന് ബോധമറ്റുകിടന്ന ജമാലിനെ ആസ്പത്രിയിൽ എത്തിക്കാൻ പോലും ആരും ധൈര്യ

പ്പെട്ടില്ല. സംഭവം കണ്ട കോൺഗ്രസ്സുകാർ പലഭാഗത്തായി ഓടിരക്ഷപ്പെട്ടു.

മണിക്കൂറുകൾക്ക്ശേഷം ഇരിക്കൂറിൽ നിന്ന് പൊലീസെത്തി ജമാലിനെ കണ്ണൂർ ആസ്പത്രിലെത്തിച്ചു.

ഈ സംഭവത്തോടെ മാണിയൂർ ഗ്രാമത്തിൽ പൊലീസിന്റെ തേർവാഴ്ചയായി. പുരുഷന്മാർക്ക് വീടുകളിൽ നിൽക്കാൻ പറ്റാതായി. പലരും ഒളിവിൽപോയി. കുറേപേർ കേസിൽ പ്രതികളായി. പലരും റിമാൻഡിലും.

ഒരു മാസത്തിലധികം കണ്ണൂർ ആസ്പത്രിയിൽ ചികിത്സക്ക് ശേഷമാണ് ജമാലിന്റെ ആരോഗ്യം ഒരുവിധം തിരിച്ചുകിട്ടിയത്. ജമാലിനെ ചികിത്സിക്കാൻ ആരും സഹായിച്ചില്ല. അധികമാരും തിരിഞ്ഞുനോക്കിയതുമില്ല. അതോടെ അയാൾ രാഷ്ട്രീയവും ഉപേക്ഷിച്ചു. ആരോഗ്യം ഒരുവിധം വീണ്ടെടുത്ത ജമാൽ പുതിയ മനുഷ്യനായി. മദ്യപാനം പൂർണമായി ഉപേക്ഷിച്ചു. വീട്ടിൽ ഒതുങ്ങിജീവിച്ചു. പിന്നെ കല്ലുവെട്ട് തൊഴിലാളിയായി. ജമാലിന് മർദ്ദനമേറ്റശേഷം കോൺഗ്രസ്സുകാർ ആരും മാണിയൂർ ബസാറിൽ പോവാതായി. പലരും സജീവ രാഷ്ട്രീയത്തിൽ നിന്നും പിൻവാങ്ങി.

അടിയന്തരാവസ്ഥ കഴിഞ്ഞപ്പോൾ മാർക്സിസ്റ്റുപാർട്ടി തിരിച്ചടി തുടങ്ങി. കോൺഗ്രസ്സുകാർക്ക് അടികിട്ടാത്ത ദിവസം കുറവായിരുന്നു. അങ്ങിനെ മാണിയൂർ മാർക്സിസ്റ്റു പാർട്ടിയുടെ ശക്തികേന്ദ്രമായി. കോൺഗ്രസ്സുകാർ ഈ ദേശത്ത് രാഷ്ട്രീയ പ്രവർത്തനം നടത്താതായി.

ഭീതിയുടെ തടവിലായിരുന്ന ഒരു ജനതയുടെ സ്വാതന്ത്ര്യപ്രഖ്യാപനം പോലെയായിരുന്നു കരിപ്പറമ്പ് എ.കെ.ജി. മന്ദിരത്തിന്റെ ഉദ്ഘാടനവും പരിപാടിയോടനുബന്ധിച്ചു നടന്ന റാലിയും. എ.കെ.ജി.മരിച്ച് രണ്ടാഴ്ചക്ക് ശേഷമാണ് പരിപാടി. ചുവപ്പും വെള്ളയും ചായംതേച്ച ഒറ്റനില വാർപ്പുകെട്ടിടമാണ് എ.കെ.ജി. മന്ദിരം.

വൈകുന്നേരമാവുമ്പോഴേക്കും നാടിന്റെ നാനാഭാഗങ്ങളിൽ നിന്ന് ചെങ്കൊടികളേന്തി നൂറ് കണക്കിനാളുകൾ കരിപ്പറമ്പിലേക്ക് നീങ്ങി. അവരിൽ സ്ത്രീകളും കുട്ടികളും വയോജനങ്ങളുമുണ്ട്. 'അടിയന്തരാവസ്ഥ അറബിക്കടലിൽ' 'മാർക്സിസ്റ്റ് പാർട്ടി സിന്ദാബാദ്', എ.കെ.ജി.-ഇ.എം. എസ്.-സുന്ദരയ്യ സിന്ദാബാദ്. എം.വി.ആർ.സിന്ദാബാദ്....' നൂറ് കണക്കിന് കണ്ഠങ്ങളിൽ നിന്ന് മുദ്രാവാക്യങ്ങൾ ഉയർന്നു.

ആറര മണിയോടെ പാർട്ടി ജില്ലാ കമ്മിറ്റിയുടെ കെ.എൽ.സി. 6401 നമ്പർ കറുത്ത അമ്പാസിഡർ കാറിൽ എം.വി.ആറും ഇ.പി.കൃഷ്ണൻ

നമ്പ്യാരും എത്തി. ചെങ്കൊടി പാറുന്ന പാർട്ടിയുടെ കാർ കണ്ടതോടെ ജനം ഇരമ്പി മറിഞ്ഞു.

'എം.വി.ആർ. സിന്ദാബാദ്', 'എം.വി.ആറെ നേതാവെ, ധീരതയോടെ നയിച്ചോളൂ, ലക്ഷം ലക്ഷം പിന്നാലെ...' മുദ്രാവാക്യങ്ങൾ പ്രകമ്പനം കൊണ്ടു. ആവേശംകൊണ്ട് ഇളകിമറിയുന്ന ജനക്കൂട്ടത്തിൽ നിന്ന് നേതാക്കളെ വേദിയിലെത്തിക്കാൻ പ്രവർത്തകർ പാടുപെട്ടു.

കെട്ടിടം ഉദ്ഘാടനം ചെയ്തശേഷം എം.വി.ആർ.പ്രസംഗം തുടങ്ങി. ഇടതുകൈ മൈക്കിന്റെ സ്റ്റാന്റിൽ പിടിച്ച്, വലതുകൈ അരക്കെട്ടിൽ താങ്ങി, ഇന്ദിരാഗാന്ധിയെയും മകൻ സഞ്ജയ്ഗാന്ധിയെും കെ.കരുണാകരനെയും നിശിതമായി വിമർശിച്ചും കളിയാക്കിയുമുള്ള എം.വി.ആറിന്റെ പ്രസംഗം കേട്ട് ജനം ചിരിച്ച് മണ്ണുകപ്പി.

പാർട്ടി നേതാക്കളെയടക്കം കരുണാകരന്റെ പൊലീസുകാർ ലോക്കപ്പിലിട്ട് ഉടുവസ്ത്രംപോലും ഉരിഞ്ഞ് മർദ്ദിച്ച സംഭവം എം.വി.ആർ. സ്വതസിദ്ധമായ ശൈലിയിൽ വിവരിച്ചു. '.....ഉടുത്തമുണ്ട് മാത്രമല്ല, അടിവസ്ത്രം കൂടി ഊരിയെടുത്താ കരുണാകരന്റെ പൊലീസ് നമ്മുടെ സഖാക്കളെ തല്ലിയത്...എടോ കരുണാകരാ നീ എന്തിനാ നമ്മുടെ സഖാക്കളുടെ മുണ്ടും ട്രൗസറും അഴിച്ച് നോക്കിയത്....നിനിക്ക് ഇല്ലാത്തത് എന്തെങ്കിലും അധികം നമ്മുടെ സഖാക്കൾക്ക്ണ്ടാ..... -ജനം ആർത്തുചിരിച്ചു.

തകർന്ന സ്വപ്നങ്ങൾ

'.. പടച്ചോനേ... എന്ത് ചൂടാ ഇത്... മനുഷ്യമ്മാറ് ഈൗന്റകത്ത് നിന്ന് ബെന്ത് ചാകുല്ലോ...' - പെട്ടിയിൽ നിന്നും ഒരു പഴയ വാരികയെടുത്ത് വീശിക്കൊണ്ട് സൈനുദ്ദീൻ പിറുപിറുത്തു.

'... അടുത്ത മാസം ആകുമ്പം ചൂട് കൂടുംന്നാ നേരത്തെ ഇവിടെ എത്തിയ ആൾക്കാറ് പറീന്നത്... ഈ സ്ഥലം മൊത്തം കടപ്പുറം പോലല്ലേ... ശരിയായ മണലാരണ്യം. ഒരു മരത്തിന്റെ തണല് പോലും ഇല്ല. പിന്നെങ്ങനയാ ചൂടില്ലാണ്ട് നിക്കാ...' - നിലത്ത് വിരിച്ച പ്ലാസ്റ്റിക്ക് പായയിൽ അസ്വസ്ഥനായി തിരിഞ്ഞും മറിഞ്ഞും കിടന്നുകൊണ്ട് പപ്പൻ പറഞ്ഞു.

പപ്പനും സൈനുദ്ദീനുമടക്കം നൂറ്റമ്പതോളം പേർ പുതിയ ലേബർ ക്യാമ്പിലെത്തിയ ആദ്യ രാത്രിയാണ്. ദക്ഷിണ യെമനിലെ കോർമത്സർ അന്താരാഷ്ട്ര വിമാനത്താവളത്തിൽ ഇറക്കിയശേഷം ആദ്യം ഇവരെ കൊണ്ടുപോയത് സനയിലായിരുന്നു. തലസ്ഥാന നഗരമായ സനയിൽ കൂറ്റൻ ഷോപ്പിങ് കോംപ്ലക്സിന്റെ നിർമാണ പ്രവർത്തനങ്ങൾക്കാണ് പപ്പൻ ഉൾപ്പെടെയുള്ള തൊഴിലാളികളെ നിയോഗിച്ചത്. ഏകദേശം അറുന്നൂറിലധികം തൊഴിലാളികളെ. ഇവരെ പാർപ്പിച്ചത് നിർമാണ പ്രവർത്തനം നടക്കുന്ന കെട്ടിടത്തിനടുത്തുതന്നെയുള്ള ആസ്ബസ്റ്റോസ് ഷെഡ്ഡിലും. ഉയരം കുറഞ്ഞ മേൽക്കൂരയുള്ള കൂറ്റൻ ഷെഡ്ഡിൽ നിലത്ത് വിരിച്ച പ്ലാസ്റ്റിക് പായയിലാണ് തൊഴിലാളികൾ അന്തിയുറങ്ങുന്നത്. ഷെഡ്ഡിൽ നിരനിരയായി തൊഴിലാളികൾ ഉറങ്ങുന്നത് കണ്ടാൽ, ഏതോ മഹായുദ്ധത്തിൽ മരിച്ചവരുടെ ജഡങ്ങൾ നിരത്തിയിട്ടതാണെന്ന് തോന്നും. ഷെഡ്ഡിൽ പലഭാഗത്തായി ഫാനുകൾ കറങ്ങുന്നുണ്ടെങ്കിലും അത്യുഷ്ണം ശമിപ്പിക്കാൻ അതുൽപാദിപ്പിക്കുന്ന കാറ്റ് തികച്ചും അപര്യാപ്തമായിരുന്നു.

കിടന്നുറങ്ങാനുള്ള ഷെഡ്ഡിനോട് ചേർന്നാണ് കക്കൂസുകളും കുളി

മുറികളും. കക്കൂസിന്റെയും കുളിമുറിയുടെയും മുന്നിൽ എല്ലാ സമയവും അഞ്ചും പത്തും പേർ ഊഴംകാത്തുനിൽക്കുന്നുണ്ടാവും. മിക്കവരും വൈകുന്നേരം ജോലി കഴിഞ്ഞതിന് ശേഷമേ കുളിച്ചിരുന്നുള്ളൂ.

എട്ടുമണിയാകുമ്പോഴേക്കും ജോലിക്ക് റെഡിയാവണം. തൊഴിലാളികൾക്കെല്ലാം പ്രത്യേക യൂണിഫോറമുണ്ട്. ഫൈബറിന്റെ കട്ടിയുള്ള മഞ്ഞത്തൊപ്പിയും. കൊടുംവെയിലത്ത് കട്ടിയുള്ള തൊപ്പിക്കുള്ളിൽ തല എരിപിരികൊള്ളും. പണിനടക്കുന്ന കെട്ടിടത്തിന്റെ മുന്നിലെ ഗേറ്റിൽ സജ്ജീകരിച്ചിട്ടുള്ള ബൂത്തിൽവെച്ചിട്ടുള്ള രജിസ്റ്ററിൽ ജോലിക്ക് കയറുമ്പോഴും ജോലികഴിഞ്ഞ് മടങ്ങുമ്പോഴും പേരെഴുതി ഒപ്പുവെക്കണം. ഇംഗ്ലീഷിൽ പേരെഴുതി ഒപ്പുവെക്കുന്നവർ കുറവായിരുന്നു. നവസാക്ഷരരുടേതെന്ന് തോന്നിപ്പിക്കുന്നതായിരുന്നു, ഇന്ത്യയിലെ മിക്ക പ്രാദേശിക ഭാഷകളിൽ രേഖപ്പെടുത്തുന്ന പേരുകളും ഒപ്പുകളും.

എട്ടുമണിക്കൂറാണ് ജോലി. മൂന്നുനേരം ഭക്ഷണം കിട്ടും. ഉച്ചക്ക് ചോറോ ചപ്പാത്തിയോ. ഉച്ചഭക്ഷണ സമയത്ത് ഒരു മണിക്കൂർ ഇടവേള.

ഏഷ്യയിലെയും ആഫ്രിക്കയിലെയും ഒട്ടുമിക്ക രാജ്യങ്ങളിലെ തൊഴിലാളികൾ ഇവിടെയുണ്ട്. എൻജിനിയർമാരിൽ അധികവും റഷ്യക്കാർ.

ജോലികഴിഞ്ഞ് ക്യാമ്പിലെത്തിയാൽ എല്ലാവർക്കും പൂർണ സ്വാതന്ത്ര്യം. കൈയിൽ കാശുണ്ടെങ്കിൽ മദ്യവും പെണ്ണും കൈയെത്തും ദൂരത്തുണ്ട്. തട്ടുകടകൾപോലെ ബിയർ പാർലറുകൾ. മദ്യ ഷാപ്പുകളും ഇഷ്ടം പോലെ.

സാധാരണ ജോലി കഴിഞ്ഞാൽ താൽപര്യമുള്ളവർക്ക് ഓവർടൈം ജോലി ചെയ്യാം. ഒരു നിയന്ത്രണവുമില്ല. വെള്ളിയാഴ്ച അവധി. തൊഴിലാളികൾ ചുറ്റിക്കറങ്ങുന്നത് വെള്ളിയാഴ്ചയാണ്.

ലേബർ ക്യാമ്പിൽ ഓരോരുത്തരും കിടക്കുന്ന സ്ഥലത്ത് വെച്ച ട്രങ്കുപെട്ടികളിലാണ് അവരവരുടെ പണവും സാധനങ്ങളും സൂക്ഷിക്കുന്നത്. പെട്ടിയുടെ മുകളിൽ ഓരോരുത്തരുടെയും വിലാസം എഴുതിയിട്ടുണ്ട്. ക്യാമ്പിൽ എല്ലായ്പ്പോഴും കാവലുണ്ട്. പെട്ടിയും സാധനങ്ങളും സുരക്ഷിതമായിരിക്കും.

എല്ലാവരും ക്യാമ്പിൽ തിരിച്ചെത്തിയാൽ അന്തരീക്ഷമാകെ സിഗരറ്റ് പുകകൊണ്ട് നിറയും. പല ഭാഷകളിലുള്ള സംസാരംകൊണ്ട് മുഖരിതമാവും.

അമ്പത് റിയാലാണ് പപ്പന് ആദ്യം കിട്ടിയ ശമ്പളം. ഒരു റിയാൽ 32 ഇന്ത്യൻ രൂപക്ക് തുല്യം. ശമ്പളത്തിന് പുറമെ പത്തുറിയാൽ ഭക്ഷണച്ചെലവിനായി വേറെ കിട്ടും.

കിട്ടുന്ന ശമ്പളത്തിൽ അറുപത് ശതമാനം അവിടെത്തന്നെ ചെലവാക്കണമെന്ന വ്യവസ്ഥ, ആദ്യ ശമ്പളം വാങ്ങി നാട്ടിലേക്ക് അയക്കുന്ന സമയത്ത് മാത്രമേ പലരും അറിഞ്ഞുള്ളൂ.

കിട്ടുന്ന ശമ്പളത്തിന്റെ പകുതിയിലേറെ ഇവിടെ തന്നെ ചെലവാക്കണമെങ്കിൽ എന്തിന് കഷ്ടപ്പെട്ട് എത്തി എന്ന ചോദ്യം തൊഴിലാളികളുടെ മുമ്പാകെ ഉയർന്നു. അവർക്കിടയിൽ കടുത്ത രോഷവും നിരാശയും.

എട്ടുമാസത്തിന് ശേഷമാണ് പപ്പനും സൈനുദ്ദീനും ഉൾപ്പെടെ നൂറ്റമ്പത് തൊഴിലാളികളെ മുക്കല്ല ആഭ്യന്തര വിമാനത്താവളത്തിനടുത്തുള്ള കെട്ടിടനിർമാണ സ്ഥലത്തേക്ക് നിയോഗിച്ചത്. ചൂട് അതിന്റെ പാരമ്യത്തിലെത്തിയിരുന്നു. തൊഴിൽസാഹചര്യങ്ങൾ വളരെ മോശവും. സുഡാൻകാരനാണ് ജോലിസ്ഥലത്തെ സൂപ്പർവൈസർ. ഇയാൾ വളരെ മോശമായാണ് തൊഴിലാളികളോട് പെരുമാറിയിരുന്നത്.

'...ബോംബെയിൽനിന്ന് കഷ്ടപ്പെടുമ്പം വിചാരിച്ചു കടല് കടന്നാൽ രക്ഷപ്പെടാമെന്ന്... എന്നാൽ ഇവിടെയെത്തിയപ്പോൾ ദുരിതം ഇരട്ടിയായി. കഷ്ടപ്പെട്ട് പണമുണ്ടാക്കിയാലും നാട്ടിലേക്ക് അയക്കാൻ പറ്റൂല... നാട്ടില്ത്തന്നെ നിന്നാ മതിയായിരുന്നു... ദാരിദ്ര്യമായാലും കുടുംബത്തോടൊപ്പം ജീവിക്കാമായിരുന്നു... എല്ലാം അത്യാഗ്രഹംകൊണ്ട് പറ്റിയതാ...' - ക്യാമ്പിൽ പപ്പന്റെ അരികിൽ ഉറങ്ങാൻ കിടന്ന സൈനുദ്ദീൻ നിരാശയോടെ പറഞ്ഞു.

കൊടുംചൂടിൽ ഉറക്കം വരാത്തതിനാൽ പപ്പൻ എഴുന്നേറ്റിരുന്നത് ഒരു സിഗരറ്റ് കത്തിച്ചു. ഫാനിന്റെ നേർത്ത കാറ്റിൽ സിഗരറ്റ് പുക അന്തരീക്ഷത്തിൽ കലങ്ങി.

മിക്കവരും ഉറങ്ങിക്കഴിഞ്ഞിരുന്നു. ചിലർ മത്സരിച്ച് കൂർക്കം വലിക്കുന്നുണ്ട്. മറ്റുചിലർ തിരിഞ്ഞും മറിഞ്ഞും കിടന്ന് അസ്വസ്ഥത പ്രകടിപ്പിക്കുന്നു.

കുറേ അകലെ നിന്ന് ഒരു ഹിന്ദി ചലച്ചിത്രഗാനം പതുക്കെ കേൾക്കാം. 'ഗൊരിതേര ഗാവ്ബഡാ പ്യാരാ...' ബീഹാറുകാരൻ ഗുപ്തയാണത്. നല്ല ഈണത്തിൽ അവൻ ഹിന്ദിപ്പാട്ടുകൾ പാടും. അവൻ പാടുന്ന ഏത് പാട്ടിനും ഒരുതരം വിഷാദ മാധുര്യമുണ്ട്.

ഷെഡ്ഡിൽ ഉറങ്ങാൻ കിടന്നാൽ അവൻ ഉറക്കെ പാട്ടുപാടും. പലരും നിശ്ശബ്ദമായി അവന്റെ പാട്ടിൽ ലയിച്ചുപോകും. എല്ലാവരുടെയും ദുഃഖങ്ങൾ ഘനീഭവിച്ചുണ്ടായതാണ് അവന്റെ പാട്ട് എന്ന് തോന്നിപ്പോകും.

'... പപ്പേട്ടാ ഇവിടെ നിന്നാല് ഒരിക്കലും നമ്മള് രക്ഷപ്പെടൂലാ... കി

ട്ടുന്ന ശമ്പളം അത്രമോശമല്ലെങ്കിലും പകുതിയിലേറെ ഇവിടെത്തന്നെ ചെലവാക്കിയാല് വീട്ട്കാര് എങ്ങനെയാ ജീവിക്കാ... ഇതൊരു ദരിദ്രരാജ്യമാണ്. ഗൾഫിൽ ഇങ്ങനെയൊരു രാജ്യമുള്ള കാര്യം തന്നെ ആരും അറീല... ഏജന്റ്മാർ നമ്മളെ പറ്റിച്ചു...' – സൈനുദ്ദീന്റെ വാക്കുകളിൽ കടുത്ത അമർഷം പ്രകടമായിരുന്നു.

'... ശരിയാണ്... ഏജന്റുമാർ നമ്മളെ പറ്റിച്ചു. സൗദിയിലേക്കാ വിസാന്നാ ആ ഹാജി പറഞ്ഞത്... എന്നിട്ടിപ്പം... നാട്ടില് തിരിച്ചെത്താൻ കഴിഞ്ഞാല് ഞാൻ ഓന്റെ കൊടല്മാല പൊറത്തെടുക്കും...' – പപ്പൻ രോഷം കൊണ്ടു.

'...നമ്മള് വന്നിട്ട് എത്ര കാലായി... റേഷൻ വാങ്ങാനുള്ള കാശ് പോലും നാട്ടിലയക്കാൻ പറ്റീല്ലല്ലോ. ഇവിട്ന്ന് കത്തയച്ചാൽ രണ്ടാഴ്ച കഴിഞ്ഞാ നാട്ടില് കിട്ടാ... നമ്മളെ ജീവിതം വെറുതെയായി...' – സൈനുദ്ദീന്റെ കണ്ഠമിടറി.

'... ഇവിട്ന്ന് രക്ഷപ്പെടാനുള്ള വഴിയെക്കുറിച്ചാണ് ഞാൻ ആലോചിക്കുന്നത്. പാസ്പോർട്ട് ഇവരുടെ കയ്യിലായിപ്പോയി. അത് കിട്ടാതെ ഇവിടുന്ന് രക്ഷപ്പെടാൻ വഴിയില്ല. നമ്മൾ പണിയെടുക്കുന്നത് സർക്കാറിന് വേണ്ടിയുള്ള കെട്ടിടത്തിലാണ്. എന്തെങ്കിലും പ്രശ്നങ്ങൾ ഉണ്ടാക്കിയാൽ അവർ പിടിച്ച് ജയിലിലിടും...' – പപ്പൻ എന്തൊക്കെയോ ആലോചിക്കുന്നതിനിടയിൽ പറഞ്ഞു.

പപ്പൻ എല്ലാ വിവരങ്ങളുംവെച്ച് നാട്ടിലേക്ക് കത്തെഴുതി. കത്തിന് മറുപടി കിട്ടാൻ ഒരുമാസത്തിലേറെയെടുത്തു. സുചിത്രയാണ് മറുപടി എഴുതിയത്. നല്ല കൈയക്ഷരത്തിൽ, നാട്ടിലെ എല്ലാ വിവരങ്ങളും അവൾ എഴുതിയിരിക്കുന്നു. മകളുടെ കത്ത് തുടർച്ചയായി മൂന്നാവർത്തി പപ്പൻ വായിച്ചു. അവളുടെ അമ്മാവൻ കുവൈത്തിൽ നിന്ന് നാട്ടിൽ വന്നിട്ടുണ്ടെന്നും അവർക്കെല്ലാം ഡ്രസ്സും മറ്റുസാധനങ്ങളും കൊണ്ടുവന്നിരുന്നുവെന്നും കമ്പിലെ ഗായത്രി ടാക്കീസിൽ കൂട്ടിക്കൊണ്ടുപോയി സിനിമ കാണിച്ചുവെന്നും കത്തിലുണ്ട്.

അവിടെ ജോലി ചെയ്യുന്നവരിൽ നൂറ്റമ്പതോളംപേരെ അടുത്ത ആഴ്ച സനയിലേക്ക് കൊണ്ടുപോകുമെന്ന് ഫോർമാൻ അറിയിച്ചു. അവിടുത്തെ കെട്ടിട നിർമാണം ഏറെക്കുറെപൂർത്തിയായി. ഇനി വയറിങ്ങിന്റെയും പ്ലമ്പിങ്ങിന്റെയും ജോലികൾ മാത്രമേ ബാക്കിയുള്ളൂ. അതിനാൽ അത്തരം ജോലികൾ ചെയ്യുന്നവരെ മാത്രമേ നിലനിർത്തുന്നുള്ളൂ.

സനയിലേക്ക് കൊണ്ടുപോകുന്നവരുടെ ലിസ്റ്റ് വായിച്ചപ്പോൾ പപ്പനും സൈനുദ്ദീനുമുണ്ട്. മാനസികമായി ഏറെ അടുത്ത തങ്ങൾ വെവ്വേറെ

ആയിപ്പോകുമോ എന്ന ആശങ്ക രണ്ടുപേർക്കുമുണ്ടായിരുന്നു.

സനയിൽ വീണ്ടുമെത്തുമ്പോൾ അന്തരീക്ഷത്തിന്റെ താപനില ഗണ്യമായി കുറഞ്ഞിരുന്നു. വലിയ അസ്വസ്ഥതയില്ലാതെ ജോലി ചെയ്യുകയും കിടന്നുറങ്ങുകയും ചെയ്യാം. താമസിക്കാനും മറ്റും കുറേക്കൂടി നല്ല സൗകര്യം കിട്ടി. ഓരോ കമ്പിളിപ്പുതപ്പും. ഭക്ഷണം പാചകം ചെയ്യാൻ സൗകര്യവുമുണ്ട്.

സനയിലേക്ക് മാറിവന്നവരുടെ കൂട്ടത്തിൽ ഗായകൻ ഗുപ്തയുമുണ്ടെന്ന് അന്ന് രാത്രിയാണ് പപ്പന് മനസ്സിലായത്. രാത്രി കിടന്നപ്പോൾ അവന്റെ പാട്ട് കേട്ടു. ഗുപ്ത കിടന്നുറങ്ങുന്നത് പപ്പന്റെ അടുത്താണ്. നാല് പേർക്കപ്പുറം. ഗുപ്ത ഒരു ഗസൽ പാടിയപ്പോൾ പപ്പൻ ഒരു രസത്തിന് 'കായലരികത്ത് വലയെറിഞ്ഞപ്പോൾ...' എന്ന പാട്ടുപാടി. പപ്പന്റെ പാട്ടുകേട്ട് എല്ലാവരും ചിരിച്ചു.

പപ്പന് നന്നായി പാടാൻ അറിയില്ലെങ്കിലും പാട്ട് ഇഷ്ടപ്പെടുന്ന ആളാണെന്ന് മനസ്സിലാക്കിയതുകൊണ്ടാവാം ഗുപ്ത എഴുന്നേറ്റ് പപ്പന്റെ അടുത്തേക്ക് വന്നു. പപ്പനും ഗുപ്തയും വ്യക്തിപരമായ കാര്യങ്ങൾ ആദ്യമായി സംസാരിച്ചു.

'നിങ്ങൾ ഇപ്പോൾ പാടിയ പാട്ട് യേശുദാസ് പാടിയതാണോ' എന്നായിരുന്നു ഗുപ്തയുടെ ഹിന്ദിയിലുള്ള ആദ്യ ചോദ്യം.

ആ പാട്ട് പാടിയത് ആരാണെന്ന് പപ്പന് നിശ്ചയമില്ലായിരുന്നു. എന്നാൽ സൈനുദ്ദീന് അറിയാം. 'അത് പാടിയത് കെ.രാഘവൻ മാസ്റ്ററാണ്' – സൈനുദ്ദീൻ ഹിന്ദിയിൽത്തന്നെ മറുപടി പറഞ്ഞു. തനിക്ക് ഏറ്റവും ഇഷ്ടപ്പെട്ട ഗായകർ മുഹമ്മദ് റഫിയും യേശുദാസുമാണെന്ന് ഗുപ്ത പറഞ്ഞു.

യേശുദാസ് പടിയ 'ഗോരിതേരാ ഗാവ് ബഡാ പ്യാരാ' എന്ന ഗാനവും റഫിയുടെ 'ക്യാ ഹുവാ തേരാ വാദാ'യും പാടി താൻ ഗാനമേളകളിൽ എത്രയോ പേരുടെ കൈയടി നേടിയിട്ടുണ്ടെന്ന് ഗുപ്ത അനുസ്മരിച്ചു.

രാത്രിയുടെ ഏകാന്തതയിൽ മനോഹരമായി പാടുമെങ്കിലും അധികം ആരോടും സംസാരിക്കുകയോ കൂട്ടുകൂടുകയോ ചെയ്യാത്ത ഗുപ്ത, അന്നുരാത്രി പപ്പനോടും സൈനുദ്ദീനോടും അവന്റെ ജീവിത കഥ പറഞ്ഞു.

ബീഹാറിലെ ഒരു ഉൾഗ്രാമത്തിലെ സാധാരണ കൃഷിക്കാരന്റെ ഏക മകനാണ് മുകേഷ് ഗുപ്ത. കൂടപ്പിറപ്പുകളായി മൂന്ന് സഹോദരിമാർ. പഠനത്തിൽ അധികം മിടുക്കനല്ലാത്ത ഗുപ്ത കുട്ടിക്കാലം മുതലേ ന

ന്നായി പാടുമായിരുന്നു. ഹൈസ്കൂൾ ക്ലാസ്സിൽ പഠിക്കുമ്പോൾ തന്നെ പ്രാദേശികമായ ഗാനമേള ട്രൂപ്പുകളിൽ പാടാൻ പോകും. സമ്പന്നരുടെ വിവാഹവീടുകളിലും പിറന്നാളാഘോഷങ്ങളിലുമൊക്കെ പാടാൻ അവസരം കിട്ടും. തരക്കേടില്ലാത്ത പ്രതിഫലവും. മുഹമ്മദ് റഫിയുടെ ഹിറ്റ് ഗാനങ്ങൾ പാടി ഗുപ്ത സദസ്സിന്റെ കൈയടി നേടി. 'ചിത്ചോർ' പുറത്തിറങ്ങിയതുമുതൽ യേശുദാസിന്റെ പാട്ടുകളും ഗുപ്ത പാടാൻ തുടങ്ങി. വളരെ വേഗം ഗുപ്ത അറിയപ്പെടുന്ന ഗായകനായി. പിന്നീട് വലിയ ട്രൂപ്പുകളിലെ പ്രധാന പാട്ടുകാരനും. ഒരിക്കൽ അയൽ ഗ്രാമത്തിലെ ജൻമി സഞ്ജയ് ശർമയുടെ മകളുടെ കല്യാണാഘോഷത്തിന് ഗുപ്തയുടെ നേതൃത്വത്തിലുള്ള ട്രൂപ്പ് പാടാനെത്തി. വിവാഹിതയായ പെൺകുട്ടിയുടെ ഇളയ സഹോദരി നീനാ ശർമ കോളേജ് വിദ്യാർഥിനിയും ഗായികയുമായിരുന്നു. കോളേജ്തലത്തിലും സർവകലാശാലാതലത്തിലും നിരവധി സമ്മാനങ്ങൾ നീന ശർമക്ക് ലഭിച്ചിട്ടുണ്ട്.

നീനശർമയുടെ അഭ്യർഥനയനുസരിച്ച് 'ചിത്ചോറി'ലെ 'ജബ് ദീപ് ജലേ ആന...' എന്ന ഗാനം ഗുപ്ത വീണ്ടും പാടി.

അന്ന് അവിടെവെച്ച് മുകേഷ് ഗുപ്തയും നീന ശർമയും തമ്മിൽ ഉടലെടുത്ത സൗഹൃദം അധികം വൈകാതെ പ്രണയമായി വളർന്നു. അവർ പല സ്ഥലങ്ങളിൽവെച്ചും കണ്ടുമുട്ടുന്നത് പതിവായി. ഈ ബന്ധം ഇരുവീട്ടുകാരും അറിഞ്ഞു.

അതിസമ്പന്നനും അധികാരസ്ഥാനങ്ങളിൽ വൻ പിടിപാടുമുള്ള സഞ്ജയ് ശർമയുടെ മകളുമായുള്ള ബന്ധം അവസാനിപ്പിക്കണമെന്ന് വീട്ടുകാർ അവനെ ഉപദേശിച്ചു. 'ആ വീട്ടിലെ തൊഴുത്തിൽ കാലെടുത്ത് വെക്കാനുള്ള യോഗ്യതപോലും നമുക്കില്ല മോനേ... ആ കുട്ടിയുടെ അച്ഛനറിഞ്ഞാൽ നിന്റെ ശവംപോലും ബാക്കിവെക്കില്ല...' - അഭ്യർഥനയുടെയും താക്കീതിന്റെയും രൂപത്തിൽ അച്ഛൻ മകനെ ഉപദേശിച്ചു.

ഒടുവിൽ ഗുപ്തയുടെ അച്ഛൻ ഭയപ്പെട്ടതുപോലെ തന്നെ സംഭവിച്ചു. ഒരു ഗാനമേള കഴിഞ്ഞ് വരികയായിരുന്ന ഗുപ്തയെ സഞ്ജയ് ശർമയുടെ ആൾക്കാർ തടഞ്ഞുവെച്ച് ചോദ്യംചെയ്തു. അവൻ സത്യം പറഞ്ഞു. തങ്ങൾ കത്തുകൾ അയക്കാറുണ്ടെന്നും കാണാറുണ്ടെന്നും നീന ശർമയെ വിവാഹം കഴിക്കാൻ ആഗ്രഹമുണ്ടെന്നും.

'ഇനി ആ കുട്ടിയെ കാണുകയോ കത്തയക്കുകയോ ചെയ്താൽ നിന്നെ കൊന്ന് കുഴിച്ചുമൂടും... എടാ... അർഹിക്കുന്നതേ മോഹിക്കാവൂ... ആ കുട്ടിയെ പ്രേമിക്കാനുള്ള എന്തുയോഗ്യതയാ നിനക്കുള്ളത്?...' - നീന ശർമയുടെ അടുത്ത ബന്ധു എന്ന് അവകാശപ്പെട്ട ഒരാൾ ഗുപ്ത

ക്ക് മുന്നറിയിപ്പ് നൽകി.

വിലക്കുകളും ഭീഷണിയും വകവെക്കാതെ അവർ തമ്മിലുള്ള ബന്ധം തുടർന്നു. നീന ശർമക്കുള്ള കത്തുകൾ അവളുടെ അടുത്ത കൂട്ടുകാരിയുടെ പേരിൽ എഴുതിത്തുടങ്ങി. ആ കൂട്ടുകാരി അവൾക്ക് കത്തുകൾ കൈമാറും.

ഒരിക്കൽ നഗരത്തിലെ പാർക്കിൽ ഇരുവരും സംസാരിച്ചിരിക്കുമ്പോൾ രണ്ട് വാഹനങ്ങളിൽ അവിടെയെത്തിയ സഞ്ജയ് ശർമയുടെ ആൾക്കാർ ഇരുവരെയും പിടികൂടി ഓരോ വാഹനത്തിൽ കയറ്റി. നീന ശർമയെയും കൊണ്ട് ബന്ധുക്കൾ അവളുടെ വീട്ടിലേക്ക് പോയി. ഗുപ്തയെ വളരെ അകലെ വിജനമായ ഒരുസ്ഥലത്തെ പൊളിഞ്ഞ കെട്ടിടത്തിലേക്കും. പിടിച്ചുകെട്ടിയ ഗുപ്തയെ ഗുണ്ടാസംഘം അതിഭീകരമായി മർദിച്ചു. മൂന്ന് ദിവസം കുടിവെള്ളം പോലും കൊടുക്കാതെ മർദിച്ച ശേഷം ജീവച്ഛവമാക്കി ഏതോ സ്ഥലത്ത് വിട്ടയച്ചു. ഇനി ഗ്രാമത്തിൽ കണ്ടുപോയാൽ കൊന്നുകളയുമെന്നായിരുന്നു ഭീഷണി.

ഗുപ്ത ഒരു സുഹൃത്തിനെ വീട്ടിലേക്കയച്ച് ഹയർ സെക്കൻഡറി പാസായതിന്റെ സർട്ടിഫിക്കറ്റുകളും വസ്ത്രങ്ങളും എടുപ്പിച്ചു. പിറ്റേന്ന് ഡൽഹിയിലേക്ക് വണ്ടികയറി. പിന്നെ ബോംബെയിലെത്തി. അവിടെ കുറച്ചുനാൾ ഹോട്ടലിൽ ജോലിചെയ്തു. ഒരു പരിചയക്കാരൻ മുഖേന വ്യാജപാസ്പോർട്ട് സംഘടിപ്പിച്ചാണ് ഗൾഫിലെത്തിയത്.

തന്റെ കൂട്ടുകാരി ആത്മഹത്യചെയ്തുവെന്ന് അവൻ കുറേക്കാലത്തിന് ശേഷമാണ് അറിഞ്ഞത്. താൻ എവിടെയാണുള്ളതെന്ന് വീട്ടുകാർ ഇതുവരെ അറിയില്ലെന്ന് ഗുപ്ത പറഞ്ഞു. ഗുപ്തയുടെ കദനകഥ ഒന്നും പറയാതെ സൈനുദ്ദീനും പപ്പനും കേട്ട് കിടന്നതേയുള്ളൂ. ഒടുവിൽ പപ്പൻ ചോദിച്ചു 'വീട്ടിലേക്കെന്താ കത്തെഴുതാത്തതെന്ന്.' എനിക്കിപ്പോൾ വീട്ടുകാരുടെ മേൽവിലാസം അറിയില്ലെന്നായിരുന്നു ഗുപ്തയുടെ മറുപടി.

സനയിൽ ഒരു ഷോപ്പിങ് കോംപ്ലക്സിന്റെ പണി തുടങ്ങിയിരുന്നു. ജോലിക്കാരിൽ വിവിധ രാജ്യക്കാർ ഉണ്ടെങ്കിലും എൻജിനിയർമാരിൽ അധികവും റഷ്യക്കാർ തന്നെ. ഫോർമാൻ അറബിയും. പേര് അബ്ദുൾ നസീം. ഒരു ദിവസം രാവിലെ ഫോർമാൻ ക്യാമ്പിലെത്തി ഡ്രൈവിങ് ലൈസൻസുള്ളവർ ആരൊക്കെയാണെന്ന് ആരാഞ്ഞു. പപ്പനും സൈനുദ്ദീനും ഉൾപ്പെടെ പന്ത്രണ്ടുപേർക്ക് നാട്ടിലെ ഡ്രൈവിങ്ങ് ലൈസൻസുണ്ടായിരുന്നു. ഫോർമാൻ അവർ പന്ത്രണ്ടുപേരെയും വാഹനത്തിൽ കയറ്റി കൺസ്ട്രക്ഷൻ കമ്പനിയുടെ ഓഫീസിലേക്ക് കൊണ്ടുപോയി.

ഇവരിൽ മലയാളികളായി പപ്പനും സൈനുദ്ദീനും മാത്രമേ ഉണ്ടായിരുന്നുള്ളൂ. ഇന്ത്യക്കാരായി എട്ടുപേർ. സൈറ്റുകളിലേക്ക് സാധനസാമഗ്രികളും ഉദ്യോഗസ്ഥരെയും ജോലിക്കാരെയും എത്തിക്കുകയാണ് ഡ്രൈവർമാരുടെ ജോലി. എൻജിനിയർമാരുടെയും മറ്റും സ്വകാര്യ ആവശ്യങ്ങൾക്കും ഡ്രൈവർമാരുടെ സേവനം വേണം.

ഡ്രൈവിങ്ങ് ലൈസൻസുകൾ പരിശോധിച്ച ശേഷം എല്ലാവരെയും വിവിധ വാഹനങ്ങൾ ഓടിക്കാൻ പരിശീലനം നൽകി. ട്രാഫിക് നിയമങ്ങൾ പഠിപ്പിക്കുകയും ചെയ്തു. കാറുകളും ജീപ്പുകളും കൂറ്റൻ ട്രക്കുകളും ഓടിക്കാൻ പറ്റുമെന്ന് കണ്ട ഏഴുപേരെ തിരഞ്ഞെടുത്തു. ഇവരിൽ പപ്പനും സൈനുദ്ദീനുമുണ്ട്.

ഡ്രൈവർമാരുടെ ജോലി കുറേക്കൂടെ ആശ്വാസകരമാണ്. എല്ലാം എയർകണ്ടീഷൻ ചെയ്ത പുത്തൻ വാഹനങ്ങൾ. ഡ്രൈവർമാരായി നിയമിച്ചവർക്ക് ആ തസ്തിക അനുവദിക്കുകയോ ശമ്പളത്തിൽ വർധന അനുവദിക്കുകയോ ചെയ്തില്ല. ജോലി കുറേക്കൂടി എളുപ്പമായതിനാൽ ആരും പ്രതിഷേധമൊന്നും പ്രകടിപ്പിച്ചില്ല. കൊടുംവെയിലത്തുള്ള ജോലി ഒഴിവായിക്കിട്ടിയതിൽ ആശ്വസിച്ചു.

ഒരുദിവസം ഗോഡൗണിൽ നിന്ന് സിമന്റ് കയറ്റി സൈറ്റിലേക്ക് പുറപ്പെടാൻ നേരത്ത് ഫോർമാൻ പപ്പനെ വിളിച്ച് ഒരു കാര്യം അറിയിച്ചു. രാത്രി സ്വകാര്യമായി ഒരു സ്ഥലത്ത് പോകാനുണ്ടെന്നും നല്ല ഡ്രസ്സിൽ വരണമെന്നും.

രാത്രി ഏഴുമണിക്ക് പപ്പൻ കമ്പനി ഓഫീസിൽ എത്തി. നല്ല തണുത്ത രാത്രി. നഗരം വൈദ്യുതി പ്രഭയിൽ കുളിച്ചുനിൽക്കുന്നു. രാത്രിയിലെ നഗരദൃശ്യത്തിന് ഇത്രയും ഭംഗിയുള്ളതായി പപ്പന് ഇതിന് മുമ്പ് ഒരിക്കലും തോന്നിയില്ല.

രണ്ട് റഷ്യൻ എൻജിനിയർമാരും ഫോർമാൻ അബ്ദുൾ നസീമും കാറിൽ കയറി. എൻജിനിയർമാർ പിൻസീറ്റിലും ഫോർമാൻ അബ്ദുൾ നസീം മുൻസീറ്റിലും. കോർമത്സർ എയർപോർട്ടിലേക്ക് കാർ വിടാൻ ഫോർമാൻ ആവശ്യപ്പെട്ടു. എയർപോർട്ട് പിന്നിട്ട് പിന്നെയും രണ്ട് കിലോമീറ്റർ കൂടി ഓടിയശേഷം ഒരു ബഹുനിലക്കെട്ടിടത്തിലേക്ക് ചൂണ്ടി, കാർ അങ്ങോട്ട് തിരിക്കാൻ ഫോർമാൻ പറഞ്ഞു.

തന്റെ കൈയിൽ നാട്ടിലെ ഡ്രൈവിങ്ങ് ലൈസൻസ് മാത്രമേ ഉള്ളൂ എന്ന കാര്യം പപ്പൻ ആശങ്കയോടെ ഓർത്തു. ട്രാഫിക് പൊലീസ് ലൈസൻസിന് ആവശ്യപ്പെട്ടാൽ കുടുങ്ങിയതുതന്നെ. എന്നാൽ തന്നെ രക്ഷിക്കാനുള്ള സ്വാധീനം കമ്പനി അധികൃതർക്ക് ഉണ്ടാവുമെന്ന് സമാധാനി

ക്കുകയും ചെയ്തു.

ബഹുനില കെട്ടിടം ഒരു നക്ഷത്ര ഹോട്ടലാണ്. തദ്ദേശീയരും വിദേശികളുമായ ധാരാളം അതിഥികൾ ആഡംബരക്കാറുകളിൽ വന്നുകൊണ്ടിരിക്കുന്നു. അവരിൽ പാശ്ചാത്യവേഷം ധരിച്ച സ്ത്രീകളുമുണ്ട്. അതിഥികളെ പ്രത്യേകം വേഷം ധരിച്ച പരിചാരകർ സ്വീകരിച്ച് അകത്തേക്ക് ആനയിച്ചു. കാറുകൾ കെട്ടിടത്തിന്റെ അടിഭാഗത്തുള്ള പാർക്കിങ് കേന്ദ്രത്തിലേക്ക് മാറ്റിയിട്ടു. ഹോട്ടലിൽ ഒരു സ്വകാര്യ കൺസ്ട്രക്ഷൻ കമ്പനിയുടെ വാർഷികാഘോഷം നടക്കുകയാണ്. ഡ്രൈവർമാർക്ക് അകത്ത് പ്രവേശനമില്ല. പരിചാരകർ ഡ്രൈവർമാരെ വിളിച്ച് കാർ പാർക്കിനോട് ചേർന്ന ഒരു ഹാളിൽ ഇരുത്തി. ഒരു മണിക്കൂർ കഴിഞ്ഞാൽ ഭക്ഷണത്തിന് വിളിക്കുമെന്നും അവർ അറിയിച്ചു. കുറേ കാത്തിരുന്നപ്പോൾ പപ്പന് മുഷിഞ്ഞു. വി.ഐ.പി.കളുടെ ഡ്രൈവർമാരുടെ ഏറ്റവും വലിയ ശാപം ഈ വിരസമായ കാത്തിരിപ്പാണ്. വി.ഐ.പി.കൾ സഞ്ചരിക്കുന്ന കാറിലെ ഡ്രൈവർമാർക്ക് അവരുടെ കൂടെയിരുന്ന് ഭക്ഷണം കഴിക്കാൻ അവകാശമില്ല. യാതൊരു പരിഗണനയും കിട്ടുകയുമില്ല. ടാക്സി സ്റ്റാൻഡിൽ യാത്രക്കാരെ കാത്തിരിക്കുന്നതിന് ഒരു സുഖമുണ്ട്. ടാക്സി സ്റ്റാൻഡിലാകുമ്പോൾ അപരിചിതത്വവും അന്യത്വവും അലട്ടുകയില്ല.

ഭക്ഷണത്തിനായി കാത്തുനിൽക്കാതെ പപ്പൻ പതുക്കെ ഹാളിൽ നിന്ന് പുറത്തേക്ക് കടന്നു. കാർപോർച്ചിനോട് ചേർന്ന ഉദ്യാനത്തിൽ നിന്ന് നോക്കിയാൽ നഗരക്കാഴ്ചകൾ കാണാം. അകത്തെ നൃത്തശാലയിൽ നിന്നുള്ള ആരവങ്ങൾ ചെറിയതോതിൽ പുറത്തുകേൾക്കാം. ഒന്നാംനിലയിൽ നിന്നാണ് ആരവങ്ങൾ ഉയരുന്നത്.

തണുത്ത കടൽക്കാറ്റ് വീശിക്കൊണ്ടിരുന്നു. ചെറുതായി മഞ്ഞ് പെയ്യുന്നുമുണ്ട്. തെരുവുകളിലെ വൈദ്യുതി വിളക്കുകളിൽ നനുത്തമഞ്ഞ് മഞ്ഞ ആവരണം തീർത്തിരിക്കുന്നു.

കുറേനേരം കാഴ്ചകൾ കണ്ടശേഷം പപ്പൻ ഹാളിലേക്ക് മടങ്ങി. മറ്റ് ഡ്രൈവർമാരും അവിടെ മുഷിഞ്ഞിരിക്കുകയായിരുന്നു. ആരുടെയും പരിഗണനകിട്ടാത്ത വൃദ്ധ സദനത്തിലെ അന്തേവാസികളെപ്പോലെ അവർ ഓരോ മൂലയിലെ കസേരകളിൽ ചടഞ്ഞിരുന്ന് ഉറക്കംതൂങ്ങുകയാണ്.

കുറേക്കഴിഞ്ഞപ്പോൾ ഒരു പരിചാരകൻ വന്ന് ഡ്രൈവർമാരെ അത്താഴത്തിന് ക്ഷണിക്കുകയും റസ്റ്റോറന്റിലേക്ക് കൊണ്ടുപോവുകയും ചെയ്തു.

നേർത്ത വെളിച്ചമുള്ള റസ്റ്റോറന്റിൽ നല്ല തിരക്കായിരുന്നു. മദ്യപിച്ച് നൃത്തം ചെയ്ത് കുഴഞ്ഞ ആണുംപെണ്ണും ഏറെ ബുദ്ധിമുട്ടിയാണ് ഭ

ക്ഷണസാധനങ്ങൾ തിരഞ്ഞെടുത്ത് കഴിക്കുന്നത്. ചിലർ ഭക്ഷണം കഴിക്കുന്നതിനിടയിൽത്തന്നെ മദ്യം വാങ്ങുന്നുണ്ട്. വെളുത്ത വസ്ത്രങ്ങളും പ്രത്യേകതരം തൊപ്പിയും ധരിച്ച പരിചാരകർ വിനയപൂർവം ഭക്ഷണവും മദ്യവും ആവശ്യക്കാർക്ക് എത്തിച്ചുകൊണ്ടിരുന്നു. കനത്ത മെയ്ക്കപ്പിട്ട അർധനഗ്നകളായ പെൺകുട്ടികളെ ഭക്ഷണം കഴിക്കുന്നതിനിടയിൽത്തന്നെ ചില അതിഥികൾ ആലിംഗനം ചെയ്യുകയും ചുംബിക്കുകയും ചെയ്യുന്നു. ഇളംചുവന്ന വെളിച്ചത്തിൽ വെളുത്ത് തുടുത്ത സ്ത്രീശരീരങ്ങളെ പപ്പനും ആർത്തിയോടെ നോക്കി നിന്നു.

ശരീരത്തിന്റെ മുക്കാൽ പങ്കും പ്രദർശിപ്പിക്കുന്നതും ഒരേതരം വസ്ത്രം ധരിച്ചതുമായ കൗമാരപ്രായക്കാരായ പെൺകുട്ടികൾ നിശാനർത്തകിമാരായിരിക്കുമെന്ന് പപ്പൻ ഊഹിച്ചു.

അവിടെയുള്ള സ്ത്രീ ശരീരങ്ങളെക്കാൾ പപ്പനെ പ്രലോഭിപ്പിച്ചത് ഭക്ഷണശാലയുടെ മേശയിൽ നിരത്തിവെച്ച വിവിധതരം മുന്തിയ ബ്രാൻഡ് മദ്യങ്ങളായിരുന്നു. തന്റെ മേലുദ്യോഗസ്ഥരുടെ കണ്ണുവെട്ടിച്ച് അല്പം വാങ്ങി കഴിച്ചാലോ എന്ന് തോന്നി. താൻ കൊണ്ടുവന്ന എൻജിനിയർമാരും ഫോർമാനും എവിടെയെന്ന് തിരഞ്ഞു. ഭക്ഷണശാലയിലെ തീരെ വെളിച്ചം കുറഞ്ഞ മൂലയിലുള്ള സോഫയിൽ ഒരു നർത്തകിയെ വാരിപ്പുണർന്നിരിക്കുന്ന ആൾ തന്റെ എൻജിനിയറാണെന്ന് തിരിച്ചറിഞ്ഞു. ഇനിയും രണ്ടുപേർ കൂടിയുണ്ട്. അവരെ കണ്ടെത്താനായി തിരഞ്ഞു. മറ്റൊരു എൻജിനിയർ അതിനടുത്ത് തന്നെയുള്ള ഒരു കസേരയിൽ കുഴഞ്ഞുവീണ് ഉറങ്ങുന്നു. അയാൾ ധരിച്ച വെളുത്തപാന്റിലും കറുത്ത കോട്ടിലുമൊക്കെ ഭക്ഷണാവശിഷ്ടങ്ങൾ വീണു കിടക്കുന്നു. ഭക്ഷണം കഴിച്ച കൈ തുടയ്ക്കുക പോലും ചെയ്തിട്ടില്ല. ഇനി ഫോർമാൻ അബ്ദുൾ നസീമിനെ കാണണം. അതാ അയാൾ ഇടനാഴിയിൽ ഒരു നർത്തകിയുടെ തോളിൽ കൈയിട്ടുകൊണ്ട് സംസാരിക്കുന്നു.

അവിടെ എല്ലാവരും പ്രത്യേകലോകത്താണ്. ആർക്കും ആരെയും തിരിച്ചറിയാനോ ശ്രദ്ധിക്കാനോ കഴിയുന്നില്ല. പപ്പൻ പതുക്കെ മദ്യം വിളമ്പുന്ന കൗണ്ടറിലെത്തി. ഒരു പെഗ്ഗ് ബ്ലാക്ക്ലേബൽ വിസ്കി ആവശ്യപ്പെട്ടു. പരിചാരകൻ തണുന്ന സോഡ പകർന്ന വിസ്കി നൽകി. മരുഭൂമിയിൽ നിന്ന് ഓടിക്കിതച്ചെത്തിയ യാത്രക്കാരനെപ്പോലെ ഗ്ലാസ്സിലെ മദ്യം മുഴുവൻ ഒറ്റവലിക്ക് അകത്താക്കി. അൽപസമയം മുറിയിൽ ചുറ്റിനടന്ന ശേഷം ഒരു പെഗ്ഗ് മദ്യം കൂടി വാങ്ങി. അപ്പോഴാണ് ശരിക്കും ആശ്വാസമായത്. കാത്തിരിപ്പിന്റെ മടുപ്പിന് ചെറിയ തോതിൽ വിരാമവും.

രണ്ടോ മൂന്നോ പെഗ്ഗ് മദ്യം കഴിക്കുന്നത് തന്റെ കാര്യക്ഷമതയെ ഒട്ടും ബാധിക്കില്ലെന്ന് പപ്പന് ആത്മവിശ്വാസമുണ്ട്. ഡ്രൈവ് ചെയ്യുന്നതിനും പ്രശ്നമാവില്ല. കൊണ്ടുവന്ന മൂന്നുപേരും മൂക്കറ്റം മദ്യപിച്ചതുകൊണ്ട് താൻ മദ്യപിച്ച കാര്യം അവർക്ക് മനസ്സിലാവില്ലെന്നും ഉറപ്പിച്ചു.

പപ്പൻ വേഗം ഭക്ഷണം കഴിച്ചു. ഗൾഫിൽ എത്തിയശേഷം ആദ്യമായാണ് ഇത്രയും സ്വാദിഷ്ടവും വൈവിധ്യവുമുള്ള ഭക്ഷണം കഴിക്കുന്നത്. ഇനി അടുത്തകാലത്തൊന്നും ഇത്തരത്തിലുള്ള ഭക്ഷണം കിട്ടണമെന്നില്ല. ഒട്ടകത്തിന്റെ ഇറച്ചി ആദ്യമായി കഴിക്കുകയാണ്. ബീഫ് പോലെത്തന്നെ. രുചിവ്യത്യാസമൊന്നുമില്ല. ഇത്രയും ഭക്ഷണം ഒരു സ്റ്റാർ ഹോട്ടലിൽ കയറി വില നൽകി കഴിക്കണമെങ്കിൽ ഒരു മാസത്തെ ശമ്പളം മതിയാകില്ല.

അതിഥികൾ പൊയ്ക്കൊണ്ടിരുന്നു. മദ്യപിച്ച് ലക്കുകെട്ട അതിഥികളെ പരിചാരകരും അവരുടെ ഡ്രൈവർമാരും ചേർന്ന് താങ്ങിയെടുത്ത് കാറിൽ കയറ്റുന്നുണ്ട്.

പപ്പൻ തന്റെ എൻജിനിയർമാരെയും ഫോർമാനെയും ഒരിക്കൽക്കൂടി ചെന്ന് നോക്കി. എൻജിനിയർമാരെ തടിമിടുക്കുള്ള രണ്ട് പരിചാരകർ ചേർന്ന് താങ്ങിയെടുത്ത് കാറിൽ കയറ്റി. ഫോർമാൻ അബ്ദുൾ നസീം വേച്ചുവേച്ചാണെങ്കിലും നടന്ന് കാറിൽ കയറി. നർത്തകിമാരെല്ലാം കൂടണഞ്ഞുകഴിഞ്ഞിരുന്നു. രണ്ട് എൻജിനിയർമാരും കാറിന്റെ പിൻസീറ്റിൽ കുഴഞ്ഞുവീണ് കിടക്കുന്നു. രണ്ടുപേർക്കും തീരെ ബോധമില്ല. ഫോർമാൻ മുന്നിലെ സീറ്റിൽ ഇരുന്നു.

രാത്രി ഏറെ വൈകിയതിനാൽ റോഡിൽ തിരക്ക് കുറവായിരുന്നു. കാറിലെ എയർകണ്ടിഷൻ ഓഫ് ചെയ്ത് ചില്ലുവാതിലുകൾ താഴ്ത്താൻ ഫോർമാൻ ആവശ്യപ്പെട്ടു. 'പുറത്ത് നല്ല തണുപ്പുണ്ട്. അത് ആസ്വദിക്കുന്നതാണ് സുഖം' - ഫോർമാൻ പറഞ്ഞു.

കനത്ത മൂടൽ മഞ്ഞ് ദൂരക്കാഴ്ചകളെ മറച്ചിരുന്നു. തെരുവിലെ വൈദ്യുതി വിളക്കുകൾ ചെറിയ മെഴുകുതിരികൾ കത്തിച്ചുവെച്ചതായേ തോന്നിച്ചുള്ളൂ.

കാർ ഓഫീസിന് മുന്നിൽ നിന്നു. ഫോർമാൻ കാറിൽ നിന്നിറങ്ങി. പിന്നിലെ ഡോർ തുറന്നു. റഷ്യൻ എൻജിനിയർമാർ നല്ല ഉറക്കത്തിലാണ്. പപ്പനും ഫോർമാനും ചേർന്ന് രണ്ട്പേരെയും താങ്ങിയെടുത്ത് ഓഫീസ് വരാന്തയിലെ സോഫയിൽ കിടത്തി.

താമസസ്ഥലത്ത് പോകണമെന്ന് നിർബന്ധമില്ലെങ്കിൽ ഓഫീസിന്റെ ഔട്ട് ഹൗസിൽ കിടന്നോളാൻ ഫോർമാൻ നിർദേശിച്ചു. പപ്പനും

അതുതന്നെയാണ് ആഗ്രഹിച്ചത്. ഔട്ട്ഹൗസിന്റെ താക്കോൽ ഫോർമാൻ നൽകി. എൻജിനിയർമാരെ അവരുടെ മുറികളിൽ കൊണ്ടുപോയി കിടത്താൻകൂടി സഹായിക്കണമെന്ന് ഫോർമാൻ ആവശ്യപ്പെട്ടു.

രണ്ടുപേരെയും, ടൈയും സോക്സും കൂടി അഴിച്ചുമാറ്റാതെ മുറികളിൽ കൊണ്ടുപോയി കിടത്തി.

കാർപോർച്ചിനോട് ചേർന്ന ഔട്ട്ഹൗസിൽ ഭേദപ്പെട്ട സൗകര്യങ്ങളുണ്ട്. കട്ടിലിൽ വിരിച്ച പതുപതുത്ത കിടക്കയിൽ പപ്പൻ സുഖമായി കിടന്നുറങ്ങി. ഗൾഫിൽ എത്തിയതിന് ശേഷം തനിച്ച് കിടന്നുള്ള ആദ്യത്തെ ഉറക്കം.

മഞ്ഞനിറമുള്ള പെൺകുട്ടി

നാട്ടിലേക്ക് വേണ്ടത്ര പണമയക്കാൻ കഴിയാത്തത് മാറ്റിനിർത്തിയാൽ യെമനിലെ ജീവിതം പപ്പന് അത്ര വിരസമായിരുന്നില്ല. പണമുണ്ടെങ്കിൽ ഒന്നിനും ഒരു മുടക്കവുമില്ല. ഹെൽപ്പറുടെ ജോലിയിൽ നിന്ന് ഡ്രൈവറുടെ ജോലി ആരംഭിച്ചതോടെ ജിവിതം കുറേക്കൂടി ആസ്വാദ്യമായി.

മുന്തിയ വാഹനങ്ങളിൽ പലഭാഗങ്ങളിലും ചുറ്റിസഞ്ചരിക്കാം. കാഴ്ചകൾ കാണാം. നല്ല സൗകര്യമുള്ള കമ്പനി ഔട്ട്ഹൗസിൽ താമസിക്കാം. ഇടയ്ക്കിടെ നല്ല ഭക്ഷണവും മദ്യവും കിട്ടും. ഇതിനിടയിൽ ഒരു നേപ്പാളി പെൺകുട്ടിയുമായുള്ള അടുപ്പം പപ്പന്റെ ജീവിതത്തിൽ വിരസത ഇല്ലാതാക്കുകയും ചെയ്തു.

കമ്പനിയുടെ ഓഫീസിനടുത്ത മാർക്കറ്റിൽ പച്ചക്കറി വിൽപ്പനക്കാരി വൈശാലിയുടെ മകൾ മായയുമായാണ് പപ്പൻ ഏറെ അടുത്തത്. കൊഴുത്ത ശരീരവും മഞ്ഞനിറവുമുള്ള മായക്ക് ഇരുപത്തിഅഞ്ച് വയസ്സുണ്ട്. സാധനങ്ങൾ വാങ്ങാൻ പോയപ്പോൾ ഉടലെടുത്ത സൗഹൃദമാണ് പ്രണയമായി വളർന്നത്.

അമ്മയെ സഹായിക്കാൻ മായയും ഇടയ്ക്കിടെ കടയിൽ വരും. തൊട്ടടുത്തുള്ള ചെറിയൊരു ക്വാർട്ടേഴ്സ് മുറിയിലാണ് ഇവർ താമസിക്കുന്നത്. മായയുടെ അച്ഛൻ ടീക്കാറാം ഒരു സ്വകാര്യ കൺസ്ട്രക്ഷൻ കമ്പനിയിൽ കാവൽക്കാരനാണ്. മൂന്നംഗ കുടുംബം.

മായ ഒരു അവധി ദിവസം പപ്പനെ താമസസ്ഥലത്തേക്ക് വിളിച്ചു. വീട്ടിൽ അപ്പോൾ വേറെ ആരും ഉണ്ടായിരുന്നില്ല. ഒരു കിടപ്പുമുറിയും അടുക്കളയും വരാന്തയും കക്കൂസും കുളിമുറിയും മാത്രമുള്ള ക്വാർട്ടേഴ്സ് മുറി. ചായയും ബിസ്കറ്റും നൽകിയശേഷം മായ പപ്പനോട് ചേർന്നിരുന്നു. ഹിന്ദി നന്നായി സംസാരിക്കുന്ന അവൾക്ക് തമിഴും മലയാളവും ഒരുവിധം അറിയാം. പപ്പനോട് ഒട്ടിച്ചേർന്നിരുന്ന അവൾ തന്റെ

കഥ പറഞ്ഞു.

മായ യെമനിൽത്തന്നെ ജനിച്ചു വളർന്നതാണ്. നേപ്പാളി വംശജയാണെങ്കിലും അവൾ ഇതുവരെ സ്വന്തം നാട്ടിൽ പോയിട്ടില്ല. അച്ഛൻ ടീക്കാറാം നേരത്തെ നാട്ടിലെ ബന്ധുക്കൾക്ക് പണം അയച്ചുകൊടുത്തിരുന്നു. അച്ഛനും അമ്മയും മരിച്ചശേഷം നാട്ടിലേക്ക് പണം അയക്കുന്നത് നിർത്തി.

അമ്മ വൈശാലി വിദേശത്തുനിന്നും മറ്റും എത്തുന്ന എൻജിനീയർമാരുടെ വീടുകളിലും ക്വാർട്ടേഴ്സുകളിലും ജോലിക്ക് നിന്നിരുന്നു. പിന്നീട് വീട്ടുജോലി നിർത്തി പച്ചക്കറിക്കട തുടങ്ങി. നേരത്തെ അമ്മ അതിഥികളുടെ കൂടെപ്പോയി താമസിക്കാറുണ്ടെന്നും നല്ല പ്രതിഫലം കിട്ടിയിരുന്നുവെന്നും മായ വെളിപ്പെടുത്തി. തനിക്ക് മലയാളികളെ ഇഷ്ടമാണെന്നും ഏറ്റവും സൗന്ദര്യമുള്ളവർ മലയാളികളാണെന്നും മായ പറഞ്ഞു. അവളുടെ അച്ഛന്റെ ബന്ധുവായ ഒരു സ്ത്രീ കേരളത്തിലെ ഭാരത് സർക്കസ് കമ്പനിയിൽ കലാകാരിയാണ്.

ഒരു മലയാളിയെ കല്യാണം കഴിക്കാനാണ് ആഗ്രഹമെന്നും തനിക്ക് ഒരു കാമുകനുണ്ടായിരുന്നുവെന്നും അവൻ കല്യാണം കഴിക്കാമെന്ന് ഉറപ്പുനൽകി കുറേത്തവണ കൂടെ താമസിപ്പിച്ചുവെന്നും മായ വെളിപ്പെടുത്തി. ബോംബെക്കാരനായ അയാൾ ഇപ്പോൾ സൗദിയിലാണ്.

കുറേ നേരം പപ്പന്റെ മുഖത്തുനോക്കി നിന്നശേഷം മായ ചോദിച്ചു.

'നിങ്ങളെന്നെ കല്യാണം കഴിക്കുമോ?'

അവളുടെചോദ്യം കേട്ട് പപ്പൻ പൊട്ടിച്ചിരിച്ചു.

തനിക്ക് നാട്ടിൽ ഭാര്യയും രണ്ട് കുട്ടികളുമുണ്ട് എന്ന് പറഞ്ഞപ്പോൾ അവളുടെ മുഖത്ത് നിരാശ പടരുന്നത് പപ്പൻ ശ്രദ്ധിച്ചു. നാട്ടിൽ ഭാര്യയും കുട്ടികളുമുണ്ടെങ്കിലും നമ്മൾ തമ്മിലുള്ള ബന്ധം തുടരുന്നതിന് തടസ്സമില്ലെന്നും പപ്പൻ പറഞ്ഞു.

ആത്മകഥ പങ്കുവെക്കുന്നതിനിടയിൽ അവൾ പപ്പനെ കിടപ്പുമുറിയിലേക്ക് ക്ഷണിച്ചു. വിശന്ന് വലഞ്ഞുവരുന്നവനെ ഭക്ഷണത്തിന് ക്ഷണിച്ച അവസ്ഥയാണ് പപ്പന് അനുഭവപ്പെട്ടത്.

യാത്ര പറഞ്ഞിറങ്ങുമ്പോൾ പോക്കറ്റിൽ നിന്നും രണ്ട് റിയാൽ എടുത്ത് പപ്പൻ മായക്ക് നേരെ നീട്ടി. 'എന്നെ ഇങ്ങിനെയാണോ നിങ്ങൾ മനസ്സിലാക്കിയത്? പണത്തിനല്ല നിങ്ങളെ വിളിച്ചത്.. ഇഷ്ടംകൊണ്ടാണ്.' -അവൾ പറഞ്ഞു.

പപ്പൻ പുറത്തിറങ്ങി നടന്നു.

കണ്ണിൽ നിന്ന് മറയുന്നതുവരെ മായ പപ്പനെ നോക്കിനിന്നു. പപ്പൻ

ഒരു സ്വപ്നത്തിലെന്ന പോലെയാണ് തിരിച്ച് താമസസ്ഥലത്തെത്തിയത്. ജീവിതത്തിൽ ഒരുപാട് സ്ത്രീകൾ കടന്നുവന്നിട്ടുണ്ട്. ഇവരിൽ ഈ നേപ്പാളിപ്പെണ്ണ് വ്യത്യസ്തയാണെന്ന് പപ്പന് തോന്നി.

ഒരാഴ്ച കഴിഞ്ഞ് പപ്പൻ മായയോടൊപ്പം കോർമത്സറിലെ ശിവക്ഷേത്രം കാണാൻ പോയി. ഏറെ പൗരാണികത തോന്നിച്ച ക്ഷേത്രത്തിന്, പക്ഷെ കേരളത്തിലെ ശിവക്ഷേത്രങ്ങളുമായി സാമ്യതകളൊന്നുമുണ്ടായില്ല. മായയുടെ കൈപിടിച്ച് പപ്പൻ ക്ഷേത്രം ചുറ്റിക്കണ്ടു. ഹിന്ദിക്കാരൻ പൂജാരിക്ക് ദക്ഷിണ നൽകി പ്രസാദം സ്വീകരിച്ചു.

ക്ഷേത്രത്തിൽ തിരക്കൊന്നുമില്ല. പൂജാരിയുടെ ദൈന്യത കണ്ടാൽ അറിയും അവിടെ വരുമാനം വളരെ കുറവാണെന്ന്. ക്ഷേത്ര ദർശനത്തിനെത്തുന്നവർ മുറ്റത്തെ ഭണ്ഡാരത്തിൽ കാണിക്കയിടുന്നുണ്ട്.

ക്ഷേത്രമുറ്റത്തെ കോൺക്രീറ്റ് ബഞ്ചിൽ പപ്പനും മായയും ഇരുന്നു.

'നിങ്ങൾ ഇനി എപ്പോഴാണ് കേരളത്തിലേക്ക് മടങ്ങുന്നത്?' -മായ ചോദിച്ചു.

'ഇവിടുത്തെ സ്ഥിതി നോക്കുമ്പോൾ വിസയുടെ കാലാവധിക്ക് മുമ്പുതന്നെ നാട്ടിലേക്ക് പോകേണ്ടിവരും. ഉള്ളതെല്ലാം വിറ്റുപെറുക്കിവന്നവരാണ് ഇവിടെ. നാട്ടിലേക്ക് ആവശ്യത്തിന് പണമയക്കാൻപോലും പറ്റുന്നില്ല. എല്ലാവരും വലിയ നിരാശയിലാണ്' -പപ്പൻ പറഞ്ഞു.

'നിങ്ങൾ മലയാളികൾ ലോകത്തെല്ലായിടത്തുമുണ്ട്. അവരെല്ലാം ഉയർന്ന ഉദ്യോഗസ്ഥരും നല്ല ജോലിക്കാരുമാണ്. നേപ്പാളികളും പല രാജ്യത്തുമുണ്ട്. ഇന്ത്യയിലാണ് കൂടുതൽ പേരുള്ളത്. ഞങ്ങളുടെ നാട്ടിലെ സ്ത്രീകളിൽ അധികം പേരും മറുനാടുകളിൽപ്പോയി വീട്ടുജോലികൾ ചെയ്യുകയോ ശരീരം വിൽക്കുകയോ ചെയ്യുന്നു. കേരളത്തിൽ കുറേപ്പേർ സർക്കസുകാരികളായുണ്ട്. ഉയർന്ന ജോലിയുള്ളവർ കുറവാണ്. ദരിദ്രരാജ്യമാണ് നമ്മുടേത്' -മായ ഒരു ചരിത്രകഥ വിവരിക്കുമ്പോലെ പറഞ്ഞു.

പപ്പൻ എല്ലാം കേട്ടുനിൽക്കുക മാത്രം ചെയ്തു. അത്തരം കാര്യങ്ങൾ കേട്ടുനിൽക്കാനുള്ള ക്ഷമയോ താൽപ്പര്യമോ പപ്പനില്ലായിരുന്നു.

അടുത്ത ബസ്സിന് നമുക്ക് പോകാം... എനിക്ക് നാലുമണിക്ക് കമ്പനിയിലെത്തണം -പപ്പൻ തിടുക്കം കാണിച്ചു.

'ഇനി എന്നാണ് കാണുക?'..-മായ ചോദിച്ചു.

'അടുത്തദിവസം കാണാം'.

അവർ ബസ്സ്റ്റോപ്പിലേക്ക് നടന്നു. അവിടെ ഒരു പാർലറിൽകയറി രണ്ടുപേരും ഓരോ ടിൻബിയർ കഴിച്ചശേഷം പിരിഞ്ഞു.

വൈകുന്നേരം താമസസ്ഥലത്തെത്തിയപ്പോൾ തിരുവനന്തപുരക്കാരൻ ജോൺസൺ തന്നെ അന്വേഷിച്ചെത്തിയതായി പപ്പൻ അറിഞ്ഞു. അദ്ദേഹം രാത്രിയിൽ വീണ്ടുംവരും.

രാത്രി പത്തുമണിയോടെ ജോൺസൺ എത്തി. പപ്പൻ ജോലിചെയ്യുന്ന കമ്പനിയിൽ ഇലക്ട്രിക്കൽ വിഭാഗത്തിൽ സൂപ്പർവൈസറായി ജോലിചെയ്യുകയാണ് ജോൺസൺ. പപ്പന് ജോൺസനെ കണ്ടുപരിചയമുണ്ട്. പക്ഷെ അടുത്ത് പരിചയപ്പെട്ടിട്ടില്ല.

ജോൺസൺ പപ്പനെ ഒറ്റയ്ക്ക് വിളിച്ച് കുറേ വ്യക്തിപരമായ കാര്യങ്ങൾ സംസാരിച്ചശേഷം കാര്യത്തിലേക്ക് കടന്നു. 'നമ്മൾ ഒരുപാട് പ്രതീക്ഷകളോടെയാണ് ഇവിടെയെത്തിയത്. പക്ഷെ എല്ലാവരും കടുത്ത നിരാശയിലാണ്. ശമ്പളം കുറവാണെങ്കിൽ ഓവർടൈം പണിയെടുത്ത് കാശുണ്ടാക്കാമായിരുന്നു. എന്നാൽ എത്ര പണമുണ്ടാക്കിയാലും 60 ശതമാനം ഇവിടെത്തന്നെ ചെലവാക്കണം. ഈ കർശന വ്യവസ്ഥ നിലനിൽക്കുവോളം ഇവിടെ ജോലിചെയ്തതുകൊണ്ട് യാതൊരു പ്രയോജനവുമില്ല. ഗൾഫ് മേഖലയിലെ ദരിദ്രരാജ്യമാണിത്. മുമ്പ് യെമൻ ഒറ്റ രാജ്യമായിരുന്നു. 1934ൽ രണ്ട് രാജ്യമായി. ഉത്തരയെമനും ദക്ഷിണയെമനും. രണ്ട് രാജ്യങ്ങളും തമ്മിൽ ഭയങ്കര മത്സരത്തിലാ. പുതിയ സമ്പദ്വ്യവസ്ഥ കെട്ടിപ്പെടുക്കാനുള്ള ശ്രമത്തിലാണ് ഭരണാധികാരികൾ. രാജ്യത്തിന്റെ വരുമാനം ചോർന്നുപോകാതിരിക്കാനാണ് ഇത്തരം വ്യവസ്ഥകൾ സർക്കാർ ഏർപ്പെടുത്തിയിരിക്കുന്നത്...ഇന്ത്യാ ഗവൺമെന്റിന്റെ ശ്രദ്ധയിലേക്ക് നമ്മുടെ ദുരിതങ്ങൾ കൊണ്ടുവരാൻ എന്തെങ്കിലും ചെയ്തേ പറ്റൂ. വരുമാനത്തിന്റെ 60 ശതമാനം ഇവിടെത്തന്നെ ചെലവാക്കണമെന്ന വ്യവസ്ഥ മാറ്റിക്കണം. ഇതിനായി നമുക്ക് പണിമുടക്കണം. വിവരങ്ങൾ ഇതുപോലെയുള്ള ലേബർ ക്യാമ്പുകളിൽ രഹസ്യമായി അറിയിച്ചിട്ടുണ്ട്. വിവരങ്ങൾ ചോർന്നുപോകരുത്. പണിമുടക്ക് തീയതി പിന്നീട് നിശ്ചയിക്കാം. ഭൂരിപക്ഷം പേരും പണിമുടക്കില്ല. എന്നാലും നമ്മൾ പുറകോട്ട് പോകരുത്...' - ജോൺസൺ പക്വമതിയായ ഒരു വിപ്ലവ രാഷ്ട്രീയ നേതാവിനെപ്പോലെ കാര്യങ്ങൾ വിശദീകരിച്ചു.

'...പണിമുടക്കാൻ ഞാൻ റെഡി. എന്നാൽ എത്രപേർ അതിനു തയ്യാറാകും എന്ന് കണ്ടറിയണം. പണിപോകുമോ എന്ന ഭയം എല്ലാവർക്കുമുണ്ടാവും..' -പപ്പൻ പറഞ്ഞു.

'ഇവിടുത്തെ പണി പോയാലും നഷ്ടമില്ല എന്ന് അവരെ ബോധ്യപ്പെടുത്തണം. ഇവിടെ ചെയ്യുന്ന അധ്വാനം നാട്ടിൽ ചെയ്താൽ ഇതിനെ

ക്കാളും വരുമാനമുണ്ടാക്കാം. അല്ലെങ്കിൽ സൗദിയിലേക്കോ മറ്റുരാജ്യത്തേക്കോ പോയാൽ പണികിട്ടും. വിസയ്ക്ക് ബുദ്ധിമുട്ടൊന്നുമുണ്ടാവില്ല' -ജോൺസൺ തുടർന്നു

'ഞാൻ സ്വകാര്യമായി മറ്റുള്ളവരോടും പറയാം. പറ്റുന്നവർ സമരത്തിനുവരട്ടെ. ഞാനുണ്ടാവും' -പപ്പൻ പിന്തുണ പ്രഖ്യാപിച്ചു.

ജോൺസൺ പോയി.

പപ്പൻ ക്യാമ്പിൽ തിരിച്ചെത്തിയപ്പോൾ മിക്കവരും ഉറങ്ങിക്കഴിഞ്ഞിരുന്നു. സൈനുദ്ദീനെ വിളിച്ചുണർത്തി കാര്യങ്ങൾ പറഞ്ഞു.

'തീർച്ചയായും ഞാനും സമരത്തിനുണ്ടാവും. പണിപോകുന്നെങ്കിൽ പോകട്ടെ. ഇവിടുന്ന് രക്ഷപ്പെട്ടാൽ മതിയായിരുന്നു. -സൈനുദ്ദീനും പിന്തുണ നൽകി.

മൂന്ന് ദിവസത്തിന് ശേഷം ജോൺസൺ വീണ്ടുമെത്തി. കമ്പനിയിലെ അറുന്നൂറോളം തൊഴിലാളികളിൽ ഏകദേശം ഇരുന്നൂറോളം പേർ പണിമുടക്കാൻ തയ്യാറാണെന്ന് ജോൺസൺ അറിയിച്ചു. അടുത്ത തിങ്കളാഴ്ച ആരും ജോലിക്ക് കയറരുതെന്നും ജോൺസൺ നിർദ്ദേശിച്ചു. നോട്ടീസ് കൊടുക്കാതെ മിന്നൽ പണിമുടക്കാണ് ഉദ്ദേശിക്കുന്നത്. നേരത്തെ നോട്ടീസുകൊടുത്താൽ അവർ സമരം പൊളിക്കും.

സമരം തുടങ്ങിയദിവസം 170 തൊഴിലാളികൾ ജോലിക്കെത്തിയില്ല. ഡ്രൈവർമാരും സൂപ്പർവൈസർമാരും സാങ്കേതിക വിദഗ്ദ്ധരുമാണ് പണിമുടക്കിയവരിൽ അധികവും. അതിനാൽ പണി ഏറെക്കുറെ സ്തംഭിച്ചു. സൈറ്റിലേക്ക് നിർമാണ സാമഗ്രികളൊന്നും എത്തിയില്ല.

'അൽ-അമീൻ കൺസ്ട്രക്ഷൻ കമ്പനി'യിലെ തൊഴിലാളികൾ പണിമുടക്കിയെന്ന വാർത്ത പെട്ടെന്ന് രാജ്യത്താകെ പരന്നു. എല്ലാ എംബസികളിലും വിവരമറിഞ്ഞു. പണിമുടക്കിയ എല്ലാവരും ഇന്ത്യക്കാരാണ്. ഇന്ത്യൻ എംബസി അധികൃതർ നേരിട്ടെത്തി കാര്യങ്ങൾ ആരാഞ്ഞു.

പണിമുടക്കിയ തൊഴിലാളികൾ ക്യാമ്പ് വിട്ട് എവിടെയും പോയില്ല. കള്ളുകുടിച്ചും ചീട്ടുകളിച്ചും അവർ ഒഴിവുദിനം പോലെ ആഘോഷിച്ചു.

അന്നുതന്നെ പണിമുടക്കിനാധാരമായ പ്രശ്നങ്ങൾ ചൂണ്ടിക്കാട്ടി കമ്പനി അധികൃതർക്ക് നിവേദനം നൽകി. നിവേദനത്തിന്റെ കോപ്പി ഇന്ത്യൻ എംബസ്സിക്കും എത്തിച്ചുകൊടുത്തു. പിറ്റേദിവസം ഇരുനൂറിലേറെപ്പേർ പണിമുടക്കിൽ പങ്കെടുത്തു. പണിമുടക്ക് മൂന്നാം ദിവസവും തുടർന്നു. പണിമുടക്കിൽ പങ്കെടുക്കുന്നവരുടെ എണ്ണം കൂടിവരുന്നത്

അധികാരികളെ ആശങ്കയിലാക്കി. ഇത്തരമൊരു പണിമുടക്ക് രാജ്യത്തിന്റെ ചരിത്രത്തിൽ ആദ്യത്തേതായിരുന്നു. തൊഴിൽതേടി അന്യ രാജ്യങ്ങളിൽ നിന്നെത്തിയവർ ഇതുവരെ പണിമുടക്കിയിട്ടില്ല.

ഇന്ത്യാഗവൺമെന്റിൽ സ്വാധീനമുള്ള രാഷ്ട്രീയ നേതാക്കളാരെയെങ്കിലും പരിചയമുണ്ടെങ്കിൽ അവർക്ക് വ്യക്തിപരമായി കത്തുകൾ അയക്കണമെന്ന് ജോൺസൺ നിർദ്ദേശിച്ചു.

കണ്ണൂർ ഡി.സി.സി. പ്രസിഡണ്ട് എൻ.രാമകൃഷ്ണനെ അടുത്തുപരിചയമുണ്ടെന്നും പ്രധാനമന്ത്രി ഇന്ദിരാഗാന്ധിയെ വിവരമറിയിക്കാൻ അദ്ദേഹത്തിന് കഴിയുമെന്നും പപ്പൻ പറഞ്ഞു. എങ്കിൽ എല്ലാം വിശദീകരിച്ച് എൻ. രാമകൃഷ്ണന് കത്തെഴുതണമെന്ന് ജോൺസൺ ആവശ്യപ്പെട്ടു.

പണിമുടക്കിനെക്കുറിച്ച് നേരിട്ട് അന്വേഷണം നടത്താൻ തൊഴിൽ കാര്യമന്ത്രി അലിനാസർ മുഹമ്മദ് സ്ഥലത്തെത്തുന്ന വിവരം തൊഴിലാളികൾ അറിഞ്ഞു. മന്ത്രിയെത്തുമ്പോൾ പ്രകടനം നടത്തി ആവശ്യങ്ങൾ അദ്ദേഹത്തെ അറിയിക്കണമെന്ന് തീരുമാനിച്ചു.

കാര്യമായ സുരക്ഷാ സംവിധാനമൊന്നുമില്ലാതെ വർക്ക്സൈറ്റിലെത്തിയ മന്ത്രിയുടെ കാർ പെട്ടെന്ന് ഓടിക്കൂടിയ തൊഴിലാളികൾ മുദ്രാവാക്യംമുഴക്കി വളഞ്ഞുവെച്ചു.

സംഭവം കണ്ട് മന്ത്രി ഭയന്നുപോയി. എല്ലാവരും മന്ത്രിയെ ആക്രമിക്കുകയാണെന്ന് ധരിച്ച അംഗരക്ഷകർ പ്രകടനക്കാർക്ക് നേരെ റിവോൾവർകൊണ്ട് വെടിവെച്ചു.

തൊഴിലാളികൾ ചിതറിയോടി. മലപ്പുറക്കാരൻ അബ്ദുൾ മുനീറിനും തിരുവനന്തപുരംകാരൻ ജോസഫിനും വെടിയേറ്റു. പലർക്കും വീണ് സാരമായി പരിക്കുപറ്റി. അബ്ദുൾ മുനീറിന് വലതുകൈത്തണ്ടക്കും ജോസഫിന് ഇടതുമുതുകിനുമാണ് പരിക്ക്. വെടിയേറ്റ രണ്ടുപേരെ ഉടൻ ആസ്പത്രിയിലെത്തിച്ചു. കൂടുതൽ പോലീസെത്തി നൂറോളംപേരെ അറസ്റ്റ് ചെയ്ത് ജയിലിലടച്ചു.

മലയാളികൾ ആസൂത്രണം ചെയ്തതാണ് സമരം. ഇത്തരമൊരു സമരമുറ യെമൻ അധികൃതർ ആദ്യം കാണുകയാണ്.

അറസ്റ്റിലായവരിൽ പപ്പനും സൈനുദ്ദീനും ഉൾപ്പെട്ടു. കണ്ണൂരിലെ കൂറ്റൻ സെൻട്രൽ ജയിലും അതിന്റെ ഗംഭീരമായ മതിൽക്കെട്ടുമൊക്കെ കണ്ട പപ്പന് തങ്ങളെ അടച്ചിട്ടത് ഒരു ജയിലിലാണെന്നേ തോന്നിയില്ല. ചുറ്റും കമ്പിവേലികളുള്ള ഒരു തുറന്നസ്ഥലം. ഏകദേശം ഒരു ആടുവളർത്തുകേന്ദ്രം പോലെ. ജയിലിൽ യാതൊരു തടസ്സവുമില്ലാതെ സഞ്ച

രിക്കാം. പുകവലിക്കാം. കൃത്യമായ ഭക്ഷണവും കിട്ടും.

ജയിലിൽവെച്ച് പപ്പൻ ഡി.സി.സി.പ്രസിഡണ്ട് എൻ.രാമകൃഷ്ണന് വീണ്ടും കത്തെഴുതി.

പണിമുടക്ക് കഴിഞ്ഞ് ഒരാഴ്ച പിന്നിട്ടപ്പോൾ ഇന്ത്യാഗവൺമെന്റ് പ്രശ്നത്തിൽ ഇടപെട്ടു. പപ്പൻ അയച്ച കത്ത് കണ്ണൂർ ഡി.സി.സി. പ്രസിഡണ്ടിന് കിട്ടിയതോടെ ചില മലയാള പത്രങ്ങളിലും സംഭവം വാർത്തയായി.

യെമൻസർക്കാരും ഇന്ത്യാഗവൺമെന്റിന്റെ നയതന്ത്ര ഉദ്യോഗസ്ഥരും പ്രശ്നം ചർച്ച ചെയ്തു. നിലവിലുള്ള വ്യവസ്ഥയനുസരിച്ച് ജോലിചെയ്യാൻ കഴിയുന്നവർക്ക് ജോലി തുടർന്നും ചെയ്യാമെന്നും അല്ലാത്തവർക്ക് ഇന്ത്യയിലേക്ക് തിരിച്ചുപോകാമെന്നും തീരുമാനമായി.

പപ്പനും സൈനുദ്ദീനും ഉൾപ്പെടെ 120 പേർ നാട്ടിലേക്ക് മടങ്ങാൻ സന്നദ്ധത അറിയിച്ചു. ഇവരെ പ്രത്യേക വിമാനത്തിൽ നാട്ടിലെത്തിക്കാനുള്ള നടപടികൾ ഇന്ത്യാഗവൺമെന്റും സ്വീകരിച്ചു.

ഉൽക്കണ്ഠകൾ

സമരം നടത്തിയതിന് പപ്പൻ ഉൾപ്പെടെ നൂറിലധികം ഇന്ത്യക്കാരെ യെമനിലെ ജയിലിലടച്ച വാർത്ത പത്രങ്ങളിലൂടെ നാട്ടുകാർ അറിഞ്ഞു.

വിവരമറിഞ്ഞ് കമല മാറത്തടിച്ച് നിലവിളിച്ചു. കാര്യമെന്തെന്നറിയാതെ ബൈജുവും സുചിത്രയും പകച്ചുനിന്നു.

'...എന്റെ ജന്മം ഇങ്ങനെയായിപ്പോയല്ലോ... ഒരിക്കലും ഗുണം പിടിക്കാത്ത ജീവിതം... ഇവിട്ന്ന് പോയിറ്റ് കൊല്ലം മൂന്നാകാനായി. ആകെ അയച്ചത് മൂവായിരം ഉറുപ്പിക... ഇപ്പം ജയിലിലുമായി...' – തന്റെ വിധിയെ പഴിച്ച് കമല വിലപിച്ചു.

അയൽപക്കത്തെ ഏതാനും പെണ്ണുങ്ങളും വിവരമറിഞ്ഞെത്തി. പെണ്ണുങ്ങൾ പാറക്കണ്ടി രാമന്റെ വീട്ടിന്റെ അടുക്കളപ്പുറത്തിരുന്ന് ചർച്ച ആരംഭിച്ചു. '... ഓളെയൊരു യോഗം... ഓൻ ഗൾഫില് പോയാലെങ്കിലും ഗുണം പിടിക്കുംന്ന് വിചാരിച്ചിന്. ഓൻ ഏടെപ്പോയാലും ഗുണംപിടിക്കൂലാ... ഓന്റെ അളിയനും ഗൾഫിലല്ലേ. ഒനിപ്പം ആരാ... കമലേന്റേം പിള്ളരേം ചെലവ് നടത്ത്ന്നത് ഇപ്പം ഓനാ...' – രാമന്റെ ഭാര്യ യശോദയാണ് ചർച്ചക്ക് തുടക്കമിട്ടത്.

'...ഗൾഫ്ന്ന് ജയിലിലായാല് എങ്ങനെ രക്ഷപ്പെടാനാ... ചെറിയ കുറ്റം ചെയ്തവരെ പിടിച്ചാപ്പോലും ആദ്യം തന്നെ അവരെ കൈ കൊത്തും. പിന്നെ അടിയാപോലും... ഒട്ടകത്തിനെ തല്ല്ന്ന ചാട്ട കൊണ്ടാ അടികാ...' – അറബ് നാടുകളിലെ ശിക്ഷാ സമ്പ്രദായത്തെക്കുറിച്ച് തനിക്കുള്ള വിജ്ഞാനം വെളിപ്പെടുത്തിയത് പാതിരാട്ടെ കദീസുവാണ്. '...ജയിലില് പിടിച്ചവരെ നട്ടപ്പൊരി വെയിലത്താ നിർത്ത്വാ... ഗൾഫിലെ വെയ്ല്ന്ന് പറഞ്ഞാ തീക്ക് സമാ... അത്രക്കും ചൂടായിരിക്കും വെയിലിന്... മോളെ പുയ്യാപ്ലേന്റെ കാർണോരെ മോൻ ദുബായിലാ... ഓനാ ഇത് പറഞ്ഞത്...' – കേഴ്വിക്കാരെ ആകാംക്ഷയുടെ മുൾമുനയിൽ നിർത്തി കദീസു വിസ്തരിച്ചു.

'...ഓളേം പിള്ളറേം ഒരു തലവിതി... ഇത് കൊണ്ടൊന്നും പപ്പൻ കുലുങ്ങൂലാ... അങ്ങനത്തെ ഒര് ജൻമാ ഓന്റത്... ഒനേട്യാ ഗുണം പിടിക്കാ... മുച്ചിലോട്ട് ഭഗവതീന്റെ വാളും ചെലമ്പും എട്ത്ത് ജാത വിളിച്ചോനല്ലേ ഓൻ...' – യശോദ തന്റെ മുൻ അഭിപ്രായം ആവർത്തിച്ചു.

വിവരമറിഞ്ഞ് വൈകുന്നേരം മുരളിമാഷും വിജയനും എത്തി. കമലയും കുട്ടികളും ആശങ്കാകുലരായിരുന്നു. ഗൾഫ് നാടുകളിലെ ശിക്ഷാസമ്പ്രദായങ്ങളെക്കുറിച്ച് കേട്ടറിഞ്ഞ കാര്യങ്ങൾ അവരുടെ ആശങ്കകൾ വർധിപ്പിച്ചു.

മുരളിമാഷെ കണ്ടപ്പോൾ കമല വിങ്ങിപ്പൊട്ടി. മരണവീട്ടിലെ അന്തരീക്ഷമാണ് വീട്ടിൽ. ബൈജുവും സുചിത്രയും കരഞ്ഞുകലങ്ങിയ കണ്ണുകളുമായി അകത്തെ മൂലയിൽ ഇരുന്നു.

'... കമലേടത്തീ... ഒന്നുകൊണ്ടും പേടിക്കണ്ട... പപ്പേട്ടന് ഒന്നും സംഭവിക്കില്ല. ഇന്ത്യാ ഗവൺമെന്റ് അവരെ നാട്ടിലേക്ക് കൊണ്ടുവരാൻ എല്ലാ കാര്യങ്ങളും ചെയ്യുന്നുണ്ട് എന്നാണ് അറിയുന്നത്...' – മുരളിമാഷ് കമലയെ സാന്ത്വനിപ്പിച്ചു.

'എനക്കൊന്നും അറീല്ലമാഷേ... പേപ്പറില് എന്തൊക്കെയോ വാർത്ത വന്നു. നിങ്ങക്കല്ലേ കാര്യങ്ങള് അറിയാ...' – കമല നിസ്സഹായത പ്രകടിപ്പിച്ചു.

'ഇക്കാര്യത്തില് പ്രധാനമന്ത്രി ഇന്ദിരാഗാന്ധിയും ഇടപെട്ടു എന്നല്ലേ വാർത്ത... പേടിക്കാനൊന്നുമില്ല.'

'ജയിലില് പിടിച്ചാ കൈകൊത്തുംന്ന് പറീന്നത് കേട്ടു... അടീം കിട്ടൂന്നാപറേന്ന്...' – കമല തന്റെ ഭീതി മറച്ചുവെച്ചില്ല.

'അതൊക്കെ വിവരമില്ലാത്ത ആളുകള് പറീന്നതാ... വലിയ മോഷണവും കവർച്ചയും നടത്തിയവരെയാ അങ്ങനെ ശിക്ഷിക്കാ...സൗദീലാ അത്തരം നിയമം. അവര് സൗദീലല്ലല്ലോ. കൂലിക്കൂടുതലിനും മെച്ചപ്പെട്ട തൊഴിൽ സാഹചര്യത്തിനും സമരം നടത്തിയവരെ അങ്ങനെയൊന്നും ശിക്ഷിക്കൂല... പരമാവധി ജോലീന്ന് പിരിച്ചുവിടും' – മുരളിമാഷ് വിശദീകരിച്ചു.

വീട്ടിൽ നിന്ന് ഇറങ്ങാൻനേരത്ത് ബൈജുവിനെയും സുചിത്രയെയും മുരളിമാഷ് വിളിച്ചു.

'ബൈജു ഇക്കൊല്ലം എസ്.എസ്.എൽ.സിയല്ലേ...?'

'അതെ' – ബൈജു ഉത്തരം നൽകി.

'സുചിത്ര എട്ടിലായിരിക്കും അല്ലേ?'

'അതെ'

'നന്നായി പഠിക്കുന്നില്ലേ...?'

മറുപടിയായി രണ്ടുപേരും ലഘുവായി ചിരിച്ചതേയുള്ളൂ.

'രണ്ടാൾക്കും കളിയും കൂട്ടംകൂടലേ ഉള്ളൂമാഷേ. വായിക്കല് കൊറവാ...' – കമല കുട്ടികളെ കുറ്റപ്പെടുത്തി.

'കളിക്കുന്നതുകൊണ്ടൊന്നും കുഴപ്പമില്ല. ദിവസം മൂന്ന് മണിക്കൂറെങ്കിലും വായിക്കണം' – ഉപദേശ രൂപേണ പറഞ്ഞശേഷം മാഷും വിജയനും വീട്ടിൽ നിന്നിറങ്ങി.

പിറ്റേന്ന് രാവിലെ ബൈജുവും സുചിത്രയും സ്കൂളിൽ പോയശേഷം കമല കണ്ടക്കൈയിലെ സ്വന്തം വീട്ടിലേക്ക് പോയി.

സഹോദരൻ സത്യൻ കുവൈത്തിൽ നിന്ന് വന്നശേഷം രണ്ടുതവണ കമല വീട്ടിൽ പോയിരുന്നു.

രണ്ടുമാസത്തെ അവധിക്ക് നാട്ടിലെത്തിയ സത്യൻ വന്നപ്പോൾ വീട്ടിൽ ചില മാറ്റങ്ങൾ വരുത്തി. അകത്തും ഇറയത്തും മുന്തിയ കസേരകൾ നിരത്തിയിട്ടുണ്ട്. അടുക്കളയിലും മറ്റുമുറികളിലും ധാരാളം ഉപകരണങ്ങളും സാമഗ്രികളുമുണ്ട്. സ്വീകരണ മുറിയിൽ വലിയൊരു ടേപ്പ് റിക്കാർഡറും വെച്ചിട്ടുണ്ട്.

കമലയെത്തുമ്പോൾ അച്ഛൻ ഗോവിന്ദൻ പതിവുപോലെ കോലായിലെ ചാരുകസേരയിൽ ഇരിക്കുന്നുണ്ടായിരുന്നു. സംഭവങ്ങളെല്ലാം അദ്ദേഹവും അറിഞ്ഞിരുന്നു.

'...ഓന്റെ വല്ല വിവരോംണ്ടോ...?' ആപത്തിൽപ്പെട്ടിരിക്കുന്ന സ്വന്തം ഭർത്താവിനെക്കുറിച്ച് ഇങ്ങനെ അവഹേളിക്കുന്ന തരത്തിൽ അച്ഛൻ സംസാരിച്ചത് കമലയിൽ ദുഃഖവും വെറുപ്പും ഉളവാക്കി.

കമല ഒന്നും പറയാതെ അകത്തേക്ക് പോയി. ഗോവിന്ദന്റെ മുഖം ഒന്നുകൂടി കനത്തു. അമ്മ നാരായണി അടുക്കളയിൽ ഉച്ചഭക്ഷണം തയ്യാറാക്കുന്ന തിരക്കിലാണ്.

കമലയെ കണ്ടപ്പോൾ അമ്മയുടെ മുഖം മ്ലാനമായി.

'പപ്പന്റെ വിവരം എന്തെങ്കിലും അറിയോ മോളേ?' – അമ്മ ആരാഞ്ഞു.

'ഒന്നും അറീല്ല. ഇന്ദിരാഗാന്ധിയൊക്കെ ഇടപെട്ടൂന്നാ പറീന്ന്. സമരം നടത്തിയവരെ ഇങ്ങോട്ട് കയറ്റിവിടൂന്നാ കേട്ടത്...'

നാരായണി ദീർഘമായി നിശ്വസിച്ചു.

കമല അടുക്കള വാതിലിന്റെ പടിയിൽ ഇരുന്നു. ആരും കാണാതെ സാരിത്തലപ്പുകൊണ്ട് കണ്ണ് തുടച്ചു.

പുറത്തുനിന്ന് അച്ഛന്റെ ശകാരവാക്കുകൾ വീണ്ടും മുഴങ്ങി.

'...ഓനൊന്നും ഒരുകാലത്തും ഗുണം പിടിക്കൂലാ... അതെല്ലാം എനക്ക് നേരത്തെ അറിയാ... ഓനപ്പോലെ ഇവിടന്നും ഒർത്തൻ ഗൾഫില് പോയിറ്റില്ലേ... ഓൻ നാല് കൊല്ലം കൊണ്ട് എന്തെല്ലാം ഉണ്ടാക്കി... ഇപ്പം വന്നപ്പം ഈ പൊരക്ക് എത്രചെലവാക്കി... അങ്ങനയേ വരൂ... ഓൻ പോക്മ്പം ഒരുവാക്ക് എന്നോട് ചോദിച്ചിറ്റില്ലാ... അഹന്തക്ക് കിട്ടിയ ശിക്ഷയാ...'

അച്ഛന്റെ ശകാരവാക്കുകൾ കമലക്ക് സഹിക്കാൻ പറ്റുന്നതിലും അധികമായിരുന്നു. കമല പുറത്തേക്ക് ഓടിവന്ന് അച്ഛന് മുന്നിൽപൊട്ടിത്തെറിച്ചു.

'... ഒന്ന് നിർത്ത്വോ നിങ്ങളെ ഈ ശപിക്കല്... ഞാൻ ആരുടെകൂടേം ഒളിച്ചോടി പോയതല്ല. പതിനഞ്ചാം വയസ്സില് ഒന്നും തിരിയാത്ത പ്രായത്തിലാ നിങ്ങളെന്നെ കല്യാണം കഴിച്ചയച്ചത്. അയക്കുന്നതിന് മുമ്പ് ആളെപ്പറ്റി അന്വേഷിക്കണായിരുന്നു. എനീം ഇങ്ങനെ എന്നെ കുത്തിനോവിച്ചാല് എന്റെ ശവം നിങ്ങള് കാണേണ്ടിവരും...'

'...ഇപ്പല്ലേ നിങ്ങള് സ്വന്തം മോനെ വാഴ്ത്തിപ്പറീന്ന്. ഓൻ പത്താം ക്ലാസ് പാസായി ഒരു പണിയും ഇല്ലാണ്ട് നടക്കുമ്പം ഓന എത്ര ശപിച്ചതാ നിങ്ങള്. ആ സമയത്ത് നിങ്ങള് കുറ്റം പറീന്ന ആളാ ഓന് ചായകുടിക്കാനുള്ള പൈശകൊടുക്കല്. ഇപ്പം ഓൻ പൈശക്കാരനായപ്പം നല്ല മോൻ... നിങ്ങക്ക് ആരോടും സ്നേഹംല്ല... പൈശ്യോടെ സ്നേഹംള്ളൂ...'

ജീവിതത്തിലാദ്യമാണ് അച്ഛനോട് കമല ഇങ്ങനെ കയർത്തു സംസാരിക്കുന്നത്.

മുറ്റത്തുനിന്ന് പാത്രം കഴുകുകയായിരുന്ന നാരായണി ഉച്ചത്തിലുള്ള സംസാരം കേട്ട് വന്നു.

'... ഈ മനുഷ്യൻ ഒരാളെപ്പോലും സ്വൈര്യമായി ജീവിക്കാൻ സമ്മതിക്കൂല... നിങ്ങള് ഇവക്ക് സ്വൈര്യം കൊടുക്ക്... കാര്യം കിട്ടുന്നവരെയല്ലേ നിങ്ങക്ക് വേണ്ടൂ... ഗൾഫ്ന്ന് സാധനങ്ങളെല്ലാം കെട്ടിക്കൊണ്ടു തന്നാൽ പപ്പൻ നല്ല ആളാക്വായിരുന്നു...'

അമ്മ തന്റെ തുണയ്ക്കെത്തിയതിൽ കമല തെല്ല് ആശ്വസിച്ചു.

ഭാര്യയുടെ കൂടി കനത്ത ശകാരം കേട്ടപ്പോൾ ഗോവിന്ദന്റെ ഉത്തരം മുട്ടി.

കമല വീണ്ടും അടുക്കളയുടെ വാതിൽപ്പടിയിൽ പോയിരുന്ന് കൊച്ചുകുഞ്ഞിനെപ്പോലെ തേങ്ങിക്കരഞ്ഞു.

നാരായണി കമലയ്ക്ക് കൊടുക്കാൻ ഉണ്ടാക്കിവെച്ച ചായ ആറിത്തണുത്തിരുന്നു.

'... നീ ആ ചായയെടുത്ത് കുടിക്ക്. വെറുതെ പിള്ളറേപ്പോലെ കര

യണ്ടാ... എല്ലാരിക്കും ദൈവം ഒരു നല്ലകാലം കൊടുക്കും. നിനക്കും ഉണ്ടാകും ഒരു നല്ലകാലം... ആ മനുഷ്യന്റെ വർത്താനം കേട്ടാ കെട്ടിത്തൂങ്ങി ചാകാൻ തോന്നും... ഒരാളോടും സ്നേഹംല്ലാത്ത ഒരാളാ നിന്റെച്ഛൻ...' - നാരായണി കമലയെ ആശ്വസിപ്പിക്കാൻ ശ്രമിച്ചു.

കമല എഴുന്നേറ്റ് വന്ന് ആറിത്തണുത്ത ചായ ഒറ്റവലിക്ക് കുടിച്ച് ഗ്ലാസ് കഴുകിവെച്ചശേഷം പറഞ്ഞു - 'അമ്മേ ഞാൻ പോവ്വാ... ഞാൻ നിങ്ങക്ക് ഒരു ശല്യമാകൂല... ഉള്ളത്കൊണ്ട് ഞാനും കുട്ട്യളും ജീവിക്കും. ഓറ് നാട്ടില് വന്നാല് മുമ്പ് ജീവിച്ചപോലെ ജീവിക്കാലോ...'

ആഗ്രഹിച്ച സാന്ത്വനം വീട്ടിൽ നിന്ന് കിട്ടാത്ത നിരാശയും ദുഃഖവും കമലയുടെ വാക്കുകളിൽ നിഴലിച്ചിരുന്നു.

'... നീ ഇപ്പം പോണ്ട... കഞ്ഞികുടിച്ചിറ്റ് വേല് താവുമ്പം പോയാ മതി' - നാരായണി മകളെ വിലക്കി.

'സ്കൂളീന്ന് പിള്ളറ് വരുന്നതിന് മുമ്പ് എനക്കെത്തണം. ഞാനവരോട് ഇങ്ങ് വരുന്ന കാര്യം പറഞ്ഞിറ്റില്ല. കഞ്ഞി ഞാൻ വീട്ടിലെത്തീറ്റ് കുടിച്ചോളും. ഇപ്പം പോയാ ഒരുമണീന്റെ കോപ്രേറ്റീവ് ബസ് കിട്ടും.

കമല മുഖം കഴുകി സാരിത്തലപ്പുകൊണ്ട് തുടച്ചശേഷം പോകാനിറങ്ങി.

അടുക്കളയുടെ മൂലയിൽ അട്ടിയായി വെച്ചിരിക്കുന്ന മൂന്ന് കലങ്ങളിൽ മുകളിലെത്തെ രണ്ടെണ്ണം മാറ്റി, അടിയിലെ കലത്തിൽ സൂക്ഷിച്ചിരുന്ന ഒരു തുണിപ്പൊതി നാരായണി പുറത്തെടുത്തു. ഏറെ പ്രയാസപ്പെട്ട് ആ തുണിപ്പൊതിയുടെ കെട്ടഴിച്ച് അതിൽ കുറേ മടക്കുകളാക്കി വെച്ചിരുന്ന ഏതാനും രൂപാ നോട്ടുകൾ എടുത്ത് നാരായണി കമലക്ക് നേരെ നീട്ടി. 'ദാ... ഇത്കൊണ്ട് പിള്ളർക്ക് എന്തെങ്കിലും വാങ്ങിക്കോ.'

മടിച്ചാണെങ്കിലും കമല അത് വാങ്ങി.

'സത്യൻ പോകുമ്പം എന്നെ ഏൽപിച്ചതാ' - നാരായണി പണത്തിന്റെ ഉറവിടം വെളിപ്പെടുത്തി.

അച്ഛനോടുള്ള ദേഷ്യം കാരണം കഞ്ഞികുടിക്കാതെ പോകാനാണ് കമല തീരുമാനിച്ചതെങ്കിലും അമ്മയുടെ സ്നേഹപൂർവമായ നിർബന്ധത്തിന് വഴങ്ങി.

കത്തുന്ന ഉച്ചവെയിലിൽ ഒന്നും പറയാതെ പുറത്തിറങ്ങുന്ന കമലയോട് ഗോവിന്ദൻ ചോദിച്ചു. 'നീ ഈ വെയിലത്താ പോക്ന്നത്...? വൈകുന്നേരം പോയാപ്പോരേ...?'

'ഞാൻ പോവ്വാണ്...' - കൂടുതലൊന്നും പറയാതെ കമല നടന്നുനീങ്ങി.

തിരിച്ചുവരവ്

മഞ്ഞയും കറുപ്പും നിറമുള്ള ടാക്സികാർ വന്നുനിന്നപ്പോൾ ആലിൻകീലെ അബ്ദുള്ളയുടെ പീടികയിൽ ഉണ്ടായിരുന്നവരുടെ കണ്ണുകൾ അങ്ങോട്ട് പാഞ്ഞു.

കാറിന്റെ പിന്നിലെ ഡോർ തുറന്ന് പാന്റ്സും ഷർട്ടും കറുത്ത കണ്ണടയും ധരിച്ച ഒരാൾ പുറത്തിറങ്ങി.

പീടികയിൽ ഇരുന്നവർക്ക് സംശയം - എവിടെയൊ കണ്ടുമറന്ന ആളെപ്പോലെ.

ഡ്രൈവർ പുറത്തിറങ്ങി കാറിന്റെ ഡിക്കി തുറന്ന് വലിയൊരു സ്യൂട്ട്കേസും ബാഗും പുറത്തെടുത്തു.

ടാക്സിക്കൂലിക്ക് പുറമെ ഒരു പാക്കറ്റ് സിഗരറ്റും നൽകി ടാക്സി വിട്ടു.

പീടികയിലുള്ളവർ രംഗങ്ങൾ നോക്കിനിൽക്കെ, ചായ കൂട്ടുന്ന അബ്ദുള്ള തന്നെയാണ് ആളെ തിരിച്ചറിഞ്ഞത്. 'അത് നമ്മളെ പപ്പനല്ലേ...?'

പപ്പൻ ഗൾഫിൽ ജയിലിലാണെന്ന് നാട്ടിലെല്ലാവരും അറിഞ്ഞിരുന്നു. അടുത്തകാലത്തൊന്നും ജയിലിൽ നിന്നും മോചനം നേടുകയില്ലെന്നും ഒരു കൈ വെട്ടിക്കളയുമെന്നുമൊക്കെയുള്ള പ്രചാരണം നാട്ടിൽ നടക്കവെ, അപ്രതീക്ഷിതമായ പപ്പന്റെ വരവ് അവരെ അമ്പരപ്പിച്ചു.

ദീർഘകാലത്തെ ജയിൽ ജീവിതത്തിന് ശേഷം എല്ലുംതൊലിയുമായി തിരിച്ചെത്തുന്ന പപ്പനെയാണ് അവർ പ്രതീക്ഷിച്ചത്. എന്നാൽ, കൺമുന്നിൽ കാണുന്ന പപ്പൻ അവരുടെ കണക്കുകൂട്ടലുകളിൽ നിന്ന് തികച്ചും വ്യത്യസ്തൻ. സിനിമാക്കാരെ വെല്ലുന്ന പത്രാസിൽ. ദീർഘകാലം ജയിലിൽ കഴിഞ്ഞതിന്റെ യാതൊരു ലക്ഷണവുമില്ല.

സ്യൂട്ട്കേസും ബാഗും റോഡരികിലേക്ക് മാറ്റിവെച്ചശേഷം പപ്പൻ കടയിൽ കയറി എല്ലാവർക്കും ഹസ്തദാനം നൽകി. എഴുന്നേറ്റ് നിന്ന് പപ്പന്റെ അഭിവാദ്യം അവർ സ്വീകരിച്ചു.

പപ്പൻ പോക്കറ്റിൽ നിന്ന് സിഗരറ്റ് പെട്ടിയെടുത്ത് നീളമുള്ള സിഗരറ്റ് എല്ലാവർക്കും നൽകി. ബെഞ്ചിന്റെ മൂലയിൽ ഉറക്കം തൂങ്ങിയിരുന്ന ചാത്തൻകണ്ടി പോക്കർ കൈ ഉടുത്ത ലുങ്കിയിൽ തുടച്ചശേഷമാണ് ഈ വിശിഷ്ടമായ സമ്മാനം സ്വീകരിച്ചത്. അറ്റം കറുത്ത നിറത്തിലുള്ള സിഗരറ്റ് പോക്കർ ജീവിതത്തിലാദ്യമായാണ് കാണുന്നത്. അറ്റം തവിട്ടുനിറത്തിലുള്ള സിഗരറ്റ് കണ്ടിട്ടുണ്ട്. സിഗരറ്റ് തിരിച്ചും മറിച്ചും നോക്കിയ ശേഷം, സൗകര്യത്തോടെ പിന്നീട് വലിക്കാമെന്ന കണക്കുകൂട്ടലിൽ ശ്രദ്ധാപൂർവം ഷർട്ടിന്റെ പോക്കറ്റിലിട്ടു.

'പപ്പാ... എന്തൊക്കെയോ വാർത്ത പത്രങ്ങളില് വന്നൂന്ന് കേട്ടല്ലോ... ആൾക്കാർ പലതും പറയുന്നത് കേട്ടു. ഒക്കെ ശരിയാണോ...?' – അബ്ദുള്ള അടുത്തുചെന്ന് അന്വേഷിച്ചു.

'ഒക്കെ ശരിയന്ന്യാ അബ്ദുക്കാ... രണ്ടാഴ്ച ഞങ്ങള് ജയിലില് കിടന്നു. പിന്നെ ഇന്ദിരാഗാന്ധി ഇടപെട്ടു. ഡി.സി.സി. പ്രസിഡന്റ് എൻ.രാമകൃഷ്ണനാ ഇന്ദിരാഗാന്ധീനെ ഫോണിൽ വിളിച്ച് പറഞ്ഞേ...'

'നിങ്ങളെ എന്തെങ്കിലും അവര് ദ്രോഹിച്ചോ പപ്പാ...?'

'അവിടത്തെ ജയില് ഇവിടത്തെ പോലെയല്ല അബ്ദുക്കാ... വെറും മുള്ള്വേലികൊണ്ട് മറച്ചുകെട്ടിയ ഷെഡ്. അവിടെ സുഖാ... കുബ്ബൂസും ചപ്പാത്തീം ഒട്ടകത്തിന്റെ എറച്ചീം കിട്ടും... ഒന്നിനും മൊടക്കംല്ല...'

'കുബ്ബൂസാ... അതെന്താത്...?' –സംശയം സുന്ദരൻ ദാമുവിന്റേതായിരുന്നു.

'അത് നമ്മളെ പത്തിരിപോലത്തെ സാധനാ... അറബികളെ പ്രധാനഭക്ഷണം കുബ്ബൂസാ...'

'... ഈ ആൾക്കാര് എന്തൊക്കെയാ പറഞ്ഞ് പരത്ത്ന്ന്...എല്ലാരിക്കും കണ്ണ്കടിയാ... ഒർത്തൻ നന്നാവുന്നത് ആരിക്കും കണ്ടൂടാ...'

'ഈ പപ്പനെക്കണ്ടാൽ ജയില് കെടന്നിറ്റാ വെര്ന്ന്ന്ന് ആരെങ്കിലും പറയാ...' – ഒരു ഫോറിൻ സിഗരറ്റ് കിട്ടിയതിന്റെ നന്ദി സൂചകമെന്നോണം ചാത്തൻകണ്ടി പോക്കർ അഭിപ്രായപ്പെട്ടു.

'അവിടെ നല്ല സുഖാ... നല്ല ശമ്പളംണ്ട്... പക്ഷേങ്കില് ഒരു കൊഴപ്പേ ഉള്ളൂ. കിട്ട്ന്ന ശമ്പളത്തിന്റെ പകുതീലേറെ അവിടത്തന്നെ ചെലവാക്കണം. അതിനെതിരെ സമരം ചെയ്തിട്ടാ നമ്മളെ ജയിലിലിട്ടത്... അതുകൊണ്ട് ഞാൻ പൈശയെല്ലാം ബാങ്കിലിട്ടു. അവിടത്തെ ബാങ്കില് പൈശ ഇട്ടാ ഈട്ത്തെ ബാങ്കിന്ന് പൈശ എടക്കാ...'

ഗൾഫിലെ ബാങ്കിൽ ഇട്ട പണം എങ്ങനയാ ഇവിട്ത്തെ ബാങ്കിൽ നിന്ന് എടുക്കുക എന്നത് ചാത്തൻകണ്ടി പോക്കർക്ക് ഒരു തീരാസംശ

യമായിത്തന്നെ അവശേഷിച്ചു.

'...നീ വരുന്ന കാര്യം വീട്ടില് അറിഞ്ഞോ? നിന്റെ ചെക്കൻ കൊറച്ച് സമയം മുമ്പാ സാധനം വാങ്ങിപ്പോയേ... ഓനിപ്പം നിന്റത്രതന്നെ ആയി. മീശയൊക്കെ വന്നു'- അബ്ദുള്ള പറഞ്ഞു.

മകൻ വളർന്ന് വലുതായെന്ന് അബ്ദുള്ള പറഞ്ഞത് കേട്ടപ്പോൾ പപ്പന്റെ കണ്ണുകൾ വിടർന്നു.

'ആരേം അറീച്ചിറ്റില്ല. രണ്ട് ദെവസം മുമ്പാ ടിക്കറ്റ് ശരിയായേ.'

'നീ ലീവിന് വന്നതാ... അതോ പണി വിട്ട് വന്നതോ?'

'എനി യെമനില് പോകൂലാ... സൗദീലേക്കാ പോവ്വാ... സൗദിക്കുള്ള വിസ രണ്ട് മാസം കൊണ്ട് ശരിയാവും... പിന്നെ ഈ പെട്ടിയെടുക്കാൻ ആരെയെങ്കിലും കിട്ടോ അബ്ദുക്കാ...?'

'...ദാ ദാമൂനെ കൂട്ടിക്കോ...'

പെട്ടിയെടുക്കാൻ സുന്ദരൻദാമു റെഡിയായിക്കഴിഞ്ഞിരുന്നു.

അതിനിടയിൽ അബ്ദുള്ള ഒരു ചായ പപ്പന് നൽകി.

വർഷങ്ങൾ കഴിഞ്ഞിട്ടും അബ്ദുക്കയുടെ ചായയുടെ രുചിയിൽ ഒരു വ്യത്യാസവും പപ്പന് തോന്നിയില്ല. ചായക്കറ പിടിച്ച ഗ്ലാസിനും.

പാന്റും ഷർട്ടും കൂളിങ്ങ് ഗ്ലാസ്സും ധരിച്ച് ബാഗും തൂക്കി വയൽവരമ്പിലൂടെ വരുന്ന ആളെ അടുത്തെത്തിയപ്പോഴേ കമലക്ക് മനസ്സിലായുള്ളൂ.

'പിള്ളറേ... നിങ്ങളെ അച്ഛൻ വെര്ന്നാ' - തെല്ല് അമ്പരപ്പോടും സന്തോഷത്തോടും കമല വിളിച്ചുപറഞ്ഞു.

ബൈജുവും സുചിത്രയും മുറ്റത്തേക്കോടി അച്ഛനെ സ്വീകരിച്ചു.

ജയിലിൽ കിടന്ന് ആകെ കോലം കെട്ടായിരിക്കും അച്ഛൻ വരിക എന്നാണ് ബൈജുവും സുചിത്രയും കമലയെപ്പോലെ പ്രതീക്ഷിച്ചത്. ഒരു ഗൾഫുകാരന്റെ പത്രാസിൽ തന്നെയുള്ള പപ്പന്റെ വരവുകണ്ട് അവർ അഭിമാനിക്കുകയും ആഹ്ലാദംകൊണ്ട് കണ്ണുനിറയുകയും ചെയ്തു.

'ഹായ്... നിങ്ങളൊക്കെ വലിയ പിള്ളറായിപ്പോയല്ലോ...' - പപ്പൻ മക്കളെ ചേർത്ത് പിടിച്ചു. കമല ഒന്നും പറയാതെ കണ്ണീർ തുടയ്ക്കുക മാത്രം ചെയ്തു. ബൈജു മീശ കിളിർത്ത് യുവാവായിരിക്കുന്നു. സുചിത്ര സുന്ദരിപ്പെണ്ണായും വളർന്നിരിക്കുന്നു.

'നിങ്ങള് വരുന്ന വിവരം അറീച്ചില്ലല്ലോ... നമ്മള് ഈടന്ന്...' - കമലക്ക് വാക്കുകൾ പൂർത്തിയാക്കാനായില്ല.

വലിയ സ്യൂട്ട്കേസും തലയിൽവെച്ച് സുന്ദരൻദാമു നടുമുറ്റത്ത് തന്നെ നിൽക്കുകയാണ്.

'നീ കരയാതെ ആ സ്യൂട്ട്കേസ് പിടിച്ച് എറയത്ത്വെക്ക്' - പപ്പൻ കമലക്ക് നിർദേശം കൊടുത്തു.

സ്യൂട്ട്കേസ് താഴെ വെച്ചശേഷം മുറ്റത്തുതന്നെ തഞ്ചി നിന്ന ദാമുവിന് പപ്പൻ പേഴ്സിൽ നിന്ന് പത്തുറുപ്പിക നോട്ടെടുത്ത് നൽകി. ഒരു സിഗരറ്റും.

ദാമു ഇത്രയും പ്രതീക്ഷിച്ചിരുന്നില്ല.

പപ്പൻ ദാമുവിനോട് സ്വകാര്യമായി പറഞ്ഞു. 'നീ നല്ലൊരു പൂവൻ കോഴിയെ സംഘടിപ്പിച്ച് സന്ധ്യയാകുമ്പം വാ... പൈശ എത്രയായാലും കൊട്ക്കാ...'

പപ്പൻ ഇരുപത്തിയഞ്ച് ഉറുപ്പികകൂടി ദാമുവിനെ ഏൽപിച്ചു.

പപ്പൻ നാട്ടിലെത്തിയ വാർത്ത വേഗം പടർന്നു. വലിയപെട്ടി നിറയെ സാധനങ്ങളും ധാരാളം പണവുമായാണ് പപ്പൻ തിരിച്ചെത്തിയിരിക്കുന്നതെന്നും പ്രചരിച്ചു. സന്ധ്യയോടുകൂടി അയൽപക്കക്കാരും നാട്ടുകാരും ഒറ്റയ്ക്കും കൂട്ടായും പപ്പനെ കാണാൻ എത്തിത്തുടങ്ങി. വരുന്നവർക്കെല്ലാം സിഗരറ്റും ചോക്ലേറ്റുകളും നൽകി. കമല എല്ലാവർക്കും ചായയും ബിസ്ക്കറ്റും കൊടുത്തു.

കൈയിൽ അധികം പണമൊന്നുമില്ലെങ്കിലും നല്ല കാശുള്ളതായി നടിക്കാതെ നാട്ടിലും വീട്ടിലും വിലയുണ്ടാവില്ലെന്ന് പപ്പന് അറിയാം. അതുകൊണ്ട് വാക്കിലും നടപ്പിലും ഗൾഫുകാരന്റെ പത്രാസ് വിടാതിരിക്കാൻ ശ്രദ്ധിച്ചു. പണം ബാങ്കിലുണ്ടെന്നും നിയമ തടസ്സങ്ങൾ കാരണമാണ് നാട്ടിലേക്കയക്കാതിരുന്നതെന്നും കമലയെയും ധരിപ്പിച്ചു.

അയൽപക്കക്കാർക്കും സുഹൃത്തുക്കൾക്കും ചില സാധനങ്ങൾ കിട്ടിയതോടെ പപ്പന്റെ കൈയിൽ ധാരാളം പണമുണ്ടെന്ന് നാട്ടുകാരും വിശ്വസിച്ചു.

കണക്കുചോദിക്കൽ

രണ്ടും കൽപിച്ചതുപോലെയുള്ള പപ്പന്റെ വരവുകണ്ട് ഹസ്സനാജി ഒന്നു നടുങ്ങി. രാവിലെ നിസ്കാരം കഴിഞ്ഞ് ചാരുകസേരയിൽ കിടന്ന് ഒന്നു മയങ്ങിയശേഷം പശുവിൻ നെയ്ചേർത്ത വെല്ലക്കാപ്പി കുടിച്ച്, പ്രഭാതകൃത്യങ്ങളെല്ലാം നടത്തിയ ശേഷം മുറ്റത്തുകൂടെ ഉലാത്തുകയായിരുന്നു ഹാജി.

ഹാജിയെ ഒറ്റവെട്ടിന് തുണ്ടമാക്കാനുള്ള രോഷവുമായാണ് പപ്പൻ അതിരാവിലെ വീട്ടിൽ നിന്നും പുറപ്പെട്ടത്. 'പാവന്നൂരിൽപ്പോയി ഒന്ന് ഹസ്സനാജിയെ കാണണം' എന്നേ പപ്പൻ കമലയോട് പറഞ്ഞിട്ടുള്ളൂ. പപ്പൻ നാട്ടിലെത്തിയതുവരെയുള്ള എല്ലാ സംഭവങ്ങളും ഹാജി അറിഞ്ഞിരുന്നു.

പപ്പനെ കണ്ടപ്പോൾ ഹാജി വെറുതെയൊന്ന് ചിരിച്ചു. പക്ഷെ, പപ്പന്റെ മുഖത്ത് ചിരി വന്നില്ല. മുഖം കോപംകൊണ്ട് ചുവന്നിരിക്കുകയായിരുന്നു.

'പപ്പൻ നാട്ടില് ബന്നതറിഞ്ഞു. നിങ്ങള് കൊറച്ച് ബുദ്ധിമുട്ടീന്നല്ലേ കേക്ക്ന്ന്...' പപ്പനെ ഒന്നുതണുപ്പിക്കാൻ മുഖവുരയായി ഹാജി പറഞ്ഞു.

'നമ്മള് തിരിച്ചുവരൂല്ലാന്ന് നിങ്ങള് വിചാരിച്ചു അല്ലേ? നിങ്ങള് എന്ത് ചതിയാ ചെയ്തത്? നിങ്ങള് നമ്മളെ പറ്റിച്ചു അല്ലേ?' - പപ്പൻ പൊട്ടിത്തെറിച്ചു.

'പപ്പാ... നീ കേറി എറയത്ത് ഇരിക്ക്... ഞാൻ പറയീന്നത് കേക്ക്' - ഹാജി ആകെ ബേജാറായി.

പപ്പൻ മുറ്റത്ത് നിന്നതേയുള്ളൂ.

'നിങ്ങള് സൗദീലേക്കെന്ന് പറഞ്ഞിറ്റ് പണം വാങ്ങി. കൊറേ മാസം ബോംബേല് തെണ്ടിച്ചു. ഒടുവില് എത്തിയത് ആരും കേക്കാത്ത രാജ്യത്ത്... അധികൊന്നും പറയീന്നില്ല. ഞാൻ തന്ന പൈശ തിരിച്ച് തന്നിറ്റില്ലേങ്കില് വിവരറിയും... ഇത് പപ്പനാ പറീന്ന്...'.

മുറ്റത്തെ ബഹളംകേട്ട് പെണ്ണുങ്ങൾ വാതിൽപ്പടിയിൽ നിന്നും ജനാലയിലൂടെയും ഭയപ്പാടോടെ നോക്കിനിന്നു.

'... പപ്പാ... ഞാനല്ല വിസേന്റെ ആള്... മാട്ടൂലെ ലക്ഷക്കാരൻ ഹാജിയാ... ശരിക്ക് പറഞ്ഞാ അയാളും അല്ല. സൗദീലെ ഒരു കമ്പനീന്റെ ഏജന്റാ... ഒരാളെ കേറ്റ്യാ എനക്ക് ആയിരം ഉറുപ്പ്യ കമ്മീശൻ കിട്ടുന്നത് സത്യാ... ആ പൈശ വേണെങ്കില് നിനിക്ക് ഇപ്പംതരാ...' – ഹാജിയാകെ വിയർത്തു. മുഖം വിളറിവെളുത്തു.

പപ്പൻ കൂടുതൽ ക്രുദ്ധനായി.

'ഏ മാപ്ലെ... ഇമ്മാതിരി വർത്താനം പറഞ്ഞാല്ണ്ടല്ലോ നിങ്ങളെ കൊടല് ഞാനെടുക്കും... ഈ പപ്പൻ ഗൾഫിലെ ജയില് കെടന്നിറ്റാ വെര്ന്ന്... ഈടത്തെ ജയിലില് കിടക്കാനും മടിയില്ല... എന്നോട് വാങ്ങിയ പൈശ എപ്പം തരുന്ന് പറാ...'

ബഹളം കേട്ട് അയൽവീട്ടുകാർ എത്തിനോക്കി മാറിനിന്നു.

ഹാജി കോലായിൽ തളർന്നിരുന്നുപോയി.

'ഇന്ന് ഏപ്രിൽ പത്ത്... മുപ്പതിനുള്ളിൽ എന്റെ പൈശ തരണം. അല്ലേങ്കില് വിവരറിയും' – കനത്ത സ്വരത്തിൽ താക്കീത് നൽകിക്കൊണ്ട് പപ്പൻ ഇറങ്ങിപ്പോയി. കീശയിൽ നിന്ന് ഒരു സിഗരറ്റെടുത്ത് കത്തിച്ച് ആഞ്ഞുവലിച്ച് പപ്പൻ നടന്നു.

പപ്പൻ പോയിക്കഴിഞ്ഞ ശേഷം ഹാജി എഴുന്നേറ്റ് ചാരുകസേരയിലേക്ക് ചാഞ്ഞുവീണു. ജീവിതത്തിലാദ്യമായാണ് സ്വന്തം വീട്ടിൽ ഭാര്യയുടെയും മക്കളുടെയും മുന്നിൽവെച്ച് ഇത്തരത്തിൽ അപമാനിതനാവുന്നത്. സംഭവം അയൽക്കാരും കണ്ടിരിക്കുന്നു. നാട്ടിൽ വിവരം പടരാൻ ഇനി അധിക സമയം വേണ്ടിവരില്ല. അയൽപക്കക്കാരെല്ലാം ഉള്ളുകൊണ്ട് ശത്രുതയിലാണുതാനും.

പപ്പനോടൊപ്പം, താൻ ഏർപ്പാടുചെയ്തതുവഴി വിസ ലഭിച്ച് ഗൾഫിലേക്ക് പോയ മറ്റുള്ളവരും ഇതേ രീതിയിൽ വരാൻ സാധ്യതയുണ്ടെന്ന ആലോചന ഹാജിയെ കൂടുതൽ ഉത്കണ്ഠാകുലനാക്കി.

'എന്റെ ബദിരീങ്ങളേ... എന്തൊക്കെയായിത് ഞമ്മള് കാണ്ന്ന്...' – അകത്ത് നിന്ന് ഹാജിയുടെ ഭാര്യ ഖദീസുമ്മ മാറത്തടിച്ച് നിലവിളിച്ചു.

അഭിമാനത്തിന് ക്ഷതമേറ്റ ഹാജിയുടെ മകൾ ബുഷറയും സൈബുന്നീസയും കണ്ണുതുടച്ചു.

ബുഷറയുടെ നിക്കാഹ് ഉറപ്പിച്ചിരിക്കുകയായിരുന്നു. ഇരിക്കൂറിലെ ഹൈദരാലി ഹാജിയുടെ മകൻ സത്താറാണ് വരൻ. സത്താറും ഗൾഫിലാണ്. ചെക്കന്റെ വീട്ടുകാർ ഇതെല്ലാം അറിഞ്ഞാൽ എന്താകും സ്ഥി

തി എന്നോർത്താണ് എല്ലാവർക്കും ഉത്കണ്ഠ.

'വീട്ടില് ബന്ന് കൊയപ്പം ഉണ്ടാക്ക്യേന് പൊലീസില് പരാതികൊടുക്കണം ഉപ്പാ...' – രോഷത്തോടെ ബുഷറ പറഞ്ഞു.

'ബേണം... ഓന്റെ പേരില് കേസ് കൊടുക്കണം' – സൈബുന്നീസയും സഹോദരിയുടെ ആവശ്യത്തെ പിന്തുണച്ചു.

'ബേണ്ട മോളെ... കേസും കുണ്ടാമണ്ടിയുമൊന്നും ബേണ്ട... അതെല്ലാം കൂടുതൽ കൊയപ്പങ്ങള് ഉണ്ടാക്കുകയേ ഉള്ളൂ. ആൾക്കാരെല്ലാം അറിയും. ഓൻ ഒരുമ്പെട്ടോനാ... കള്ളും കുടിച്ച് ബന്നിറ്റ് ഓനെന്തെങ്കിലും കടുംകൈ ചെയ്താലോ... സൊന്തം പൊരക്ക് തീവെച്ചോനാ ഓൻ... ഒനെന്തും ചെയ്യും...'

ഹാജി ആകെ പരിക്ഷീണനായിരുന്നു.

നാമ്പിടുന്ന ജീവിതം

എസ്.എസ്.എൽ.സി. പരീക്ഷാഫലം പുറത്തുവന്നു. ബൈജു 350 മാർക്കോടെ പാസായി. പത്തുമാർക്ക്കൂടി കിട്ടിയിരുന്നെങ്കിൽ ഫസ്റ്റ്ക്ലാസ് മാർക്കാവുമായിരുന്നു. നായാട്ടുപാറ ഹൈസ്കൂളിൽ നിന്ന് എസ്.എസ്.എൽ.സി.പരീക്ഷയെഴുതിയ മൂന്ന് കുട്ടികളേ തോറ്റിട്ടുള്ളൂ. നാട്ടിൽ നിന്ന് എസ്.എസ്.എൽ.സി. പാസായ മൂന്ന് പേരിൽ ബൈജുവിനാണ് കൂടുതൽ മാർക്ക്. സുചിത്രയുടെ പരീക്ഷാഫലം നേരത്തെ വന്നിരുന്നു. അവൾ എട്ടാംക്ലാസ് പാസായി.

രാത്രി ഭക്ഷണം കഴിക്കാനിരുന്നപ്പോൾ സങ്കടത്തോടെ കമല പറഞ്ഞു 'ഈടത്തെ സ്ഥിതി ഇങ്ങനെയായോണ്ടാ... അല്ലേങ്കില് എന്റെ മോന് എസ്.എൽ.സി.ക്ക് ക്ലാസ് കിട്ട്വായിരുന്നു.'

'...എന്നാലും ഓന്റെ മാർക്ക് മോശല്ലല്ലോ... ഓനെ കണ്ണൂരില് പോളി ടെക്നിക്കില് ചേർത്ത് പഠിപ്പിക്കണം. ഓന് അത്തരം കാര്യങ്ങള് പഠിക്കാനാ വാസന... പോളീല് പഠിച്ചാ ഗൾഫില് നല്ല ചാൻസാ...' - പപ്പൻ പറഞ്ഞു.

'ഏട്ടൻ പഠിച്ച് പാസാവാൻ സുചിത്ര പറശ്ശിനിക്ക് വെള്ളാട്ടം കയിക്കാൻ നേർച്ച കൂട്ടീറ്റ്ണ്ട്... ഏട്ടൻ പഠിച്ച് നല്ല ജോലി കിട്ട്യാലേ നമ്മള് രക്ഷപ്പെടൂന്ന് ഓള് എപ്പോം പറയും... സുചിത്രക്കാ നല്ല പഠിപ്പ്. കണക്കിലും ഇംഗ്ലീഷിലും ബൈജുനക്കാളും മാർക്ക് സുചിത്രക്കാ കിട്ടല്...'.

'... ഓക്ക് എന്താവാനാ പോലും ആശ' -- മകളുടെ ആഗ്രഹങ്ങളറിയാൻ പപ്പൻ ചോദിച്ചു.

'ഓക്ക് ടീച്ചറാവോലും ആകണ്ടത്... പിന്നേ..., കമല പപ്പന്റെ അടത്തേക്ക് ചേർന്നിരുന്ന് ചെറുചിരിയോടെ ഒരു സ്വകാര്യം പറഞ്ഞു.

'... സുചിത്ര വലിയ പെണ്ണായി... ഓള് വയസ്സറിയിച്ചു ഇന്നലെ... അതാ ഓളെ പൊറത്തൊന്നും കാണാത്തത്...'.

പപ്പന്റെ മുഖം ചുവന്ന് വികസിച്ചു. മകൾ പ്രായപൂർത്തിയായിരിക്കുന്നു എന്ന അറിവ് പപ്പനിൽ ആഹ്ലാദം ജനിപ്പിച്ചു.

'... അടുത്ത ആഴ്ച പറശ്ശിനീല് പോണം... ബൈജൂന്റെ പേരിലും സുചിത്രേന്റെ പേരിലും ഓരോ വെള്ളാട്ടം കയിക്കണം... രണ്ട് വെള്ളാട്ടത്തിനുള്ള രണ്ടര ഉറുപ്പ്യ ഞാൻ മാറ്റിവെച്ചിറ്റ്ണ്ട്...'

'എന്നാല് ...ശനിയാഴ്ചപോകാം...'

പപ്പൻ സമ്മതിച്ചു.

പറശ്ശിനിക്കടവിലേക്ക് പോകാനുള്ള ധാരാളം യാത്രക്കാർ കരിങ്കൽ കുഴിയിൽ ബസ്സിറങ്ങാനുണ്ടായിരുന്നു. നീണ്ട കൽപ്പടവുകൾ ഇറങ്ങി വിശാലമായ നണിയൂർ വയൽ മുറിച്ചുകടന്ന് പറശ്ശിനിക്കടവിലേക്കുള്ള യാത്ര ബൈജുവിനും സുചിത്രക്കും ആഹ്ലാദകരമായി തോന്നി.

നിറഞ്ഞ് തെളിനീരൊഴുകുന്ന പറശ്ശിനിപ്പുഴ. പുഴക്കക്കരെ തലയുയർത്തി നിൽക്കുന്ന പറശ്ശിനി മടപ്പുര. പണിയാളരുടെ ആരാധനാ മൂർത്തിയായ മുത്തപ്പന്റെ ആസ്ഥാനം. ഉദ്ദിഷ്ട കാര്യങ്ങൾക്കെല്ലാം നാട്ടുകാർ മുത്തപ്പനെ പ്രാർഥിക്കും. നേർച്ചനേരും. ചെറിയ ചെറിയ കാര്യങ്ങൾക്ക് പയംകുറ്റി. പ്രധാനകാര്യങ്ങൾ സാധിക്കാൻ വെള്ളാട്ടം. വലിയ വലിയ ആഗ്രഹങ്ങൾ നിറവേറ്റിയാൽ തിരുവപ്പന.

ചെറുതും വലുതുമായ എല്ലാ കാര്യങ്ങൾക്കും കമല മുത്തപ്പന് നേർച്ചനേരും. പയംകുറ്റിക്ക് നേർച്ച നേർന്നാൽ കാൽ ഉറുപ്പിക അപ്പോൾ തന്നെ മാറ്റിവെക്കും. ബൈജുവിന്റെയും സുചിത്രയുടെയും ചോറൂണ് പറശ്ശിനി മടപ്പുരയിൽ നിന്നായിരുന്നു.

എസ്.എസ്.എൽ.സി. പരീക്ഷാഫലം പുറത്തുവന്ന സമയമായതിനാൽ മടപ്പുരയിലേക്ക് പോകാൻ ധാരാളംപേർ ഉണ്ടായിരുന്നു. വയൽവരമ്പിലൂടെ ജാഥ പോലെയാണ് ആൾക്കാർ പോകുന്നത്. വിദ്യാർഥികളും അവരുടെ രക്ഷിതാക്കളുമാണ് അധികവും. വിദ്യാഭ്യാസ ജീവിതത്തിലെ ഒരു പ്രധാന കടമ്പ കടന്നുകിട്ടിയതിലുള്ള ആഹ്ലാദം കുട്ടികളുടെയും അവരുടെ രക്ഷിതാക്കളുടെയും മുഖത്തുണ്ട്.

കൊയ്ത്ത് കഴിഞ്ഞ് തരിശിട്ട നണിയൂർ വയൽ വിണ്ടുകീറിക്കിടന്നു. മണ്ണിന്റെ അടരുകളിലെ ഈർപ്പത്തിൽ സുരക്ഷതേടുന്ന മണ്ണട്ടകളെയും മണ്ണിരകളെയും തേടി കാക്കകളും വെള്ളകൊറ്റികളും കൂട്ടമായി എത്തിയിട്ടുണ്ട്. ചാരനിറമുള്ള കൊറ്റികൾ പറക്കുമ്പോഴേ അവയുടെ ശരീരത്തിന്റെ വെൺമ കാണൂ. നീണ്ട കൊക്കും വെളുത്ത നിറവുമുള്ള കൊക്കുകളും ധാരാളമുണ്ട്.

ചില വയലുകളിൽ ഏതാനുംപേർ എന്തൊക്കെയോ ജോലി ചെയ്യു

ന്നുണ്ട്. കുറേ നടന്നപ്പോൾ വയലുകൾ നിറയെ മഞ്ഞപ്പൂക്കൾ നിറഞ്ഞ ചെടികൾ. മനോഹരമാണ് ആ കാഴ്ച. ചെടിയിൽ ചെറിയ കായകളും. സുചിത്ര വയലിലിറങ്ങി ചെടിയുടെ പൂക്കളും കായകളും പറിച്ചെടുത്തു. ഇതുവരെ കാണാത്ത ആ ചെടി അവളിൽ കൗതുകം ജനിപ്പിച്ചു. 'അച്ഛാ ഇതെന്താ കടുക് ചെടിയാണോ?' - അവൾ ചോദിച്ചു.

'അത് കടുകല്ല. അതിന് നാട്ടില് കൊയിച്ചില്ന്ന് പറയും. കുറച്ചു കഴിയുമ്പോൾ അത് പറിച്ചെടുത്ത് തറിച്ച് വയലിലിടും. വളത്തിന്. നല്ല പച്ചിലവളാണത്' - പപ്പൻ മകളുടെ സംശയത്തിന് നിവാരണം വരുത്തി.

വയൽ പിന്നിട്ട് അവർ സമൃദ്ധിയോടെ വളർന്ന തെങ്ങിൻതോട്ടത്തിലെത്തി. തോട്ടത്തിൽ അങ്ങിങ്ങായി ഓലഷെഡ്ഡുകൾ. അത് ചെത്തുതൊഴിലാളികൾ കള്ള് സൂക്ഷിക്കുന്ന സ്ഥലമാണ്. അരയിൽ ഒണ്ടയും കത്തിയും ധരിച്ച ചെത്തുതൊഴിലാളികൾ തോട്ടത്തിലുണ്ട്. ചിലർ തെങ്ങിൻമണ്ടയിൽ ഇരുന്ന് എന്തൊക്കെയോ ചെയ്യുന്നു.

തെങ്ങിൻകുലയിൽ മൺപാത്രംവെച്ചിരിക്കുന്നത് കണ്ട് സുചിത്ര ചോദിച്ചു. 'അതെന്തിനാ അച്ഛാ പാത്രം തെങ്ങിന്റെ മുകളിൽ വെച്ചിരിക്ക്ന്ന്...?'

'എടീ മണ്ടീ... അത് കള്ളെടുക്കുന്നതിനാ...' ബൈജു അനിയത്തിയുടെ അജ്ഞതയെ കളിയാക്കി.

'അതെങ്ങിനെയാ അതില് കള്ള് വര്ന്ന്?'

സുചിത്രയുടെ ചോദ്യത്തിന് മുന്നിൽ ബൈജുവിന് ഉത്തരം മുട്ടി.

പപ്പൻ തന്നെയാണ് അവളുടെ ആ സംശയത്തിനും ഉത്തരം നൽകിയത്.

'തെങ്ങിന്റെ കുലയിൽ നിന്നാണ് കള്ളെടുക്കുക. തെങ്ങിന്റെ കുല കൊലോട്ട് കോലോണ്ട് അടിച്ച് അതിനുള്ളിൽ തേങ്ങയാവേണ്ട പൂക്കുല കലക്കും. അടിച്ചുകലക്കിയ കുലയുടെ അറ്റം മുറിച്ചെടുക്കുമ്പോൾ ഊറി വരുന്നതാണ് കള്ള്. കുലയുടെ മുകളിൽ കമിഴ്ത്തിവെച്ച പാത്രത്തിൽ കള്ളുവന്ന് നിറയും. കുലയുടെ അറ്റം മുറിച്ചുമാറ്റാനാണ് ചെത്തുകാർ നല്ല മൂർച്ചയുള്ള കത്തി അരയിൽ സൂക്ഷിക്കുന്നത്. രാവിലെയും വൈകുന്നേരവും തെങ്ങിൽ കയറി പാത്രത്തിൽ നിന്ന് കള്ളെടുക്കും'.

'അച്ഛാ ഈ കൊലോട്ട് കോല്ന്ന് പറയുന്ന സാധനം എന്താ...?' - സംശയം ബൈജുവിന്റേതാണ്.

'ഇറച്ചിക്കായി അറക്കുന്ന മൂരിയുടെയും പോത്തിന്റെയും കാലിന്റെ എല്ലാ കൊലോട്ട് കോല്. എല്ലിന്റെ ഉള്ളിലെ ഇറച്ചിയെല്ലാം നീക്കിയ ശേഷം പൊള്ളയായ ഭാഗത്ത് ഈയ്യം ഉരുക്കി ഒഴിക്കും. നല്ല ഉറപ്പുള്ള

സാധനമായിരിക്കും അത്.'

എല്ലാവരും നടന്ന് ഒരു കൊച്ചുപുഴയുടെ അടുത്തെത്തി - പറശ്ശിനി പുഴയോട് ചേർന്ന ഒരു നീർച്ചാൽ. വേലിയറ്റ സമയമായതിനാൽ അവിടെ മുട്ടോളം വെള്ളമുണ്ട്.

പെണ്ണുങ്ങൾ സാരിയും പാവാടയും മുട്ടുവരെ പൊക്കിവേണം ആ നീർച്ചാൽ കടക്കുവാൻ. കുറേ ചെറുപ്പക്കാർ ആ ദൃശ്യം കാണാൻ അവിടെ കൂട്ടംകൂടി നിന്നിരുന്നു. അതിനാൽ പെൺകുട്ടികൾ പാവാട ഉയർത്തിപ്പിടിക്കാതെ നനഞ്ഞുകൊണ്ടാണ് നീർച്ചാൽ കടക്കുന്നത്. സുചിത്ര ധരിച്ച കസവുപാവാടയും മുട്ടോളം നനഞ്ഞു.

കടവുകടക്കാൻ ഊഴംകാത്ത് പുഴയുടെ ഇരുകരകളിലും ധാരാളം പേരുണ്ട്. നിറയെ യാത്രക്കാരുമായി തോണി പുഴയുടെ മധ്യത്തിലെത്തി. വേലിയേറ്റത്തിന്റെ ശക്തമായ ഓളങ്ങൾ മുറിച്ചാണ് തോണി വരുന്നത്. രണ്ട് വശങ്ങളിലും ഇരുന്ന ചെറുപ്പക്കാർ തണ്ട് ആഞ്ഞുവലിച്ചുകൊണ്ടിരുന്നു. അമരത്ത് തോർത്ത്മുണ്ട് തലയിൽ കെട്ടി നിർവികാരനായി ഇരിക്കുന്ന ആൾ പങ്കായംകൊണ്ട് തോണിയുടെ ഗതി നിയന്ത്രിച്ചുകൊണ്ടിരുന്നു.

കരയ്ക്കടുത്ത തോണിയിൽ നിന്നും ഇറങ്ങിയപ്പോൾ പലരും ആശ്വാസത്തിന്റെ നെടുവീർപ്പിട്ടു. ഭയം കാരണം പലരും തോണിയിൽ വീർപ്പടക്കി ഇരിക്കുകയായിരുന്നു. തോണിയിൽ നിന്നിറങ്ങിയവർ കടത്തുകൂലി കൊടുത്തു. തോണിയുടെ അമരത്ത്, തന്റെ ഇരിപ്പിടത്തിനടിയിൽ സൂക്ഷിച്ച കൊച്ചുതുണി സഞ്ചിയിൽ കിട്ടിയ നാണയത്തുട്ടുകൾ അയാൾ സൂക്ഷിച്ചു.

മടപ്പുരയിലേക്ക് പോകേണ്ട യാത്രക്കാർ കൂട്ടത്തോടെ തോണിയിലേക്ക് ചാടിക്കയറുമ്പോൾ കടത്തുകാരൻ സുരക്ഷാനിർദേശങ്ങൾ നൽകി.

'...ചീനേല് എല്ലാരേം കൊള്ളൂല്ല. ബാക്കിയുള്ളവര് അട്ത്ത ട്രിപ്പില്... പടിമ്മല് കൊള്ളാത്തവര് കുത്തിയിരിക്കണം... ചീന ചെരിക്കറ്... വെള്ളത്തില് കയ്യിടറ്...'

തോണിയിൽ കയറുമ്പോൾ സുചിത്രയുടെ മുഖം ഭയംകൊണ്ട് വിളറിയിരുന്നു. ബൈജുവിന്റെ മുഖത്ത് ആശങ്കകളൊന്നുമില്ല. അവൻ തോണിയാത്ര ആസ്വദിച്ചു. പപ്പനും കമലയും ബൈജുവും ഒരുപടിയിലിരുന്നു. സുചിത്ര തോണിയിൽ കണ്ണടച്ച് കുത്തിയിരുന്നു. അവളുടെ നെഞ്ച് ഭയം കാരണം ശക്തിയായി മിടിക്കുന്നുണ്ടായിരുന്നു.

കടത്തുകാരനെ ചൂണ്ടി പപ്പൻ കമലയോട് പറഞ്ഞു - 'കടത്തുകാ

രൻ കുഞ്ഞിരാമേട്ടൻ നമ്മുടെ ചാമ്പാടൻമാഷുടെ അടുത്ത ബന്ധുവാ. ഓർക്ക് എന്നെ മനസ്സിലായില്ലാന്ന് തോന്ന്ന്നു... അക്കരെ എത്തീറ്റ് ലോഹ്യം പറയാ...'

ഓളങ്ങളിൽ ചാഞ്ചാടി തോണി നീങ്ങി. തണ്ടുവലിക്കാനിരുന്നത് രണ്ട് പയ്യൻമാരാണ്. അവർ ഇടയ്ക്കിടെ തണ്ട് വെള്ളത്തിന്റെ മുകൾപ്പരപ്പിലൂടെ പായിച്ച് യാത്രക്കാരുടെ ശരീരത്തിൽ ലഘുവായി വെള്ളം തെറിപ്പിച്ചുകൊണ്ടിരുന്നു. ശരീരത്തിൽ വെള്ളം തെറിക്കുമ്പോൾ സ്ത്രീകളും പെൺകുട്ടികളും കുസൃതിച്ചിരിയോടെ അത് ആസ്വദിച്ചു. ചെറുപ്പക്കാർക്ക് അത് ഒരു രസമായി. അവർ ഈ കുസൃതി ഇടക്കിടെ ആവർത്തിച്ചു. ചെറുപ്പക്കാരുടെ ഇത്തരം സൂക്കേടുകൾ പതിവായി കാണുന്ന കടത്തുകാരൻ ഗൗരവത്തിൽ ശാസിച്ചു.

'തണ്ടുവലിക്കാനിരുന്ന് തമാശ കളിക്കറ്... ഇത് പൊഴയാ... തമാശ കളിക്കാനുള്ള സ്ഥലല്ല... ശരിക്ക് തണ്ടുവലിക്കാൻ കഴീല്ലേങ്കില് മാറിയിരിക്കണം...'

'അങ്ങിനെതന്നെ കിട്ടണം' - കടത്തുകാരന്റെ ശാസന കേട്ടപ്പോൾ പലരും പതുക്കെപ്പറഞ്ഞു.

പറശ്ശിനിക്കടവിൽ തോണി അടുത്തപ്പോൾ ആദ്യം ചാടിയിറങ്ങിയത് സുചിത്രയായിരുന്നു. ജീവൻ തിരിച്ചുകിട്ടിയ ആശ്വാസമായിരുന്നു അവളുടെ മുഖത്ത്. തോണിയാത്രക്കിടയിൽ സുചിത്രയുടെ പരിഭ്രമം കണ്ട് ബൈജു കളിയാക്കി.

നാലുപേരുടെ കടത്തുകൂലിയായി ഒരു രൂപ നൽകിയ ശേഷം പപ്പൻ കടത്തുകാരനോട് ചോദിച്ചു - '... അറിയോ...?'.

കുറച്ചുസമയം സൂക്ഷിച്ചുനോക്കിയ ശേഷമേ അദ്ദേഹത്തിന് ആളെ മനസ്സിലായുള്ളൂ.

'... ഇതാര്... പപ്പനല്ലേ... നീ ഗൾഫില്പോയീന്ന് കേട്ടല്ലോ...?'

'മൂന്ന്കൊല്ലം ഗൾഫിലായിരുന്നു. ഇപ്പം ലീവിന് വന്നതാ... മൂന്ന് മാസത്തെ ലീവ്ണ്ട്.'

'എങ്ങനെ അവ്ടത്തെ പണിയെല്ലാം... സുഖം തന്നെയല്ലേ...?

'ആ... ഒരുവിധം'

'നാട്ടില് നമ്മളെ ആൾക്കാരെയൊക്കെ കാണലില്ലേ... അവിടെ വിശേഷൊന്നും ഇല്ലല്ലോ...'

'ഇല്ല... വിശേഷൊന്നും ഇല്ല... ഇന്നലെ മാഷെ കണ്ടിരുന്നു.'

പരിചയം പുതുക്കിയ ശേഷം പപ്പൻ ഭാര്യയെയും മക്കളെയും കുഞ്ഞിരാമേട്ടന് പരിചയപ്പെടുത്തി.

ഇതിനിടയിൽ യാത്രക്കാർ തോണിയിൽ കയറിക്കഴിഞ്ഞിരുന്നു.

നിറയെ യാത്രക്കാരുമായി തോണി നീങ്ങി.

പറശ്ശിനി മടപ്പുരയുടെ വഴിപാടുകൗണ്ടറിൽ നീണ്ട ക്യൂ. രണ്ട് വെള്ളാട്ടത്തിന് നേർന്ന രണ്ടര ഉറുപ്പിക ചെറിയ ടവ്വലിൽ പൊതിഞ്ഞ് കമല മടിക്കുത്തിൽ തിരുകിവെച്ചിരുന്നു.

ടവ്വലിന്റെ കെട്ടഴിച്ച് പണമെടുത്ത് കമല ബൈജുവിനെ ഏൽപിച്ചു. ബൈജു ക്യൂവിൽ നിന്നു.

വെള്ളാട്ടത്തിന് പണമടച്ച് രശീതിവാങ്ങിയ ശേഷം നാലുപേരും ചായ വിതരണം ചെയ്യുന്ന ഹാളിൽ കയറി. വാഴയിലച്ചീന്തിൽ പുഴുങ്ങിയ പയറും തേങ്ങാകഷ്ണവും കിട്ടി. നേർത്ത ചായയും. ചായ കുടിച്ച ശേഷം കൽപ്പടവുകൾ ഇറങ്ങി പുഴവെള്ളത്തിൽ കാലും മുഖവും കഴുകി. പുഴയിലൊഴുകി നടക്കുന്ന ഇലച്ചീന്തിലെ ഭക്ഷണാവശിഷ്ടങ്ങൾക്കുവേണ്ടി മത്സ്യക്കൂട്ടങ്ങൾ മത്സരിച്ചു. സുചിത്ര വായിൽ കോരിയൊഴിച്ച വെള്ളം പെട്ടെന്ന് തുപ്പിക്കളഞ്ഞു. '...വെള്ളത്തിനെന്താ ഉപ്പ്' - അവൾ പറഞ്ഞു.

ശ്രീകോവിലിൽ കയറി തൊഴുതശേഷം മൂന്ന് തവണ പ്രദക്ഷിണം വെച്ചു. ഇറങ്ങാൻ നേരത്ത് ഭണ്ഡാരത്തിൽ അമ്പതുപൈസയുടെ നാണയം കമല നിക്ഷേപിച്ചു.

ശ്രീകോവിലിൽ നിന്ന് പുറത്തുവന്നപ്പോൾ പപ്പൻ പറഞ്ഞു. 'നിങ്ങള് ഒരു കാര്യം ചെയ്യ്. നിങ്ങക്ക് വേണ്ട സാധനങ്ങളെല്ലാം നോക്കിവെക്ക്... ഞാൻ ഇപ്പം വരാം...'

'അച്ഛാ... എനക്കറിയാ... കള്ള് കുടിക്കാൻ' - പപ്പന്റെ ഉദ്ദേശ്യം സുചിത്ര വേഗത്തിൽ തിരിച്ചറിഞ്ഞു. മകളുടെ പെട്ടെന്നുള്ള പ്രതികരണം കേട്ട് കമലയ്ക്കും ചിരി വന്നു. നീരസം കലർന്ന ഒരു ചിരി.

പത്തുരൂപ സുചിത്രയെ ഏൽപിച്ചശേഷം പപ്പൻ മടപ്പുരയുടെ തൊട്ടടുത്തുള്ള കള്ളുഷാപ്പിലേക്ക് പോയി.

നിരനിരയായുള്ള കൊച്ചുകൊച്ചു കടകളിൽ നിറയെ നിരത്തിവെച്ചിട്ടുള്ള പലതരം സാധനങ്ങൾ നോക്കി മൂന്നുപേരും നടന്നു. ദൈവങ്ങളുടെ ഫ്രെയിം ചെയ്ത ഫോട്ടോകളാണ് അധികവും. പിന്നെ കുറേ പാട്ടുപുസ്തകങ്ങൾ.... വളകൾ, ചാന്ത് , സിന്ദൂരം...

കള്ളുഷാപ്പിൽ നല്ല തിരക്കായിരുന്നു. പപ്പന് പരിചയമുള്ളവർ ആരും ഉണ്ടായിരുന്നില്ല. സംസാരിക്കാൻ ആരും ഇല്ലാത്തതിനാൽ കള്ള് കുടിക്കാൻ ഒരു രസവും തോന്നിയില്ല. ഒരു ലിറ്റർ കള്ളും ഒരു പ്ലേറ്റ് കപ്പയും ഞണ്ടുകറിയും വാങ്ങി.

നേരത്തെ അവിടെയെത്തിയ ആറംഗ സംഘം സജീവമായ രാഷ്ട്രീയ ചർച്ചയിലാണ്. അവരുടെ മുന്നിലെ കള്ള് കുപ്പികളും കറികളും വേഗത്തിൽ കാലിയായിക്കൊണ്ടിരുന്നു. ആറുപേരിൽ നാലുപേർ മാർക്സിസ്റ്റുകാരും രണ്ടുപേർ കോൺഗ്രസ്സുകാരുമാണെന്ന് അവരുടെ ചർച്ചകേട്ടപ്പോൾ പപ്പന് തോന്നി. പുതുതായി അധികാരമേറ്റ ഇ.കെ.നായനാരുടെ മന്ത്രിസഭയെക്കുറിച്ചാണ് ചർച്ച നടക്കുന്നത്.

കള്ളിന്റെ വീര്യം നന്നായി കയറിയ ഖദർധാരി ഒരു പ്രസംഗം തന്നെ നടത്തുകയാണ്. വെളുത്ത ഖദർ ഷർട്ടിൽ കറി ഇറ്റിയതിന്റെ വലിയ പാട് കാണാനുണ്ട്. '... നിങ്ങള് തൊഴിലാളികളുടെ പാർട്ടീന്നും ബൂർഷ്വാസിക്കെതിരാന്നും പറഞ്ഞിറ്റ് മുഖ്യമന്ത്രിസ്ഥാനത്ത് സവർണൻമാരെയേ ആക്കൂ... അയിമ്പത്തിയേഴിലും അറുപത്തിയേഴിലും നമ്പൂരിപ്പാട്... ഇപ്പം നായനാരും... അയിമ്പത്തിഏഴില് ശരിക്കും മുഖ്യമന്ത്രിയാക്കേണ്ടത് ടി.വി.തോമസിനെയാ... അതാക്കൂല്ലല്ലോ... അയാള് ക്രിസ്ത്യാനിയല്ലേ... ഇപ്പം ശരിക്കും ഗൗരിയമ്മേനയാ മുഖ്യമന്ത്രിയാക്കേണ്ടത്... പക്ഷെ ആക്കൂലല്ലോ... അവര് ഈഴവത്തിയല്ലേ... ജാതീം മതോം ഇല്ലാന്ന് പറയും... എന്നിറ്റ് മലപ്പുറത്ത് മാപ്ലമ്മാർക്ക് സ്വന്തായി ഒരു ജില്ല കൊടുത്തു... തട്ടിപ്പാ ആളെപ്പറ്റിക്കല്. മാർക്കിസ്റ്റ് പാർട്ടീന്ന് പറഞ്ഞാ തട്ടിപ്പാ...' – ഖദർ ധാരി കുഴഞ്ഞുവീഴാറായിരുന്നു.

'... ഏ... കുഞ്ഞിരാമൻ മാഷേ... വെറുതെ ഓരോന്ന് പറേണ്ട... നിങ്ങക്ക് മാർക്കിസ്റ്റ് വിരോധംണ്ട്ന്ന് വെച്ച് എന്തും വിളിച്ച് പറേണ്ട... നിങ്ങള് പിന്നെന്ത്യേന്തിനാ വലതന്മാരുടെ കൂടെ കൂടീറ്റ് അച്യുതമേനോനെ മുഖ്യമന്ത്രിയാക്കിയത്... ഏതെങ്കിലും ഒരു തീയനെ ആക്കിക്കൂടായിരുന്നോ... പിന്നെ പി.കെ. വാസുദേവൻ നായരീം ആക്കി.' – ഒരു വലിയ ഗ്ലാസ് നിറയെ കള്ളുകുടിച്ച് തീർത്ത്, ശക്തിയായി ഏമ്പക്കം ഇട്ട ശേഷം കട്ടിക്കണ്ണടക്കാരൻ പറഞ്ഞു.

ചർച്ച പിന്നെയും തുടർന്നപ്പോൾ തൊട്ടടുത്ത ബെഞ്ചിൽ ഇരുന്ന് കള്ളുകുടിച്ചിരുന്ന ചെറുപ്പക്കാരൻ ഇടപെട്ടു.

'എടോ ഖദറിട്ട മാഷേ... കുറേ നേരായി നിങ്ങളെ പ്രസംഗം കേട്ട് നിക്ക്ന്ന്... കള്ള് കുടിച്ചാ പള്ളേല് വെക്കണം. പാർട്ടീന ചീത്തപറഞ്ഞിറ്റ് വെറ്തെ തടി കേടാക്കണ്ട കെട്ടാ... പറശ്ശിനിയാ ഇത് സ്ഥലം.'

ചർച്ച സ്വിച്ചിട്ടപോലെ നിലച്ചു.

ഉച്ചഭക്ഷണം തയ്യാറായതിനുള്ള അറിയിപ്പായി മടപ്പുരയിൽ നിന്നും നീണ്ട മണിയുയർന്നു.

മണിയടി കേൾക്കുമ്പോൾ മടപ്പുരയിലും പരിസരങ്ങളിലും അലഞ്ഞു

തിരിഞ്ഞിരുന്ന പട്ടികൾ കൂട്ടത്തോടെ പ്രത്യേക ശബ്ദത്തിൽ ഓരിയിട്ടു.

കൗതുകത്തോടെ സുചിത്രയും ബൈജുവും പട്ടിയുടെ പ്രത്യേക ശബ്ദം ശ്രദ്ധിച്ചു.

'അതെന്താ അമ്മേ മണിയടിക്കുമ്പം നായ്ക്കള് ഇങ്ങനെ ഒന്നിച്ച് കരയ്ന്ന്...' - സുചിത്ര കമലയോട് ചോദിച്ചു.

'ആൾക്കാര് ചോറ് തിന്ന എച്ചിലിലക്ക് കാത്തു നിക്കലാ നായ്ക്കള്. മണിയടിക്ക്ന്നത് ചോറ് കിട്ടുന്ന സമയത്താന്ന്. നായ്ക്കൾക്ക് അറിയാ... മുത്തപ്പന്റെ വാഹനാ നായ്ക്കള്.... അതാ ഇത്രയും നായ്ക്കള്...'

അമ്മയുടെ വിശദീകരണം കേട്ടപ്പോൾ സുചിത്രക്ക് പാവ്‌ലോവിന്റെ പരീക്ഷണത്തെക്കുറിച്ചാണ് ഓർമ വന്നത്.

റഷ്യൻ വൈദ്യശാസ്ത്ര ഗവേഷകനായ പാവ്‌ലോവ് നായകൾക്ക് ഭക്ഷണം കൊടുക്കുമ്പോൾ മണിയടിക്കുന്നത് പതിവാക്കി. ഇത് ശീലമായപ്പോൾ ഭക്ഷണം കൊടുക്കാതെ, മണിയടിക്കുമ്പോൾപോലും നായ്ക്കളുടെ വായിൽ വെള്ളമൂറുന്നു എന്ന് പാവ്‌ലോവ് കണ്ടെത്തിയെന്ന് എട്ടാംക്ലാസ്സിൽ സയൻസ് പഠിപ്പിച്ച മാഷ് പറഞ്ഞിരുന്നു.

മടപ്പുരയിലെ വിശാലമായ ഊട്ടുപുരയിൽ നീട്ടി വിരിച്ച പുൽപായയിലിരുന്ന് ഭക്തർ മുത്തപ്പന്റെ പ്രസാദ സദ്യയുണ്ണുന്നു. ഊഴംകാത്ത് പപ്പനും കമലയും ബൈജുവും സുചിത്രയും.

സമരത്തീ

ചോലയിൽ നിന്ന് പുറപ്പെട്ട കരിങ്കൽത്തൊഴിലാളികളുടെ മാർച്ചിൽ സ്ത്രീകളടക്കം മുന്നൂറോളം പേരുണ്ട്. മൂന്നുവരിയായി നീങ്ങിയ ജാഥയെ നയിക്കുന്നത് കരിങ്കൽത്തൊഴിലാളി യൂണിയൻ നേതാക്കളായ എ.കെ.നാണു, കെ.പി.ചന്ദ്രൻ തുടങ്ങിയവരാണ്. വലിയ കരിങ്കല്ലുകൾ ഉടച്ച് ജില്ലിയാക്കുന്ന സ്റ്റോൺ ക്രഷർ എന്ന യന്ത്രം സ്ഥാപിക്കുന്നതിനെതിരെയും ക്ഷാമബത്തയും കൂലിക്കൂടുതലും ആവശ്യപ്പെട്ടും കരിങ്കൽത്തൊഴിലാളികൾ പണിമുടക്കിലാണ്. പണിമുടക്കിന്റെ ഭാഗമായി കരിങ്കൽ ക്വാറി ഉടമകളുടെ വീട്ടുപടിക്കലേക്ക് സമരം വ്യാപിപ്പിക്കാൻ യൂണിയൻ തീരുമാനിച്ചിരുന്നു. സ്ഥലത്തെ പ്രധാന കരിങ്കൽ ക്വാറി ഉടമകളായ ഗോപാലൻ മേസ്ത്രി, സത്താർ ഹാജി, കുഞ്ഞിക്കണ്ണൻ നമ്പ്യാർ എന്നിവരുടെ വീട്ടുപടിക്കലേക്ക് സമരം വ്യാപിപ്പിക്കാനാണ് തീരുമാനം.

ചോലയിൽ സ്റ്റോൺ ക്രഷർ സ്ഥാപിക്കുന്നതിനുള്ള അനുമതിക്കായി ഗോപാലൻ മേസ്ത്രി പഞ്ചായത്തിൽ അപേക്ഷ നൽകിയിട്ടുണ്ട്.

മാണിയൂർ ഗ്രാമത്തിലെ മിക്ക കുടുംബങ്ങളിലെയും ഒരാളെങ്കിലും കരിങ്കൽ ക്വാറിയിലോ ചെങ്കൽ പണയിലോ ജോലി ചെയ്യുന്നവരാണ്. കോൺക്രീറ്റ് കെട്ടിടങ്ങളും വീടുകളും വ്യാപകമായി ഉയരാൻ തുടങ്ങിയതോടെ കരിങ്കല്ലിന്റെയും ചെങ്കല്ലിന്റെയും ആവശ്യം വൻതോതിൽ വർധിച്ചു. കരിങ്കൽ ബോളറുകൾ ചുറ്റികകൊണ്ടടിച്ച് ജില്ലികളാക്കുന്ന ജോലി കുടിൽ വ്യവസായം പോലെ നാട്ടിൽ വളർന്നു. ചിലയിടങ്ങളിൽ കുടുംബാംഗങ്ങൾ മുഴുവൻ കരിങ്കല്ലുടയ്ക്കുന്ന ജോലിയിൽ വ്യാപൃതരായി. വിദ്യാർഥികൾ അവധിദിവസങ്ങളിൽ കരിങ്കല്ലുടച്ച് പഠനത്തിനുള്ള വക ഉണ്ടാക്കി. പുറത്ത് ജോലിക്ക് പോകാൻ മടിയുള്ള സ്ത്രീകൾ വീട്ടിനടുത്ത് കരിങ്കല്ല് ഇറക്കിച്ച് ജോലിചെയ്തു.

നാട്ടുകാരുടെ പ്രധാന വരുമാനസ്രോതസ്സായി കരിങ്കല്ലുടയ്ക്കൽ മാറിയ സന്ദർഭത്തിലാണ്, കരിങ്കല്ലുടക്കാൻ പുതിയ യന്ത്രം വരുന്ന വാർത്ത അവർ നടുക്കത്തോടെ അറിഞ്ഞത്. വൻ പദ്ധതി പ്രദേശങ്ങളിൽ ഇത്തരം യന്ത്രങ്ങൾ നേരത്തെ സ്ഥാപിച്ചതായി ചില തൊഴിലാളികൾ അറിയും. എന്നാൽ, തങ്ങളുടെ തൊഴിൽ വിഴുങ്ങുന്ന യന്ത്രം നാട്ടിലെത്തുമെന്ന വാർത്ത തൊഴിലാളികളെ അക്ഷരാർഥത്തിൽ ഞെട്ടിച്ചു. ഒരുദിവസം നൂറ് തൊഴിലാളികൾ ചെയ്യുന്ന ജോലി സ്റ്റോൺ ക്രഷർ എന്ന യന്ത്രം ഒരുദിവസംകൊണ്ട് ചെയ്യുമെന്ന് ആശങ്കയോടെ അവർ അറിഞ്ഞു.

തൊഴിലാളികളുടെ ആവശ്യങ്ങൾ സംബന്ധിച്ച് നടന്ന ചർച്ചകൾ പരാജയപ്പെടുകയും ഒരുമാസം പണിമുടക്ക് നടത്തിയിട്ടും ക്വാറി ഉടമകൾ അനങ്ങാതിരിക്കുകയും ചെയ്ത സാഹചര്യത്തിലാണ് സമരം ക്വാറി ഉടമകളുടെ വീട്ടുപടിക്കലേക്ക് മാറ്റാൻ യൂണിയൻ തീരുമാനിച്ചത്.

ഒരുമാസം നീണ്ടുനിന്ന തൊഴിലാളി പണിമുടക്ക് ജനങ്ങളുടെ സാമ്പത്തികനിലയെ സാരമായി ബാധിച്ചു. കുടുംബങ്ങൾ പട്ടിണിയിലായി. ജോലിയെടുത്ത് ഉണ്ടാക്കിയ ചെറു സമ്പാദ്യങ്ങൾ പണയത്തിലായി. പണിക്കാരായ തമിഴൻമാരിൽ പലരും നാട്ടിലേക്ക് തിരിച്ചുപോയി.

ക്വാറിയിലെ പണി നിലച്ചതുകാരണം ചോലയിലെ കള്ളുഷാപ്പ് പരിസരം ഏറെക്കുറെ വിജനമായി. വിറ്റു തീരാത്ത കള്ള് തോട്ടിലൊഴുക്കി.

ശ്രീകണ്ഠപുരം റേഞ്ചിലെ ഏറ്റവും വിൽപനയുള്ള കള്ളുഷാപ്പ് ചോലയിലേതായിരുന്നു. ദിവസേന നാനൂറോളം ലിറ്റർ കള്ള് വിൽക്കും. ക്വാറിയിൽ പണിയെടുത്തിരുന്ന തമിഴൻമാരും നാട്ടുകാരും ജോലി കഴിഞ്ഞാൽ കൂട്ടത്തോടെ ഷാപ്പിലേക്ക് വരും. കള്ള് വിൽപനക്കാരൻ ചന്ദ്രനും ചാക്കണക്കാരൻ രാഘവനും പെട്ടെന്ന് കാശുകാരായി.

രാവിലെ പത്തുമണിയോടെ കള്ളുമായി ജീപ്പെത്തുന്നതിന് മുമ്പ് തന്നെ നാല് കൂറ്റൻ ഭരണികളിൽ ഓരോന്നിലും വിൽപനക്കാരൻ പത്തുലിറ്ററിലധികം പച്ചവെള്ളം ഒഴിച്ചുവെക്കും. ശമ്പളത്തിന് പുറമെ പച്ചവെള്ളത്തിന്റെ പൈസയും വന്നപ്പോൾ ചന്ദ്രൻ പെട്ടെന്ന് കാശുകാരനായി. വാർപ്പിന്റെ പുതിയ വീടെടുത്തു.

കള്ളിനുകൂട്ടാൻ പലതരം കറികളുണ്ടാക്കിയാണ് ചാക്കണക്കാരൻ രാഘവൻ കാശുണ്ടാക്കിയത്. കപ്പ, മീൻ, ഞണ്ട്, പോത്തിറച്ചി തുടങ്ങിയ പലതരം വിഭവങ്ങൾ അതിരാവിലെത്തന്നെ രാഘവൻ പാചകം ചെയ്തുവെക്കും. സഹായത്തിന് ഭാര്യ യശോദയുമുണ്ടാകും. എല്ലാം പാചകം ചെയ്ത്വെച്ച ശേഷം യശോദ വീട്ടിലേക്ക് മടങ്ങും.

ചോലയിലെ കുഞ്ഞിക്കണ്ണൻമാഷുടെയും ബാലൻനായരുടെയും പലചരക്ക് കടയിലും നല്ല തിരക്കായിരുന്നു. ശനിയാഴ്ച കൂലികിട്ടിയാൽ പണിക്കാർ കടകളിലെ പറ്റ് തീർത്തുകൊടുക്കും. കടകളിലെ മേശവലിപ്പുകൾ കറൻസി നോട്ടുകൾ കൊണ്ട് നിറയും.

അവധി ദിവസമായ ഞായറാഴ്ച മിക്കവരും എവിടെയെങ്കിലും സിനിമയ്ക്ക് പോകും. പെണ്ണുങ്ങൾ കൂട്ടമായി സിനിമയ്ക്ക് പോകുന്ന ശീലം തുടങ്ങിവെച്ചത് കരിങ്കൽ തൊഴിലാളികളാണ്. കൂടെ ജോലി ചെയ്യുന്ന ആണുങ്ങളുടെ കൂടെ എല്ലാ ആഴ്ചയിലും അണിഞ്ഞൊരുങ്ങി സിനിമ കാണാൻ പോകുന്നത് ചില ചെറുപ്പക്കാരികളുടെ ഭർത്താക്കൻമാരിൽ സംശയങ്ങൾ വളർത്തി. സിനിമ കാണാനെന്ന് പറഞ്ഞ് പോയ മുള്ളൻകണ്ടി സതിയെയും തൈക്കണ്ടി ശ്രീധരനെയും പയ്യാമ്പലത്ത് ചിലർ കണ്ടു എന്ന വാർത്ത പരന്നതിന് ശേഷം പ്രത്യേകിച്ചും.

അനേകം ചെങ്കൊടികൾ ഏന്തിക്കൊണ്ട്, ഉശിരൻ മുദ്രാവാക്യങ്ങളുമായി മുന്നേറിയ കരിങ്കൽത്തൊഴിലാളികളുടെ ജാഥ ചോലക്കുന്ന് കയറി ആലിൻകീൽ ബസ്സ്റ്റോപ്പിനടുത്തുള്ള ഗോപാലൻ മേസ്ത്രിയുടെ വീട് ലക്ഷ്യമാക്കി നീങ്ങി. നേതാക്കളോടൊപ്പം ജാഥയുടെ മുൻനിരയിൽ നിന്ന് ഷാജിയാണ് ഉശിരോടെ മുദ്രാവാക്യങ്ങൾ വിളിച്ചുകൊടുക്കുന്നത്.

‘ഇൻക്വിലാബ് സിന്ദാബാദ്
കരിങ്കൽ തൊഴിലാളി യൂണിയൻ സിന്ദാബാദ്
ബാറിൽ ഹോട്ടലിൽ കയറിയിറങ്ങി
ചിക്കനും മട്ടനും വിസ്കിയും ബ്രാണ്ടിയും
തിന്ന് മദിച്ച് നടക്കുന്നോരെ,
കരിങ്കൽ ക്വാറി മുതലാളിമാരെ,
ഇക്കാണുന്ന സമ്പത്തെല്ലാം
എങ്ങിനെ നിങ്ങൾക്കുണ്ടായി?
ഓർത്തുനോക്കൂ മുതലാളിമാരേ
ഞങ്ങളെ ചോര നീരാക്കി
ഉണ്ടാക്കിയതല്ലേ എല്ലാമെല്ലാം
തൊഴിലാളികളുടെ ആവശ്യങ്ങൾ
തന്നേ തീരൂ തന്നേ തീരൂ
അന്നേ തീരൂ ഈ സമരം...

കൈയുയർത്തി മുദ്രാവാക്യം വിളിക്കുമ്പോൾ ഷാജിയുടെ കൈത്തണ്ടയുടെ ദൃഢമായ പേശികൾ ഉയർന്നുതാണു. കഴുത്തിലെ ഞരമ്പു

കൾ വലിഞ്ഞുമുറുകി.

കൊടിയും പിടിച്ച് പത്തുമുന്നൂറുപേർ ജാഥയായി വരുന്നത് കണ്ടപ്പോൾ ഗോപാലൻ മേസ്ത്രിയുടെ വീട്ടുകാർ ഭയന്നുവിറച്ചുപോയി. മേസ്ത്രി തലേദിവസംതന്നെ സ്ഥലംവിട്ടിരുന്നു.

തങ്ങൾക്ക് സുരക്ഷയൊരുക്കാൻ ആറടിപൊക്കത്തിലുള്ള കരിങ്കൽ മതിലും ഇരുമ്പുഗേറ്റും അൽസേഷൻ പട്ടിയും മതിയാവില്ലെന്ന് മേസ്ത്രിയുടെ വീട്ടുകാർക്ക് തോന്നിപ്പോയി.

പുറത്തെ ബഹളംകേട്ട് മുറ്റത്തെ ഇരുമ്പുകൂട്ടിൽക്കിടന്ന് അൽസേഷൻ കുരച്ച് ബഹളംകൂട്ടി.

സമരക്കാർ ഗോപാലൻ മേസ്ത്രിയുടെ വീട്ടിന് മുന്നിലെ വിശാലമായ തെങ്ങിൻതോട്ടത്തിൽ കുത്തിയിരുന്നു. ഷാജി കൈയിലെ ചെങ്കൊടി മേസ്ത്രിയുടെ വീട്ടിന് മുന്നിലെ പൂട്ടിയ ഗേറ്റിൽ കെട്ടിയിട്ടു. ആ ചെറുപ്പക്കാരന്റെ സമരാവേശം കണ്ട് സമരക്കാർ കരഘോഷം മുഴക്കി.

വീട്ടുകാർ ജനാലവാതിൽ തുറന്ന് ഭയപ്പാടോടെ എല്ലാം കാണുന്നുണ്ടായിരുന്നു. മേസ്ത്രിയുടെ പ്രായമായ അമ്മയും ഭാര്യയും കോളേജ് വിദ്യാർഥിനികളായ രണ്ട് പെൺമക്കളുമാണ് വീട്ടിലുണ്ടായിരുന്നത്.

ഉച്ചക്ക് സമരകേന്ദ്രത്തിൽ നിന്നുതന്നെ സമരക്കാർ കഞ്ഞിവെച്ച് കുടിച്ചു. വൈകുന്നേരം അഞ്ചുമണിയോടെ അന്നത്തെ സമരമവസാനിപ്പിച്ച് പിരിഞ്ഞുപോയി. പിറ്റേന്ന് രാവിലെ വീണ്ടും സമരം തുടങ്ങി.

മൂന്നാംദിവസം സമരം കഴിഞ്ഞ് സന്ധ്യയോടെ ഷാജി തനിച്ച് വീട്ടിലേക്ക് പോവുകയായിരുന്നു. റോഡിൽ നല്ല ഇരുട്ട് പരന്നിരുന്നു. വാരച്ചാൽ കയറ്റത്തിൽ എത്തിയപ്പോൾ എതിരെവന്ന ഒരു ജീപ്പ് പെട്ടെന്ന് ഷാജിയുടെ മുന്നിൽ നിന്നു. ജീപ്പിൽനിന്ന് ചാടിയിറങ്ങിയ അപരിചിതരായ രണ്ടുപേർ ഷാജിയെ പിടിച്ചുനിർത്തി. അപ്രതീക്ഷിതമായി ഉണ്ടായ കൈയേറ്റത്തിൽ അവനൊന്ന് പതറി. പെട്ടെന്നുതന്നെ കുതറി മാറി. ദൃഢശരീരമുള്ള രണ്ടുപേർ ഷാജിയെ ബലമായി വീണ്ടും പിടിച്ചുനിർത്തി. മൂന്നാമത് ഒരാൾകൂടി ജീപ്പിൽ നിന്നിറങ്ങിവന്നു.

'നിങ്ങൾക്ക് എന്താ വേണ്ടത്? വിടടാ എന്നെ' - ഷാജി ആക്രോശിച്ചുകൊണ്ട് മൂന്നാമനെ ഒരു ചവിട്ട്. അയാൾ റോഡിൽ മലർന്നടിച്ചുവീണുപോയി.

'നായിന്റെമോനെ... നീയാണോടാ സമരത്തിന്റെ നേതാവ്... ഗോപാലൻ മേസ്ത്രിയുടെ ഗേറ്റിൽ നീയാണോടാ കൊടി കെട്ടിയത്' എന്ന് പറഞ്ഞ് ആദ്യം ഇറങ്ങിയവർ ജീപ്പിൽ കരുതിയ മുട്ടൻവടിയെടുത്ത് ഷാജിയുടെ കാൽമുട്ടിന് ആഞ്ഞടിച്ചു. ഷാജി നിലവിളിച്ചുകൊണ്ട് വീണു. വീ

ണുകിടക്കുന്ന ഷാജിയെ മൂന്നുപേരും ചേർന്ന് തല്ലുകയും ചവിട്ടുകയും ചെയ്തു. മുട്ടൻവടി പലവട്ടം അവന്റെ ശരീരത്തിൽ ആഞ്ഞുപതിച്ചു.

ഷാജി നിലവിളിച്ചെങ്കിലും ആരും കേട്ടില്ല. സമീപത്തൊന്നും വീടുകളില്ല. സംഭവം നടക്കുമ്പോൾ ജീപ്പിന്റെ മുൻസീറ്റിൽ തലയിൽ തോർത്തുമുണ്ടിട്ട് ഇരിക്കുന്നയാളെ ഷാജി തിരിച്ചറിഞ്ഞു.- ഗോപാലൻ മേസ്ത്രി.

ശരീരം നുറുങ്ങുന്ന വേദനയ്ക്കിടയിലും ഷാജി വിളിച്ചു പറഞ്ഞു. 'എടാ നായേ... ഗോപാലൻ മേസ്ത്രീ... നീ പൊറത്തുനിന്ന് ആളെക്കൊണ്ടന്ന് എന്നെ തല്ലിച്ചു അല്ലേ... നിനക്ക് ഞാൻ കാണിച്ചുതരാം...'.

തന്നെ ഷാജി തിരിച്ചറിഞ്ഞുവെന്ന് മനസ്സിലാക്കിയതുകൊണ്ടാവാം, ഗോപാലൻ മേസ്ത്രി ജീപ്പിൽ നിന്നിറങ്ങിവന്നു. വീണുകിടക്കുന്ന ഷാജിയുടെ നേരെ കാർക്കിച്ചുതുപ്പിക്കൊണ്ട് പറഞ്ഞു - '...ഫാ... പുലിയാടിച്ചീന്റെ മോനെ'.

ദൗത്യം പൂർത്തിയാക്കിയശേഷം എല്ലാവരും ജീപ്പിൽ കയറി. ജീപ്പ് കുതിച്ചുപാഞ്ഞു.

ഭീകരമായ മർദനമേറ്റ് റോഡരികിൽ കിടക്കുന്ന ഷാജി സർവശക്തിയും സംഭരിച്ച് എഴുന്നേറ്റ് നിന്ന് കൈയിൽ കിട്ടിയ ഉരുളൻ കല്ലെടുത്ത് ജീപ്പിന് നേരെ ഒരൊറ്റയേറ്. കല്ല് ഊക്കോടെ ജീപ്പിൽത്തട്ടി പൊട്ടിച്ചിതറി.

കണ്ണിൽ നിന്ന് അനേകം പൊന്നീച്ചകൾ പാറുന്നതുപോലെ ഷാജിക്ക് തോന്നി. കുറച്ചുവെള്ളം കിട്ടണമായിരുന്നു. അവന്റെ തൊണ്ട വരണ്ടു. മാംസപേശികൾ നെഞ്ചിലേക്ക് കയറുന്നതുപോലെ. ശരീരമാകെ വിയർത്തു... അവൻ റോഡരികിൽ കുഴഞ്ഞുവീണു.

കുറേക്കഴിഞ്ഞപ്പോൾ കണ്ണൂരിൽ നിന്ന് ചാലോട്ടിലേക്ക് പോകുന്ന കോ-ഓപ്പറേറ്റീവ് ബസ്സ് വന്നു. റോഡിൽ ഒരാൾ വീണു കിടക്കുന്നത് കണ്ട് ബസ്സ് നിർത്തി. ഡ്രൈവർ പറഞ്ഞതനുസരിച്ച് കണ്ടക്ടറും ക്ലീനറും യാത്രക്കാരും ഇറങ്ങിനോക്കി. ചോരയിൽ കുളിച്ച് അർധഅബോധാവസ്ഥയിൽ കിടക്കുന്ന ഷാജിയെ ചില യാത്രക്കാർ തിരിച്ചറിഞ്ഞു. എതോ വാഹനം ഇടിച്ചു വീഴ്ത്തിയതാണെന്ന് അവർ ധരിച്ചു. യാത്രക്കാർ അവനെ താങ്ങിയെടുത്ത് ബസ്സിൽകയറ്റി. ഉരുവച്ചാൽ സ്റ്റോപ്പിൽ ബസ് നിർത്തി സംഭവം അവിടെയുള്ളവരോട് പറഞ്ഞു. ചില നാട്ടുകാരും ബസ്സിൽ കയറി. ചാലോട്ടിലെ ഡോ. ഹരീന്ദ്രന്റെ ക്ലിനിക്കിൽ നിന്ന് പ്രഥമ ശുശ്രൂഷക്ക് ശേഷം ജീപ്പ് പിടിച്ച് കണ്ണൂരിൽ ജില്ലാ ആസ്പത്രിയിലേക്ക് കൊണ്ടുപോയി.

വിവരമറിഞ്ഞ് രാത്രിതന്നെ നാട്ടുകാരും കരിങ്കൽത്തൊഴിലാളികളും ആസ്പത്രിയിൽ എത്തി. ഷാജിയുടെ വലതുകൈ രണ്ടിടത്ത് ഒടിഞ്ഞിട്ടുണ്ട്. രണ്ട് കാലുകൾക്കും നല്ലമുറിവുണ്ട്. രണ്ട് പല്ലുകൾ ഇളകിയിട്ടുണ്ട്. ശരീരത്തിലാകെ പരിക്കുണ്ടെന്നും ഡോക്ടർ അറിയിച്ചു. രാത്രി ബോധം തെളിഞ്ഞശേഷം ഷാജി സംഭവം വിവരിച്ചപ്പോഴേ സത്യസ്ഥിതി എല്ലാവരും അറിഞ്ഞുള്ളൂ.

ഷാജിയെ ഗോപാലൻ മേസ്ത്രിയുടെ ഗുണ്ടകൾ ആക്രമിച്ചെന്നും ഗുരുതരമായ പരിക്കേറ്റെന്നുമുള്ള വാർത്ത കാട്ടുതീ പോലെ നാട്ടിൽ പരന്നു. വിവരമറിഞ്ഞ് കരിങ്കൽത്തൊഴിലാളികളായ ഒരു സംഘം ചെറുപ്പക്കാർ ഗോപാലൻ മേസ്ത്രിയുടെ വീട്ടിലേക്ക് കുതിച്ചു. അപ്പോഴേക്കും മേസ്ത്രിയും കുടുംബവും വീട് പൂട്ടി സ്ഥലം വിട്ടിരുന്നു. വീട്ടിൽ അൽസേഷൻ മാത്രം കുരച്ച് ബഹളമുണ്ടാക്കി.

പിന്നീട് കേട്ടത് വീട്ടിന്റെ ജനാലച്ചില്ലുകൾ കല്ലേറിൽ നുറുങ്ങിവീഴുന്ന ശബ്ദവും അൽസേഷന്റെ ദയനീയമായ വിലാപവുമാണ്.

വിവരമറിഞ്ഞ് കാർത്ത്യായനി തലതല്ലിക്കരഞ്ഞു. പിറ്റേന്ന് രാവിലെ കാർത്ത്യായനി ആസ്പത്രിയിലെത്തി. അമ്മ കാൽക്കൽ ഇരുന്ന് പൊട്ടിക്കരഞ്ഞിട്ടും ഷാജി ഒന്നും മിണ്ടിയില്ല.

പിറ്റേന്ന് ഇരിക്കൂർ പൊലീസ് സ്റ്റേഷനിൽ നിന്ന് ഒരു ഹെഡ് കോൺസ്റ്റബിൾ ഷാജിയുടെ മൊഴിയെടുക്കാനെത്തി.

തികച്ചും പ്രകോപനപരമായ രീതിയിലാണ് ഹെഡ്കോൺസ്റ്റബിളിന്റെ ചോദ്യങ്ങൾ.

'നീയെന്തിനാണെടാ മേസ്ത്രീന്റെ ജീപ്പിന് കല്ലെറിഞ്ഞത്?'

'ഞാനാരീം എറിഞ്ഞിറ്റില്ല. മേസ്ത്രീന്റെ ജീപ്പീന്ന് എറങ്ങിയ മൂന്നുപേര് എന്നെ കണ്ടപ്പോൾ ചാടി വീണ് അടിക്ക്വായിരുന്നു'.

'നീ എറിഞ്ഞില്ലേങ്കില് പിന്നെങ്ങനെയാണെടാ മേസ്ത്രീന്റെ ജീപ്പിന്റെ ഗ്ലാസ് പൊട്ടിയത്'

'അത് ഞാൻ അറീലാ'

'ജീപ്പിന് എറിയുക മാത്രമല്ല, മേസ്ത്രീന്റെ ഒരു പണിക്കാരനെ നീ ചവിട്ട്വേം ചെയ്തു'

'റോഡിലൂടെ നടക്കുകയായിരുന്ന എന്നെ അവര് വളഞ്ഞിട്ട് തല്ലി...

അവരന്നെ കൊല്ലുംന്ന് തോന്നി...

അടിച്ചത് കോറേലെ പണിക്കാരല്ല. പൊറത്തുള്ളവരാ... അവരെക്കണ്ടാ എനക്കറിയാ...'

...ജീപ്പ് പോകുമ്പം ഞാൻ കല്ലെടുത്ത് എറിഞ്ഞത് ശരിയാ...

കൂടുതല് എനക്കൊന്നും പറയാനില്ല...'

'ആ...അങ്ങിനെ വഴിക്ക്വാ...?' - താൻ ആഗ്രഹിച്ച കാര്യം മൊഴിയായിക്കിട്ടിയ ആഹ്ലാദം ഹെഡ്കോൺസ്റ്റബിൾ മറച്ചുവെച്ചില്ല. അയാൾ കൊമ്പൻമീശ പിരിച്ച് പതുക്കെ വേറൊരു ചോദ്യം ചോദിച്ചു.

'മേസ്ത്രി നിന്റെ വീട്ടില് വരാറില്ലേ... നിന്റെ അമ്മയെക്കാണാൻ... അതിന്റെ ദേഷ്യം തീർത്തതല്ലേ നീ...?

'ഇനി എനക്കൊന്നും പറയാനില്ല... എനി എന്നോട് ഇതുമാതിരിയുള്ള ചോദ്യം ചോദിക്കറ്...' - ഷാജിയുടെ മുഖം കോപംകൊണ്ട് വിറച്ചു.

'ഓഹോ... നീ പൊലീസിനോട് കളിക്കാൻ നോക്ക്വാ...' - ഹെഡ്കോൺസ്റ്റബിൾ വീണ്ടും മീശപിരിച്ചു.

അതുവരെ മാറിനിന്ന കരിങ്കൽത്തൊഴിലാളി യൂണിയൻ പ്രവർത്തകരായ സജീവനും പ്രകാശനും ഇടപെട്ടു.

'...സാർ... നിങ്ങൾ ആക്രമണത്തിൽ പരിക്ക് പറ്റിയ ആളുടെ മൊഴിയെടുക്കാൻ വന്നതോ... അല്ലാ തല്ലിയ മുതലാളീന ന്യായീകരിക്കാൻ വന്നതോ...?'

- ഹെഡ്കോൺസ്റ്റബിൾ ഒന്ന് ചമ്മി. അങ്ങിനെയൊരു ചോദ്യംചെയ്യൽ അദ്ദേഹം പ്രതീക്ഷിച്ചിരുന്നില്ല.

'...കേസാവുമ്പം സംഭവത്തിന്റെ എല്ലാ വശോം പൊലീസിന് പരിശോധിക്കണം. ... ഇവൻ ജീപ്പാക്രമിച്ച് ഒരാളെ ചവിട്ടിവീഴ്ത്തീന്ന് പറഞ്ഞ് ഗോപാലൻ മേസ്ത്രീന്റെ പെറ്റീഷൻ സ്റ്റേഷനില് കിട്ടീട്ടുണ്ട്. ഇന്നലെ രാത്രി അദ്ദേഹത്തിന്റെ വീടും ചിലര് ആക്രമിച്ചു. ജീവഭയം കൊണ്ട് അദ്ദേഹവും കുടുംബവും എവിടെയോ പോയിരിക്കയാ...'

- ഹെഡ്കോൺസ്റ്റബിൾ പൊലീസ് ഭാഷയിൽ പറഞ്ഞു. പിന്നീട് എന്തൊക്കെയോ കുത്തിക്കുറിച്ച് അയാൾ പോയി.

ജീപ്പാക്രമിച്ച് ഗോപാലൻ മേസ്ത്രിയെ അപായപ്പെടുത്താൻ ശ്രമിച്ചുവെന്ന കുറ്റമാണ് ഷാജിയുടെ പേരിൽ ചുമത്തിയത്. ജീപ്പ് ആക്രമിച്ച് ഓടിപ്പോകുന്നതിനിടയിൽ വീണാണ് ഷാജിക്ക് പരിക്ക് എന്നാണ് പൊലീസിന്റെ നിഗമനം.

മുതലാളിക്ക് അനുകൂലമായ പൊലീസിന്റെ ഏകപക്ഷീയമായ നീക്കങ്ങളും അക്രമിക്കപ്പെട്ട ഷാജിയെ പ്രതിയാക്കിയതും കരിങ്കൽത്തൊഴിലാളികളുടെ ഇടയിൽ കടുത്ത പ്രതിഷേധമുളവാക്കി.

'...നമ്മുടെ സർക്കാർ ഭരിക്കുമ്പോൾ ഇതാണ് സ്ഥിതിയെങ്കിൽ പൊലീസിൽ നിന്ന് എപ്പോഴാണ് നീതി ലഭിക്കുക?' - പാർട്ടിയുടെയും യൂണിയന്റെയും പ്രവർത്തകർ രോഷത്തോടെ ചോദിച്ചു.

സമരം നടത്തുന്ന തൊഴിലാളിയെ മുതലാളിയുടെ ഗുണ്ടകൾ ആക്രമിച്ചതിലും പരാതിക്കാരനായ തൊഴിലാളിയെ കള്ളക്കേസിൽ കുടുക്കിയതിലും പ്രതിഷേധിച്ച് ചോലയിൽ പ്രകടനവും പൊതുയോഗവും ചേർന്നു. യൂണിയൻ നേതാക്കളായ നാണുവും ചന്ദ്രനും പ്രസംഗിച്ചു.

അടച്ചുപൂട്ടിയ ഗോപാലൻ മേസ്ത്രിയുടെ വീട്ടിന് പൊലീസ് കാവലേർപ്പെടുത്തി. സമരം തുടർന്നു. തൊഴിലാളികളെ സഹായിക്കാൻ സമരസഹായ സമിതി രൂപീകരിച്ചു. നാട്ടുകാരിൽ നിന്ന് പണം പിരിച്ച് പണിമുടക്കുന്ന തൊഴിലാളികളുടെ വീട്ടിൽ അരിയും സാധനങ്ങളും എത്തിച്ചുകൊടുത്തു.

കരിങ്കൽ ക്വാറി മുതലാളിമാർ കുടുംബസമേതം ഉല്ലാസയാത്രയിലാണ്. ഷാജിയെ മർദിച്ചതിനെത്തുടർന്നുണ്ടായ പ്രതികാരം ഭയന്ന് അവർ നാട്ടിലേക്ക് മടങ്ങിയില്ല.

ഒരു സ്പെഷൽ ബസ്സിലാണ് ക്വാറി ഉടമകളും കുടുംബങ്ങളും ഉല്ലാസയാത്രക്ക് പോയത്. ഊട്ടി, കൊടൈക്കനാൽ, കൊല്ലൂർ മൂകാംബിക ക്ഷേത്രം, മൈസൂർ എന്നിവിടങ്ങളിൽ അവർ ചുറ്റിക്കറങ്ങി.

യാത്രയുടെ മൂന്നാംദിവസം മൈസൂരിലെ ഒരു ബാറിൽ ഇരുന്ന് മുതലാളിമാർ സ്ഥിതിഗതികൾ അവലോകനം ചെയ്തു.

ഷാജിയെ അക്രമിച്ച നടപടി ബുദ്ധിശൂന്യമായിപ്പോയെന്ന് പറഞ്ഞ് മറ്റ് ക്വാറി ഉടമകൾ ഗോപാലൻ മേസ്ത്രിയെ കുറ്റപ്പെടുത്തി. മേസ്ത്രിയുടെ ഭാര്യയും മക്കളും ഇതേ അഭിപ്രായക്കാരായിരുന്നു.

'... പറ്റിപ്പോയതാ... നമ്മള് വേശാലക്കോറേന്ന് രണ്ട് വീശിയ ശേഷം നാട്ടിലേക്ക് വരുവായിരുന്നു. ദുശ്ശകുനം പോലെ വഴിക്ക് ആ ചെക്കനെക്കണ്ടു. എന്റെ വീട്ടിന്റെ ഗേറ്റിന് കൊടികെട്ടിയതിനെപ്പറ്റി ചോദിക്കാനേ ഞാൻ പിള്ളറോട് പറഞ്ഞിറ്റുള്ളൂ. ആ പിള്ളറെ ഇരിട്ടീന്ന് കൊണ്ടന്നതാ. പൊറത്ത്ന്ന് വന്ന പിള്ളറല്ലേ... അവര് ശരിക്കും തല്ലി... ആ ചെക്കൻ പറഞ്ഞിറ്റാ കാർത്ത്യായനി എന്റെ കോറേല് പണിക്ക് വരാത്തത്... നായിന്റെ മോൻ... ഓൻ ആ പപ്പന്റെ മോനാ... വാസൂന്റെയൊന്നും അല്ലാ... മൂർഖന്റെ പകയാ ചെക്കന്... അതാ എന്റെ പേടീം... നാശം... എന്റെ പത്തഞ്ഞൂറുറുപ്പ്യ പോയി... ചെക്കന്റെ പേരില് കേസെടുക്കാൻ അഞ്ഞൂറ് ഉറുപ്പ്യാ എസ്.ഐ. വാങ്ങിയത്...' - ഗോപാലൻ മേസ്ത്രി ആകെ കുഴഞ്ഞിരുന്നു.

മൂന്നാഴ്ചത്തെ ചികിത്സയ്ക്ക് ശേഷം ഷാജിയെ തളിപ്പറമ്പ് മജിസ്ട്രേറ്റ് കോടതിയിൽ ഹാജരാക്കി. കോടതി രണ്ടാഴ്ചത്തേക്ക് റിമാൻഡ് ചെയ്ത് കണ്ണൂർ സബ് ജയിലിലടച്ചു.

സംഭവം പാർട്ടിയിൽ വൻ ചേരിതിരിവിന് വഴിയൊരുക്കി. പ്രശ്നത്തിൽ പാർട്ടി കാര്യമായി ഇടപെട്ടില്ലെന്നും അത് ക്വാറി മുതലാളിയെ സഹായിക്കുന്നതിനാണെന്നും ആക്ഷേപമുയർന്നു. ആക്രമണത്തിൽ സാരമായ പരിക്കേറ്റ ആളെത്തന്നെ കള്ളക്കേസിൽ കുടുക്കി ജയിലിലടച്ചിട്ടും ഉത്തരവാദപ്പെട്ട നേതാക്കളാരും തിരിഞ്ഞുനോക്കിയില്ലെന്നും വിമർശനമുയർന്നു. ഷാജിയെ ആക്രമിച്ച പ്രതികളെ കണ്ടെത്താനുള്ള യാതൊരു ശ്രമങ്ങളും പൊലീസിന്റെ ഭാഗത്തുനിന്ന് ഉണ്ടായിട്ടുമില്ല. തക്കസമയത്ത് പാർട്ടി ഇടപെട്ടിരുന്നെങ്കിൽ സ്ഥിതി മാറുമായിരുന്നു. പ്രത്യേകിച്ചും പാർട്ടിയുടെ ഭരണം നിലനിൽക്കുമ്പോൾ.

കരിങ്കൽത്തൊഴിലാളി യൂണിയൻ യോഗത്തിലാണ് പാർട്ടിക്കെതിരെ ഏറ്റവും കടുത്ത വിമർശനങ്ങൾ ഉയർന്നത്. യൂണിയനും പാർട്ടിയും ഫലത്തിൽ രണ്ടുതട്ടിലായി. പാർട്ടി അനുഭാവികളിൽ ഭൂരിഭാഗവും യൂണിയന്റെ പക്ഷത്തായിരുന്നു.

പ്രശ്നം രൂക്ഷമായതിനെ തുടർന്ന് അനുഭാവികളുടെ യോഗം പാർട്ടി വിളിച്ചുചേർത്തു. ലോക്കൽ സെക്രട്ടറി കെ.വി.നാരായണൻ യോഗത്തിൽ പങ്കെടുത്തു. പാർട്ടി അനുഭാവി വെള്ളുവ ഭാസ്കരന്റെ വീട്ടിലാണ് യോഗം. ലോക്കൽ സെക്രട്ടറിയുടെ വിശദീകരണം ഇങ്ങനെയായിരുന്നു – '... കൂലിക്കൂടുതലിനും അശാസ്ത്രീയമായ യന്ത്രവത്കരണത്തിനും എതിരെ കരിങ്കൽത്തൊഴിലാളികൾ നടത്തുന്ന സമരം പാർട്ടിയുടെ അനുമതിയോടും അംഗീകാരത്തോടും കൂടിയാണ്. പക്ഷെ, തൊഴിൽ സമരം തൊഴിലുടമയോടുള്ള പ്രതികാരമാവരുത്. ഇപ്പോൾ അങ്ങിനെയാണ് സംഭവിച്ചുകൊണ്ടിരിക്കുന്നത്. യൂണിയൻ പ്രവർത്തകൻ കൂടിയായ ഷാജിക്കെതിരെ ഉണ്ടായതായി പറയപ്പെടുന്ന ആക്രമണം അപലപനീയമാണ്. ക്വാറി ഉടമയായ ഗോപാലൻ മേസ്ത്രി മുതലാളിയാണെങ്കിലും പാർട്ടിയുടെ ബന്ധുതന്നെയാണ്. സാമ്പത്തികമായും മറ്റും പാർട്ടിയെ സഹായിക്കുന്ന ആളുമാണ്. ഉദാഹരണത്തിന്, നമ്മുടെ പാർട്ടി ആപ്പീസിന് തറ നിർമിക്കാൻ വേണ്ട കരിങ്കല്ലും കട്ടിളക്കുള്ള മരങ്ങളും സംഭാവനയായി നൽകിയത് അദ്ദേഹമാണ്. പാർട്ടി ആവശ്യത്തിന് വാഹനങ്ങളും വിട്ടുതരാറുണ്ട്.

ഷാജിക്കെതിരെ നടന്നതായി പറയുന്ന സംഭവത്തിൽ ഒരുപാട് സംശയങ്ങൾ നിലനിൽക്കുന്നുണ്ട്. സംഭവം വേറെ ആരും കണ്ടിട്ടില്ല. അങ്ങിനെ ഒരാക്രമണം നടത്തുന്ന ആളല്ല മേസ്ത്രി. മേസ്ത്രിയുടെ ജീപ്പിന് കല്ലെറിഞ്ഞുവെന്ന് ഷാജി സമ്മതിച്ചിട്ടുണ്ട്. ഏറുകൊണ്ട് ജീപ്പിന്റെ ഗ്ലാസ് പൊട്ടുകയും ചെയ്തു. സാഹചര്യംവെച്ച് നോക്കുമ്പോൾ ഷാജി

ആദ്യം ജീപ്പിന് കല്ലെറിയുകയും അതിന് ശേഷം ഷാജിയെ ജീപ്പിലുള്ള വർ അടിക്കുകയും ചെയ്തിട്ടുണ്ടാവണം. അന്ന് ജീപ്പിലുണ്ടായിട്ടില്ലെന്ന് മേസ്ത്രി തറപ്പിച്ചു പറയുന്നു. അദ്ദേഹം പറയുന്നത് അവിശ്വസിക്കേണ്ട കാര്യമില്ല. മാത്രമല്ല, ഗോപാലൻ മേസ്ത്രിയുടെ വീട്ടിന് നേരെയും ആ ക്രമണം നടന്നു. ക്വാറി ഉടമകൾക്കും നാട്ടിൽ ജീവിക്കാനുള്ള സാഹ ചര്യം ഉണ്ടാക്കണം. അവരെ ആരും ശത്രുവായി കാണരുത്. ചുവരു ണ്ടെങ്കിലേ ചിത്രം വരക്കാനാവൂ. ആദ്യം വ്യവസായം നിലനിൽക്കണം. എന്നാലേ തൊഴിലുണ്ടാവൂ... പിന്നെ, ഷാജിയെ പാർട്ടി നേതാക്കളാരും ആസ്പത്രിയിൽ പോയി കണ്ടിട്ടില്ല എന്ന വാദം ശരിയല്ല. യൂണിയൻ നേതാക്കളായ സഖാക്കൾ നാണുവും ചന്ദ്രനും പാർട്ടി ലോക്കൽ കമ്മി റ്റി അംഗങ്ങൾ തന്നെയല്ലേ...?'. ലോക്കൽ സെക്രട്ടറിയുടെ വിശദീകര ണത്തിനുശേഷം തുരുതുരാ ചോദ്യങ്ങൾ ഉയർന്നു.

'ഇപ്പോൾ ഉല്ലാസയാത്ര നടത്തുന്ന ക്വാറി മുതലാളിമാർക്ക് തിരിച്ച് നാട്ടിൽ വരാനുള്ള സൗകര്യമുണ്ടാക്കാനാണോ ഈ യോഗം വിളിച്ചതെ ന്ന ചോദ്യമുയർന്നു.

'ഷാജിക്ക് നേരെ നടന്ന ആക്രമണങ്ങളെ ന്യായീകരിക്കുകയാണ് ലോക്കൽ സെക്രട്ടറി ചെയ്യുന്നതെന്നും ആരോപണം വന്നു.

'ഷാജിയെ കള്ളക്കേസിൽ കുടുക്കി ജയിലിലിട്ടു. എന്നാൽ ഷാജി യെ ആക്രമിച്ചവർക്കെതിരെ കേസെടുക്കാൻ ഭരണമുണ്ടായിട്ടും എന്താ പാർട്ടി ഇടപെടാതിരിക്കുന്നത്' എന്നായിരുന്നു മറ്റൊരു ചോദ്യം.

'പാർട്ടി ഓഫീസിന് മാത്രമല്ല, ലോക്കൽ സെക്രട്ടറിയുടെ വീടെടു ക്കാനും മേസ്ത്രി കരിങ്കല്ല് ഇറക്കിയതായി കേൾക്കുന്നുണ്ടല്ലോ' എന്ന ചോദ്യം ഏറ്റവും പിന്നിൽ നിന്നാണ് വന്നത്.

മേശപ്പുറത്ത് കത്തിച്ചുവെച്ച റാന്തൽ വിളക്കിന്റെ മങ്ങിയ പ്രകാശ ത്തിൽ ചോദ്യകർത്താവിനെ തിരിച്ചറിയാൻ ലോക്കൽ സെക്രട്ടറിക്ക് താ ണും ചെരിഞ്ഞും കുറേനേരം നോക്കേണ്ടി വന്നു.

ചർച്ചകൾക്ക് മറുപടി പറയാൻ എൽ.സി. സെക്രട്ടറി എഴുന്നേൽ ക്കുമ്പോഴേക്കും യോഗത്തിന് എത്തിയവരിൽ പകുതിയിലേറെപ്പേർ പോ യി കഴിഞ്ഞിരുന്നു. നിലത്ത് വിരിച്ച പുൽപ്പായയിൽ ഇരുന്ന അഞ്ചാറു പേരേ പിന്നെ അവശേഷിച്ചിരുന്നുള്ളൂ. പാർട്ടി മെമ്പർമാർമാത്രം.

യോഗം കഴിഞ്ഞ് മടങ്ങുന്ന വഴി, വിജയൻ മുരളിമാഷുടെ വീട്ടിൽ കയറി. യോഗത്തിൽ ലോക്കൽ സെക്രട്ടറി പറഞ്ഞ കാര്യങ്ങൾ മുരളി മാഷെ ധരിപ്പിച്ചു.

'ഞാനൊക്കെ കൺഫ്യൂഷനിലാണ് മാഷേ... പാർട്ടിയോടൊപ്പം നിൽ

ക്കണോ യൂണിയനോടൊപ്പം നിൽക്കണോ എന്ന കാര്യത്തിൽ?' – വിജയൻ നിരാശ കലർന്ന ഭാഷയിൽ പറഞ്ഞു.

നീണ്ട ചിരിയായിരുന്നു മുരളിമാഷുടെ മറുപടി. 'ഇക്കാര്യത്തിൽ സംശയമൊന്നും വേണ്ട. പാർട്ടി പറയുന്നിടത്തേ തൊഴിലാളികൾക്ക് നിൽക്കാൻ പറ്റൂ. ഇപ്പോൾ പാർട്ടിയും യൂണിയനും തമ്മിലുള്ളത് ഒരു താൽക്കാലിക അഭിപ്രായ വ്യത്യാസം മാത്രം. പാർട്ടി തള്ളിപ്പറഞ്ഞാൽ പിന്നെ യൂണിയന് നിലനിൽപ്പില്ല. യൂണിയൻ നേതാക്കൾക്കും. മുതലാളിമാരെയും തൊഴിലാളികളെയും പിണക്കാതെ കൊണ്ടുപോകാനേ പാർട്ടിക്ക് സാധിക്കൂ. ഇരു വിഭാഗത്തെയും പാർട്ടി ഒന്നിപ്പിക്കും. സാമ്പത്തിക സഹായം ചെയ്യുന്നവരെ തള്ളാൻ പാർട്ടിക്ക് സാധിക്കില്ല... ഷാജി ബലിയാടായി... ഏതായാലും പണിമുടക്കുന്ന തൊഴിലാളികളെ സഹായിക്കുക എന്ന കർത്തവ്യം നമുക്ക് തുടരാം...'.

'മാഷെന്താ യോഗത്തിൽ വരാതിരുന്നത്...?'

'ചിലരുടെ ബുദ്ധിയിൽ ഉദിച്ച തീരുമാനങ്ങൾ ഏകപക്ഷീയമായി അടിച്ചേൽപ്പിക്കുന്ന ഇത്തരം യോഗത്തിൽ പങ്കെടുക്കാൻ എനിക്ക് താൽപര്യമോ സമയമോ ഇല്ല'.

'യോഗം കഴിഞ്ഞപ്പോൾ എനിക്കും തോന്നി പോവേണ്ടിയിരുന്നില്ല എന്ന്. പങ്കെടുത്തവരെല്ലാം അസംതൃപ്തിയോടെയാണ് മടങ്ങിയത്... ഏതായാലും നാളത്തെ സമര സഹായ സമിതി യോഗത്തിൽ മാഷുണ്ടാവുമല്ലോ?'

'തീർച്ചയായും'. വിജയൻ മുരളിമാഷുടെ വീട്ടിൽ നിന്നും ഇറങ്ങി..

രണ്ടും കൽപ്പിച്ച്

'... പപ്പാ രണ്ട് കാര്യങ്ങളാ ചെയ്യാൻ പറ്റാ... ബോംബേന്ന് ഒരു പാസ്പോർട്ട് സംഘടിപ്പിക്കുക. അല്ലേങ്കില് കമ്പിലെ മൊയ്തീൻകുട്ടീന്റെ പാസ്പോർട്ട് വാങ്ങ്വ. ഓന് അഞ്ഞൂറ് ഉറുപ്പ്യ കൊട്ത്താമതി. പാസ്പോർട്ടിലെ ഓന്റെ ഫോട്ടൊാന്റെ തലമാറ്റി നിന്റെ തല ഒട്ടിച്ച് കൊടുക്കണം. എന്നാ പപ്പൻ മൊയ്തീൻകുട്ടിയായി. അങ്ങനെ ചെയ്യാൻ നമ്മളെ കസ്റ്റഡീല് ആള്ണ്ട്. അങ്ങനെ എത്രയോ ആളുകള് ഗൾഫില് പോയി... ഇപ്പറഞ്ഞതാ എളുപ്പം. മഹാരാഷ്ട്ര പാസ്പോർട്ടാവുമ്പം കൊറേ കടലാസെല്ലാം ശരിയാക്കണം...' – വീട്ടിൽ വിളിച്ചുവരുത്തിയ പപ്പനോട് ഹസ്സൻ ഹാജി വിശദീകരിച്ചു.

സൗദിയിലേക്കോ മറ്റോ ഉള്ള പുതിയ വിസയോ, വിസക്ക് വാങ്ങിയ പണമോ തിരിച്ചുകൊടുത്തില്ലെങ്കിൽ പപ്പൻ എന്തെങ്കിലും സാഹസം കാണിക്കും എന്ന് ഉറപ്പിച്ച ഹസ്സൻഹാജി, പുതിയ രണ്ട് നിർദേശങ്ങൾ മുന്നോട്ടുവെക്കുകയായിരുന്നു.

യെമനിൽ നിന്ന് മടങ്ങുമ്പോൾ പപ്പന്റെ പാസ്പോർട്ട് തിരിച്ചുകിട്ടിയിരുന്നില്ല. നാട്ടിലേക്ക് കയറ്റിവിട്ട ആർക്കും പാസ്പോർട്ട് തിരിച്ചുകിട്ടിയിട്ടില്ല. വീണ്ടും ഗൾഫിലേക്ക് പോകണമെങ്കിൽ പുതിയ പാസ്പോർട്ട് വേണം. അതിന് രണ്ട് എളുപ്പമാർഗങ്ങളാണുള്ളത്. മറ്റാരുടെയെങ്കിലും പാസ്പോർട്ട് വിലയ്ക്ക് വാങ്ങി അതിലെ ഫോട്ടോ മാറ്റി ഒട്ടിക്കുക, അല്ലെങ്കിൽ ബോംബെയിൽ നിന്ന് പുതിയ പാസ്പോർട്ട് സംഘടിപ്പിക്കുക. പണം നൽകിയാൽ ഇക്കാര്യങ്ങൾ ചെയ്തുകൊടുക്കാൻ ഏജന്റുമാരുണ്ട്. ഇത്തരം വ്യാജപാസ്പോർട്ടുകളുമായി ധാരാളംപേർ ഗൾഫിലേക്ക് പോകുന്നുണ്ട്. ഏജന്റുമാർ മുഖേന ശ്രമിച്ചാൽ ഒരാഴ്ചകൊണ്ട് മഹാരാഷ്ട്ര പാസ്പോർട്ട് ലഭിക്കും. ചില ട്രാവൽ ഏജൻസികൾ കേന്ദ്രീകരിച്ചാണ് ഇവരുടെ പ്രവർത്തനം.

പപ്പൻ കുറേ ആലോചിച്ചശേഷം പറഞ്ഞു – 'ആജിക്കാ.. നിങ്ങള് പറഞ്ഞ മൊയ്തീൻകുട്ടീന്റെ പാസ്പോർട്ട് നമ്മക്ക് വാങ്ങാ'

'ശെരി... അങ്ങിനെ ചെയ്യാ...' – ഹാജിയും സമ്മതിച്ചു.

വീട്ടിൽ നിന്ന് ഇറങ്ങുന്നതിന് മുമ്പ് പപ്പന്റെ രണ്ട് പാസ്പോർട്ട് സൈസ് ഫോട്ടോകൾ വാങ്ങിവെച്ചതിന് ശേഷം ഹാജി ചെറുചിരിയോടെ സ്വകാര്യമായി പറഞ്ഞു.

'...നീ എനി വീട് വിട്ടാ മൊയ്തീൻകുട്ട്യാ... പപ്പനല്ല. നടത്തത്തിലും വർത്തമാനത്തിലും ശരിയായ മാപ്പളയാണെന്ന് തോന്നണം... നിസ്കരിക്കാൻ പഠിക്കണം...'.

നാട്ടുകാരനായ സുഹൃത്ത് ഹംസയെ ശട്ടംകെട്ടി പപ്പൻ സ്വകാര്യമായി നിസ്കരിക്കാൻ പഠിച്ചുതുടങ്ങി. മരക്കച്ചവടക്കാരനായ ഹംസ നിത്യേന നിസ്കരിക്കുന്ന കൂട്ടത്തിലല്ലെങ്കിലും അറിയാം. സന്ധ്യക്ക് പപ്പന്റെ വീട്ടിലെത്തിയാണ് ഹംസ നിസ്കാരം പഠിപ്പിച്ചത്.

യോഗ പരിശീലനം പോലെ, പപ്പൻ നിത്യവും വീട്ടിൽ നിന്ന് നിസ്കാരം പ്രാക്ടീസ് ചെയ്തു തുടങ്ങി. പായ നിവർത്തിയിട്ട് പപ്പൻ നിസ്കാരം തുടങ്ങുമ്പോൾ കമലയും മക്കളും ചിരിതുടങ്ങും.

ഒരു ദിവസം കിടന്നപ്പോൾ കമല പറഞ്ഞു 'നിസ്കാരം പഠിച്ചല്ലോ. എനി മാപ്പളമാരെപ്പോലെ മാർക്കമെങ്ങലോം കയിച്ചോ...'

'ഷേവ് ചെയ്യുന്ന ബ്ലേഡുണ്ട്. നീ തന്നെ ചെയ്ത് തന്നെ' – പിന്നെ രണ്ടു പേരുംകൂടി ചിരിച്ചു.

രണ്ടാഴ്ച കഴിഞ്ഞപ്പോൾ ഹസ്സൻഹാജി പപ്പനെ ആളെ അയച്ചുവിളിപ്പിച്ചു.

'...പപ്പാ... നിങ്ങളെ പാസ്പോർട്ട് ശരിയാക്കി. ഒരുമാസംകൊണ്ട് വിസ കിട്ടും. പോകാനുള്ള തയ്യാറെടുപ്പ് നടത്തിക്കോ...'

പപ്പന് കട്ടൻചായ നൽകിയ ശേഷം അകത്തുപോയി ഒരു കവർ കള്ളച്ചിരിയോടെ ഹാജി പപ്പന് നേരെ നീട്ടി.

പപ്പൻ ആകാംക്ഷയോടെ കവർ തുറന്നുനോക്കി. തന്റെ ഫോട്ടോയുള്ള പാസ്പോർട്ട്. സൂക്ഷ്മമായി നോക്കിയിട്ടും തന്റെ ഫോട്ടോ മാറ്റി ഒട്ടിച്ചതാണെന്ന് പപ്പന് തോന്നിയില്ല. വളരെ വിദഗ്ധമായി നടത്തിയ കൃത്രിമം. ഇതിന് പിന്നിൽ പ്രവർത്തിച്ച വിദഗ്ധ ഹസ്തത്തെ പപ്പൻ മനസാ നമിച്ചു.

'ഒന്നും പേടിക്കാനില്ല. പടച്ചോന് പോലും ഇത് വ്യാജപാസ്പോർട്ടാണെന്ന് മനസ്സിലാവൂല' – പാസ്പോർട്ട് തിരിച്ചു വാങ്ങുന്നതിനിടയിൽ ഹാജി ഉറപ്പുകൊടുത്തു.

പോയകാര്യം എന്തായി എന്നറിയാൻ ആകാംക്ഷയോടെ കാത്തിരിക്കുകയായിരുന്നു കമലയും മക്കളും. രാത്രി വീട്ടിൽ തിരിച്ചെത്തിയ പപ്പൻ കാര്യങ്ങൾ വിശദീകരിച്ചു. വ്യാജ പാസ്പോർട്ടുമായി പോയാൽ എന്തെങ്കിലും കുഴപ്പങ്ങൾ ഉണ്ടാവുമോ എന്ന കാര്യത്തിലായിരുന്നു അവരുടെ ആശങ്ക.

'എന്റെ പാസ്പോർട്ട് അല്ലാന്ന് ആരും പറയില്ല. ഒന്നും പേടിക്കാനില്ല. ഇപ്പം എല്ലാരും ഇങ്ങിനെതന്നെയാ ഗൾഫില് പോക്ന്ന്...' - പപ്പൻ ഭാര്യക്കും മക്കൾക്കും ധൈര്യം പകർന്നു.

'ഒരുമാസത്തിനുള്ളിൽ സൗദിക്കുള്ള വിസ ശരിയാവുംന്നാ ഹാജി പറീന്ന്. ആ സമയത്ത് നാട്ടിപ്പണീന്റെ തെരക്കായിരിക്കും...'

'...നിങ്ങള് കണ്ടം കാലിപൂട്ടിയിട്ടാ മതി. ബാക്കി കാര്യം ഞാൻ ചെയ്തോളും. നിങ്ങളില്ലാത്തപ്പോ ഞാൻ തന്നെയല്ലേ എല്ലാം ചെയ്തത്...' - കമല പ്രകടിപ്പിച്ച ആത്മവിശ്വാസം പപ്പന് ആശ്വാസമായി.

രാത്രി ഭക്ഷണം കഴിക്കുന്നതിന് മുമ്പ് പപ്പൻ കുറച്ചുസമയം നിസ്കാരം പരിശീലിച്ചു. കുറേ ദിവസത്തെ പരിശീലനം കാരണം ഏറെക്കുറെ കൃത്യമായി ചെയ്യാൻ പഠിച്ചു.

നിസ്കാര പരിശീലനം കഴിഞ്ഞപ്പോഴേക്കും ശരീരം നന്നായി വിയർത്തു.

കസേരയെടുത്ത് മുറ്റത്തിട്ട് കുറച്ചുസമയം കാറ്റ് കൊണ്ടപ്പോൾ ആശ്വാസം തോന്നി.

പപ്പൻ ഒരു സിഗരറ്റ് കത്തിച്ചു. ഏകാന്തതയിൽ സിഗരറ്റ് വലിച്ചിരിക്കാൻ പ്രത്യേക സുഖമാണ്. തന്നെക്കുറിച്ചുതന്നെ ആലോചിക്കുന്നത് ഇത്തരം സന്ദർഭങ്ങളിലാണ്. കയറ്റിറക്കങ്ങളും അപകടം പിടിച്ച വളവുതിരിവുകളുമുള്ളതാണ് തന്റെ ജീവിതവഴിയെന്ന് പപ്പന് തോന്നി. ജീവിക്കാനുള്ള ബദ്ധപ്പാടിൽ എന്തെല്ലാം വേഷങ്ങൾ കെട്ടി. എന്തെല്ലാം വെല്ലുവിളികൾ ഏറ്റെടുത്തു. എന്നിട്ടും ജീവിതത്തിൽ ഒന്നും നേടിയില്ല. മുൻപ് ചെയ്തതിനേക്കാൾ സാഹസികമായ ഒരു യാത്ര ചെയ്യാനൊരുങ്ങുകയാണ്. ലക്ഷ്യത്തിലെത്തിയാൽ ഒരു പക്ഷെ ജീവിതം പച്ചപിടിക്കും. അല്ലെങ്കിൽ വീണ്ടും കാരാഗൃഹം. വ്യാജ പാസ്പോർട്ട് ഉപയോഗിച്ച് ഗൾഫിൽ പോയ പലരും കരപറ്റി. പലരും ജയിലിലുമായി. വരുന്നതുവരട്ടെ... ഏതായാലും ഒരു സാഹസിക യാത്രയുടെ തയ്യാറെടുപ്പിലാണ്.

തീർഥാട്ടുമലയുടെ ചെരുവിൽ നിന്ന് ഒരു കുറുക്കൻ നീട്ടി ഓരിയിട്ടു. തുടർന്ന് കുറേ കുറുക്കൻമാർ ഒന്നിച്ച് അതിന് മറുപടി നൽകി.

ഒറ്റയ്ക്കിരിക്കുമ്പോൾ കുറുക്കൻമാരുടെ ഓരി കേൾക്കാനും സുഖ

മുണ്ട്.

കാർത്ത്യായനിയെ കണ്ടിട്ട് ഏറെ ദിവസങ്ങളായി. അവൾ വീട്ടിൽ തനിച്ചായിരിക്കും. രണ്ടാഴ്ചത്തെ റിമാൻഡ് കഴിഞ്ഞ് നാട്ടിലെത്തിയ ഷാജിയെ പിന്നീട് ആരും കണ്ടിട്ടില്ല. അവൻ നാടുവിട്ടുപോയതാണെന്ന് പലരും പറയുന്നത് കേട്ടു. കാർത്ത്യായനിയുടെ ഏക പ്രതീക്ഷയായിരുന്ന മകനും ഇപ്പോൾ അവൾക്ക് നഷ്ടപ്പെട്ടതുപോലെയായി. അവൾക്ക് മകനെ ഭയമാണ്; ഉത്കണ്ഠയും. കാറ്റുംകോളും നിറഞ്ഞ കടലിൽ ഒറ്റപ്പെട്ടുപോയ തോണിക്കാരനെപ്പോലെയാണ് അവൾ. എളുപ്പത്തിൽ തുഴഞ്ഞെത്താൻ കഴിയുന്ന തുരുത്തുകളൊന്നുമില്ല. എങ്കിലും അവൾ നടുക്കടലിൽ ഒറ്റയ്ക്ക് തുഴയുകയാണ്. കരപറ്റാൻ കഴിയും എന്ന പ്രതീക്ഷയോടെ.

'നിങ്ങക്ക് ചോറൊന്നും വേണ്ടേ... എനക്ക് ഒറക്കം വര്ന്ന്...?' - കമലയുടെ ഓർമപ്പെടുത്തൽ കേട്ടപ്പോഴാണ് പപ്പൻ ആലോചനകളിൽ നിന്നും വിമുക്തനായത്. ഒരേയിരിപ്പിന് നാല് സിഗരറ്റുകൾ വലിച്ചുതീർത്തിരിക്കുന്നു.

കമല എല്ലാ ജോലികളും തീർത്ത് ഉറങ്ങാൻ കാത്തിരിക്കുന്നു. ഉറങ്ങാൻ കിടക്കുന്നതിന് മുമ്പുള്ള അവളുടെ പ്രധാന ജോലികളിലൊന്ന് ചുവരിന്റെ വിള്ളലുകളിൽ ഒളിച്ചുകഴിയുന്ന മൂട്ടകളെ കരിച്ചുകൊല്ലലാണ്. മൺകട്ടകൊണ്ടുള്ള ചുവരിലെ പോടുകളും വിള്ളലുകളും മൂട്ടകളുടെ സുരക്ഷിത ഒളിത്താവളങ്ങളാണ്. ചിമ്മിനി വിളക്കുകൊണ്ട് സൂക്ഷ്മമായി പരിശോധിച്ചാൽ മാത്രമേ ഒളിഞ്ഞിരിക്കുന്ന മൂട്ടകളെ കണ്ടെത്താൻ കഴിയൂ. ചിമ്മിനി വിളക്കിന്റെ തീനാളമേൽക്കുമ്പോൾ മൂട്ടകളുടെ ശരീരം നീണ്ട് വലിഞ്ഞ് പൊട്ടും. പിന്നെ കരിഞ്ഞ് ദുർഗന്ധം വരും. ദിവസേന മൂട്ടകളെ കരിച്ചുകൊന്നില്ലെങ്കിൽ വിളക്കണച്ച് കിടന്ന ഉടൻ അവ പോടുകളിൽ നിന്ന് ഇറങ്ങിവന്ന് ആക്രമണം തുടങ്ങും. പായയുടെ മടക്കിനുള്ളിൽ കയറിക്കൂടിയിരിക്കുന്ന മൂട്ടകളെ കൊല്ലാനാണ് ഏറെ ബുദ്ധിമുട്ട്.

'ചുവര് കുമ്മായം തേച്ചാൽ മൂട്ടയുടെ ശല്യം കുറയായിരുന്നു' - കിടക്കാൻ പോകുമ്പോൾ കമല എന്നും ഓർമിപ്പിക്കും.

ബൈജുവും സുചിത്രയും അടുത്ത മുറിയിൽ ഉറങ്ങുകയാണ്. പപ്പനും കമലയും കിടന്നു.

'നിങ്ങള് പോയാപ്പിന്നെ നമ്മള് വീണ്ടും ഒറ്റയ്ക്കാവും ...' - കമലയുടെ വാക്കിൽ എവിടെയോ ഒരാശങ്ക നിഴലിച്ചിരുന്നു.

'എന്താ ഇപ്പം നിനക്കിങ്ങനെ തോന്നാൻ...?'

'സുചിത്ര വളർന്ന് വലിയ പെണ്ണായില്ലേ...?'

'നിനക്ക് അവരുടെ മേലെ ഒരു കണ്ണുവേണം. അവര് നല്ല കുട്ടികളാ. എങ്കിലും ശ്രദ്ധ വേണം. എനി ഗൾഫില് പോയിറ്റ് വേണം കുറച്ച് കാശുണ്ടാക്കാൻ. മോളെ നല്ല നിലയിൽ കല്യാണം കഴിച്ചയക്കണം... മുമ്പ് പോയ പോലെ എന്തായാലും ആവൂലാ' - പപ്പൻ കമലയ്ക്ക് പ്രത്യാശ നൽകി.

ദൂരെയെവിടെയോ മഴ പെയ്യുന്നതിന്റെ സൂചനയെന്നോണം തണുത്ത കാറ്റ് വീശി. ഇടയ്ക്കിടെ മിന്നലും. ആശകളും ആശങ്കകളും പങ്കുവെച്ച് ശാന്തമായ ആ രാത്രിയിൽ അവർ ലയിച്ചുചേർന്നു.

വൈകുന്നേരം പപ്പൻ വയലിലേക്ക് നടന്നു. ആകാശം കറുത്തിരുണ്ടിരുന്നു. മഴമേഘങ്ങൾ ആകാശത്ത് കൂടുകൂട്ടുന്നു. മിന്നൽ പിണരുകൾ ആകാശത്തെ കീറിമുറിച്ചുകൊണ്ടിരുന്നു. ശക്തിയായ കാറ്റിൽ തെങ്ങുകളും കവുങ്ങുകളും ഇളകിയാടി. ഉണങ്ങിയ ഓലകളും പാളകളും കൂട്ടത്തോടെ നിലംപതിച്ചുകൊണ്ടിരുന്നു. വയലുകൾ വരണ്ടുകിടക്കുകയാണ്. ഇന്ന് നല്ല മഴ പെയ്താൽ നാളെ കാലിപൂട്ടണം - പപ്പൻ മനസ്സിൽ ഉറപ്പിച്ചു.

മഴത്തുള്ളികൾ ശരീരത്തിലേറ്റപ്പോൾ ആകെയൊരു കോരിത്തരിപ്പ്. വരണ്ട മണ്ണിൽ കന്നി മഴ പെയ്യുമ്പോൾ ഉയരുന്ന ഗന്ധം പപ്പനെ ലഹരി പിടിപ്പിച്ചു. വയലുകൾ ഉണരുന്ന മഴക്കാലം വരികയാണ്.

മഴ നനഞ്ഞപ്പോൾ മണ്ണടരുകളിൽ നിന്ന് മണ്ണട്ടകൾ പുറത്തേക്ക് വന്നു. വയലിലെ മൂലയിൽ കൂട്ടിയിരുന്ന കരിയിലക്കൂനകൾ മഴയിൽ കുതിർന്നു.

മഞ്ഞനിറമുള്ള വലിയ ചേര വയൽമുറിച്ച് ഇഴഞ്ഞുപോകുന്നു. മണ്ണട്ടകളെയും തവളകളെയും തേടിയിറങ്ങിയതാവും അത്.

വയലും തോടും ജലസമൃദ്ധമാവാൻ ഇനി അധികനാൾ കഴിയേണ്ടി വരില്ല. പുതുമഴയിൽ ഒരുപാട് ജീവന്റെ കണികകളും പിറവിയെടുക്കും. മഴയോടൊപ്പം ചില ജീവികളും ജൻമമെടുക്കുന്നത് എങ്ങിനെയാണ്? വറ്റിവരണ്ട വയലുകളിലും കൈത്തോടുകളിലും മത്സ്യങ്ങളും തവളകളും മഴയോടൊപ്പം എത്തുന്നത് എവിടെ നിന്നാണ്? മഴ മാറി വെയിലേറ്റ് ജലാശയങ്ങൾ വറ്റുമ്പോൾ ഈ ജീവിവർഗങ്ങളെല്ലാം അപ്രത്യക്ഷമാവുന്നു. ഇവയുടെ ജീവിതചക്രം വിചിത്രമായ പ്രതിഭാസം തന്നെ.

ബൈജു കുഞ്ഞായിരിക്കുമ്പോൾ, അലക്കാൻ പോയ അമ്മയോടൊപ്പം തോട്ടിലെത്തി, തോർത്തുമുണ്ട് കൊണ്ട് പരൽമീനുകളെ പിടിക്കുമ്പോൾ ഉന്നയിച്ച സംശയങ്ങൾക്കൊന്നും മറുപടി നൽകാൻ തനിക്കാ

യില്ലെന്ന് പപ്പൻ ഓർത്തു.

തോട്ടിൽ വെള്ളം കയറുമ്പോൾ എവിടുന്നാണ് പരൽമീനുകൾ വരുന്നത് എന്നായിരുന്നു അവന്റെ ചോദ്യം.

ബൈജുവിന്റെ നീട്ടിയുള്ള വിളികേട്ട് പപ്പൻ അങ്ങോട്ടുനോക്കി. അവൻ മഴ നനഞ്ഞുവരികയാണ്.

'നീ ഈ മഴയത്തെന്തിനാ ഇങ്ങ് വന്നേ...?

പുതുമഴകൊണ്ടാൽ പനി പിടിക്കും' - പപ്പൻ മകനെ മൃദുവായി ശാസിച്ചു.

'അച്ഛനെ കാണാൻ പാവന്നൂരിന്ന് ഒരാള് വന്നിറ്റ്ണ്ട്' - ബൈജു വിളിച്ചുപറഞ്ഞു.

പപ്പൻ അവന്റെ അടുത്തേക്ക് നടന്നു.

'അച്ഛന്റെ വിസ ശരിയായി. അടുത്ത തിങ്കളാഴ്ച പോണം പോലും... പാവന്നൂരിൽ നിന്ന് വന്ന ആൾ പറഞ്ഞതാണ്...' ബൈജു ഒറ്റശ്വാസത്തിൽ പറഞ്ഞു തീർത്തു. അവന്റെ കിതപ്പ് മാറിയിട്ടില്ല.

കന്നിമഴയിൽ കുതിർന്ന പാടവരമ്പിലൂടെ ഇരുവരും വീട്ടിലേക്ക് നടന്നു.

പാവന്നൂരിൽ നിന്ന് ഹസ്സൻഹാജിയുടെ ദൂതനായ റഹീം വീട്ടിൽ കാത്തുനിൽക്കുന്നുണ്ടായിരുന്നു.

'... ആജീക്ക പറഞ്ഞിറ്റ് ബന്നതാ... നിങ്ങളെ ബിസ ശരിയായീന്ന് പറഞ്ഞു. അടുത്ത തിങ്കളാഴ്ച പ്ലെയിൻ കേറണം. ഇന്ന് തന്നെ ആജീക്കേന കാണാൻ പറഞ്ഞു.' - റഹീം അറിയിച്ചു.

'എന്നാല് ഒരു കാര്യം ചെയ്യാ... ഞാനും നിന്റെ കൂടെ വന്നേക്കാ...'

പപ്പൻ അകത്തുപോയി വസ്ത്രം മാറ്റി റഹീമിന്റെ കൂടെ പാവന്നൂരിലേക്ക് പോയി.

പപ്പനും റഹീമും എത്തുമ്പോൾ ഹാജി ഒരു യാത്ര കഴിഞ്ഞ് എത്തിയതേ ഉണ്ടായിരുന്നുള്ളൂ. പപ്പനെ ഹാജി സ്വീകരിച്ചിരുത്തി.

'നിനിക്ക് ഭാഗ്യംണ്ട് പപ്പാ... എല്ലാ കടലാസും ബേഗത്തില് ശരിയായി. അട്ത്ത തിങ്കളാഴ്ച മംങ്ങലാപുരത്ത് നിന്നാ പ്ലെയിനില് കേറേണ്ടത്. നാളെത്തന്നെ പോയി ടിക്കറ്റെട്ക്കണം. ടിക്കറ്റിന്റെ പൈശ നീ കർതണം. ഒരു കമ്പനീല് ഹെൽപ്പായിറ്റാ ജോലി...' - ഹാജി പറഞ്ഞു.

യാത്ര സംബന്ധിച്ച കാര്യങ്ങളെല്ലാം സംസാരിച്ച ശേഷം പപ്പൻ അവിടുന്നിറങ്ങി.

വിസ ശരിയായതിന്റെ ആഹ്ലാദം ഉണ്ടെങ്കിലും ഉദ്ദേശിച്ചതിലും നേരത്തെ പോകേണ്ടി വന്നതിലുള്ള ഉത്കണ്ഠ പപ്പനുണ്ടായിരുന്നു. യാത്ര

ക്കുള്ള ഒരുക്കങ്ങൾ നടത്തണം. ടിക്കറ്റിന് പണമുണ്ടാക്കണം.

യെമനിൽ നിന്ന് വരുമ്പോൾ പോക്കറ്റ് ഏറെക്കുറെ കാലിയായിരുന്നെങ്കിലും ഗൾഫുകാരന്റെ മോടിയിലാണ് ഇതുവരെ ജീവിച്ചത്. അതിന്റെ ബാധ്യത ചെറുതായിരുന്നില്ല.

നടന്ന് പാവന്നൂർമൊട്ടയിൽ എത്തിയപ്പോഴാണ് കാർത്ത്യായനിയെ കാണാൻ പോയാലോ എന്ന് പപ്പന് തോന്നിയത്. ഇന്ന് പോയില്ലെങ്കിൽ പിന്നെ പോകാൻ സാധിച്ചു എന്ന് വരില്ല. കണ്ണൂരിൽ പോയി വിമാനടിക്കറ്റെടുക്കണം. രണ്ട് ജോഡി ഡ്രസ്സ് വാങ്ങണം, അടുത്ത ചിലരെ കണ്ട് യാത്ര ചോദിക്കണം.

ഏഴര മണിക്ക് ചാലോട്ടിലേക്ക് പോകുന്ന ബസ്സിൽ കയറി വാരച്ചാലിൽ ഇറങ്ങാം.

പപ്പൻ പാവന്നൂർമൊട്ടയിൽ ബസ് കാത്തിരുന്നു.

വൃദ്ധനായ കുഞ്ഞിക്കണ്ണൻ ഡ്രൈവറോടിക്കുന്ന പഴയ കോ-ഓപ്പറേറ്റീവ് ബസ്സ് കിതച്ചുകൊണ്ടെത്തി. ഡ്രൈവർക്കും ബസ്സിനും പ്രായം ഏറെച്ചെന്നതിനാൽ കണ്ണൂരിൽ നിന്ന് കാട്ടാമ്പള്ളി വഴി ചാലോട്ടിലെത്താൻ രണ്ടര മണിക്കൂറോളമെടുക്കും. ബസ്സിൽ നിറയെ യാത്രക്കാരുണ്ടെങ്കിൽ പാടിക്കുന്നിലെയും വടുവൻകുളം കൂറംകോട്ടെയും കയറ്റത്തിലെത്തുമ്പോൾ പകുതി യാത്രക്കാർ ഇറങ്ങി ബസ്സ് തള്ളിക്കയറ്റണം. കയറ്റം കയറാതെ ബസ്സ് ശ്വാസം മുട്ടുമ്പോൾ കുഞ്ഞിക്കണ്ണൻ ഡ്രൈവർ 'ഗോപാലാ...' എന്ന് ദയനീയമായി വിളിക്കും. ക്ലീനർ ഗോപാലനുള്ള മുന്നറിയിപ്പാണിത്. ഗോപാലൻ കിതയ്ക്കുന്ന ബസ്സിൽ നിന്ന് കട്ടയുമായി ചാടിയിറങ്ങും. കയറ്റത്തിൽ പകുതിക്ക് നിന്നുപോകുന്ന ബസ്സിന്റെ പിൻചക്രത്തിനടിയിൽ ഗോപാലൻ കട്ടവെച്ച് പിന്നോട്ട് വരുന്നത് തടയും. പിന്നീട് പതിവുപോലെ പുരുഷൻമാരായ യാത്രക്കാർ ഇറങ്ങി ബസ്സ് തള്ളിക്കയറ്റും.

ഒരിക്കൽ കുഞ്ഞിക്കണ്ണൻ ഡ്രൈവറെ കണ്ണൂർ - കൂത്തുപറമ്പ് റൂട്ടിൽ ബസ്സോടിക്കാൻ നിശ്ചയിച്ചു. നിശ്ചിത സമയത്ത് ഓടിയെത്താത്തതുകാരണം ബസ്സിന്റെ ഒരു ട്രിപ്പ് മുടങ്ങി. പക്ഷെ, കലക്ഷനിൽ ചെറിയ വർധനയുണ്ടായി. വൃദ്ധനായ കുഞ്ഞിക്കണ്ണൻ ഡ്രൈവർ ഏറെ പഴക്കം ചെന്ന 'ഫാർഗോ' ബസ്സിൽ യാതൊരു പരിഭവവുമില്ലാതെ പിന്നെയും യാത്രക്കാരെ ലക്ഷ്യത്തിലെത്തിച്ചുകൊണ്ടിരുന്നു.

കണ്ണൂരിൽ നിന്ന് ചാലോട്ടിലേക്കുള്ള ലാസ്റ്റ് ബസ്സിൽ 'ഇഞ്ചന്റെ'ന്റെയും 'പറമ്പന്റെ'യും കലാപരിപാടികൾ അരങ്ങേറിക്കൊണ്ടിരുന്നു. മരത്തടികൾ ഈർന്നെടുക്കുന്ന തൊഴിലാളികളാണ് ഇഞ്ചൻ എന്നുവിളി

ക്കുന്ന നാരായണൻ നായരും പറമ്പൻ എന്ന് വിളിക്കുന്ന കുഞ്ഞിരാമനും. വലിയ തൂണുകളിൽ താങ്ങിനിർത്തുന്ന മരത്തടികൾ ഈർന്നെടുക്കുന്ന വലിയ ഈർച്ചവാളിന്റെ രണ്ട് അറ്റങ്ങളെ കാക്കുന്ന ഇവർ, സഹപ്രവർത്തകർ മാത്രമല്ല, ഇണപിരിയാത്ത സുഹൃത്തുക്കളുമാണ്. സമപ്രായക്കാരായ ഇവരെ എന്നും ഒരുമിച്ചേ കാണൂ.

ജോലി കഴിഞ്ഞാൽ മൂക്കറ്റം കള്ളുകുടിച്ച് അവസാനത്തെ ബസ്സിലാണ് നാട്ടിലേക്ക് മടങ്ങുക. ബസ്സിൽ കയറിയാൽ ഇവരുടെ കലാപ്രകടനങ്ങൾ ആസ്വദിക്കാത്ത യാത്രക്കാരില്ല. ജോലി കഴിഞ്ഞുള്ള മടക്കയാത്ര ഇരുവർക്കും സൗജന്യമാണ്. കണ്ടക്ടർ ടിക്കറ്റെടുക്കാൻ സമീപിച്ചാൽ 'നീ ഈ ബസ് വിൽക്കുന്നോ' എന്ന് ചോദിച്ച്, കൈത്തറി ഷർട്ടിന്റെ സൈഡിലെ പോക്കറ്റിൽ കൈയിട്ട് പണത്തിന് തിരയും.

ടിക്കറ്റിന്റെ കാശ് വാങ്ങിയെടുക്കാനുള്ള ബുദ്ധിമുട്ട് കാരണമാണ് കണ്ടക്ടർ ഇവർക്ക് സൗജന്യ യാത്ര അനുവദിക്കുന്നത്.

ചില ദിവസങ്ങളിൽ ബസ്സിൽത്തന്നെ രണ്ടുപേരും ബോധംകെട്ട് ഉറങ്ങും. അവരെ സ്റ്റോപ്പിൽ താങ്ങിയെടുത്ത് ഇറക്കേണ്ടത് ക്ലീനറുടെ ഉത്തരവാദിത്തമാണ്.

ഇഞ്ചന്റെയും പറമ്പന്റെയും ശ്രദ്ധയിൽപ്പെടാതെ പപ്പൻ ഏറ്റവും പിന്നിലെ സീറ്റിൽ ഇരുന്നു. അവർ കണ്ടാൽ കള്ളുകുടിക്കാനുള്ള പൈസ ചോദിക്കും.

വാരച്ചാൽ സ്റ്റോപ്പിൽ പപ്പൻ ഇറങ്ങി. അവിടെ ബസ്സിൽ കയറാനും ഇറങ്ങാനും വേറെ ആരും ഉണ്ടായിരുന്നില്ല. ബസ്സ്റ്റോപ്പിലും ആരുമില്ല. റോഡിൽ ചാറ്റൽ മഴ പെയ്തതിന്റെ നനവുണ്ട്. മഴക്കാറുണ്ടെങ്കിലും നേരിയ നാട്ടുവെളിച്ചമുണ്ട്. പപ്പൻ കാർത്ത്യായനിയുടെ വീട്ടിലേക്ക് നടന്നു. കാട്ടുകല്ലുകൾ കൊണ്ട് കെട്ടിയുണ്ടാക്കിയ നടപ്പാത കയറി വീട്ടുമുറ്റത്തെത്തി. വാതിൽ പൂട്ടിയിരിക്കുന്നു. അകത്ത് മണ്ണെണ്ണ വിളക്ക് കത്തുന്നുണ്ട്. മുറ്റത്തോട് ചേർന്നുണ്ടാക്കിയ കുളിമുറിയിൽ വെള്ളം വീഴുന്ന ശബ്ദം കേൾക്കുന്നുണ്ട്. അവൾ കുളിക്കുകയാവും.

പപ്പൻ കോലായിലിരുന്ന് ഒരു സിഗരറ്റെടുത്ത് കത്തിച്ചു.

ഷാജി ഇവിടെയുണ്ടാവുമോ? - പപ്പന്റെ മനസ്സിൽ ആശങ്ക മുളപൊട്ടി.

ജയിലിൽ നിന്നുവന്ന അവനെ പിന്നെയാരും കണ്ടിട്ടില്ല.

കാർത്ത്യായനി തന്നെ പ്രതീക്ഷിക്കുന്നുണ്ടാവുമോ?

ഉണ്ടാവില്ല. ഞാൻ വരും എന്ന ഒരു സൂചന പോലും അവൾക്ക് കിട്ടിയിട്ടുണ്ടാവില്ല.

പപ്പന്റെ ശരീരത്തിലെ ചോരയോട്ടം വേഗത്തിലായി. നെഞ്ചിടിപ്പും.

കുളിമുറിയുടെ വാതിൽ തുറക്കുന്ന ശബ്ദം കേട്ടപ്പോൾ പപ്പൻ ശ്രദ്ധയാകർഷിക്കാൻ പതുക്കെ ചുമച്ചു.

'ആരാ...?'

'ഞാനാ... പപ്പൻ'.

മണ്ണെണ്ണ വിളക്കുമായി കാർത്ത്യായനി വാതിൽ തുറന്നു വന്നു.

'ഓ... പപ്പേട്ടനാ... നിങ്ങൾ വരുംന്ന് ഞാൻ കണക്കുകൂട്ടീന്...'

'അതെന്താ...?'

'ഒന്നുംകൊണ്ടല്ല... മനസ്സില് ഒരു തോന്നല്... മനസ്സില് അങ്ങനെ തോന്നുന്ന ദിവസം നിങ്ങള് വെരും...'

പ്ലാസ്റ്റിക്ക് നാര് മെടഞ്ഞ കസേര കാർത്ത്യായനി പപ്പന് നീക്കിക്കൊടുത്തു. മണ്ണെണ്ണ വിളക്ക് വാതിൽപ്പടിയുടെ മൂലയിൽ വെച്ചു.

അവളിൽ നിന്നും പ്രസരിച്ച ചന്ദ്രികാ സോപ്പിന്റെ മണം ആസ്വദിക്കാനായി പപ്പന്റെ മൂക്കുകൾ വിടർന്നു.

'ഷാജി ഈട ഇല്ലേ... ഒനേട്യാ പോയേ...?'

കാർത്ത്യായനി ഒന്നും പറഞ്ഞില്ല.

'ഓൻ സ്ഥലത്തില്ലേ...?'

'എന്റെ മോനെ എല്ലാരുംകൂടി നാട്ട്ന്ന് തൊരത്തി. പാർട്ടീ ന്ന് പറഞ്ഞാ മരിക്കുന്നോനാ... പാർട്ടീന്റെ എല്ലാ പരിപാടിക്കും ഓൻ ഊണും ഒറക്കും ഇല്ലാണ്ട് പോകും... എന്നിറ്റെന്താ കാര്യം. ഓൻ ഏട്യാ ഉള്ളേന്ന് നോക്കാൻ പോലും പാർട്ടിക്കാറില്ല. ഓൻ ഏട്യാ ഉള്ളേന്ന് എനക്കും അറീല്ല...' – കാർത്ത്യായനിയുടെ കണ്ഠമിടറി.

'പേടിക്കേണ്ട... ഓൻ ഒരാണല്ലേ...എന്തെങ്കിലും പണിയെട്ത്ത് ജീവിക്കട്ടെ. നാട്ടില് നിന്നിറ്റ് ഒരു കാര്യോംല്ലാ... ഓൻ ഏടപ്പോയാലും ജീവിച്ചോളും. എന്ത് പണിയും എടുക്കും...'

'അതാ എന്റേം ഒരു ധൈര്യം' – കാർത്ത്യായനിയും ആശ്വാസംകൊണ്ടു.

പപ്പൻ മടിക്കുത്തിൽ നിന്ന് ഒരു സിഗരറ്റെടുത്തു. തീപകരാനായി കാർത്ത്യായനി മണ്ണെണ്ണ വിളക്ക് എടുത്ത് നീട്ടി. ഇളം കാറ്റിൽ വിളക്കിന്റെ തീനാമ്പുകൾ ഇളകിയാടിക്കൊണ്ടിരുന്നു. അവൾ കൈത്തലം കൊണ്ട് കാറ്റിനെ പ്രതിരോധിച്ചു. മണ്ണെണ്ണ വിളക്കിന്റെ വെട്ടത്തിൽ അവരുടെ കണ്ണുകൾ ഇടഞ്ഞു. സിഗരറ്റിന് തീകൊളുത്തിയ ശേഷം പപ്പൻ മണ്ണെണ്ണ വിളക്ക് കെടുത്തിക്കളഞ്ഞു.

'പിന്നെ കത്തിക്കാം' – പപ്പൻ പറഞ്ഞു.

അവിടം പൂർണമായും ഇരുട്ടിലായി. അകലെനിന്ന് ഓടക്കുഴൽ നാ

ദം ഒഴുകിവരുന്നു.

'മണിയറച്ചാലിൽ കിട്ടേട്ടൻ ഓടക്കുഴൽ വായിക്കുകയാ...

ഞാൻ ഈ സമയത്ത് എപ്പോം കേക്കും' – കാർത്ത്യായനി പറഞ്ഞു.

കാർത്ത്യായനി പപ്പനിരുന്ന കസേരയോട് ചേർന്നുനിന്നു. പപ്പന്റെ വലംകൈ അവളെ വലയം ചെയ്തു.

'അകത്തേക്ക് പോകാ' – അവൾ ക്ഷണിച്ചു.

രണ്ടുപേരും അകത്തുകടന്നു. വാതിലുകൾ അടഞ്ഞു.

തൊടിയിലെ മാവിൽ നിന്ന് ഏതോ ഒരു രാപ്പക്ഷി ചിറക് കുടഞ്ഞു. ഇലകളിൽ നിന്ന് ജലകണങ്ങൾ താഴേക്ക് പതിച്ചു.

ആരെയും മോഹിപ്പിക്കുന്ന ഓടക്കുഴൽ നാദം അപ്പോഴും കേൾക്കുന്നുണ്ടായിരുന്നു.

പപ്പൻ വാതിൽ തുറന്ന് ധൃതിയിൽ പുറത്തുകടന്നു.

'എനി എപ്പാ കാണ്വാ...?' – കാർത്ത്യായനിയുടെ ചോദ്യത്തിൽ വിഷാദം കനംതൂങ്ങി നിന്നിരുന്നു. 'ഞാൻ പോകുന്നതിന് മുമ്പ് ചെലപ്പോ ഇനി കാണാൻ പറ്റൂല്ല...'

'നിങ്ങള് എന്നെ മറക്ക്വോ...?'

പപ്പൻ ഉത്തരമൊന്നും പറയാതെ അവിടെ നിന്നും ഇറങ്ങി.

ഇളംകാറ്റ് ശരീരത്തിൽ തട്ടിയപ്പോൾ വിയർത്ത ശരീരത്തിന് നല്ല കുളിർമ തോന്നി.

പിറ്റേന്ന് രാവിലെ അയ്യപ്പൻചാലിലെ ഗംഗാധരനാണ് കണ്ണൂരിലെ 'സ്റ്റാർ ഓഫ് ഏഷ്യ'യിൽ നിന്ന് വിമാനടിക്കറ്റ് വാങ്ങാൻ പോയത്. മംഗലാപുരത്തുനിന്ന് ബോംബെയിലേക്കും അവിടെ നിന്ന് സൗദിയിലേക്കുമാണ് ടിക്കറ്റ്. ബോംബെയിൽ നിന്ന് വിമാനം മാറിക്കയറണം.

'മംഗലാപുരത്തേക്ക് എങ്ങനെയാ പോകുന്ന്?' – ഗംഗാധരൻ ചോദിച്ചു.

'ഞാൻ കൈപ്പ സുകൂന്റെ ജീപ്പിന് ഏല്പിച്ചിറ്റ്ണ്ട്. കൂടെ സുകുമാരനും വരും. നീയും വരണം. രാവിലെ ഒമ്പതുമണിക്കല്ലേ പ്ലെയിന്. രാത്രി പുറപ്പെട്ടാല് പുലർച്ചെ മംഗലാപുരത്തെത്തും' – പപ്പൻ യാത്രയെക്കുറിച്ച് വിശദീകരിച്ചു.

'കുറച്ച് നേരത്തെ തന്നെ പൊറപ്പെടാ... നേരത്തെ അവിടെ എത്തിയാല് ഒരു മുറിയെടുത്ത് കുളിയും മറ്റ് ഏർപ്പാടും നടത്താലോ...' – ഗംഗാധരൻ നിർദേശിച്ചു.

പപ്പനെ യാത്രയാക്കാൻ അയൽവാസികളൊക്കെ എത്തി. കമലയു

ടെ അമ്മ തലേന്ന് വന്നു. പപ്പന് കൊണ്ടുപോകാൻ അരിയുണ്ടയുമായാണ് അവർ എത്തിയത്.

വ്യാജമായി ഉണ്ടാക്കിയ പാസ്പോർട്ട് വിമാനത്താവള അധികൃതർ പിടികൂടുമോ എന്നായിരുന്നു ഗംഗാധരന്റെയും സുകുമാരന്റെയും ആശങ്ക. പപ്പന് ആശങ്കയേ ഉണ്ടായിരുന്നില്ല. അത്തരം ആശങ്കകളെല്ലാം അസ്ഥാനത്തായി. ഒരു തടസ്സവുമില്ലാതെ പപ്പൻ വിമാനത്തിൽ കയറി. വിമാനം പറന്നുയർന്നതിന് ശേഷം മാത്രമേ കൂടെപ്പോയവർ നാട്ടിലേക്ക് തിരിച്ചുള്ളൂ.

ഓപ്പറേഷൻ

'**ആ**ളില്ലാത്ത ഏതെങ്കിലും ഒരു സ്ഥലത്ത് വണ്ടി നിർത്തി കൊറച്ച് വിശ്രമിക്കണം... അല്ലാതെ എനക്ക് വണ്ടിയോടിക്കാനാവൂല്ല...' ഷാജി പറഞ്ഞു. അവൻ തീർത്തും അവശനായിരുന്നു.

'പരിചയമില്ലാത്ത സ്ഥലത്ത് വണ്ടിനിർത്തുന്നത് അപകടമാണ്. അവർ പൊലീസിൽ വിവരമറിയിച്ചിട്ടുണ്ടെങ്കിലോ...? പൊലീസ് നമ്മളെ പിന്തുടരുന്നുണ്ടെങ്കിലോ...?' – ജിക്കു ആശങ്ക പ്രകടിപ്പിച്ചു.

'പൊലീസ് വന്നാലും ഇല്ലെങ്കിലും ഞാൻ വണ്ടി നിർത്താൻ പോവ്വാ... അവർ പൊലീസിൽ വിവരമറിയിച്ചിട്ടുണ്ടെങ്കിൽത്തന്നെ ഈ വഴിക്കൊന്നും വരൂല്ലാ... മെയിൻ റോഡിലേ അന്വേഷിച്ച് പോകൂ...'

'ശരി... എന്നാല് പറ്റ്ന്ന സ്ഥലത്ത് നിർത്ത്... പിന്നിൽ വരുന്ന ലോറിക്ക് നിർത്താനുള്ള സ്ഥലോം വേണം...' – ജിക്കു നിർദേശിച്ചു.

ഒരു കൊടുംവളവ് തിരിഞ്ഞ്, തുറന്ന സ്ഥലത്തെത്തിയപ്പോൾ ഷാജി ജീപ്പിന്റെ വേഗം കുറച്ചു. ലോറി തൊട്ടുപിന്നാലെയെത്തി എന്നുറപ്പാക്കിയ ശേഷം റോഡിൽ നിന്ന് അൽപം മാറി തുറന്ന സ്ഥലത്ത് നിർത്തി. പിന്നാലെ ലോറിയും. ഷാജിയും ജിക്കുവും ജീപ്പിൽ നിന്നിറങ്ങി. പിന്നാലെ ലോറിയിലുള്ളവരും – മൂരിസത്താർ, കട്ടൻ റസാഖ്, തിരുടൻ രാജു എന്നിവർ.

'... സമയം പുലർച്ചെ മൂന്ന് മണിയായി. ജീപ്പിൽ വാങ്ങിവെച്ച പൊറോട്ടയും ബീഫും ചീത്തയായിട്ടുണ്ടാവും... വിശന്നിട്ട് വയ്യ... സാധനങ്ങളെല്ലാം എടക്ക്. നമുക്ക് ഇവിടെയിരുന്ന് കഴിക്കാം' – ഷാജി പറഞ്ഞു. ജീപ്പിൽ നിന്ന് മദ്യവും ഭക്ഷണസാധനങ്ങളും ജിക്കു പുറത്തെടുത്തു.

കാസർകോട്ടെ വാഹന ഇടപാടുകാരനായ ഗോൾഡ് അന്ത്രുമാൻ വാടകയ്ക്കെടുത്ത ക്വട്ടേഷൻ സംഘാംഗങ്ങളാണ് അഞ്ചുപേരും. അന്ത്രുമാനിൽ നിന്ന് തവണ വ്യവസ്ഥയിൽ വാഹനങ്ങൾ വാങ്ങുകയും പ്രതി

മാസ ഗഡു തെറ്റിക്കുകയും ചെയ്യുന്നവരിൽ നിന്ന് വാഹനം തിരിച്ചുപിടിക്കുകയാണ് ഇവരുടെ ജോലി. നിശ്ചിത സംഖ്യ കൊടുത്താൽ ആരെ തല്ലിയിട്ടായാലും കൊന്നിട്ടായാലും വാഹനം തിരിച്ചുപിടിച്ച് ഗോൾഡ് അന്ത്രുമാനെ ഇവർ ഏൽപിക്കും. ഒരു വിദേശ നിർമിത റിവോൾവറും അന്ത്രുമാൻ ഈ സംഘത്തിന് നൽകി. ഒഴിവാക്കാനാവാത്ത ഘട്ടത്തിലേ റിവോൾവർ ഉപയോഗിക്കാവൂ എന്ന് അന്ത്രുമാൻ കർശന നിർദേശം നൽകിയിട്ടുണ്ട്.

സംഘാംഗങ്ങളിൽ അഞ്ചുപേരും വിദഗ്ധ ഡ്രൈവർമാർ കൂടിയാണ്. ജിക്കു എന്ന ജേക്കബ്ബ് മോട്ടോർ മെക്കാനിക്കും. മൂരിസത്താറും കട്ടൻ റസാഖും നല്ല അഭ്യാസികൾ. രണ്ടും മൂന്നും പേരെ ഒറ്റയ്ക്ക് നേരിടാനുള്ള ശേഷിയുണ്ട് ഇവർക്ക്. തിരുടൻ രാജു ഓപ്പറേഷൻ പിഴവില്ലാതെ ആസൂത്രണം ചെയ്യുന്നതിൽ വിദഗ്ധൻ. സംഘത്തിൽ ഒടുവിലാണ് ഷാജി എത്തിയത്. ഏത് വാഹനവും അതിവേഗത്തിൽ ഓടിക്കാൻ ഷാജിക്കാവും. മംഗലാപുരത്തുനിന്ന് സംഘടിപ്പിച്ച ഡ്രൈവിങ് ലൈസൻസ് കൈയിലുണ്ട്.

മംഗലാപുരത്തെ ഒരു ബാറിൽ യാദൃച്ഛികമായി നടന്ന സംഭവമാണ് ഷാജിയെ സംഘത്തിലെത്തിച്ചത്. റിമാൻഡ് കഴിഞ്ഞ് ജാമ്യത്തിൽ പുറത്തിറങ്ങിയ ഷാജി ആരോടും പറയാതെ സ്ഥലംവിട്ടു. പറ്റിയ എന്തെങ്കിലും പണി കണ്ടുപിടിക്കുക എന്ന ലക്ഷ്യത്തോടെ മംഗലാപുരത്തേക്ക് വണ്ടി കയറി. കുറേനാൾ ഒരു സിമന്റ് ഗോഡൗണിലും ഹോട്ടലിലും ജോലി ചെയ്തു. സിമന്റ് ഗോഡൗണിൽ ജോലി ചെയ്യുമ്പോഴാണ് ഒരു സുഹൃത്തിന്റെ സഹായത്തോടെ ഡ്രൈവിങ് പഠിച്ചത്.

ഒരു ദിവസം ബാറിൽ സുഹൃത്തുക്കളോടൊപ്പം മദ്യപിക്കാനെത്തിയപ്പോൾ അവിടെ ചില പ്രശ്നങ്ങളുണ്ടായി. ആവശ്യപ്പെട്ട ബ്രാൻഡ് മദ്യമല്ല വിളമ്പിയതെന്നാരോപിച്ച് നാലംഗ സംഘം ബാറിന്റെ മാനേജരുമായി തർക്കത്തിലേർപ്പെട്ടു. മാനേജരോട് മോശമായി പെരുമാറുന്നതിനെ ചോദ്യംചെയ്ത വെയിറ്ററെ സംഘം മർദിച്ചു. വെയിറ്റർ മലയാളി പയ്യനാണ്. പതിവ് സന്ദർശകനായതിനാൽ ഷാജിക്ക് അവനെ പരിചയമുണ്ട്. മർദനമേറ്റ് വെയിറ്റർ നിലത്ത് കമിഴ്ന്നടിച്ച് വീണു. കൈയിലുണ്ടായിരുന്ന ഗ്ലാസ് നിലത്തുവീണ് പൊട്ടിച്ചിതറി. ഓടിയെത്തിയ ഷാജി നാലുപേരെയും ഒറ്റയ്ക്ക് നേരിട്ടു. ഷാജിയുടെ കൈക്കരുത്ത് നാലുപേരും നന്നായി അറിഞ്ഞു. ചെറുത്തുനിൽപിൽ പിടിച്ചുനിൽക്കാൻ കഴിയാത്ത നാലുപേരും ഓടി. കാറിൽ കയറി രക്ഷപ്പെടാൻ ശ്രമിക്കുന്നതിനിടയിൽ അവരിൽ രണ്ടുപേരെ ഷാജി തൂക്കിയെടുത്ത് കൊണ്ടുവന്ന് ബാർ മാ

നേജരുടെ മുന്നിലിട്ടു. മർദനമേറ്റ വെയിറ്റർ പയ്യനോട് മാപ്പ് പറയിപ്പിക്കുകയും അവിടെ വരുത്തിയ നാശനഷ്ടത്തിന് പരിഹാരം കൊടുപ്പിക്കുകയും ചെയ്തതിന് ശേഷം മാത്രമേ അവരെ വിട്ടുള്ളൂ.

പിറ്റേന്ന് പതിവുപോലെ മദ്യപിക്കാനെത്തിയ ഷാജിയെ ബാർ മാനേജർ വിളിച്ചു. ബാറുടമ സേട്ടും അവിടെ എത്തിയിരുന്നു. ബാറിലെ സെക്യൂരിറ്റിയായി നിൽക്കാൻ പറ്റുമോ എന്ന് സേട്ട് ഷാജിയോട് ചോദിച്ചു. ഭക്ഷണവും താമസ സൗകര്യവും ആവശ്യപ്പെട്ട ശമ്പളവും നൽകാമെന്ന് വാഗ്ദാനം ചെയ്തു.

ഒരു സ്ഥിരജോലിക്ക് ശ്രമിച്ചുകൊണ്ടിരുന്ന ഷാജി വാഗ്ദാനം അപ്പോൾത്തന്നെ സ്വീകരിച്ചു. പിന്നീടാണ് ഗോൾഡ് അന്ത്രുമാന്റെ ക്വട്ടേഷൻ സംഘത്തിലെത്തുന്നത്. ഗോൾഡ് അന്ത്രുമാനും ബാർ ഉടമ സേട്ടും സുഹൃത്തുക്കളാണ്. മഞ്ചേശ്വരത്തെ ഒരു പ്രത്യേക ദൗത്യം ഏറ്റെടുക്കാൻ പറ്റുന്ന ടീമിനെ അന്ത്രുമാൻ അന്വേഷിച്ചുകൊണ്ടിരുന്നപ്പോൾ സേട്ടാണ് ഷാജിയുടെ പേര് നിർദേശിച്ചത്. ആ ദൗത്യം ഷാജിയുടെ നേതൃത്വത്തിൽ ഭംഗിയായി നിറവേറ്റിയതോടെ അന്ത്രുമാനും ഷാജിയുടെ കഴിവിൽ വിശ്വാസമായി.

ബാറിൽ സെക്യൂരിറ്റിയുടെ ചുമതലക്കാരനായി ജോലി ചെയ്യുന്നതോടൊപ്പം മറ്റ് 'ക്വട്ടേഷൻ' ജോലികളും ഷാജി ഏറ്റെടുത്തുതുടങ്ങി. ഏറ്റെടുത്ത മറ്റൊരു ക്വട്ടേഷൻ കഴിഞ്ഞ് വരികയാണ് അഞ്ചുപേരും.

നേരിയ നിലാവെളിച്ചമുണ്ട്. പാറയ്ക്ക് ചുറ്റുമുള്ള പുൽപ്പരപ്പിൽ അഞ്ചുപേരും ഇരുന്നു. ബാഗിൽ നിന്ന് മദ്യക്കുപ്പിയും ഭക്ഷണ സാധനങ്ങളും പുറത്തെടുത്തു. ആർത്തിയോടെ തീറ്റയും കുടിയും തുടങ്ങി.

മദ്യം സിരകളിൽ പ്രവർത്തിച്ചു തുടങ്ങിയതിന് ശേഷം അവർ വർത്തമാനത്തിലേക്ക് കടന്നു.

'... പാവം കൃഷ്ണൻ നായർ... അയാൾ ലോറിക്ക് മുടക്കിയ അരലക്ഷം പോയിക്കിട്ടി...' - ഷാജി പരിതപിച്ചു.

'... അയാൾ മൂന്ന് മാസത്തെ അടവ് തെറ്റിച്ചു. മുതലാളി രണ്ടുമാസത്തിൽ കൂടുതലൊന്നും കാത്തുനിൽക്കില്ല... അയാളുടെ കാര്യത്തിലായോണ്ടാ... പാവം... നേരം വെളുക്കുമ്പം വീട്ടിന് വെളിയില് ലോറിയുണ്ടാവൂലാ...'

'... ഒന്ന് കത്തി കാണിക്കുക കൂടി ചെയ്യാത്ത ഓപ്പറേഷനായതുകൊണ്ട് ഒരു ത്രില്ലില്ല...' - ജിക്കു നിരാശ പ്രകടിപ്പിച്ചു.

'വേഗം സംഗതി തീർക്ക്... നേരം വെളുക്കുമ്പം വണ്ടി ഗേരേജിലെത്തിക്കണം... വർത്താനം പറഞ്ഞ് സമയം കളയണ്ട...' - മൂരിസത്താർ

എല്ലാവരെയും ജാഗ്രതപ്പെടുത്തി എഴുന്നേറ്റു.

കാലിയായ മദ്യക്കുപ്പി ഷാജി കാട്ടിലേക്കെറിഞ്ഞു. അതൊരു പാറയിൽത്തട്ടി പൊട്ടിച്ചിതറി. ഭക്ഷണം പായ്ക്ക് ചെയ്ത കടലാസുകളും കാട്ടിലേക്ക് ചുരുട്ടിയെറിഞ്ഞു.

പുലർകാലത്തിന്റെ നിശ്ശബ്ദതയെ ഭേദിച്ചുകൊണ്ട് രണ്ട് വാഹനങ്ങളും നീങ്ങി.

ഗോൾഡ് അന്ത്രുമാന്റെ ഗ്യാരേജിൽ ലോറിയെത്തിക്കുമ്പോഴേക്കും നേരം നന്നായി വെളുത്തിരുന്നു. ഗ്യാരേജിനോടനുബന്ധിച്ച മുറിയിൽ അഞ്ചുപേരും കിടന്നുറങ്ങി. ഉച്ചവരെ നീണ്ട ഉറക്കം.

അന്ന് വൈകുന്നേരം അതേ മുറിയിൽ മദ്യപിക്കുന്ന സമയത്ത് ഷാജി പറഞ്ഞു.

'... എടാ ഒരുത്തനെ ശരിയാക്കാന്ണ്ട്... നിങ്ങക്ക് സഹായിക്കാൻ പറ്റ്വോ...?'

'...ഇവനെന്നാ പറയ്ന്ന്... എടാ നമ്മളെ പണി ഇതെല്ലാം തന്നെയല്ലേ?... പൈശ തന്നാ റെഡി...' – മൂരിസത്താറിന്റെ പ്രതികരണം കേട്ട് എല്ലാവരും ചിരിച്ചു.

'ഒറ്റ പൈശ തരൂല്ല... ഒരുത്തനെ കൊല്ലണം... എന്റെ ജീവിതം തകർത്തോനെ... അല്ലേങ്കില് വേണ്ട... നിങ്ങളെ ആരേം സഹായം വേണ്ട... ഞാനൊറ്റക്ക് മതി ഓനെ കൊല്ലാൻ...' – ഷാജി പല്ലിറുമ്മി... കൈകൾ ഞെരിച്ചു.

'എടാ ഈ സത്താറിന് ഒരു മൂരിനെ അറുത്തുകൊടുത്താല് അമ്പത് ഉറുപ്പ്യാകൂലി... ഒരുത്തനെ കൊന്നാല് ആ പൈശയെങ്കിലും കിട്ടണ്ടെ?' – ജിക്കുവിന്റെ അഭിപ്രായം കേട്ട് എല്ലാവരും വീണ്ടും ചിരിച്ചു. ഷാജി മാത്രം ചിരിച്ചില്ല. അവൻ ഒരു സിഗരറ്റ് പുകച്ച് എന്തോ ആലോചിക്കുകയായിരുന്നു. ആരോടോ ഉള്ള പക കാരണം അവന്റെ മുഖം ചുവന്നിരുന്നു.

'പറയടാ എന്താ നിന്റെ പ്രശ്നം...?' – മൂരിസത്താർ ഗൗരവത്തോടെ ചോദിച്ചു.

'എന്റെ അമ്മയെ വഴിപിഴപ്പിച്ച ഒരു നായിന്റെ മോൻ നാട്ടില്ണ്ട്... ഒരു കരിങ്കല്ല് മൊതലാളി... എന്നെ പൊറത്ത്ന്ന് ആളെ വര്ത്തിച്ച് തല്ലി കൈ ഒടിച്ചു... ഞാൻ ഓനെ വിടൂലാ... അമ്മക്ക് ഞാനേയുള്ളൂ. എനക്ക് അമ്മയും... അവന്റെ കെണിയിൽപ്പെട്ട് അമ്മ വഴിതെറ്റി... എനക്കിപ്പോ അമ്മയോടും വെറുപ്പാ... എല്ലാരോടും വെറുപ്പാ... എല്ലാം ഓൻ കാരണം...'

ഷാജിയുടെ വാക്കുകളോട് ആരും പ്രതികരിച്ചില്ല.

കുറേക്കഴിഞ്ഞപ്പോൾ മൂരിസത്താർ പറഞ്ഞു 'ഓനെ കൊല്ലാനാണെങ്കില് ഒരു പൂപ്പറിക്കുമ്പോലെ എളുപ്പത്തില് ചെയ്യാ... എപ്പം വേണംന്ന് നീ പറഞ്ഞാമതി... എടാ നമ്മള് വിചാരിച്ചപോലെ നമ്മളെ അച്ഛനും അമ്മയും ആവ്വോ... നീ അതൊന്നും ആലോചിക്കണ്ടാ... എന്റെ ബാപ്പയാരാണെന്ന് എനക്ക് അറീല്ല... ഒരു പക്ഷെ എന്റെ ഉമ്മക്കും... ആരുടെയോ ചോരയിൽ പിറന്നു. എവിടെയൊക്കെയോ വളർന്നു... എടാ നമ്മുടെ ജീവിതം ഇങ്ങിനെയൊക്കെത്തന്ന്യാ... ചോദിക്കാനും പറയാനും ആരും ഇല്ലാത്തതുകൊണ്ടല്ലേ നമ്മള് ഈ പണിക്ക് എറങ്ങിത്തിരിച്ചത്. നമ്മളെയെല്ലാം ജീവിതം ഒരു തമാശ സിനിമ പോലെയല്ലേ...'

മുമ്പ് ഒരിക്കലും പറയാത്ത കാര്യങ്ങൾ മൂരിസത്താർ പറയുമ്പോൾ മറ്റുള്ളവർ കേട്ടുനിന്നതേയുള്ളൂ. അവരിൽ ആർക്കും ആരുടെയും ജീവിത പശ്ചാത്തലം അറിയില്ലായിരുന്നു. ആരും അതിനെക്കുറിച്ച് ചോദിക്കുകയോ പറയുകയോ ചെയ്തിട്ടില്ല.

കുറേ നേരത്തെ ആലോചനയ്ക്ക് ശേഷം, എന്തൊക്കെയോ തീരുമാനിച്ച് ഉറപ്പിച്ചതുപോലെ ഷാജി പറഞ്ഞു. '... ഞാൻ നാളെ നാട്ടിലെത്തും. എനക്ക് ഒറ്റക്ക് കഴിയുമെങ്കിൽ ഒറ്റക്ക് തന്നെ. നിങ്ങളെ സഹായം വേണ്ടെങ്കില് ഞാൻ തിരിച്ചുവരും...'

'നിന്നെ നാട്ടിൽ ആരെങ്കിലും കണ്ടാൽ കുടുങ്ങും. ഒരു തെളിവും ബാക്കിയാക്കാതെ നടത്തണം' – രാജു മുന്നറിയിപ്പ് നൽകി.

'ഞാൻ രാത്രി വൈകി കണ്ണൂർ ടൗണിൽ നിന്ന് ഓട്ടോറിക്ഷ പിടിച്ച് നാട്ടിൽപോകും... വീട്ടിൽ ആരും വരൂല... എനക്ക് അമ്മയെ കാണണം... ആർക്കും പിടികൊടുക്കാതെ മടങ്ങിവരും' – ഷാജി സുഹൃത്തുക്കൾക്ക് ഉറപ്പുനൽകി.

പിറ്റേന്ന് പുലർച്ചെ ഷാജി നാട്ടിലേക്ക് പുറപ്പെട്ടു. കണ്ണൂരിൽ നിന്ന് അർധരാത്രി ഓട്ടോയിൽ നാട്ടിലെത്തി. ടോർച്ച് വെളിച്ചത്തിൽ വീട്ടിലേക്ക് നടന്നു. അമ്മ തന്നെ ഒരിക്കലും ഈ സമയത്ത് പ്രതീക്ഷിക്കില്ലെന്ന് ഷാജിക്കറിയാം. അസമയത്ത് യാതൊരു മുന്നറിയിപ്പുമില്ലാതെ കാണുമ്പോൾ അമ്മയുടെ പ്രതികരണമെന്തായിരിക്കും?

വീടും പരിസരവും നിശ്ശബ്ദമാണ്. പിന്നിലെ തൊഴുത്തിൽ നിന്ന് പശുക്കൾ വാലുകൊണ്ട് ഈച്ചകളെ തല്ലിഅകറ്റുന്നതിന്റെയും മറ്റും ശബ്ദമുണ്ട്. ഷാജി കോലായിൽ കയറി. കസേരയിൽ ചുരുണ്ടുകൂടി കിടന്നിരുന്ന ഒരു പൂച്ച എഴുന്നേറ്റോടി. അവൻ കസേരയിൽ ഇരുന്നു.

അകത്തുനിന്ന് അമ്മയുടെ നേരിയ കൂർക്കംവലി ഉയരുന്നുണ്ട്. നല്ല

ഉറക്കമായിരിക്കും. അല്ലെങ്കിൽ ഈ അർധരാത്രിയിൽ ആരാണ് ഉറങ്ങാതിരിക്കുക?

അമ്മ ഒറ്റയ്ക്കാണ് കിടന്നുറങ്ങുന്നത്. സൗന്ദര്യവും യൗവനവും അമ്മക്കിപ്പോഴുമുണ്ട്. ഏതാനും വർഷം മാത്രം നീണ്ടുനിന്നതാണ് അമ്മയുടെ ദാമ്പത്യം. ഇങ്ങിനെയൊരു ചുറ്റുപാടിൽ ഏതൊരു പെണ്ണും വഴിമാറി സഞ്ചരിച്ചുപോകും. അമ്മയെ മാത്രം എന്തിന് കുറ്റംപറയണം? ഓർമവെച്ച കാലം മുതൽ ജീവിക്കാനുള്ള നെട്ടോട്ടത്തിലാണ് അമ്മ. അറിഞ്ഞോ അറിയാതെയോ ഇന്നുവരെ വാക്കുകൊണ്ട്പോലും വേദനിപ്പിച്ചിട്ടില്ല... ആ അമ്മയെ എന്തിന് ഞാൻ വേദനിപ്പിക്കണം? അവഗണിക്കണം?... കുറേ നാൾ അമ്മേ എന്ന് വിളിക്കുകപോലും ചെയ്യാതിരുന്നത് ക്രൂരതയായിപ്പോയില്ലേ...?

അകലെ എവിടെ നിന്നോ ഒരു പട്ടി മാത്രം നിലയ്ക്കാതെ കുരയ്ക്കുന്നുണ്ട്.

ഷാജി എഴുന്നേറ്റ് വാതിലിന് പതുക്കെ മുട്ടിവിളിച്ചു – 'അമ്മേ... അമ്മേ...'

'ആരാ...?' – അകത്തുനിന്ന് കിതച്ചുകൊണ്ട് ചോദ്യം.

'അമ്മേ... ഞാനാണ് ഷാജി...'

കാർത്ത്യായനി പായയിൽ നിന്ന് ചാടിപ്പിടഞ്ഞെഴുന്നേറ്റ് വാതിൽ തുറന്ന് പുറത്തെത്തി.

വാതിൽക്കൽ ഒന്നും പറയാതെ നിൽക്കുകയായിരുന്ന മകനെ ചേർത്തുപിടിച്ചു...

'...മോനെ നീ ഏട്ന്നാ ഇപ്പം വന്നത്... നീ വന്നതായിറ്റ് ഞാൻ ഇന്നലെ സ്വപ്നം കണ്ടു... നീ അടുത്ത ദിവസം വെരുംന്ന് മനസ്സ് പറഞ്ഞു.

നീ അകത്ത് കേറിയിരിക്ക്... നിന്നെ എല്ലാരും അന്വേഷിക്ക്ന്ന്ണ്ട്... കോടതീല് ഹാജരാകണ്ട കടലാസ് വന്നിറ്റ്ണ്ട് പോലും... മുരളി മാഷ് ഇന്നലെ പറഞ്ഞതാ... നീ ഏട്യാരുന്നു മോനെ ഇത്രയും നാള്...'

'ഞാൻ മംഗലാപുരത്ത് ഒരു കമ്പനീല് പണിയെടുക്കലായിരുന്നു' – ഷാജി ഒറ്റവാക്കിൽ മറുപടി പറഞ്ഞുകൊണ്ട് അകത്തേക്ക് കയറി.

'... നീ എന്നെ വെറ്ക്കര്ത് മോനേ... എനക്ക് ഈ ലോകത്തില് നീ അല്ലാതെ വേറ്യാരും ഇല്ല... ദൈവത്തിന് നെരക്കാത്ത ഒന്നും ഞാൻ ചെയ്തിറ്റില്ല... തെറ്റെന്തെങ്കിലും ചെയ്തിറ്റിണ്ടെങ്കില് ജീവിക്കാൻ വേണ്ട്യായിരുന്നു...' – കാർത്ത്യായനി മൂക്ക് പിഴിഞ്ഞ് ലുങ്കിയുടെ അറ്റംകൊണ്ട് തുടച്ചു.

'ഇരിക്ക്... ചോറ്ണ്ട്... മീൻകറിയും. തൈര് നിനക്ക് ഇഷ്ടല്ലേ... തൈ

രുംണ്ട്...' - കാർത്ത്യായനി അടുക്കളയിലേക്ക് പോയി മണ്ണെണ്ണ വിളക്ക് കത്തിച്ചു.

മഷിക്കുപ്പിയുടെ മൂടി തുരന്ന് തിരിയിട്ട് ഉണ്ടാക്കിയ മണ്ണെണ്ണ വിളക്കിന്റെ നേരിയ പ്രകാശത്തിൽ അമ്മ മകനെ അടിമുടി നോക്കി. മകൻ കരുത്തുള്ള യുവാവായി മാറിക്കഴിഞ്ഞിരിക്കുന്നു. മീശയും താടി രോമങ്ങളും സമൃദ്ധമായി വളർന്നിട്ടുണ്ട്. നാടുവിട്ട് പോയശേഷം ഒരുപാട് തടിച്ചു.

കിണ്ണം നിറയെ ചോറും മീൻകറിയും തൈരും കാർത്ത്യായനി മകന് മുന്നിൽവെച്ചു.

ഷാജി കൈയും മുഖവും കഴുകി ഭക്ഷണം കഴിച്ച് തുടങ്ങി.

മകൻ സ്വാദോടെ ഭക്ഷണം കഴിക്കുന്നത് കാർത്ത്യായനി നോക്കി നിന്നു.

കുറേനാളുകൾക്ക് ശേഷം കാർത്ത്യായനിക്ക് വീട്ടിൽ സുരക്ഷിതത്വം തോന്നി. ഈ ലോകത്ത് താൻ ഒറ്റയ്ക്കാണെന്ന തോന്നൽ ഇല്ലാതായി. കരുത്തനായ മകന്റെ സംരക്ഷണം തനിക്കുണ്ട്.

തന്റെ മുറിയിൽ മകനുവേണ്ടി കാർത്ത്യായനി മറ്റൊരു പായ വിരിച്ചു. പഴയ ട്രങ്ക് പെട്ടിയിൽ മടക്കിവെച്ചിരുന്ന പുതപ്പും വിരിപ്പും പുറത്തെടുത്തു. മുറിയിലാകെ കൂറമുട്ടായിയുടെ മണം പരന്നു. അയലിൽ നിന്ന് ലുങ്കിയെടുത്ത് ഷാജിക്ക് നൽകി.

'ഞാൻ രണ്ട് മൂന്ന് ദിവസം ഇവിടെയുണ്ടാവും. അതിന് ശേഷം മംഗലാപുരത്തേക്ക് തന്നെ പോകും... ഞാൻ വന്ന കാര്യം ആരോടും പറയരുത്. യൂണിയന്റെ ചില സഖാക്കളേയും മുരളിമാഷെയും കാണണം. നാളെ രാത്രി അവരെപ്പോയികാണും... കേസിന്റെ കാര്യങ്ങള് അറിയണം' - ഷാജി പറഞ്ഞു.

കാർത്ത്യായനി വാതിലടച്ച് കുറ്റിയിട്ടു. മണ്ണെണ്ണ വിളക്ക് അണച്ചു.

നല്ല ക്ഷീണമുണ്ടെങ്കിലും ഷാജിക്ക് തീരെ ഉറക്കം വന്നില്ല. അവന്റെ മനസ്സ് പ്രക്ഷുബ്ധമായിരുന്നു. ഉറപ്പിച്ച കാര്യം നടപ്പിലാക്കുന്നതിന് വിശ്വസ്തനായ ഒരാളുടെ സഹായം വേണം. മുരളിമാഷെ അറിയിച്ചാൽ ഒരിക്കലും അതിന് സമ്മതിക്കില്ല. എങ്കിലും കേസിന്റെ കാര്യങ്ങൾ ചോദിച്ചറിയണം. പ്രകാശനെ ഉപയോഗപ്പെടുത്തണം. അയാളുടെ നീക്കം അവൻ കൃത്യമായി മനസ്സിലാക്കി പറഞ്ഞുതരും. നാളെ രാത്രി അവനെ കാണണം.

ആസ്പത്രിവിട്ട പിറ്റേദിവസം തന്നെ അയാൾക്ക് തിരിച്ചടി നൽകണമെന്ന് പ്രകാശൻ പറഞ്ഞിരുന്നു. അവന് എന്തിനും പോന്ന ചങ്കൂറ്റമു

ണ്ട്. രഹസ്യങ്ങൾ ആരോടും പറയില്ല. കേസ് വരുന്നുണ്ടെങ്കിൽ വരട്ടെ... ഇനിയും ജയിലിൽ കിടക്കാം...

അടുക്കളയോട് ചേർന്ന കൂട്ടിൽ നിന്നും പൂവൻകോഴി കൂവി... പിന്നെ പല ഭാഗങ്ങളിൽ നിന്നും കോഴികൾ കൂവിത്തുടങ്ങി. നേരം വെളുത്തിരിക്കുന്നു. ഒരുപോള കണ്ണടയ്ക്കാൻ കഴിഞ്ഞില്ല. സാധാരണ പായ കാണേണ്ട താമസമേ ഉണ്ടാവാറുള്ളൂ. കിടക്കുന്നതിന് മുമ്പുതന്നെ ഉറങ്ങും. ഒരുപ്രശ്നവും ഉറക്കിന് തടസ്സമാകാറില്ല

കാർത്ത്യായനി എഴുന്നേറ്റു. പായയുടെ പുറത്തേക്ക് വീണുകിടക്കുന്ന പുതപ്പെടുത്ത് മകനെ പുതപ്പിച്ചു. ഷാജി എഴുന്നേറ്റ് മൂത്രമൊഴിച്ച് വീണ്ടും കിടന്നു. ഉറങ്ങാത്തതുകാരണം കൺപോളകൾ ചുവന്ന് തടിച്ച് കനംവെച്ചിരുന്നു.

നേർത്ത തണുപ്പിൽ പുതച്ചുകിടക്കാൻ സുഖമുണ്ട്. അവൻ നീണ്ട ഉറക്കത്തിലേക്ക് വഴുതിവീണു.

'മോനെ, നേരം ഉച്ചയായി... എണീക്ക്...'

അമ്മ കുലുക്കിവിളിച്ച് മകനെ ഉണർത്തി.

റേഡിയോവിൽ ഉച്ചയ്ക്കുള്ള പ്രാദേശിക വാർത്ത കേട്ടുകൊണ്ടാണ് ഷാജി ഉണർന്നത്.

കുറേക്കാലത്തിന് ശേഷം വീട്ടിലെത്തിയ മകന് സ്വാദിഷ്ടമായ ഭക്ഷണം ഒരുക്കുകയാണ് കാർത്ത്യായനി. മീൻ വറുക്കുന്നതിന്റെ ഗന്ധം അടുക്കളയിൽ നിന്നും പുറത്തേക്ക് പടർന്നു.

മുറ്റംനിറയെ കോഴികൾ മേഞ്ഞുനടക്കുന്നു. കൂട്ടത്തിൽ രണ്ട് തള്ളക്കോഴികളും അവയുടെ കുഞ്ഞുങ്ങളും നല്ല തലയെടുപ്പുള്ള രണ്ട് പൂവൻമാരും. അമ്മയുടെ കോഴിവളർത്തൽ വിപുലപ്പെടുത്തിയതായി ഷാജി മനസ്സിലാക്കി.

ഗാംഭീര്യമുള്ള രണ്ട് പൂവൻകോഴികളുടെ സംരക്ഷണത്തിലാണ് തള്ളക്കോഴികളും കുഞ്ഞുങ്ങളും സ്വച്ഛന്ദം മേഞ്ഞുനടക്കുന്നത്. പറന്ന്പോകുന്ന ഏതെങ്കിലും പക്ഷികളുടെ നിഴൽ കാണുമ്പോഴേക്കും പൂവൻമാർ ജാഗ്രതാ നിർദേശം നൽകുന്നു. ആൺതുണയില്ലാത്ത ഒരു കുടുംബത്തിന്റ ജീവിതം എത്രമാത്രം അരക്ഷിതമായിരിക്കുമെന്ന് ഷാജി ഓർത്തു.

ഷാജി വീടിന്റെ പിന്നിലേക്ക് നടന്നു. തൊഴുത്തിൽ രണ്ട് പശുക്കളും അവയുടെ കന്നുകുട്ടികളുമുണ്ട്. പശുക്കൾ പച്ചപ്പുല്ല് തിന്നുന്നു. കന്നുകുട്ടികളെ തൊഴുത്തിൽ പ്രത്യേകം വേർതിരിച്ച് പാർപ്പിച്ചിരിക്കുന്നു.

മകനോടൊപ്പം ഭക്ഷണം കഴിച്ചശേഷം കാർത്ത്യായനി വീട് പുറ

ത്തുനിന്ന് ചാരി പശുക്കൾക്ക് പുല്ലരിയാനായി വയലിലേക്ക് പോയി.

മറ്റൊന്നും ചെയ്യാനില്ലാത്തതുകൊണ്ട് വീണ്ടും കിടന്നുറങ്ങി.

ഉറക്കമുണർന്നപ്പോൾ വൈകുന്നേരമായി. പച്ചവെള്ളത്തിൽ കുളിച്ചപ്പോൾ നല്ല ഉന്മേഷം. മലമുകളിലേക്ക് കയറിയാലോ എന്ന് തോന്നി. കശുമാവിൻ തോട്ടത്തിൽ വിറകിന് വരുന്ന പെണ്ണുങ്ങളാരെങ്കിലും കാണുമോ എന്ന് ആശങ്കപ്പെടുകയും ചെയ്തു. ഇല്ല... ഈ സമയത്ത് ആരും വരില്ല.

അവൻ മുറ്റത്തിറങ്ങി. പരിസരമൊക്കെ സൂക്ഷ്മ നിരീക്ഷണം നടത്തിയശേഷം തീർഥാട്ടുമല കയറാൻ തുടങ്ങി.

തീർഥാട്ടുമലയുടെ ഏറ്റവും മുകളിലുള്ള ഗുഹയാണ് ലക്ഷ്യം.

എല്ലാ വർഷവും തുലാമാസത്തിലെ വാവിന് ഗുഹാക്ഷേത്രത്തിൽ പ്രത്യേക ചടങ്ങുകൾ ഉണ്ടാവും. അതുകഴിഞ്ഞാൽ ആരും ഗുഹയിലേക്ക് പോകില്ല. പലർക്കും പിന്നെ അങ്ങോട്ടുപോകാൻ ഭയമാണ്. പണ്ടുകാലത്ത് നരിയും മറ്റ് വന്യജീവികളും വിഹരിക്കുന്നതായിരുന്നു ഗുഹ. കൊടിയ വേനൽക്കാലത്ത് പോലും ഗുഹയിൽ തെളിനീരുറവയുണ്ടാവും. മൃഗങ്ങൾ കുടിനീര് തേടി ഗുഹയിലെത്തും.

തുലാമാസത്തെ വാവിന് ഗുഹാക്ഷേത്രത്തിൽ പോകുന്നവരുടെ ആരവങ്ങളും ചെണ്ടമേളവും കേൾക്കുമ്പോഴാണത്രെ അതിൽ പാർക്കുന്ന വന്യജീവികൾ പുറത്തേക്ക് ഓടിപ്പോവുക.

ഷാജി തീർഥാട്ടുമലയുടെ മുകൾത്തട്ടിലെ പാറപ്പുറത്തിരുന്നു. ചുറ്റും പുൽപ്പരപ്പ്. നാലുപാടുമുള്ള പച്ചവിരിച്ച വയലുകൾ കാണാൻ നല്ല രസമുണ്ട്. കുറേക്കാലത്തിന് ശേഷം പകൽ വെളിച്ചത്തിൽ നാട്ടിലെ കാഴ്ചകൾ കാണുകയാണ്.

പാറപ്പുറത്തുനിന്നും ഇറങ്ങി പച്ചപ്പുല്ലിൽ നീണ്ടുനിവർന്നു കിടന്നു. ആ കിടപ്പിനൊരു സുഖമുണ്ട്. സ്വച്ഛമായ ആ കിടപ്പിൽ ഒരു പാട് ചിന്തകൾ അവന്റെ മനസ്സിൽ കാർമേഘം പോലെ കൂടുകൂട്ടി.

എത്ര സമയം അവിടെ കിടന്നുവെന്ന് അറിയില്ല.

പുല്ലരിയാൻ പോയ അമ്മ തിരിച്ചെത്തി തന്നെ കാണാത്തതിൽ ഉത്കണ്ഠപ്പെടുന്നുണ്ടാവും. വീടിന്റെ കതക് ചാരിയിട്ടേ ഉള്ളൂ.

അവൻ എഴുന്നേറ്റു. നേരം സന്ധ്യയായി. പക്ഷികൾ കൂടണയാൻ പോയ്ക്കൊണ്ടിരുന്നു. നേരിയ തണുപ്പ് തുടങ്ങി. പെട്ടെന്ന് കാടിനുള്ളിൽ അനക്കംകേട്ട് നോക്കി. ഒരു കുറുക്കനാണ്. അത് തന്നെത്തന്നെ നോക്കി നിൽക്കുന്നത് കണ്ട് ഭയം തോന്നി. അത് ആരുടെയെങ്കിലും ഒറ്റുകാരനാണോ?

ഷാജി കുന്നിറങ്ങി വീട്ടിലെത്തി.

'നീയേട്യാ പോയേന്ന് ഞാൻ നോക്ക്വായിരുന്നു... കാണായിറ്റ് പേടിച്ചുപോയി...'

കാർത്ത്യായനിയുടെ വാക്കിൽ ആശങ്കയുണ്ടായിരുന്നു.

'ഞാൻ വെറുതെ ഗുഹയിൽ പോയതാ...'

'നിനിക്ക് ചായയൊന്നും വേണ്ടേ... നല്ല കപ്പയ്ണ്ട്... മീൻ കറിയും...'

കപ്പയും മീൻകറിയും - ഇഷ്ട വിഭവം.

കാർത്ത്യായനി ഒരു വലിയ പ്ലേറ്റ് നിറയെ പുഴുങ്ങിയ കപ്പയും മീൻ കറിയും ചായയും ഷാജിയുടെ മുന്നിൽ വെച്ചു.

കാർത്ത്യായനിയും മകന്റെ അടുത്തിരുന്ന് ചായ കുടിച്ചു.

ഉൽക്കണ്ഠയുടെ രാവ്

രാത്രി പത്തുമണി പിന്നിട്ടപ്പോൾ ഷാജി പുറത്തിറങ്ങി. തെളിഞ്ഞ നിലാവുണ്ട്. ആരെങ്കിലും കണ്ടാൽ തിരിച്ചറിയാതിരിക്കാൻ തോർത്തു മുണ്ട് കൊണ്ട് തലമൂടി. മുരളിമാഷുടെ വീടാണ് ലക്ഷ്യം. വയൽ വരമ്പിലൂടെ നടന്നാൽ ആരുടെയെങ്കിലും ശ്രദ്ധയിൽപ്പെട്ടാലോ എന്നുകരുതി കവുങ്ങിൻതോട്ടത്തിലൂടെയാണ് നടന്നത്.

മുരളിമാഷുടെ വീട്ടുപടിക്കലെത്തി. റേഡിയോവിൽ നിന്നും ചലച്ചിത്രഗാനം കേൾക്കുന്നുണ്ട്. 'ഓമലാളെ കണ്ടു ഞാൻ പൂങ്കിനാവിൽ...' മാഷ് വീട്ടിൽത്തന്നെയുണ്ട് എന്നുറപ്പിച്ചു. മാഷുണ്ടെങ്കിലേ റേഡിയോയുടെ ശബ്ദം പുറത്തുകേൾക്കൂ. മേശപ്പുറത്ത് വിളക്കും കത്തുന്നുണ്ട്.

ശബ്ദമുണ്ടാക്കാതെ മുറ്റത്തെത്തി. മാഷ് തനിച്ചിരുന്ന് ചലച്ചിത്രഗാനം ആസ്വദിക്കുകയാണ്. കൈയിൽ എരിയുന്ന സിഗരറ്റുണ്ട്. മാഷുടെ ശ്രദ്ധയാകർഷിക്കാൻ പതുക്കെ ഒന്ന് ചുമച്ചു.

'ആരാ...?'

'മാഷേ... ഞാനാണ് ഷാജി'

'എവിടുന്നാ നീ ഈ സമയത്ത്...?'

'ഞാൻ നാട്ടിലില്ലായിരുന്നു... ഇന്നലെ രാത്രി വന്നു'

'വാ... കയറിയിരിക്ക്' - മാഷ് ഒരു കസേര വലിച്ച് നേരെയിട്ടു.

ഷാജി ഇറയത്തുകയറി വെളിച്ചം അധികമില്ലാത്ത മൂലയിലേക്ക് കസേര മാറ്റിയിട്ടിരുന്നു.

'നീ എന്താ ഇങ്ങനെ പരിഭ്രമിക്കുന്നത്... എന്തെങ്കിലും പ്രശ്നങ്ങൾ ഉണ്ടോ... വീട്ടിൽ പോയില്ലേ...?'

'ഇന്നലെ രാത്രി മുതൽ വീട്ടിലായിരുന്നു. പകൽ എവിടെയും പോയില്ല. കിടന്നുറങ്ങി'

'...പിന്നെ... കോടതിയിൽ ഹാജരാവാൻ സമൻസ് വന്നിരുന്നു. കഴി

ഞ്ഞ രണ്ടുതവണ വക്കീൽ മുഖേന അവധിക്ക് അപേക്ഷ നൽകി. അടുത്തമാസം പതിനെട്ടിന് കേസ് മാറ്റിവെച്ചിട്ടുണ്ട്. അന്നും കോടതിയിൽ ഹാജരായില്ലെങ്കിൽ വാറണ്ടാവും. അത് ബുദ്ധിമുട്ടാണ്... വക്കീലിനെ യൂണിയനാണ് ഏർപ്പാട് ചെയ്തത്... നീ ഇത്രയും നാൾ എവിടെയായിരുന്നു...?'

'മംഗലാപുരത്തും കാസർകോട്ടും എന്തൊക്കെയോ പണിയെടുത്ത് കഴിഞ്ഞു'

'എനി അങ്ങോട്ട് പോകുന്നില്ലേ?'

'പോകണം... നാട്ടിൽ എനി നിക്കാൻ കഴീല'

'നീ ഭക്ഷണം കഴിച്ചോ?'

'വീട്ടിൽ നിന്ന് ചോറ് തിന്നിറ്റാ വര്ന്ന്. എനിക്കൊന്ന് പ്രകാശനെ കാണണം... ഞാൻ നാട്ടില് വന്നത് ആരും അറീല... മാഷും ആരോടും പറയണ്ടാ...'

'പ്രകാശൻ വീട്ടിലുണ്ട്. ഓൻ കുറച്ച് മുമ്പാ ഇവിട്ന്ന് പോയത്... നിന്റെ കാര്യം നമ്മൾ സംസാരിച്ചിരുന്നു. പുറത്തെ മുറിയിലാണ് ഓൻ കിടക്ക്വാ...'

ഷാജി യാത്രപറഞ്ഞിറങ്ങി.

റേഡിയോ ഉള്ള വീടുകളിൽ നിന്ന് 'രഞ്ജിനി' ചലച്ചിത്രഗാനങ്ങൾ ഒഴുകിവരുന്നു. എന്നാൽ, ചലച്ചിത്രഗാനത്തേക്കാൾ ഷാജിക്ക് ഹൃദ്യമായി തോന്നിയത് മണിയറച്ചാലിൽ കിട്ടേട്ടൻ ഓടക്കുഴൽ വായിക്കുന്നതാണ്. രാത്രി ഏകദേശം ഒരു മണിക്കൂറോളം കിട്ടേട്ടന്റെ 'പുല്ലാങ്കുഴൽ കച്ചേരി'യുണ്ടാവും. പല ഹിറ്റ് ഗാനങ്ങളും കിട്ടേട്ടൻ ഓടക്കുഴലിലൂടെ പാടും.

മുരളിമാഷുടെ വീടിന്റെ മൂന്ന് പറമ്പ് അപ്പുറത്താണ് പ്രകാശന്റെ വീട്. വീട്ടിലെ വിളക്ക് അണഞ്ഞിരുന്നു. അച്ഛനും അമ്മയും പ്രകാശനും മാത്രമേ വീട്ടിൽ താമസമുള്ളൂ. പ്രകാശന് ഒരു സഹോദരിയുണ്ട്. അവൾ ഭർത്താവിന്റെ വീട്ടിലാണ്. അച്ഛനും അമ്മയും കരിങ്കൽ തൊഴിലാളികൾ.

ഷാജി പതുക്കെ വീടിന്റെ മുറ്റത്തെത്തി.

പ്രകാശന്റെ മുറിയിൽ നിന്ന് നേർത്ത ശബ്ദത്തിൽ ചലച്ചിത്രഗാനം കേൾക്കാം. അവൻ ഉറങ്ങിയിട്ടില്ല. ജനാലയിൽ മുട്ടി പതുക്കെ വിളിച്ചു. 'പ്രകാശാ... പ്രകാശാ... വാതിൽ തുറക്ക്... ഇത് ഷാജിയാ'

പ്രകാശൻ കട്ടിലിൽ നിന്ന് പിടഞ്ഞെഴുന്നേറ്റ് വാതിൽ തുറന്നു.

'എടാ... നീയെന്താ ഈ സമയത്ത്...?' – അസമയത്ത് ഷാജി വീട്ടിൽ വന്നപ്പോൾ പ്രകാശൻ ആകെ പരിഭ്രമിച്ചിരുന്നു.

'ഞാൻ ഇന്നലെ വന്നു. ഞാൻ വന്നത് നീയും മുരളിമാഷും മാത്രമേ അറിയൂ... കൂടുതൽ ആരും അറിയാനും പാടില്ല... നിന്റെ അച്ഛനും അമ്മയും പോലും ഞാൻ നാട്ടിലെത്തിയ കാര്യം അറിയാൻ പാടില്ല...' - ഷാജി മുറ്റത്തുനിന്നുകൊണ്ട് കിതച്ചു.

'...എന്താ... എന്തെങ്കിലും പ്രശ്നമുണ്ടോ?'

'ചില കാര്യങ്ങൾ പറയാനുണ്ട്' - ഷാജി ഗൗരവത്തിൽ സംസാരിച്ചുതുടങ്ങി. 'നമ്മൾ സംസാരിക്കുന്നത് നിന്റെ അച്ഛനും അമ്മയും കേൾക്കോ?'

'അവര് നേരത്തെ ഉറങ്ങിക്കാണും. നീ അകത്തേക്ക് കയറ്. അകത്ത്ന്ന് സംസാരിക്കാം...'

ഷാജിയും പ്രകാശനും മുറിയിൽ കയറി വാതിലടച്ചു. മുറിയുടെ വാതിൽ അടഞ്ഞപ്പോഴേ ഷാജിക്ക് സുരക്ഷിതത്വം തോന്നിയുള്ളൂ.

'എടാ നീ ഏട്യായിരുന്നു ഇത്രയും കാലം? കോടതിയിൽ നിന്ന് സമൻസ് വന്ന കാര്യം അറീല്ലേ?'

'മുരളിമാഷെ കണ്ടിരുന്നു. മാഷ് പറഞ്ഞു... പിന്നെ നീയും മുരളിമാഷും അമ്മയും മാത്രമേ എന്നെ കണ്ടിട്ടുള്ളൂ... മറ്റാരും കാണാനും പാടില്ല.'

'കണ്ടാലെന്താ?'

'കണ്ടാൽ പ്രശ്നമുണ്ട്'

'എന്താ പ്രശ്നം?'

'ഞാൻ എനി കാര്യങ്ങൾ നിന്നോട് പറയാം... ഞാൻ ആ ഗോപാലൻ മേസ്ത്രിയെ കൊല്ലാനാ വന്നത്. എന്തായാലും ഓനെ ഞാൻ കൊല്ലും...' - ഷാജി പല്ലിറുമ്മി. അവന്റെ കണ്ണുകൾ കനൽക്കട്ടപോലെ തിളങ്ങുന്നത് മണ്ണെണ്ണ വിളക്കിന്റെ മങ്ങിയ വെളിച്ചത്തിലും പ്രകാശൻ കണ്ടു.

'...എടാ നീ വേണ്ടാത്ത കാര്യത്തിനൊന്നും പൊറപ്പെടണ്ട... അയാൾ പൊലീസിലും ഭരണത്തിലും നല്ല സ്വാധീനമുള്ള ആളാ... എന്തെങ്കിലും സംഭവിച്ചാൽ പൊലീസിന്റെ നരനായാട്ടായിരിക്കും... പൊലീസുകാർ നിന്നെ തല്ലിക്കൊല്ലും...'

'എന്റെ തീരുമാനത്തിൽ മാറ്റമില്ല. അതിന് നിന്റെ സഹായം വേണം'

'എന്തു സഹായാ നീ പ്രതീക്ഷിക്കുന്നത്?'

'അവന്റെ നീക്കം കൃത്യമായി പറഞ്ഞുതന്നാൽ മതി. നാളെ ഞായറാഴ്ചയാണ്. അയാൾ എവിടെയായിരിക്കും?'

പ്രകാശൻ ഒന്നും മിണ്ടിയില്ല. അവന്റെ ശരീരം വിയർത്തുപോയി. വിയർപ്പുതുള്ളികൾ നെറ്റിയിൽ നിന്നും ചാലിട്ടൊഴുകി.

'നിനക്ക് പറ്റില്ലെങ്കില് ഞാൻ പോയേക്കാം. പക്ഷെ, ഞാൻ വന്ന കാര്യം ആരോടും പറയാതിരുന്നാ മതി.' - ഷാജി മുറിയിൽ നിന്നും എഴുന്നേറ്റു.

'നീ എങ്ങിനെയാണ് ഉദ്ദേശിക്കുന്നത്?' - പ്രകാശൻ സമചിത്തത വീണ്ടെടുത്ത് ചോദിച്ചു.

'ഓനെ ഒറ്റക്ക് കിട്ടുന്ന സ്ഥലം ഏതാ?'

'നീ കരുതുന്ന പോലെ എളുപ്പമല്ല കാര്യങ്ങള്. അയാളിപ്പം അധികവും വേശാല കോറേലാ... കോറേല് കഞ്ഞിപ്പുരയോട് ചേർന്ന് അയാൾക്കൊരു രഹസ്യമുറിയുണ്ട്. ഞായറാഴ്ച രാത്രിവരെ അയാൾ അവിടെയുണ്ടാവും. മിക്കവാറും ഏതെങ്കിലും ഒരു പെണ്ണിനെയും കാണാം. കോറേല് പണിക്ക് വരുന്ന രണ്ട് പെണ്ണുങ്ങള് ഓന്റെ കസ്റ്റഡീലാ... അവര് ഞായറാഴ്ചകളിൽ മാറി മാറി എത്തും... സന്ധ്യയായാല് കുറേ സിൽബന്തികള് വരും. പിന്നെ രാത്രി വൈകുംവരെ കള്ളുകുടീം ബഹളവുമായിരിക്കും... കൂട്ടത്തില് ഒന്ന് രണ്ട് ഗുണ്ടകളും ഉണ്ട്... അയാള് പറഞ്ഞാല് അവര് എന്തും ചെയ്യും... പാറപൊട്ടിക്കുന്ന വെടിക്കാരാ അവര്... അവിടുത്തെ നമ്മുടെ സഖാക്കളാ ഇതെല്ലാം എന്നോട് പറഞ്ഞത്'

'ഞായറാഴ്ച പകൽ ഓൻ ഒറ്റക്കായിരിക്കും അല്ലേ?'

'മിക്കവാറും'

കുറേസമയത്തെ ആലോചനക്ക് ശേഷം ഷാജി യാത്രപറഞ്ഞിറങ്ങി.

ഷാജി തോർത്തുമുണ്ട് തലയിൽ ചുറ്റി വീട് ലക്ഷ്യമാക്കി നടന്നു.

റേഡിയോയിലെ ചലച്ചിത്രഗാനവും മണിയറച്ചാലിൽ കിട്ടന്റെ ഓടക്കുഴൽ വിളിയും നിലച്ചിരുന്നു.

എല്ലാവരും വീടണഞ്ഞു എന്ന ഉറപ്പിൽ ഷാജി വയൽവരമ്പിലൂടെ നടന്നു.

മഞ്ഞ് വീണ് പുൽനാമ്പുകൾ നനഞ്ഞിരിക്കുന്നു. നിലാവെളിച്ചത്തിന് വെൺമ കൂടി. തെളിഞ്ഞ നീലാകാശത്തിൽ മഞ്ഞും നിലാവും ഇണചേർന്നു.

നടുങ്ങിയ നാട്

സന്ധ്യയോടെ ആ വാർത്ത കാട്ടുതീപോലെ നാട്ടിൽ പടർന്നു. ഗോപാലൻ മേസ്ത്രി വേശാലയിലെ ക്വാറിയിൽ വീണ് മരിച്ചു. നൂറടിയിലധികം താഴ്ചയുള്ള ക്വാറിയിൽ വീണതുകാരണം തല തകർന്ന് ആളെ തിരിച്ചറിയാൻ പോലും പറ്റാത്ത നിലയിലായിരുന്നു. പതിവുപോലെ, ഞായറാഴ്ച വൈകുന്നേരം ക്വാറിയോട് ചേർന്നുള്ള ഷെഡ്ഡിൽ മദ്യപിക്കാൻ എത്തിയ മേസ്ത്രിയുടെ വിശ്വസ്തരായ പണിക്കാരാണ് മൃതദേഹം ആദ്യം കണ്ടത്. കാരാറമ്പിലെ കള്ളുഷാപ്പിൽ നിന്ന് കള്ളും പോത്തിറച്ചി വറുത്തതും നാടൻ ചാരായവുമായി ഇവർ ജീപ്പിൽ എത്തിയപ്പോൾ ഗോപാലൻ മേസ്ത്രി ഷെഡ്ഡിൽ ഉണ്ടായിരുന്നില്ല. കുറേ വിളിച്ചിട്ടും പ്രതികരണമില്ല. സാധാരണ ഞായറാഴ്ച വൈകുന്നേരം ഷെഡ്ഡിൽ എത്തുമ്പോൾ മേസ്ത്രി ഉറങ്ങുകയോ കണക്കുകൾ പരിശോധിക്കുകയോ ആയിരിക്കും. എല്ലാവരും ഒത്തുചേർന്നാൽ പിന്നെ മദ്യപാനം തുടങ്ങും. രാത്രി വൈകുവോളം തീറ്റയും കുടിയും.

ചമതരാജനും മോഹനനും തമിഴന്മാരായ പളനിയും ശെൽവനുമാണ് ജീപ്പിൽ കള്ളും തീറ്റ സാമഗ്രികളുമായി എത്തിയത്. പാറ തുരന്ന് വെടിമരുന്ന് നിറച്ച് പൊട്ടിക്കുന്നവരാണ് രണ്ട് തമിഴന്മാർ. രാജനും മോഹനനും ലോറി ഡ്രൈവർമാരാണ്. മേസ്ത്രിയുടെ ഏറ്റവും വിശ്വസ്തരാണ് നാലുപേരും.

രാജനും മോഹനനും ഷെഡ്ഡിലും പരിസരങ്ങളിലും കുറേസമയം തിരഞ്ഞിട്ടും മേസ്ത്രിയെ കണ്ടില്ല. വാച്ചും പേഴ്സും കണക്ക് പുസ്തകവും മേശപ്പുറത്തുണ്ട്. കട്ടിലിനടിയിൽ മദ്യക്കുപ്പിയും മദ്യം കഴിച്ച ഗ്ലാസ്സും വെള്ളവും.

കുറേനേരം പരതിയിട്ടും മേസ്ത്രിയെ കാണാതായപ്പോൾ അവർക്ക് ഉത്കണ്ഠയായി. ഒടുവിൽ രാജൻ ക്വാറിയിൽ പകുതിയിറങ്ങിനോ

ക്കിയപ്പോഴാണ് നടുക്കുന്ന കാഴ്ച കണ്ടത്. രാജന്റെ നിലവിളികേട്ട് മറ്റു ള്ളവരും ഓടിയെത്തി. നാലുപേരും ക്വാറിയിലിറങ്ങി. തലപൊട്ടി തകർന്ന് ചോരയിൽ കുളിച്ചുകിടക്കുന്ന മുതലാളിയെക്കണ്ട് അവർ കെട്ടിപ്പിടിച്ച് പൊട്ടിക്കരഞ്ഞു.

മോഹനനും രാജനും ഓടി സമീപത്തെ വീടുകളിൽ വിവരമറിയിച്ചു. വാർത്ത നാട്ടിൽ പടർന്നു.

മോഹനനും ശെൽവനും ഉടൻ ജീപ്പിൽ ഇരിക്കൂർ പൊലീസ് സ്റ്റേഷനിലേക്ക് പോയി വിവരമറിയിച്ചു. എസ്.ഐ. കുട്ടികൃഷ്ണനും ഹെഡ്കോൺസ്റ്റബിൾ നാരായണനും രണ്ട് പൊലീസുകാരും സംഭവസ്ഥലത്തേക്ക് കുതിച്ചു. പൊലീസുകാർ എത്തുമ്പോഴേക്കും സമയം ഇരുട്ടിത്തുടങ്ങിയിരുന്നു. നാട്ടുകാർ രണ്ട് പെട്രോമാക്സുകൾ കൊണ്ടുവന്നു.

എസ്.ഐ. കുട്ടികൃഷ്ണനും പൊലീസുകാരും ക്വാറിയിലിറങ്ങി ശവപരിശോധന നടത്തി. പിന്നീട് ശവം പായയിൽ പൊതിഞ്ഞ് നാല് പേർ ചേർന്ന് കരയിലെത്തിച്ചു. ജീപ്പിലും കാൽനടയായും നാട്ടുകാർ എത്തിക്കൊണ്ടിരുന്നു. രാത്രി പത്തുമണിയോടെ കണ്ണൂരിൽ നിന്ന് ആംബുലൻസ് കൊണ്ടുവന്ന് മൃതദേഹം ജില്ലാ ആസ്പത്രിയിലേക്ക് കൊണ്ടുപോയി. രണ്ട് പൊലീസുകാരും ചില നാട്ടുകാരും മൃതദേഹത്തെ അനുഗമിച്ചു.

എസ്.ഐ.യും ഹെഡ്കോൺസ്റ്റബിളും ഷെഡ്ഡും പരിസരങ്ങളും സൂക്ഷ്മമായി പരിശോധിച്ചു. മേസ്ത്രി അബദ്ധത്തിൽ ക്വാറിയിലേക്ക് വീണുപോയതാണെന്ന നിഗമനത്തിലാണ് പൊലീസ്. അദ്ദേഹം നന്നായി മദ്യപിച്ചിരുന്നതായും സൂചനയുണ്ട്.

'സംഭവത്തിൽ ആർക്കെങ്കിലും സംശയമോ മറ്റോ ഉണ്ടോ...?' - എസ്.ഐ. കുട്ടികൃഷ്ണൻ അവിടെ തടിച്ചുകൂടിയ നാട്ടുകാരോടായി ചോദിച്ചു.

എല്ലാവരും പരസ്പരം നോക്കിയതല്ലാതെ ആരും ഒന്നും പറഞ്ഞില്ല.

'ആർക്കും സംശയമൊന്നുമില്ലെങ്കിൽ അപകടമരണമാണെന്ന് കരുതാം അല്ലേ...?' - എസ്.ഐ. വീണ്ടും പറഞ്ഞു.

അതിനും മറുപടിയുണ്ടായില്ല.

കുറച്ചു കഴിഞ്ഞപ്പോൾ കരിങ്കൽ തൊഴിലാളി യൂണിയൻ നേതാവ് നാണു പറഞ്ഞു - 'ഏതായാലും പോസ്റ്റ്മോർട്ടം റിപ്പോർട്ട് കിട്ടട്ടെ... അല്ലേ സാർ...' - എസ്.ഐ. അത് ശരിവെച്ചു.

'മൃതദേഹം ആദ്യംകണ്ട നാലുപേരും ക്വാറിയിൽ നിന്ന് പുറത്തെടുത്തവരും നാളെ രാവിലെ 10 മണിക്ക് സ്റ്റേഷനിൽ വരണം. മൊഴിയെ

ടുക്കാനാണ്. രാത്രിയായതിനാൽ ഇപ്പോൾ പറ്റില്ല' - എസ്.ഐ. പറഞ്ഞു.

സംഭവമറിഞ്ഞ് ഏറ്റവും കൂടുതൽ നടുങ്ങിയത് പ്രകാശനാണ്. രാത്രി ആലിൻകീൽ പോയപ്പോഴാണ് പ്രകാശൻ വിവരമറിഞ്ഞത്. അപ്പോൾ തന്നെ കണ്ണിൽ ഇരുട്ടുകയറുന്നതായി അവന് തോന്നി.

പലരും ജീപ്പിലും ലോറിയിലും കയറി സംഭവസ്ഥലത്തേക്ക് പോകാൻ ബദ്ധപ്പാട് കാട്ടിയപ്പോൾ, പ്രകാശൻ നേരെ വീട്ടിലേക്ക് മടങ്ങി. സംഭവത്തിന് പിന്നിൽ ഷാജിയാണോ?... അല്ല അപകടമോ?- പ്രകാശന് ഒരു നിഗമനത്തിലെത്താൻ സാധിച്ചില്ല.

കൊലപാതകമാണെന്ന് തെളിഞ്ഞാൽ ഷാജിയെ അറസ്റ്റ് ചെയ്യും. എന്തെങ്കിലും തെളിവ് കിട്ടാതിരിക്കില്ല. അവനെ അറസ്റ്റ് ചെയ്താൽ പോലീസുകാർ തല്ലിച്ചതയ്ക്കും. സംഭവം ആസൂത്രണം ചെയ്തയാൾ എന്ന നിലയിൽ ഒരുപക്ഷെ, തന്റെ പേരും പറഞ്ഞേക്കാം. അങ്ങനെ വന്നാൽ കൊലക്കേസിൽ പ്രതിയാകും - ഭയം കാർമേഘം പോലെ പ്രകാശന്റെ മനസ്സിനെ മൂടാൻ തുടങ്ങി.

പതിവുപോലെ ചോറും കറിയും അമ്മ മേശപ്പുറത്ത് വെച്ചിട്ടുണ്ട്. രാത്രി വൈകിയെത്തി ചോറുണ്ണാനിരിക്കുമ്പോഴാണ് അമ്മ നാട്ടുകാര്യങ്ങൾ പറയുന്നതും ചോദിക്കുന്നതും.

അമ്മ ഒന്നും അറിഞ്ഞിട്ടില്ല.

വിളമ്പിവെച്ച ചോറ് പകുതിമാത്രം കഴിച്ച് എഴുന്നേറ്റുപോകുമ്പോൾ അമ്മ ചോദിച്ചു - 'എന്താടാ ചോറ് മുഴുവൻ തിന്നാഞ്ഞത്?'.

'എനിക്ക് വിശക്കുന്നില്ല. വൈകുന്നേരം പീടികയിൽ നിന്ന് എന്തൊക്കെയോ തിന്നിരുന്നു' - പ്രകാശൻ എഴുന്നേറ്റ് കൈകഴുകി മുറിയിലെത്തി കതകടച്ചു. ബീഡിക്ക് തീകൊളുത്തി.

എന്താണ് ചെയ്യേണ്ടതെന്ന് ഒരെത്തും പിടിയും കിട്ടുന്നില്ല.

മുരളിമാഷെ കണ്ടാലോ... - ഉത്കണ്ഠകൾ പങ്കിടാൻ അത് നല്ലതാണെന്ന് പ്രകാശന് തോന്നി. മാഷ് സംഭവം അറിഞ്ഞിട്ടുണ്ടാവും.

പ്രകാശൻ മുറി പൂട്ടി പതുക്കെ മുരളിമാഷുടെ വീട്ടിലേക്ക് നടന്നു.

മാഷ് മുറിയിൽ മണ്ണെണ്ണ വിളക്കിന് മുന്നിലിരുന്ന് എന്തോ എഴുതുകയാണ്.

പ്രകാശൻ മാഷുടെ മുറിയിലേക്ക് കയറി.

'മാഷ് സംഭവം അറിഞ്ഞില്ലേ?'

'അറിഞ്ഞു. കൂടുതൽ എന്തെങ്കിലും വിവരങ്ങളുണ്ടോ?'

'ഒന്നുമില്ല'.

'ഷാജി എവിടെയാണുള്ളത്?'

'ഒരു വിവരവുമില്ല'

'അവൻ പോയോ?'

'ഒന്നും അറിയില്ല'

'മേസ്ത്രിയുടെ വീട്ടുകാർ സംഭവം അറിഞ്ഞുകാണുമോ?'

'ഒന്നും അറിയില്ല'

കൂടുതൽ എന്തെങ്കിലും സംസാരിക്കാനുള്ള മാനസിക നിലയിലായിരുന്നില്ല മാഷ്. അതുകൊണ്ടുതന്നെ പ്രകാശൻ വൈകാതെ വീട്ടിൽ തിരിച്ചെത്തി. അന്ന് രാത്രി പ്രകാശന് വിറയലും പനിയും വന്നു.

ഉച്ചതിരിഞ്ഞ് മൂന്നരയോടെ, പോസ്റ്റുമോർട്ടത്തിന് ശേഷം മൃതദേഹം വീട്ടിലെത്തിച്ചു. തല പൂർണമായും തകർന്നുപോയതിനാൽ മുഖമൊന്നും കാണാനുണ്ടായിരുന്നില്ല. മൃതദേഹം കാണാൻ നൂറുകണക്കിനാളുകൾ വീട്ടിലെത്തി. മൃതദേഹത്തിൽ പാർട്ടിക്ക് വേണ്ടി ലോക്കൽ സെക്രട്ടറി കെ.വി.നാരായണൻ റീത്തുവെച്ചു.

വീട്ടുവളപ്പിലാണ് മൃതദേഹം സംസ്കരിച്ചത്. സർവകക്ഷി അനുശോചന യോഗവും ചേർന്നു.

അന്ന് രാത്രി പതിവില്ലാത്തവിധം വീട്ടിൽ ഒറ്റയ്ക്ക് താമസിക്കാൻ കാർത്ത്യായനി ഭയപ്പെട്ടു.

വീട്ടുമുറ്റത്ത് മേശമേൽ കിടത്തിയ മൃതദേഹം കാണാൻ ആൾക്കൂട്ടത്തിൽ നിന്നപ്പോൾ തന്നെ പലരും പ്രത്യേകം ശ്രദ്ധിച്ചിരുന്നതായി കാർത്ത്യായനിക്ക് തോന്നിയിരുന്നു. താൻ ശ്രദ്ധാകേന്ദ്രമാവുന്നു എന്ന് തോന്നിയതുകൊണ്ട് മൃതദേഹം കണ്ട ഉടനെ കാർത്ത്യായനി വീട്ടിലേക്ക് മടങ്ങി.

രാത്രി മുറ്റത്ത് കാൽപ്പെരുമാറ്റം കേൾക്കുന്നതായും കുട്ടിക്യൂറാ പൗഡറിന്റെയും സിഗരറ്റിന്റെയും സമ്മിശ്ര ഗന്ധം പരക്കുന്നതായും കാർത്ത്യായനിക്ക് തോന്നി.

ഒരുപാട് ഓർമകളുടെ ഭാരവുമായി കാർത്ത്യായനി കിടന്നു. പക്ഷെ, ഒരുപോള കണ്ണടയ്ക്കാൻ കഴിഞ്ഞില്ല.

കനത്ത മഴപെയ്യുന്ന ഒരുരാത്രിയിലാണ് അയാൾ ഒടുവിലായി വീട്ടിൽ വന്നതെന്ന് കാർത്ത്യായനി ഓർത്തു. മകൻ വളർന്ന് വലുതായെന്നും അവനറിഞ്ഞാൽ പ്രശ്നമാവുമെന്നും ഓർമിപ്പിച്ചിരുന്നു. '... ഞാൻ കാരണം നിനക്ക് ഏതായാലും പേരുദോഷമായില്ലേ. ഇനി ഞാൻ നിന്നെ കാണാൻ വന്നില്ലെങ്കിലും അത് മാറാൻ പോകുന്നില്ല. എനക്ക് നിന്നെ മറക്കാൻ കഴിയൂല' – എന്നായിരുന്നു അന്നിറങ്ങിപ്പോവുമ്പോൾ പ

റഞ്ഞവാക്കുകൾ.

കഷ്ടപ്പാടുകൾക്കിടയിൽ അദ്ദേഹം ചെയ്തുതന്ന സഹായങ്ങൾ വലുതായതുകൊണ്ട് ഇനി വരരുതെന്ന് അറുത്തുമുറിച്ച് പറയാനും പറ്റിയിരുന്നില്ല. നന്ദി മറ്റൊരു തരത്തിൽ ചെയ്തുകൊടുക്കാനും കഴിയുമായിരുന്നില്ല. ഷാജി വിവരം അറിഞ്ഞുകാണുമോ? അവൻ ഇന്നലെ നേരം വെളുക്കുന്നതിന് മുമ്പാണ് ഇറങ്ങിപ്പോയത്. ഒന്നുകിലേ വരൂ എന്നാണ് ഇറങ്ങിപ്പോവുമ്പോൾ പറഞ്ഞത്.

ഗോപാലൻ മേസ്ത്രിയുടെ മരണത്തിൽ ആരും സംശയങ്ങൾ ഉന്നയിച്ചിട്ടില്ലെങ്കിലും അതൊരു അപകടമരണമാണെന്ന് കണ്ണടച്ച് വിശ്വസിക്കാൻ എസ്.ഐ. കുട്ടികൃഷ്ണൻ തയ്യാറായില്ല.

ക്വാറിക്കടുത്ത ഷെഡ്ഡിൽ നിന്ന് റോഡിലേക്ക് നടക്കുമ്പോൾ അബദ്ധത്തിൽ ക്വാറിയിൽ വീഴാനുള്ള സാധ്യത കുറവാണെന്ന് എസ്.ഐ. ഊഹിച്ചു. നടപ്പാതക്ക് മൂന്ന് മീറ്ററോളം വീതിയുണ്ട്. അതേസമയം, മരിക്കുന്നതിന് ഒരുമണിക്കൂർ മുമ്പ് ഭക്ഷണവും മദ്യവും കഴിച്ചതായും പോസ്റ്റ്മോർട്ടം റിപ്പോർട്ടിലുണ്ട്. ഒരുപക്ഷെ മദ്യലഹരിയിൽ തെന്നി വീഴാൻ സാധ്യതയുമുണ്ട്. എന്നാൽ ഊണ് കഴിച്ച പാത്രങ്ങളൊന്നും ഷെഡ്ഡിലുണ്ടായിരുന്നില്ല. ഭക്ഷണത്തിന്റെ അവശിഷ്ടങ്ങളും.

എസ്.ഐ.യും പൊലീസുകാരും സംഭവസ്ഥലത്തെത്തി വീണ്ടും പരിശോധിച്ചു.

ഷെഡിനകം വിശദമായി പരിശോധിച്ചപ്പോൾ കട്ടിലിൽ വിരിച്ച ഷീറ്റിൽ സ്ത്രീയുടേതെന്ന് തോന്നിക്കുന്ന നീണ്ട തലമുടിയും ചുവന്ന കുപ്പിവളയുടെ കഷണങ്ങളും കിട്ടി.

സംഭവദിവസം ഉച്ചയ്ക്ക് മേസ്ത്രിക്ക് ഉച്ചഭക്ഷണവുമായി എത്തിയത് നടുക്കണ്ടി ഗോപാലന്റെ ഭാര്യ ശോഭനയാണെന്ന് അന്വേഷണത്തിൽ മനസ്സിലായി. ക്വാറിയിലെ തൊഴിലാളിയാണ് മുപ്പതുകാരിയും സുന്ദരിയുമായ ശോഭന.

ചെങ്കല്ല് പണിക്ക് പോകുന്ന ഗോപാലൻ വല്ലപ്പോഴുമേ വീട്ടിൽ എത്താറുള്ളൂ. നാല്വർഷം മുമ്പാണ് ഇവർ വിവാഹിതരായത്. കുട്ടികളില്ല. നടുക്കണ്ടി ഗോപാലന് രാമന്തളിയിൽ ഒരു ക്രിസ്ത്യാനി പെണ്ണുമായി ലോഹ്യമുണ്ടെന്ന് നാട്ടിൽ ചർച്ചയുണ്ട്. ഗോപാലൻ മേസ്ത്രിയുടെ രഹസ്യ കാമുകിമാരിൽ ഒരാളാണ് ശോഭനയെന്ന് പലർക്കും അറിയാം. മറ്റൊരാൾ കൊല്ലൻരാമന്റെ മകൾ രമണി. രമണി മുണ്ടേരിയിലെ ലോറി ഡ്രൈവറുടെ കൂടെ ഒളിച്ചോടിപ്പോയതായിരുന്നു. എന്നാൽ, രണ്ട് വർഷം കഴിഞ്ഞപ്പോൾ ഒരു കുട്ടിയുമായി അവൾ തിരികെ വന്നു. ഞായറാ

ഴ്ചകളിൽ മേസ്ത്രിക്ക് ഉച്ചഭക്ഷണവുമായി ഇവർ ഊഴമിട്ട് പോകും.

കശുമാവിൻ തോട്ടത്തിന് മധ്യേയുള്ള പൊടിമണ്ണ് നിറഞ്ഞ നാട്ടുപാതയിലൂടെ പൊലീസ് ജീപ്പ് വരുന്നത് കണ്ട് നാട്ടുകാർ അമ്പരന്നു. റോഡ് അവസാനിക്കുന്നിടത്ത് ജീപ്പ് നിർത്തി എസ്.ഐ. കുട്ടികൃഷ്ണനനും നാല് പൊലീസുകാരും നേരെ പോയത് നടുക്കണ്ടി ഗോപാലന്റെ വീട്ടിലേക്കാണ്. വഴികാട്ടികളായി രണ്ട് പിള്ളേരും പൊലീസുകാരുടെ കൂടെയുണ്ട്.

ഇടവഴിയിലൂടെ കുറേ നടന്ന് ചെങ്കൽ പണയുടെ കരയിൽ പുല്ലുമേഞ്ഞ കൊച്ചുവീട്ടിൽ പൊലീസുകാരെത്തി. വീട്ടിന്റെ കോലായിൽ ഗോപാലന്റെ അമ്മ പാറു ഇരിക്കുന്നുണ്ടായിരുന്നു.

പൊലീസുകാർ കയറിവരുന്നത് കണ്ട് പാറു അറിയാതെ നിലവിളിച്ചുപോയി.

വീട്ടിന്റെ പിന്നിൽ പാത്രം കഴുകുകയായിരുന്ന ശോഭന നിലവിളി കേട്ട് ഓടിവന്ന് പകച്ചുനിന്നു.

'നിങ്ങളല്ലേ ശോഭന?' - എസ്.ഐ ചോദിച്ചു.

'അതെ'

എസ്.ഐ. കുട്ടികൃഷ്ണന്റെ ദൃഷ്ടികൾ അവളുടെ കൈകളിലേക്ക് പാഞ്ഞു. ഇടതുകൈയിൽ ചുവന്ന രണ്ട് കുപ്പിവളകളുണ്ട്.

'നിങ്ങളെവിട്യാ ജോലി ചെയ്യ്ന്ന്?'

'കോറേല്'

'നിങ്ങളുടെ ഭർത്താവ് എവിടെ?'

'രാമന്തളീലാ പണി'

'ഇപ്പോഴൊന്നും നാട്ടില് വന്നിട്ടില്ലേ?'

'ഒരു മാസായി വന്നിറ്റ്'

'അപ്പോ... സൗകര്യായി അല്ലേ? ...ഗോപാലൻ മേസ്ത്രി മരിച്ച വിവരമറിഞ്ഞിട്ടും ഭർത്താവ് വന്നില്ലേ?'

'ഓറ് അത് അറിഞ്ഞോന്നറീല്ല'

'ഗോപാലൻ മേസ്ത്രി മരിച്ച ദിവസം നിങ്ങള് കോറേല് പോയോ?'

മൗനം

'ചോദിച്ചത് കേട്ടില്ലേ?'

'പോയി'

'എന്തിനാ പോയേ?'

'മേശരിക്ക് ചോറും കൊണ്ട് പോയതാ'

'എല്ലാ ഞായറാഴ്ചയും നിങ്ങളാ ചോറും കൊണ്ട് പോകാറ്?'

'വേണ്ട ദെവസം മേശരി പറയും'

'അന്ന് എപ്പോഴാ തിരിച്ചുവന്നേ?'

'ചോറുണ്ട ശേഷം. പാത്രോം എട്ത്തിറ്റ്'

'എത്ര മണിക്കാ ചോറും കൊണ്ട് പോയത്?'

'ഉച്ചക്കെ വാർത്ത തൊടങ്ങുമ്പം'

'എത്രമണിക്ക് തിരിച്ചുവന്നു?'

'മേശരി ചോറുണ്ട ശേഷം'

'അവിടെ മറ്റാരെങ്കിലും ആ സമയത്ത് ഉണ്ടായിരുന്നോ?'

'ഇല്ല'

'പോകുമ്പം കൈയിൽ എത്ര വളയുണ്ടായിരുന്നു?'

ശോഭന ഒന്നുഞെട്ടി

എസ്.ഐ. കടലാസിൽ പൊതിഞ്ഞ് കീശയിൽ സൂക്ഷിച്ച ചുവന്ന വളപ്പൊട്ട് എടുത്ത് കാണിച്ചശേഷം ചോദിച്ചു - 'ഇത് നിങ്ങളെ വളയാണോ?'

ശോഭന കരയാൻ തുടങ്ങി.

വിവരമറിഞ്ഞ് പരിസരവാസികൾ തടിച്ചുകൂടാൻ തുടങ്ങിയിരുന്നു. ഗോപാലൻ മേസ്ത്രിയുടെ മരണത്തിൽ ശോഭനയ്ക്ക് പങ്കുണ്ടെന്ന് പൊലീസ് സംശയിക്കുന്നതായി അറിഞ്ഞപ്പോൾ നാട്ടുകാർ അമ്പരന്നു.

എസ്.ഐ. ചോദ്യം കനപ്പിച്ചു.

'ചോദിച്ചത് കേട്ടില്ലേ. ഇത് നിങ്ങളുടെ വളയുടെ കഷണമാണോ?'

ശോഭന കൈയിലെ വളകൾ നോക്കിക്കൊണ്ട് പറഞ്ഞു - 'അതെ...പൊട്ടിവീണതാ'

'വളപൊട്ടിവീഴാൻ മാത്രം അവിടെ എന്താണ് നടന്നത്?'

മൗനം.

ഇതെല്ലാം കണ്ടുനിന്ന പാറു തലയിൽ കൈവെച്ച് നിലവിളിക്കാൻ തുടങ്ങി.

'എന്റെ ഭഗോതീ... ഞാനെന്തൊക്കെയാ കേക്ക്ന്ന്...' - പാറു കുത്തിപ്പിടിച്ചിരുന്ന ഊന്നുവടി താഴെ വീണു.

'സംഭവദിവസം മേസ്ത്രിയുടെ കൂടെ നിങ്ങൾ മാത്രമേ ഉണ്ടായിട്ടുള്ളൂ... നിങ്ങളാണോ മേസ്ത്രിയെ തള്ളി ക്വാറിയിലിട്ടത്...?'.

എസ്.ഐ.യുടെ ചോദ്യം കേട്ടപ്പോൾ ശോഭന അലറിവിളിക്കാൻ തുടങ്ങി. '... എന്റെ അച്ഛനാണെ നേര് എനക്കൊന്നും അറീലാ... ഓറ് ഞാൻ ചെല്ലുമ്പം തന്നെ നല്ലോണം ബ്രാണ്ടി കുടിച്ച്ന്... നല്ല ലഹരീലാരുന്നു'

'ആ... നാളെ സ്റ്റേഷനില് വരണം' - എസ്.ഐ. ഉത്തരവുകൊടു

ത്തു.

'എന്താടാ നിങ്ങക്ക് വേണ്ടേ...' തടിച്ചുകൂടിയ നാട്ടുകാരെ വിരട്ടി ഓടിച്ചശേഷം എസ്.ഐ. ജീപ്പിനടുത്തേക്ക് നടന്നു.

ജീപ്പ് മുന്നോട്ടുനീങ്ങിയപ്പോൾ എസ്.ഐ. പൊലീസുകാരോട് തന്റെ നിഗമനം പറഞ്ഞു - 'ആ പെണ്ണ് ഓന് കെടന്ന് കൊടുത്തൂന്നല്ലാതെ സംഭവത്തിൽ അവൾക്ക് പങ്കൊന്നുമില്ല... പാവം...'.

പിറ്റേദിവസം എസ്.ഐ.യും പൊലീസുകാരും ഗോപാലൻ മേസ്ത്രിയുടെ വീട്ടിലെത്തി. എസ്.ഐ. കുട്ടികൃഷ്ണൻ ഇതിന് മുമ്പ് മൂന്ന് തവണ ഈ വീട്ടിൽ വന്നിരുന്നു. എസ്.ഐ. കുട്ടികൃഷ്ണനെ മാത്രമല്ല, ഇരിക്കൂർ പൊലീസ് സ്റ്റേഷനിൽ ചുമതലയേൽക്കുന്ന എല്ലാ എസ്.ഐ.മാരെയും മേസ്ത്രി വീട്ടിൽ വിളിച്ചുവരുത്തി സൽക്കരിക്കാറുണ്ട്. എല്ലാ എസ്.ഐ.മാർക്കും പൊൻമുട്ടയിടുന്ന താറാവായിരുന്നു മേസ്ത്രി.

ഗോപാലൻ മേസ്ത്രിയുടെ മരണത്തിൽ ഭാര്യ പദ്മാവതിക്ക് എന്തെങ്കിലും സംശയമോ പരാതിയോ ഉണ്ടോ എന്ന് അന്വേഷിക്കാനും ദുഃഖത്തിൽ പങ്കുചേരാനുമാണ് എസ്.ഐ. എത്തിയത്.

ഭർത്താവിന്റെ അകാലത്തിലുള്ള ദാരുണമരണം ഏൽപിച്ച ആഘാതത്തിൽ നിന്ന് പദ്മാവതി മോചിതയായിരുന്നില്ല. അവരും രണ്ട് പെൺമക്കളും ഒരേ കിടപ്പിൽ തന്നെയായിരുന്നു.

ഗോപാലൻ മേസ്ത്രിയുടെ ഏറ്റവും അടുത്തവരും സന്തത സഹചാരികളുമായ നാലുപേരെക്കുറിച്ചായിരുന്നു എസ്.ഐ.ക്ക് അറിയേണ്ടിയിരുന്നത്.

'ആരെ സംശയിച്ചാലും അവരെപ്പറ്റി ഒരു സംശയവും നമ്മൾക്കില്ല' - പദ്മാവതിയും മക്കളും തീർത്തുപറഞ്ഞു.

എല്ലാവരുടെ മൊഴികളും സാഹചര്യങ്ങളും സൂക്ഷ്മമായി പരിശോധിച്ച പൊലീസ്, ഗോപാലൻ മേസ്ത്രിയുടേത് ഒരു അപകടമരണമാണെന്ന ഉറച്ച നിഗമനത്തിലെത്തി.

ഗോപാലൻ മേസ്ത്രിയുടെ മരണത്തിന് ശേഷം ചോലയിലെയും വേശാലയിലെയും ക്വാറികൾ സ്തംഭനത്തിലായി. ജോലിക്കാർക്ക് പണിയില്ലാതായി. മേസ്ത്രിയുടെ ബിസിനസ് ആര് നോക്കി നടത്തും എന്ന ചോദ്യം ഉയർന്നു. ഗോപാലൻ മേസ്ത്രിക്ക് ആൺമക്കളില്ലാത്തതും പദ്മാവതിയുടെ ഏക സഹോദരൻ ദാമോദരൻ പട്ടാളത്തിലായതുമാണ് പ്രശ്നമായത്.

മേസ്ത്രിയുടെ കുടുംബത്തിന് ക്വാറി തുടർന്നുനടത്താൻ താൽപര്യമില്ലെങ്കിൽ യൂണിയൻ ഏറ്റെടുത്ത് നടത്താം എന്ന നിർദേശം ഉയർ

ന്നുവന്നു. ഈ വിഷയം മേസ്ത്രിയുടെ ഭാര്യ പദ്മാവതിയെക്കണ്ട് യൂണിയൻ നേതാക്കൾ സംസാരിക്കുകയും ചെയ്തു.

ആസ്തി ബാധ്യതകൾ കണക്കുകൂട്ടി, മാർക്കറ്റ് വിലയനുസരിച്ച് രണ്ട് ക്വാറികളും യൂണിയൻ ഏറ്റെടുക്കാം എന്ന നിർദേശമാണ് പദ്മാവതിയുടെ മുന്നിൽ യൂണിയൻ നേതാക്കൾ വെച്ചത്.

എന്നാൽ പദ്മാവതിയുടെ മറുപടി യൂണിയൻ നേതാക്കളെ അമ്പരപ്പിച്ചു - 'കോറ നടത്താൻ യൂണിയൻകാരുടെ സഹായമൊന്നും വേണ്ട. നിങ്ങള് എനിയും ബുദ്ധിമുട്ടിക്കാതിരുന്നാൽ മതി. കോറ നമ്മള് നടത്തിക്കോളും. കോറേന്റെ എല്ലാ കണക്കും സൂക്ഷിക്കുന്നത് എന്റെ മൂത്ത മോള് പ്രമീളയാ... പതിനാല് ദെവസം കഴിയട്ടെ. പണി തൊടങ്ങാം...'

യൂണിയൻ നേതാക്കൾ മടങ്ങി. ക്വാറിയിൽ പണി പുനരാരംഭിച്ച ദിവസം പദ്മാവതിയും രണ്ട് മക്കളും ജീപ്പിൽ ക്വാറിയിലെത്തി പണിക്ക് മേൽനോട്ടം വഹിച്ചു. സഹായികളായി രാജനും മോഹനനും.

അന്നുവരെ ക്വാറിയിലെ പണികാണുകപോലും ചെയ്യാത്ത പദ്മാവതി, പണിയുടെ മേൽനോട്ടം വഹിക്കാൻ എത്തിയത് പണിക്കാരിലും അത്ഭുതമുളവാക്കി.

കരിങ്കൽ ക്വാറി നടത്താൻ ഒരു സ്ത്രീ രംഗത്തുവരുന്നത് നാട്ടിൽ ആദ്യമായിട്ടായിരുന്നു.

പ്രണയവൃത്താന്തം

സീനത്ത് 'കോയമ്പത്തൂർ ഗവ. കോളേജ് ഓഫ് ടെക്നോളജി'യിൽ സിവിൽ എൻജിനിയറിങ്ങ് അവസാന വർഷ വിദ്യാർഥിനിയാണ്. കോളേജിൽ നിന്നും അധികം അകലെയല്ലാത്ത സായിബാബ കോളനിയിലാണ് ആമിന വലിയുമ്മയും ഭർത്താവ് ജമാലും താമസിക്കുന്നത്. ജമാലിന്റെ 'ത്രീസ്റ്റാർ' ബേക്കറി അതിനടുത്തുതന്നെയുള്ള ഒപ്പനക്കാരത്തെരുവിലാണ്. കുട്ടികളില്ലാത്ത ആമിന - ജമാൽ ദമ്പതിമാർക്ക് സീനത്തിന്റെ വരവ് ഏറെ ആഹ്ലാദമുണ്ടാക്കി. സ്നേഹസമ്പന്നരായ ദമ്പതിമാരുടെ കൂടെയുള്ള താമസം സീനത്തിനും.

സീനത്ത് കോയമ്പത്തൂരിലെത്തിയിട്ട് നാലുവർഷമായി. ഇതിനിടയിൽ മൂന്ന് തവണ മാത്രമേ പൊയ്യൂർക്കടവിലേക്ക് പോയിട്ടുള്ളൂ. വീട്ടിൽ അന്ത്രുമാൻ ഹാജിയും സുബൈദയും മകൻ മജീദും മാത്രമായി. ഉമ്മൂമ്മ മരിച്ചു. സാഹചര്യങ്ങളുടെ സമ്മർദത്തിലാണ് മകളെ കോയമ്പത്തൂരിൽ സഹോദരിയുടെ വീട്ടിലേക്കയക്കാൻ സുബൈദ സമ്മതം മൂളിയത്. തന്റെ അനുമതിയില്ലെങ്കിലും സീനത്ത് വലിയുമ്മയുടെ കൂടെ പോകുമെന്ന് സുബൈദക്കറിയാം. മകൾ ഒരു തീരുമാനമെടുത്താൽ മാറ്റാൻ ആർക്കും സാധിക്കില്ലെന്നും സുബൈദക്കറിയാം. ഭർത്താവിനെപ്പോലെ മകളും തനിക്ക് നഷ്ടമായി എന്ന തോന്നലാണ് സുബൈദക്ക്.

ടി.വി.എസ്സിൽ എൻജിനിയറായ ആസാദുമായി അടുപ്പത്തിലാണ് സീനത്ത്. എൻജിനിയറിങ് കോളേജിലെ ആർട്സ് ഫെസ്റ്റിവലിൽ ഗസൽ പാടാനെത്തിയപ്പോഴാണ് ഇവർ തമ്മിൽ പരിചയപ്പെട്ടത്. സീനത്തിന്റെ നേതൃത്വത്തിലുള്ള ടീം ആർട്സ് ഫെസ്റ്റിവലിൽ ഒപ്പന അവതരിപ്പിച്ചിരുന്നു. ഒപ്പനയിൽ മണവാട്ടിയായത് സീനത്ത്. ഒപ്പന ടീമിൽ അധികവും മലയാളി പെൺകുട്ടികളായിരുന്നു.

ഗസൽ കഴിഞ്ഞപ്പോൾ കലാപരിപാടികൾ കാണാൻ ആസാദ് സദ

സ്സിന് മുന്നിലിരുന്നു. ഒപ്പനയിൽ മണവാട്ടിയായ മൊഞ്ചത്തിപ്പെണ്ണിനെ ആസാദിന് നന്നേ ബോധിച്ചു. പരിപാടി കഴിഞ്ഞശേഷം ആസാദ് ഒപ്പന ടീമിനെ കണ്ട് അഭിനന്ദിച്ചു. സീനത്തിനെ പ്രത്യേകം പരിചയപ്പെടുകയും ചെയ്തു.

ഒരുമാസം കഴിഞ്ഞപ്പോൾ യാദൃച്ഛികമായി സായിബാബ കോളനിയിൽ സീനത്തും ആസാദും കണ്ടുമുട്ടി. സീനത്തിന്റെ തൊട്ടടുത്ത ഫ്ളാറ്റിൽ താമസിക്കുന്ന പദ്മനാഭൻനായരെ കാണാൻ എത്തിയതായിരുന്നു ആസാദ്. ആസാദിന്റെ ബാപ്പ അബ്ദുൾറഹ്മാന്റെ ഉറ്റ സുഹൃത്തും കോഴിക്കോട് മാവൂർ ഗ്വാളിയോർ റയോൺസിൽ സഹപ്രവർത്തകനുമായിരുന്നു പേരാമ്പ്രക്കാരനായ പദ്മനാഭൻ നായർ. പ്രായത്തിന്റെ അവശതകൾ കാരണം വീട്ടിൽ വിശ്രമജീവിതം നയിക്കുകയാണ് അദ്ദേഹം.

കോയമ്പത്തൂരിൽ ടെക്സ്റ്റൈൽ ബിസിനസ് നടത്തുന്ന മകൻ വിജയകുമാറിന്റെ വീട്ടിലാണ് പദ്മനാഭൻ നായർ താമസിക്കുന്നത്. വിജയകുമാറും ആസാദും അടുത്ത സുഹൃത്തുക്കളാണ്. വിജയകുമാറിന് ഭാര്യയും രണ്ടുവയസ്സുള്ള മകനുമുണ്ട്.

അവിചാരിതമായ ഈ കണ്ടുമുട്ടൽ സീനത്തും ആസാദും കൂടുതൽ അടുക്കുന്നതിന് വഴിയൊരുക്കി. പിന്നീട് ഇടയ്ക്കിടെ കാണാനും സംസാരിക്കാനും അവർ അവസരമുണ്ടാക്കി. സീനത്തിന്റെ വലിയുമ്മയുമായും വലിയുപ്പ ജമാലുമായും ആസാദ് കൂടുതൽ അടുത്തു.

വ്യാഴാഴ്ചയായതിനാൽ സായിബാബ കോവിലിൽ നല്ല തിരക്കായിരുന്നു. വാഹനങ്ങളുടെ നീണ്ടനിര കോവിലിന് മുന്നിലുണ്ട്. അധികവും ആഡംബര കാറുകൾ. ഷിർദി സായിബാബയുടെ ഭക്തരിൽ ഏറെയും സമ്പന്നരാണെന്ന് സീനത്തിന് തോന്നി. കോവിലിൽ കുടുംബസമേതം എത്തുന്നവരെ കണ്ടാൽ അറിയാം അവരുടെ സാമ്പത്തിക പ്രൗഢി.

സീനത്ത് കുറേസമയം അവിടെചുറ്റിനടന്ന് മടുത്തപ്പോൾ ബാഗിൽനിന്ന് എം.ടി.യുടെ 'നാലുകെട്ട്' കൈയിലെടുത്തു. കഴിഞ്ഞ ഞായറാഴ്ച കണ്ടപ്പോൾ ആസാദ് വായിക്കാൻ കൊടുത്തതാണ്. അടുത്തതവണ കാണുമ്പോഴേക്കും വായിച്ച് തിരിച്ചേൽപ്പിക്കണമെന്ന് പറഞ്ഞിരുന്നു. എം.ടി.യുടെ മിക്ക നോവലുകളിലും തന്റെ പ്രതിരൂപമായ കഥാപാത്രങ്ങളുണ്ടെന്നും നാലുകെട്ടിലെ അപ്പുണ്ണിയും അങ്ങിനെയുള്ള കഥാപാത്രമാണെന്നും ആസാദ് പറഞ്ഞിരുന്നു.

മുപ്പതോളം പേജുകളേ ഇനി വായിച്ചുതീർക്കാനുള്ളൂ. വായിച്ചുതീർക്കാതെ പുസ്തകം തിരിച്ചുനൽകാൻ പറ്റില്ല. ആസാദ് പുസ്തകത്തെക്കുറിച്ച് എന്തെങ്കിലും ചോദിക്കാതിരിക്കില്ല. എന്തെങ്കിലും പറഞ്ഞ് ഒഴി

ഞ്ഞുമാറാനും കഴിയില്ല. വായിക്കാൻ പുസ്തകം വാങ്ങി വേഗത്തിൽ തിരിച്ചുകൊടുക്കാത്തവർ നല്ല വായനക്കാരല്ലെന്നും ആസാദ് പറയും.

പുസ്തകങ്ങൾ കൈകാര്യം ചെയ്യുന്നതിൽ ആസാദിന്റെ ശ്രദ്ധ സീനത്തിനെ അത്ഭുതപ്പെടുത്തിയിട്ടുണ്ട്. മറ്റുള്ളവർക്ക് വായിക്കാൻ കൊടുക്കുമ്പോൾ കവറിട്ടേ കൊടുക്കൂ. വായിച്ചുകഴിഞ്ഞ ഭാഗം മനസ്സിലാക്കാൻ പുസ്തകത്തിന്റെ പേജ് മടക്കിവെക്കരുതെന്നും പേജ് നമ്പർ ഓർത്തുവെക്കുകയോ കടലാസ് കഷണം അടയാളമായി വെക്കുകയോ ചെയ്യണമെന്നും പറയും. ഒരിക്കൽ ചുണ്ടിൽ നിന്നും തുപ്പൽ തൊട്ട് പുസ്തകത്തിന്റെ പേജ് മറിക്കുന്നത് കണ്ട് ക്ഷുഭിതനായി തലയിലൊരു അടി. തുപ്പൽ തൊട്ട് പുസ്തകത്തിന്റെ പേജ് മറിക്കുന്നത് വൃത്തികെട്ട ശീലമാണെന്നും അത്തരം ശീലമുള്ളവർക്ക് പുസ്തകം കൊടുക്കാറില്ലെന്നും ആസാദ് കർശനമായി പറഞ്ഞു.

ചെറുപ്പം തൊട്ടേയുള്ള ആ ശീലം ഏറെ പണിപ്പെട്ട് മാറ്റിയ കാര്യം സീനത്ത് ചെറുചിരിയോടെ ഓർത്തു.

ആസാദ് രണ്ടിനും രണ്ടരയ്ക്കും ഇടയിൽ എത്തുമെന്നാണ് പറഞ്ഞത്. സമയം ഒന്നരയേ ആയുള്ളൂ. നല്ല വിശപ്പുണ്ട്. ഏതായാലും ആസാദ് വരട്ടെ. അപ്പോഴേക്കും 'നാലുകെട്ട്' വായിച്ചുതീർക്കാം.

വിശാലമായ ക്ഷേത്രമുറ്റത്തെ സിമന്റ് ബെഞ്ചിലിരുന്ന് 'നാലുകെട്ടി'ന്റെ അവസാന ഭാഗങ്ങൾ അവൾ വായിച്ചുതുടങ്ങി.

ആസാദിന്റെ വ്യക്തിത്വം തന്നെ എത്രവേഗമാണ് കീഴടക്കിയത് - സീനത്തിന്റെ വായനയെ ഓർമകളും ആലോചനകളും ഇടയ്ക്കിടെ തടസ്സപ്പെടുത്തിക്കൊണ്ടിരുന്നു.

ആസാദിനെ പരിചയപ്പെട്ടിട്ട് മൂന്നുമാസം ആവുന്നതേയുള്ളൂ. അതിനിടയിൽ അദ്ദേഹവുമായി വല്ലാതെ അടുത്തുപോയി. എല്ലാറ്റിനും നിമിത്തമായത് കോളേജിലെ ആർട്സ്ഫെസ്റ്റിവലിലെ മണവാട്ടി വേഷം. ഒരുപക്ഷെ, ഇതിനുവേണ്ടിയാവാം അന്ന് മണവാട്ടിയുടെ വേഷം കൂട്ടുകാരുടെ നിർബന്ധത്തിന് വഴങ്ങി കെട്ടിയത്. തന്റെ കുടുംബ പശ്ചാത്തലം കേട്ടപ്പോൾ ആസാദ് അകന്നുമാറുമെന്നാണ് പ്രതീക്ഷിച്ചത്. മറ്റുള്ളവരിൽ മതിപ്പുണ്ടാക്കുന്ന കുടുംബ പശ്ചാത്തലമല്ല തന്റേതെന്ന് സീനത്തിനറിയാം. എന്നാൽ എല്ലാം തുറന്നുപറഞ്ഞപ്പോൾ ബന്ധം കൂടുതൽ ദൃഢപ്പെടുകയാണ് ചെയ്തത്.

പ്രസിദ്ധമായ ഓട്ടോമൊബൈൽ കമ്പനിയായ ടി.വി.എസ്സിൽ എൻജിനിയറായ ആസാദിന് ഏത് നിലയിലുള്ള പെൺകുട്ടിയെയും ഭാര്യയായി കിട്ടും. സ്ത്രീധനമായി ലക്ഷങ്ങളും. എന്നിട്ടും തന്നോട് ഇങ്ങ

നെ തോന്നാൻ കാരണം?

ആസാദുമായുള്ള ബന്ധത്തെപ്പറ്റി വലിയുമ്മയോടൊന്നും പറഞ്ഞിട്ടില്ല. അവർ അറിഞ്ഞാൽ എതിർക്കാനൊന്നും വഴിയില്ല.

'...എടീ ഞാൻ സങ്കരയിനം ജീവിയാണ്. പകുതി മുസ്ലിം, പകുതി ഹിന്ദു. അതിന്റെ കഥ അടുത്ത തവണ കാണുമ്പോൾ പറയാം. അതുവരെ അക്കാര്യം ഒരു സസ്പെൻസായി നിൽക്കട്ടെ' എന്നു പറഞ്ഞാണ് കഴിഞ്ഞ ഞായറാഴ്ച പാർക്കിൽവെച്ച് പിരിഞ്ഞത്. ... എന്തായിരിക്കും ആ സസ്പെൻസ്...?

റോഡിൽ നിറഞ്ഞൊഴുകുന്ന വാഹനങ്ങളുടെ ഇരമ്പലുകൾക്കിടയിൽ നിന്നും ആസാദിന്റെ ബുള്ളറ്റിന്റെ പൗരുഷമുള്ള ശബ്ദം സീനത്ത് തിരിച്ചറിഞ്ഞു.

സായിബാബ കോവിലിന് മുന്നിലെ റോഡരികിൽ ആസാദ് ബുള്ളറ്റ് നിർത്തി ചുറ്റുംനോക്കി.

സീനത്ത് നടന്നുവരുന്നത് അവൻ കണ്ടു. നീണ്ട തലമുടി ഇരുവശത്തും മെടഞ്ഞിട്ട് അതിൽ മുല്ലപ്പൂ ചൂടി, മഞ്ഞനിറമുള്ള ഹാഫ്സാരി ധരിച്ച് നടന്നുവരുന്ന സുന്ദരിയായ സീനത്തിനെ ആസാദ് ഇമവെട്ടാതെ നോക്കിനിന്നു.

'ആള് തരക്കേടില്ല. ഞാൻ രണ്ട് മണിക്കൂറായി ഇവിടെ കാത്തിരുന്ന് വലയുന്നു. വിശന്നിട്ടാണെങ്കിൽ വയ്യ...' – സീനത്ത് പരിഭവിച്ചു.

'ഞാൻ എത്തുമെന്ന് പറഞ്ഞ സമയം രണ്ടരയാണ്. ഇപ്പോൾ അഞ്ചുമിനുട്ട് വൈകി. അഞ്ചുമിനുട്ട് വൈകിയതിന് സോറി. നീ വേറെ പണിയൊന്നുമില്ലാഞ്ഞ് നേരത്തെ ഇവിടെ വന്നതിന് ഞാൻ ഉത്തരവാദിയല്ല. ശരി. വിശക്കുന്നുണ്ടെങ്കിൽ വേഗം ബൈക്കിൽ കേറ്. വല്ലതും കഴിക്കാം...'

'എനിക്ക് ഭക്ഷണമൊന്നും വേണ്ട. ഉച്ചഭക്ഷണം ബാഗിലുണ്ട്. വലിയുമ്മ ഉണ്ടാക്കിത്തന്ന നല്ല പത്തിരിയും മുട്ടക്കറിയും'

'എന്നാൽ നമുക്ക് പാർക്കിലേക്ക് പോകാം. എനിക്കും എന്തെങ്കിലും കഴിക്കണം. ബൈക്കിൽ കയറ്...'.

ആസാദ് ബുള്ളറ്റ് സ്റ്റാർട്ട് ചെയ്തു. പിന്നിൽ സീനത്തും കയറി.

ആസാദിന്റെ അരക്കെട്ടിൽ ചുറ്റിപ്പിടിച്ച് സഞ്ചരിക്കവേ സീനത്ത് പറഞ്ഞു – 'എന്നെ നാല് മണിക്ക് മുമ്പേ വിടണം കെട്ടോ... നാല് മണിക്ക് എത്തും എന്നാ വലിയുമ്മയോട് പറഞ്ഞിരിക്കുന്നത്'.

പാർക്കിൽ തിരക്ക് കുറവായിരുന്നു. വൈകുന്നേരമായാലേ തിരക്കുണ്ടാവൂ. പാർക്കിൽ പല ഭാഗത്തും ചുറ്റിത്തിരിയുന്നവർ പ്രണയജോഡി

കളും നവദമ്പതിമാരുമാണ്. അപൂർവം ഒറ്റയാൻമാരും കുടുംബങ്ങളും.

സീനത്തും ആസാദും ഒരു മരച്ചുവട്ടിൽ ഇരുന്നു. 'ആസൂ... നിങ്ങളെന്താ ഒരു സസ്പെൻസ് തന്ന് പോയത്...?'

'അത് പറയാം സീനൂ... നീ 'നാലുകെട്ട്' വായിച്ചുതീർത്തോ?'

'നിങ്ങൾ എത്തുന്നതിന് തൊട്ടുമുമ്പ് അവസാനത്തെ അധ്യായവും തീർത്തു'

'എങ്ങിനെ?'

'സൂപ്പർ... എന്നാൽ 'ഓളവും തീരവു'മാണ് എനിക്ക് കൂടുതൽ ഇഷ്ടം തോന്നിയത്. അതിലെ പുഴയോരവും തീരത്തുള്ള വീടും പച്ചയായ മനുഷ്യരും എന്റെ നാട്ടിലെപ്പോലെ തോന്നി'. സീനത്ത് ബാഗ് തുറന്ന് പുസ്തകം ആസാദിനെ ഏൽപിച്ചു.

'ബാഗിൽ തന്നെ വെക്ക്. പിരിയാൻ നേരത്ത് തന്നാൽ മതി... എം.ടി.യുടെ നോവലുകളിൽ എനിക്കിഷ്ടം 'നാലുകെട്ട്' തന്നെയാണ്. സമൃദ്ധിയുടെ ഭൂതകാലമുള്ള തറവാടുകളിൽ ഒറ്റപ്പെട്ടുപോകുന്ന മനുഷ്യരുടെ വിഹ്വലതകൾ എം.ടി.യുടെ മിക്ക കൃതികളിലുമുണ്ട്. എന്റെ ജീവിതവും ഏതാണ്ട് അങ്ങിനെയാണ്...' ആസാദ് കുറച്ചുസമയം മൗനിയായി. പിന്നെ തുടർന്നു. 'എം.ടി.യുടെ കൈയൊപ്പ് പതിഞ്ഞ പുസ്തകമാണ് നീ വായിച്ച നാലുകെട്ട്... ഒരിക്കൽ കോഴിക്കോട് എം.ടി.പങ്കെടുത്ത ഒരു പരിപാടിക്ക് പോയി. എന്റെ ബാഗിൽ അടുത്ത ദിവസം വാങ്ങിയ 'നാലുകെട്ടു'ണ്ടായിരുന്നു. എം.ടി.വേദി വിടാൻ നോക്കുമ്പോൾ ഞാൻ ചാടിക്കയറി പുസ്തകം നീട്ടി. എന്നെ ഒന്ന് സൂക്ഷിച്ച് നോക്കിയിട്ട് ഒന്നും പറയാതെ ഗൗരവത്തിൽ ഒപ്പിട്ടുതന്നു. എന്റെ പേരെങ്കിലും ചോദിക്കുമെന്ന് പ്രതീക്ഷിച്ചിരുന്നു.

'ആ ഒപ്പ് ഞാൻ കണ്ടിരുന്നു' – സീനത്ത് സാക്ഷ്യപ്പെടുത്തി.

ആസാദ് വീണ്ടും കുറേ സമയം മിണ്ടാതെ എന്തോ ആലോചിച്ചിരുന്നു. പിന്നെ തുടർന്നു;

'...സീനൂ... നീ എന്നെക്കുറിച്ച് വളരെക്കുറച്ചേ അറിയൂ. അത്രയേ ഞാൻ നിന്നോട് പറഞ്ഞിട്ടുള്ളൂ. കൂടുതൽ അറിയാൻ താത്പര്യമുണ്ടെങ്കിൽ പറയാം...'.

'ആസൂ... എല്ലാം പറയണം. എനിക്ക് എല്ലാം അറിയണം. ഞാൻ കേൾക്കാൻ കാത്തിരിക്കുകയാ'

'ഞാൻ പകുതി മാത്രമാണ് മുസ്‌ലിം എന്ന് പറയാൻ കാരണം എന്റെ അമ്മ ആയിഷയുടെ യഥാർഥ പേര് സാവിത്രി അന്തർജനം. അമ്മ മതം മാറാതെ പേർമാറ്റി. ഞാൻ പുറത്ത് പറയുമ്പോൾ ഉമ്മ എന്നാണ്

പറയാറെങ്കിലും വിളിക്കുന്നത് അമ്മ എന്നാണ്. മുസ്‌ലിമായ അബ്ദുൾ റഹ്‌മാനെ ബാപ്പ എന്നും ഹിന്ദുവായ സാവിത്രി അന്തർജനത്തെ അമ്മ എന്നും... എങ്ങനെയുണ്ട് എന്റെ മതങ്ങളോടുള്ള ബഹുമാനം...?'

'ഹായ്... കേൾക്കാൻ നല്ല ത്രില്ലുണ്ട്...' – സീനത്ത് ആസാദിനോട് കൂടുതൽ ചേർന്നിരുന്നു.

'ഒരു ത്രില്ലുള്ള പ്രണയകഥയുടെ പരിണാമമായാണ് ഞാൻ മതേതരത്വത്തിന്റെ പ്രതീകമായത്...' -ആസാദ് നീണ്ട ചിരിക്ക് ശേഷം തുടർന്നു; 'എന്റെ ബാപ്പ കോഴിക്കോട് കുറ്റിച്ചിറയിലെ തടിക്കച്ചവടക്കാരൻ പോക്കർ ഹാജിയുടെ മകനാണ്. കൂടപ്പിറപ്പുകൾ മൂന്ന് സഹോദരിമാർ. ബാപ്പ നന്നായി പഠിക്കുമായിരുന്നുവത്രെ. പ്രീ-യൂണിവേഴ്സിറ്റിക്ക് ശേഷം കോഴിക്കോട് ഫാറൂഖ് കോളേജിൽ ബി.എസ്‌സിക്ക് ചേർന്നു. അവിടെ ഹോസ്റ്റലിൽ താമസിച്ചായിരുന്നു പഠനം. ബാപ്പയുടെ ഉപ്പ പോക്കർ ഹാജി മുസ്‌ലിം ലീഗുകാരനായിരുന്നു. ബാപ്പ കോളേജിൽ എത്തിയപ്പോൾ എ.ഐ.എസ്.എഫ്. ആയി. കുടുംബത്തിലെ ആദ്യത്തെ കമ്യൂണിസ്റ്റും. പഠനത്തോടൊപ്പം ബാപ്പ സാംസ്കാരിക പ്രവർത്തനങ്ങളിൽ സജീവമായി. കെ.ടി.മുഹമ്മദിന്റെയും സി.എൽ.ജോസിന്റെയും ഇ.എ.വാര്യരുടെയും നാടകങ്ങളിലെ പ്രധാന വേഷങ്ങളിൽ അഭിനയിച്ചു. നന്നായി പാടുകയും ചെയ്യും...'

'അപ്പോൾ പാട്ടുപാടാനും പ്രസംഗിക്കാനുമുള്ള കഴിവ് പാരമ്പര്യമായി കിട്ടിയതാണല്ലേ...?' – ഇടക്ക് കയറി സീനത്ത് ചോദിച്ചു.

'എന്ന് വേണമെങ്കിൽ പറയാം...'

'...ബാപ്പ പിന്നീട് യുക്തിവാദിയായി. എ.ടി.കോവൂരിന്റെയും എം.സി.ജോസഫിന്റെയും ഇടമറുകിന്റെയും പുസ്തകങ്ങൾ വായിച്ചതോടെയാണ് യുക്തിവാദത്തിൽ താൽപര്യം ജനിച്ചതെന്ന് ബാപ്പ പറഞ്ഞിട്ടുണ്ട്...'

'...ബാപ്പ ഫൈനൽ ഇയറിന് പഠിക്കുമ്പോഴാണ് സാവിത്രി അന്തർജനത്തെ പരിചയപ്പെടുന്നത്. പുലാമന്തോളിനടുത്ത് ഇടച്ചേരി ഇല്ലത്തെ അംഗമാണ് അമ്മ. ആ ഇല്ലത്തുനിന്ന് കോളേജ് വിദ്യാഭ്യാസം നേടുന്ന ആദ്യത്തെ പെൺകുട്ടി അമ്മയാണ്. സംഘടനാ പ്രവർത്തനം വഴിയാണ് ഇവർ അടുക്കുന്നത്. ബാപ്പയുടെ പ്രസംഗങ്ങളും അഭിനയവും പാട്ടും തന്നെ ഏറെ ആകർഷിച്ചെന്ന് അമ്മ എന്നോട് പറഞ്ഞിട്ടുണ്ട്.

'...പറഞ്ഞുവരുമ്പോൾ നമ്മുടെ കഥപോലെത്തന്നെയുണ്ടല്ലോ...?' – സീനത്ത് ആസാദിന്റെ മടിയിൽ തലചായ്ച്ചുകൊണ്ട് പറഞ്ഞു.

'ഞാനും പലപ്പോഴും അങ്ങനെ ആലോചിച്ചിട്ടുണ്ട് – അത്ഭുതകര

മായ യാദൃച്ഛികത...'

'സാവിത്രി അന്തർജനത്തിന്റെ കുടുംബക്കാർ കമ്യൂണിസ്റ്റുകാരായിരുന്നോ?'

'എന്നു പറയാൻ പറ്റില്ല. ഇ.എം.എസ്സിന്റെയും എം.പി.ഭട്ടതിരിപ്പാടിന്റെയും വി.ടി.യുടെയുമൊക്കെ സ്വാധീനം കൊണ്ട് വള്ളുവനാട്ടെയും ഏറനാട്ടെയും പല നമ്പൂതിരി കുടുംബങ്ങളും കമ്യൂണിസ്റ്റുകാരോ കമ്യൂണിസ്റ്റ് സഹയാത്രികരോ ആയിട്ടുണ്ട്...

'ബാപ്പയോട് വീട്ടുകാരുടെ സമീപനമെന്തായിരുന്നു?'

'...അതാണ് ഞാൻ പറയാൻ പോകുന്നത്.

ബാപ്പ കമ്യൂണിസ്റ്റ് പാർട്ടിയിൽ പ്രവർത്തിക്കാൻ തുടങ്ങിയതും നാടകങ്ങളിൽ അഭിനയിക്കുന്നതും പള്ളിയിൽ നിസ്കാരത്തിന് പോകാത്തതും വീട്ടിൽ പ്രശ്നങ്ങളുണ്ടാക്കി. ഇതൊന്നും അവസാനിപ്പിക്കാതെ കോളേജിൽ പോകാൻ പാടില്ലെന്ന് ബാപ്പയുടെ ഉപ്പ ശഠിച്ചു. ബാപ്പയുടെ ഒരു കാരണവർ അധ്യാപകനായിരുന്നു - അബ്ദുള്ളക്കുട്ടി. അദ്ദേഹം പുരോഗമനവാദിയും കോൺഗ്രസ്സുകാരനുമായിരുന്നു. കുടുംബത്തിൽ ബാപ്പയെ തുണച്ചത് അദ്ദേഹം മാത്രമായിരുന്നുവത്രെ. പക്ഷെ, ബാപ്പ കമ്യൂണിസ്റ്റുകാരനായത് അദ്ദേഹത്തിനും ഇഷ്ടമായില്ല. വീട്ടിലെ എതിർപ്പൊന്നും വകവെക്കാതെ ബാപ്പ രാഷ്ട്രീയ പ്രവർത്തനങ്ങളും നാടക പ്രവർത്തനങ്ങളും തുടർന്നു. ഒരിക്കൽ വീട്ടിനടുത്ത് ബാപ്പ അഭിനയിച്ച കെ.ടി.മുഹമ്മദിന്റെ 'കാഫർ' നാടകം അരങ്ങേറി. കുടുംബത്തിലെ പലരും നാടകം കണ്ടു. നാടകം കഴിഞ്ഞ് ബാപ്പ വീട്ടിലെത്തിയപ്പോൾ അവിടെ കയറ്റിയില്ല. ബാപ്പയുടെ ഉമ്മ സുഹറാബി കാലുപിടിച്ചു കരഞ്ഞിട്ടും ബാപ്പയുടെ ഉപ്പ സമ്മതിച്ചില്ല. പള്ളിക്കമ്മിറ്റിയുടെ തീരുമാനമായിരുന്നുവത്രെ അത്. തുടർന്ന് കാരണവർ അബ്ദുള്ളക്കുട്ടിമാസ്റ്ററുടെ വീട്ടിലായിരുന്നു ബാപ്പയുടെ താമസം.

'... നല്ല ത്രില്ലുള്ള കഥ... ഒരു സിനിമക്ക് പറ്റും...' - സീനത്ത് ആസാദിന്റെ കഴുത്തിലൂടെ കൈചുറ്റിക്കൊണ്ട് പറഞ്ഞു.

'എടീ ഇത് വെറും കഥയല്ല... ജീവിതം...' - ആസാദ് അവളുടെ ചെവിയിൽ മൃദുവായി തിരുമ്മി.

'അപ്പോൾ സാവിത്രി അന്തർജനത്തിന്റെ പ്രതികരണമെന്തായിരുന്നു?'

'അപ്പോഴേക്കും അവർ തമ്മിലുള്ള പ്രണയം മുറുകിയിരുന്നു. ഇവർ തമ്മിലുള്ള ബന്ധത്തെക്കുറിച്ച് വീട്ടുകാർക്കും ചില സൂചനകൾ ലഭിച്ചിരുന്നു. അതോടെ അവർ കോളേജിൽ വരുന്നത് വീട്ടുകാർ വിലക്കി. ബാ

പ്പ ബി.എസ്സി പാസായ ഉടനെ മാവൂർ ഗ്വാളിയോർ റയോൺസിൽ കെമിസ്റ്റായി ജോലികിട്ടി. അതോടെ സ്വന്തം കാലിൽ നിൽക്കാനുള്ള പ്രാപ്തിയായി. ഒരു ദിവസം രഹസ്യദൂതൻ വഴി ഒരു കത്ത് സാവിത്രി അന്തർജനത്തിനെത്തിച്ചു. വീട്ടിൽ നിന്ന് ഒളിച്ചോടാനുള്ള സന്ദേശമായിരുന്നു അത്. നിശ്ചയിച്ച ദിവസം രാത്രി അവർ ആരും കാണാതെ ഇല്ലത്തുനിന്നും ഇറങ്ങി. വീട്ടിനരികിൽ ജീപ്പുമായി ബാപ്പയും സഖാക്കളും കാത്തുനിൽക്കുന്നുണ്ടായിരുന്നു. പേരാമ്പ്രയിലെ പദ്മനാഭൻ നായരുടെ വീട്ടിലാണ് രണ്ടുപേരെയും സഖാക്കൾ സുരക്ഷിതമായി എത്തിച്ചത്. കുറച്ചുനാൾ ആ വീട്ടിൽ താമസിച്ചു. കോഴിക്കോട്ടെ പാർട്ടി നേതാവ് എം.കെ. കേളുഏട്ടന്റെ ആരാധകനായിരുന്നു ബാപ്പ. ബാപ്പ കേളുഏട്ടനെ ചെന്നുകണ്ടു. കേളുഏട്ടന്റെ നിർദേശപ്രകാരം പേരാമ്പ്രയിൽ ബാപ്പക്കും അമ്മക്കും താമസിക്കാൻ ഒരു വാടക വീട് പാർട്ടി ഏർപ്പാട് ചെയ്തു. പേരാമ്പ്ര പാർട്ടിയുടെ ശക്തികേന്ദ്രമാണ്. അവിടെ ആരും വന്ന് ഉപദ്രവമുണ്ടാക്കില്ല. എന്നാൽ നാട്ടുകാർക്ക് സംശയം തോന്നാതിരിക്കാൻ അമ്മ വസ്ത്രധാരണം മാറ്റുകയും ആയിഷ എന്ന പേര് സ്വീകരിക്കുകയും ചെയ്തു'.

'പിന്നീട് അമ്മയുടെ വീട്ടുകാർ ആരും അന്വേഷിച്ചുവന്നില്ലേ...?'

'ഒരു മുസ്ലിമിന്റെ കൂടെ ഒളിച്ചോടിപ്പോയി തറവാട്ടിന് മാനക്കേടു വരുത്തിയ സാവിത്രി അന്തർജനത്തെ അവർ പടിയടച്ച് പിണ്ഡംവെച്ചു'.

'അമ്മയുടെ കുടുംബത്തിലെ ആരെയെങ്കിലും പിന്നെ കണ്ടോ?'

'ആ കുടുംബത്തിലെ ആരെയും എനിക്കറിയില്ല'

'ബാപ്പയുടെ വീട്ടുകാരോ?'

ബാപ്പയുടെ ഉപ്പ അധികം വൈകാതെ മരിച്ചു. ആറുമാസത്തിനുള്ളിൽ ഉമ്മയും. കാരണവരുടെ കുടുംബവുമായി ഒരിക്കലും ബാപ്പ അകന്നിട്ടില്ല. കാരണവരുടെ മക്കളെല്ലാം ഗൾഫിലാണ്. അവരുമായി എനിക്കും ബന്ധമുണ്ട്. കത്തുകളയക്കും.

'എങ്ങനെയാണ് നിങ്ങൾ കോയമ്പത്തൂരിലെത്തിയത്?' 'അതും ഇതുപോലെയൊരു നീണ്ട കഥയാണ് - ഞാൻ കോഴിക്കോട് ദേവഗിരി കോളേജിൽ നിന്നാണ് പ്രീഡിഗ്രി പാസായത്. ഞാൻ എസ്.എഫ്.ഐ.യുടെ സജീവ പ്രവർത്തകനും ജില്ലാ കമ്മിറ്റി അംഗവുമായിരുന്നു. പ്രീഡിഗ്രിക്ക് 85 ശതമാനം മാർക്കുണ്ട്. കുറച്ചുകാലം ശാസ്ത്രീയ സംഗീതവും ഗസലും പഠിച്ചു. ഗാനമേള ട്രൂപ്പുകളിൽ പാടാൻ പോയി. ചില നാടകഗാനങ്ങളും പാടി. സാഹിത്യത്തിലും നല്ല താൽപര്യമായി. ബാപ്പയും നല്ല വായനക്കാരനായിരുന്നു. ഇംഗ്ലീഷിലും മലയാളത്തിലും പുറത്തിറ

ങ്ങുന്ന പുസ്തകങ്ങൾ ഉടനെ വാങ്ങും. അതെല്ലാം ചെറുപ്പത്തിലേ ഞാനും വായിച്ചു. പ്രീഡിഗ്രിക്ക് പഠിക്കുമ്പോൾ ഇംഗ്ലീഷ് - മലയാളം പ്രസംഗം, ശാസ്ത്രീയ സംഗീതം എന്നിവയിൽ യൂണിവേഴ്സിറ്റിതലത്തിൽ സമ്മാനങ്ങൾ കിട്ടി. കോളേജ് മാഗസിനിൽ കഥകളും കവിതകളും എഴുതി.

കോഴിക്കോട് റീജ്യണൽ എൻജിനിയറിങ് കോളേജിൽ ചേർന്നതിന് ശേഷവും ഇതെല്ലാം തുടർന്നു. എൻജിനിയറിങ്ങിന് ചേർന്ന വർഷമായിരുന്നു അടിയന്തരാവസ്ഥ. നക്സൽ ആശയങ്ങൾക്ക് അഭ്യസ്തവിദ്യരായ ചെറുപ്പക്കാർക്കിടയിൽ നല്ല വേരോട്ടമുള്ള കാലമായിരുന്നു അത്. നക്സൽബാരിയിലെ കർഷക കലാപങ്ങളുടെ ചരിത്രം എസ്.എഫ്.ഐ.ക്കാരായ ഞങ്ങളെയും ആവേശംകൊള്ളിച്ചിരുന്നു. അത്തരത്തിലുള്ള കലാപങ്ങൾ രാജ്യത്തുടനീളം വളരണമെന്ന് ആഗ്രഹിച്ചു.

പാർട്ടിയോഗങ്ങളിൽ പ്രത്യയശാസ്ത്രപരമായ പ്രശ്നങ്ങൾ ഉന്നയിക്കുന്നവരെയും നേതാക്കളെ ചോദ്യംചെയ്യുന്നവരെയും നക്സലൈറ്റുകളായി നേതാക്കൾ തന്നെ മുദ്രകുത്തി. ചില പാർട്ടി നേതാക്കളുടെ വഴിവിട്ട ജീവിതരീതികളെയും അഴിമതികളെയും ചോദ്യംചെയ്യാൻ തുടങ്ങിയതോടെ ഞാനടക്കമുള്ള പ്രവർത്തകർ ചില നേതാക്കളുടെ നോട്ടപ്പുള്ളികളായി.

അടിയന്തരാവസ്ഥയിൽ പൊലീസ് പിടിച്ചുകൊണ്ടുപോയി കക്കയം ക്യാമ്പിൽ കൊലപ്പെടുത്തിയ പി.രാജൻ എന്റെ സുഹൃത്തായിരുന്നു. നല്ല ഗായകനായിരുന്ന രാജൻ എന്റെ സീനിയറായിരുന്നു. കലാപ്രവർത്തനങ്ങളുമായി ബന്ധപ്പെട്ടാണ് ഞങ്ങൾ സുഹൃത്തുക്കളായത്. രാജന് എസ്.എഫ്.ഐ.യോട് ആഭിമുഖ്യമുണ്ടായിരുന്നു എന്നല്ലാതെ പ്രവർത്തകനൊന്നുമായിരുന്നില്ല. രാജന്റെ കൊലപാതകം ഞങ്ങളെ നടുക്കി. എന്നെയും പൊലീസുകാർ പിടികൂടുമോ എന്ന് ഞാനും വീട്ടുകാരും ഭയപ്പെട്ടു.

സത്യത്തിൽ രാജന് കായണ്ണ പൊലീസ് സ്റ്റേഷൻ ആക്രമണത്തിൽ യാതൊരു പങ്കുമുണ്ടായിരുന്നില്ല. സംഭവം അറിഞ്ഞിട്ടുകൂടി ഉണ്ടാവില്ല. ഫാറൂഖ് കോളേജിൽ ഒരു പരിപാടി കഴിഞ്ഞ് പുലർച്ചെ ഹോസ്റ്റലിൽ എത്തിയ ഉടനെയാണ് പൊലീസുകാർ പിടിച്ചുകൊണ്ടുപോയത്. സംഭവം പിന്നീട് മാത്രമാണ് ഞങ്ങൾ പോലും അറിഞ്ഞത്.

രാജന്റെ മരണംപോലെ എന്റെ ജീവിതത്തിലെ മറ്റൊരു ഷോക്കായിരുന്നു ബാപ്പയുടെ മരണവും. മൂന്നാം വർഷ പരീക്ഷ തുടങ്ങുന്നതിന്റെ തലേന്നായിരുന്നു അത്. രാവിലെ ജോലിക്ക് പുറപ്പെട്ട ബാപ്പ പെട്ടെ

ന്ന് കുഴഞ്ഞുവീഴുകയായിരുന്നു. ബാപ്പയുടെ ഖബറടക്കം കഴിഞ്ഞാണ് ഞാൻ പരീക്ഷയെഴുതാൻ പോയത്. ബാപ്പ മരിച്ചതോടെ അമ്മക്ക് ഞാൻ മാത്രമായി. എന്നെ എൻജിനിയറാക്കണമെന്നത് ബാപ്പയുടെ ആഗ്രഹമായിരുന്നു. ഞാൻ എൻജിനിയറായി. പക്ഷെ, കാണാൻ ബാപ്പയുണ്ടായില്ല...'

ആസാദിന്റെ തൊണ്ടയിടറി.

സീനത്തിന്റെ കണ്ണുകളും നനഞ്ഞു.

'... ബാപ്പ മരിച്ചിട്ടും പരീക്ഷ മുടക്കാതിരുന്ന ഞാൻ എസ്.എഫ്.ഐ. അഖിലേന്ത്യാ സമ്മേളനത്തിൽ പങ്കെടുക്കുന്നതിന് ഫൈനൽ പരീക്ഷക്ക് പോവാതിരുന്നു. എസ്.എഫ്.ഐ. എൻജിനിയറിങ് കോളേജ് യൂണിറ്റിൽ നിന്ന് ഞാൻ മാത്രമായിരുന്നു സമ്മേളന പ്രതിനിധി. സമ്മേളനത്തിൽ പങ്കെടുക്കണമെന്ന് നേതാക്കൾ കർശനമായി ആവശ്യപ്പെട്ടു. അഖിലേന്ത്യാ സമ്മേളനത്തിൽ പങ്കെടുക്കുക അപൂർവ അവസരമാണെന്ന് എനിക്കും തോന്നി. അങ്ങനെ ഫൈനൽ പരീക്ഷയെഴുതാതെ സമ്മേളനത്തിൽ പങ്കെടുത്തു. അങ്ങനെ ഒരു വർഷം വിദ്യാഭ്യാസ ജീവിതത്തിൽ നിന്ന് പോയിക്കിട്ടി. വിവരമറിഞ്ഞ് എന്നെ കടുത്തരീതിയിൽ ശകാരിച്ചത് നാട്ടിലെ പാർട്ടി നേതാവ് കരുണേട്ടൻ മാത്രമാണ്. പരീക്ഷയാണ് പ്രധാനമെന്നും സമ്മേളനമല്ലെന്നും കരുണേട്ടൻ പറഞ്ഞു.

എന്നോട് ജോലിക്ക് പോകാതെ മുഴുവൻ സമയ രാഷ്ട്രീയ പ്രവർത്തകനാവണമെന്ന് പാർട്ടി ഏരിയാ സെക്രട്ടറി ആവശ്യപ്പെട്ടിരുന്നു. എന്നാൽ ലോക്കൽ കമ്മിറ്റി അംഗം മാത്രമായ കരുണേട്ടൻ ജോലിക്ക് പോകാനാണ് പറഞ്ഞത്.

'... വേറെ പണിയൊന്നുമില്ലാത്തവരും ജോലിക്ക് സാധ്യതയില്ലാത്തവരും നാട്ടിൽ പാർട്ടി പ്രവർത്തനം നടത്തട്ടെ... നീ എൻജിനിയറാവണം. രാജ്യത്തിന്റെ നിർമാണ പ്രവർത്തനം നടത്തുന്നതിന് നേതൃത്വം നൽകുന്നവരാണ് എൻജിനിയർമാർ. സാമൂഹ്യബോധമുള്ളവരും സത്യസന്ധരും ആ രംഗത്തും വേണം... പാർട്ടി പ്രവർത്തകരും തൊഴിലുചെയ്ത് ജീവിക്കണമെന്നും അലവൻസ് പറ്റി ജീവിച്ചാൽ നമ്മൾ നേതാക്കളുടെ അടിമകളും ചോദ്യംചെയ്യാൻ കഴിവില്ലാത്തവരുമായി മാറുമെന്നും ബീഡിത്തൊഴിലാളിയായ കരുണേട്ടൻ എപ്പോഴും പറയുമായിരുന്നു...സ്ഥിരവരുമാനമില്ലാതെ രാഷ്ട്രീയപ്രവർത്തനം നടത്തുന്നവർ അഴിമതിക്കാരാവുമെന്നും ആ സഖാവ് പറയും. മരിച്ചുപോയ സഖാവ് കരുണേട്ടൻ എനിക്ക് ഗുരുസ്ഥാനീയനായിരുന്നു...' – ആസാദ് വീണ്ടും വികാരാധീനനായി.

'വാ... നമുക്ക് കുറച്ചുസമയം നടക്കാം. അതിന് ശേഷം കഥ തുടരാം... കുറേ സമയമായില്ലേ ഒരേ ഇരിപ്പ്' – ആസാദ് ടവൽ കൊണ്ട് കണ്ണുതുടച്ചു... സീനത്തിന്റെയും...

അവർ എഴുന്നേറ്റു.

സമയം പോയത് രണ്ടുപേരും അറിഞ്ഞില്ല. മാർഗഴി മാസമായതിനാൽ ഉച്ചതിരിയുമ്പോഴേക്കും നേരിയ തണുപ്പ് വീണു തുടങ്ങിയിരുന്നു. തെരുവുകച്ചവടക്കാരിൽ നിന്ന് ആസാദ് ഓറഞ്ചും കപ്പലണ്ടിയും വാങ്ങി.

രണ്ടുപേരും പാർക്കിലെ സിമന്റ് ബെഞ്ചിൽ ഇരുന്നു. ആസാദ് തുടർന്നു – 'കാമ്പസ് ഇന്റർവ്യൂ വഴിയാണ് ടി.വി.എസ്സിൽ സെലക്ഷൻ കിട്ടിയത്. ബാപ്പയുടെ കുറച്ചു സമ്പാദ്യമുണ്ടായിരുന്നു. അതെല്ലാം ഉപയോഗിച്ച് ഗണപതികോളനിയിൽ ഒരു വീട് വാങ്ങി. അമ്മയെയും ഇങ്ങോട്ടു കൂട്ടി.

'നിങ്ങളുടെ പേരാമ്പ്രയിലെ വീട്ടിൽ ആരെങ്കിലും താമസിക്കുന്നുണ്ടോ?'

'തരക്കേടില്ലാത്ത ഒരു കോൺക്രീറ്റ് വീടും ഇരുപത് സെന്റ് സ്ഥലവും അവിടെയുണ്ട്. അതിപ്പോൾ ഒരു അധ്യാപക ദമ്പതിമാർക്ക് വാടകയ്ക്ക് കൊടുത്തിരിക്കുകയാണ്'

'നാട്ടിലെ ബന്ധുക്കളുമായി ഇപ്പോൾ ബന്ധമുണ്ടോ?'

'ചിലരുമായി. പ്രത്യേകിച്ചും പുതിയ തലമുറയിൽപ്പെട്ടവരുമായി. വിവാഹം, മരണം എന്നിവയുണ്ടാകുമ്പോൾ അറിയിക്കും. പോകും... അത്രമാത്രം' – ആസാദ് പറഞ്ഞുനിർത്തി.

'ഓറഞ്ചും കപ്പലണ്ടിയും തിന്ന് വിശപ്പുമാറിയോ...? എന്റെ ലഞ്ചു ബോക്സിൽ പത്തിരിയും കറിയുമുണ്ട്... അത് കഴിക്കാം. കഴിക്കാതെ മടക്കിക്കൊണ്ടുപോയാൽ വലിയുമ്മ വഴക്കുപറയും...'

'ശരി... നീ അതിങ്ങെടുക്ക്... പങ്കിടാം...'

മൂന്ന് പത്തിരി അവർ പങ്കിട്ടു.

'ആസൂ... സമയം ഒരുപാട് കഴിഞ്ഞു. ഞാൻ എത്താൻ വൈകിയാൽ വലിയുമ്മക്ക് ആധിയാകും.'

'വൈകാതെ നിന്നെ കൊണ്ടുവിടാം'

'അയ്യോ ബൈക്കിൽ കൊണ്ടുവിടണ്ട... ആരെങ്കിലും കണ്ടാൽ പ്രശ്നമാ...?'

'പ്രശ്നം ഒന്നുമുണ്ടാകില്ല... നിന്റെ വീട്ടുകാർക്കും എന്നെ ഇഷ്ടാ... കണ്ടാലും കുഴപ്പമൊന്നുമില്ല... എപ്പോഴായാലും ഒരിക്കൽ അവരെ അറിയിക്കണ്ടേ...?'

'ആസൂ... എനിക്കൊരാഗ്രഹമുണ്ട്... എന്റെ ബാപ്പ എവിടെയാണെന്ന് അറിയണം. മരിച്ചുപോയോ ജീവിച്ചിരിക്കുന്നുണ്ടോ എന്നെങ്കിലും... എന്താ ചെയ്യാൻ പറ്റ്വാ?.'

'എന്താ ചെയ്യാൻ പറ്റുക എന്ന് നോക്കാം... പക്ഷെ, കാര്യം അത്ര എളുപ്പമല്ല... കള്ള ലോഞ്ച് കയറിയും വ്യാജപാസ്പോർട്ട് സംഘടിപ്പിച്ചുമാണ് പലരും ഗൾഫിലേക്ക് കടന്നിട്ടുള്ളത്. നിന്റെ ബാപ്പ എവിടെയെങ്കിലും ഉണ്ടെങ്കിൽത്തന്നെ അത് യഥാർഥ പേരിലായിരിക്കണമെന്നില്ല... നമ്മൾ ശുഭാപ്തി വിശ്വാസികളാവുക... എന്നെങ്കിലും തിരിച്ചുവരും എന്ന് കരുതുക... എന്തായാലും നമുക്ക് അന്വേഷിക്കാം'.

'ഇനി ബാപ്പ തിരിച്ചുവന്നാൽ തന്നെ...?'

'... നീ അതൊന്നും ആലോചിക്കണ്ട... വെറുതെ ഈ ദിവസത്തെ മൂഡ് കളയണ്ട... നീ ബൈക്കിൽ കയറ്... ഞാൻ കൊണ്ടുവിടാം...'

റോഡിൽ നിറഞ്ഞൊഴുകുന്ന വാഹനങ്ങൾക്കിടയിലൂടെ ആസാദിന്റെ ബുള്ളറ്റ് സീനത്തിനെയുംകൊണ്ട് കുതിച്ചുപാഞ്ഞു.

വടവൃക്ഷം വീണു

വയലിലെ രണ്ടാംവിളയ്ക്ക് കീടനാശിനി തളിച്ചശേഷം വീട്ടിലെത്തി ഉച്ചക്ക് പന്ത്രണ്ടരയുടെ പ്രാദേശിക വാർത്ത കേൾക്കുകയായിരുന്ന ഗോപാലൻ നായർ നിലവിളിയോടെ ചോല കള്ളുഷാപ്പിനടുത്തേക്ക് ഓടി വിളിച്ചു പറഞ്ഞു '...ഇന്ദിരാഗാന്ധിയെ വെടിവെച്ചു കൊന്നുപോലും... ഇപ്പം വാർത്തേല് കേട്ടതാ...'

ശബ്ദമുഖരിതമായ കള്ളുഷാപ്പ് ഒരു നിമിഷം സ്തംഭിച്ചു. ഉച്ചക്ക് പതിവുകാരായ അഞ്ചുപത്തുപേർ ഷാപ്പിലുണ്ടായിരുന്നു.

'എപ്പാ സംഭവം ഗോപാലേട്ടാ...?' – കള്ളുഷാപ്പിലെ ചാക്കണക്കാരൻ രാഘവൻ ചോദിച്ചു.

'രാവിലെ പ്രധാനമന്ത്രീന്റെ വീട്ട്ന്നാപോലും... വാർത്ത ഞാൻ മുഴുവൻ കേട്ടില്ല... വിവരമറിഞ്ഞപാട് പാഞ്ഞും വര്ന്നതാ...'

'... കൊന്നത് ആരാന്നറിയാ...?' – രാഘവൻ വീണ്ടും സംശയനിവാരണത്തിനായി ചോദിച്ചു.

'ഒന്നും അറീല്ല. പോയി വാർത്ത കേക്കാലോ. ഇപ്പം ഡൽഹി വാർത്തയ്ണ്ട്. അതില് വിശദമായി ഉണ്ടാവും...' – ഗോപാലൻ നായർ വീട്ടിലേക്കോടി... പിന്നാലെ രണ്ട് മൂന്ന് പേരും.

'എന്നാലും ആരാ ഇത് ചെയ്തേ... കടുപ്പം തന്നെ' – ചാക്കണക്കാരൻ രാഘവൻ അസ്വസ്ഥനായി.

'അത് മാർക്കിസ്റ്റുകാറ് തന്നെയായിരിക്കും... അല്ലാണ്ടാരാ ഇങ്ങനത്തെ പ്പണിയെട്ക്കാ...' – മുന്നിൽവെച്ച കുപ്പിയിൽ അവശേഷിച്ച കള്ള് മുഴുവൻ ഗ്ലാസിലേക്കൊഴിക്കുന്നതിനിടയിൽ ചാലങ്ങോടൻ കണ്ണൻ നമ്പ്യാർ ഉറപ്പിച്ചുപറഞ്ഞു.

കടുത്ത മാർക്സിസ്റ്റ് വിരോധിയും കോൺഗ്രസ്സുകാരനുമായ കണ്ണൻ നമ്പ്യാർ ഭയം കാരണം ഒരിക്കലും കള്ളുഷാപ്പിൽ നിന്ന് രാഷ്ട്രീയം പറ

യാറില്ല. ചോല കള്ളുഷാപ്പിൽ എത്തുന്ന മിക്കവരും മാർക്സിസ്റ്റ് പാർട്ടി അനുഭാവികളാണ്. എങ്കിലും കണ്ണൻ നമ്പ്യാരുടെ മനസ്സിൽ തികട്ടി വന്ന ഈ നിഗമനം അറിയാതെ തുളുമ്പിപ്പോയി. പക്ഷെ, കണ്ണൻ നമ്പ്യാരുടെ അഭിപ്രായത്തോട് ആരും പ്രതികരിച്ചില്ല.

ആൾക്കാരൊക്കെ വന്ന് കള്ളുഷാപ്പ് പൂട്ടിക്കുമോ എന്നായിരുന്നു രാഘവന്റെയും കള്ളുവിൽപനക്കാരൻ ചന്ദ്രന്റെയും പേടി. വൈകുന്നേരം കരിങ്കൽത്തൊഴിലാളികൾ വരുമ്പോൾ വിൽക്കുന്നതിനായി കപ്പയും പലതരം കറികളും രാഘവൻ തയ്യാറാക്കിവെച്ചിട്ടുണ്ട്. ആരെങ്കിലും വന്ന് ഷാപ്പടപ്പിച്ചാൽ കള്ളും വിറ്റുതീരാതെയാകും.

റേഡിയോ വാർത്തയിലൂടെ വിവരങ്ങൾ അറിഞ്ഞവർ കൂടുതൽ കാര്യങ്ങൾ അറിയാനും ചർച്ചകൾ നടത്താനും ചോലയിലേക്ക് എത്തിക്കൊണ്ടിരുന്നു.

ചോലപ്പാലത്തിന് സമീപത്തെ അരയാൽചുവട്ടിൽ മീൻവിറ്റുകൊണ്ടിരുന്ന ഇടിയൻ രാഘവൻ ആഹ്ലാദഭരിതനായി കാണപ്പെട്ടു. മാർക്സിസ്റ്റുപാർട്ടിയുടെ ഭയങ്കര വിശ്വാസിയായ ഇടിയൻരാഘവന്റെ ഏറ്റവും വലിയ രാഷ്ട്രീയ ശത്രു ഇന്ദിരാഗാന്ധിയാണ്. പിന്നെ കെ. കരുണാകരനും. ഓർമവെച്ചനാൾ മുതൽ ഇന്ദിരാഗാന്ധിക്കെതിരെ മുദ്രാവാക്യം വിളിച്ച് പരിചയിച്ചതാണ് രാഘവൻ.

ഇടിയൻരാഘവന് കോൺഗ്രസ്സിനെതിരെ മുദ്രാവാക്യം വിളിക്കാൻ ജാഥ നടത്തണമെന്നില്ല. കള്ളുകുടിച്ചു കഴിഞ്ഞാൽ ഏതുസമയത്തും എവിടുന്നും മുദ്രാവാക്യങ്ങൾ വിളിക്കും.

എന്നും രാവിലെ ആറര മണിയുടെ ബസ്സിന് കണ്ണൂർ ആയിക്കരയിൽ പോയി മീൻ വാങ്ങി പതിനൊന്നര മണിയോടെ രാഘവൻ ചോലയിലെത്തും. അപ്പോഴേക്കും ഷാപ്പിൽ കള്ളെത്തിയിട്ടുണ്ടാവും. ഒരു കുപ്പി കള്ള് കുടിച്ച ശേഷമേ മീൻ വിൽക്കാനിരിക്കൂ. പിന്നെ ഒഴിവു കിട്ടുമ്പോൾ ഇടയ്ക്കിടെ ഷാപ്പിൽ പോയി ഓരോ ഗ്ലാസ് കുടിക്കും. മീൻ വിറ്റുതീർന്നാൽ വീണ്ടും വിസ്തരിച്ച് കള്ളുകുടിക്കും. പിന്നീട് കോൺഗ്രസ് വിരുദ്ധ പ്രസംഗങ്ങളും നേതാക്കൾക്കെതിരെയുള്ള തെറിവിളിയും മുദ്രാവാക്യങ്ങളും ഉയരും. വർഷങ്ങളായി തുടരുന്ന ഈ അനുഷ്ഠാനപരമായ കർമങ്ങളെ ആരും ഗൗനിക്കുകയോ എതിർക്കുകയോ ചെയ്യാറില്ല. എം.വി.രാഘവനാണ് ഇടിയൻരാഘവന്റെ ഏറ്റവും ആരാധ്യനായ നേതാവ്. എം.വി.രാഘവന്റെ പ്രസംഗം സമീപത്തെവിടെയെങ്കിലും ഉണ്ടെങ്കിൽ അന്ന് മീൻ വിൽപനക്ക് പോകാതെ പ്രസംഗം കേൾക്കാൻ പോകും.

അടിയന്തരാവസ്ഥ പിൻവലിച്ചതിന് ശേഷം, 1977 മാർച്ചിൽ നടന്ന

തിരഞ്ഞെടുപ്പിൽ വിളിച്ച മുദ്രാവാക്യങ്ങൾ ഇടിയൻരാഘവന് ഹൃദിസ്ഥമാണ്. അത് ഇപ്പോഴും വിളിക്കും.

'ഇന്ദിരാഗാന്ധി ഭാരതയക്ഷീ
അടിയന്തരാവസ്ഥ അറബിക്കടലിൽ
അടിയന്തരാവസ്ഥ വന്നതിൽപ്പിന്നെ
ഇന്ദിരാഗാന്ധീന്റെ ജഗജീവൻ പോയി
ജഗജീവൻ പോയി ജീവനും പോയി
നന്ദിനി പോയി നാറിപ്പോയി...
ബഹുഗുണപോയി ഗുണവും പോയി
ചെക്കന്റെ അഞ്ചും അമ്മേന്റെ ഇരുപതും
അറബിക്കടലിൽ കെട്ടിത്താഴ്ത്തി...

വൈകുന്നേരമായപ്പോൾ പത്തറുപത് കോൺഗ്രസ്സുകാർ പങ്കെടുത്ത മൗനജാഥ കോവൂരിൽ നിന്നാരംഭിച്ച് ചോലവഴി പൊയ്യൂർക്കടവിലേക്ക് നീങ്ങി.

കോൺഗ്രസ്സുകാരുടെ മൗനജാഥ ചോലയിലെത്തുമ്പോൾ ഇടിയൻ രാഘവൻ മീൻവിറ്റ് തീർന്ന് കള്ളുഷാപ്പിലായിരുന്നു. സാധാരണ നിലയിൽ കോൺഗ്രസ്സുകാരുടെ ജാഥ കാണുമ്പോൾ രാഘവന് കലികയറും. എന്തെങ്കിലും തെറി പറയാതിരിക്കില്ല. ഷാപ്പിലുള്ള മറ്റുള്ളവരുടെ ഉത്കണ്ഠയും അതായിരുന്നു. എന്നാൽ ഇത്തവണ ഒന്നുമുണ്ടായില്ല.

മാർക്സിസ്റ്റുകാർ മാത്രമുള്ള പൊയ്യൂർക്കടവിലേക്ക് കോൺഗ്രസ് ജാഥകൾ പോകുന്നത് പതിവില്ല. അടിയന്തരാവസ്ഥക്ക് ശേഷമുള്ള തിരഞ്ഞെടുപ്പ് കാലത്ത് കോൺഗ്രസ്സുകാരുടെ ജാഥ പൊയ്യൂർക്കടവ് വഴി പോയിരുന്നു. രാത്രി വയൽമധ്യത്തിലെ വരമ്പിലൂടെ മുദ്രാവാക്യം വിളിച്ച് നീങ്ങിയ ജാഥയെ നാലുഭാഗത്തുനിന്നും മാർക്സിസ്റ്റുകാർ ആക്രമിച്ചു. പലർക്കും അടികിട്ടി. പലർക്കും ഓട്ടത്തിനിടയിൽ വീണുപരിക്കേറ്റു. ഭയം കാരണം പൊലീസിൽ പരാതിപോലും നൽകിയില്ല. പിന്നീടൊരിക്കലും കോൺഗ്രസ്സുകാർ ജാഥയായി പൊയ്യൂർക്കടവിലേക്ക് പോയിട്ടില്ല. ഒരു പ്രത്യേക സാഹചര്യത്തിലാണ് ഇപ്പോൾ കോൺഗ്രസ് ജാഥ പൊയ്യൂർക്കടവിലേക്ക് പോകുന്നത്.

ഇന്ദിരാഗാന്ധിയുടെ മരണ വിവരമറിഞ്ഞ് പൊയ്യൂർക്കടവിലെ പൂഴിത്തൊഴിലാളികൾ പണി നിർത്തിവെച്ചു. എല്ലാവരും കുന്നുമ്മൽ ഗോവിന്ദന്റെ പീടികയിൽ തടിച്ചുകൂടി. ബ്രാഞ്ച് സെക്രട്ടറി ബാലൻമാസ്റ്റർ പുഴക്കടവിലെ കൊടി മരത്തിലെ ചെങ്കൊടി താഴ്ത്തിക്കെട്ടി കറുത്തകൊടി ഉയർത്തി. അതുവഴി കടന്നുപോയ കോൺഗ്രസ്സുകാരുടെ നേതൃത്വത്തി

ലുള്ള മൗനജാഥയിൽ ചില തൊഴിലാളികൾ ചേർന്നു.

കോരാറമ്പിലെ നാരായണൻ നമ്പ്യാരുടെ വീട്ടിൽ ടെലിവിഷനുണ്ടെന്നും ഇന്ദിരാഗാന്ധി വെടിയേറ്റ് മരിച്ചുകിടക്കുന്നതും ആയിരക്കണക്കിനാളുകൾ ആദരാഞ്ജലി അർപ്പിക്കുന്നതും ടെലിവിഷനിൽ കാണാമെന്നുമുള്ള വിവരമറിഞ്ഞ് പലരും ജീപ്പുപിടിച്ച് കോരാറമ്പിലേക്ക് പോയി. നമ്പ്യാർ മാസങ്ങൾക്കുമുമ്പേ കെൽട്രോണിൽ ടി.വി.ക്ക് ബുക്ക് ചെയ്തിരുന്നെങ്കിലും ഒരുമാസം മുമ്പാണ് കിട്ടിയത്. ബസ്സിലും കാൽനടയായും എത്തിയവരെക്കൊണ്ട് നാരായണൻ നമ്പ്യാരുടെ വീടും പരിസരവും നിറഞ്ഞു.

എല്ലാവർക്കും കാണാനുള്ള സൗകര്യത്തിനായി വീടിന്റെ ഉമ്മറത്തെ മേശമേലാണ് കെൽട്രോണിന്റെ ബ്ലാക്ക് ആൻഡ് വൈറ്റ് ടെലിവിഷൻ വെച്ചിരുന്നത്. മാണിയൂരിലും പൊയ്യൂർക്കടവിലും എവിടെയും ടെലിവിഷനില്ല. വൈദ്യുതിയും.

ടെലിവിഷൻ കാണാൻ കുട്ടികളും സ്ത്രീകളും സിമന്റിട്ട മുറ്റത്തിരുന്നു. പുരുഷൻമാർ അവരുടെ പിന്നിൽ നിന്നു. പലരും ആദ്യമായാണ് ടെലിവിഷൻ കാണുന്നത്. പ്രധാനമന്ത്രി ഇന്ദിരാഗാന്ധിയുടെ നിശ്ചേതനമായ മൃതദേഹംകണ്ട് സ്ത്രീകൾ വാവിട്ടുകരഞ്ഞു. പുരുഷൻമാർ ദുഃഖമടക്കി.

ടെലിവിഷൻ കാണാൻ പോയി നാട്ടുകാരോടാപ്പം രാത്രി തിരിച്ചുവരുമ്പോൾ ഫർക്കകുഞ്ഞിരാമൻ പറഞ്ഞു – '...കൈമ്മല് പൈശയിണ്ടെങ്കില് ഇങ്ങനത്തെ സാധനം വാങ്ങണം. അങ്ങ് ഡെൽഹീല് നടക്കുന്ന കാര്യങ്ങള് നമ്മള് സിനിമേല്ക്കാണുമ്പോലെ കണ്ടില്ലേ... നമ്മളെ നാട്ടിലും കൊറച്ച് പൈശക്കാറ്ണ്ട്... എന്നിറ്റെന്താകാര്യം...?'

പിറ്റേദിവസം ഇന്ദിരാഗാന്ധിയുടെ ശവസംസ്കാരച്ചടങ്ങ് കാണാൻ തലേദിവസത്തേതിലും ഇരട്ടി ആൾക്കാർ വീട്ടിൽ എത്തിയപ്പോൾ നാരായണൻ നമ്പ്യാരുടെ മട്ടുമാറി. '... നിങ്ങള് ഇങ്ങനെ വന്ന് വീട്ടിന് ചുറ്റ്യും കൂട്യാല് ശരിയാവൂല... ഊട്ത്തെ പെണ്ണ്ങ്ങക്കും കുട്ട്യക്കും കക്കൂസില് പോകാൻ പോലും പറ്റ്ന്നില്ല... ഇന്നലെ എല്ലാ കാര്യങ്ങളും കണ്ടില്ലേ... അതുമതി...'

നമ്പ്യാർ ടെലിവിഷൻ അകത്തേക്ക് മാറ്റിവെച്ചിരുന്നു.

മൂന്നുദിവസം കഴിഞ്ഞ് പാർട്ടി പൊയ്യൂർക്കടവ് ബ്രാഞ്ച് യോഗം ചേർന്നപ്പോൾ പ്രധാന ചർച്ചാ വിഷയമായത് ഇന്ദിരാഗാന്ധി മരിച്ചപ്പോൾ പാർട്ടിയുടെ പതാക താഴ്ത്തിക്കെട്ടിയതും കോൺഗ്രസ്സുകാർ നേതൃത്വം കൊടുത്ത മൗനജാഥയിൽ ചില പാർട്ടി അനുഭാവികൾ പങ്കെടുത്തതുമാണ്.

പ്രധാനമന്ത്രി ഇന്ദിരാഗാന്ധിയുടെ കൊലപാതകത്തിൽ അനുശോചനവും പ്രതിഷേധവും രേഖപ്പെടുത്തിക്കൊണ്ടാണ് യോഗം തുടങ്ങിയത്. സംഭവത്തിൽ അനുശോചിച്ച് പാർട്ടി പതാക താഴ്ത്തിക്കെട്ടിയത് ബ്രാഞ്ച് സെക്രട്ടറി ബാലൻ മാഷ് യോഗത്തിൽ റിപ്പോർട്ട് ചെയ്തു. റിപ്പോർട്ടിൻമേലുള്ള ചർച്ചയിൽ ചില അംഗങ്ങൾ ബ്രാഞ്ച് സെക്രട്ടറിയുടെ നടപടിയെ ചോദ്യംചെയ്തു. ബ്രാഞ്ചിലെ മുതിർന്ന അംഗമായ പി.കെ.ഗോവിന്ദനാണ് ആദ്യം വിമർശനം ഉന്നയിച്ചത്.

'ഇന്ദിരാഗാന്ധിയായാലും മരിച്ചത് ദുഃഖം തന്നെ. എന്നാൽ, ഒരു ബൂർഷ്വാ നേതാവാണ് ഇന്ദിരാഗാന്ധി. അടിയന്തിരാവസ്ഥയിലും മറ്റും നമ്മുടെ എത്രയോ സഖാക്കളെ ജയിലിലടയ്ക്കുകയും മർദിക്കുകയും കൊല്ലാൻ നേതൃത്വം നൽകുകയും ചെയ്ത ആൾ. അങ്ങിനെയുള്ള ഒരു വർഗശത്രുവും ബൂർഷ്വാനേതാവുമായ ഒരാൾ മരിച്ചതിന് ചെങ്കൊടി താഴ്ത്തിക്കെട്ടിയത് ശരിയായില്ല. നമ്മുടെ സഖാക്കൾ മരിച്ചാലേ ചെങ്കൊടി താഴ്ത്തിക്കെട്ടാൻ പാടുള്ളൂ'

എം.കെ.ഹരീന്ദ്രൻ, സി.കെ.ഉത്തമൻ, പി.കെ.നാരായണൻ എന്നിവർ ഈ വാദത്തോട് യോജിച്ചു.

ചർച്ചകൾക്ക് ശേഷം ബ്രാഞ്ച് സെക്രട്ടറി മറുപടി പറഞ്ഞു.

'... സഖാക്കളുടെ വികാരം മനസ്സിലാക്കുന്നു. പ്രധാനമന്ത്രി ഇന്ദിരാഗാന്ധി ഒരു ബൂർഷ്വാ നേതാവും പാർട്ടിയെ അടിച്ചമർത്താൻ ശ്രമിച്ച ആളുമാണ് എന്ന കാര്യത്തിൽ തർക്കമൊന്നുമില്ല. എന്നാൽ, അവർ കൊല്ലപ്പെട്ടത് സാമ്രാജ്യത്വശക്തികളുടെ ഏജന്റുമാരായ ഖാലിസ്താൻ തീവ്രവാദികളുടെ കൈകൊണ്ടാണ്. നമ്മുടെ പാർട്ടി സാമ്രാജ്യത്വത്തിനും തീവ്രവാദത്തിനും എതിരാണ്. പഞ്ചാബിൽ ഖാലിസ്താൻ തീവ്രവാദത്തിനെതിരെ മുന്നിൽ നിന്ന് പോരാടുന്ന പാർട്ടിയാണ് നമ്മുടേത്... അതുകൊണ്ടാണ് നമ്മുടെ കൊടി താഴ്ത്തിക്കെട്ടിയത്. ഡൽഹിയിലെയും തിരുവനന്തപുരത്തെയുമൊക്കെ പാർട്ടി ഓഫീസുകളിലെ പതാക താഴ്ത്തിക്കെട്ടിയിരുന്നുവെന്ന് ദേശാഭിമാനിയിൽ വായിച്ചില്ലേ...'

ബ്രാഞ്ച് സെക്രട്ടറിയുടെ വിശദീകരണത്തിന് ശേഷം ഈ വിഷയത്തെക്കുറിച്ച് വേറെ ചർച്ചകളൊന്നും ഉണ്ടായില്ല.

നല്ലവനായ കാട്ടാളൻ

'**ക**ടമ്മനിട്ട കണ്ണൂരിലുണ്ട്. പ്ലാസാ ലോഡ്ജിലാണ് താമസം. രാത്രി പോയാൽ നേരിട്ടുകാണാം' - കൂടാളി സബ്പോസ്റ്റോഫീസിലെ ക്ലർക്കും ആലിൻകീൽ യുവരഞ്ജിനി ആർട്സ് ആൻഡ് സ്പോർട്സ് ക്ലബ്ബ് സെക്രട്ടറിയുമായ സുകുമാരൻ അറിയിച്ചു.

ക്ലബ്ബിന്റെ വാർഷികത്തോടനുബന്ധിച്ച് കവിയരങ്ങ് സംഘടിപ്പിക്കണമെന്ന ആശയം എക്സിക്യൂട്ടീവ് യോഗത്തിൽ ഉയർന്നുവന്നിരുന്നു. കവിയരങ്ങ് ഉദ്ഘാടനം ചെയ്യാൻ കടമ്മനിട്ട രാമകൃഷ്ണനെയോ ബാലചന്ദ്രൻ ചുള്ളിക്കാടിനെയോ കൊണ്ടുവരണമെന്നാണ് യോഗത്തിൽ നിർദേശം വന്നത്. എന്നാൽ അവരെ ബന്ധപ്പെടാനുള്ള വഴികൾ ഒത്തുവന്നിരുന്നില്ല. ഇതിനിടയിലാണ്, കമ്പി - തപാൽ വകുപ്പിൽ അക്കൗണ്ട്സ് വിഭാഗത്തിലെ ഉദ്യോഗസ്ഥൻ കൂടിയായ കടമ്മനിട്ട കണ്ണൂർ ഹെഡ്പോസ്റ്റോഫീസിൽ ഓഡിറ്റിനായി എത്തിയിട്ടുണ്ടെന്ന് സുകുമാരൻ അറിഞ്ഞത്.

ആലിൻകീലെ അബ്ദുള്ളയുടെ കടയിൽ ക്ലബ്ബിന്റെ പ്രവർത്തകർ രാത്രി ഒത്തുചേർന്നപ്പോഴാണ് സുകുമാരൻ ഇക്കാര്യം വെളിപ്പെടുത്തിയത്.

'കടമ്മനിട്ട മൂന്നുദിവസം കണ്ണൂരിലുണ്ടാവും' - സുകുമാരൻ കൂട്ടിച്ചേർത്തു.

'... പരിചയമില്ലാത്ത ആളുകൾ പോയാൽ അദ്ദേഹം പരിപാടിക്ക് വരണമെന്നില്ല. അതുകൊണ്ട് മുരളിമാഷെ കൂട്ടിപ്പോകുന്നതാ നല്ലത്. അല്ലെങ്കിൽ മാഷെക്കൊണ്ട് ഫോൺ ചെയ്യിക്കണം. രാത്രി പ്ലാസ ഹോട്ടലിൽ വിളിച്ചാ കടമ്മനിട്ടയെക്കിട്ടും. കെ.എം.ജിയുടെ വീട്ടിലും ചീക്കപ്പാറ ബാലേട്ടന്റെ വീട്ടിലും ഫോണുണ്ടല്ലോ' - അയ്യപ്പൻചാലിൽ ഗംഗാധരനാണ് ഈ നിർദേശം വച്ചത്.

'ഏതായാലും ഞാൻ നാളെ കണ്ണൂരിൽ പോയി കടമ്മനിട്ടയെ കാ

ണ്ടും... പരിപാടി കിട്ടുമെങ്കിൽ അപ്പോൾത്തന്നെ കോപ്രറ്റീവ് പ്രസ്സിൽ നോട്ടീസടിക്കാൻ കൊട്ക്കാ...' – സുകുമാരൻ പറഞ്ഞു

പുത്തലത്ത് മുകുന്ദനും പാറപ്രത്തെ മനോഹരനും ഉത്തമനും ഈ നിർദേശത്തെ ശരിവെച്ചു.

രാത്രി സുകുമാരനും ഗംഗാധരനും മുരളിമാഷുടെ വീട്ടിലെത്തി കാര്യങ്ങൾ സംസാരിച്ചു.

'ഫോണിൽ കടമ്മനിട്ടയെ കിട്ടാൻ ബുദ്ധിമുട്ടായിരിക്കും... അതിനാൽ ഞാനൊരു കത്ത് തരാം... അത് കടമ്മനിട്ടക്ക് കൊടുത്താൽ മതി... ' – മുരളിമാഷ് നിർദേശിച്ചു.

മാഷ് ഉടൻ ഒരു കത്തെഴുതി കവറിലിട്ട് മേൽവിലാസമെഴുതി സുകുമാരനെ ഏൽപ്പിച്ചു.

വൈകുന്നേരം ആറരയോടെ കണ്ണൂർ പ്ലാസ ടൂറിസ്റ്റ് ഹോമിൽ സുകുമാരനെത്തി. റിസപ്ഷനിൽ ഇരിക്കുന്ന മധ്യവയസ്കനോട് കടമ്മനിട്ട താമസിക്കുന്ന മുറി ഏതെന്ന് അന്വേഷിച്ചു.

'കടമ്മനിട്ടയോ... അതാരാ...?' – സംശയത്തോടെ റിസപ്ഷനിസ്റ്റ് ചോദിച്ചു.

'അതൊരു കവിയാ'

'കടമ്മനിട്ട രാമകൃഷ്ണൻ എന്നൊരാള് മുറിയെട്ത്തിറ്റ്ണ്ട്... അയാള് കവിയാണോന്നറീല്ല... നൂറ്റിനാലിലാ...'

സുകുമാരൻ കോണിപ്പടികയറി നൂറ്റിനാലാം നമ്പർ മുറിക്ക് മുന്നിലെത്തി.

മുറി അകത്തുനിന്ന് പൂട്ടിയിരുന്നു.

പതുക്കെ വാതിലിന് മുട്ടി.

കുറച്ചുകഴിഞ്ഞപ്പോൾ വാതിലിന്റെ ഒരു പാളി പകുതി തുറന്നു.

തലശ്ശേരി ബ്രണ്ണൻ കോളേജിലെ വിദ്യാർഥിയും മയ്യിൽ വള്ളിയോട്ടുകാരനുമായ ബാലകൃഷ്ണന്റെ തല പുറത്തേക്ക് നീണ്ടു.

'ഓ സുകുഏട്ടനോ?... വാ വാ... അകത്ത് വാ' – ബാലകൃഷ്ണൻ സുകുമാരനെ സ്വാഗതം ചെയ്തു.

കടമ്മനിട്ട കൈലിമാത്രം ഉടുത്ത് വയറും തടവി കട്ടിലിൽ കിടക്കുകയാണ്.

'...ഇത് സുകു ഏട്ടൻ... കടമ്മനിട്ടയുടെ ഡിപ്പാർട്ട്മെന്റിൽത്തന്നെയാ ജോലി. കൂടാളി പോസ്റ്റോഫീസിലാ. നാട്ടിൽ സാംസ്കാരിക പ്രവർത്തകനാണ്...'– ബാലകൃഷ്ണൻ സുകുമാരനെ കടമ്മനിട്ടക്ക് പരിചയപ്പെടുത്തി.

കടമ്മനിട്ട കട്ടിലിൽ എഴുന്നേറ്റിരുന്നു.

'ഞാൻ വന്നത് സാറെ നാട്ടിലെ ഒരു പരിപാടിക്ക് ക്ഷണിക്കാനാ... മുരളിമാഷ് ഒരു കത്ത് തന്നിറ്റ്ണ്ട്...'

കടമ്മനിട്ട തവിട്ടുനിറമുള്ള കവർപൊട്ടിച്ച് കത്തുവായിച്ചു.

'ഓഹോ... മുരളിമാഷുടെ നാട്ടുകാരനാണോ... അവനെ കണ്ടിട്ട് കുറേക്കാലമായി... അവൻ പുതിയ നാടകമൊന്നും എഴുതുന്നില്ലേ?' - കടമ്മനിട്ട കത്ത് മേശപ്പുറത്ത്വെച്ചു. അതിനുശേഷം സുകുമാരനെ കട്ടിലിൽ ഇരിക്കാൻ ക്ഷണിച്ചു.

സുകുമാരൻ കടമ്മനിട്ടയുടെ അരികിൽ ഇരുന്നു.

'...നമ്മള് ഒരു കുപ്പി വാങ്ങി കഴിച്ചുകൊണ്ടിരിക്കലാ... മറ്റാരോ ആണെന്ന് വിചാരിച്ച് മാറ്റിവെച്ചതാ...'

- കട്ടിലിനടിയിൽ ഒളിപ്പിച്ചുവെച്ച മദ്യക്കുപ്പിയും ഗ്ലാസ്സും തീറ്റ സാധനങ്ങളും ബാലകൃഷ്ണൻ പുറത്തെടുത്തു.

അതെല്ലാം എടുത്ത് മേശപ്പുറത്ത് വെക്കുന്നതിനിടയിൽ ബാലകൃഷ്ണൻ ചോദിച്ചു.

'അൽപ്പം എടുക്കട്ടെ?'

'ഉം... കുറച്ചെടുക്ക്... കടമ്മനിട്ടയോടൊപ്പം കമ്പനി കൂടാൻ അവസരം കിട്ടുന്നത് ജീവിതത്തിലെ മഹാഭാഗ്യല്ലേ...'

ബാലകൃഷ്ണൻ മാക്ഡവൽ വിസ്കി ഗ്ലാസ്സിലൊഴിച്ച് സോഡ ചേർത്ത് സുകുമാരന് നൽകി.

'...ഒന്ന് കൂടി കഴിക്കെടാ... വടക്കെ മലബാറുകാർ നല്ല വേന്ദ്രൻമാരാ... അവൻമാർക്ക് ഒന്ന് കഴിച്ചാ ഒട്ടും ഏശൂലാ...'

കടമ്മനിട്ട തലയിണ ചുവരിൽ ചാരിവെച്ച് അതിൻമേൽ ചാരിക്കിടന്നു.

ഒരു പെഗ്ഗ് കൂടി കഴിച്ചശേഷം സുകുമാരൻ പറഞ്ഞു: 'നാട്ടിലെ യുവരഞ്ജിനി ആർട്സ് ആൻഡ് സ്പോർട്സ് ക്ലബ്ബിന്റെ വാർഷികത്തോടനുബന്ധിച്ച് ഒരു കവിയരങ്ങ് നടത്താൻ ആലോചിച്ചിരുന്നു. സാറെ ക്ഷണിക്കാൻ നേരത്തെ തീരുമാനിച്ചിരുന്നു. അപ്പഴാ കണ്ണൂരിൽ വന്നിട്ടുണ്ടെന്ന വിവരം കിട്ടിയത്... സാറ് പരിപാടിക്ക് വരണം...'

'നിങ്ങളെ മാണിയൂരില് കടമ്മനിട്ടയെപ്പോലെയുള്ള ആളെ കൊണ്ടുവന്നാല് പരിപാടി വിജയിക്കൂലാ... മയ്യില് നടത്തുന്നതാ നല്ലത്...' - ബാലകൃഷ്ണൻ അഭിപ്രായപ്പെട്ടു.

'സാറിന്റെ പരിപാടി കിട്ട്യാല് വിജയിപ്പിക്കുന്ന കാര്യം ഞാനേറ്റു... മയ്യില് നിങ്ങള് വേറെ പരിപാടി നടത്തിക്കോ...' - ബാലകൃഷ്ണന്റെ

നിർദേശത്തിൽ നീരസം പ്രകടിപ്പിച്ചുകൊണ്ട് സുകുമാരൻ പറഞ്ഞു.

'എടോ... നിങ്ങളെ മാണിയൂര് നല്ല നാട്ടിൻപുറമല്ലേ... ഞാൻ വരാം... ഒന്നും ഇല്ലേങ്കില് നമ്മുടെ മുരളിമാഷെ നാടല്ലേ... എനിക്ക് നാട്ടിൻപുറത്തെ പരിപാടിക്ക് പോകാനാ ഇഷ്ടം. ഞാൻ വെള്ളിയാഴ്ചവരെ ഇവിടെയുണ്ട്... ഇനി നാല് ദിവസം. അതിനിടേല് ഒന്ന് രണ്ട് പരിപാടിയുണ്ട്...

അങ്ങിനെയാണെങ്കില് വെള്ളിയാഴ്ച വൈകുന്നേരം പരിപാടി വെക്കാം... കവിയരങ്ങാവുമ്പം വേറെ കവികളും വേണ്ടേ... ആരെങ്കിലുമുണ്ടോ?'

'ഇനി അതിനൊന്നും സമയമില്ലല്ലോ സാർ... സാറ് മാത്രം വന്നാൽ മതി'

'ശരി ഞാൻ വരാം... നിങ്ങള് പ്ലാൻ ചെയ്തോ?'

'ശരി സാർ... സന്തോഷമായി... ഞാൻ നാളെത്തന്നെ നോട്ടീസടിക്കാം' – സുകുമാരൻ ആഹ്ലാദം കൊണ്ടു.

'നാട്ടിലേക്കെങ്ങിനെ പോകും... ബസ്സിൽ വരാൻ പറ്റ്വോ?' – ക്ലബ്ബിന്റെ സാമ്പത്തിക പരാധീനത മനസ്സിൽവെച്ച് സുകുമാരൻ ചോദിച്ചു.

'ഒരു കാര്യം ചെയ്യാ... ഞാൻ നിങ്ങളുടെ സബ്പോസ്റ്റോഫീസ് അന്ന് ഇൻസ്പെക്ട് ചെയ്യാം... അതിനടുത്ത് ഏതാ ബ്രാഞ്ച് പോസ്റ്റോഫീസുള്ളത്? ഒരു സബ്പോസ്റ്റോഫീസും ഒരു ബ്രാഞ്ച് പോസ്റ്റോഫീസും ഒരു ദിവസം ഇൻസെപ്കട് ചെയ്യണമെന്നാ ചട്ടം...'

'കാഞ്ഞിരോട് ബ്രാഞ്ച് പോസ്റ്റോഫീസുണ്ട്'

'എന്നാൽ ഞാൻ വെള്ളിയാഴ്ച കൂടാളി സബ്പോസ്റ്റോഫീസും കാഞ്ഞിരോട് ബ്രാഞ്ചും ഇൻസ്പെക്ഷൻ നടത്താൻ വരാ... അത് കഴിഞ്ഞ് ബസ്സിന് നിങ്ങളുടെ നാട്ടിലേക്ക് പോകാം...'

കടമ്മനിട്ടയുടെ പരിപാടി കിട്ടിയ ആഹ്ലാദത്തോടെ സുകുമാരൻ നാട്ടിലേക്ക് മടങ്ങി.

ആലിൻകീൽ ബസ്സ്റ്റോപ്പിൽ ക്ലബ്ബ് പ്രവർത്തകർ സുകുമാരനെ കാത്തിരിക്കുന്നുണ്ടായിരുന്നു.

കടമ്മനിട്ടയുടെ പരിപാടി കിട്ടിയതറിഞ്ഞതോടെ എല്ലാവരും ആവേശഭരിതരായി.

'നമുക്കിപ്പോൾത്തന്നെ മെഗാഫോൺ അനൗൺസ്മെന്റ് നടത്തണം... പഴയ ഒന്ന് ക്ലബ്ബിന്റെ ഓഫീസിലുണ്ട്...' പുത്തലത്ത് മുകുന്ദൻ നിർദേശിച്ചു.

മുകുന്ദൻ ക്ലബ്ബിൽ നിന്ന് മെഗാഫോൺ പരതിയെടുത്തു. കഴിഞ്ഞ തിരഞ്ഞെടുപ്പ് കാലത്ത് ഉപയോഗിച്ചതിന് ശേഷം വെറുതെ ഇട്ടതിനാൽ

മെഗാഫോണിൽ തുരുമ്പുകയറിയിരുന്നു.

തിരഞ്ഞെടുപ്പുകാലത്തെ അനുസ്മരിപ്പിക്കുന്ന വിധത്തിൽ രാത്രി മെഗാഫോൺ അനൗൺസ്മെന്റ് കേട്ട് നാട്ടുകാർ കാതോർത്തു. '... ആധുനിക മലയാള കവിതയിലെ നല്ലവനായ കാട്ടാളൻ കവി കടമ്മനിട്ട രാമകൃഷ്ണൻ മാണിയൂരിൽ... ആലിൻകീൽ യുവരഞ്ജിനി ആർട്സ് ആൻഡ് സ്പോർട്സ് ക്ലബ്ബിന്റെ നേതൃത്വത്തിൽ വെള്ളിയാഴ്ച വൈകുന്നേരം നാലുമണിക്ക് മാണിയൂർ യു.പി. സ്കൂളിൽ പ്രശസ്ത കവി കടമ്മനിട്ട കവിതകൾ അവതരിപ്പിക്കുന്നു... പരിപാടിയിൽ പങ്കെടുക്കാൻ നിങ്ങളെ ഓരോരുത്തരെയും മാണിയൂർ യു.പി. സ്കൂളിലേക്ക് ക്ഷണിക്കുന്നു...അരങ്ങിലെ സിംഹഗർജനമായ കവി കടമ്മനിട്ട മാണിയൂരിൽ...'

നാട്ടുകാരെ ഉണർത്തിക്കൊണ്ട് ക്ലബ്ബ് പ്രവർത്തകർ പാടവരമ്പിലൂടെയും ഇടവഴികളിലൂടെയും കവുങ്ങിൻതോട്ടങ്ങളിലൂടെയും ചെമ്മൺ റോഡുകളിലൂടെയും അർധരാത്രിവരെ സഞ്ചരിച്ചു. തുടർന്ന് എല്ലാവരും ക്ലബ്ബ് പ്രവർത്തകൻ ചോലയിലെ തമ്പാന്റെ വിവാഹവീട്ടിലേക്ക് പോയി.

കണ്ണൂർ കോ-ഓപ്പറേറ്റീവ് പ്രസ്സിൽ നിന്നടിച്ച നോട്ടീസും നാട്ടിലാകെ വിതരണം ചെയ്തു.

കടമ്മനിട്ടയും മറ്റൊരു ഉദ്യോഗസ്ഥനായ തിരുവനന്തപുരത്തുകാരൻ കാർത്തികേയനും ഇൻസ്പെക്ഷൻ നടത്താൻ രാവിലെ പത്തുമണിയോടെ കൂടാളി സബ്പോസ്റ്റോഫീസിലെത്തി. കാർത്തികേയൻ കാഞ്ഞിരോട് ബ്രാഞ്ച് പോസ്റ്റോഫീസിലേക്ക് പോയി.

ഉച്ചഭക്ഷണം സുകുമാരന്റെ വീട്ടിലാണ് ഏർപ്പാട് ചെയ്തത്.

'കോഴിയിറച്ചിയൊന്നും വേണ്ട. നല്ല മത്സ്യം കിട്ടിയാൽ അതുമതി'യെന്ന് കടമ്മനിട്ട സുകുമാരനെ ഓർമിപ്പിച്ചിരുന്നു.

കവിയുടെ താൽപര്യം മനസ്സിലാക്കി, രണ്ടുദിവസം മുമ്പുതന്നെ അയമോദകവും കരിങ്ങാലിയും ചേർത്ത് കശുമാങ്ങനീര് വാറ്റിയെടുത്ത ചാരായവും തയ്യാറാക്കിവെച്ചു.

ഒന്നരമണിയോടെ കടമ്മനിട്ടയും കാർത്തികേയനും സുകുമാരനോടൊപ്പം ബസ്സിൽ ചാലോട്ടിലെത്തി.

ചാലോട്ടിലെ 'രാജേന്ദ്ര'യിലാണ് മൈക്കിന് ഏൽപ്പിച്ചിരുന്നത്. ജീപ്പ് പിടിച്ച് മൈക്കും സാമഗ്രികളും കയറ്റി. അതിൽത്തന്നെ മൂന്നുപേരും കയറി.

മൈക്ക് മാണിയൂർ യു.പി. സ്കൂളിൽ ഇറക്കിവെച്ച് ജീപ്പ് നേരെ സുകുമാരന്റെ വീട്ടിലേക്ക് തിരിച്ചു.

കാര്യങ്ങൾ സുകുമാരനോട് ചോദിച്ചറിഞ്ഞ കടമ്മനിട്ട, വീട്ടിലെത്തിയ ഉടനെ ആവശ്യപ്പെട്ടത് കശുമാങ്ങാചാരായത്തിനാണ്.

ഔഷധച്ചേരുവകൾ ചേർത്ത് പ്രത്യേകമായി ഉണ്ടാക്കിയ ചാരായവും ഒരു പ്ലേറ്റ് നിറയെ കുറ്റ്യാട്ടൂർ മാങ്ങ അരിഞ്ഞതും മീൻ വറുത്തതും മുന്നിൽ കണ്ടപ്പോൾതന്നെ കവിമനസ്സ് ഉത്തേജിതമായി.

ഒരു ഗ്ലാസ് നിറയെ ചാരായം ഒറ്റശ്വാസത്തിന് കവി കുടിച്ചുതീർത്തു. പിന്നാലെ മാമ്പഴ കഷണങ്ങളും.

'എടാ സുകുമാരാ... ഉഗ്രൻ സാധനം. ഇതിന് മുന്നിൽ ബ്ലാക്ക് ലേബലും ഷിവാസ് റീഗലും തോറ്റുപോകും... മാങ്ങയുടെ രുചിയും അപാരം...' - കവിമുഖത്ത് പൂർണ സംതൃപ്തി.

കാർത്തികേയനും സുകുമാരനും കവിയോടൊപ്പം ചേർന്നെങ്കിലും വളരെക്കുറച്ചുമാത്രമേ കഴിച്ചുള്ളൂ.

മദ്യവും വിഭവ സമൃദ്ധമായ ഭക്ഷണവും കഴിച്ച കവി വീട്ടിന്റെ ഉമ്മറത്തെ കട്ടിലിൽ കിടന്ന് ഉറക്കമായി.

പരിപാടി തുടങ്ങാൻ നിശ്ചയിച്ച നാലുമണി കഴിഞ്ഞിട്ടും കവി കൂർക്കം വലിച്ചുറങ്ങുകയാണ്. സുകുമാരന് ആധിയായി. വിളിച്ചുണർത്താനും മടി. ഒടുവിൽ കവിയെ സുകുമാരൻ കുലുക്കി വിളിച്ചുണർത്തി.

മാണിയൂർ യു.പി. സ്കൂളിലേക്ക് ഒന്നരകിലോമീറ്ററോളം നടക്കാനുണ്ട്. അത്രയും ദൂരം നടന്നുപോകാൻ കവി സന്നദ്ധത പ്രകടിപ്പിച്ചു.

തോളിൽ തൂക്കിയ സഞ്ചിയുമായി പലകാര്യങ്ങളും സംസാരിച്ചുകൊണ്ട്, നാട്ടുകാഴ്ചകൾ നോക്കി കടമ്മനിട്ട ഉൻമേഷത്തോടെ നടന്നു.

തിരിച്ചുപോകുമ്പോൾ കവിക്ക് സമ്മാനിക്കാൻ ഒരു കുപ്പിചാരായം സുകുമാരൻ കൈയിൽ കരുതി.

കടമ്മനിട്ട എത്തുമ്പോഴേക്കും സ്കൂൾ പരിസരം ജനനിബിഡമായി. ഒരുപാട് കുട്ടികളും സ്ത്രീകളും എത്തിയിട്ടുണ്ട്. അയൽ ഗ്രാമങ്ങളിൽ നിന്നും കവിയുടെ ആരാധകരായ ധാരാളം ചെറുപ്പക്കാരും. ചിലർ ടേപ്പ് റിക്കാർഡറുമായാണ് വന്നിരിക്കുന്നത്. മൈക്ക് ഓപ്പറേറ്റർ നാണുവുമായി ശട്ടംകെട്ടിയാണ് ടേപ്പ് റിക്കാർഡർ പ്രവർത്തിപ്പിക്കാൻ ഏർപ്പാടുണ്ടാക്കുന്നത്.

കടമ്മനിട്ടയെ ഹർഷാരവത്തോടെ ആരാധകർ വരവേറ്റു.

ആദ്യം മുക്കാൽ മണിക്കൂറോളം കടമ്മനിട്ട പ്രസംഗിച്ചു. നാട്ടിൻപുറങ്ങളുടെ സംശുദ്ധിയെക്കുറിച്ചും നൻമകളെക്കുറിച്ചും കവിയുടെ ഗംഭീര ശബ്ദത്തിലുള്ള പ്രസംഗത്തിന് സദസ്സ് കാതുകൂർപ്പിച്ചു.

പ്രസംഗത്തിന് ശേഷം കുറച്ചുസമയം വിശ്രമിച്ചു. മേശപ്പുറത്ത് വെ

ച്ചിരുന്ന ചെറുനാരങ്ങാ നീര് ചേർത്ത കട്ടൻ ചായ കുടിച്ചുതീർത്തശേഷം വേദിയിൽ അടുത്തിരിക്കുന്ന സുകുമാരനോട് കവി സ്വകാര്യമായി ചോദിച്ചു – 'സാധനം തീർന്നോ... ഒരു ഗ്ലാസ് കൂടി സംഘടിപ്പിക്കാൻ പറ്റുമോ എന്ന് നോക്ക്... എന്നാലേ കവിത ചൊല്ലാൻ മൂഡ് കിട്ടൂ...'

ഒരു കുപ്പിമദ്യം സുകുമാരൻ പ്രത്യേകം കരുതിയകാര്യം കടമ്മനിട്ട മനസ്സിലാക്കിയിരുന്നു.

'സ്റ്റേജിൽ കൊണ്ടുവരാനോ?... പരിപാടി കഴിഞ്ഞശേഷം തരാം' – സുകുമാരൻ കടമ്മനിട്ടയെ പിന്തിരിപ്പിക്കാൻ ശ്രമിച്ചു.

'നീ ഇവിടത്തേക്ക് തന്നെ കൊണ്ടുവാടാ... കരിങ്ങാലി ചേർത്തതല്ലേ... കട്ടൻചായയാണെന്നേ തോന്നൂ...'

സുകുമാരൻ ധർമസങ്കടത്തിലായി. കവിയെ പിണക്കാൻ കഴിയില്ല. മദ്യപിച്ചാൽ കവിതാപാരായണം അലങ്കോലപ്പെടുമോ എന്ന ആശങ്കയും.

ഒടുവിൽ മനസ്സില്ലാ മനസ്സോടെ, കട്ടൻചായ കൊണ്ടുവന്ന ഗ്ലാസ്സുമായി സുകുമാരൻ പോയി. രഹസ്യമായി സഞ്ചിയിൽ സൂക്ഷിച്ചുവെച്ചിരുന്ന ചാരായം കട്ടൻചായയാണന്ന വ്യാജേന മേശപ്പുറത്തുകൊണ്ടുവെച്ചു.

കവി അതിൽ പകുതി അകത്താക്കി.

മദ്യം കവിയുടെ സിരകളെ വീണ്ടും ഉത്തേജിപ്പിച്ചു.

ആദ്യം 'ശാന്ത' അവതരിപ്പിച്ചു. പിന്നെ 'കുറത്തി'. തുടർന്ന് ഗ്ലാസ്സിൽ അവശേഷിക്കുന്ന മദ്യം തീർത്തശേഷം 'കോഴി'യും 'കണ്ണൂർ കോട്ട'യും.

ആരാധകർ എല്ലാം മറന്ന് കവിതയിൽ ലയിച്ചു.

പരിപാടി കഴിഞ്ഞ് ആറുമണിയുടെ ബസ്സിൽ കണ്ണൂരിലേക്ക് യാത്രയയക്കാൻ ബസ്റ്റോപ്പിൽ എത്തിയപ്പോൾ ഒരു കവർ സുകുമാരൻ കടമ്മനിട്ടയുടെ ജൂബ്ബയുടെ പോക്കറ്റിലിടാൻ നോക്കി. എന്നാൽ, അദ്ദേഹം തടഞ്ഞു – 'ഒന്നും വേണ്ട, ആ കാശ് നിങ്ങൾ മൈക്കിന്റെ വാടക കൊടുത്തോളൂ...' തുടർന്ന് പറഞ്ഞു – 'എടാ സുകുമാരാ, കശുമാങ്ങാച്ചാരായത്തിന്റെ ലഹരിയും കുറ്റ്യാട്ടൂർ മാങ്ങയുടെ മാധുര്യവും ഒരിക്കലും മറക്കില്ല'.

തുടർന്ന് ഓർമിപ്പിച്ചു '... കുറ്റ്യാട്ടൂർ മാവിന്റെ ഒന്നുരണ്ട് തൈകൾ നീ എത്തിച്ചുതരണം. എന്റെ മകൾ ഗീത കോഴിക്കോട് മെഡിക്കൽ കോളേജിൽ ബി.ഡി.എസ്സിന് പഠിക്കുന്നുണ്ട്. നീ അവളുടെ അടുക്കൽ എത്തിച്ചാൽ മതി... പിന്നെ മാവിൻ തൈ എത്തിക്കാൻ ഒരു എളുപ്പവഴിയുണ്ട്. നിങ്ങളുടെ നാട്ടുകാരൻ വിശ്വനാഥൻ കോഴിക്കോട് മെഡിക്കൽ കോളേജിൽ എം.ബി.ബി.എസ്സിന് പഠിക്കുന്നുണ്ട്. അവന്റെ പ്രണയിനിയുടെ

പേരും ഗീത എന്നാണ്. അവളും മകളുടെ കൂടെ ബി.ഡി.എസ്സിന് പഠിക്കുന്നുണ്ട്. വിശ്വനാഥന്റെ കൈയിൽ കൊടുത്തുവിട്ടാൽ മതി...'.

ബസ്സ് വന്നു. കടമ്മനിട്ടയും കാർത്തികേയനും ബസ്സിൽ കയറി. തിരിച്ചുവരുമ്പോൾ പലരും തന്നെ അസൂയകലർന്ന ആദരവോടെ നോക്കുന്നതായി സുകുമാരന് തോന്നി - കവി കടമ്മനിട്ടയുമായി അടുപ്പം സ്ഥാപിക്കാൻ അവസരം കിട്ടിയ ആൾ എന്ന നിലയിൽ.

സാഫല്യം

'രണ്ടാളെ കല്ല്യാണോം ഒന്നിച്ചായതുകൊണ്ട് കേമമായിത്തന്നെ നടത്തണം. താലിപ്പന്തല് കൊണ്ട് വരണം... നാട്ടില് തീയൻമാറെ കല്യാണത്തിന് ഇതുവരെ ആരും താലിപ്പന്തല് കൊണ്ടന്നിറ്റില്ല...'

ബൈജുവിന്റെയും സുചിത്രയുടെയും കല്യാണ നടത്തിപ്പിനെക്കുറിച്ച് ചർച്ച ചെയ്യുന്നതിനിടയിൽ കമല ആഗ്രഹങ്ങൾ നിരത്തി.

'താലിപ്പന്തല് കൊണ്ടരാ... അതിനൊന്നും മൊടക്കം വെര്ത്തണ്ടാ...' - പപ്പൻ സമ്മതിച്ചു.

'പെണ്ണിനെക്കൊണ്ട് പോകുന്ന കൂട്ടറ് വലിയ പണക്കാരല്ലേ... ഒരു ഇരുപത് പവനെങ്കിലും കൊടുക്കണം. താലികെട്ടുമ്പം ചെക്കന് ചെയിനും ഇട്ട്കൊട്ക്കണം... നമ്മള് കൊണ്ടര്ന്ന പെണ്ണിന്റെ ആൾക്കാറും അങ്ങനെതന്നെ... ബൈജൂന്റെ പെണ്ണിന് പത്ത്മുപ്പത് പവനെങ്കിലും ഇണ്ടാവും... നമ്മള് കൊണ്ടര്ന്ന പെണ്ണിന് കിട്ട്ന്നത്ര സൊർണം നമ്മളെ മോക്കും കൊട്ക്കണ്ടെ...?' - കമല ആഗ്രഹങ്ങൾ പപ്പന് മുന്നിൽ നിരത്തിക്കൊണ്ടിരുന്നു.

'വീടിന്റെ പണി തീരുമ്പോഴേക്കും കയ്യിലുള്ള പൈസയെല്ലാം തീർന്നു. വീടുപണിക്ക് എത്രയായീന്നാ നിന്റെ വിചാരം. അധികം കടം വാങ്ങിയാല് നമ്മള് തന്നെയല്ലേ വീട്ടേണ്ടത്... ബൈജു കൊണ്ടെര്ന്ന പെണ്ണിന്റെ അച്ചന് ദുബായില് എണ്ണക്കമ്പനീലാ ജോലി...'

പപ്പൻ തന്റെ പരിമിതികൾ ഭാര്യയുടെ മുന്നിൽ മറച്ചുവെച്ചില്ല.

'... നിങ്ങള് പത്ത് പതിനഞ്ച് കൊല്ലായില്ലേ ഗൾഫില് പോയിറ്റ്... ബൈജു പോയിറ്റ് മൂന്ന് കൊല്ലായി. നമ്മക്കും ഇല്ലേ ഒരു നെലയും ബെലയും... നിങ്ങള് പതിനഞ്ച് കൊല്ലം കൊണ്ട് ഇണ്ടാക്കിയ പൈശ ബൈജു മൂന്ന് കൊല്ലം കൊണ്ട് ഇണ്ടാക്കി... സൊന്തായി വീട് എട്ത്തിറ്റേ കല്യാണം കയിക്കൂന്ന് ഓൻ വാശി പിടിച്ചു. അതല്ലേ ഓന്റെ കയ്യിലും പൈശയില്ലാതെ... കടം വാങ്ങിയാലും ഓൻ വീട്ടിക്കോളും...' - കമല

വിട്ടുവീഴ്ചയ്ക്കൊരുക്കമില്ലായിരുന്നു.

വ്യാജ പാസ്പോർട്ടുമായാണ് പപ്പൻ സൗദിയിലെത്തിയതെങ്കിലും വിഫലമായില്ല. അവിടെ ഒരു സ്വകാര്യ കൺസ്ട്രക്ഷൻ കമ്പനിയിൽ ആദ്യം ഡ്രൈവറായും പിന്നെ സൂപ്പർവൈസറായും ജോലികിട്ടി. പോയശേഷം നാലുതവണ നാട്ടിൽ വന്നു. പഴയവീട് പൊളിച്ച് രണ്ടുനില കോൺക്രീറ്റ് വീടെടുത്തു. വീട്ടിൽ മെച്ചപ്പെട്ട സൗകര്യങ്ങൾ വരുത്തി. വൈദ്യുതി കണക്ഷൻ എടുത്തു. ഫോണും കിട്ടി. ഫ്രിഡ്ജും ടി.വി.യും മിക്സിയും മറ്റ് ആധുനിക ഉപകരണങ്ങളും വാങ്ങി. നാട്ടിൽ ഇത്രയും സൗകര്യങ്ങളുള്ള വീട് വേറെയില്ല.

കണ്ണൂർ പോളിടെക്നിക്കിൽ നിന്ന് മെക്കാനിക്കൽ എൻജിനിയറിങ്ങിൽ ഡിപ്ലോമ നേടിയ ബൈജുവിനും സൗദിയിലെ ഒരു എൻജിനിയറിങ് കമ്പനിയിൽ ജോലികിട്ടി. രണ്ട് വർഷത്തിനുള്ളിൽ ബൈജു തീർഥാട്ടുമലയുടെ താഴെ പത്തുസെന്റ് ഭൂമി വാങ്ങി ഇരുനിലവീട് ഏതാണ്ട് പൂർത്തിയാക്കി.

നാട്ടിലെ ഏറ്റവും സൗന്ദര്യമുള്ള പെൺകുട്ടിയാണ് സുചിത്ര. ഒരുപാട് ചെറുപ്പക്കാർ അവളുടെ ആരാധകരായുണ്ട്. എന്നാൽ ആരെയും ഗൗനിക്കാത്ത സുചിത്രയോട് സംസാരിക്കാൻ പോലും നാട്ടിലെ ചെറുപ്പക്കാർക്ക് ആത്മവിശ്വാസമുണ്ടായിരുന്നില്ല.

ഡിഗ്രി ക്ലാസ്സിൽ പഠിക്കുന്ന സമയത്തുതന്നെ ധാരാളം വിവാഹാലോചനകൾ സുചിത്രയെത്തേടി വന്നിരുന്നു. എന്നാൽ പഠനം പൂർത്തിയായാലേ കല്യാണമുള്ളൂ എന്ന് അവൾ തീർത്തു പറഞ്ഞു.

ടി.ടി.സി. പാസായശേഷമാണ് സുചിത്ര ഡിഗ്രിക്ക് ചേർന്നത്. തുടർന്ന് ബി.എഡും പൂർത്തിയാക്കി. ബി.എഡ് കഴിഞ്ഞതിന് ശേഷവും ധാരാളം അന്വേഷണങ്ങൾ വന്നുകൊണ്ടിരുന്നു. എന്നാൽ, ഓരോ കുറ്റങ്ങൾ കണ്ടുപിടിച്ച് അവളും കമലയും ആരെയും സ്വീകരിച്ചില്ല. ഓരോ ആലോചനകൾ വരുമ്പോഴും കമല അയൽപക്കത്തെ വീട്ടിൽപ്പോയി വിസ്തരിക്കും. '... എന്റെ എശോാദേടത്തീ... പെണ്ണ് കാണാൻ വര്ന്നവരിക്ക് ഓർലിക്സ് കലക്കിക്കൊട്ത്ത് കൈ കടഞ്ഞു. ദൈവസേന എത്ര ആൾക്കാറാ വര്ന്ന്... നമ്മക്കിഷ്ടപ്പെട്ട ആളെ പെണ്ണിന് പിടിക്കൂലാ... കയിഞ്ഞ ഞായറാഴ്ച വാരത്ത് നിന്ന് ഒരു പാർട്ടി വന്നു... അച്ഛനും അമ്മയും മാഷും ടീച്ചറും... ചെക്കന് ബേങ്കിലാ പണി... ഒരാണേ ഉള്ളൂ... നമ്മക്കെല്ലാം ഇഷ്ടപ്പെട്ടു. ഓക്ക് ഇഷ്ടായില്ലാ... ഓന് നീളം കൊറവാ പോലും...'

'വെരുന്നവരെയെല്ലാം മടക്കി അയച്ചാല് പിന്നെയാരും വെരാണ്ടാവും... പെമ്പിള്ളാരെ സമയത്തിന് കെട്ടിച്ചയക്കണം...' – മുന്നറിയിപ്പെന്നോണം യശോദ പറഞ്ഞു.

ഒടുവിൽ പറശ്ശിനിക്കടവിൽ നിന്ന് വന്ന അന്വേഷണം വീട്ടുകാരുടെ സമ്മർദം കൊണ്ട് സുചിത്രയും സമ്മതിച്ചു. ചെക്കന് മുടി കുറവാണെന്നും ഭാവിയിൽ കഷണ്ടി വരാൻ സാധ്യതയുണ്ടെന്നും സുചിത്ര കണ്ടെത്തിയിരുന്നു. ഗൾഫിൽ നല്ല ജോലിയുണ്ട് ചെക്കന്. വീട്ടുകാരും നല്ല സമ്പന്നർ.

ബൈജു ലീവിന് നാട്ടിൽ വന്നപ്പോഴാണ് സുചിത്രക്ക് ഈ ആലോചന വന്നത്. ബൈജുവിന്റെ വിവാഹവും ഒരുമിച്ച് നടത്തണമെന്ന് കമലയും പപ്പനും നിർബന്ധിച്ചു. എന്നാൽ ഇത്രയും നേരത്തെ വിവാഹിതനാവാൻ ബൈജുവിന് താൽപര്യമില്ലായിരുന്നു. ഒടുവിൽ സമ്മർദത്തിന് അവൻ വഴങ്ങി.

വീട്ടിലെ സൗകര്യങ്ങൾ മെച്ചപ്പെടുകയും മക്കളുടെ വിവാഹാലോചനകൾ നടന്നുകൊണ്ടിരിക്കുകയും ചെയ്തപ്പോൾ കമല വസ്ത്രധാരണത്തിൽ മാറ്റം വരുത്തി. ലുങ്കിയിൽ നിന്ന് സാരിയിലേക്ക് മാറി. മക്കളുടെ സമ്മർദവും ഈ മാറ്റത്തിന് പിന്നിലുണ്ടായിരുന്നു.

'പൊറത്ത് നിന്നുള്ള ആൾക്കാര് വരുമ്പം ലുങ്കിയുട്ത്ത് അവരെമുമ്പില് നിക്ക്ന്നത് കൊറച്ചിലാ...' - കമല ഒരു ദിവസം പപ്പനോട് പറഞ്ഞു.

കമലയുടെ സഹോദരൻ സത്യന് കുവൈത്തിൽ നല്ല ജോലിയാണ്. സത്യന്റെ കല്യാണവും കഴിഞ്ഞു. സത്യന്റെ കല്യാണം മുതലാണ് കമല ലുങ്കി ഉപേക്ഷിച്ച് വീട്ടിൽ പതിവായി സാരി ഉടുത്തുതുടങ്ങിയത്.

നാട്ടിൽ, കെ.സി.ഗോപാലൻ മാഷുടെ ഭാര്യ കൗസല്യ മാത്രമേ അതുവരെ വീട്ടിൽ പതിവായി സാരിയുടുത്തിരുന്നുള്ളൂ.

നാട്ടിലെ നടപ്പുരീതിയനുസരിച്ച് വീട്ടിൽ ധരിക്കാൻ ലുങ്കിയും ബ്ലൗസുമാണ് കൗസല്യക്ക് വാങ്ങിവെച്ചിരുന്നത്. എന്നാൽ വിവാഹ വസ്ത്രം മാറ്റി ലുങ്കിയും ബ്ലൗസും സ്വീകരിക്കാൻ കൗസല്യ വിസമ്മതിച്ചു.

വെളിച്ചെണ്ണമില്ലുടമയുടെ മകളും എസ്.എസ്.എൽ.സി. പാസായവളുമായ കൗസല്യ, ലുങ്കിയുടുക്കുന്നത് കുറച്ചിലായിക്കണ്ടു. പോരാത്തതിന് സ്കൂൾ അധ്യാപകന്റെ ഭാര്യയും.

വിരുന്ന് സൽക്കാരത്തിന് പോകുമ്പോൾ ധരിക്കാൻ വാങ്ങിയതല്ലാതെ വേറെ സാരിയൊന്നും കരുതിയിരുന്നില്ല. ഗോപാലൻ മാഷ് ഉടൻ ജീപ്പ് പിടിച്ച് ഒരാളെ കമ്പിലേക്ക് വിട്ട് രണ്ട് കോട്ടൺ സാരികൾ വാങ്ങിക്കൊണ്ടുവന്ന് പ്രതിസന്ധി പരിഹരിച്ചു.

രാത്രി എട്ടുമണിക്ക് സാരികൊണ്ടുവരുന്നതുവരെ വിവാഹ വസ്ത്രം മാറ്റാതെ കൗസല്യ പ്രതിഷേധിക്കുകയായിരുന്നു.

കമല വീട്ടിൽ പതിവായി സാരിയുടുത്തു തുടങ്ങിയതോടെ അയൽ

പക്കത്തെ പെണ്ണുങ്ങളുടെ ചർച്ച അതായി.

'ഓളിപ്പം പണ്ടത്തെ കമലയേ അല്ല... ഇപ്പം എന്താ ഓളെ പത്രാസ്... ഓക്കെന്നാപ്പാ ഇപ്പം ബുദ്ധിമുട്ട്... ഓളെ കഷ്ടകാലെല്ലാം കയിഞ്ഞു... പൊറത്തെറങ്ങാണ്ട് തിന്ന് കൂടീറ്റ് കാണ്ന്നില്ലേ തടിച്ച് കൊഴ്ത്തിറ്റ്...' - അയൽപക്കത്തെ പാറക്കണ്ടിരാമന്റെ ഭാര്യ യശോദയുടെ കുശുമ്പ് ഇങ്ങനെ.

പപ്പൻ വിവാഹം ചെയ്തുകൊണ്ടുവന്നതുമുതൽ എല്ലാ പ്രതിസന്ധിയിലും തുണച്ച തന്നെ കമല ഇപ്പോൾ തീരെ പരിഗണിക്കുന്നില്ലെന്നാണ് യശോദയുടെ പരിഭവം. '...ഓളിപ്പം പണ്ടെത്തെ കാര്യങ്ങളെല്ലാം മറന്നുപോയില്ലേ... മനുഷ്യമ്മാറ് ഇങ്ങനെയാവറ്... ഗൾഫ്ന്ന് പപ്പനും ബൈജുവും എന്തെല്ലാം സാധനങ്ങ് കൊണ്ടന്നു... ഒരു ലുങ്കിപോലും തന്നില്ല... ആ വീട്ടിലെത്ര ഫോറിൻ ലുങ്കിയ്ണ്ട്... ഓളിപ്പം ലുങ്കിയൊന്നും ഉടുക്കലില്ലല്ലോ...' - ഒരു ദിവസം അയൽപക്കത്തെ പെണ്ണുങ്ങളോട് യശോദ തുറന്നുപറഞ്ഞു.

സുചിത്രയുടെയും ബൈജുവിന്റെയും കല്യാണം ഉറപ്പിച്ചു.

പുതിയ വീട് പൂർത്തിയായശേഷമേ വിവാഹം വേണ്ടൂ എന്ന വാശി ബൈജുവിന് ഉപേക്ഷിക്കേണ്ടിവന്നു.

'നാട്ടില് മുഴുവൻ ക്ഷണിക്കണം... കത്തടിക്കണം... ആരോടും പൈശയൊന്നും വാങ്ങണ്ടാ...' - പപ്പന്റെ നിർദേശം കമലയും സ്വീകരിച്ചു.

'...പൈശ വാങ്ങാണ്ട് നാട്ടിൽ നടക്കുന്ന ആദ്യത്തെ കല്യാണം ഇതായിരിക്കും...' - പപ്പൻ അഭിമാനം കൊണ്ടു.

കല്യാണഫോട്ടോ എടുക്കാൻ കണ്ണൂരിലെ അൽ-അമർ സ്റ്റുഡിയോവിൽ ഏർപ്പാടാക്കി. അമ്പത് മേശക്കും ഇരുന്നൂറ് കസേലക്കും ഏൽപിച്ചു. സാധാരണ മുറ്റത്ത് വിരിച്ച നീളമുള്ള പുൽപ്പായയിലിരുന്നാണ് നാട്ടുകാർ വിവാഹ സദ്യയുണ്ടിരുന്നത്. അതിന് പകരമാണ് കസേലയും മേശയും. ഭക്ഷണം പാചകം ചെയ്യാൻ പയ്യന്നൂരിലെ പൊതുവാളെ കൊണ്ടുവരാനും തീരുമാനിച്ചു.

ബൈജുവിന്റെയും സുചിത്രയുടെയും കല്യാണ ഒരുക്കങ്ങൾ നാട്ടിൽ സജീവ ചർച്ചയായി.

പുറത്തുനിന്ന് പാചകക്കാരെ കൊണ്ടുവരുന്നതിൽ നാട്ടിലെ പാചകക്കാർക്ക് കടുത്ത അമർഷമുണ്ടായിരുന്നു. തങ്ങളെ അവഗണിച്ചതിലായിരുന്നു അവർക്ക് രോഷം. എന്നാൽ, ഒന്നും അവർ പുറത്തുകാണിച്ചില്ല.

വിവാഹത്തലേന്നുതന്നെ ഒരു കല്യാണത്തിന്റെ ആൾക്കാരെത്തി. മാണിയൂരിൽ ആദ്യമായാണ് തീയ കുടുംബത്തിൽ ഇത്രയും കേമമായ

വിവാഹം നടക്കുന്നത്. സാധാരണ കല്യാണത്തിന് ഓലപ്പന്തലാണ് മുറ്റത്തിടുക. മുറ്റം ഈന്തോലകൾ കൊണ്ട് അലങ്കരിക്കും. എന്നാൽ, തുണിപ്പന്തലാണ് ഒരുക്കിയിരിക്കുന്നത്. കണ്ണ് ചിമ്മുകയും തുറക്കുകയും ചെയ്യുന്ന അലങ്കാര ബൾബുകൾ മാലപോലെ കോർത്ത് വീടിനുചുറ്റും തൂക്കി. കുട്ടികളും സ്ത്രീകളും ഈ മായക്കാഴ്ചകൾ കണ്ട് അത്ഭുതം കൂറി.

മുറ്റത്തിന്റെ ഒത്തനടുവിൽ താലിപ്പന്തൽ ഒരുക്കി. പല വർണങ്ങളിൽ തിളങ്ങുന്ന അലങ്കാര കടലാസുകൾ കൊണ്ടുണ്ടാക്കിയ താലിപ്പന്തലും കുട്ടികൾ ആദ്യമായി കാണുകയാണ്.

ഇതിനെക്കാളും നാട്ടുകാരെ അമ്പരപ്പിച്ചത് വീഡിയോ ആണ്. മുറ്റത്ത് പന്തൽ തയ്യാറാക്കുന്നതിന്റെയും സദ്യവട്ടങ്ങൾ ഒരുക്കുന്നതിന്റെയും ദൃശ്യങ്ങൾ ചിത്രീകരിച്ച് അത് അപ്പോൾത്തന്നെ ടെലിവിഷനിലൂടെ കാണിച്ചപ്പോൾ നാട്ടുകാർ ആശ്ചര്യപ്പെട്ടു. തങ്ങളെ, സിനിമയിലെന്നപോലെ ടി.വി.യിൽ കണ്ടപ്പോൾ അവർ അത്ഭുതം കൂറി. കുട്ടികൾ മുഴുവൻ വീഡിയോ ചിത്രീകരിക്കുന്നവരുടെ പിന്നാലെകൂടി.

പറശ്ശിനിക്കടവിൽ നിന്ന് ചെറുക്കന്റെ ആൾക്കാർ വീഡിയോ ക്യാമറയും കൊണ്ട് വൈകുന്നേരത്തോടെ എത്തിയിരുന്നു. സുചിത്ര ആഭരണങ്ങൾ അണിഞ്ഞ് ഒരുങ്ങുന്നത് അവർ ചിത്രീകരിച്ചു. അയൽപക്കത്തെ പെണ്ണുങ്ങൾ ആഭരണങ്ങൾ കാണാൻ ചുറ്റുംകൂടി. ഓരോ ആഭരണവും തൊട്ടുകാണിച്ച് അതിന്റെ തൂക്കവും വിലയും കമല വിസ്തരിച്ചുകൊണ്ടിരുന്നു.

ബൈജു ഏർപ്പെടുത്തിയ വീഡിയോ സംഘം വലിയന്നൂരിലെ പെണ്ണിന്റെ വീട്ടിലേക്ക് നേരത്തെ പോയിരുന്നു. ദേഹണ്ഡക്കാർക്കും നാട്ടിലെ ചെറുപ്പക്കാർക്കും നൽകാൻ പപ്പൻ കണ്ണൂരിൽ പോയി ഒരു കെയിസ് വിദേശമദ്യം കൊണ്ടുവന്നിരുന്നു. രാത്രി ഭക്ഷണം കഴിച്ച് കുട്ടികളും സ്ത്രീകളും പോയതിന് ശേഷം മാത്രമേ നാട്ടുകാർക്ക് മദ്യം കൊടുത്തുള്ളൂ. മദ്യം നേരത്തെ കൊടുത്താൽ എല്ലാം അലങ്കോലപ്പെടുമെന്ന് പപ്പനറിയാം.

അർധരാത്രിയോടെ അപ്രതീക്ഷിതമായി കല്യാണ വീട്ടിലെത്തിയ ഷാജിയെക്കണ്ട് എല്ലാവരും അമ്പരന്നു.

'നീ നാട്ടിലുണ്ടായിരുന്നോ... എപ്പോ വന്നു...?' – പപ്പൻ ചോദിച്ചു.

'ഞാൻ വൈകുന്നേരാ വന്നേ... ബൈജൂന്റേം സുചിത്രേന്റേം കല്യാണാന്ന് അമ്മ പറഞ്ഞിറ്റാ അറിഞ്ഞത്... കല്യാണച്ചെക്കനും പെണ്ണും എവ്ട്യാ...?'

'അവര് അകത്ത്ണ്ട്.... ഒറങ്ങിയോന്ന് പറയാൻ കയ്യീല്ല. വാ... അ

കത്ത് വാ....' - പപ്പൻ ഷാജിയെ അകത്തേക്ക് ക്ഷണിച്ചു.

ഷാജിയോട് എല്ലാവരും അടുത്തുവന്ന് സുഖവിവരമന്വേഷിച്ചു.

തനിക്ക് നാട്ടിൽ എന്തോ ഒരു വീരപരിവേഷമുള്ളപോലെ ഷാജിക്ക് തോന്നി. എന്താണതിന് കാരണം...?

ഉറങ്ങാൻ കിടന്നിരുന്ന ബൈജുവും സുചിത്രയും പഴയ സുഹൃത്തിനെ കാണാൻ എഴുന്നേറ്റു വന്ന് സൗഹൃദം പുതുക്കി.

'എടാ നിന്നെ കണ്ടതിൽ സന്തോഷം... കാര്യങ്ങളെല്ലാം ഞാനറിഞ്ഞു...' - ബൈജു സുഹൃത്തിനോട് സൗഹൃദം പങ്കുവെച്ചു.

അവിടെയുള്ളവരെല്ലാം അവരുടെ ചുറ്റും കൂടിനിന്നു.

ഷാജി മടിക്കുത്തിൽ നിന്നും ചെറിയൊരു പെട്ടി സുചിത്രയ്ക്ക് സമ്മാനിച്ചു. ചെറിയൊരു മോതിരം. ഞാൻ വൈകുന്നേരാ വന്നത്. കല്യാണക്കാര്യം അമ്മ പറഞ്ഞാ അറിഞ്ഞത്. കണ്ണൂരില് ഇത് വാങ്ങാൻ പോയതുകൊണ്ടാ എത്താൻ വൈകിപ്പോയത്..' - ഷാജി പറഞ്ഞു.

സുചിത്ര സന്തോഷപൂർവം ആ സമ്മാനം സ്വീകരിച്ചു.

'നീ ഭക്ഷണം കഴിച്ചോ...?' - കമലയാണ് ഷാജിയോട് അന്വേഷിച്ചത്.

'... ഞാൻ ഭക്ഷണം കഴിച്ചിരുന്നു... വേണമെങ്കിൽ എന്തെങ്കിലും കഴിക്കാം...' - ഷാജി ക്ഷണം സ്വീകരിച്ചു.

പപ്പൻ ഷാജിയെയും കൂട്ടി വീട്ടിന്റെ പിന്നിലേക്ക് പോയി. അവിടെയുള്ള ഒട്ടുമിക്കവരും മദ്യപിച്ച് കുഴഞ്ഞ നിലയിലായിരുന്നു. ചിലർ കഴുത്ത് തൂക്കിയിട്ട് കസേരയിൽ കിടക്കുന്നു. വേറെ ചിലർ മുറ്റത്ത് ഓല വിരിച്ച് കിടന്നുറങ്ങുന്നു. മറ്റുചിലർ ചുറ്റുമിരുന്ന് ചീട്ടുകളിക്കുന്നു.

'അല്ലാ... ചോറ് വേണംന്ന് പറഞ്ഞ ഓനേംകൂട്ടി നിങ്ങളേട്യാ പോക്ന്ന്...ഞാൻ ചോറ് വെളമ്പിവെച്ചിറ്റ്ണ്ട്...' - കമല നീട്ടിവിളിച്ച് പറഞ്ഞു.

'കമലേച്ചീ... നിങ്ങള് ഒരു പ്ലേറ്റില് ഒരു കയില് ചോറ് വെളമ്പിവെച്ചേ... എന്തെങ്കിലും ഒര് കറിമതി... ഞാൻ വരാ...' - ഷാജി പറഞ്ഞു.

'എടാ... നീ ഒരു പെഗ്ഗ് കഴിക്കുന്നോ?... ഏതായാലും ഒരു സന്തോഷംള്ള ദെവസല്ലേ ഇന്ന്... വീട്ടില് അമ്മയോട് കല്യാണം പറഞ്ഞിരുന്നു.... നീ വരുംന്ന് വിചാരിച്ചില്ല...'

ഷാജി ഒന്നും പറഞ്ഞില്ല.

പപ്പൻ ആദ്യമായാണ് ഷാജിയെ മദ്യം കഴിക്കാൻ ക്ഷണിക്കുന്നത്. ഇത്ര സൗഹാർദത്തോടെ പപ്പൻ അടുത്ത് ഇടപഴകുന്നതും ആദ്യം. തന്നെ പ്രായപൂർത്തിയെത്തിയ ആളായി അംഗീകരിച്ചതിന്റെ തെളിവായാണ് ഷാജി ഈ ക്ഷണത്തെ കണ്ടത്.

കൂടുതലൊന്നും പറയാതെ പപ്പൻ ഒരു ഗ്ലാസ്സിൽ മദ്യം ഷാജിക്ക് നേരെ നീട്ടി. ഷാജി അതുവാങ്ങി കുറച്ച് മാറി നിന്ന് കഴിച്ചു.

പപ്പൻ അകത്തുപോയി ഒരു ചെറിയ പിഞ്ഞാണത്തിൽ അച്ചാറുമായി എത്തി.

ഷാജിക്ക് ഒരു പെഗ്ഗ് മദ്യം കൂടി നൽകി. പപ്പനും കഴിച്ചു.

വീട്ടിന് പിന്നിൽ പപ്പനും ഷാജിയും മാത്രമായി. രണ്ടുപേരും ഓരോ പെഗ്ഗ്കൂടി കഴിച്ചു.

ഇത്തവണ ഷാജി പപ്പന്റെ മുന്നിലിരുന്നുതന്നെയാണ് കഴിച്ചത്. ഔപചാരികതകൾ നീങ്ങി.

'നീ കല്യാണത്തിന് എത്തിയതില് സന്തോഷമായി മോനെ... നീ എനക്ക് ബൈജൂനീം സുചിത്രേനീം പോലെത്തന്ന്യാ... നീ ഇപ്പം ഏട്ന്നാ വര്ന്ന്? എന്താ പണി?'

'ഞാൻ കാസർകോട്ട്ന്നാ വന്നത്. അവ്ട്യായിരുന്നു പണി... ഞാൻ ഒരു ലോറി വാങ്ങീറ്റ്ണ്ട്... രണ്ട് കൊല്ലത്തെ പഴക്കംണ്ട്... അതുകൊണ്ട് നാട്ട്ന്ന് എന്തെങ്കിലും പണിയെട്ക്കാന്നാ വിചാരിക്ക്ന്ന്... അമ്മയും വീട്ടില് ഒറ്റക്കല്ലേ?'

'ആ തീരുമാനം ഏതായാലും നന്നായി... പിന്നെ നാട്ടിലെ വിവരങ്ങള് നീ അറിഞ്ഞില്ലേ... ആ ഗോപാലൻ മേസ്ത്രി കോറേല് വീണ് മരിച്ചു.... ഓൻ ചത്തത് നന്നായി... അല്ലേങ്കില് ഓന കൊല്ലേണ്ടി വരുവായിരുന്നു...' – പപ്പൻ ശബ്ദം താഴ്ത്തി പറഞ്ഞു.

ഷാജി ഒന്നും മിണ്ടിയില്ല. എല്ലാം കേട്ടിരുന്നു.

'ഇതാ ചോറ് തണ്ത്ത്പോകും... നേരം എത്രയായി... പന്ത്രണ്ട് മണിയാകാനായി...' – കമല പ്ലേറ്റിൽ ചോറുമായി എത്തി.

ഷാജി ചോറുവാങ്ങി അവിടുന്നുതന്നെ തിന്നു തുടങ്ങി. ചോറ് നന്നായി തണുത്തിരുന്നു.

പയ്യന്നൂരിൽ നിന്നെത്തിയ പാചകക്കാർ മാത്രം ജോലിയിൽ മുഴുകി.

ഭക്ഷണം കഴിച്ചശേഷം ഷാജി യാത്ര പറഞ്ഞിറങ്ങി.

'നാളെ രാവിലെയെത്തണം. പതിനൊന്നരക്കാ സുചിത്രയുടെ കല്യാണത്തിന്റെ മുഹൂർത്തം. ബൈജൂന്റെ പത്തരക്കും... ഓനും പാർട്ടിയും ഒമ്പത് മണിക്ക് എറങ്ങും. അതിന് മുമ്പേ എത്തണം...' – പപ്പൻ ഓർമിപ്പിച്ചു.

പുഴയുടെ രോഷം

കാക്കപോലും കണ്ണുതുറക്കാത്ത മഴ. കൃഷിയിറക്കിയ വയലുകൾ മുഴുവൻ വെള്ളത്തിലായി. പുഴയും തോടുകളും കരകവിഞ്ഞൊഴുകി. രൗദ്രഭാവത്തിൽ നിറഞ്ഞൊഴുകുന്ന പുഴയിലൂടെ തടിക്കഷണങ്ങളും കാടുപടലങ്ങളും ഒഴുകിപ്പൊയ്ക്കൊണ്ടിരുന്നു.

'വെള്ളം കേറിക്കൊണ്ടിരിക്കല്ലേ കുഞ്ഞമ്പുവേട്ടാ... ഇങ്ങനെ വെള്ളം കേറ്യാല് ഇനി നെല്ലൊന്നും ബാക്കിയുണ്ടാവൂല... രണ്ട് മൂന്ന് ദെവസം കണ്ടത്തില് വെള്ളംകെട്ടി നിന്നാല് നെല്ല് മുഴുവൻ ചീഞ്ഞുപോവും....' പുഴക്കരയിൽ കൂനി വിറച്ചുകൊണ്ട് നിന്ന കാറ്റാടി കോരൻ ചെറിയവളപ്പിൽ കുഞ്ഞമ്പുവിനോട് ആശങ്ക പങ്കിട്ടു.

'നാളെ രാവിലെയാകുമ്പം വെള്ളം താണിനെങ്കില് സാരംല്ല... എന്നാല് അതിന്റെ ലക്ഷണങ്ങളൊന്നുംല്ല...' – കുഞ്ഞമ്പുവും ആശങ്കയിൽ തന്നെയായിരുന്നു.

'...വെള്ളം ഇപ്പോം കേറിക്കൊണ്ടിരിക്കല്ലേ... നമ്മള് ഈട വരുമ്പം ആ കുറ്റീന്റെ കരക്കായിരുന്നു വെള്ളം. ഈ സമയംകൊണ്ട് കാൽകോലോളം കേറി...' – പുഴയിൽ വെള്ളം കയറുന്നത് കൃത്യമായി നിരീക്ഷിക്കുകയായിരുന്ന കോരൻ പറഞ്ഞു.

'ഇന്നേക്ക് രണ്ട് ദെവസായി വയല് മുങ്ങീറ്റ്. നാട്ടി നട്ടിറ്റ് രണ്ടാഴ്ചയേ ആയുള്ളൂ... പുഞ്ചാക്കില് വയലിന്ന് ഒരു മണി നെല്ല് എനികിട്ടൂല്ല. ഇത്തവണ നാട്ടി നടണ്ടാന്ന് തീരുമാനിച്ചതാ, എന്നാലും നാട്ടിപ്പണീന്റെ സമയാവുമ്പം വേണ്ടാന്ന് വെക്കാനാവൂല... എനിയിപ്പം രണ്ടാം വെളേന്റെ കാര്യേ നോക്കണ്ടൂ... മഴയിങ്ങനെ പെയ്താല് പൊയ്യൂർപ്പാലോം മുങ്ങും...' – കുഞ്ഞമ്പുവിന്റെ വാക്കുകളിൽ നിരാശ നിഴലിച്ചിരുന്നു.

രണ്ടുദിവസമായി നിർത്താതെ പെയ്യുന്ന മഴയിൽ പൊയ്യൂർക്കടവിലെ മിക്ക ഭാഗങ്ങളും വെള്ളത്തിൽ മുങ്ങി നിൽക്കുന്നതിനാൽ എൽ.പി. സ്കൂളിന് അവധി നൽകി. അതിനാൽ മിക്ക കുട്ടികളും മലവെള്ളം കാ

ണാൻ പുഴക്കരയിലും തോട്ടിൻകരയിലുമാണ്. ചില മുതിർന്ന കുട്ടികൾ വാഴത്തടകൾ വാരിയിൽ കോർത്ത് കെട്ടി ചങ്ങാടമുണ്ടാക്കി വെള്ളം നിറഞ്ഞുനിന്ന വയലിൽ ഉല്ലാസയാത്ര നടത്തിക്കൊണ്ടിരുന്നു. വയലിന്റെ കരയിൽ നിന്ന് രക്ഷിതാക്കൾ എത്ര ശകാരിച്ചിട്ടും അവർ ഈ ജലയാത്ര അവസാനിപ്പിക്കാൻ തയ്യാറായില്ല. എല്ലാവരും നല്ല നീന്തൽക്കാരായതിനാൽ രക്ഷിതാക്കൾക്ക് അവരുടെ കാര്യത്തിൽ അമിത ഉത്കണ്ഠയൊന്നുമില്ലായിരുന്നു.

കറപ്പൻ ഗോവിന്ദനും മുള്ളങ്കോട്ടെ ചന്ദ്രനും തലക്കോടൻ മുകുന്ദനും തോണിയുമായി പുഴയിലൂടെ ഒഴുകിപ്പോകുന്ന തടിക്കഷണങ്ങളും മറ്റും പിടിക്കുകയാണ്. സാഹസികരും നല്ല നീന്തൽക്കാരുമാണ് മൂന്നുപേരും.

അതിവേഗം പുഴയിലൂടെ ഒഴുകിപ്പോവുന്ന മരത്തിന് സമാന്തരമായി തോണി തുഴഞ്ഞ് കയറുകൊണ്ട് ബന്ധിച്ച് മരം കരക്കേക്ക് വലിച്ചു കയറ്റുക എളുപ്പമുള്ള പണിയല്ല. ചിലപ്പോൾ ഒരു കിലോമീറ്ററിലധികം സഞ്ചരിച്ചാലേ മരം കരയ്ക്കത്തിക്കാൻ പറ്റൂ.

വളപട്ടണത്തേക്ക് ചങ്ങാടമുണ്ടാക്കി കൊണ്ടുപോകുന്നതിന് പുഴയോരത്ത് ആന വലിച്ചുകൊണ്ടിട്ട മരങ്ങളാണ് അപ്രതീക്ഷിതമായി പുഴയിൽ വെള്ളം കയറുമ്പോൾ ഒഴുകിപ്പോവുക. അല്ലെങ്കിൽ കടപുഴകി വീഴുന്ന മരങ്ങൾ. മരങ്ങൾക്ക് പുറമെ വാഴക്കുല, തേങ്ങ, ചക്ക, വീട്ടുപാത്രങ്ങൾ എന്നിവയും ഒഴുകിവരും.

കഴിഞ്ഞദിവസം ഇവർക്ക് കിട്ടിയത് നല്ലൊരു തേക്കിന്റെ തടിയും വലിയൊരു കന്നാസിൽ പത്തുലിറ്ററോളം മണ്ണെണ്ണയുമായിരുന്നു. ഇരിക്കൂറിലേയോ മറ്റോ ഏതോ കടയിൽ വെള്ളം കയറിയപ്പോൾ ഒഴുകിപ്പോയതായിരിക്കണം. പുഴയിൽ വെള്ളം കയറിയാൻ ഇരിക്കൂർ അങ്ങാടി ഭാഗികമായി മുങ്ങും.

പുഴയിൽ വെള്ളം കയറിയതോടെ ചിറമ്മൽകോരൻ മീൻ പിടിത്തം തോട്ടിലേക്ക് മാറ്റി. നല്ല ഒഴുക്കുള്ള വെള്ളത്തിൽ മത്സ്യം നിൽക്കില്ല. പുഴയും തോടും സംഗമിക്കുന്ന അഴിമുഖം പോലെയുള്ള സ്ഥലത്തെ നിശ്ചലമായ വെള്ളത്തിലാവും വലിയ മീനുകൾ ഇരതേടിയെത്തുകയെന്ന് കോരനറിയാം.

പുഞ്ചാക്കൽ തോടും പുഴയും സംഗമിക്കുന്ന പൊയ്യയിലാണ് ഒരാഴ്ചയായി കോരൻ ചൂണ്ടയിടുന്നത്. വയലിലെ നീർച്ചാലുകളിൽ നിന്ന് കൈവല ഉപയോഗിച്ച് കോരിയെടുക്കുന്ന പരൽ മീനുകളെയാണ് ചൂണ്ടയിൽ ഇരയായി കോർക്കുക.

കോരൻ ചൂണ്ടയിടാൻ പോയാൽ വെറുംകൈയോടെ മടങ്ങുക പതിവില്ല. ചെമ്പല്ലിയോ ആരലോ മഞ്ഞളേട്ടയോ കോരന്റെ ചൂണ്ടയിൽ കുരുങ്ങും. മീനിനെ കിട്ടുന്നതുവരെ പുഴയോരത്ത് കൊതുകുകടിയേറ്റ് മണിക്കൂറുകളോളം ഇരിക്കാൻ കോരനുള്ളത്ര ക്ഷമ വേറെ ആർക്കുമില്ല. കനത്ത മഴയിൽ, കോരന്റെ തൊപ്പിക്കുടയുടെ കീഴിൽ സുരക്ഷ തേടിയെത്തുന്ന കൊതുകുകളെ തുരത്താൻ തുടർച്ചയായി ബീഡി വലിച്ച് പുകയൂതും.

തലേ ദിവസം ഒരുമുഴം നീളമുള്ള, നല്ല കൊഴുത്ത ചെമ്പല്ലിയെയാണ് കോരന് കിട്ടിയത്. കിട്ടിയ മീൻ പാളയിൽ പൊതിഞ്ഞ് ചോലകള്ളു ഷാപ്പിലേക്ക് കൊണ്ടുപോയി.

മഴക്കാലം തുടങ്ങിയതുമുതൽ അന്ത്രുമാൻ ഹാജിക്ക് ദിവസേന കോഴിസൂപ്പ് വേണം. രണ്ടുമാസത്തിൽ താഴെ പ്രായമെത്തിയ ഇളം കോഴികളാണ് ഇതിനാവശ്യം. പഴയപുരയിലെ മാധവി വളർത്തിയെടുക്കുന്ന കോഴികളെ മുഴുവൻ വാങ്ങുന്നത് ഹാജിയാണ്. നല്ല വില കിട്ടുന്നതുകൊണ്ട് കോഴിക്കുഞ്ഞുങ്ങളെ ഹാജിക്ക് വിൽക്കാൻ മാധവിക്ക് ഉത്സാഹവുമാണ്. രാത്രി ഊണിന് മുമ്പാണ് ഹാജി സൂപ്പ് കഴിക്കുക. നല്ല രുചിയിൽ കോഴിസൂപ്പുണ്ടാക്കാൻ സുബൈദ പഠിച്ചു. ഹാജിയുടെ ബന്ധത്തിൽപ്പെട്ട പാചക വിദഗ്ധയായ പാത്തുമ്മയെ കുറച്ചുനാൾ ഹാജി വീട്ടിൽ കൊണ്ടുവന്ന് താമസിപ്പിച്ചിരുന്നു. അവരിൽ നിന്നാണ് സുബൈദ പലതരം പലഹാരങ്ങളും സൂപ്പും ഉണ്ടാക്കാൻ പഠിച്ചത്.

ഇറച്ചിയും പത്തിരിയും ദോശയും പുട്ടും മാത്രം ഉണ്ടാക്കാനേ സുബൈദക്ക് അറിയുമായിരുന്നുള്ളൂ. ഇപ്പോൾ പഴം നിറച്ചത്, ഉന്നക്കായി, ചട്ടിപ്പത്തിരി, സമൂസ, അൽസ എന്നിവയെല്ലാം ഉണ്ടാക്കാൻ സുബൈദ പഠിച്ചു. മകൻ മജീദിനും പലഹാരങ്ങൾ വലിയ ഇഷ്ടമാണ്.

നോമ്പുകാലത്താണ് ഈ പലഹാരങ്ങളെല്ലാം കൂടുതൽ ഉണ്ടാക്കുക. കാര്യാടത്ത് രാഘവൻ പതിവായി നോമ്പുതുറക്കുന്ന സമയത്ത് എത്തും. വയറുനിറയെ കഴിക്കുന്നതിന് പുറമെ പലഹാരങ്ങൾ തീയിൽ വാട്ടിയെടുത്ത വാഴയിലയിൽ പൊതിഞ്ഞ് വീട്ടിലേക്ക് കൊണ്ടുപോവാനും സുബൈദ കൊടുക്കും.

ഹാജിയുടെ ആദ്യഭാര്യ കുൽസു ഗർഭാശയ കാൻസർ മൂലം മരിച്ചു. ആ ബന്ധത്തിലുള്ള മൂന്ന് ആൺമക്കളും ഗൾഫിലാണ്. കുൽസു മരിച്ചതിനുശേഷം ഹാജി നാറാത്തെ സ്വന്തം വീട്ടിൽ പോകുന്നത് കുറവാണ്. രണ്ടാമത്തെ ഭാര്യ മൈമൂനത്തിനോട് ഹാജിക്ക് വലിയ താൽപര്യമില്ല. സൗന്ദര്യം കുറഞ്ഞതാണ് പ്രധാന കാരണം. മൈമൂനത്തും മൂന്ന്

മക്കളും കൊളച്ചേരിയിലാണ് താമസം. മൈമൂനത്തിന് രണ്ടാണും ഒരു പെണ്ണുമാണ്. പെണ്ണിന് വിവാഹപ്രായമായി. ഇവരുടെ ചെലവിന് വേണ്ട കാശ് കൊടുക്കുന്നത് ഹാജി തന്നെയാണ്. രണ്ടോ മൂന്നോ ആഴ്ച കൂടുമ്പോൾ ഒരു ദിവസം ഹാജി മൈമൂനത്തിനൊപ്പം താമസിക്കും. സുബൈദ തന്നെയാണ് ഹാജിയുടെ പ്രിയപ്പെട്ട പെണ്ണ്.

ജീവിതത്തിന് വേറെ അലട്ടൊന്നുമില്ലെങ്കിലും സുബൈദയുടെ മനസ്സ് അസ്വസ്ഥമാണ്. മകൾ സീനത്തിന്റെ വിവാഹത്തിൽ പങ്കെടുക്കാൻ സാധിക്കാത്തതാണ് സുബൈദയെ ഏറെ വേദനിപ്പിച്ചത്. സ്പെഷൽ മാര്യേജ് ആക്ട് അനുസരിച്ച് ആസാദും സീനത്തും കോയമ്പത്തൂരിൽ വെച്ചാണ് വിവാഹിതരായത്. ആസാദിനെ വിവാഹം ചെയ്യുന്ന കാര്യം സീനത്ത് കത്തിലൂടെ സുബൈദയെ അറിയിച്ചിരുന്നു. എന്നാൽ, ഹാജിയെ ഒരു കാര്യവും അറിയിച്ചില്ലെന്ന് മാത്രമല്ല, സുബൈദക്ക് എഴുതിയ കത്തിൽ ഹാജിയുടെ സുഖവിവരങ്ങൾ അന്വേഷിക്കുകപോലും ചെയ്തില്ല.

അനുജൻ മജീദിനെ കാണാൻ ആഗ്രഹമുണ്ടെന്നും വൈകാതെ രണ്ടുപേരും നാട്ടിൽ വരുമെന്നും കത്തിൽ സീനത്ത് എഴുതിയിരുന്നു.

സീനത്തിന്റെ വിവാഹം തന്നെ അറിയിക്കാത്തതിൽ ഹാജി ക്ഷുഭിതനാണ്. '... ഓളന്റ മോളല്ലേങ്കിലും മോളപ്പോലെത്തന്ന്യാ കരുതിയത്. എന്നിറ്റ് ഒരു വാക്ക്പോലും എന്നേപ്പറ്റി കത്തില് ചോദിച്ചില്ല... അഹമ്മതിക്കും ഒരതിര്ണ്ട്... അനുസരണക്കേട് കാട്ടിയ ഓളെ കെട്ടിന് നീയും പോകണ്ട... മര്യാദക്കാണെങ്കില് എല്ലാ കാര്യോം ഞാൻ തന്നെ നോക്കായിരുന്നു...' - ഹാജി സുബൈദയുടെ മുന്നിൽ പൊട്ടിത്തെറിച്ചു.

കോയമ്പത്തൂരിലെ ജെ.സി. ബിൽഡേഴ്സ് എന്ന കൺസ്ട്രക്ഷൻ കമ്പനിയിൽ സീനത്തിന് സിവിൽ എൻജിനിയറായി ജോലി കിട്ടിയ ശേഷമായിരുന്നു വിവാഹം.

സീനത്തിൻെറ കാരണവൻമാരായ സുബൈറും മൊയ്തീൻകുട്ടിയും അവരുടെ കുടുംബവും വിവാഹത്തിൽ സംബന്ധിച്ചു. വിവാഹ സമ്മാനങ്ങളും നൽകി. സീനത്തിന്റെയും ആസാദിന്റെയും അടുത്ത സുഹൃത്തുക്കളും ബന്ധുക്കളും മാത്രമേ ലളിതമായി നടത്തിയ കല്യാണത്തിൽ സംബന്ധിച്ചുള്ളൂ.

തിരിച്ചുവരവ്

സ്കൂളിന് അവധിയായതിനാൽ മജീദും മറ്റുകുട്ടികളെപ്പോലെ നല്ല ഉത്സാഹത്തിലായിരുന്നു. അവൻ മിക്ക സമയവും പുഴക്കരയിൽ മല വെള്ളം നോക്കിനിന്നു.

രണ്ടുദിവസം കഴിഞ്ഞപ്പോൾ മലവെള്ളം താണുതുടങ്ങി. വയലിലെയും തോട്ടിലെയും വെള്ളം താണ് പുഴയിൽ അടങ്ങി. വെള്ളപ്പൊക്കത്തിന്റെ ശേഷിപ്പായി വയൽവരമ്പിലും വഴികളിലും ചെളി കെട്ടിനിന്നു. പുഴയോരത്തെയും കവുങ്ങിൻ തോട്ടങ്ങളിലെയും വലിയ കുഴികളിൽ അകപ്പെട്ടുപോയ മീനുകളെ പിടിക്കാൻ ചെറുപ്പക്കാർ സംഘമായി നീങ്ങി.

ചിറമ്മൽകോരൻ അതിരാവിലെത്തന്നെ കോരുവലയുമായി ഇറങ്ങിയിരുന്നു. രണ്ട് വലിയ ചെമ്പല്ലികളെയും മൂന്ന് ആരലിനെയും കിട്ടുകയും ചെയ്തു. അതുമായി കോരൻ കള്ളുഷാപ്പിലേക്ക് പോയി.

സ്കൂൾ വിട്ട് വന്ന് ഭക്ഷണം കഴിച്ച് കൈ കഴുകാൻ മുറ്റത്തിറങ്ങിയ മജീദ് പേടിച്ചുനിലവിളിച്ചുകൊണ്ട് പറഞ്ഞു - 'ഉമ്മാ... പ്‌രാന്തൻ...! പ്‌രാന്തൻ...' അവൻ വെള്ളം കോരിയ പ്ലാസ്റ്റിക് കപ്പ് മുറ്റത്തേക്കെറിഞ്ഞ് ഓടി അകത്തുകയറി.

'...പിരാന്തനോ... ഏടാ...' അടുക്കളയിൽ നിന്ന് സുബൈദ മുറ്റത്തിറങ്ങി ചോദിച്ചു -

'ഏട്യാ പിരാന്തൻ?...'

'ദാ... ആ മൂലേല് നിക്കന്ന്... വാഴേന്റെട്ക്ക'. സുബൈദ അങ്ങോട്ടു നോക്കി.

താടിയും മുടിയും നീട്ടി, മുഷിഞ്ഞ വസ്ത്രം ധരിച്ച് നനഞ്ഞുവിറച്ച് ഒരാൾ മുറ്റത്തെ മൂലയിലുള്ള വാഴക്കൂട്ടത്തിന്റെ ചുവട്ടിൽ നിൽക്കുന്നു. കൈയിൽ ഒരു മാറാപ്പുമുണ്ട്.

സുബൈദ ആ മനുഷ്യനെത്തന്നെ കുറേ നേരം നോക്കി നിന്നു. അ

യാൾ സുബൈദയെയും. അയാളുടെ കണ്ണുകൾ വിടരുന്നത് സുബൈദ ശ്രദ്ധിച്ചു. '... എന്റെ പൊന്നേ... സുബൈദാ... ഇത് ഞാനാ പോക്കറ്... ഏട്യാ... നമ്മളെ മോള്... എന്റെ പൊന്നുമോള് സീനത്തേട്യാ... ഓള് ബ ല്‌തായാ... അയാൾ പതുക്കെ സുബൈദ നിൽക്കുന്നിടത്തേക്ക് നടന്നു വരികയാണ്...

'... എന്റെ പടച്ചോനേ... ഞാനെന്താ ഈ കാണ്ന്ന്... നിങ്ങളേട്യാരു ന്നു ഇത്രനാളും... നിങ്ങളെന്തിനാ ഇപ്പം വന്നേ... പടച്ചോനേ...' - സു ബൈദ ഒരലർച്ചയോടെ ചെളിനിറഞ്ഞ മുറ്റത്ത് കുഴഞ്ഞുവീണു.

രംഗം കണ്ട് മജീദ് പകച്ചുനിൽക്കുകയാണ്. സുബൈദയുടെ നില വിളികേട്ട് മുൻവശത്തെ കോലായിൽ ഇരിക്കുകയായിരുന്ന ഹാജി ഓടി അടുക്കളമുറ്റത്തേക്ക് വന്നു.

'കാർണോരല്ലേ... ഇത് ഞാനാ പോക്കറ്... നിങ്ങളെ മരുമോൻ...എ ന്നെ മറന്നുപോയാ... ഞാനാ പോക്കറ്' - അയാൾ ഓടിത്തളർന്നുവന്ന നായയെപ്പോലെ നിന്നു കിതച്ചു.

ഹാജി ആ രൂപത്തെ രൂക്ഷമായി നോക്കി. ഹാജിയുടെ മുഖം ചു വന്നു. ശരീരമാകെ കോപം കൊണ്ട് വിറച്ചു.

'ഫോ... കള്ള സുബറേ... നീ പോക്കറല്ല, എന്റെ മരുമോനും അല്ല... ഏതോ പിരാന്തനാ... എന്റെ മരുമോൻ പോക്കറ്... ഈ സുബൈദേന്റെ പുയ്യാപ്ല കൊറേ കൊല്ലം മുമ്പേ മെയ്യത്തായി. ഓന്റെ പേരും പറഞ്ഞ് വ ന്നാല് കൊന്ന് കളയും ഞാൻ... ഫോ...' - ക്ഷുഭിതനായ ഹാജി അയാ ളുടെ വയറ്റിൽ ആഞ്ഞുചവിട്ടി.

അയാൾ ഒരലർച്ചയോടെ മുറ്റത്ത് മലർന്നടിച്ചുവീണു.

'അയ്യോ... ഓറെയൊന്നും ചെയ്യല്ലേ... ഒന്നും ചെയ്യല്ലേ...' - മുറ്റത്ത് തളർന്നുവീണ സുബൈദ എഴുന്നേൽക്കാനായി പാടുപെടുന്നതിനിടയിൽ വിളിച്ചുപറഞ്ഞു.

'തല്ലല്ല കാർണോരെ... ഞാൻ സൗദീല് ജയിലിലും കൊറേക്കാലം ആസ്പത്രീലും ആയിരുന്നു... സൂക്കാടായതുകൊണ്ട് ഗൾഫ്ന്ന് കേറ്റി വിട്ടതാ... ഞാൻ പോക്കറ് തന്ന്യാ... അന്റെ കീശേല് ഞാനും സുബൈദ യും ഒന്നിച്ച് നിക്ക്ന്ന ഫോട്ടംണ്ട്... അന്റെ സുബൈദേനീം സീനത്തി നീം കാണാൻ കൊതിയായിറ്റ് ഓടി വെരലാ... ഞാൻ മൂന്ന് ദെവസായി കഞ്ഞിപോലും കുടിച്ചിറ്റില്ല...' - വീണിടത്ത് നിന്ന് എഴുന്നേൽക്കാനാ വാതെ അയാൾ കെഞ്ചി.

'ഫോ... നീ എന്റെ കുടുംബം കലക്കാൻ വന്നതാ... നിന്നെ ഞാൻ കൊല്ലും... സുബൈദാനേം മക്കളേം നോക്ക്ന്നത് ഞാനാ...'. ഹാജി ഓ ടിച്ചെന്ന് തൊടിയിലെ ശീമക്കൊന്നയുടെ വലിയ കമ്പ് അടർത്തിയെടു

ത്ത് അയാളെ ആഞ്ഞടിച്ചു.

'അയ്യോ കാർണോരെ... കൊല്ലല്ലേ... കൊല്ലല്ലേ... ഞാൻ പോയേക്കാ... സുബൈദേന ഞാൻ ഒരുനോക്ക് കണ്ടു... മോളേം ഒന്ന് കണ്ടാമതി... ഞാൻ പോയേക്കാ...'.

അടിയേറ്റ് മൂക്കിൽ നിന്നും വായിൽ നിന്നും ചോരയൊലിപ്പിച്ചുകൊണ്ട് അയാൾ ദയനീയമായി യാചിച്ചു.

'എണീറ്റ് ഓടിപ്പോടാ... നായിന്റെമോനെ, അല്ലേങ്കില് നിന്നെ ഞാൻ കൊന്ന് പൊഴേലിടും...' – വീണ്ടും തല്ലാനായി വടിയോങ്ങിയപ്പോൾ അയാൾ മുറ്റത്തുകൂടെ ഇഴഞ്ഞിഴഞ്ഞ് കവുങ്ങിൻതോട്ടത്തിലേക്ക് പോയി മറഞ്ഞു.

സുബൈദ അബോധാവസ്ഥയിൽ മുറ്റത്തുകിടക്കുകയാണ്.

മജീദ് ഒന്നും മനസ്സിലാകാതെ അന്തംവിട്ട് നിന്നു. എല്ലാം കണ്ട് അവൻ പേടിച്ചുപോയി.

'... ആരാ ഉപ്പാ അത്... ആ പ്രാന്തൻ ആരാ...? അയാളെ എന്തിനാ തല്ല്ന്ന്?..' – അവൻ ചോദിച്ചു.

'നീ അകത്തുപോടാ... ഓൻ ഏതോ പിരാന്തനാ' – ഹാജി അട്ടഹസിച്ചു. മുറ്റത്ത് കുഴഞ്ഞുവീണ് കിടക്കുന്ന സുബൈദയെ താങ്ങിയെടുത്ത് അകത്തുകൊണ്ടുകിടത്തി വാതിലടച്ച് കുറ്റിയിട്ടു.

ഹാജി അസ്വസ്ഥനായി തലങ്ങും വിലങ്ങും പാഞ്ഞു നടന്നു. അയാൾ ധരിച്ച ബനിയൻ വിയർപ്പിൽ കുതിർന്നു. എന്താണ് ചെയ്യേണ്ടതെന്ന് ഹാജിക്ക് ഒരു രൂപവുമില്ല.

അകത്തുനിന്ന് വീണ്ടും സുബൈദയുടെ നിലവിളിയുയർന്നു. 'നിങ്ങള് ഓറെ കൊല്ലല്ലേ... നിങ്ങള് ഓറെ കൊല്ലല്ലേ...'

'മിണ്ടാണ്ടിരിക്ക് ഞീ... നിനിക്കെന്താബേണ്ടേ... ഓന്റൊപ്പരം പോണാ... ആ പിരാന്തന്റൊപ്പരം... മിണ്ടിപ്പോറ്... രണ്ടിനെയും കൊല്ലും ഞാൻ...'

കുറച്ചുകഴിഞ്ഞപ്പോൾ അകത്തുനിന്ന് സുബൈദയുടെ ശബ്ദം നിലച്ചു.

'ഉപ്പാ... വാതില് തൊറക്ക് ഉമ്മക്ക് എന്തോ ആയി... ഉമ്മ ഒന്നും മിണ്ട്ന്നില്ല...' – മജീദ് നിലവിളിച്ചുകൊണ്ട് വാതിൽക്കൽ നിന്ന് കരഞ്ഞു.

ഹാജി വാതിൽ തുറന്നു.

സുബൈദ കട്ടിലിൽ ബോധമറ്റുകിടക്കുകയാണ്. ഹാജി പരിഭ്രാന്തനായി. അയാൾ ഓടിച്ചെന്ന് പുറത്തുവെച്ച കിണ്ടിയിൽ നിന്ന് വെള്ളമെടുത്ത് സുബൈദയുടെ മുഖത്ത് തളിച്ചു. സുബൈദ കണ്ണുതുറന്നെങ്കിലും ഒന്നും സംസാരിക്കാൻ കഴിയുന്നില്ല. പരിഭ്രമിച്ചുനിൽക്കുന്ന മജീദി

നോട്, അടുക്കളയിൽ പോയി കഞ്ഞിവെള്ളം കൊണ്ടുവരാൻ ഹാജി ആവശ്യപ്പെട്ടു. ഹാജി സുബൈദയുടെ തല മടിയിൽവെച്ച് വായിൽ കഞ്ഞിവെള്ളം ഒഴിച്ചുകൊടുത്തു. നെറ്റിത്തടത്തിലെ വിയർപ്പുതുള്ളികൾ മുണ്ടിന്റെ കോന്തലകൊണ്ട് തുടച്ചുകൊടുത്തു. പാളവിശറി കൊണ്ട് വീശി.

കുറേക്കഴിഞ്ഞപ്പോൾ സുബൈദ കണ്ണുതുറന്നു.

'നിങ്ങള് ഓറെ കൊന്നാ... അതോ... ഓടിച്ചോ...?' – ക്ഷീണിച്ച സ്വരത്തിൽ സുബൈദ ചോദിച്ചു.

'... നീയെന്തിനാ പേടിക്ക്ന്ന്. നിനിക്ക് ഞാനില്ലേ... ഞാനാ ഇപ്പം നിന്റെ കെട്ടിയോൻ... ഈ മജീദിനെ പെറ്റത് നീയാ... ഓന്റെ ഉപ്പ ഞാനാ...'

'... നിങ്ങള് ഒന്നും പറയണ്ട... പടച്ചോന്റെ മുമ്പില് ഞാനാ കുറ്റം ചെയ്തേ... ഓറ് തിരിച്ചുവരുംന്ന് ഞാനൊരിക്കലും നിരീച്ചിറ്റില്ല... എനിയെന്താ ചെയ്യാ...?' – സുബൈദ പൊട്ടിക്കരയാൻ തുടങ്ങി.

'സുബൈദാ... നീയൊന്ന് അടങ്ങ്... നാട്ടുകാരറിഞ്ഞാ കൊയപ്പാ... എനക്ക് പിന്ന നാട്ടില് നിക്കാൻ പറ്റൂലാ... നിനിക്കും ആരും ഇല്ലാണ്ടാകും... നിന്റെ ജീവിതോം വഴിയാധാരാകും... കരീലെ കുഞ്ഞമ്പു ഏട്ടനോട് വാങ്ങിയ ഒന്നര ഏക്കറ് തൈപ്പറമ്പ് നിന്റെ പേരിലല്ലേ ഞാൻ എഴുതിവെച്ചേ...'

സുബൈദ ഏങ്ങലടിച്ച് കരഞ്ഞുകൊണ്ടിരുന്നു.

ഹാജി മഗ്‌രിബ് നിസ്കാരത്തിന് ശേഷം പതിവുപോലെ ചാരുകസേരയിൽ വിശ്രമിക്കുകയാണ്. എന്നാൽ ചില പതിവുകൾ തെറ്റി. സന്ധ്യക്ക് പതിവായി കിട്ടുന്ന ചായയും പലഹാരങ്ങളും കിട്ടിയില്ല. സുബൈദ എണീറ്റതേയില്ല. മജീദ് ഉമ്മയുടെ അടുത്തുകിടക്കുകയാണ്.

നേരം നന്നായി ഇരുട്ടിയപ്പോൾ ബാലൻമാഷും ചിറമ്മൽ കോരനും പരിചയമില്ലാത്ത രണ്ടുപേരും വീട്ടിലേക്ക് വന്നത് കണ്ട് ഹാജിയുടെ ഉള്ളൊന്ന് കാളി. അവർ മുറ്റത്ത് നിന്നതേയുള്ളൂ.

'...മിറ്റത്ത് നല്ല വഴ്ക്ക്ണ്ട് ശ്രദ്ധിക്കണം. നെറയെ ചെളിയാ...' – ഹാജി പറഞ്ഞു.

ഹാജി അവരെ ഇറയത്തേക്ക് കയറി ഇരിക്കാൻ ക്ഷണിച്ചു.

'എന്താ മാഷേ വന്നേ... വല്ല പിരിവിനോ മറ്റോ...?'

'അല്ല ഹാജിക്കാ... ഒരു സംശയം തീർക്കാൻ വന്നതാ' – മുറ്റത്തു നിന്ന് ബാലൻമാഷ് പറഞ്ഞു.

'എന്താ മാഷേ സംശയം?...'

'ഒന്നും വിചാരിക്കറ്... സുബൈദേനെ കെട്ടിയ പുയ്യാപ്ലേനെപ്പോലെയുള്ള ഒരാള് വൈകുന്നേരം ഇങ്ങോട്ട് വര്ന്നത് കണ്ടിന്... കണ്ടാല് ഒരു മാനസികരോഗിയെപ്പോലെയാ... മുഖം കണ്ടപ്പോ ഒരു സംശയം... മഴേ

ത്ത് നനഞ്ഞു വെറച്ചിറ്റാ വന്നത്. കണ്ടവരിക്കെല്ലാം സംശയം... അയാള് നിങ്ങളെ മരുമോൻ പോക്കറാണോന്ന്...'

മുറ്റത്തുനിന്നുകൊണ്ടുതന്നെ ബാലൻമാഷ് പ്രശ്നം അവതരിപ്പിച്ചു.

ഹാജി പരിഭ്രമം പുറത്തുകാണിക്കാതെ ഒരു ചിരി ചിരിച്ചശേഷം പറഞ്ഞു –

'അന്റെ മരുമോൻ പോക്കറ് എനി കബറിന്റെ ഉള്ളിന്ന് വരണം... ഇങ്ങോട്ടാരും വന്നിറ്റില്ല... ആളെപ്പോലെത്തെ ആള്ണ്ടാവും... പോക്കറ് മെയ്യത്തായിറ്റ് എത്ര കൊല്ലായി... എനക്ക് സൗദീന്ന് വിവരം കിട്ടീന്... സുബൈദ വ്യസനിക്കണ്ടോന്ന് കർതി ആരോടും പറഞ്ഞിറ്റില്ലാന്നേയുള്ളൂ...'

'... എന്നാ നമ്മളെ സംശായിരിക്കും... വാ... നമ്മക്ക് പോകാ...' – ബാലൻമാഷ് കൂടെയുള്ളവരെ വിളിച്ച് നടന്നു.

സംശയം ബാക്കിവെച്ചാണ് അവർ മടങ്ങിയതെന്ന് ഹാജിക്ക് തോന്നി. എങ്കിലും അവർ പോയപ്പോൾ ഹാജി ഒന്ന് നെടുവീർപ്പിട്ടു. തൽക്കാലം രക്ഷപ്പെട്ടതുപോലെ.

രണ്ടു ദിവസത്തെ ഇടവേളയ്ക്ക് ശേഷം വീണ്ടും മഴ കനത്തു. പുഴയ്ക്ക് വീണ്ടും രൗദ്രഭാവം കൈവന്നു. മഴകാരണം പണിക്ക് പോകാത്തവർ കുന്നുമ്മൽ ഗോവിന്ദന്റെ പീടികയിൽ കൂട്ടംകൂടിയിരുന്നു. ചിലർ പീടികയുടെ പിന്നിൽ നിന്ന് ചീട്ടുകളിച്ചു.

അന്നത്തെ 'മാതൃഭൂമി' പത്രം വൈകുന്നേരമാണ് കിട്ടിയത്. പത്രം വായിക്കുന്നതിനിടയിൽ ചരമപേജിലെ ഒരു വാർത്തയും ചിത്രവും ബാലൻമാഷുടെ ശ്രദ്ധയിൽപ്പെട്ടു. 'വളപട്ടണം പുഴയിൽ അജ്ഞാത മൃതദേഹം' എന്നാണ് വാർത്തയുടെ തലക്കെട്ട്. വാർത്ത ഇങ്ങനെ – കണ്ണൂർ: വളപട്ടണം പുഴയിൽ സുമാർ നാൽപത് വയസ്സ് തോന്നിക്കുന്ന പുരുഷന്റെ മൃതദേഹം കണ്ടെത്തി. ചുവന്ന നിറത്തിലുള്ള ഷർട്ടും കറുത്ത പാന്റ്സുമാണ് വേഷം. മുസ്‌ലിമാണെന്ന് സംശയിക്കുന്നു. താടിയും മുടിയും നീട്ടിയിട്ടുണ്ട്. ജീർണിച്ച നിലയിൽ കണ്ടെത്തിയ മൃതദേഹത്തിന് മൂന്ന് ദിവസത്തെ പഴക്കമെങ്കിലുമുണ്ട്. പാന്റിന്റെ പോക്കറ്റിൽ നിന്നുകിട്ടിയ പേഴ്സിൽ ഏതാനും രൂപയും ദമ്പതിമാരുടേതെന്ന് കരുതുന്ന ഫോട്ടോയും ഉണ്ട്. മൃതദേഹം വളപട്ടണം പൊലീസ് ഇൻക്വസ്റ്റ് നടത്തി. പോസ്റ്റ്മോർട്ടം നടത്തിയശേഷം സംസ്കരിച്ചു. ആളെക്കുറിച്ച് എന്തെങ്കിലും വിവരം കിട്ടുന്നവർ വളപട്ടണം പൊലീസ് സ്റ്റേഷനുമായി ബന്ധപ്പെടണം'.

പുതിയ ജീവിതം

'ബിന്ദൂ... ഞാൻ ഉമ്മയെയും അനുജൻ മജീദിനെയും കോയമ്പത്തൂരിലേക്ക് കൊണ്ടുപോവുകയാണ്. അയാൾ ഇപ്പോൾ എവിടെയാണെന്ന് ആരും അറിയില്ല. എവിടെപ്പോയാലും പ്രശ്നമില്ല. ഞങ്ങൾ ഉമ്മയോട് സംസാരിച്ചു. ഉമ്മയ്ക്കും ഞങ്ങളോടൊപ്പം വരാൻ ഇഷ്ടമാണ്. മജീദിനെ അവിടെ ചേർത്തു പഠിപ്പിക്കാം... ആ സംഭവത്തിന് ശേഷം ഉമ്മ അയാളെ വെറുക്കുന്നു... ഉമ്മ തെറ്റൊന്നും ചെയ്തിട്ടില്ല. അത്തരമൊരു സാഹചര്യത്തിൽ ആർക്കും അങ്ങിനെയേ ആവൂ...' - സീനത്ത് ടൗവൽ കൊണ്ട് കണ്ണുതുടച്ചു.

വർഷങ്ങളായി താൻ അന്വേഷിക്കുന്ന ഉപ്പ, മാനസികനില തെറ്റിയ നിലയിൽ വീട്ടിലെത്തിയിരുന്നുവെന്നും ഹാജിയുടെ മർദനമേറ്റ് ഓടിപ്പോയെന്നും പിന്നീട് മൂന്നുദിവസത്തിനുശേഷം വളപട്ടണം പുഴയിൽ നിന്ന് മൃതദേഹം കണ്ടുകിട്ടിയെന്നുമുള്ള വിവരമറിഞ്ഞാണ് സീനത്തും ഭർത്താവ് ആസാദും എത്തിയത്. കോയമ്പത്തൂരിൽ നിന്ന് സ്വന്തം ഫിയറ്റ് കാറിലാണ് ഇരുവരും പൊയ്യൂർക്കടവിൽ വന്നത്.

സുബൈദയിൽ നിന്ന് വിവരങ്ങളെല്ലാം മനസ്സിലാക്കിയശേഷം പഴയങ്ങാടിയിൽ പഴയ കൂട്ടുകാരി ബിന്ദുവിന്റെ വാടകവീട്ടിലെത്തിയതാണ് സീനത്തും ആസാദും. ബിന്ദുവിന്റെ ഭർത്താവ് സുനിൽകുമാർ പഴയങ്ങാടി പൊലീസ് സ്റ്റേഷനിൽ എസ്.ഐ. ആണ്. സീനത്ത് ഫോൺ ചെയ്തതനുസരിച്ച് സുനിൽകുമാർ എല്ലാ വിവരങ്ങളും ശേഖരിക്കുകയും അക്കാര്യം ബിന്ദു സീനത്തിനെ അറിയിക്കുകയും ചെയ്തിരുന്നു.

സംഭവമറിഞ്ഞ് സുബൈദയുടെ ആങ്ങളമാരായ സുബൈറും മൊയ്തീൻകുട്ടിയും മൈസൂരിൽ നിന്നെത്തിയിരുന്നു. മാനസികനില തകർന്ന നിലയിൽ, ഭ്രാന്തനെപ്പോലെ വീട്ടിലെത്തിയ പോക്കറെ അന്ത്രുമാൻ ഹാജി മർദിച്ച് അവശനാക്കുകയും പിന്നീട് അദ്ദേഹത്തെ കാണാതാവുകയും ചെയ്തകാര്യം സുബൈദയും മകൻ മജീദും ബന്ധുക്കളോട് വെ

ളിപ്പെടുത്തി.

പോക്കറെ ഹാജി തല്ലിക്കൊന്ന് പുഴയിലിട്ടതോ, പോക്കർ പുഴയിൽ ചാടി മരിച്ചതോ, അബദ്ധത്തിൽ പുഴയിൽ വീണുപോയതോ എന്ന കാര്യത്തെക്കുറിച്ച് ആർക്കും ഒരു നിഗമനത്തിലെത്താൻ കഴിഞ്ഞില്ല. പക്ഷെ, ആരും പൊലീസിൽ പരാതി നൽകിയില്ല.

എല്ലാവരും വിവരമറിയുകയും അന്വേഷണം തനിക്കെതിരെ തിരിയുമെന്ന് മനസ്സിലാക്കുകയും ചെയ്ത ഹാജി, ആരോടും പറയാതെ സ്ഥലംവിടുകയായിരുന്നു. ഒരു ദിവസം രാവിലെ അയാളെ വീട്ടിൽനിന്ന് കാണാതായി.

ആ സംഭവത്തിന് ശേഷം ഹാജി ആകെ പരിഭ്രാന്തനായിരുന്നുവെന്ന് സുബൈദ സീനത്തിനോട് പറഞ്ഞിരുന്നു.

'നിന്റെ ഉമ്മയെയും മജീദിനെയും നമുക്ക് കോയമ്പത്തൂരിലേക്ക് കൂട്ടാം... അവർ തെറ്റൊന്നും ചെയ്തിട്ടില്ലല്ലോ' - ആസാദാണ് ഈ നിർദേശം സീനത്തിനു മുമ്പാകെ വെച്ചത്.

ആസാദിൻെറ അമ്മ സാവിത്രി അന്തർജനം മസ്തിഷ്കാഘാതത്തെ തുടർന്ന് നാലുമാസം മുമ്പ് മരിച്ചു. അതിനുശേഷം ഫ്ളാറ്റിൽ ആസാദും സീനത്തും മാത്രമായി. രണ്ടുപേരും ജോലിക്കുപോയാൽ ഫ്ളാറ്റ് പൂട്ടിയിടും.

വളപട്ടണം പുഴയിൽക്കണ്ട മൃതദേഹം പൊലീസ് പരിശോധിച്ചപ്പോൾ പാന്റിന്റെ പോക്കറ്റിൽ ഒരു പേഴ്സുണ്ടായിരുന്നു. പാന്റിന്റെ ഉൾഭാഗത്ത് അടിച്ച പോക്കറ്റിലായിരുന്നു പേഴ്സ്. കട്ടിയുള്ള പ്ലാസ്റ്റിക് കവറിൽ പൊതിഞ്ഞ പേഴ്സ് കുതിർന്നുപോയിരുന്നില്ല. പേഴ്സിൽ നൂറ്റി ഇരുപത് രൂപയും ചെറിയ വിവാഹഫോട്ടോയും പൂർണ മേൽവിലാസമുള്ള പോക്കറ്റ് ഡയറിയും ഉണ്ടായിരുന്നു. ലാമിനേറ്റ് ചെയ്തതായിരുന്നു പോസ്റ്റ്കാർഡിന്റെ പകുതി വലിപ്പമുള്ള വിവാഹ ഫോട്ടോ. 'കീറ്റുകണ്ടി പോക്കർ, ലാലിലകത്ത് വീട്, മാണിയൂർ പി.ഒ, കണ്ണൂർ' എന്നാണ് ഡയറിയിലെഴുതിയ വിലാസം.

കണ്ണൂരിൽ നിന്ന് തോട്ടികളെ കൊണ്ടുവന്നാണ് ജീർണിച്ച മൃതദേഹം പോസ്റ്റുമോർട്ടത്തിനായി കരയിലേക്ക് മാറ്റിയത്. പോസ്റ്റുമോർട്ടം നടത്തിയശേഷം വളപട്ടണം മന്നയിലെ ഖബറിസ്താനിലാണ് ശവം അടക്കം ചെയ്തത്. മരിച്ച ആൾ മുസ്ലിമാണെന്ന് വ്യക്തമായതിനാൽ വളപട്ടണം പൊലീസ് പള്ളിക്കമ്മിറ്റിയുടെ സഹായം തേടുകയായിരുന്നു.

മാണിയൂർ ദേശം ഇരിക്കൂർ പൊലീസ് സ്റ്റേഷൻ പരിധിയിലായതിനാൽ വളപട്ടണം പൊലീസ് ഇരിക്കൂർ സ്റ്റേഷനിൽ വിവരമറിയിച്ചു. ഇരിക്കൂർ സ്റ്റേഷനിൽ നിന്ന് ഒരു പൊലീസുകാരനെത്തി പോക്കറുടെ വീ

ട്ടിൽ വിവരമറിയിച്ചു. മൃതദേഹത്തിൽ നിന്ന് കിട്ടിയ ഫോട്ടോ പോക്കറുടെയും സുബൈദയുടെതുമാണെന്ന് വീട്ടുകാർ തിരിച്ചറിഞ്ഞു. അതേ ഫോട്ടോ പോക്കറുടെ വീട്ടിലും സുബൈദയുടെ വീട്ടിലും ഫ്രെയിം ചെയ്ത് ചുവരിൽ തൂക്കുകയും ചെയ്തിരുന്നു.

ഗൾഫിൽ പോയി വർഷങ്ങളോളം കാണാതായ പോക്കർ എവിടുന്ന്, എപ്പോൾ നാട്ടിൽ തിരിച്ചെത്തി എന്ന കാര്യത്തെക്കുറിച്ച് ആർക്കും കൃത്യമായ വിവരങ്ങളൊന്നുമില്ല. രേഖകളൊന്നുമില്ലാതെ സൗദിയിൽ എത്തിയ പോക്കർ, വ്യാജപ്പേരിൽ കുറേക്കാലം ജോലി ചെയ്തെന്നും പിന്നീട് ഏതോ കേസിൽ പിടിക്കപ്പെട്ട് ദീർഘകാലം ജയിലിൽ കഴിഞ്ഞുവെന്നും ജയിലിൽവെച്ച് മാനസികാസ്വസ്ഥത പ്രകടിപ്പിച്ചതിനെ തുടർന്ന് നാട്ടിലേക്ക് കയറ്റിവിട്ടുവെന്നുമാണ് നാട്ടിൽ പ്രചരിക്കുന്ന കഥ. പോലീസും ഇങ്ങിനെയൊരു നിഗമനത്തിൽ തന്നെയാണ് എത്തിയത്.

'... ആ ഹാജിക്കെതിരെ നീ പരാതി കൊടുക്ക്... സുനിയേട്ടൻ വിചാരിച്ചാൽ കേസ് സ്ട്രോങ്ങാക്കാൻ പറ്റും... അയാൾ നിന്റെ ബാപ്പയെ തല്ലിക്കൊന്ന് പുഴയിലിട്ടതായിരിക്കും... ബാപ്പയെ ചവിട്ടുന്നതും തല്ലുന്നതും നിന്റെ ഉമ്മയും അനുജനും കണ്ടതല്ലേ... അവർ സാക്ഷി പറഞ്ഞാൽ പോരേ...?' - ബിന്ദു നിർദേശിച്ചു.

'...ഞാനൊന്നിനുമില്ല ബിന്ദൂ... ചിലർ തലവിധിയെന്ന് പറയാറില്ലേ... ഞാൻ കഴിഞ്ഞതിനെയൊക്കെ അങ്ങനെ കാണാനാണ് ആഗ്രഹിക്കുന്നത്. കേസുംകൊണ്ട് നടക്കാൻ എനിക്ക് പറ്റില്ല... ഞാൻ ദൈവവിശ്വാസിയല്ലെങ്കിലും പ്രകൃതിനിയമങ്ങളിൽ വിശ്വസിക്കുന്നു. എന്റെ ഉപ്പയെ ദ്രോഹിച്ചവരെ പ്രകൃതി ശിക്ഷിക്കട്ടെ...' - സീനത്ത് കർച്ചീഫുകൊണ്ട് കണ്ണുതുടച്ചു. പിന്നെ ബിന്ദു ഒന്നും പറഞ്ഞില്ല.

'എന്നാൽ ഞങ്ങൾ ഇറങ്ങട്ടെ. ഇപ്പോൾത്തന്നെ സമയം വൈകി...' - ആസാദാണ് യാത്ര ചോദിച്ചത്.

'ഇത്രവരെ വന്നിട്ട് സുനിയേട്ടനെ കാണാതെയാണോ പോകുന്നത്...?'

'കോടതിയിൽ കേസിന് പോയ അദ്ദേഹം വരാൻ വൈകില്ലേ... ഞങ്ങൾ പിന്നീടൊരിക്കൽ നിങ്ങളുടെ കൂടെ താമസിക്കാനായിട്ടുവരാം... സുനിയേട്ടനോട് അന്വേഷണം പറയണം' - സീനത്ത് പറഞ്ഞു.

'എനി എപ്പോൾ വരും?' - ബിന്ദു ചോദിച്ചു.

'... നീ എന്തെങ്കിലും വിശേഷമുണ്ടാക്ക്... അപ്പോൾ വരാം' - സീനത്തിന്റെ മറുപടി കേട്ട് ബിന്ദുവിന്റെ ചുണ്ടിൽ ചിരി വിടർന്നു.

'നീ ഉദ്ദേശിക്കുന്ന വിശേഷങ്ങളൊക്കെ ജോലി കിട്ടിയിട്ട്. എച്ച്.എസ്.എ.യുടെ റാങ്ക്ലിസ്റ്റിലുണ്ട്. റാങ്ക് 43. രണ്ടുമാസത്തിനുള്ളിൽ പോസ്റ്റിങ്ങുണ്ടാവുമെന്നാണ് പറയുന്നത്.'

'എന്നാൽ ജോലി കിട്ടിയ പാർട്ടിക്കുവരാം'

അവർ യാത്ര പറഞ്ഞിറങ്ങി.

സീനത്താണ് കാർ ഓടിച്ചത്.

നാട്ടുകാരിൽ ഒരുപാട് ചോദ്യങ്ങൾ അവശേഷിപ്പിച്ച് സുബൈദയും മകൻ മജീദും സീനത്തിനും ആസാദിനുമൊപ്പം കോയമ്പത്തൂരിലേക്ക് യാത്രയ്ക്കൊരുങ്ങുകയാണ്.

പുഴക്കരയിൽ നിർത്തിയ കാറിലേക്ക് അത്യാവശ്യമുള്ള വസ്ത്രങ്ങളും സാധനങ്ങളും കയറ്റിവെക്കുന്നതിന് സഹായിക്കാൻ പഴയപുരയിലെ മാധവിയും കാര്യാടത്ത് രാഘവനും മറ്റുമുണ്ടായിരുന്നു.

രണ്ടോ മൂന്നോ തവണ ഇരിക്കൂർ രജിസ്ട്രാപ്പീസിലും ആസ്പത്രിയിലും പോയതല്ലാതെ സുബൈദ ദൂരസ്ഥലത്തേക്ക് ഇതുവരെ യാത്ര നടത്തിയിട്ടില്ല. മറ്റ് വീട്ടിൽ താമസിച്ചിട്ടുമില്ല. വിവാഹം കഴിഞ്ഞപ്പോൾ പോക്കറുടെ വീട്ടിൽ ഇടയ്ക്കുപോയി താമസിച്ചതേയുള്ളൂ. കാറിൽ ഇതുവരെ യാത്ര ചെയ്തിട്ടില്ല.

വിവാഹ സമയത്ത് പതിനഞ്ചുപവനോളം ആഭരണങ്ങൾ സുബൈദയ്ക്കുണ്ടായിരുന്നു. അന്ത്രുമാൻ ഹാജി അത്രതന്നെ സ്വർണം പലപ്പോഴായി വാങ്ങിക്കൊടുക്കുകയും ചെയ്തു. വളപട്ടണത്ത് മരം വിറ്റുവരുമ്പോഴാണ് ഹാജി ആഭരണങ്ങൾ കൊണ്ടുവരിക.

ഒരിക്കൽ മരം വിറ്റുവരുമ്പോൾ ഹാജി അഞ്ചുപവന്റെ ഏലസ്സുമായാണ് വന്നത്. രാത്രി കിടപ്പറയിൽ നിന്നാണ് ഹാജി ആഭരണം സുബൈദയെ കാണിച്ചത്. അതുവരെ ഒന്നും പറയാതെ, ഷെൽഫിൽ ഭദ്രമായി വെച്ചിരുന്ന ആഭരണം രാത്രി ഉറങ്ങാൻ നേരത്ത് പുറത്തെടുത്ത് സുബൈദയുടെ മുന്നിൽവെച്ചു.

ഇത്രയും തൂക്കമുള്ള ഏലസ്സുകണ്ട് സുബൈദ അമ്പരന്നു.

'ഇതെന്താപ്പാ... ഇത്രയും വലിയ ഏലസ്സ്... ആരിക്കാ ഇത്...?'

'നിനിക്കല്ലാതെ ഞാൻ മറ്റാരിക്കാ ഇങ്ങനത്തെ സാധനം കൊണ്ട് ത്തരീ...?'

'അയ്യോ എനക്കെന്തിനാപ്പാ... ഈ പ്രായത്തില് ഇങ്ങനത്തെ ഏലസ്സ്?'

'... നിനിക്ക് പ്രായാ... നിനിക്കിപ്പോം പതിനെട്ട് വയസ്സിന്റെ ചൊറുക്കല്ലേ...പെണ്ണേ...' - ഹാജി സുബൈദയുടെ കവിളിൽ നുള്ളി.

ഹാജിയുടെ കിന്നാരം കേട്ട് സുബൈദക്ക് നാണം വന്നു. ഹാജി തന്നെ പൊന്നേലസ്സ് സുബൈദയുടെ അരയിൽ കെട്ടിക്കൊടുത്തു.

പിന്നീട് ഹാജി സമ്മാനിച്ചതെല്ലാം വളകളാണ്. ഒരിക്കൽ രണ്ട് പവന്റെ വളയുമായി വന്നപ്പോൾ സുബൈദ പറഞ്ഞു 'പൊരക്കന്ന് പൊറ

ത്തെറങ്ങാത്ത എനക്കെന്തിനാപ്പാ സൊർണം... നിങ്ങള് പൈശയിണ്ടെങ്കില് കൊറച്ച് പറമ്പ് വാങ്ങിയിട്... അതിലെന്തിങ്കിലും നട്ട് പിടിപ്പിക്കാ...'

അങ്ങിനെയാണ് ഒന്നര ഏക്കർ തെങ്ങിൻതോട്ടം വാങ്ങി സുബൈദയുടെ പേരിൽ എഴുതിവെച്ചത്.

സുബൈദയുടെയും മജീദിന്റെയും വസ്ത്രങ്ങൾ മടക്കി പെട്ടിയിൽ നിറയ്ക്കുമ്പോൾ ഹാജിയുടെ ഒരു ഡസനോളം സിൽക്ക് ജുബ്ബകളും അയലിൽ തൂങ്ങുന്നുണ്ടായിരുന്നു. സുബൈദ അതിൽ തൊട്ടുപോലുമില്ല.

കിടപ്പറയിലെ നാലു വലിപ്പുള്ള മേശയിലാണ് ഹാജി പണം സൂക്ഷിക്കാറ്. അതിലെ ഒരു വലിപ്പിലാണ് സുബൈദയുടെ ആഭരണങ്ങളുള്ളത്.

മേശയുടെ താക്കോൽ കൂട്ടം എപ്പോഴും ഹാജിയുടെ അരയിൽ കെട്ടിവെച്ചിട്ടുണ്ടാവും. ഉറങ്ങുമ്പോൾ കട്ടിലിനടിയിൽവെക്കും.

സുബൈദ കട്ടിലിനടിയിൽ നോക്കി. താക്കോൽക്കൂട്ടം അവിടെയുണ്ടായിരുന്നില്ല.

സംഭവത്തിന് ശേഷം ഹാജിയും സുബൈദയും തമ്മിൽ കാര്യമായ സംസാരമൊന്നും ഉണ്ടായിട്ടില്ല. സുബൈദ അതിനുശേഷം വെറേ മുറിയിൽ മകനോടൊപ്പമാണ് കിടക്കാറ്.

ഒന്നും പറയാതെ സുബൈദ സമയത്തിന് ഭക്ഷണം ഹാജിയുടെ മുന്നിൽ കൊണ്ടുവെക്കും. ഹാജി ഒന്നും പറയാതെ കഴിക്കും.

അവിടെക്കൂടിയ എല്ലാവരോടും യാത്ര പറഞ്ഞ് കാറിൽ കയറാൻ നേരത്ത് വീടിന്റെ താക്കോൽ കാര്യാടത്ത് രാഘവനെ ഏൽപിച്ചിട്ട് പറഞ്ഞു 'ഇത് നിങ്ങള് കൈവശംവെച്ചോ... ഓറ് വന്നിറ്റിണ്ടെങ്കില് കൊട്ത്തേ...' - കാര്യാടത്ത് രാഘവൻ താക്കോൽ വാങ്ങി. കാറിന്റെ ഡോറുകൾ അടഞ്ഞു. സീനത്താണ് ഡ്രൈവറുടെ സീറ്റിൽ. തൊട്ടടുത്ത് ആസാദ്. പിന്നിൽ സുബൈദയും മജീദും. മജീദ് നല്ല ആഹ്ലാദത്തിലായിരുന്നു. സുബൈദയ്ക്ക് കണ്ണീരടക്കാൻ കഴിഞ്ഞില്ല. വെളുത്തു തുടുത്ത അവരുടെ മുഖം കരഞ്ഞുചുവന്നിരുന്നു. അവർ വിങ്ങിപ്പൊട്ടുന്ന നിലയിലായിരുന്നു. സീനത്തും ആസാദും എല്ലാവരോടും കൈവീശി യാത്ര ചോദിച്ചു. കാർ കുതിച്ചുപാഞ്ഞു.

ജീൻസും ടോപ്പും ധരിച്ച സുന്ദരിയായ സീനത്തിനെയും സുമുഖനായ ഭർത്താവ് ആസാദിനെയും കുറിച്ചാണ് അന്ന് നാട്ടുകാരുടെ പ്രധാന ചർച്ച. പാന്റിടുന്നതും കാറോടിക്കുന്നതുമായ പെണ്ണിനെ പഴയപുരയിലെ മാധവി കാണുന്നത് ആദ്യമാണ്.

നിയമത്തിന്റെ വഴി

'ലക്ഷം ലക്ഷം തൊഴിലില്ലാത്തവർ
നിത്യം നാട്ടിൽ പെരുകുമ്പോൾ
ഉള്ളൊരു തൊഴിലും ഇല്ലാതാക്കും
കമ്പ്യൂട്ടറുകൾ വേണ്ടേ വേണ്ട...
.....
തൊഴിലെത്തിക്കൂ കൈകളിലാദ്യം
എന്നിട്ടാകാം കമ്പ്യൂട്ടർ
എൽ.ഐ.സി.യിൽ ടെലഫോൺസിൽ
റെയിൽവേയിൽ ബാങ്കിങ്ങിൽ
എല്ലായിടവും കമ്പ്യൂട്ടറായാൽ
എവിടെപ്പോയി പണിചെയ്യും...'

രക്തനക്ഷത്രാങ്കിത ശുഭ്രപതാകയുമായി, വെളുത്ത വസ്ത്രങ്ങളും വെള്ളത്തൊപ്പിയും ധരിച്ച ചുറുചുറുക്കുള്ള യുവതീ യുവാക്കൾ ചെറു സംഘങ്ങളായി പാതയോരങ്ങളിലൂടെ കണ്ണൂർ കളക്ടറേറ്റ് ലക്ഷ്യമാക്കി നീങ്ങി.

തൊഴിലില്ലായ്മക്കെതിരെ ഡി.വൈ.എഫ്.ഐ.യുടെ നേതൃത്വത്തിൽ നടക്കുന്ന കളക്ടറേറ്റ് ഉപരോധസമരത്തിൽ പങ്കെടുക്കുന്നതിനാണ് ഗ്രാമങ്ങളിൽ നിന്ന് നൂറുകണക്കിന് യുവതീയുവാക്കൾ കാൽനടയായി കണ്ണൂരിലേക്ക് പുറപ്പെട്ടത്.

കണ്ണൂർ നഗരത്തിനടുത്ത് വിവിധ കേന്ദ്രങ്ങളിൽ ഒരുക്കിയിട്ടുള്ള ക്യാമ്പുകളിൽ രാത്രി തങ്ങി, പുലർച്ചെ കളക്ടറേറ്റ് വളയാനാണ് തീരുമാനം.

രാജീവ്ഗാന്ധിയുടെ നേതൃത്വത്തിലുള്ള കേന്ദ്രസർക്കാർ പൊതുമേഖലാ സ്ഥാപനങ്ങളിൽ കമ്പ്യൂട്ടർ സ്ഥാപിക്കുന്നതിന് കൈക്കൊണ്ട തീ

രുമാനത്തിനെതിരെ ശക്തമായ പ്രചാരവേലകളാണ് സമരത്തിന് മുന്നോടിയായി ഡി.വൈ.എഫ്.ഐ. സംഘടിപ്പിച്ചത്. ഗ്രാമങ്ങൾ തോറും പ്രചാരണ ജാഥകൾ നടത്തിയും വീടുകളിൽ ലഘുലേഖകൾ വിതരണം ചെയ്തും കമ്പ്യൂട്ടർവൽക്കരണത്തിനെതിരെ യുവാക്കൾ ബോധവത്കരണം നടത്തി.

പത്തും പതിനഞ്ചും പേർ ജോലി ചെയ്യുന്നിടത്ത് ഒരു കമ്പ്യൂട്ടർ മതിയാകുമെന്നും കമ്പ്യൂട്ടറുകൾ സ്ഥാപിച്ചാൽ പൊതുമേഖലാ സ്ഥാപനങ്ങളിൽ നിന്ന് ജീവനക്കാരെ കൂട്ടത്തോടെ പിരിച്ചുവിടുമെന്നും നേതാക്കൾ പ്രചരിപ്പിച്ചു.

അമേരിക്കയിൽ നിന്നും ഫ്രാൻസിൽ നിന്നും മറ്റും ഉപയോഗം കഴിഞ്ഞ് ഉപേക്ഷിച്ച കമ്പ്യൂട്ടറുകളാണ് കോടികൾ വിലകൊടുത്ത് ഇന്ത്യയിലേക്ക് ഇറക്കുമതി ചെയ്യുന്നതെന്നും ഇതിന് പിന്നിൽ വൻ അഴിമതിയുണ്ടെന്നും നേതാക്കൾ ആരോപിച്ചു. കമ്പ്യൂട്ടർവത്കരണത്തിനെതിരെ സമരം ചെയ്തില്ലെങ്കിൽ അഭ്യസ്തവിദ്യരായ ആർക്കും ഭാവിയിൽ തൊഴിൽ ലഭിക്കില്ലെന്ന മുന്നറിയിപ്പും നേതാക്കൾ നൽകി.

മാണിയൂരിൽ ഡി.വൈ.എഫ്.ഐ.യുടെ വില്ലേജ് ഘടകം രൂപവത്കരിച്ചതുമുതൽ വിജയൻ അതിന്റെ സജീവ പ്രവർത്തകനും പ്രാസംഗികനുമാണ്. സാമാന്യം നല്ല പൊതുവിജ്ഞാനവും വായനാശീലവും എഴുതാനും പ്രസംഗിക്കാനും കഴിവുമുള്ള വിജയൻ ഡി.വൈ.എഫ്.ഐ. വില്ലേജ് സെക്രട്ടറിയായി.

മാണിയൂരിൽ നിന്നും കളക്ടറേറ്റ്വളയൽ സമരത്തിന് പരമാവധി സഖാക്കളെ പങ്കെടുപ്പിക്കുന്നതിന് വിജയൻ ഓടിനടന്ന് പ്രവർത്തിച്ചു.

സംഘർഷ ഭീതിയിലാണ് എല്ലാവരും സമരത്തിന് പോയത്. പൊലീസ് ലാത്തിച്ചാർജ് ഉണ്ടാവുമെന്നും വെടിവെപ്പുണ്ടാകുമെന്നും അഭ്യൂഹമുണ്ടായി. എന്നാൽ, കളക്ടറേറ്റ്വളയൽ സമരം സമാധാനപരമായി അവസാനിച്ചു. വളണ്ടിയർമാരെല്ലാം വൈകുന്നേരത്തോടെ നാട്ടിൽ സുരക്ഷിതരായി തിരിച്ചെത്തി.

സമരംകഴിഞ്ഞ് വന്നശേഷം രാത്രി വിജയൻ മുരളിമാഷുടെ വീട്ടിലെത്തി.

മാഷ് ഓഫീസ് മുറിയിലിരുന്ന് എന്തോ എഴുതുകയായിരുന്നു. രാത്രി റേഡിയോവിന്റെ ശബ്ദം കേട്ടില്ലെങ്കിൽ മാഷ് എഴുതുകയോ വായിക്കുകയോ ആയിരിക്കുമെന്ന് വിജയനറിയാം.

മുരളിമാഷുടെ ഭാര്യ സുജാത വിജയനെ ക്ഷണിച്ചിരുത്തി.

മുരളിമാഷ് പുറത്തുവന്നു.

'എന്താ സഖാവേ കുറേനാളായല്ലോ കണ്ടിട്ട്... മുഴുവൻ സമയവും രാഷ്ട്രീയ പ്രവർത്തനം തന്നെയാണോ?' - മാഷ് ചോദിച്ചു.

'സമരവുമായി ബന്ധപ്പെട്ട് കുറേ തിരക്കായിരുന്നു. സമരം കഴിഞ്ഞ സ്ഥിതിക്ക് ഇനി തിരക്ക് കുറയും' - വിജയൻ പറഞ്ഞു.

'സമരത്തിന്റെ പ്രചാരണജാഥയിൽ നീ നടത്തിയ പ്രസംഗം ഞാൻ കേട്ടു. നന്നായി. പ്രസംഗത്തിന് സ്പീഡ് അൽപ്പം കൂടിപ്പോകുന്നു. കാര്യങ്ങൾ പതുക്കെ, സ്പഷ്ടമായി പറയുന്നതാണ് നല്ലത്... പ്രത്യേകിച്ചും പ്രചാരണ ജാഥകളിൽ. കാര്യങ്ങൾ കണക്കുനിരത്തി സമർഥിക്കാൻ നിനക്ക് കഴിയുന്നുണ്ട്...' - വിജയന്റെ പ്രസംഗത്തെ മാഷ് നിരൂപണം ചെയ്തു.

മാഷ് തുടർന്നു - 'ഡി.വൈ.എഫ്.ഐ.യുടെ സമരത്തോടും സമര രീതികളോടും ആഭിമുഖ്യമുള്ള ആൾ തന്നെയാണ് ഞാൻ... പക്ഷെ, അതിവേഗം മുന്നോട്ടുപോകുന്ന ഈ ലോകത്ത് വരുന്ന മാറ്റങ്ങളും നാം കാണണം. കമ്പ്യൂട്ടർ മാനവരാശിയുടെ ചരിത്രത്തിലെ ഏറ്റവും വലിയ കണ്ടുപിടുത്തമാണ്. അതിനെതിരായ നിലപാട് സ്വീകരിക്കുന്നത് മണ്ടത്തരമായി ഭാവിചരിത്രം രേഖപ്പെടുത്തിയേക്കും... ലോകത്തൊരിടത്തും ശാസ്ത്ര-സാങ്കേതിക രംഗത്തിന്റെ വളർച്ചയ്ക്ക് കമ്യൂണിസ്റ്റുകാർ എതിരു നിന്നിട്ടില്ല. സോവിയറ്റ് യൂണിയൻ തന്നെ ഉദാഹരണം. ബഹിരാകാശ ഗവേഷണ രംഗത്തും മറ്റും സോവിയറ്റ് യൂണിയൻ എത്രമാത്രം മുന്നോട്ടുപോയി... നമ്മൾ അതിൽ അഭിമാനം കൊള്ളുന്നില്ലേ...'

'കമ്പ്യൂട്ടറുകൾ വരണമെന്നാണോ മാഷുടെ അഭിപ്രായം?' - വിജയൻ ചോദിച്ചു.

'കമ്പ്യൂട്ടറുകൾ മാത്രമല്ല, ശാസ്ത്രത്തിന്റെ എല്ലാ കണ്ടുപിടുത്തങ്ങളും മാനവരാശിയുടെ പുരോഗതിക്ക് ഉപയോഗപ്പെടുത്തണമെന്നാണ് എന്റെ അഭിപ്രായം. ഇതൊരു സംവാദ വിഷയമാണ്. കുറച്ചുമുമ്പ് നമ്മുടെ നാട്ടിൽ സ്റ്റോൺ ക്രഷറിനെതിരെ കരിങ്കൽ തൊഴിലാളികൾ സമരം നടത്തി. എന്നിട്ടിപ്പോൾ എന്തായി? ക്രഷറുകൾ വന്നില്ലേ... ഗൾഫ് പണം നാടിന്റെ സമ്പദ്‌വ്യവസ്ഥയെ വമ്പിച്ച രീതിയിൽ മാറ്റിമറിച്ചുകൊണ്ടിരിക്കുന്നു. പുതിയ കെട്ടിടങ്ങൾ, റോഡുകൾ, പാലങ്ങൾ എന്നിവ നിർമിക്കാൻ വൻതോതിൽ ആവശ്യമുള്ള കരിങ്കല്ല് കൈകൊണ്ട് അടിച്ചുനുറുക്കിയെടുക്കാൻ കഴിയില്ല... കമ്പ്യൂട്ടറിന്റെ കാര്യവും അങ്ങിനെതന്നെയായിരിക്കും. സാധാരണ മനുഷ്യന് സാധിക്കാത്തതും സങ്കീർണവുമായ വിവരങ്ങൾ ശേഖരിക്കാൻ കമ്പ്യൂട്ടറുകൾക്ക് കഴിയുമെന്ന് ഞാൻ കഴിഞ്ഞദിവസം ഒരു ഇംഗ്ലീഷ് പ്രസിദ്ധീകരണത്തിൽ വായിച്ചു... വൈ

ജ്ഞാനിക ലോകത്ത് വിപ്ലവം സൃഷ്ടിക്കാൻ കഴിയുന്നതായിരിക്കും ക മ്പ്യൂട്ടർ... ഞാൻ ഈ വിഷയം പഠിച്ച് ഒരു ലേഖനം തയ്യാറാക്കാൻ ആ ലോചിക്കുകയാണ്...' - മുരളിമാഷ് നീണ്ട വിശദീകരണം നൽകി.

'...നമ്മുടെ പാർട്ടി നേതൃത്വത്തിലുള്ളവർ എത്രമാത്രം അനുഭവമു ള്ളവരും ബുദ്ധിശാലികളും കാര്യങ്ങൾ അറിയുന്നവരുമാണ്... അവർ ക്കിതൊന്നും മനസ്സിലാക്കാനുള്ള കഴിവില്ലേ?' - ഒരു വിദ്യാർഥിയെപ്പോ ലെ വിജയൻ സംശയം ഉന്നയിച്ചു.

'ഇന്ത്യയിലെ കമ്യൂണിസ്റ്റുപാർട്ടി നേതൃത്വത്തിലുള്ളവർ മഹാൻമാ രാണ്. പകരക്കാരില്ലാത്തവരും. എന്നാൽ, പ്രത്യയശാസ്ത്രങ്ങളിൽ അ റിവുള്ളവർക്ക് ശാസ്ത്ര - സാങ്കേതിക രംഗത്തെ മുന്നേറ്റങ്ങൾ മനസ്സി ലാക്കാൻ കഴിയണമെന്നില്ല. ഒരുപക്ഷെ, അവർക്കറിയാത്ത കാര്യങ്ങ ളെ അവർ സംശയത്തോടെ കാണുന്നുണ്ടാവും... അല്ലെങ്കിൽ അജ്ഞ തയും ദാരിദ്ര്യവും നിലനിന്നാലേ കമ്യൂണിസ്റ്റ് പാർട്ടിയെ വളർത്താൻ കഴിയൂ എന്നവർ വിചാരിക്കുന്നുണ്ടാവും...'

'എനിക്കൊന്നും മനസ്സിലാകുന്നില്ല. ഞാനാകെ കൺഫ്യൂഷനിലാ ണ്' - മനസ്സിൽ ഉടലെടുത്ത ആശയക്കുഴപ്പം വിജയൻ മറച്ചുവെച്ചില്ല.

'...അതുപോകട്ടെ. നിന്റെ എൽ.ഡി.സി. റാങ്ക് ലിസ്റ്റിന്റെ കാര്യം എ ന്തായി...?' - മാഷ് ചോദിച്ചു.

'ഇനി മുപ്പതുപേരെക്കൂടി എടുത്താൽ എനിക്കും നിയമനം കിട്ടും. എന്തായാലും രണ്ടുമൂന്ന് മാസത്തിനുള്ളിൽ നിയമനമുണ്ടാകുമെന്നാണ് പ്രതീക്ഷിക്കുന്നത്. കുറേമാസം കുത്തിയിരുന്ന് പഠിച്ചതിന് എന്നാലല്ലേ പ്രയോജനമുണ്ടാവൂ...'

മുരളിമാഷുടെ ഭാര്യ സുജാത രണ്ട് ഗ്ലാസ്സുകളിൽ ചായയുമായെ ത്തി. ചായ കുടിച്ച് മുറ്റത്തിറങ്ങുന്നതിനിടയിൽ ആരോ ഓടിവരുന്നത് ക ണ്ട് വിജയൻ നിന്നു. പ്രകാശനാണ്.

പ്രകാശൻ മുരളിമാഷുടെ വീടിന് മുന്നിൽ നിന്ന് കിതച്ചു.

'എന്താ പ്രകാശാ... എന്താ പ്രശ്നം...?'

കിതച്ചുകൊണ്ടുതന്നെ അവൻ പറഞ്ഞു - 'ഷാജിയെ പൊലീസു കാർ പിടിച്ചുകൊണ്ടുപോയി... കൊറച്ചുമുമ്പ് വീട്ടിൽ നിന്നാ പിടിച്ചത്'

'എന്തിനാ?'

'ഗോപാലൻ മേസ്ത്രിയെ അവനാണ് പോലും കൊന്നത്...' - പ്ര കാശൻ തളർന്ന് മുറ്റത്ത് വീഴുമെന്ന നിലയിലായി.

സംസാരം കേട്ട് മുരളിമാഷും സുജാതയും പുറത്തിറങ്ങി വന്നു.

വിവരമറിഞ്ഞ് വിജയൻ സ്തംഭിച്ചുനിൽക്കുകയാണ്. പ്രകാശൻ

വീടിന്റെ കോലായിൽ തളർന്നിരുന്നു.

'എന്നിട്ട് എവിടേക്കാ കൊണ്ടുപോയത്?' – മുരളിമാഷ് പ്രകാശനോട് ചോദിച്ചു.

'ഇരിക്കൂർ എസ്.ഐ.യും പാർട്ടിയുമാണ് അറസ്റ്റ് ചെയ്തത്. ഇരിക്കൂറിലേക്കാ കൊണ്ടുപോയത്...' – കിതപ്പിനിടയിൽ പ്രകാശൻ ഒരുവിധം പറഞ്ഞൊപ്പിച്ചു.

പ്രകാശൻ സുജാതയോട് ഒരുഗ്ലാസ് വെള്ളത്തിനാവശ്യപ്പെട്ടു.

മരുഭൂമിയിൽ നിന്ന് ഓടിവരുന്ന ആളെപ്പോലെ ഒരുഗ്ലാസ് വെള്ളം പ്രകാശൻ കുടിച്ചുതീർത്തു. അവൻ വിയർത്തുകുളിച്ചിരുന്നു.

എന്തുചെയ്യണമെന്നറിയാതെ മുരളിമാഷും വിജയനും പകച്ചുനിന്നു.

'നീ എവിടുന്നാ ഈ വിവരം അറിഞ്ഞത്?' – മുരളിമാഷ് പ്രകാശനോട് ആരാഞ്ഞു.

'ഞാൻ റോഡിലൂടെ വരുമ്പം ഷാജിയുടെ വീടിന് താഴെ പൊലീസ് ജീപ്പ് നിർത്തിയതുകണ്ടു. അതിലുണ്ടായിരുന്ന പൊലീസുകാരനോട് കാര്യം ചോദിച്ചു. കുറച്ചു കഴിഞ്ഞപ്പോൾ വീട്ടിൽ നിന്ന് കാർത്ത്യായനിയേച്ചിയുടെ നിലവിളിയും കേട്ടു. ഞാൻ ഓടിച്ചെല്ലുമ്പോഴേക്കും പൊലീസുകാർ ഷാജിയെയും കൊണ്ട്വരുന്നുണ്ടായിരുന്നു'

'ഷാജി നിന്നോടെന്തെങ്കിലും പറഞ്ഞോ?'

'ഒന്നും ചോദിക്കാനും പറയാനും പറ്റിയില്ല'

'ഗോപാലൻ മേസ്ത്രി മരിച്ച കേസിലാ അവനെ അറസ്റ്റുചെയ്തതെന്ന് ആരാ പറഞ്ഞത്?' –

'ജീപ്പിലുണ്ടായിരുന്ന ഒരു പൊലീസുകാരനെ എനിക്കറിയാം. അയാള് പറഞ്ഞതാ'

'ഷാജിയുടെ വീട്ടിൽ വേറെ ആരെങ്കിലുമുണ്ടോ?'

'ആരെയും കണ്ടില്ല... കാർത്ത്യായനിയേച്ചി കിടന്ന് കരയുന്ന്ണ്ട്...'

കുറച്ചുസമയം ആലോചിച്ചതിന് ശേഷം മുരളിമാഷ് പറഞ്ഞു; 'ശരി... നമുക്ക് ഒരു ജീപ്പ് പിടിച്ച് വേഗം ഇരിക്കൂർ പൊലീസ് സ്റ്റേഷനിലേക്ക് പോകാം. പൊലീസുകാർ അവനെ ഉപദ്രവിച്ചേക്കും...'

'ഇരിക്കൂറിൽ പോകുന്നതിന് മുമ്പ് നമുക്ക് അവന്റെ അമ്മയെ കാണാം... വിവരം കൃത്യമായി അറിയാമല്ലോ...' – വിജയൻ നിർദേശിച്ചു.

മുരളിമാഷ് വസ്ത്രങ്ങൾ മാറ്റി ടോർച്ചെടുത്ത് പുറപ്പെട്ടു.

മുരളിമാഷെയും മറ്റും കണ്ടപ്പോൾ കാർത്ത്യായനി മാറത്തടിച്ചു നിലവിളിച്ചു. '...മാഷേ ഒന്ന് പോയി എന്റെ മോനെ രക്ഷിക്ക്... അവര് ഓനെകൊല്ലും... ഒരു പൊലീസുകാരൻ ഓനെ പിടിച്ചപ്പൊത്തന്നെ ചീത്ത

പറയാൻ തൊടങ്ങീന്...'

'പേടിക്കണ്ട... നമ്മളിപ്പം ഇരിക്കൂറിലേക്ക് പോകും. പൊലീസുകാര് എന്താ പറഞ്ഞത്...?' – മുരളിമാഷ് കാർത്ത്യായനിയോട് ചോദിച്ചു.

'ഒന്നും പറഞ്ഞില്ല... ഓൻ പണികേറി ലോറിയുംവെച്ച് വീട്ടിലെത്തീറ്റേ ഉള്ളൂ... അപ്പൊളാ പൊലീസുകാറ് വന്ന് പിടിച്ചുകൊണ്ടുപോയത്...'

കാർത്ത്യായനിയെ സമാധാനിപ്പിച്ച് അവർ വീട്ടിൽ നിന്നും ഇറങ്ങി.

പൊലീസ് സ്റ്റേഷനിലേക്ക് പ്രകാശൻ പോയില്ല. അവനെ ഭയം വല്ലാതെ പിടികൂടിയിരുന്നു. പൊതുവെ ധൈര്യശാലിയായ പ്രകാശൻ ഇത്തരത്തിൽ ഭയപ്പെടുന്നതിന്റെ കാരണമെന്താണെന്ന് എത്ര ആലോചിച്ചിട്ടും മുരളിമാഷിനും വിജയനും മനസ്സിലായില്ല.

രാത്രി പത്തുമണിയോടെ മുരളിമാഷും വിജയനും ഇരിക്കൂർപൊലീസ് സ്റ്റേഷനിലെത്തി. എസ്.ഐ. പൊലീസ് സ്റ്റേഷനിൽ നിന്ന് ക്വാർട്ടേഴ്സിലേക്കിറങ്ങാൻ നോക്കുകയായിരുന്നു. രണ്ടുമാസം മുമ്പ് മാത്രം ചാർജെടുത്ത ചെറുപ്പക്കാരനാണ് എസ്.ഐ. അയൂബ്. മാന്യമായിട്ടാണ് എസ്.ഐ. മുരളിമാഷോടും വിജയനോടും സംസാരിച്ചത്.

ഗോപാലൻ മേസ്ത്രിയെ കൊലപ്പെടുത്തിയ കേസിലാണ് ഷാജിയെ അറസ്റ്റുചെയ്തതെന്ന് എസ്.ഐ. പറഞ്ഞു.

'... ഇവൻെറ കൂട്ടുകാരാണ് ഇവനെ ചതിച്ചത്... ഞാൻ ഫയലുകൾ നോക്കിയപ്പോൾ അപകടമരണമായി എഴുതിത്തള്ളിയ കേസാണിത്... ഇവൻ കുറേക്കാലം മംഗലാപുരത്തും കാസർകോട്ടും കേന്ദ്രീകരിച്ച് പ്രവർത്തിച്ച ക്വട്ടേഷൻ സംഘത്തിലെ അംഗമായിരുന്നു. കൂട്ടത്തിലുള്ളവരുമായി ഇവൻ തെറ്റി... അതിലൊരുത്തനെ ഒരു കവർച്ചക്കേസിൽ കഴിഞ്ഞ ആഴ്ച പിടിച്ചു...' – എസ്.ഐ. മുന്നിലെ ഒരു കടലാസെടുത്ത് നോക്കിയശേഷം തുടർന്നു.

'... ഒരു മൂരിസത്താറിനെ... അവനെ ചോദ്യംചെയ്തപ്പോഴാ ഷാജി നടത്തിയ കൊലപാതകത്തിന്റെ കാര്യം വെളിപ്പെട്ടത്. ആരും കാണാതെ ഗോപാലൻ മേസ്ത്രി എന്ന ആളെ കരിങ്കൽ ക്വാറിയിൽ തള്ളിയിട്ട് കൊന്നശേഷം മംഗലാപുരത്ത് പോയി സംഘത്തോട് കാര്യങ്ങൾ പറഞ്ഞു . അതിനുശേഷവും ഈ സംഘം ഒരുപാട് അക്രമസംഭവങ്ങളിൽ പങ്കെടുത്തിട്ടുണ്ട്... ഒടുവിൽ ഏതോ കാരണത്താൽ ഷാജി അവരുമായി തെറ്റി... ഷാജിയെ കുടുക്കാൻ അവർ അവസരമുണ്ടാക്കി... സത്യമെന്തായാലും ഒരുനാൾ പുറത്തുവരും... തെറ്റായ കാര്യത്തിനുണ്ടാക്കുന്ന സൗഹൃദങ്ങളൊന്നും അധികകാലം നിലനിൽക്കില്ല...' – എസ്.ഐ. വിശദീകരിച്ചു.'

'സാർ... അവനെ ദേഹോപദ്രവമൊന്നും ഏൽപ്പിക്കരുത്... നിയമം അതിന്റെ വഴിക്ക് പോകട്ടെ' - മുരളി മാഷ് എസ്.ഐ.യോട് അപേക്ഷിച്ചു.

'ഇല്ല. അവനെ ഒന്നും ചെയ്തിട്ടില്ല... അവൻ എല്ലാകാര്യങ്ങളും തുറന്നുപറഞ്ഞു. കുറ്റം സമ്മതിച്ചു... കാര്യങ്ങൾ മറച്ചുവെച്ചാലല്ലേ പൊലീസ്മുറ വേണ്ടൂ...' - എസ്.ഐ. ചിരിച്ചുകൊണ്ടു പറഞ്ഞു.

'... മൂരിസത്താർ എന്നാളുടെ മൊഴിയുടെ അടിസ്ഥാനത്തിൽ ഷാജിയെ അറസ്റ്റുചെയ്യാൻ എസ്.പി.യുടെ മെസേജ് വൈകുന്നേരമാണ് കിട്ടിയത്... നാളെ അവനെ തളിപ്പറമ്പ് മജിസ്ട്രേറ്റ് കോടതിയിൽ ഹാജരാക്കും... നിങ്ങൾ അവന് ഭക്ഷണമോ മറ്റോ കിട്ടുമെങ്കിൽ വാങ്ങിച്ചുകൊടുത്തോളൂ... കണ്ടുസംസാരിക്കുകയും ചെയ്യാം...' - എസ്.ഐ. പറഞ്ഞു.

അടിവസ്ത്രം മാത്രം ധരിച്ച് ലോക്കപ്പിൽ കഴിയുന്ന ഷാജിയെ മുരളിമാഷും വിജയനും കണ്ടു.

ഷാജിക്ക് ഒരു കുലുക്കവുമുണ്ടായിരുന്നില്ല.

'നിന്നെ പൊലീസുകാർ എന്തെങ്കിലും ചെയ്തോ?' - അരികിലേക്ക് വന്ന ഷാജിയോട് വിജയൻ പതുക്കെ അന്വേഷിച്ചു.

'ഇല്ല. ഒന്നും ചെയ്തില്ല'

'ശരി, നമുക്ക് കേസ് കോടതിയിൽ നേരിടാം... എന്തായാലും രണ്ടാഴ്ച റിമാൻഡിൽ കിടക്കേണ്ടിവരും... അതുകഴിഞ്ഞ് ജാമ്യത്തിന് ഏർപ്പാടാക്കാം... പേടിക്കണ്ട...' - മുരളിമാഷ് ഷാജിയെ സാന്ത്വനിപ്പിച്ചു.

'മാഷ് നല്ലൊരു വക്കീലിനെ ഏർപ്പാട് ചെയ്താമതി. പൈസയൊന്നും പ്രശ്നല്ല' - ഷാജിയുടെ ദൃഢമായ വാക്കുകൾ എല്ലാം തീരുമാനിച്ചുറപ്പിച്ചതുപോലെയായിരുന്നു.

അത്യാഹിതം

'പപ്പേട്ടാ, ഒരു സ്പൂൺ കഞ്ഞികൂടി കുടിക്ക്... കുറേ മരുന്നും ഇഞ്ചക്ഷനുമുള്ളതല്ലേ... ഭക്ഷണം നന്നായി കഴിച്ചില്ലെങ്കിൽ ക്ഷീണമുണ്ടാകും...'

രാധാകൃഷ്ണൻ പപ്പന്റെ വായിലേക്ക് ഒരു സ്പൂൺ കഞ്ഞികൂടി ഒഴിച്ചുകൊടുത്തു.

'... മതി രാധാകൃഷ്ണാ... ഒരേ കെടപ്പല്ലേ... ഒട്ടും വെശപ്പില്ല... ഇതുവരെ ഞാനൊരാസ്പത്രീലും കെടന്നിറ്റില്ല. ഒരു സൂക്കേടും വന്നിറ്റും ഇല്ല. ഇതെന്റെ തലവിധി. അച്ചടക്കം ഇല്ലാത്ത ജീവിതത്തിന് ദൈവം തന്ന ശിക്ഷ...' - പപ്പന്റെ കണ്ണിൽ നിന്നും ഒഴുകിയ കണ്ണീർ കവിളിലൂടെ തലയിണയിൽ വീണു.

കാറപകടത്തിൽ വലതുകാൽ മുട്ടിന് താഴെ നഷ്ടമായ പപ്പൻ റിയാദിലെ കിങ്ങ് ഖാലിദ് ആസ്പത്രിയിൽ പത്തുദിവസമായി ചികിത്സയിലാണ്. അപകടത്തിൽ കാറിലുണ്ടായ മലപ്പുറം സ്വദേശി അഷറഫ് മരിച്ചു. പപ്പനും അഷറഫും ജോലി ചെയ്യുന്ന കൺസ്ട്രക്ഷൻ കമ്പനിയുടെ കാർ റോഡിലെ ഡിവൈഡറിൽത്തട്ടി മറിയുകയായിരുന്നു. അഷറഫാണ് കാർ ഓടിച്ചിരുന്നത്. അഷറഫ് സംഭവസ്ഥലത്തുവെച്ചുതന്നെ മരിച്ചു. ഗുരുതരാവസ്ഥയിൽ ആസ്പത്രിയിലെത്തിച്ച പപ്പന്റെ വലതുകാൽ മുട്ടിന് താഴെ മുറിച്ചുനീക്കി. മദ്യലഹരിയിലായിരുന്നു ഇരുവരുമെന്നാണ് പൊലീസിന്റെയും പരിശോധിച്ച ഡോക്ടറുടെയും റിപ്പോർട്ട്. ദുബായിൽ ജോലി ചെയ്യുന്ന നാട്ടുകാരനായ രാധാകൃഷ്ണൻ വിവരമറിഞ്ഞ് റിയാദിലെ ആസ്പത്രിയിലെത്തി. ഒരാഴ്ചയായി രാധാകൃഷ്ണൻ ആസ്പത്രിയിൽ പപ്പനെ പരിചരിക്കുന്നു. അപകടത്തെ തുടർന്ന് പപ്പന് ഹൃദയാഘാതവും ഉണ്ടായി. ഹൃദയധമനികളിൽ ബ്ലോക്കുണ്ടെന്നും ശസ്ത്രക്രിയ വേണ്ടിവരുമെന്നും ഡോക്ടർമാർ വിധിയെഴുതി. രക്തത്തിൽ

കൊളസ്ട്രോളിന്റെയും ഷുഗറിന്റെയും അളവ് അപകടമാം വിധം വർധിച്ചിട്ടുണ്ടെന്നും പരിശോധനയിൽ കണ്ടെത്തി.

അപകടത്തിൽ മരിച്ച അഷറഫിന്റെ മൃതദേഹം നാട്ടിലേക്ക് കൊണ്ടുപോയി.

കിങ്ങ് ഖാലിദ് ആസ്പത്രിയിൽ ജോലി ചെയ്യുന്ന നഴ്സ് കോട്ടയത്തുകാരി മേരിയാണ് ആസ്പത്രിയിൽ എല്ലാ സൗകര്യങ്ങളും ചെയ്തു കൊടുക്കുന്നത്. മേരിയുടെ ഭർത്താവ് ജോസ് പപ്പൻ ജോലി ചെയ്യുന്ന കമ്പനിയിലെ ഇലക്ട്രീഷ്യനാണ്.

ജിദ്ദയിൽ ഒരു ഇലക്ട്രിക്കൽ കമ്പനിയിൽ ജോലി ചെയ്യുന്ന ബൈജു അപകടവിവരമറിഞ്ഞ് റിയാദിലെത്തിയിരുന്നു. പൂർണ ഗർഭിണിയായ ഭാര്യ മിനിക്ക് ബെഡ് റെസ്റ്റിന് ഡോക്ടർ നിർദേശിച്ചതിനാൽ ആസ്പത്രിയിൽ അച്ഛന്റെ കൂടെ നിൽക്കാൻ ബൈജുവിന് സാധിച്ചില്ല. രണ്ട് ദിവസം അച്ഛനെ ശുശ്രൂഷിക്കാൻ ആസ്പത്രിയിൽ നിന്ന ശേഷം ബൈജു തിരിച്ചുപോയി.

സുചിത്ര ഭർത്താവ് രത്നാകരന്റെ കൂടെ ബഹറിനിലാണ്. അപകടവിവരമറിഞ്ഞ് രത്നാകരനും ആസ്പത്രിയിൽ എത്തി രണ്ടുദിവസം പപ്പന്റെ കൂടെ നിന്നു.

'ഞാൻ ചെയ്ത തെറ്റിന്റെയെല്ലാം ശിക്ഷയാ രാധാകൃഷ്ണാ ഇത്. സ്വന്തം വീടിന് തീകൊടുത്ത ആളെ ദൈവം ശിക്ഷിക്കാതിരിക്വോ... എന്റെ ജീവിതം തീർന്നില്ലേ... ഒറ്റക്കാലുമായി നാട്ടിലെത്തിയിട്ട് ഞാൻ എന്ത് ചെയ്യാനാ... അഷറഫിനെപ്പോലെ അവിടന്ന് തന്നെ തീർന്നാൽ മതിയായിരുന്നു...' – പപ്പൻ കൊച്ചുകുഞ്ഞിനെപ്പോലെ തേങ്ങിക്കരഞ്ഞു.

പപ്പനെ ഇത്രയും പരിക്ഷീണനായി രാധാകൃഷ്ണൻ മുമ്പ് ഒരിക്കലും കണ്ടിട്ടില്ല.

'...ദൈവമല്ല നിങ്ങളെ അപകടത്തിലെത്തിച്ചത് മദ്യമാണ്... അങ്ങിനെയാണെങ്കില് അഞ്ചുനേരവും നിസ്കരിക്കുന്ന നിങ്ങളുടെ സുഹൃത്ത് അഷറഫിന് അപകടം സംഭവിക്കാൻ പാടുണ്ടോ?' – രാധാകൃഷ്ണൻ ചോദിച്ചു.

'...ശരിയാ... നമ്മളന്ന് ഓവറായി കുടിച്ചു... അവൻ വണ്ടി ഓടിക്കുമ്പോൾതന്നെ തോന്നിയിരുന്നു ഡ്രൈവിങ്ങ് ശരിയല്ലെന്ന്. ഓവർ സ്പീഡായിരുന്നു... പിന്നെയൊന്നും ഓർമയില്ല... ബോധംതെളിയുമ്പം ആസ്പത്രിയിലാ...' – പപ്പൻ കഴിഞ്ഞ സംഭവം ഓർമിച്ചെടുത്തു.

'കമല സംഭവം അറിയോ?' – പപ്പൻ ചോദിച്ചു.

'അപകടത്തിൽ പരിക്ക് പറ്റീന്നറിയും'

'ഇത്രയും കാലം ജീവിക്കാനുള്ള നെട്ടോട്ടത്തിലായിരുന്നു. എന്തൊക്കെയോ നേടി. പ്രതീക്ഷിക്കാത്ത പലതും. മക്കള് നല്ല നെലയിലായി. നാട്ടിൽ പോയി സ്വസ്ഥമായി ജീവിക്കണം എന്നാലോചിക്കുമ്പോഴാ ഇങ്ങനെ...' – പപ്പൻ വീണ്ടും വികാരാധീനനായി.

ബൈജു വീണ്ടും ആസ്പത്രിയിലെത്തി. രണ്ടുദിവസത്തിന് ശേഷം ആസ്പത്രി വിടാമെന്നും ഹൃദയശസ്ത്രക്രിയ കുറച്ചുനാൾ കഴിഞ്ഞശേഷം മതിയെന്നും ഡോക്ടർ നിർദേശിച്ചതായി ബൈജു പപ്പനെ അറിയിച്ചു.

ആസ്പത്രിയിൽ നിന്ന് ഡിസ്ചാർജ് ചെയ്തശേഷം നാട്ടിലേക്ക് മടങ്ങാനുള്ള ഏർപ്പാടുകൾ ബൈജു ചെയ്തു. ബൈജുവിന് ഭാര്യയെ തനിച്ചാക്കി നാട്ടിലേക്ക് പോകാൻ പറ്റാത്തതിനാൽ രാധാകൃഷ്ണൻ പപ്പന്റെ കൂടെ നാട്ടിലേക്ക് പോകാൻ തീരുമാനിച്ചു.

കമ്പനിയിൽ നിന്ന് വിടുമ്പോൾ അവിടെനിന്ന് കിട്ടാനുള്ള ആനുകൂല്യങ്ങൾ വാങ്ങിയെടുക്കുന്നതിന് സുഹൃത്തുക്കളെ ഏർപ്പാടാക്കിയശേഷം പപ്പനും രാധാകൃഷ്ണനും നാട്ടിലേക്ക് വരാനുള്ള ഒരുക്കങ്ങൾ നടത്തി.

ഭാര്യയുടെ പ്രസവശുശ്രൂഷക്ക് കമലയെ ഗൾഫിലേക്ക് കൊണ്ടുവരാനുള്ള ഏർപ്പാടുകൾ ബൈജു നേരത്തെ ചെയ്തിരുന്നു. കമലയുടെ പാസ്പോർട്ട് നേരത്തെ എടുത്തു. മൂന്ന് മാസത്തെ വിസിറ്റിങ് വിസയിൽ കമലയെ ജിദ്ദയിലേക്ക് കൂട്ടാനാണ് ബൈജു ആലോചിക്കുന്നത്.

തീർഥാട്ടുമലയുടെ താഴെ ബൈജു പുതുതായി എടുത്ത വീടിന്റെ പണി പൂർത്തിയായി. എല്ലാ ആധുനിക സൗകര്യങ്ങളുമുള്ള നാട്ടിലെ ആദ്യത്തെ വീടാണത്.

മകന്റെ ഭാര്യയുടെ പ്രസവ ശുശ്രൂഷക്ക് കമല ഗൾഫിലേക്ക് പോകുന്നുവെന്ന വാർത്ത നാട്ടിലെ പെണ്ണുങ്ങളുടെ ഇടയിൽ സജീവ ചർച്ചാ വിഷയമായി.

മകൻ ബൈജു എടുത്ത വീട്ടിലെ സൗകര്യങ്ങളെക്കുറിച്ചും മകൾ സുചിത്രയുടെ വീട്ടുകാരുടെ പത്രാസിനെക്കുറിച്ചും മാത്രമല്ല, ഗൾഫിലേക്ക് പോകാൻ നടത്തുന്ന ഒരുക്കങ്ങളെക്കുറിച്ചും കമല അയൽപക്കത്തെ പെണ്ണുങ്ങളോട് വിസ്തരിച്ചിരുന്നു. അവരെല്ലാം അസൂയയോടെ അത് കേട്ടുനിന്നു.

'...ഓളിപ്പം നെലത്തും നെലേലൊന്നും അല്ല. പണ്ടത്തെ കമലയേ അല്ല... ദുബായി പോക്ന്നതിന് മുമ്പ് ഇതാ കളിയെങ്കില് പോയാ എന്തായിരിക്കും സ്തിതി...' – പാറക്കണ്ടിരാമന്റെ ഭാര്യ യശോദ മറ്റുപെണ്ണുങ്ങളോട് പറഞ്ഞു.

മുമ്പൊക്കെ തലമുടി ചീകി കെട്ടുന്നതിന് പോലും അലസത കാണിച്ചിരുന്ന കമല ഇപ്പോൾ വൃത്തിയായി നടക്കാനും വസ്ത്രധാരണത്തിൽ വളരെയധികം ശ്രദ്ധിക്കാനും തുടങ്ങി. കാലിന്റെയും കൈയുടെയും നഖങ്ങൾ വൃത്തിയായി വെട്ടി ചായംപൂശും. പുറത്തിറങ്ങുമ്പോൾ വാച്ചുകെട്ടും. നാട്ടിൽ വാച്ചുകെട്ടുന്ന ആദ്യത്തെ സ്ത്രീ കമലയാണ്.

ഒന്നര പതിറ്റാണ്ടത്തെ ഗൾഫ് ജീവിതത്തിന് ശേഷം ചിറകറ്റുപോയ പക്ഷിയെപ്പോലെയാണ് പപ്പൻ നാട്ടിലേക്ക് തിരിച്ചത്. സ്ഥിരോത്സാഹിയും ഒന്നിന് മുമ്പിലും പതറുകയും ചെയ്യാത്ത പപ്പൻ ദുർബലനായി. കൃത്രിമക്കാലിന്റെയും ഊന്നുവടിയുടെയും സഹായത്തോടെയാണ് വിമാനം കയറിയത്.

'...റിയാദിൽ നിന്ന് നേരെ കോഴിക്കോട് വിമാനമിറങ്ങി നാട്ടിലേക്ക് വരണമെന്നായിരുന്നു എന്റെ മോഹം. അതും നടക്കാത്ത മോഹമായി. കോഴിക്കോട് വിമാനത്താവളം വരാൻ എനിയും നാലഞ്ച് കൊല്ലമെടുക്കും... ഇതെന്റെ അവസാനത്തെ വിമാനയാത്രയല്ലേ...' – ഒരു നഷ്ട സ്വപ്നമെന്നപോലെ പപ്പൻ രാധാകൃഷ്ണനോട് പറഞ്ഞു.

ബോംബെയിൽ നിന്ന് പുലർച്ചെ മംഗലാപുരത്തെത്തി നാട്ടിലേക്ക് ടാക്സി പിടിക്കാൻ ഒരുങ്ങുമ്പോഴാണ് നടുക്കുന്ന വാർത്തയറിഞ്ഞത് – രാജീവ്ഗാന്ധി തമിഴ്നാട്ടിലെ ശ്രീപെരുമ്പത്തൂരിൽ ബോംബ് സ്ഫോടനത്തിൽ കൊല്ലപ്പെട്ടുവെന്ന്. വിവരമറിഞ്ഞവരെല്ലാം ഞെട്ടിപ്പോയി.

അൽപ്പസമയത്തിനുള്ളിൽ മംഗലാപുരം നഗരം കത്തിപ്പടരാൻ തുടങ്ങി. ജനങ്ങളുടെ രോഷവും പ്രതിഷേധവും ദുഃഖവും അണപൊട്ടിയൊഴുകി. പഴയ ടയറുകളും മറ്റും റോഡിൽ നിന്ന് കത്തിപ്പടർന്നു. തുറന്നുവെച്ച തട്ടുകടകൾ പോലും അടച്ചു. തെരുവുകളിലൂടെ സൈറൺ മുഴക്കിക്കൊണ്ട് പൊലീസ് വാഹനങ്ങൾ തലങ്ങും വിലങ്ങും പാഞ്ഞു.

വിമാനത്തിൽ നിന്നും ഇറങ്ങിയവരെ നാട്ടിലേക്ക് കൂട്ടിക്കൊണ്ടുപോകാൻ വന്ന വാഹനങ്ങൾക്കും പുറത്തിറങ്ങാൻ പറ്റാത്ത അവസ്ഥ. നാട്ടിലെത്താനുള്ള വെമ്പലോടെ വിമാനമിറങ്ങിയവർ എന്തുചെയ്യണമെന്നറിയാതെ പകച്ചുനിന്നു. പലരും നാട്ടിലേക്ക് ഫോൺ ചെയ്ത് അവിടുത്തെ വിവരങ്ങൾ തിരക്കി. നാട്ടിൽ തിരഞ്ഞെടുപ്പ് പ്രചാരണം അവസാനിക്കുന്ന ദിവസമാണ്. പലഭാഗത്തും പ്രതിഷേധങ്ങൾ അക്രമത്തിലേക്ക് നീങ്ങിയതായും വിവരം കിട്ടി.

റിയാദ് വിമാനത്തിൽ നിന്ന് ഇറങ്ങിയ മലയാളികളായ യാത്രക്കാർ പരസ്പരം ഉത്കണ്ഠകൾ പങ്കിട്ടു. സ്ഥിതി ശാന്തമാകുന്നതുവരെ യാത്ര മാറ്റിവെക്കുന്നതാണ് നല്ലതെന്നും അടുത്തുള്ള ലോഡ്ജുകളിൽ മു

റിയെടുക്കാമെന്നും കൂട്ടായ തീരുമാനമെടുത്തു.

കൃത്രിമക്കാലിന്റെയും ഊന്നുവടിയുടെയും സഹായത്തോടെ പപ്പനും ബാഗുകൾ എടുത്ത് രാധാകൃഷ്ണനും ഗൾഫിൽ നിന്നെത്തിയ മറ്റൊരു യാത്രക്കാരനെ കൊണ്ടുപോകാൻ എത്തിയ കാറിൽ ലോഡ്ജ് അന്വേഷിച്ച് പുറപ്പെട്ടു.

പിറ്റേദിവസം വൈകുന്നേരമാണ് പപ്പനും രാധാകൃഷ്ണനും നാട്ടിലെത്തിയത്. രണ്ടുദിവസം നാട്ടിൽ തങ്ങിയ ശേഷം രാധാകൃഷ്ണൻ തിരിച്ചുപോയി. രാധാകൃഷ്ണന്റെ ഭാര്യയും മക്കളും ഗൾഫിലാണ്.

യാത്രാസൗകര്യം കണക്കിലെടുത്ത് ബൈജുവിന്റെ പുതിയ വീട്ടിലാണ് പപ്പൻ താമസിച്ചത്. അപകടത്തിൽ പരിക്കേറ്റ് പപ്പൻ നാട്ടിലെത്തിയതറിഞ്ഞ് ധാരാളംപേർ വന്നുകൊണ്ടിരുന്നു. പപ്പൻ നിർവികാരനായാണ് സന്ദർശകരോട് സംസാരിച്ചത്.

നാട്ടിലെത്തി രണ്ടാഴ്ച കഴിഞ്ഞപ്പോൾ, സുഖവിവരമന്വേഷിച്ചെത്തിയ സന്ദർശകനെക്കണ്ട് പപ്പൻ അമ്പരന്നു - സൈനുദ്ദീൻ.

യെമനിലേക്ക് പുറപ്പെട്ട്, ബോംബെയിലെത്തി അലഞ്ഞുതിരഞ്ഞപ്പോഴും യെമനിലെത്തിയപ്പോഴും എല്ലാറ്റിനും തുണയായ പ്രിയസുഹൃത്ത്.

ഏറെ വർഷങ്ങളായി യാതൊരു ബന്ധവുമില്ലാഞ്ഞിട്ടും സൈനുദ്ദീൻ തന്നെ തേടിയെത്തിയത് കണ്ടപ്പോൾ പപ്പൻ വികാരാധീനനായി പൊട്ടിക്കരഞ്ഞു.

'സൈനൂ... നീ എങ്ങനെ സംഭവങ്ങളറിഞ്ഞു... എങ്ങിനെ നീ ഇവിടുത്തേക്കുള്ള വഴി കണ്ടുപിടിച്ചു...?' - പപ്പൻ ചോദിച്ചു.

'പപ്പേട്ടാ, ഗൾഫില് ഇപ്പം ഒരുപാട് നാട്ടുകാർണ്ട്... അവരിലൊരാള് പറഞ്ഞിട്ടാണ് പപ്പേട്ടന് അപകടം പറ്റിയത് അറിഞ്ഞത്. എന്റെ കൈയിലെ പഴയ ഡയറിയിൽ നിങ്ങളെ അഡ്രസ്സുണ്ടായിരുന്നു. സംഭവമറിഞ്ഞ ശേഷം ഞാൻ പഴയ ഡയറി പരതിയെടുത്തു. നിങ്ങളെ ഫോൺ നമ്പര് കിട്ടാൻ ശ്രമിച്ചു. കിട്ടിയില്ല. കണ്ണൂരിലെത്തി ഇങ്ങോട്ട് വര്ന്ന ബസ്സിലെ കണ്ടക്ടറോട് ചോദിച്ച് സ്ഥലം മനസ്സിലാക്കി... നിങ്ങളെ നാട്ടിലെ കുറേ സ്ഥലത്തിന്റെ പേര് മുമ്പ് സ്ഥിരമായി പറഞ്ഞതല്ലേ... കൊറേപ്പേര് എനക്കിപ്പോം ഓർമയ്ണ്ട്... കാട്ടാമ്പള്ളി... മയ്യില്... ചാലോട്...'

അന്ന് സൈനുദ്ദീൻ പപ്പന്റെ കൂടെ താമസിച്ചു. രാത്രി വൈകുന്നതുവരെ അവർ കഥകൾ പറഞ്ഞിരുന്നു. കമല വിശിഷ്ടാതിഥിയെ നല്ല ഭക്ഷണമുണ്ടാക്കിക്കൊടുത്ത് സൽകരിച്ചു. നാട്ടിൽ എത്തിയ ശേഷം ഭർത്താവിനെ കമല സന്തോഷത്തോടെ കാണുന്നത് അന്നാണ്.

യെമനിൽ നിന്ന് നാട്ടിലെത്തിയശേഷമുള്ള തന്റെ ജീവിതത്തെക്കുറിച്ച് സൈനുദ്ദീൻ രാത്രി പപ്പനോട് വിശദമായി പറഞ്ഞു.

യെമനിൽ നിന്നും ഏറെ ക്ലേശങ്ങൾ സഹിച്ച് സൈനുദ്ദീൻ നാട്ടിലെത്തുമ്പോഴേക്കും ഭാര്യ സഫിയ നാട്ടുകാരനും അന്യ മതസ്ഥനുമായ ഒരു ടാക്സിഡ്രൈവറുടെ കൂടെ ഒളിച്ചോടിയിരുന്നു. മകളെ സഹോദരിയുടെ വീട്ടിലാക്കിയാണ് ഭാര്യ ഒളിച്ചോടിയത്. ആസ്പത്രിയിൽ പോകാനാണെന്ന് പറഞ്ഞ് മകളെ സഹോദരിയുടെ വീട്ടിൽ വിട്ട് പോയ സഫിയ പിന്നീട് തിരിച്ചുവന്നില്ല. കുറേക്കാലമായി തുടരുന്ന അവിഹിത ബന്ധത്തിന്റെ അവസാനമായിരുന്നു ഈ ഒളിച്ചോട്ടം.

യെമനിൽ നിന്ന് എല്ലാം തകർന്ന് വീട്ടിലെത്തിയ സൈനുദ്ദീന് നേരിടേണ്ടിവന്നത് അതുവരെ അനുഭവിച്ചതിനേക്കാളും വലിയ ദുരന്തവും അപമാനവും.

'...ഞാൻ പടച്ചോന് നിരക്കാത്തതൊന്നും ഇതുവരെ ചെയ്തിട്ടില്ല പപ്പേട്ടാ... അത് നിങ്ങക്ക് അറീന്നതല്ലേ. എന്റെ ജീവിതത്തിൽ ഒരു പെണ്ണേ ഉണ്ടായിരുന്നുള്ളൂ. അത് ഓളായിരുന്നു... പക്ഷെ ഓള് എന്നെ വഞ്ചിച്ചു... ഒരു പെണ്ണിന് ഇങ്ങിനെ ഒരാളെ വഞ്ചിക്കാൻ കഴിയുംന്ന് ഞാൻ കരുതിയില്ല' – സൈനുദ്ദീന്റെ കണ്ഠമിടറി.

സഫിയ ഇപ്പോൾ നിലമ്പൂരിൽ കഴിയുന്നുണ്ടെന്നറിഞ്ഞു. പുതിയ ബന്ധത്തിൽ അവൾക്ക് രണ്ട് കുട്ടികളായി എന്ന വിവരവും സൈനുദ്ദീൻ അറിഞ്ഞു.

നാട്ടിലെത്തി രണ്ടുവർഷത്തിന് ശേഷം സൈനുദ്ദീൻ ഒരു വിധവയെ വിവാഹം ചെയ്തു. വീട്ടുകാരുടെ നിർബന്ധത്തിന് വഴങ്ങിയാണ് രണ്ടാംവിവാഹം. വാഹനാപകടത്തിൽ മരിച്ച ഒരാളുടെ ഭാര്യയെ. ഇടത്തരം കുടുംബത്തിലെ അംഗമായ അവൾക്ക് ആദ്യബന്ധത്തിൽ കുട്ടികളില്ല. വിവാഹസമയത്ത് കിട്ടിയ പണവും ഭാര്യയുടെ ആദ്യഭർത്താവ് മരിച്ചതിന്റെ നഷ്ടപരിഹാരത്തുകയും ഉപയോഗിച്ച് സൈനുദ്ദീൻ പഴയ ഹോട്ടൽ മെച്ചപ്പെടുത്തി. ഹോട്ടലിന് തൊട്ടടുത്ത മുറി വാടകയ്ക്കെടുത്ത് ഫാൻസി കടയും തുടങ്ങി. ഫാൻസിക്കട ഭാര്യ നടത്തുന്നു. പുതിയ ബന്ധത്തിൽ ഒരു കുട്ടിയായി.

'...എല്ലാ തകർച്ചയിൽ നിന്നും ഞാനിപ്പോൾ മോചനം നേടി പപ്പേട്ടാ... എനിക്കിപ്പോൾ ജീവിക്കാൻ ബുദ്ധിമുട്ടൊന്നുമില്ല. എന്റെ ഇപ്പോഴത്തെ ഭാര്യ ആയിഷ സ്നേഹമുള്ളവളാണ്. പ്രീ ഡിഗ്രിവരെ വിദ്യാഭ്യാസവുമുണ്ട്. മൂത്ത മകൾ എൻജിനിയറിങ്ങിന് പഠിക്കുന്നു. പുതിയ വീടിന്റെ പണി നടക്കുന്നു... ഞാൻ പഴയ ജീവിതമെല്ലാം മറക്കാൻ ശ്രമിക്കുന്നു.

അതില്‍ നിലനിര്‍ത്താന്‍ ആഗ്രഹിക്കുന്നത് പപ്പേട്ടനെപ്പോലെയുള്ള കുറച്ചുപേരുമായുള്ള സൗഹൃദം മാത്രം...' - പപ്പന്‍ ഒന്നും പറയാതെ എല്ലാം കേട്ടുനിന്നു. ഒടുവില്‍ ഒരു ദീര്‍ഘനിശ്വാസം വിട്ടു.

അകത്തെ ക്ലോക്ക് പന്ത്രണ്ട്‌വട്ടം ശബ്ദിച്ചു.

'സൈനു നമുക്ക് ഇനി കിടക്കാം. നിനക്ക് ആദ്യത്തെ ബസ്സിന് പോകണമെന്നല്ലേ പറഞ്ഞത്. ആറരക്കാണ് ആദ്യത്തെ ബസ്സ്...'

'ശരി പപ്പേട്ടാ... കിടക്കാം... നിങ്ങള് ആരോഗ്യകാര്യത്തില് ശ്രദ്ധിക്കണം. മദ്യവും പുകവലിയും ഒഴിവാക്കണം... ഹാര്‍ട്ടിന് പ്രശ്നമുണ്ടെന്നല്ലേ പറഞ്ഞത്...? ഓപ്പറേഷന്‍ വേണമെങ്കില് വേഗം ചെയ്യുന്നതല്ലേ നല്ലത്...?'

'...ഞാനീ ഒറ്റക്കാലില്‍ ജീവിക്കുമ്പം മദ്യവും സിഗരറ്റും മാത്രമാണ് കൂട്ട്... അതൊന്നും ഇനി ഉപേക്ഷിക്കാന്‍ പറ്റൂല... മക്കളെല്ലാം ഒരു വഴിക്കായി. എനിയിപ്പം എന്നെക്കൊണ്ട് ആരിക്കാ പ്രയോജനം...? ഓപ്പറേഷനൊക്കെ നടത്താം... കുറച്ച് കഴിയട്ടെ. ബൈജൂന്റെ ഭാര്യ പ്രസവിക്കാറായി. അതെല്ലാം കഴിഞ്ഞ് അവന്‍ വരട്ടെ... അതിന് മുമ്പ് തീരുന്നെങ്കില്‍ തീരട്ടെ...' - പപ്പന്റെ വാക്കുകളില്‍ നിരാശമാത്രമാണ് നിഴലിച്ചത്.

പെട്ടെന്ന് ഓര്‍മവന്നതുപോലെ, അപ്പോഴാണ് സൈനുദ്ദീന്‍ ഒരു വിവരം പപ്പനെ അറയിച്ചത്. '...പപ്പേട്ടാ നമ്മുടെ പാട്ടുകാരനില്ലേ യെമനില്‍ താമസിക്കുമ്പോള്‍ നമ്മുടെ കൂടെയുണ്ടായിരുന്ന ഗുപ്ത, അവന്‍ സൗദിയില്‍ ഒരപകടത്തില്‍ മരിച്ചു. ഒരു കെട്ടിടത്തിന്റെ മുകളില്‍ നിന്ന് വീണായിരുന്നുപോലും അപകടം... 'പപ്പന്‍ വിവരം കേട്ട് ഒന്ന് നെടുവീര്‍പ്പിടുകമാത്രം ചെയ്തു.

കസേരയില്‍ നിന്ന് ഊന്നുവടിയുടെ സഹായത്തോടെ എഴുന്നേല്‍ക്കാല്‍ ശ്രമിച്ച പപ്പനെ സൈനുദ്ദീന്‍ കൈപിടിച്ച് എഴുന്നേല്‍പ്പിച്ച് മുറിയില്‍കൊണ്ടുപോയി കിടത്തി. ഊന്നുവടിയും കൃത്രിമക്കാലും കട്ടിലിനടിയില്‍ വെച്ചു.

കിടക്കാന്‍ നേരത്ത് കഴിക്കാനുള്ള ഗുളികകളുമായി കമല വന്നു.

ഓഫീസ് മുറിയില്‍ കിടക്കാനുള്ള സൗകര്യം ചെയ്തിട്ടുണ്ടെന്ന് കമല സൈനുദ്ദീനോട് പറഞ്ഞു.

'സൈനുവിന് ആറര മണീന്റെ ബസ്സിന് പോണം. ഓന് രാവിലെ ചായ ഉണ്ടാക്കിക്കൊടുക്കണം' - പപ്പന്‍ കമലയെ ഓര്‍മിപ്പിച്ചു.

പൂത്തുലഞ്ഞ മോഹം

പപ്പൻ നാട്ടിലെത്തി ഒരുമാസം കഴിഞ്ഞപ്പോൾ ഫോണിലൂടെ ബൈജുവിന്റെ അറിയിപ്പ് കമലക്ക് കിട്ടി. അടുത്ത ശനിയാഴ്ച ഗൾഫിലേക്ക് വരാനുള്ള ടിക്കറ്റ് ശരിയായിട്ടുണ്ടെന്നാണ് ബൈജു ഫോണിൽ അമ്മയെ അറിയിച്ചത്. ബൈജുവിന്റെ കമ്പനിയിൽ ജോലി ചെയ്യുന്ന മാട്ടൂൽക്കാരൻ ഹമീദും കുടുംബവും ലീവ് കഴിഞ്ഞ് ശനിയാഴ്ച വരുന്നുണ്ടെന്നും അവരുടെ കൂടെ വരണമെന്നും അറിയിച്ചു. ഹമീദ് വീട്ടിൽ വന്ന് കമലയെ കൂട്ടും. ഹമീദിന്റെ കൈയിൽ ടിക്കറ്റുണ്ട്. എല്ലാ കാര്യങ്ങളും ഹമീദ് ശ്രദ്ധിച്ചുകൊള്ളും. അച്ഛന് ഭക്ഷണമുണ്ടാക്കിക്കൊടുക്കാനും മറ്റും ബൈജുവിന്റെ ഭാര്യ മിനിയുടെ ഒരു ഇളയമ്മയെ ഏർപ്പാടാക്കിയിട്ടുണ്ട്. അവിവാഹിതയായ ഇളയമ്മ അടുത്ത ബന്ധുക്കളുടെ വീടുകളിൽ പ്രസവശുശ്രൂഷയ്ക്കും മറ്റും പോയി താമസിക്കുന്നവരാണ്. അവർക്ക് സ്വന്തം വീട്ടിൽ താമസിക്കുന്നതിനേക്കാൾ മറ്റുവീടുകളിൽ പോയി താമസിക്കുന്നതാണത്രേ ഇഷ്ടം.

'മൂന്ന് മാസമല്ലേ... അച്ഛനോടൊന്ന് അഡ്ജസ്റ്റ് ചെയ്യാൻ പറ... മിനിയുടെ ഇളയമ്മ നല്ല സ്നേഹം ഉള്ള സ്ത്രീയാണ്. എല്ലാ കാര്യങ്ങളും ശ്രദ്ധിച്ചോളും. അറുപത്തിഅഞ്ച് വയസ്സായെങ്കിലും നല്ല ചുറുചുറുക്കാ ... രാത്രി കണ്ണുകാണാത്തതേ പ്രശ്നമുള്ളൂ...' – ബൈജു ഫോണിൽ കമലയോട് പറഞ്ഞു.

'നീതന്നെ അച്ഛനോട് പറ. ഞാൻ മാത്രം പറഞ്ഞാ ശരിയാവൂല'– കമല ബൈജുവിനോട് പറഞ്ഞു.

'വേണ്ട... അമ്മ പറഞ്ഞാൽ മതി. ഞാൻ പറയുമ്പോൾ അച്ഛന് ചൂടാവും. എന്തെങ്കിലും പറയും...' – ബൈജു ഫോൺ വെച്ചു.

കുറേ കഴിഞ്ഞപ്പോൾ പപ്പന്റെ അടുത്തുചെന്ന് കമല പറഞ്ഞു 'ഞാനെന്താ വേണ്ടത്?... ബൈജു കൊറച്ചുമുമ്പ് വിളിച്ചിരുന്നു. അടുത്ത ശ

നിയാഴ്ച ഓന്റെ കൂടെ ജോലിചെയ്യുന്ന ഒരാളും കുടുംബോം ലീവ് കഴിഞ്ഞ് പോകുന്ന്ണ്ട്. അവരുടെ കൂടെ ഞാൻ പോണംന്ന്... എന്നെ കൂട്ടാൻ അവര് ശനിയാഴ്ച വരുംപോലും... മിനീന്റെ ഇളയമ്മ ഇവിടെ താമസിക്കാൻ വരുംന്ന്...'

കുറേ നേരത്തേക്ക് പപ്പൻ ഒന്നും പറഞ്ഞില്ല. പപ്പന്റെ മറുപടിയും കാത്ത് കമല ഒരേ നിൽപ്പ് നിന്നു.

'നീ പോയാല് ഈ ഒറ്റക്കാലും കൊണ്ട് ഞാൻ എന്ത് ചെയ്യാനാ...? മറ്റേതെങ്കിലും ഒരു പെണ്ണ്ങ്ങള് വന്ന് താമസിച്ചാൽ നിനിക്ക് പകരായോ...? ഓന് മിനിയെയും കൂട്ടി ഇങ്ങ് വന്നൂടെ. ഇവിടെയും ഇല്ലേ ആസ്പത്രിയും ഡോക്ടർമാരും...?' – പപ്പൻ ശാന്തനായാണ് തന്റെ നിസ്സഹായത പ്രകടിപ്പിച്ചത്.

'ഓനോട് പറഞ്ഞതാ... ഓന് ഈട്ത്തെ ഡോക്ടർമാരെയൊന്നും വിശ്വാസം ഇല്ല. മിനീന ആദ്യം മുതലേ കാണിക്ക്ന്ന ഡോക്ടറാ ആടെയുള്ളത്. മലയാളി ലേഡി ഡോക്ടറ്... പ്രസവത്തിന് നാട്ടിലേക്ക് കൂട്ടാൻ മിനീന്റെ ആൾക്കാർക്കും ഇഷ്ടല്ല. ഞാൻ പോയാൽ ഈട നിക്കാൻ ഇളയമ്മയെ ഏൽപിച്ചത് അവര് തന്ന്യാ...'

'അപ്പോള് നീ പോകാൻ തയ്യാറായി അല്ലേ?... ശരി... പോയി വാ...'

ഇഷ്ടമില്ലാതെയുള്ള സമ്മതമാണ് പപ്പനിൽനിന്ന് കിട്ടിയതെങ്കിലും കമല ആഹ്ലാദംകൊണ്ട് മതിമറന്നു. 'എനക്കും ഇണ്ടാവൂലേ ഗൾഫ് കാണാനും വിമാനത്തില് കേറാനും ആശ... ഞാൻ ഗൾഫില് പോകുംന്ന് എല്ലാരോടും പറഞ്ഞുപോയി... എനി പോയില്ലേങ്കില് കൊറച്ചിലാ...' – കമല ആഗ്രഹം മറച്ചുവെച്ചില്ല.

പിന്നെ പപ്പൻ തടസ്സങ്ങളൊന്നും പറഞ്ഞില്ല. കമല യാത്രതിരിക്കുന്നതിന്റെ തലേദിവസം മിനിയുടെ അച്ഛനും അമ്മയും ഇളയമ്മ നാരായണിയെയും കൂട്ടിവന്നു.

കറുത്ത് മെലിഞ്ഞ നാരായണി വിശ്രമമില്ലാതെ നാട്ടുപുരാണങ്ങൾ സംസാരിച്ചു കൊണ്ടിരുന്നു. തന്റെ പാചക മിടുക്കും പ്രസവശുശ്രൂഷയ്ക്ക് പോയ സ്ഥലങ്ങളിലെ അനുഭവങ്ങളുമാണ് വിവരിക്കുന്നത്. 'ഞാൻ പെറ്റിറ്റില്ലേങ്കിലും പത്തിരുപത് കുട്ട്യളെ പോറ്റിവളർത്തീറ്റ്ണ്ട്... നാട്ടുകാര് എല്ലാരും എളയമ്മ എന്നാ എന്നെ വിളിക്കാ... നീയും അങ്ങനെ വിളിച്ചാമതി...' – നാരായണി പപ്പനോട് പറഞ്ഞു. വീട്ടിലെത്തിയ അന്ന് വൈകുന്നേരം തന്നെ വീടും പരിസരങ്ങളും വൃത്തിയാക്കി നാരായണിഇളയമ്മ തന്റെ ശുചിത്വബോധം വെളിപ്പെടുത്തി.

കമലയെ വിമാനത്താവളത്തിൽ യാത്രഅയക്കാൻ ആരും പോയില്ല.

ഹമീദും ഭാര്യയും വീട്ടിലെത്തി കമലയെ കൂട്ടുകയായിരുന്നു. ഹമീദിന്റെ ഭാര്യാസഹോദരനാണ് അവരെ മംഗലാപുരം വിമാനത്താവളത്തിൽ കൊണ്ടുവിടാൻ പോയത്. ഹമീദിന്റെ രണ്ടുവയസ്സുള്ള മകനും കൂടെയുണ്ടായിരുന്നു.

രണ്ടുദിവസം മുമ്പ് കണ്ടക്കൈയിൽ നിന്ന് കമലയുടെ സഹോദരൻ സത്യൻ വന്നിരുന്നു. പക്ഷെ, വേഗം മടങ്ങി. കുവൈത്ത് യുദ്ധത്തിൽ സർവ സമ്പാദ്യങ്ങളും ത്യജിച്ച് നാട്ടിലേക്ക് രക്ഷപ്പെട്ടവരിൽ ഒരാളാണ് സത്യൻ. കുവൈത്ത് സിറ്റിയിൽ സത്യന് സ്വന്തമായി ഒരു സ്പെയർ പാർട്സ് കടയുണ്ടായിരുന്നു. ഇറാഖ് നടത്തിയ മിസൈൽ ആക്രമണത്തിൽ കടപ്രവർത്തിക്കുന്ന കെട്ടിടം ഭാഗികമായി തകർന്നു. മിസൈൽ ആക്രമണത്തെക്കുറിച്ചുള്ള മുന്നറിയിപ്പ് കിട്ടിയിരുന്നതുകൊണ്ട് കെട്ടിടത്തിൽ പ്രവർത്തിച്ചുകൊണ്ടിരിക്കുന്ന സ്ഥാപനങ്ങളിലെ ജീവനക്കാരും തൊഴിലാളികളും രക്ഷപ്പെട്ടു. അവിടെ കൂടുതൽ നിൽക്കുന്നത് സുരക്ഷിതമല്ലെന്ന് കരുതി എല്ലാം ഉപേക്ഷിച്ച് സത്യനും നാട്ടിലെത്തി. നാട്ടിൽ നേരത്തെ ഒരേക്കറോളം ഭൂമി വാങ്ങിയതൊഴിച്ചാൽ സത്യന് വേറെ സമ്പാദ്യങ്ങളൊന്നുമില്ല. അധികം ബാങ്ക് ബാലൻസും. നാട്ടിൽ വന്നശേഷം വെറുതെ വീട്ടിലിരിക്കുകയാണ്. വലിയ പത്രാസിലും പ്രൗഢിയിലും നടന്നശേഷം തൊഴിലും വരുമാനവുമില്ലാതെ ആളുകൾക്കിടയിൽ ഇറങ്ങാൻ സത്യന് മടിയാണ്. ഒരുതരം അപകർഷത. പണിയൊന്നുമില്ലാതെ വീട്ടിൽ വെറുതെയിരിക്കുന്ന സത്യനെ ഭര്യാവീട്ടുകാരും ഗൗനിക്കാതെയായി. അവന്റെ ഭാര്യ അധികവും അവളുടെ വീട്ടിൽ തന്നെയാണ് താമസം. നേരത്തെ വാങ്ങിയ ഭൂമി വിറ്റ് മയ്യിൽ എന്തെങ്കിലും കച്ചവടം തുടങ്ങുന്നതിനെക്കുറിച്ചാണ് ആലോചിക്കുന്നത്.

കമലയുടെ അച്ഛൻ ഗോവിന്ദൻ രണ്ടുവർഷം മുമ്പ് മരിച്ചു. അമ്മ തീർത്തും അവശയാണ്.

ഒരു ദിവസം വൈകുന്നേരം പപ്പൻ കോലായിൽ കസേരയിലിരുന്ന് മയങ്ങുന്ന സമയത്ത് കാർത്ത്യായനി കാണാനെത്തി. കാര്യങ്ങളെല്ലാം അറിഞ്ഞിട്ടും കാർത്ത്യായനി പപ്പനെ കാണാൻ വന്നിരുന്നില്ല. കമലയെ അഭിമുഖീകരിക്കാനുള്ള മടികൊണ്ടായിരിക്കും എന്ന് പപ്പനും ഊഹിച്ചു.

വീട്ടിൽ ആരും ഉണ്ടായിരുന്നില്ല. നാരായണിഇളയമ്മ അടുത്ത വീട്ടിലെ ശോഭയുമായി പുരാണം പറച്ചിലാണ്. ഉച്ചക്ക് പപ്പന് ഭക്ഷണം കൊടുക്കുകയും ഭക്ഷണം കഴിക്കുകയും ചെയ്തശേഷം പതിവുള്ളതാണ് നാരായണിഇളയമ്മയുടെ അയൽവീട് സന്ദർശനം. വൈകുന്നേരം ഏകദേശം അഞ്ചുമണിവരെ അവിടെയായിരിക്കും. നാട്ടിലെ എല്ലാ വിവരങ്ങ

ളും അറിഞ്ഞേ തിരിച്ചുവരൂ.

പപ്പനെ കണ്ടപ്പോൾ കാർത്ത്യായനി ഒന്നും പറയാനാവാതെ വിങ്ങിപ്പൊട്ടി. പപ്പന്റെ കണ്ണും ഈറനണിഞ്ഞു. 'ഞാൻ എല്ലാം അറിഞ്ഞു പപ്പേട്ടാ...' – കാർത്ത്യായനിക്ക് വാക്കുകൾ പൂർത്തിയാക്കാനായില്ല.

'സാരമില്ല... ഞാൻ ജീവിതം ആഘോഷിച്ചയാളാ... അതുകൊണ്ട് നിരാശയൊന്നുമില്ല... ഇനിയുള്ള കാലം ഇങ്ങനെ പോട്ടെ... കാർത്യായനി ഇരിക്ക്' – പപ്പൻ ക്ഷണിച്ചു.

കാർത്ത്യായനി പപ്പന്റെ അരികിൽ നിന്നു.

'ഷാജിയെ പിന്നെ കണ്ടില്ലല്ലോ... അവൻ എവിടെയാ?'

'മറ്റന്നാൾ ഓന്റെ കേസിന്റെ വിധി പറയും. കഴിഞ്ഞ ആഴ്ച എല്ലാ ദെവസോം വിചാരണയായിരുന്നു. തലശ്ശേരി കോടതീല് രാവിലെ പോയാല് രാത്രിയേ വരൂ. ഓനെ വെറുതെ വിടുംന്നാ വക്കീല് പറഞ്ഞത് പോലും... കള്ളക്കേസല്ലേ... ഓനൊന്നും ചെയ്തിറ്റില്ല. അന്ന് ഓൻ ഈടന്ന് നേരം വെളുക്കുന്നതിന് മുമ്പ് മംഗലാപുരത്ത് പോയതാ...' – കാർത്ത്യായനി പറഞ്ഞു.

'ഞാൻ വന്ന ദിവസം രാത്രി ഓൻ വന്നിരുന്നു. അന്ന് കുറേ ആൾക്കാറ്ണ്ടായിരുന്നു. കൂടുതലൊന്നും പറഞ്ഞിറ്റില്ല... കേസിന്റെ കാര്യം ഞാനറിഞ്ഞു...'

'നീ എന്റെ കൈപിടിക്ക്... എനക്ക് മുറിയിലേക്ക് പോകണം' – പപ്പൻ അഭ്യർഥിച്ചു.

'കാർത്ത്യായനി ചുറ്റും നോക്കി. ആരുമില്ലെന്ന് ഉറപ്പുവരുത്തിയ ശേഷം അവൾ പപ്പന്റെ കൈപിടിച്ച് കസേരയിൽ നിന്നും എഴുന്നേൽപ്പിച്ചു. പപ്പൻ പതുക്കെ മുറിയിലേക്ക് നടന്നു. പിന്നാലെ കാർത്ത്യായനിയും.

പപ്പൻ കട്ടിലിൽ ഇരുന്നു. കാർത്ത്യായനിയെ അടുത്തിരിക്കാൻ പപ്പൻ ക്ഷണിച്ചു. പക്ഷെ, അവൾ മടിച്ചു. പപ്പൻ അവളുടെ കൈപിടിച്ച് അടുത്തിരുത്തി. അവളുടെ നെഞ്ച് ശക്തിയായി മിടിക്കുന്നുണ്ടായിരുന്നു. പപ്പൻ അവളുടെ നെറ്റിയിൽ പതുക്കെ ചുംബിച്ചു. പിന്നെ കവിളിലും... ചുണ്ടിലും. കാർത്ത്യായനിയുടെ കണ്ണുകൾ ഈറനായി. കണ്ണുതുടച്ചുകൊണ്ട് എഴുന്നേറ്റ് മുറിയിൽ നിന്ന് പുറത്തുകടന്നു.

'പപ്പേട്ടാ... ഞാൻ... പോകട്ടെ... പിന്നെവരാ' – കാർത്ത്യായനി പോകാൻ തിടുക്കംകാട്ടി.

'ഞാൻ കുറേദിവസായി നിന്റെ വീട്ടില് വരണംന്ന് വിചാരിക്ക്ന്ന് ഈ മരക്കാലും വടിയുംകൊണ്ട് നടക്കാൻ ഞാൻ പഠിച്ചു. ചാരു കസേരയിൽ

ഇരുന്നാൽ എഴുന്നേൽക്കാനേ ബുദ്ധിമുട്ടുള്ളൂ... വടിയും കുത്തി നിന്റെ വീട്ടിലേക്കുള്ള സ്റ്റെപ്പുകൾ കയറാൻ കഴിയും...'

കാർത്ത്യായനി പിന്നെ ഒന്നും പറയാതെ ഇറങ്ങി നടന്നു.

മുരളിമാഷും വിജയനും പപ്പനെ കാണാൻ വന്നു. വിജയന് റവന്യൂ വകുപ്പിൽ എൽ.ഡി.ക്ലാർക്കായി നിയമനം കിട്ടിയിട്ട് രണ്ടുദിവസമേ ആയുള്ളൂ. അക്കാര്യം കൂടി അറിയിക്കാനാ വന്നത്. ഗോപാലൻ മേസ്ത്രിയെ കൊലപ്പെടുത്തിയെന്ന കേസിൽ ഷാജിയെ ജില്ലാ കോടതി വെറുതെവിട്ടുവെന്ന വാർത്തയും അവരിൽ നിന്ന് അറിഞ്ഞു. കാർത്ത്യായനിയെ വീട്ടിൽചെന്ന് വിവരമറിയിച്ച ശേഷമാണ് ഇരുവരും വന്നത്.

രണ്ട് സന്തോഷ വാർത്തകൾ അറിഞ്ഞ ആഹ്ലാദത്തിലാണ് പപ്പൻ. 'രണ്ടും നമുക്ക് ആഘോഷിക്കണം. നാളെ നീ ഒരു കുപ്പിയുമായി വാ...' ചിരിച്ചുകൊണ്ട് വിജയനോട് പറഞ്ഞു. 'ഏതായാലും ഷാജി രക്ഷപ്പെട്ടു... എവിടെ ഓൻ...?' - പപ്പൻ ചോദിച്ചു.

'വിധി കേട്ട ഉടനെ സ്ഥലം വിട്ടു. കാസർകോട്ട് പോകണമെന്നും രണ്ടുദിവസം കഴിഞ്ഞ് വരുമെന്നും പറഞ്ഞു.

'കേസ് വെറുതെവിട്ട കാര്യം അമ്മയോടും പപ്പേട്ടനോടും പറയണമെന്ന് ഞങ്ങളോട് പറഞ്ഞു. ഞങ്ങളും കോടതിയിൽ വിധി കേൾക്കാൻ പോയിരുന്നു...' - മുരളിമാഷ് പറഞ്ഞു.

'...കേസ് വെറുതെ വിടുമെന്ന് വിചാരണ കഴിഞ്ഞപ്പോഴേ തോന്നിയിരുന്നു. സംഭവത്തിന് സാക്ഷികളൊന്നുമില്ല. എഫ്.ഐ.ആറും കുറ്റപത്രവും ദുർബലം. മരണസമയത്ത് അയാൾ അമിതമായി മദ്യപിച്ചിരുന്നുവെന്ന് പോസ്റ്റുമോർട്ടം റിപ്പോർട്ടിലുണ്ടായിരുന്നു... മദ്യപിച്ച് കാൽ തെറ്റി ക്വാറിയിൽ വീണതാണെന്ന് സ്ഥാപിക്കാൻ വക്കീലിന് സാധിച്ചു...കൂടാതെ ഷാജിക്കെതിരെ മൊഴികൊടുത്ത ആൾ നിരവധി ക്രിമിനൽ കേസുകളിലെ പ്രതിയും...' - മുരളിമാഷ് വിശദീകരിച്ചു.

'ഞാൻ തിരിച്ചുവന്നശേഷം വിസ്തരിച്ച് ചെലവുണ്ടെന്ന് പറഞ്ഞാണ് ഷാജി പോയത്... എന്താ ഓന്റെ പരിപാടിയെന്നറിയില്ല...' - വിജയൻ പറഞ്ഞു.

പിറ്റേന്ന് വൈകുന്നേരം പ്രകാശൻ പപ്പനെ കാണാനെത്തി. സന്ദർശകരുമായി സംസാരിക്കുന്നത് മാത്രമാണ് ഇപ്പോൾ പപ്പന്റെ ആശ്വാസം. സംസാരത്തിനിടെ പപ്പൻ പറഞ്ഞു 'എടാ... പ്രകാശാ... എനിക്കൊന്ന് കള്ളുഷാപ്പില് പോണം. കൊറേ നാളായില്ലേ ഇങ്ങനെ കഴീന്ന്... നീ ഒരു ജീപ്പ് പിടിച്ചിറ്റ് വാ...'

'പപ്പേട്ടാ അങ്ങനെ വേണോ... ഞാൻ കള്ളുവാങ്ങിക്കൊണ്ട് തന്നാൽ

പ്പോരേ?'

'പോരടാ... കള്ളുഷാപ്പിൽ പോയിറ്റ് തന്നെ കള്ള് കുടിക്കണം. എന്നാലേ സുഖം ഉള്ളൂ... എനക്ക് പ്രശ്നൊന്നും ഇല്ല. ജീപ്പില് കേർമ്പോം എറങ്ങ്മ്പോം നീ കൈ പിടിച്ചാ മതി... നീ പോയി ജീപ്പ് പിടിച്ചിറ്റ്വാ...'

ചോല കള്ളുഷാപ്പിൽ പപ്പന് നല്ല വരവേൽപ്പാണ് ലഭിച്ചത്. ഒരുപാട് കാലത്തെ ഇടവേളക്ക്ശേഷം പലരെയും കണ്ടു. പലരും ആരോഗ്യ കാര്യങ്ങൾ അന്വേഷിച്ചു.

പപ്പന് ഇരിക്കാൻ വിൽപ്പനക്കാരൻ കസേര നൽകി. നല്ല കള്ളും കൊടുത്തു. ഷാപ്പിൽ സജീവമായ രാഷ്ട്രീയ ചർച്ച നടക്കുകയാണ്. ചർച്ച നടത്തുന്നവരിൽ ഇടിയൻരാഘവൻ മാത്രമാണ് പഴയ മുഖം. മറ്റുള്ളവരെല്ലാം പുതിയ ആൾക്കാരാണ്. അവരിൽ പലരെയും പപ്പന് അറിയില്ല.

ഇടിയൻരാഘവനെ ആരോ പ്രകോപിപ്പിച്ചെന്ന് തോന്നുന്നു.

'...രാജീവ്ഗാന്ധി ചത്തില്ലായിരുന്നെങ്കില് കാണായിരുന്നു നിങ്ങളെ കോൺഗ്രസ്സിന്റെ കാര്യം... മുമ്പ് ഇന്ദിരാഗാന്ധി ചത്തപ്പം നിങ്ങള് ജയിച്ചു... ഇപ്പം രാജീവ്ഗാന്ധി ചത്തപ്പോം ജയിച്ചു... നേതാക്കന്മാരെ ആരെങ്കിലും കൊന്നാലേ ജയിക്കാൻ പറ്റൂന്നല്ലേ കോൺഗ്രസ്സിന്റെ സ്തിതി...' - ഇടിയൻരാഘവൻ ഒറ്റക്ക് എതിരാളികളെ നേരിടുകയാണ്.

പക്ഷെ, ഇടിയൻരാഘവന് മറുപടി പറഞ്ഞ ആൾ പക്വതയോടെയാണ് വിഷയം കൈകാര്യം ചെയ്തത്.

'...നിങ്ങളെ ഇ.എം.എസ്. ബുദ്ധിമാൻ തന്നെ. സമ്മതിച്ചു... കുവൈത്ത് യുദ്ധത്തിൽ സദ്ദാം ഹുസൈന് സിന്ദാബാദ് വിളിച്ചുനടന്നു... ന്യൂനപക്ഷ വോട്ട് കിട്ടി ജില്ലാ കൗൺസില് തൂത്തുവാരി... ലീഗ് യു.ഡി.എഫ്. വിട്ടപ്പം തെരഞ്ഞെടുപ്പ് നടത്തിയാല് നിങ്ങക്ക് നിയമസഭേലും തൂത്തുവാരാന്ന് വിചാരിച്ച് കാലാവധിക്ക് മുമ്പേ നിയമസഭ പിരിച്ചുവിട്ടു... പക്ഷേങ്കില് ലീഗ് ഏടപ്പോകാനാ... ഓറ്ക്ക് കട്ട് പൈശ ഇണ്ടാക്കാൻ കോൺഗ്രസ്സിന്റെ കൂടെ കൂട്ന്നതന്ന്യല്ലേ നല്ലത്... നാട്ടില് പന്നി എറങ്ങീറ്റ്ണ്ട്ന്ന് കേട്ട് ഭരണിയിലെ ഉപ്പിലിട്ട മാങ്ങ തെങ്ങിന്റെ ചോട്ടില് കളഞ്ഞ ഒരു വെടിക്കാരന്റെ കഥ കേട്ടിറ്റ്ണ്ട്... പന്നീനെ കിട്ട്യാല് എറച്ചിഇട്ട് വെക്കാനാ ഭരണി കാലിയാക്കിയത്... ഒടുവില് പന്നീനേം കിട്ടീല... ഉപ്പിലിട്ട മാങ്ങേം പോയി... അത് പോലയാ മാർക്സിസ്റ്റ് പാർട്ടീന്റെ കാര്യം... തിരഞ്ഞെടുപ്പ് വന്നപ്പം ലീഗ് വീണ്ടും കോൺഗ്രസ്സിനൊപ്പം പോയി. മാർക്സിസ്റ്റ്കാര് തോറ്റും പോയി...' എക്സ് മിലിറ്ററിക്കാരൻ നാരായണനാണ് ദീർഘമായ രാഷ്ട്രീയ വിശകലനം നടത്തിയത്. പട്ടാളത്തിൽ നിന്ന് പിരിഞ്ഞശേ

ഷം നാരായണൻ പതിവായി കള്ളുഷാപ്പിലെത്തും. രാഷ്ട്രീയം പറയും. കേരളശബ്ദം വാരിക മുടങ്ങാതെ വായിക്കുന്ന ആളാ നാരായണൻ.

പപ്പൻ രാഷ്ട്രീയ സംവാദത്തിലൊന്നും ഇടപെടാതെ എല്ലാം കേട്ടു നിന്നതേയുള്ളൂ. രാഷ്ട്രീയത്തിലെ കാര്യങ്ങളൊന്നും പപ്പൻ ശ്രദ്ധിക്കാറുമില്ല.

പൊയ്യൂർക്കടവിൽ സംബന്ധക്കാരനായ അന്ത്രുമാൻ ഹാജി മുഴുഭ്രാന്തനായി പലസ്ഥലത്തും അലഞ്ഞുനടക്കുന്ന വിവരം കള്ളുഷാപ്പിൽ നിന്നാണ് പപ്പൻ അറിഞ്ഞത്.

ഗൾഫിൽ പോയി കാണാതായ മരുമകന്റെ ഭാര്യയെ സ്വന്തമാക്കിയ മരക്കച്ചവടക്കാരനായ അന്ത്രുമാൻ ഹാജിയെക്കുറിച്ച് നേരത്തെ പപ്പൻ കേട്ടിരുന്നെങ്കിലും അടുത്തുപരിചയമില്ല.

പൊയ്യൂർക്കടവിലെ ചിറമ്മൽ കോരനാണ് ഈ വിവരം കള്ളുഷാപ്പിൽ വെളിപ്പെടുത്തിയത്. ഹാജി ആ ഭാഗങ്ങളിൽ നിന്നൊക്കെ മരം എടുത്തതിനാൽ നാട്ടുകാർക്കെല്ലാം അറിയാം.

ഗൾഫിൽ പോയി കാണാതായ മരുമകൻ വർഷങ്ങൾക്കുശേഷം മാനസിക നിലതെറ്റിയ നിലയിൽ തിരിച്ചെത്തിയെന്നും ഭാര്യയെയും മകളെയും കാണാനെത്തിയ മരുമകനെ ഹാജി തല്ലിക്കൊന്ന് പുഴയിലിട്ടെന്നുമുള്ള വാർത്ത നാട്ടിലെങ്ങും പ്രചരിച്ചിരുന്നു.

സംഭവത്തിനുശേഷം അന്ത്രുമാൻ ഹാജി നാറാത്തെ സ്വന്തം വീട്ടിലും കൊളച്ചേരിയിലെ രണ്ടാമത്തെ ഭാര്യയുടെ വീട്ടിലും ഏതാനും ദിവസങ്ങൾ കഴിഞ്ഞു. നാറാത്തെ വീട്ടിൽ താമസിക്കുമ്പോൾ ഒരു ദിവസം രാത്രി ഉറക്കത്തിൽ പൊലീസ്... പൊലീസ് എന്ന് നിലവിളിച്ചുകൊണ്ട് ഞെട്ടിയെഴുന്നേറ്റു. പിന്നെ ആകെ ഭയന്ന നിലയിലായിരുന്നു പെരുമാറ്റം. ഒരു ദിവസം രാവിലെ അവിടെനിന്നും ഹാജിയെ കാണാതായി. പിന്നെ കുറേനാൾ അദ്ദേഹത്തെക്കുറിച്ച് യാതൊരു വിവരവുമില്ല.

പൊയ്യൂർക്കടവിലെ ബാലൻമാഷ് ഒരു ദിവസം കണ്ണൂർ ബസ് സ്റ്റാൻഡിൽ ഹാജിയെ കണ്ടുമുട്ടി. ഹാജിയുടെ വേഷപ്പകർച്ചയും രൂപവും കണ്ട് ബാലൻമാഷ് ശരിക്കും അമ്പരന്നു. പതിവായി ചുളിവ് വീഴാത്ത വെളുത്ത സിൽക്ക് ജുബ്ബയും മിന്നുന്ന മുണ്ടും ധരിച്ചുമാത്രം പുറത്തിറങ്ങാറുള്ള ഹാജിയെ മുഷിഞ്ഞ വസ്ത്രത്തിലാണ് കണ്ടത്. നിത്യേന ഷേവ് ചെയ്യാറുള്ള ഹാജിയുടെ മുഖരോമങ്ങൾക്ക് രണ്ടാഴ്ചത്തെയെങ്കിലും വളർച്ചയുണ്ടായിരുന്നു. ബാലൻമാഷെ കണ്ട ഹാജി ആദ്യം ഒന്നു പരിഭ്രമിച്ചു. പിന്നീട് ഓടിവന്ന് ജുബ്ബയുടെ പോക്കറ്റിൽ നിന്നും നൂറ് രൂപ നീട്ടിയിട്ട് ഭയപ്പാടോടെ പറഞ്ഞു – 'മാഷെ... സംഭാവനയൊന്നും വേ

ണ്ടേ... ഇതാ പാർട്ടിക്കുള്ള സംഭാവനയാ... നിങ്ങളന്ന് രണ്ടാളേം കൂട്ടി പോക്കറെ അന്വേഷിച്ച് വീട്ടില് വന്നില്ലേ... ഞാൻ ഓന കണ്ടിറ്റില്ല കെട്ടാ... ഞാൻ ഓനകണ്ടിറ്റേ ഇല്ല... എന്നെ പൊലീസ് പിടിക്വോ മാഷേ...'. ബാലൻ മാഷ് ഒന്നും പറയാതെ അമ്പരന്ന് നിൽക്കുക മാത്രം ചെയ്തു.

ഈ വിവരം ബാലൻ മാഷ് നാട്ടുകാരോട് പറഞ്ഞു. ചിറമ്മൽ കോരൻ കള്ളുഷാപ്പിലും അറിയിച്ചു.

താടിയും മുടിയും നീട്ടി, മുഷിഞ്ഞുനാറിയ വസ്ത്രത്തോടെ ഒരു ദിവസം രാത്രി കൊളച്ചേരിയിലെ ഭാര്യയുടെ വീട്ടിൽ ഹാജി എത്തി. അപ്പോഴേക്കും സംഭവങ്ങളെല്ലാം ആ വീട്ടിലും അറിഞ്ഞിരുന്നു.വീട്ടുകാർ ഹാജിയെ കണ്ടപാടേ വാതിലടച്ചു. അതിനുശേഷം അവിടെ പോയില്ല.

പിന്നെയും എവിടെയൊക്കെയോ ഹാജിയെ കണ്ടവരുണ്ട്. എവിടെയാണ് രാത്രി തങ്ങുന്നതെന്ന് ആർക്കും അറിയില്ല.

'...അയാള് അനുഭവിക്കണം... എല്ലാം മേലേന്ന് ഒരാള് കാണ്ന്ന്ണ്ട്... ആരെങ്കിലും പൊലീസില് പരാതി കൊട്ത്തിനെങ്കില് അയാളിന്ന് ജയിലിലാ...ഒരു പാവത്തിനെ അയാള് കൊന്നില്ലേ...' - ചിറമ്മൽകോരൻ രോഷം പങ്കുവെച്ചു.

ഏറെ വൈകിയാണ് പപ്പനും പ്രകാശനും ഷാപ്പിൽ നിന്നും മടങ്ങിയെത്തിയത്. ഭക്ഷണം കഴിച്ച ഉടനെ പപ്പൻ കിടന്നുറങ്ങി.

യാത്രാവസാനം

'മലമ്മലെ കാർത്ത്യായനീന്റെ മോൻ ഷാജി ഒരു പെണ്ണിനേം കൊണ്ടാപോലും വന്നത്...' - രാവിലെ വിശേഷമായൊരു വാർത്തയുമായാണ് നാരായണിഇളയമ്മ പപ്പന്റെ മുറിയിൽ ചായയുമായി എത്തിയത്. 'ഒരു ഉമ്മച്ചിക്കുട്ട്യാപോലും... എന്നാലെന്താ നല്ല തങ്കം പോലത്തെ പെണ്ണാപോലും... ശോഭയാ പറഞ്ഞത്... ഓള് ഇന്നലെ സന്ധ്യക്ക് അവര് രണ്ടാളും നടന്നുപോകുന്നത് കണ്ടിന് പോലും...' - നാരായണിഇളയമ്മ ഒറ്റവീർപ്പിന് പറഞ്ഞുതീർത്തു.

'മിടുക്കൻ' - പപ്പൻ മനസ്സിൽ പറഞ്ഞു.

ഷാജി ഒരു പെണ്ണിനെയും കൂട്ടി വരുന്നത് കണ്ട് കാർത്ത്യായനിയും ഞെട്ടിയിരിക്കണം. അവന് ഇങ്ങിനെയൊരു ബന്ധമുള്ളത് കാർത്ത്യായനി അറിഞ്ഞിരിക്കാൻ വഴിയില്ല. അറിഞ്ഞിരുന്നെങ്കിൽ കഴിഞ്ഞ ദിവസം വന്നപ്പോൾ പറയേണ്ടതായിരുന്നു' - പപ്പൻ ഊഹിച്ചു.

ഉച്ചയ്ക്ക് പപ്പൻ ഭക്ഷണം കഴിക്കാൻ ഇരുന്നപ്പോൾ ഫോൺ ബെല്ലടിച്ചു. ഫോൺ ബെല്ലടി കേട്ടാൽ കുട്ടികളെപ്പോലെ ഓടിച്ചെന്ന് ഫോണെടുക്കുക നാരായണിഇളയമ്മയാണ്. ഫോണെടുത്ത് അത്യുച്ചത്തിൽ നാരായണിഇളയമ്മ പറഞ്ഞുതുടങ്ങി. 'ഹലോ... ആരാ... ഓ... മോനാ... ഓ... അതിയാ... ആങ്കുട്ട്യാ... ഓക്കും കുട്ടിക്കും സുഖം തന്നെയല്ലേ... മൂന്ന് മണിക്കാ... എന്നാല് ഉത്രട്ടാതി നക്ഷത്രാ... മുത്തപ്പൻ കാത്തു... പപ്പാ ബൈജു വിളിക്ക്ന്ന്.. മിനി പെറ്റു... കുട്ടി ആണാ പോലും.'

പപ്പന്റെ മുഖം ആഹ്ലാദം കൊണ്ട് വികസിച്ചു. മുത്തച്ഛനായ മുഹൂർത്തം. പപ്പൻ ഒറ്റക്കാലിൽ ചാടിച്ചെന്ന് ഫോണെടുത്ത് വിശദമായി സംസാരിച്ചു. പ്രസവം കുറച്ചുനേരത്തെയായെന്നും കുഞ്ഞിന് തൂക്കം കുറവാണെന്നും ബൈജു പറഞ്ഞു. എങ്കിലും മിനിക്കും കുഞ്ഞിനും വേറെ പ്രശ്നങ്ങളൊന്നുമില്ല എന്നും.

ഫോൺ താഴെ വെച്ചപ്പോഴാണ് കമലയെക്കുറിച്ച് ഒന്നും ചോദിച്ചില്ലല്ലോ എന്ന് പപ്പൻ ഓർത്തത്.

ഭക്ഷണത്തിന് ശേഷം പപ്പൻ ചാരുകസേരയിൽ മയങ്ങുകയായിരുന്നു. മുറ്റത്തുനിന്ന് പാദസരത്തിന്റെ കിലുക്കം കേട്ട് തിരിഞ്ഞുനോക്കി. ഒരു കള്ളച്ചിരിയോടെ ഷാജിയും സുന്ദരിയായ പെണ്ണും മുറ്റത്ത് ശങ്കിച്ചുനിൽക്കുന്നു.

'...ആ...വാ വാ... കയറി ഇരിക്ക്... ദാ... നാരായണിഇളയമ്മേ... രണ്ടാൾ വിരുന്ന് വന്നിറ്റ്ണ്ട്...' - പപ്പൻ വിളിച്ചുപറഞ്ഞു.

ഷാജിയും സുന്ദരിപ്പെണ്ണും പപ്പന്റെ മുന്നിൽ അടുത്തടുത്ത് കസേരയിട്ടിരുന്നു.

'പപ്പേട്ടാ ഇത് ശ്രീജ... ഞങ്ങളുടെ കല്യാണം കഴിഞ്ഞു... ഇവള് കാസർകോട്ടാ...'

'ഇന്നലെ ഞാനറിഞ്ഞു. നീ ഇങ്ങോട്ടുവരുംന്ന് എനിക്ക് തോന്നിയിരുന്നു'

'പപ്പേട്ടനോട് അനുഗ്രഹം വാങ്ങാൻ അമ്മ പറഞ്ഞു'

'വാ... രണ്ടാളും വാ... ഇങ്ങ് അടുത്ത് വാ...'

ഷാജിയും ശ്രീജയും അടുത്തടുത്ത് പപ്പന്റെ മുന്നിൽ കുനിഞ്ഞു നിന്നു.

പപ്പൻ രണ്ടുപേരുടെയും തലയിൽ തൊട്ട് അനുഗ്രഹിച്ചു.

ആ നവദമ്പതികൾ പപ്പന്റെ കാൽതൊട്ട് വന്ദിച്ചു. നാരായണിഇളയമ്മ എല്ലാം കണ്ട് പകച്ചു നിൽക്കുകയാണ്.

'ഇവർക്ക് ചായ വെച്ചുകൊടുക്ക്' - പപ്പൻ നാരായണിഇളയമ്മക്ക് നിർദ്ദേശം നൽകി.

'മോളിങ്ങ് വാ... അകത്തുവാ...' - നാരായണിഇളയമ്മ ശ്രീജയെയും കൂട്ടി അകത്തേക്ക് പോയി.

ശ്രീജ അകത്തേക്ക് പോയപ്പോൾ ഷാജി കസേരയെടുത്ത് പപ്പന്റെ അടുത്തേക്ക് നീക്കിയിട്ടിരുന്നു.

'പപ്പേട്ടാ അവളുടെ ശരിയായ പേര് സഫിയാന്നാ... ഞാനിട്ട പേരാ ശ്രീജ. കാസർകോട്ട് ഞാൻ താമസിച്ച മുറീന്റെ തൊട്ടടുത്ത മുറീലാ സഫിയയും അനുജൻ മുനീറും ഓളെ ബാപ്പ മുഹമ്മദ്കുട്ടീം ഉമ്മ സൈനബയും താമസിച്ചത്. മുഹമ്മദ് കുട്ടി കാസർകോട് ടൗണിലെ ചുമട്ട് തൊഴിലാളിയും യൂണിയൻ പ്രവർത്തകനുമായിരുന്നു.

ഞാൻ അവരിക്ക് മോനെപ്പോലെയായിരുന്നു. നമ്മള് തമ്മില് ഇഷ്ടാന്ന് ഓറ്ക്ക് അറിയായിരുന്നു. ഒരു കൊല്ലം മുമ്പ് സഫിയേന്റെ ഉപ്പ അറ്റാ

ക്കായി മരിച്ചുപോയി. പിന്നെ ഉമ്മയും സഫിയയും മുനീറും മാത്രമായി. വളരെ പാവപ്പെട്ട കുടുംബം. ബാപ്പ മരിച്ചശേഷം ഒര് ദെവസം സഫിയ എന്നോട് ചോദിച്ചു നിങ്ങളെന്നെ കെട്ട്വോന്ന്... കേസ് വെറുതെവിട്ടാ പിറ്റേ ദിവസം ഞാൻ വന്ന് നിന്നെ കൂട്ടുംന്ന് ഒറപ്പുകൊടുത്തു. കേസ് വെറുതെ വിട്ട അന്ന് തന്നെ പോയി ഞാൻ ഓളെ കൂട്ടി വന്നു. ഉമ്മയുടെയും അനുജന്റെയും ഇഷ്ടത്തോടെ... എന്റെ അമ്മയും എതിരൊന്നും പറഞ്ഞില്ല...'

പപ്പൻ ഒന്നും പറയാതെ എല്ലാം കേട്ടുനിന്നു. ഒടുവിൽ പറഞ്ഞു - 'നന്നായി മോനെ... സ്നേഹിച്ചവരെ ജീവിതത്തില് കിട്ട്വാന്ന് വെച്ചാല് ഒരു ഭാഗ്യാ... നിങ്ങള് നന്നായി ജീവിക്ക്... ജാതീം മതോന്നും സ്നേഹത്തിന് മുമ്പില് തടസ്സല്ല... പരസ്പരം സ്നേഹം ഇല്ലേങ്കില് ഒരേ ജാതീം മതോം ആയിറ്റെന്താ കാര്യം... ജാതീം മതോം മനുഷ്യമ്മാരെ തമ്മില് തെറ്റിക്കാനിണ്ടാക്ക്യതല്ലേ...'

നാരായണിഇളയമ്മ കൊണ്ടുവന്ന ചായയും പലഹാരവും കഴിച്ച് രണ്ടുപേരും യാത്ര പറഞ്ഞിറങ്ങി.

പപ്പനും നാരായണിഇളയമ്മയും മടങ്ങിപ്പോകുന്ന ആ യുവമിഥുനങ്ങളെ ഇമവെട്ടാതെ നോക്കിനിന്നു.

'അവര് തമ്മില് നല്ല ചേർച്ച. നല്ല ഐശ്വര്യള്ള കുട്ടി... ഉമ്മച്ചി ആയാലെന്താ...കായ്ച്ചക്ക് നമ്മളെ കുട്ട്യളപ്പോലെന്നെ' - നാരായണിഇളയമ്മക്ക് ആ ദമ്പതിമാരെ നന്നായി ബോധിച്ചു.

അന്നത്തെ രാത്രി പപ്പന് ഏറെ ആഹ്ലാദകരമായി അനുഭവപ്പെട്ടു. മുത്തച്ഛനായ ദിവസം. മകനെപ്പോലെ വാത്സല്യത്തോടുകൂടി കണ്ട ഷാജി അനുയോജ്യയായ പെണ്ണോടൊപ്പം വീട്ടിലെത്തിയ ദിവസം. എനി സുചിത്രയുടെ ഒരു കുഞ്ഞിനെക്കൂടി കണ്ടാൽ വേറെ ആശകളൊന്നും ബാക്കിയില്ല. എന്നാൽ, അവൾക്കിതുവരെ വിശേഷങ്ങളൊന്നുമായില്ല.

തലേദിവസം ബാക്കിവെച്ച കാൽ കുപ്പിയോളം മദ്യം കട്ടിലിനടിയിലുണ്ട്. പപ്പൻ അതെടുത്ത് ചാരുകസേരയിലിരുന്നു. ആവശ്യം മനസ്സിലാക്കി നാരായണിഇളയമ്മ ഒരു കപ്പിൽ പച്ചവെള്ളം നേരത്തെ കൊണ്ടുവെച്ചിരുന്നു. എന്താവശ്യപ്പെട്ടാലും നാരായണിഇളയമ്മ ചെയ്യും. പക്ഷെ, ഇരുട്ടായാൽ ഒന്നും ചെയ്യാൻ കഴിയില്ല.

കുറേ നാളായി രാത്രി ഊണില്ല. രണ്ടോ മൂന്നോ ചപ്പാത്തി മാത്രം. ഷുഗർ കൂടിയതുകാരണം ഉച്ചയ്ക്ക് മാത്രമേ അരിഭക്ഷണമുള്ളൂ.

മദ്യം കഴിച്ച ശേഷം അവിടെവെച്ചുതന്നെ രണ്ട് ചപ്പാത്തിയും ഉരുളക്കിഴങ്ങ് കറിയും കഴിച്ചു. കൈ കഴുകി വീണ്ടും കസേരയിൽ ഇരുന്നു.

ഭക്ഷണം കഴിച്ച് കഴിഞ്ഞപ്പോൾ നെഞ്ചിൽ നിന്ന് എരിച്ചിലും കൊളുത്തിപ്പറിക്കുമ്പോലെയും. പിന്നെ മുതുകത്ത് ഒരു വേദന. ഗ്യാസിന്റെ കുഴപ്പമായിരിക്കുമെന്ന് കരുതി.

ആകാശത്ത് നല്ല മഴക്കാറുണ്ട്. കുംഭമാസം മഴ പതിവുണ്ട്. ശരീരം വല്ലാതെ വിയർക്കുന്നു. നല്ല ചൂടും. ആകാശത്ത് നക്ഷത്രങ്ങളെയൊന്നും കാണാനില്ല. തണുത്തകാറ്റ് വീശുന്നുണ്ട്. കാറ്റിന് നനഞ്ഞ മണ്ണിന്റെ മണം. എവിടെയോ മഴ പെയ്യുന്നുണ്ട്. ഇടയ്ക്കിടെ മിന്നലും.

പപ്പൻ ചാരുകസേരയിൽ നിന്ന് പതുക്കെ എഴുന്നേറ്റ് പ്ലാസ്റ്റിക് കസേരയിലേക്ക് മാറി ഇരുന്നു. ശ്വാസം കിട്ടാൻ പ്രയാസം പോലെ. ഊന്നുവടിയുടെ സഹായത്തോടെ എഴുന്നേറ്റ് നിന്നു. നെഞ്ചിൽ എന്തോ തടസ്സമുള്ളതുപോലെ...

പപ്പൻ മുറിയിൽ കയറി കിട്ടിലിൽ കിടന്നു. തുറന്നിട്ട ജനാലകൾ കാറ്റിൽ ശക്തിയായി അടഞ്ഞു. നേരിയ ചാറ്റൽ മഴ തുടങ്ങി. വല്ലാതെ തൊണ്ട വരളുന്നു. നല്ല ദാഹം. കട്ടിലിനടിയിൽവെച്ച ജാറിലെ വെള്ളം മുഴുവൻ കുടിച്ചിട്ടും തൊണ്ടയ്ക്ക് നനവു തോന്നുന്നില്ല.

നെഞ്ചിലെ കൊളുത്തിവലി ശക്തിയായ വേദനയായി രൂപാന്തരപ്പെട്ടു. മുതുകിലെ വേദന കൈത്തണ്ടയിലേക്ക് വ്യാപിച്ചു.

പപ്പൻ കട്ടിലിൽ നിന്ന് എഴുന്നേറ്റു.

വാതിൽ തുറന്ന് പതുക്കെ പുറത്തിറങ്ങി. ചാറ്റൽ മഴ പെയ്തശേഷം കാർമേഘം നീങ്ങി. നേരിയ നിലാവ് പരന്നിട്ടുണ്ട്.

നാരായണിഇളയമ്മ ഉറങ്ങി. അല്ലെങ്കിലും അവരെ രാത്രി വിളിച്ചുണർത്തിയിട്ടും കാര്യമൊന്നുമില്ല. എല്ലാവരും ഉറങ്ങിയിട്ടുണ്ടാവും. സമയം പന്ത്രണ്ടുമണി കഴിഞ്ഞിരിക്കുന്നു.

ശരീരമാകെ വിയർപ്പിൽ കുളിച്ചിരിക്കുന്നു. ജീവിതം തകർത്ത അന്നത്തെ അപകടത്തിന് ശേഷം അനുഭവപ്പെട്ട അതേ അസ്വസ്ഥത. എന്തു ചെയ്യും...? ... സഹായത്തിന് വിളിക്കാൻ ആരുമില്ല... ചാലോട്ടിൽ എത്തിയാൽ ഹരീന്ദ്രൻ ഡോക്ടറുണ്ട്... എങ്ങിനെ പോകും...? ഷാജിയെ വിളിച്ചാൽ ലോറി കിട്ടും... അവന്റെ ലോറി റോഡരികിലുണ്ട്... പപ്പൻ എഴുന്നേറ്റു. വടിയും കുത്തി മുറ്റത്തിറങ്ങി. പോയി ഷാജിയെ വിളിക്കാം... നടക്കാൻ കുറച്ചേയുള്ളൂ... സ്റ്റെപ്പ് കയറി വീട്ടിലെത്തേണ്ട ബുദ്ധിമുട്ടേയുള്ളൂ... പപ്പൻ വടിയും കുത്തി നടന്നു തുടങ്ങി... നല്ല കിതപ്പുണ്ട്... ശ്വാസം മുട്ടലും... ഇനി സമയം കളയാനില്ല...

കാർത്ത്യായനിയുടെ വീട്ടിലേക്കുള്ള വഴി പപ്പന്റെ കാലുകൾക്ക് സുപരിചിതമാണ്. എന്നാൽ ആ പരിചിതമായ കാലുകളിൽ ഒന്നിപ്പോഴില്ല.

ആ കാലിന് പകരം നിർജീവമായ മരവും ലോഹവും കൊണ്ടുണ്ടാക്കിയ ഒരുപകരണം. എങ്കിലും കല്ലൊതുക്കുകൾ താണ്ടി കാർത്ത്യായനിയുടെ വീട്ടുമുറ്റത്തെത്തി.

'ഷാജീ... ഷാജീ...' - നീട്ടി വിളിച്ചിട്ടും ശബ്ദം പുറത്തുവരുന്നില്ല. വാക്കുകൾ തൊണ്ടയിൽ കുരുങ്ങുന്നു. വീണ്ടും വിളിച്ചു - 'കാർത്യായനീ... കാർത്ത്യായനീ...' സർവശക്തിയും സംഭരിച്ചുവിളിച്ചു - 'കാർത്ത്യായനീ...' ഇപ്പോൾ ശബ്ദം പുറത്തുവന്നു. 'ആരാ...ആരാ...?... അകത്തുനിന്ന് കാർത്ത്യായനിയുടെ ശബ്ദം.

പതിവായി ഉള്ളതുപോലെ അവളുടെ ശബ്ദത്തിൽ ഉത്കണ്ഠയുണ്ട്.

'കാർത്ത്യായനീ... നീ വാതിൽ തുറക്ക്... ഞാനാ പപ്പേട്ടൻ...' - പപ്പൻ കിതച്ചുകൊണ്ട് കോലായിൽ ഇരുന്നു. കൈയിലെ ഊന്നുവടി പിടിവിട്ട് താഴെ വീണു.

കാർത്ത്യായനി വാതിൽ തുറന്നുപുറത്തുവന്നു. 'എന്താ പപ്പേട്ടാ... എന്താ പറ്റ്യേ?... ഞാൻ ഷാജീനെ വിളിക്കട്ട്...' കാർത്ത്യായനി അകത്തേക്കോടി.

അകത്ത് മണ്ണെണ്ണ വിളക്ക് തെളിഞ്ഞു. കാർത്ത്യായനിയും പിന്നീട് ഷാജിയും ശ്രീജയും പുറത്തുവന്നു. ആ നവദമ്പതിമാർ പകുതി രാവ് പിന്നിട്ടതേ ഉണ്ടായിരുന്നുള്ളൂ.

പപ്പന് പിന്നെ ശബ്ദിക്കാൻ കഴിഞ്ഞില്ല.

നെഞ്ചുതടവി കോലായിൽ കിടക്കുകയാണ്.

ശരീരം വിയർത്തൊഴുകുന്നു. 'വെള്ളം... വെള്ളം...' - നേരിയ ശബ്ദം പുറത്തുവന്നു.

കാർത്ത്യായനി ഓടി അകത്തുപോയി ഒരു ഗ്ലാസ്സിൽ കഞ്ഞിവെള്ളം കൊണ്ടുവന്നു. കോലായിൽ കിടന്ന പപ്പന്റെ തല മടിയിൽ കയറ്റിവെച്ച് കഞ്ഞിവെള്ളം വായിലേക്കൊഴിച്ചു.

ഒന്നുരണ്ട് തവണ വെള്ളം ഇറക്കിയശേഷം ശേഷിച്ചത് കവിളിലൂടെ ഒഴുകി...

ദൃഢമായിരുന്ന ആ ശരീരം വെയിലത്തിട്ട ചേമ്പിലപോലെയായി. ശരീരം വിയർപ്പിൽ മുങ്ങിയിരുന്നു. 'എന്റെ പറശ്ശിനി മുത്തപ്പാ... ഞാനെന്തായീ കാണ്ന്ന്... എന്റെ പപ്പേട്ടൻ പോയല്ലോ...' - കാർത്ത്യായനി സർവ നിയന്ത്രണങ്ങളുംവിട്ട് നിലവിളിച്ചു തളർന്ന് തൂണ് ചാരിയിരുന്നു.

'മോനേ... നീ പപ്പേട്ടന് വെള്ളംതൊട്ട് കൊട്ക്ക്...'

ഷാജി ഗ്ലാസ്സിൽ അവശേഷിച്ച കഞ്ഞിവെള്ളം വായിലേക്ക് പകർന്നു. പക്ഷെ, അതെല്ലാം പുറത്തേക്ക് തന്നെ ഒഴുകി.

കാർത്ത്യായനി നിലത്തുവീണ് കരയാൻ തുടങ്ങി... അടുത്തുനിന്ന ഷാജിയുടെ കാലിൽപ്പിടിച്ച് പൊട്ടിക്കരഞ്ഞുകൊണ്ട് പറഞ്ഞു -

'മോനേ നിനിക്കിപ്പംമാത്രേ അച്ഛനില്ലാണ്ടായിറ്റുള്ളൂ... എല്ലാം പോയില്ലേ...' - കാർത്ത്യായനി നിലത്ത് കുഴഞ്ഞുവീണു.

നേരിയ നിലാവെളിച്ചത്തെയും കാർമേഘം മറച്ചു. കനത്ത മഴക്ക് അരങ്ങൊരുങ്ങുകയാണ്. തീർഥാട്ടുമലയിൽ നിന്ന് ഏകാകിയായ കുറുനരി മാത്രം ഇടയ്ക്കിടെ ഓരിയിട്ടുകൊണ്ടിരിക്കുന്നു.

www.ingramcontent.com/pod-product-compliance
Lightning Source LLC
LaVergne TN
LVHW060211051026
849517LV00005B/1366